കൊപ്പര

ശാന്താതുളസീധരൻ

അച്ഛൻ: കെ.രാഘവൻ, അമ്മ: കെ.ഭാനുമതി, ജനനം: കിളിമാനൂരിൽ (1955). വിദ്യാഭ്യാസം: ധനതത്വശാസ്ത്രത്തിൽ ബിരുദാനന്തര ബിരുദം, ബി.എഡ്. 1980-ൽ ഹൈസ്കൂൾ അധ്യാപികയായി സേവനം ആരംഭിച്ചു. ജി.വി. രാജാ സ്പോർട്സ് സ്കൂൾ പ്രിൻസിപ്പലായി വിരമിച്ചു.

പ്രസിദ്ധീകൃത കൃതികൾ:

കവിതാസമാഹാരം: ശിശിരം, വേനൽമഴ, അക്ഷരച്ചെപ്പ്, ഏകായനം, പോത്തുകൾ ഡോട്ട് കോം, ഒറ്റത്തിരി, മഴയെഴുത്തുകൾ, മണൽതരികളില്ലാത്ത പുഴ.

കഥകൾ: ഗ്ലാഡിയോലിസ്, തീർത്തും അപരിചിതനായ ഒരാൾ

യാത്രാവിവരണം: പർവ്വതങ്ങളുടെ നാട്ടിൽ, ഹിമവാന്റെ മടിയിൽ, ഒമാനിലൂടെ

നോവൽ: അക്കുവിന്റെ ആമക്കുട്ടൻ, മാലാഖയുടെ പെട്ടകം, നിഴലെഴുത്തുകൾ, ആലിൻചുവട്ടിലെ ആകാശം, അകത്തേയ്ക്കു തുറക്കുന്ന വാതിൽ, ഒറ്റച്ചിറകുള്ള പക്ഷികൾ, അനന്തുവിന്റെ ആകാശങ്ങൾ, മരുഭൂമിയിൽ മഴ പെയ്യുമ്പോൾ, പെണ്ണിര, മരുഭൂമിയിലെ തണൽ മരങ്ങൾ, കനല് തിന്നുന്ന വെയിൽപ്പക്ഷികൾ, മടക്കം, സദാനന്ദപുരം ബി.ഒ., ആയത്താർ.

പഠനം: കേരളത്തിലെ ആദിവാസികൾ ജീവിതവും സംസ്കാരവും (സമ്പൂർണ്ണം) കേരളത്തിലെ ആദിവാസി സംസ്കാരങ്ങൾ, കാവുപെറ്റ കമ്മ്യൂണിസം, വള്ളിക്കാവിന്റെ അരയൻ, ചരിത്രത്തിലില്ലാത്തവരുടെ ചരിത്രം, നീതിനിഷേധത്തിന്റെ പെണ്ണൊപ്പുകൾ

പ്രൊഫസർ ജോസഫ് മുണ്ടശ്ശേരി അവാർഡ്, അധ്യാപക കലാവേദി സംസ്ഥാന അവാർഡ്, ചെറിയാൻ മത്തായി ഫൗണ്ടേഷൻ എൻഡോവ്മെന്റ്, വിദ്യാഭ്യാസ വകുപ്പിന്റെ ദേശീയ അധ്യാപകദിന സാഹിത്യമത്സരങ്ങളിൽ മൂന്നു വർഷം തുടർച്ചയായി ഒന്നാം സ്ഥാനം (1999-2000, 2000-01, 2001-2002), ഗുരുദേവ കലാവേദി അവാർഡ്, കൈനിക്കര പത്മനാഭപിള്ള പുരസ്കാരം, രുഗ്മിണി മേനോൻ സ്മാരക കവിതാ പുരസ്കാരം, അഴകത്ത് പത്മനാഭക്കുറുപ്പ് സ്മാരക പുരസ്കാരം, ഗുരു നിത്യ ചൈതന്യയതി നോവൽ പുരസ്കാരം, വിതുരോദയം നോവൽ പുരസ്കാരം, 2016 ലെ ബി.ആർ. അംബേദ്കർ ഹയ്യസ്റ്റ് നാഷണൽ എക്സലൻസി അവാർഡ്, സാഹിത്യകേരളം പുരസ്കാരം., പ്രഭാത് ബുക്സ്-ജൂറി പുരസ്കാരം, കമലാസുരയ്യ പ്രതിഭാ പുരസ്കാരം-2017 എന്നിവ നേടി.

ഭർത്താവ്: കെ. തുളസീധരൻ (Rtd. D.E. BSNL).

മക്കൾ: മിലി, അനുരൂപ്.

മരുമക്കൾ: ശ്രീകാന്ത്, നീതു. പേരക്കുട്ടി: രേവന്ത്, അഹാന

വിലാസം: തുളസീവനം, KOORA - 250, കൂട്ടാംവിള, വട്ടിയൂർക്കാവ് (പി.ഒ.), തിരുവനന്തപുരം. മൊബൈൽ: 9447344004, 7306161936

കൊപ്പര

നോവൽ

ശാന്താതുളസീധരൻ

FEMINGO **BOOKS**
2022

Koppara
By Santha Thulasidharan
Malayalam Novel

Published by:-
FEMINGO BOOKS
femingobooks@gmail.com
Ph: 90740 98776, 8301034604

Cover Design:
Rajesh Chalode

Printed in India
at Max

Edition:
First Editon October 2022
Copies: 1000

ISBN: 978-93-91085-26-1

പ്രസാധകക്കുറിപ്പ്

കാടിന്റെ നന്മ മനുഷ്യരിലേക്ക് പടരുന്നതിന്റെ നേർക്കാഴ്ച അനുഭവവേദ്യമാക്കുന്ന കൃതി. നാട്ടിൽ നിന്നും നടകയറുന്ന മനുഷ്യപ്രമാണികൾ നടത്തുന്ന തേർവാഴ്ചയിൽ ജീവൻ ഹോമിക്കേണ്ടിവരുന്നവരുടെ ദുരവസ്ഥകൾ ഉയർത്തിക്കാണിക്കുന്നുണ്ട് ഈ നോവലിൽ. നീതിനിഷേധത്തിന്റെ സംഘർഷങ്ങൾ പ്രത്യയശാസ്ത്രത്തിന്റെ പോരാട്ടവീര്യമായി ഉയിർ കൊള്ളുന്നു. കാടുള്ളിടത്തെല്ലാം മനുഷ്യൻ ഒരേപോലെ ആക്രമിക്കുകയും പ്രതിരോധിക്കുകയും ചെയ്യപ്പെടുന്നുവെന്ന പ്രപഞ്ചസത്യവും ഇതിൽ തെളിഞ്ഞുനിൽക്കുന്നു. മനുഷ്യന്റെ ആവാസവ്യവസ്ഥയെ അവൻ തന്നെ തകർക്കാൻ ശ്രമിക്കുകയും അതിനെ ചെറുക്കുന്നവരുടെ പ്രതിരോധവ്യവസ്ഥയും തുലാസിലെന്നപ്പോലെ അളന്നെടുക്കുന്നുണ്ട് ഇതിൽ. ആളിക്കത്തുകയും വെന്തുരുകയും ചെയ്യുന്ന മനുഷ്യന്റെ വ്യത്യസ്ത അവസ്ഥകൾ മനോഹരമായ ഭാഷയിൽ അനാവരണം ചെയ്യുന്ന ഈ കൃതി പ്രസിദ്ധീകരിക്കാനായതിൽ ഫെമിൻഗോ ബുക്സിന് അഭിമാനം. ഭാഷകൾക്കും ദേശങ്ങൾക്കുമതീതമായി ചർച്ച ചെയ്യപ്പെടേണ്ട മാനുഷികവിഷയത്തെ സർഗാത്മകമായി അവതരിപ്പിക്കുന്ന ഈ നോവൽ വായനക്കാരുടെ മുന്നിലേക്ക് അവതരിപ്പിക്കുന്നു.

ദുർഗ മനോജ്
ഫെമിൻഗോ ബുക്സ്

1

വിഴുങ്ങാനടുക്കുന്ന അഗ്നിയെ ഭയത്തോടെ നോക്കിനിന്നു സിദ്ധാർത്ഥ്. രക്ഷപ്പെടാനുള്ള മാർഗ്ഗം തേടുകയായിരുന്നു. സംഹാരരൂപിയായി അഗ്നി തന്നെ വലയം ചെയ്തു കഴിഞ്ഞു എന്ന തിരിച്ചറിവിൽ ചുറ്റിനും നോക്കി. ഇല്ല... ഒരു വഴിയും കാണുന്നില്ല.

അല്പസമയം കൊണ്ട് കാടാകെ കത്തിപ്പടരുകയാണ്. കാട്ടുതീ എന്നു കേട്ടിട്ടേയുള്ളൂ. ഇതാ നേരിൽ കാണുന്നു. അല്ലല്ല... കാട്ടുതീയിൽ വെന്തുതീരാൻ ഇനി നിമിഷങ്ങൾ മാത്രം... ആരെങ്കിലും...

രക്ഷപ്പെടാനുള്ള പഴുതുകൾ മനപ്പൂർവ്വമെന്നപോലെ അടച്ചുകഴിഞ്ഞ അഗ്നിമുഖം രൗദ്രമാണ്. ഈ കാടിനുള്ളിൽ ആരാവും തീ കൊളുത്തിയത്?

സിദ്ധാർത്ഥ് ഭയന്നു... പരവശനായി... തീ അടുത്തേയ്ക്ക് ആളിപ്പടരുകയാണ്. എവിടെ തുടങ്ങിയെന്നറിയാൻ കഴിയാതെ കുഴങ്ങി... കാലുകൾ മണ്ണിൽപ്പുതഞ്ഞുപോയെന്നാണ് ആദ്യം തോന്നിയത്. മണ്ണിൽ നന്നേ ഉറച്ചുപോയ കാലുകൾ ചലനശേഷിയില്ലാതെ മരവിച്ചിരിക്കുന്നു...

ആകാശത്തേയ്ക്ക് വളരുന്ന കാട്ടുതീയിൽ വന്മരങ്ങൾ എരിഞ്ഞമരുന്ന കാഴ്ച...

ഹോ... ഭീകരം.

എങ്ങനെ രക്ഷപ്പെടും..?

ഈ കാടിനുള്ളിൽ ആരും വരില്ല.

മഴ പെയ്തെങ്കിൽ എന്ന് വെറുതേ മോഹിച്ചു. ഈ പ്രളയാഗ്നിയെ കെടുത്താൻ ആർക്കും കഴിയില്ല..

അമ്മേ...

കൺമുന്നിൽ അഗ്നി ഏറ്റുവാങ്ങിയ അമ്മയുടെ മുഖം... അതാ അച്ഛൻ... പിന്നെയും ആരൊക്കെയോ നിരവധി അപരിചിതമുഖങ്ങൾ.

കരയുന്നവർ.

കൊപ്പര

ചിരിക്കുന്നവർ.

പരിഭവിക്കുന്നുവർ

വേദനയുടെ ചുളിവുകൾ തെളിയുന്ന ചിരിമുഖം... അതാരാണ്...

മോനേ.

അകലെയെങ്ങോ നിന്ന് കരച്ചിലിന്റെ വക്കോളമെത്തിയ വിളിയിൽ സിദ്ധാർത്ഥ് ഞെട്ടി... അമ്മയുടെ ശബ്ദം.. ഏതു പ്രതിസന്ധിയിലും താങ്ങാവുന്ന... ആയിരുന്ന ശബ്ദം...

അമ്മേ... അമ്മേ...

എത്ര ശ്രമിച്ചിട്ടും ശബ്ദം പുറത്തേയ്ക്കു വരുന്നില്ലെന്നത് സിദ്ധാർത്ഥിനെ അടിമുടി തളർത്തി.

ഇനി... ഇനി മരണം മാത്രം.

അതാ അമ്മയുടെ കൈകൾ നീണ്ടുവരുന്നു...

എല്ലാ ശക്തിയും സംഭരിച്ച് സിദ്ധാർത്ഥ് വിളിച്ചു... അമ്മേ...

പ്രതീക്ഷയോടെ... രക്ഷപ്പെടാനുള്ള വെമ്പലിൽ സിദ്ധാർത്ഥ് കൈകളുയർത്തിപ്പിടിച്ചു. വിശ്വസിക്കാൻ കഴിഞ്ഞില്ല. അമ്മ നില്ക്കുന്നിടത്ത് തീ ഒഴിഞ്ഞു മാറുന്നു. പകരം അമ്മ മാത്രം നിന്നു കത്തുന്നു. തീകെടുത്താനുള്ള വഴി തേടി ഓടിയതാണ്. ഏതോ മരത്തിന്റെ വേരിൽതട്ടി താഴെ വീണു. കത്തിയമർന്ന കരിയിലച്ചൂടിൽ ദേഹം പൊള്ളുന്നു.

എഴുന്നേൽക്കാൻ നടത്തിയ ശ്രമങ്ങൾ ഒന്നൊന്നായി പരാജയപ്പെടുകയാണെന്ന് മനസ്സ് പിടഞ്ഞു. കണ്ണുകൾ തുറക്കാനായില്ല. ഒന്നും കാണാൻ കഴിയുന്നില്ലല്ലോ...

അമ്മയെവിടെ?

പെട്ടെന്നാണ്... തികച്ചും അവിചാരിതം, ആരോ കോരിയെടുക്കുന്നതുപോലെ... മഞ്ഞുപോലെ തണുത്തതും മൃദുലവുമായ കൈകൾ... ദേഹമാകെ പടരുന്ന കുളിരിൽ മനസ്സ് തണുത്തതും കണ്ണുകൾ തുറന്ന സിദ്ധാർത്ഥ് ചുറ്റിനും നോക്കി... കാട്ടുതീ.

അമ്മേ...

പുറത്ത് കിളികളുടെ ചിലമ്പിയ ഒച്ച... മണ്ണിൽ ചൂലുരസുന്ന പരുക്കൻ ശബ്ദം... ആരോ ചുമയ്ക്കുന്നുണ്ട്...

ശൂലപാണിയല്ലേ...? അപ്പോൾ...

ഒരു സ്വപ്നം എത്രത്തോളം ഭയാനകമാണെന്ന ചിന്തയിൽ സിദ്ധാർത്ഥ് എഴുന്നേറ്റു.

ഡോക്ടർ സിദ്ധാർത്ഥ് ജനാല തുറന്ന് പുറംകാഴ്ചകളിലേക്ക് കണ്ണുപായിച്ചു. അകലെ പച്ച പുതച്ചുറങ്ങുന്ന മലനിരകൾ. ഇട

തൂർന്ന വനഭാഗങ്ങൾക്കുമേലെ കോടമഞ്ഞ് ഒഴുകിയിറങ്ങുന്നത് കൗതുകത്തോടെ നോക്കിയിരുന്നു. നൂലുപോലെ... നേർത്ത നൂലുപോലെയും അഴിഞ്ഞുപോയ പഞ്ഞിത്തുണ്ടുകൾപോലെയും ഒഴുകി നീങ്ങുന്ന കോടമഞ്ഞ് പച്ചയെ മറയ്ക്കുകയും വെള്ള വിരിപ്പുകൊണ്ട് പുതയ്ക്കുകയും ചെയ്യുന്ന കാഴ്ച എത്രകണ്ടാലും സിദ്ധാർത്ഥിന് മതിവരാറില്ല. കാഴ്ചകളുടെ കലവറയാണ് ഈ ഭൂമികയെന്ന് സിദ്ധാർത്ഥ് ഇടയ്ക്ക് സുഹൃത്തും സഹപാഠിയുമായ ഡോക്ടർ നവീൻ പ്രഭാകരനോട് പറയാറുണ്ട്.

നീ ഇവിടെ വന്നാൽ തിരിച്ചുപോവില്ല നവീൻ, സിദ്ധാർത്ഥ് ആവർത്തിച്ചു പറയുന്നതു കേട്ടാൽ നവീൻ കളിയാക്കും.

അവിടെ നല്ല കാട്ടുതേൻ കിട്ടുമല്ലോ. അല്ലേ?

ങാ, കിട്ടും. എന്താ നിനക്കുവേണോ?

എന്തായാലും ഞാനുടനെ അങ്ങോട്ടു വരുന്നുണ്ട്. എനിക്കറിയണം നിന്നെ അവിടെ പിടിച്ചുനിർത്തുന്ന കാട്ടുപൂവേതാണെന്ന്. കഴിഞ്ഞദിവസം നയനയെ കണ്ടു. അവൾ ആകെ പരിഭവത്തിലാണ്. അവളെത്ര ഫോൺ വിളിച്ചാലും നീ റെസ്പോണ്ട് ചെയ്യാറില്ലെന്നും ആരോ നിന്നെ സ്വാധീനിച്ചിട്ടുണ്ടാവുമെന്നുമൊക്കെ പറഞ്ഞു. നിന്റെ മുറപ്പെണ്ണല്ലേ. നീയെന്താ അവളെ ഒഴിവാക്കുന്നത്. എന്തായാലും അവളെ കെട്ടണം. പിന്നെന്താ ഇങ്ങനെ?

നയനയെ കെട്ടാനോ? സിദ്ധാർത്ഥ് പ്രതികരിച്ചു.

നിനക്കറിയില്ലേ, നയനയെ സഹോദരിയായിട്ടല്ലാതെ കാണാൻ എനിക്കു കഴിയുന്നില്ല. എന്റെ കുഞ്ഞിപ്പെങ്ങളാണവൾ. പക്വതയില്ലാതെ ഓരോന്ന് സങ്കല്പിക്കുക, എന്നിട്ട് പരിഭവിക്കുക, എത്ര പറഞ്ഞിട്ടും അവൾക്ക് എന്നെ മനസ്സിലാകുന്നില്ല. അതാണ് കഷ്ടം.

അത് അവളുടെ കുറ്റമല്ല സിദ്ധൂ... അമ്മാവന്റെ മകനെന്ന നിലയിലേ നയന നിന്നെ കണ്ടിട്ടുള്ളൂ. അതും തീരെ ചെറുപ്പം മുതൽ. അതിനു പിന്നിൽ ഒരുപക്ഷേ പേരന്റ്സിനും പങ്കുണ്ടാവും. അത്തരം പ്രതീക്ഷകളാവും നിന്റെ കാര്യത്തിൽ കൂടുതൽ താല്പര്യം കാട്ടാനിടയാക്കിയതും.

നിനക്ക് ഓർമ്മയില്ലേ നവീൻ ആ സംഭവങ്ങൾ. എന്റെ മനസ്സിനേറ്റ മുറിവ്... അത് ഇനിയും ഉണങ്ങിയിട്ടില്ല. ഒരു പരിധിവരെ എന്റെ നഷ്ടങ്ങൾക്ക് അമ്മാവനും ഉത്തരവാദിയല്ലേ. അന്ന് ചെറിയ സഹായം മതിയായിരുന്നു... ഈ അനാഥത്വം ഒഴിവാക്കാമായിരുന്നില്ലേ... പാവം എന്റെ അച്ഛന്റെ പാതിയടഞ്ഞ കണ്ണുകളിൽ തങ്ങി നിന്ന നീർമണികൾ എന്നെയോർത്തല്ലാതെ മറ്റെന്താവും. അച്ഛന്റെ

സ്നേഹം. അതിനുപകരം ഒന്നുമില്ല. ഈ ഭൂമിയിൽ. എനിക്കു കഴിയില്ല നവീൻ.

സാരമില്ല സിദ്ധൂ... നിന്നെ വിഷമിപ്പിക്കാനല്ല... നയനയുടെ സങ്കടം കണ്ടപ്പോൾ ...

അവൾ ചെറിയ കുട്ടിയാണ്. പഠിക്കട്ടെ. പഠിച്ച് നല്ലൊരു ഭാവിയുണ്ടാവട്ടെ. അല്പം കൂടി ബുദ്ധിയുറയ്ക്കുമ്പോൾ എന്റെ അഭിപ്രായം അവൾക്കും മനസ്സിലാകും.

എന്ന് വിശ്വസിക്കാം. ആരെയും കുറ്റം പറഞ്ഞിട്ട് കാര്യമില്ല. കയ്യിലിരിക്കുന്നത് കൈമോശം വരരുതെന്ന് അവരും കരുതുന്നുണ്ടാവും. അതിനേക്കാൾ, നീ ആകുമ്പോൾ അവരോടൊപ്പമുണ്ടാകും എന്ന വിശ്വാസവുമാകാം. മറ്റൊരു വിവാഹമായാൽ നയന പറിച്ചു നടീലിന് വിധേയമാകേണ്ടി വരും. ഒറ്റ മോളല്ലേ. വേണ്ടതിലധികം സ്വത്തുമുണ്ട്. ജീവിതം ലാവിഷായി...

പ്ലീസ്... നമുക്കിത് തല്ക്കാലം അവസാനിപ്പിക്കാം. എത്ര തുഴഞ്ഞാലും എത്താത്തത്ര അകലെയാണ് കര. അതു നീയെങ്കിലും മനസ്സിലാക്കണം. അതിലുപരി... ആകെ അസ്വസ്ഥനാണ് ഞാൻ.

വൈ? വാട്ട് ഹാപ്പൻഡ്? നീ തന്നെയല്ലേ അവിടെ ചോദിച്ചു വാങ്ങിയത്?

അതെ നവീൻ. ഇവിടെ കുറേ മനുഷ്യരുണ്ട്. സ്വന്തം പ്രായം പോലും അറിയില്ല. എഴുതാനും വായിക്കാനും അറിയില്ല. എത്ര മക്കളുണ്ടെന്ന് ചോദിച്ചാൽ വിളറിയ ചിരിയായിരിക്കും ഉത്തരം. കഴിഞ്ഞയാഴ്ച സെൻസസ് എടുക്കാൻ പോയിവന്ന ലൗലി ടീച്ചർ പറഞ്ഞതു കേട്ടിട്ട് എനിക്ക് എന്നോട് തന്നെ വെറുപ്പു തോന്നി.

എന്താ, എന്തുണ്ടായി?

കാടിന്റെയുള്ളിലാണ് കുറച്ചു കുടുംബങ്ങൾ... അസുഖം വന്നാലിവിടെ വരും. ഗുളിക കൊടുത്താൽ തൃപ്തിയാവില്ല.

'തൂശി പോട്ടാ താൻ സോക്കട് മാറും' അതാണ് അവരുടെ വിശ്വാസം. കാട്ടിലെ കിഴങ്ങും മുളയരിയും തിനയും കഴിച്ചിരുന്ന കാലത്ത് സൂക്കേടില്ലായിരുന്നുവെന്നും റേഷനരി തിന്നാണ് സൂക്കേട് വന്നതെന്നും പറയുന്നവരോട് എന്താണ് പറയുക. അരിസി നെറയെ കറുപ്പ് ഉണ്ടെന്ന്.

കറുപ്പോ?

അവിശ്വസനീയതയുടെ ഇടറിയ ശബ്ദം.

അതേ അരിയിൽ കാണുന്ന കറുപ്പ് അറിയില്ലേ...

ഓ... അത്. ഞാൻ കരുതി കറുപ്പെന്ന് ...

നവീന്റെ ഉച്ചത്തിലുള്ള ചിരി കാതുകളെ തുളച്ചുകയറിയതും സിദ്ധു പറഞ്ഞു..,

എന്റെ ചെവിയടഞ്ഞു.

എന്തായാലും ഞാനും വരുന്നുണ്ട്. നിന്റെ ലോകം കാണാൻ.

പെട്ടെന്ന് എന്തോ മറന്നതുപോലെ നവീൻ തുടർന്നു.

ലൗലി ടീച്ചർ എന്താ പറഞ്ഞത്?

അതോ ...

മിക്ക വീട്ടിലും ആളുണ്ടാവാറില്ല. കാട്ടിൽ പോയാൽ ചിലപ്പോ രണ്ടുമൂന്നു ദിവസം കഴിഞ്ഞേ തിരിച്ചു വരൂ.

ങേ. അവിടെ കാട്ടുമൃഗങ്ങൾ കാണില്ലേ...?

ഉം. അതിന് നായ്ക്കളുണ്ടാവും കൂടെ. മൃഗങ്ങളെ ഓടിക്കും. രണ്ടുമാസം മുമ്പാണ് ചെമ്പനും ഭാര്യ മല്ലിയും കൂടി കാട്ടിൽ തെള്ളിയും തേനും ശേഖരിക്കാൻ പോയത്. കൂടെ രണ്ടു നായ്ക്കളുമുണ്ടായിരുന്നു. മല്ലിക്ക് ഏതാണ്ടൊക്കെ അസുഖങ്ങളുണ്ടായിരുന്നു. മൂന്നോ നാലോ പ്രസവിച്ചു. എല്ലാം മരിച്ചുപോയി. അനാരോഗ്യം അതാണ് കാരണം. അതും അവഗണിച്ചു.

എന്നിട്ട്? നവീൻ അക്ഷമനായി.

കാട്ടിൽ വച്ച് മല്ലിക്ക് നെഞ്ചുവേദന വന്നു... ചെമ്പന്റെ മടിയിൽ കിടന്നു മരിച്ചു. രാവും പകലും ഭാര്യയുടെ ശരീരത്തിനു കാവലിരുന്നു. കുറുക്കന്മാർ മണം പിടിച്ചെത്തി. നായ്ക്കൾ അവയെ കുരച്ച് പായിച്ചു. പിറ്റേന്ന് വൈകിട്ട് വിറക് വെട്ടാൻ പോയവരാണ് ചെമ്പനെ കണ്ടതും മല്ലിയുടെ ശരീരം വീട്ടിൽ കൊണ്ടുവന്നതും.

ഹൊറിബിൾ... നവീൻ പെട്ടെന്ന് പറഞ്ഞു.

ഇക്ബാൽ ഡോക്ടർ വിളിച്ചു... കാണണമെന്നു പറഞ്ഞു. ഞാൻ തിരുവനന്തപുരത്തുപോയപ്പോഴാണ് മല്ലി മരിച്ചത്. തിരിച്ചു വന്നപ്പോഴേക്കും അടക്കം കഴിഞ്ഞിരുന്നു. രാത്രി കൊട്ടും പാട്ടും കേട്ടു. പിറ്റേന്ന് ഫാർമസിസ്റ്റ് സുജനപാലാണ് വിവരം പറഞ്ഞത്. അന്നു തന്നെ അവിടെപോയി. ചെന്നപ്പോൾ ചെമ്പനുണ്ട് മുറ്റത്ത്. തൊട്ടടുത്ത് ആ രണ്ടു നായ്ക്കളും.

സൈറയെ കണ്ടില്ലേ?

നവീൻ ഇടയ്ക്കു ചോദിച്ചു.

ഇല്ല. സൈറ പി.ജി.ക്ക് തയാറെടുപ്പിലാണ്. ഇക്ബാൽ സർ സൈറയുടെ വിഷയത്തിൽ ആകെ വറീഡാണ്.

മകളുടെ ഭാവിയെക്കുറിച്ചുള്ള ആങ്ങ്സൈറ്റി... എത്ര കേമമായി നടന്ന വിവാഹമാണ്. ട്രിവാൻഡ്രം ക്ലബ്ബിൽ നിറഞ്ഞു കവിഞ്ഞ ബന്ധു

കൊഷര

മിത്രാദികളുടെയെല്ലാം അനുഗ്രഹവും പ്രാർത്ഥനയും ...

എന്നിട്ടെന്തായി....

ഡിവോഴ്സ് കഴിഞ്ഞോ?

ഇല്ല. റീതിങ്കിങ്ങിന് സമയം കൊടുത്തിരിക്കുന്നു.

സൈറ കട്ടായം പറഞ്ഞുപോലും ... പറ്റില്ലെന്ന്.

പൊരുത്തപ്പെടാൻ കഴിയില്ലെന്ന്.

കാരണം എന്താണെന്ന് ...

നവീൻ അർത്ഥവിരാമമിട്ടു.

സൈറ ഒന്നും തെളിച്ചു പറയുന്നില്ല. അത്രയ്ക്ക് വ്യക്തിപരമായിരിക്കാം. സ്ത്രീധനം മോഹിച്ചാണ് കെട്ടിയതെന്നാണ് ഇക്ബാൽ സാറിന്റെ വിശ്വാസം. അതൊക്കെ സഹിക്കാം. ഡിവോഴ്സ് പെറ്റീഷനിൽ സൈറയെ സ്വഭാവഹത്യ നടത്തുന്നത് സഹിക്കാനാവില്ല.

അത് ചില വക്കീലന്മാരുടെ രീതിയാണ്. കേസിനു ബലം കൂട്ടാൻ ഇല്ലാത്തതൊക്കെ എഴുതിച്ചേർക്കും. കോടതിയിൽ നാണംകെട്ടു നില്ക്കേണ്ടി വരുന്നത് ഓർക്കാൻ കൂടി വയ്യെന്ന് പറഞ്ഞപ്പോൾ സാറിന്റെ കണ്ണു നിറഞ്ഞു. മനുഷ്യരിങ്ങനെ ആയാൽ എന്തു ചെയ്യും? സൈറയെപ്പോലെ നല്ല മിടുക്കിയായ പെണ്ണിന്റെ ഗതിയിതായാൽ സാധാരണക്കാരുടെ അവസ്ഥയെന്താവും?

സൈറയെ ഒന്നുകാണാമായിരുന്നു. നവീൻ ഓർമ്മപ്പെടുത്തലിന്റെ രീതിയിലാണ് പറഞ്ഞത്.

ഇല്ല, സൈറയെ ഫെയ്സ് ചെയ്യാൻ വയ്യ.

ഉം. മനസ്സിലായി.

ആൾ ഇന്ത്യ എഴുതുന്നുണ്ട്. കേരളം വിടാനാണ് പ്ലാൻ. ഇവിടെ വയ്യെന്ന് സൈറ പറഞ്ഞു. പോസ്റ്റിങ്ങ് ക്യാൻസൽ ചെയ്ത് ഫുൾടൈം വർക്കാണ്.

ഓകെ നവീൻ. കാൾ യൂ ലേറ്റർ. ബൈ.

ഫോൺ മേശപ്പുറത്തുവച്ച് സിദ്ധാർത്ഥ് എഴുന്നേറ്റു പുറത്തേക്കിറങ്ങി. കുന്നിറങ്ങിയ മഞ്ഞാട താഴ്വാരമാകെ പടരുന്ന കാഴ്ച. അടുത്തുള്ള മരങ്ങൾപോലും കാണാനാവാത്തത്ര കനത്തിൽ മൂടൽ മഞ്ഞിറങ്ങുകയും പുകപടലം പോലെ കാഴ്ച മറക്കുകയും ചെയ്തു. നോക്കി നില്ക്കെ അകന്നുപോകുന്ന മൂടൽമഞ്ഞ് ഇടയ്ക്ക് തെളിയുന്ന ചുറ്റുവട്ടകാഴ്ചകൾ. മഞ്ഞിനിടയിലൂടെ പെയ്യുന്ന നൂൽമഴ. നൂലിഴകൾപോലെ നീണ്ടുവന്ന് താഴെതൊടുന്ന മഴ എത്ര കണ്ടാലും മതിവരില്ല.

തണുപ്പ് അരിച്ചരിച്ച് കയറുന്നുണ്ട്. അധികസമയം സ്വറ്ററോ മ

ഫ്ളറോ ഇല്ലാതെ പുറത്തു നില്ക്കുന്നത് ശരിയാവില്ലെന്നറിയാം. സിദ്ധാർത്ഥ് പതിയെ അകത്തുകയറി മഫ്ളറെടുത്ത് തലയും കഴുത്തും പൊതിഞ്ഞു. മുറിക്കുള്ളിലെ ചെറിയ ഹീറ്റർ ഓൺ ചെയ്തു. ജനലരികിലിരുന്നു. മഞ്ഞ് നിറഞ്ഞും ഒഴിഞ്ഞും തണുപ്പിനു മൂർച്ച കൂട്ടിക്കൊണ്ടിരുന്നു.

ഓർമ്മകൾ മൂടൽ മഞ്ഞിനെപ്പോലെ അവ്യക്തമായി, പിന്നെപ്പിന്നെ മറനീക്കി തെളിഞ്ഞു വന്നു. പടിയിറങ്ങിപ്പോയ സന്തോഷത്തിന്റെ നാളുകളെ ഹൃദയത്തിലേയ്ക്ക് പിടിച്ചുകയറ്റി. കണ്ണുകളടച്ചാൽ പൊട്ടിച്ചിരിക്കുന്ന അച്ഛനെ കാണാം. അച്ഛന്റേയും മകന്റെയും ഇഷ്ടാനുസരണം ഭക്ഷണം തയാറാക്കുന്ന അമ്മയുടെ വിയർപ്പു പൊടിയുന്ന കഴുത്തുകാണാം. അല്പാല്പമായി വിയർപ്പിലലിയുന്ന നെറ്റിയിലെ കുങ്കുമം കാണാം. ഭക്ഷണം കഴിക്കുമ്പോഴും തമാശകളാൽ വീടകം മുഴങ്ങുന്ന ആഹ്ലാദാരവം കേൾക്കാം. അവധി ദിവസങ്ങളിൽ എത്താറുള്ള സുഹൃത്തുക്കളുടെ സ്നേഹത്തിനു പിന്നിൽ ചതിയുണ്ടെന്നറിയാതെ ഹൃദയം പങ്കുവയ്ക്കുന്ന അച്ഛന്റെ മുഖം.

പത്താംക്ലാസ്സു പരീക്ഷ കഴിഞ്ഞപ്പോൾ അച്ഛൻ പറഞ്ഞു. മോൻ ഡോക്ടറാകണമെന്നാണ് അച്ഛന്റെ ആഗ്രഹം. അമ്മയും അതിനെ ശരിവച്ചു. അതങ്ങനെയായിരുന്നു എന്നും. പ്ലസ് ടൂവിന് സയൻസെടുത്തത് അതിന്റെ ഫലമായിരുന്നു. രണ്ടാം വർഷം ഏതാണ്ട് പകുതിയായപ്പോഴാണ് പെട്ടെന്ന് ഒരു ദിവസം അച്ഛൻ കുഴഞ്ഞുവീണു. അമ്മ ആരെയൊക്കെയോ വിളിച്ചു. ആംബുലൻസ് വരുത്തി മെഡിക്കൽകോളേജിലെത്തിച്ചു. അന്നും ഇക്ബാൽ സാർ അവിടെയുണ്ട്. കാർഡിയോളജിയിൽ. രണ്ടുദിവസം ഇന്റൻസീവ് കെയർ യൂണിറ്റിൽ. അമ്മാവനാണ് സ്കൂളിൽ വന്ന് വിവരം അറിയിച്ചതും കൂട്ടിക്കൊണ്ടുപോയതും.

അപകടനില കഴിഞ്ഞുവെന്ന് ഡോക്ടർ അറിയിച്ചതുകേട്ട അമ്മ തൊഴുകൈകളോടെ ഡോക്ടറുടെ മുന്നിൽ നിന്നു. ഒരാഴ്ച കഴിഞ്ഞ് വീട്ടിലെത്തി. ചെക്കപ്പുകൾ നടന്നുകൊണ്ടിരുന്നു.

ഒരു ദിവസം ക്ലാസ്സു കഴിഞ്ഞെത്തിയപ്പോൾ കണ്ടത് കരഞ്ഞുകലങ്ങിയ കണ്ണുകളുമായി അച്ഛന്റെ അരികിലിരിക്കുന്ന അമ്മയെയാണ്. എത്ര ചോദിച്ചിട്ടും ഒന്നുമില്ലെന്ന മറുപടിയിൽ അമ്മ ഒഴിഞ്ഞുമാറി. തുടർന്നുള്ള ദിവസങ്ങളിൽ പഴയതുപോലെ തമാശകളും ചിരിയും നടത്തിക്കൊണ്ടിരുന്നെങ്കിലും എവിടെയോ എന്തോ അഹിതങ്ങളായി തലപൊക്കിയിരുന്നു. പഠിക്കാൻ ഏറെയുണ്ടായിരുന്നു. അച്ഛനും അമ്മയും അതുതന്നെ ഓർമ്മിപ്പിച്ചുകൊണ്ടിരിക്കെ മറ്റൊ

ന്നിനെക്കുറിച്ചും ചിന്തിക്കാൻ ശ്രമിച്ചില്ല.

ഇടയ്ക്ക് അമ്മാവനെ കാണാൻ പോയി. സുഹൃത്തുക്കളുടെ വരവ് കുറഞ്ഞു. കാരണം ചോദിച്ചപ്പോൾ അച്ഛൻ പറഞ്ഞു.

പരീക്ഷയാണ്. ധാരാളം പഠിക്കാനുള്ളതല്ലേ. അവധിക്കാലത്ത് കൂടാമെന്ന് തീരുമാനിച്ചെന്ന്. അവിടെയും അമ്മയുടെ സപ്പോർട്ട്. പിന്നെന്തു ചോദിക്കാൻ.

പരീക്ഷകളുടെ പരീക്ഷണകാലം. എൻട്രൻസു പരീക്ഷകൾ കഴിഞ്ഞാണ് ശ്വാസം നേരെയായത്. പ്രത്യേകിച്ച് ഒന്നും സംഭവിച്ചിട്ടില്ലെന്ന മട്ടിൽ പതിവുചിട്ടകളിൽ അമ്മ ഏർപ്പെട്ടു. ഇടയ്ക്ക് ചില നെടുവീർപ്പുകൾ അമ്മയെ പൊള്ളിക്കുന്നതായി തോന്നി. എല്ലാ ചോദ്യങ്ങൾക്കും ഒരേ ഉത്തരം.

ഒക്കെ മോന് തോന്നുന്നതാണ്. ഒരാഴ്ച കഴിഞ്ഞു. അച്ഛന്റെ അമ്മയെ കാണാൻ പോണമെന്നു പറഞ്ഞു. മൂന്നുപേരും കൂടി പോയി. വൈകിട്ട് അച്ഛൻ എന്തോ തിടുക്കംകാട്ടി. ബിസിനസ്സ് പാർട്ടണർ വരുന്നു. മോനിവിടെ നിന്നോ. ഞങ്ങൾ പോയിട്ട് വരാം. രണ്ടു പേരും തിരിച്ചുപോയി.

അടുത്ത ദിവസം പ്രാതലിനിടയിലാണ് അമ്മാവന്റെ ഫോൺ. നീ അച്ഛമ്മയേംകൂട്ടി വേഗം വാ. അച്ഛന് നല്ല സുഖമില്ല. അമ്മ ഒറ്റയ്ക്കല്ലേ... ടാക്സിയിൽ പോരൂ.

ഹൃദയം ഭാരംകൊണ്ട് തളർന്നു. അച്ഛമ്മയേയും കൂട്ടി വീട്ടിലെത്തുമ്പോൾ പതിവിലേറെ ആൾക്കൂട്ടം. എങ്ങനെയാണ് അകത്തേയ്ക്കു ചെന്നതെന്നോർമ്മയില്ല. അച്ഛമ്മയുടെ നിലവിളിയാണ് സ്വബോധത്തിലേയ്ക്ക് എത്തിച്ചത്. ഒന്നേ നോക്കിയുള്ളൂ. ആരോ പിടിച്ചത് ഓർമ്മയുണ്ട്.

പരസ്പരം കെട്ടിപ്പിടിച്ചുറങ്ങുന്ന അച്ഛനും അമ്മയും. പോലീസിന്റെ ചോദ്യങ്ങൾ. അമ്മാവന്റെ പ്രതികരണം. ഇടയിൽ കേട്ടു. കടം.

എങ്ങനെ?

ഉത്തരം കിട്ടാത്ത ചോദ്യമായി ആ പദം തലച്ചോറിനെ ഉഴുതുമറിച്ചു. തലയണയ്ക്കടിയിൽ നിന്ന് കിട്ടിയ കത്തിൽ വിശദമായി എഴുതിയിരുന്നു. കടം വന്നവഴികൾ. ഒടുവിലൊരു ഉപദേശവും.

മോനേ മാപ്പ്. കൂട്ടുകാരെ സൂക്ഷിക്കണേ. പഠിച്ച് ഡോക്ടറാവണം.

വിശ്വാസ വഞ്ചന നടത്തിയ പാർട്ണർ പക്ഷേ ഒന്നും സമ്മതിച്ചില്ല. അച്ഛൻ ധാരാളം പണം ധൂർത്തടിച്ചതായും ബാങ്ക് ലോണട

യ്ക്കാതെ വണ്ടികൾ ജപ്തി ചെയ്തതായും പറഞ്ഞു. കമ്പനി അയാൾ വിലയ്ക്കു വാങ്ങിയ രേഖകൾ ഹാജരാക്കിയതോടെ എല്ലാം അവസാനിച്ചു. എല്ലാം. സിദ്ധാർത്ഥ് തീർത്തും അനാഥനായി. അതിനുമാത്രം സംശയമില്ലായിരുന്നു. താമസിച്ചിരുന്ന വീടും പണയത്തിലായിരുന്നു. അമ്മാവൻ അത് തിരിച്ചെടുത്തു. വസ്തുക്കൾ സ്വന്തം പേരിലാക്കിയെന്നു മാത്രം. പക്ഷേ ഒന്നു ചെയ്തു സിദ്ധാർത്ഥിന്റെ രക്ഷകർതൃത്വം ഏറ്റെടുത്തു.

എത്ര ആലോചിച്ചിട്ടും എങ്ങനെ കടക്കാരനായി എന്നതിനുള്ള സമാധാനം കിട്ടിയില്ല. ആരൊക്കെയോ ചതിച്ചു എന്നുമാത്രമറിഞ്ഞു. അവധിദിവസങ്ങളിലെ ചങ്ങാതിക്കൂട്ടങ്ങൾ, അവരെയൊന്നും പിന്നീട് കണ്ടതേയില്ല.

നഷ്ടപ്പെട്ടത് സിദ്ധാർത്ഥിനു മാത്രമായിരുന്നില്ലേ.

അവരോടൊക്കെ ദേഷ്യമായിരുന്നു. എന്നെങ്കിലും നേർക്കുനേരെ നിന്ന് ചോദിക്കാൻ കരുതിവച്ച കുറേ ചോദ്യങ്ങളുണ്ടായിരുന്നു മനസ്സിൽ. പിന്നീട്, പലപ്പോഴായി, അമ്മാവനിൽ നിന്ന് കേട്ട ആക്ഷേപങ്ങളിൽ തെളിഞ്ഞുകേട്ടത് അച്ഛന്റെ പിടിപ്പുകേടായിരുന്നു. പിടിപ്പുകെട്ടവന്റെ മകന് അമ്മാവന്റെ കണ്ണിൽ അത്ര മതിപ്പൊന്നുമില്ലായിരുന്നു. അച്ഛന്റെ കുറ്റങ്ങൾ നിരത്തി മകനെ നിർവീര്യനാക്കുന്നതിൽ അമ്മാവൻ വിജയിച്ചു. കരുതിവച്ചിരുന്ന ചോദ്യങ്ങൾ ഒന്നൊന്നായി കൊഴിഞ്ഞു വീഴുന്നത് തികഞ്ഞ നിസ്സഹായതയോടെ മനസ്സിലാക്കി.

ഒറ്റപ്പെടലിന്റെ വിമ്മിട്ടം മനസ്സിനെ തളർത്തി. അച്ഛനും അമ്മയും ഉറങ്ങുന്ന സ്ഥലവും വീടും ഒഴികെയുള്ളതെല്ലാം അമ്മാവൻ വിറ്റത് കടം തീർക്കാനായിരുന്നു. ബാദ്ധ്യതകളില്ലാതെ ബാക്കി ജീവിതം. അതിന് പഠിക്കണം... അച്ഛന്റെയും അമ്മയുടെയും ആഗ്രഹം... അതു മാത്രമായി ലക്ഷ്യം.

അഡ്മിഷൻ കിട്ടുന്നതുവരെ അച്ഛമ്മ കൂടെയുണ്ടായിരുന്നു. ക്ലാസ്സു തുടങ്ങിയതോടെ താമസം ഹോസ്റ്റലിലേക്കായി. അച്ഛമ്മയെ കാണാൻ പതിവായിപോയി. പേരക്കുട്ടി ഡോക്ടറായി കാണാൻ കാത്തു നില്ക്കാതെ അച്ഛമ്മയും പോയി. ജീവിതത്തിൽ തീർത്തും തനിച്ചാവുകയായിരുന്നു.

2

ഡോക്ടർ ...

ഡോക്ടർ ... സിദ്ധുസാറേ ...

കൊപ്പര

അകലെയെങ്ങുനിന്നോ തന്നിലേക്ക് നീളുന്ന ശബ്ദം. സിദ്ധാർത്ഥ് കണ്ണുതുറന്നു. മുന്നിൽ സുജനപാൽ ഒതുങ്ങിനിന്നു. മുറിയിൽ ലൈറ്റ് തെളിഞ്ഞു.

നേരത്തേ ഉറങ്ങിയോ...?

സുജനപാലിന്റെ ശബ്ദത്തിൽ വിളിച്ചുണർത്തിയതിന്റെ കുറ്റബോധം പ്രകടമായി തോന്നിയതും സിദ്ധാർത്ഥ് എഴുന്നേറ്റു...

എന്തോ ഓർത്തിരുന്നു മയങ്ങിപ്പോയി. ഓഹ് ഇരുട്ടായോ? ഞാൻ കഴിച്ചോളാം. അവിടെ വച്ചിരുന്നാൽ മതി.

തണുത്തുപോകും.

അതൊരു ഓർമ്മപ്പെടുത്തലാണ്. ഭക്ഷണം തണുത്താൽ കഴിക്കാൻ തോന്നാറില്ല. അകംപുറം നിറയുന്ന തണുപ്പിൽ അങ്ങനെയാണ്.

പുറത്തിറങ്ങി നടക്കുന്നതിനിടയിൽ പെട്ടെന്ന് തിരിഞ്ഞു നിന്നു പറഞ്ഞു...

ശൂലപാണി വീട്ടിൽപോയി. നാളെ വരില്ലെന്നു പറഞ്ഞു. ബന്ധുവിന്റെ മരണം. ഒറ്റയാനായ ശൂലപാണി ഇടയ്ക്ക് വീട്ടിൽ പോകും; അതു പതിവാണ്. അമ്മയും അപ്പാവും തമിഴ്നാട്ടിലാണ് താമസം. പത്തിരുപത് കിലോമീറ്റർ ദൂരമുണ്ട്... ബോർഡറിലാണ്. ചിലപ്പോൾ രണ്ടുമൂന്ന് ദിവസം കഴിഞ്ഞേ വരൂ. വന്നാൽ സെന്ററിൽ കാണും. പ്രൈമറി ഹെൽത്ത് സെന്ററാണ്. വലിയ ജോലിയില്ല. അകവും പുറവും തൂക്കണം. പാർട്ട്ടൈം സ്വീപ്പറാണ് എങ്കിലും സെന്ററിൽ തന്നെയാണ് താമസം.

ഉച്ചകഴിഞ്ഞാൽ അടുത്ത ചായക്കടയിൽ വിറകുവെട്ടാനും വെള്ളം കോരാനും പോകും. ഭക്ഷണം അവിടെ നിന്ന് കഴിക്കും. ഉറക്കം സെന്ററിലെ വരാന്തയിലും. മഴയും തണുപ്പും കൂടുതലുള്ളപ്പോൾ സിദ്ധാർത്ഥിന്റെ വാടകവീട്ടിൽ എത്തും. ഹെൽത്ത് സെന്ററിനടുത്ത് വീട് കിട്ടിയത് സൗകര്യമായി.

ചപ്പാത്തിയും കിഴങ്ങുകറിയും കഴിച്ചു. നല്ല രുചിയുള്ള കറിയുണ്ടാക്കാൻ കുസുമം ചേച്ചിക്ക് അറിയാം. എരിവും ഉപ്പും പാകത്തിനായിരിക്കും. ആലപ്പുഴക്കാരി കുസുമം സുജനപാലനൊപ്പം ഒളിച്ചോടിയതാണെന്ന് തങ്കമണിയാണ് പറഞ്ഞത്. കൂടുതലൊന്നും ചോദിക്കാൻ തുനിഞ്ഞില്ല. മൂന്ന് മക്കളുണ്ട്. മൂത്തവൻ വരുൺ പന്ത്രണ്ടാം ക്ലാസ്സു കഴിഞ്ഞ് പട്ടാളത്തിൽ ചേർന്നു. രണ്ടാമനാകട്ടെ പഠിക്കാൻ മടിയായിരുന്നതുകാരണം ഒരു ചെറിയ കടയാരംഭിച്ചു. പലവ്യഞ്ജനങ്ങളും നൈറ്റിയും ലുങ്കിയും തോർത്തും ചെരുപ്പും

തുടങ്ങി ഏതാണ്ട് എല്ലാ സാധനങ്ങളും കടയിൽ ലഭ്യമാണ്. കാഴ്ചയ്ക്ക് ചെറിയ കടയാണെങ്കിലും വേണ്ടതൊക്കെ അവിടെയുണ്ടാവും.

ഏറ്റവും കൂടുതൽ ചെലവുള്ളത് ഉണക്കമീനും പുകയിലയുമാണ്. ആദിവാസികൾ പൊതുവെ വെറ്റില മുറുക്കിന്റെ അടിമകളാണ്. ചെറിയ ആൺകുട്ടികൾ പോലും. പത്തോ പന്ത്രണ്ടോ വയസ്സിലേ മുറുക്കു തുടങ്ങും. പതിയെ ബീഡിവലിയും പതിനഞ്ചു വയസ്സായാൽ മദ്യപാനം തുടങ്ങും. പതിനെട്ടും ഇരുപതുമൊക്കെയായാൽ കല്യാണവും. എത്ര വയസ്സുണ്ടെന്നറിയില്ല പലർക്കും. ലൗലി ടീച്ചർ പറഞ്ഞതുകേട്ട് ആദ്യം ഞെട്ടി. കാരണം ചോദ്യങ്ങൾക്ക് അവർ നൽകിയ ഉത്തരങ്ങളായിരുന്നു. രണ്ടുകൊല്ലം മുമ്പത്തെ അനുഭവം.

ഒരു കുടിയിൽ ചെന്നപ്പോൾ അല്പം പ്രായം ചെന്ന പാപ്പ എന്ന സ്ത്രീയാണ് ഉണ്ടായിരുന്നത്. പുറംതിണ്ണയിൽ കാലുംനീട്ടിയിരിക്കുന്ന പാപ്പയോട് ലൗലിടീച്ചർ ചോദിച്ചു

പേരെന്താ?

പാപ്പ

ഭർത്താവിന്റെ പേര്?

വേലൻ

എത്ര മക്കളുണ്ട്?

മക്കളൊണ്ട്.

എത്ര?

ഞാ. ഒണ്ട്. മക്കളൊണ്ട്

പാപ്പയ്ക്ക് എത്ര വയസ്സായി

നാപ്പത്തിനാല്

മൂത്തത് മോളാണോ.

ഞാ. മോള് മുപ്പത്തഞ്ച് വയസ്. രാസാത്തി. കറുത്ത പല്ലുകൾ പുറത്തുകാട്ടി ചിരിച്ചു.

ഒരു മക കാട്ടില് വേല, പേര് സുരേഷ്.

വയസ്സെത്രാന്ന് അറിയാമോ?

സുരേസിന് മുപ്പതിര്ക്ക്

ഇന്നൊരു പൊണ്ണിര്ക്ക്. രാശാത്തി പതിനേഴ് വയസ്സ്

കല്യാണമാച്ച്. വേറെ വീട്ടിലിര്ക്ക്. രണ്ട് കൊളന്ത.

എല്ലാം കേട്ട ലൗലി ടീച്ചർ ആകാശത്തേയ്ക്ക് കൈകളുയർത്തി പ്രാർത്ഥിച്ചുപോയി. ദൈവമേ ഇവരെ കാത്തോണേന്ന്.

കൊപ്പര

വയസ്സ് കേവലം നമ്പരാണെന്ന് ആരെങ്കിലും പറഞ്ഞിട്ടുണ്ടാവുമോ? കൃത്യമായി വയസ്സറിയാൻ ആർക്കും ജനനസർട്ടിഫിക്കറ്റ് ഇല്ല. ആരും ആശുപത്രിയിൽ പോയി പ്രസവിക്കാറില്ല. എല്ലാം മല മുത്തപ്പൻ നോക്കും. മുത്തപ്പന് വെള്ളംകുടിവച്ചാൽ എല്ലാം ശരിയാംവണ്ണം നടക്കും. എങ്കപോനാലും പൊണ്ണ് താനെ പ്രസവിക്കണം. ഏത്ക്ക് ആശൂത്രിക്ക് പോണം. വീട്ടിലെയിരിക്കട്ട്.

ഊരിലെ ബേറ്റിച്ചി വരും. മന്ത്രം ചൊല്ലും. പച്ചിലമരുന്ന് ഇടിച്ച് ചാറ് കൊടുക്കും. ഊരറിയാതെ പുള്ളവരും. അതുക്കുംമേലെ പ്രച്നം ഇര്ന്നാ കുരുവൻ വരും. ചാറ്റ് നോക്കും. മന്ത്രംചൊല്ലി എല്ലാമേ നേരെ പടിയാക്കും. കൊളന്ത ആണോ പെണ്ണോന്ന് കൂടെ ചൊല്ലുവാറ്.

പേടിയില്ലേ... വീട്ടിൽ പ്രസവിക്കാൻ? ലൗലിടീച്ചർ ആശങ്ക മറച്ചുവച്ചില്ല.

ഏത്ക്ക് ഭയം? ഇന്ത കാട് പാക്കുമേ...

പൊണ്ണ് മട്ടും പറസവിക്കണം. ഈ കാട്ടില് എത്തറ മൃഗങ്ങളിര്ക്ക് ... എല്ലാം ആസൂത്രീലാ പറസവിക്ക്ണ്. മലദൈവങ്ങള് കാപ്പാത്തിടുവാര്. കവലപ്പെടവേണ്ടാ.

മലയിറങ്ങുന്ന ലൗലിടീച്ചർക്ക് തലചുറ്റൽ അനുഭവപ്പെട്ടു. പാറക്കെട്ടിൽ നിന്ന് ഊർന്നിറങ്ങുന്ന കാട്ടരുവിയിൽ ഇറങ്ങി കൈക്കുമ്പിളിൽ തണുത്ത വെള്ളംകോരി മുഖത്ത് കുടഞ്ഞു. ഐസ് വീണതുപോലെ. പിന്നെ തുടരെ വെള്ളംകോരി ഒഴിച്ചു മുഖം തണുപ്പിച്ചു. കണ്ണുകൾക്ക് കൂടുതൽ തെളിച്ചം അനുഭവപ്പെട്ടു. കുറച്ചു വെള്ളം കുടിച്ച് ക്ഷീണമകറ്റി.

തോട്ടിൽ നിന്ന് കരയ്ക്കു കയറി. അല്പസമയം പാറപ്പുറത്തിരുന്ന് പ്രകൃതിയോടൊപ്പം സല്ലപിക്കാൻ മനസ്സ് കൊതിച്ചു. നോക്കെത്താദൂരം പരന്നുകിടക്കുന്ന പാറക്കെട്ടുകൾ. അവയ്ക്കിടയിലും തഴച്ചുവളരുന്ന കാട്ടുചെടികൾ വർണ്ണങ്ങൾ വാരിവിതറി വലിയ ഒരു പൂക്കൂടയായി. ഇളംകാറ്റ് പൂക്കളെ ഇക്കിളികൂട്ടി കടന്നുപോയി. ഇടയ്ക്കിടെ വലിയ കാറ്റ് മലകളെ തട്ടിവിളിച്ചു ചൂളമടിച്ചും പൂക്കളെ ഭയപ്പെടുത്തിയും മലയിറങ്ങി. മാറിമറിയുന്ന പ്രകൃതിക്കാഴ്ചകളിൽ ലയിച്ച് അവിടെയിരുന്ന ലൗലിടീച്ചർ മറ്റേതോ ലോകത്തേയ്ക്ക് നയിക്കപ്പെടുകയായിരുന്നു.

മുപ്പത്തഞ്ചു വയസ്സിലും കന്യകയായി ... അത് അത്ര വലിയ കാര്യമല്ലെന്നറിയാം. വീട്ടിലെ പ്രാരാബ്ധങ്ങൾക്ക് അറുതിവരില്ലെന്നുമറിയാം. എന്നാലും അണ്ണാൻക്കുഞ്ഞിന്റെ അണകെട്ടലാണ്

തന്റെ ജീവിതമെന്നതിൽ സ്വയമഴിഞ്ഞു. അവിചാരിതമായെങ്കിലും ചില പിരിമുറുക്കങ്ങളും കുറ്റബോധവും വേട്ടയാടാറുണ്ടെന്നത് ഈ അവസ്ഥയിലുള്ള ഏതു സ്ത്രീയുടെയും പൊതുപ്രശ്നമാണ്.

ഫോറസ്റ്റ്ഓഫീസിലെ ഡെപ്യൂട്ടി റെയ്ഞ്ച്ഓഫീസർ നേരിട്ടാണ് ചോദിച്ചത്. ഒരുമിച്ച് ജീവിക്കാം. ലിവിങ് ടുഗതർ. ആദ്യം മനസ്സിലായില്ല. അയാൾ തന്നെ വ്യക്തമാക്കി.

എനിക്ക് ഭാര്യയും രണ്ടുമക്കളുമുണ്ട്. തിരുവനന്തപുരം ജില്ലയിലെ വാമനപുരത്താണ് വീട്. അവർക്കവിടം വിട്ടുപോരാൻ കഴിയില്ല. അച്ഛനും അമ്മയും കൂടെയുണ്ട്. സത്യം പറഞ്ഞാൽ അച്ഛന്റേയും അമ്മയുടേയും കൂടെയാണ് സബിതയും മക്കളും. എനിക്ക് ലീവും കിട്ടാറില്ല. ഇവിടെ ഓഫീസിൽ തന്നെ താമസം.

ടീച്ചറിന് സമ്മതമാണെങ്കിൽ നമുക്ക് ഒരുമിച്ച് ... ഇവിടെ ക്വാർട്ടേഴ്സിൽ ...

ലൗലി ചെളിയിൽ ചവിട്ടിയതുപോലെ നിന്നു. നിലത്തേയ്ക്കു പരതി നോക്കി. അതുകണ്ട പ്രിയദർശൻ ചോദിച്ചു

എന്താ ... എന്താ നോക്കുന്നത്...?

ഇല്ല. ഒന്നുമില്ല. കാലിൽ ചെളിപറ്റിയതുപോലെ.

പെട്ടെന്നാണ് അയാൾ പറഞ്ഞത്.

ടീച്ചറിന് ഇഷ്ടമല്ലെങ്കിൽ വേണ്ട. ഞാൻ ഒന്നും പറഞ്ഞിട്ടില്ല. ടീച്ചർ ഒന്നും കേട്ടിട്ടുമില്ല. ഇനി ഇതോർത്ത് വിഷമിക്കുകയും വേണ്ട. ഒരു കൂട്ട് അതേ ആഗ്രഹിച്ചിട്ടുള്ളൂ.

ഏയ് വിഷമമൊന്നുമില്ല. ഒരു താല്ക്കാലിക ക്രമീകരണം. നാട്ടിലേയ്ക്കു മാറ്റംകിട്ടുന്നതുവരെ അല്ലേ?

അത്ര കടന്നുചിന്തിച്ചില്ല.

അതാണ് സ്ത്രീയും പുരുഷനും തമ്മിലുള്ള വ്യത്യാസം. നാളെ നിങ്ങൾക്ക് ട്രാൻസ്ഫർ കിട്ടിയാൽ സന്തോഷത്തോടെ നാട്ടിലേയ്ക്കു പോകാം. അവിടെ ഭാര്യയും മക്കളും ബന്ധുക്കളുമുണ്ട്. ഞാനോ? ഉപാധികളില്ലാതെ പരസ്പര ധാരണയുടെ അടിസ്ഥാനത്തിൽ എല്ലാം പങ്കുവച്ച് കുറച്ചുകാലം. അതുകഴിഞ്ഞാൽ നിങ്ങൾക്ക് പോകാനാവും. പക്ഷേ... ഒരു സ്ത്രീയ്ക്ക് അതു കഴിയില്ല. ഞാൻ അത്രത്തോളം വളർന്നില്ലെന്നതാണ് സത്യം. എന്റെ സങ്കല്പങ്ങൾക്ക് പൊരുത്തപ്പെടാനാവില്ല. എന്നെ സംബന്ധിച്ച് കൂട്ട് എന്നത് വളരെ വലുതും അർത്ഥവത്തുമായ ഒരു ക്യാൻവാസാണ്.

സോറി ടീച്ചർ. മനസ്സിലാവുന്നുണ്ട്. എന്റെ ചപലതയാണ്... സ്വാർത്ഥതയാണ് ഇങ്ങനെ ചിന്തിക്കാൻ പ്രേരിപ്പിച്ചത്. ക്ഷമിക്ക

ണം. ഇല്ല. എന്റെ ഭാഗത്തുനിന്ന് ഇനി ഒരിക്കലും ... ഉറപ്പ്. വെറുക്കരുത് പ്ലീസ്. നല്ല പരിചയക്കാരായിരിക്കാം.

ഓർമ്മകൾ വേട്ടക്കാരെപ്പോലെയാണ്. അവ അവസരം പാർത്തിരിക്കും. അനുകൂലമെന്നു കണ്ടാൽ തുടങ്ങുകയായി. തലങ്ങും വിലങ്ങും ഓടിച്ച് ... ചിലപ്പോൾ കരുതലോടെയാവും. വളഞ്ഞിട്ടു പിടിക്കുക എന്നു പറയാറില്ലേ. വേട്ടക്കാരുടെ സാന്നിദ്ധ്യം പോലും വലയിലകപ്പെട്ടാലേ അറിയൂ. ചിലപ്പോൾ അതും അറിയില്ല. ഓർക്കാപ്പുറത്തുണ്ടാകുന്ന ആക്രമണത്തിന് ചില ഹേതുക്കളുണ്ടാവും; സമാനതകളിൽ അത് സംഭവിക്കും. ഒക്കെ സ്വാഭാവികംപോലെയാണ്. ഒറ്റനോട്ടത്തിൽ അനുഭവപ്പെടുക.

ടീച്ചറമ്മോ വേഗം പോ... ഒറ്റയാനിറങ്ങീര്ക്ക് നഞ്ചപ്പനാണ് കുന്നു കയറി വന്നു വിവരം പറഞ്ഞത്. രാവിലെ ഇങ്ങോട്ടേക്കു പോരുമ്പോൾ നഞ്ചപ്പൻ കണ്ടു എന്നുമാത്രമല്ല എവിടെ പോണെന്ന് ചോദിക്കുകയും ചെയ്തിരുന്നു. ഒറ്റയാനിറങ്ങിയെന്ന മെസ്സേജ് കിട്ടിയപ്പോഴാണ് ടീച്ചറമ്മ കുന്നിറങ്ങിയില്ലെന്ന് ബോദ്ധ്യമായത്. ഒറ്റ ഓട്ടമായിരുന്നു... അഞ്ചു ഗ്രാമം താണ്ടി, ഓടുന്നതിനിടയിൽ അമ്പലത്തിലേക്ക് നോക്കി ലച്ചിക്കണേന്ന് പറയാനും മറന്നില്ല.

ഒരുനിമിഷം ലൗലി സ്തബ്ധയായി ഇരുന്നുപോയി. അതേസമയം മൂക്ക് വലിച്ചെടുത്ത വായുവിൽ ആനച്ചൂരറിഞ്ഞതും എണീറ്റ് താഴേയ്ക്ക് ഓടാൻ തുടങ്ങി. കയ്യിലെ ബാഗ് നഞ്ചപ്പൻ ഏറ്റുവാങ്ങി നടന്നു. പാറകൾ ചരിഞ്ഞു വരുന്നതായി ലൗലിക്ക് തോന്നി. ഇറക്കം അനായാസമായിരുന്നു. താഴെയെത്തുന്നതുവരെ ശ്വാസം വിട്ടില്ലെന്നു മാത്രമല്ല, ഒരു ശബ്ദവും കേൾക്കാതിരിക്കാൻ ശ്രദ്ധിച്ചു. അല്പം മാറി നായ്ക്കൾ കൂട്ടമായി കുരച്ചു ബഹളം വയ്ക്കുന്നത് ഓട്ടത്തിനിടയിലും ലൗലി അറിഞ്ഞു.

ലൗലിടീച്ചർ വെറുമൊരു അദ്ധ്യാപിക മാത്രമല്ല. ആദിവാസി കുട്ടികൾക്ക് പ്രത്യേകം ക്ലാസ്സുകളെടുക്കും. ഊരുകൾ സന്ദർശിക്കും. സ്ത്രീകളോട് സംസാരിക്കും. സ്ത്രീശരീരം ആവശ്യപ്പെടുന്ന ചില ആരോഗ്യപരമായ ബോധവൽക്കരണം നടത്തും; പ്രത്യേകിച്ചും ചെറുപ്പക്കാരികളായ പെൺകുട്ടികളെ. അവിടെ നടക്കുന്ന പല ഗോത്രാചാരങ്ങളിലും വയസറീച്ച് കല്യാണം (കന്നിമുട്ട്) പോലുള്ള ചടങ്ങുകളിലും ടീച്ചർ പങ്കെടുക്കാറുണ്ട്. പൊതുവേ ഊരിലുള്ളവർ പ്രായഭേദമെന്യേ ടീച്ചറമ്മ എന്നാണ് വിളിക്കാറ്. എത്ര ശ്രമിച്ചിട്ടും പ്രായമായവരെ എഴുത്തും വായനയും പഠിപ്പിക്കാനാവാത്തതിൽ ലൗലിടീച്ചർ സങ്കടപ്പെട്ടു.

കൊപ്പര

വഴിയോരത്ത് ആരൊക്കെയോ വിളിക്കുന്നു. ടീച്ചറമ്മാ ഉള്ളെവാ ... ഭയപ്പെട വേണ്ട.... വാ... വാ... ഉള്ളെള്ളവാ ...

അർത്ഥബോധാവസ്ഥയിൽ ഏതോ വീടിനുള്ളിലേയ്ക്കു കയറിയതും അവർ വാതിലടച്ചു. നഞ്ചപ്പ ബാഗ് ഏല്പിച്ച് ധൃതിയിൽ കുന്നുകയറുകയായിരുന്നു. ആരവങ്ങൾ... നായ്ക്കളുടെ നിലയ്ക്കാത്ത കുര ... ഒപ്പം മരച്ചില്ലകൾ ഒടിയുന്ന ശബ്ദവും. ഒടുവിൽ കാടുകുലുക്കി ഒരു ചിന്നം വിളിയും.

വീടുകളുടെ ചെറു ജനാലകളിലൂടെ ആനയുടെ പരാക്രമങ്ങൾ നോക്കിക്കാണുകയായിരുന്നു സ്ത്രീകളും കുട്ടികളും. വീടുകളുടെ ഭാഗത്തേയ്ക്ക് ആന വരാതിരിക്കാനുള്ള ശ്രമങ്ങളിൽ ശ്രദ്ധയോടെ വ്യാപൃതരായിരുന്ന നാട്ടുകാരുടെ മുന്നിൽ നഞ്ചപ്പയായിരുന്നു. കുറച്ചു മാറി പുൽത്തൈലമുണ്ടാക്കുന്ന രണ്ടു ചെറിയ കുടിലുകൾ... അതിലേയ്ക്കായി ആനയുടെ ശ്രദ്ധ. ആദ്യം മേൽക്കൂര വലിച്ചെറിഞ്ഞു. പിന്നെ കണ്ണിൽക്കണ്ടതെല്ലാം തൂക്കിയെറിഞ്ഞ് പ്രതിഷേധിച്ചുകൊണ്ടിരുന്നു.

ലൗലിടീച്ചർ ചൂടുവെള്ളം വലിച്ചു കുടിച്ചു. സ്റ്റീൽ ടംബ്ലർ കൈപ്പത്തിൽ വച്ച് ഉരുട്ടി ചൂടുപിടിച്ചു. ഓട്ടത്തിനിടയിൽ കാട്ടുമുള്ള് കൊണ്ട് ഇടതുകൈ മുറിഞ്ഞു. ആ വീട്ടിലെ കനകം ചൂടുവെള്ളം കൊണ്ട് മുറിവു കഴുകി. മരുന്ന് പറിക്കാൻ പുറത്തിറങ്ങാനാവാത്തതിൽ വ്യാകുലപ്പെട്ടു. ചെറിയ തോതിൽ ചോര പൊടിഞ്ഞുകൊണ്ടിരുന്നു. കനകം തുണിക്കഷണംകൊണ്ട് മുറിവ് പൊതിഞ്ഞുകെട്ടി. ക്ഷീണം മാറാൻ ചുക്കുകാപ്പി ഉണ്ടാക്കി കൊടുത്തു. ഭക്ഷണം കഴിക്കാൻ നിർബന്ധിച്ചു. ദാരിദ്ര്യരേഖ എത്ര താഴ്ത്തി വരച്ചിട്ടും മുകളിലെത്താൻ കഴിയാത്തവർ... ഉള്ളതിൽ പങ്ക് നീട്ടാൻ മടിയില്ലാത്തവർ.

വിശപ്പില്ല കനകം. താഴെ പോയി ഡോക്ടറെ കണ്ട് മരുന്ന് വച്ച് കെട്ടാം.

യാത്ര പറഞ്ഞിറങ്ങിയ ലൗലിയെ പത്തുവയസുകാരൻ ഗണേഷ് അനുഗമിച്ചു. കാട്ടാനകളെ കണ്ടിട്ടുണ്ട്. ഒറ്റയാനെ കാണുന്നത് ആദ്യമാണ്. അവന്റെ തറവാട്ടിൽ കടന്നുവന്ന് സൈ്വരം കെടുത്തുന്നതിലുള്ള രോഷം അവന്റെ നടപ്പിലും നോട്ടത്തിലും തെളിഞ്ഞുകണ്ടു. ഗ്രാമവാസികളെല്ലാം ജനാലവഴി നോക്കി ഒന്നുതന്നെ ചോദിച്ചു.

ടീച്ചറമ്മാ യാനയെ പാത്തായാ?

ആമ..

കടവുളേ... ആത്മഗതങ്ങൾക്ക് ഒച്ച കുറവായിരുന്നു. അതു പല

പ്പോഴും ശ്രദ്ധയിൽപ്പെട്ടിട്ടുണ്ട്. ആരവങ്ങളില്ലാതെ, പൊട്ടിച്ചിരികളും അട്ടഹാസങ്ങളും ഇല്ലാതെ പതിഞ്ഞ ശബ്ദത്തിൽ ജീവിച്ചുകൊണ്ടിരിക്കുന്ന ഗോത്രജനത. കൂട്ടമായി മാത്രം ജീവിക്കുന്നവർ. ഒരു പക്ഷേ ആത്മരക്ഷയും അപരരക്ഷയും ലക്ഷ്യംവച്ചാവും ഊരുസംവിധാനം രൂപപ്പെട്ടത്. ഒറ്റപ്പെടലിനെ ഭയക്കുന്നവർ കാടിനെ ഭയക്കുന്നില്ല.

കാട് നമ്മ വീട്... ഏത്ക്ക് ഭയക്കണം. മലകളും മരങ്ങളും അപ്പാവും അണ്ണൻ തമ്പിതാനേ. കാടിന്റെ മക്കൾക്ക് കാടിനെ ഭയം വേണ്ടാ ഏൻ തെരിയുമാ?

ഇല്ലെന്ന് തലയാട്ടുന്ന ലൗലിടീച്ചറെ നോക്കി അവർ തുടരും...

കാടിന് സത്യമുണ്ട്. തപ്പ് പണ്ണക്കൂടാത്. തപ്പ് നടന്ന്ത്ന്നാൽ കാട് മുടിയും. കാട്ടാനവരും. എല്ലാമേ നാശമാപോകും. കാട് മേലെ നമ്പിക്കയിര്ക്ക്... ഭയമില്ല.

നിരവധി കഥകൾ ഈ വസ്തുതയുടെ സത്യസന്ധത തെളിയിക്കാനായി പല കാലങ്ങളിൽ പലരായി പറഞ്ഞു. തപ്പ് നടന്താ മലയിളകി വരും. കുടിയെല്ലാം മണ്ണിനടിയിലാവും.

പണ്ട് ... പണ്ട്... ഊരുമൂപ്പൻ കല്പന അപ്പടിയേ നടന്നത്. അന്ത കോവിൽ പക്കത്തിലെ പെരിയ കൊക്ക പാത്ത്ര്ക്കാ? പാത്താലേ ചങ്കിൽ തീ എരിയും. അന്തപക്കം ആരും പോകാത്. ഏത്ക്ക് തെരിയുമാ?

നഞ്ചപ്പൻ നിലത്തു കുത്തിയിരുന്ന് കേട്ട കഥകൾ പുനർവ്യാഖ്യാനം നടത്തും.

എങ്കപ്പാവോട പെരിയപ്പ മൂപ്പനായിര്ന്തകാലം. എല്ലാമേ കണിശമാ നടന്തത്. കോയിൽപൂജ നാളില് എല്ലോരും അന്ത പാറമേലെ ഇരിക്കണം. ചത്തം പോടക്കൂടാത്. കഞ്ചിവയ്ക്കും. അത് ആണുങ്ങളാണ്. മലദൈവങ്ങൾക്ക് സദ്യപോടണം. അന്ത കാലത്ത് യാരാവത് തപ്പ് പണ്ണീര്ന്താ മൂപ്പൻ കൂട്ടം വിളിക്കും. എല്ലോരും വരണം. തപ്പാളിയെ വിശാരണ ചെയ്യും. തപ്പ് നടന്ത് തെളിഞ്ഞിര്ക്ക്ന്നാ അന്ത കൊക്കയിലേ തള്ളിയിട്ട്. കൊല്ലുവാര്. യാരുമേ എതിര് ശൊല്ല ക്കൂടാത്. അത് പെരിയ മൂപ്പനോട കാലം. ഇപ്പ വന്ത് മൂപ്പനോട് ഭയമില്ല. നെറയെ തപ്പ് നടക്ക്ത് മൂപ്പനും മാറി... എല്ലാമേ മാറിപ്പോച്ച്...

ഊരിലാകെ തളംകെട്ടിയ മൗനത്തിന് കാരണം തേടലായിരുന്നു ലൗലിടീച്ചറുടെ തുടക്കം. പൊതുവേ സംഭാഷണങ്ങളില്ല. കുശലാന്വേഷണങ്ങളോ ക്ഷേമാശംസകളോ ഇല്ല. കാട്ടരുവികളുടെ കൊലുസ്സിളക്കമോ പക്ഷികളുടെ കരച്ചിലോ അല്ലാതെ മറ്റു ശബ്ദങ്ങൾ

തീരെയില്ലെന്നത് ലൗലിടീച്ചറെ അത്ഭുതപ്പെടുത്തി. നിശ്ശബ്ദത ദേഹാവരണം പോലെ അവിഭാജ്യഘടകമായിരിക്കാനുള്ള കാരണ മെന്താവും. അവരുടെ ചടങ്ങുകളിൽ പോലും വായ്ക്കുരവകളും ചെറിയ കൂക്കിവിളികളമല്ലാതെ ഉച്ചത്തിലുള്ള സംഭാഷണങ്ങളോ പരസ്പരാക്ഷേപങ്ങളോ ഇല്ലെന്നതും ലൗലിടീച്ചറിന് പുതിയ അറിവായിരുന്നു.

ജീവിതത്തിന്റെ വേറിട്ട മുഖങ്ങളായിരുന്നല്ലോ ഇവിടെയാകെ. പട്ടണത്തിൽ ജനിച്ചുവളർന്ന ലൗലിയെന്ന പെണ്ണ് നാഗരികത തൊട്ടു തീണ്ടാത്ത ഈ കാടകത്തേയ്ക്ക് വന്നത് ചില ഉദ്ദേശ്യങ്ങ ളോടെയായിരുന്നു. ആർഭാടങ്ങളില്ലാത്ത ജീവിതത്തിന് ഇവിടം ഏറ്റവും അനുകൂലമാണ്. കൃത്രിമത്വങ്ങളിൽ മടുപ്പ് തോന്നിത്തുട ങ്ങിയത് കോളേജിലെത്തിയതു മുതലാണ്. നാട്യങ്ങളുടെ മത്സര വേദിയായി മാറിയിരുന്ന ക്യാമ്പസ്ജീവിതം സങ്കല്പങ്ങളോട് പൊരു ത്തപ്പെടാതെയായി.

വായിച്ചും കേട്ടും മനസ്സിൽ ഉറച്ചുകിടന്ന ക്യാമ്പസ് പ്രണയങ്ങൾ അതിന്റെ തികച്ചും വിപരീതമായിരുന്നു ചുറ്റുവട്ടങ്ങളിൽ. ആൺകു ട്ടികളുടെ കൈവശമുള്ള കാശിന്റെ വലുപ്പം നോക്കി പ്രണയിക്കുന്ന പെൺകുട്ടികളെ ഉൾക്കൊള്ളാനായില്ല. സൗന്ദര്യം ക്യാമ്പസ്സിൽ അപ്രസക്തമായി. ശാലീനത പണ്ടേ പടിയിറങ്ങിപ്പോയിരുന്നു. കൗശ ലക്കാരുടെ വിഹാരരംഗമായി കലാലയങ്ങൾ. പ്രായോഗികമതിക ളുടെ ലോകം. യൂസ് ആന്റ് ത്രോ പ്രണയവും

പുളിങ്കൊമ്പ് നോക്കുന്ന യൗവ്വനം ചിലപ്പോഴെങ്കിലും അതിരു കൾ ലംഘിക്കുന്നതും സാധാരണയായി കഴിഞ്ഞു. ഒന്നിനും അർത്ഥ മില്ലെന്ന തോന്നൽ മനസ്സിനെ ചില്ലറയല്ല അലോസരപ്പെടുത്തിയ ത്. ജാതിഗ്രൂപ്പുകളും രാഷ്ട്രീയഗ്രൂപ്പുകളും ചേർന്ന് മലിനമായിത്തു ടങ്ങിയ ക്യാമ്പസ്സുകൾക്ക് തന്റെ സങ്കല്പങ്ങളോളം ഉയരമില്ലെന്നു മാത്രമല്ല, തീരെ താണുപോയതായും തോന്നിയതിന് പല കാര ണങ്ങളുണ്ടായിരുന്നു. അവിടെ ലൗലി സ്വന്തം തോടിനുള്ളിലേയ്ക്ക് നൂണ്ടിറങ്ങിക്കഴിഞ്ഞു.

അച്ഛന്റെ മിസ്സിംങ് ഇന്നും ഉത്തരമില്ലാതെ ശേഷിക്കുന്നു. ചെറിയ ജോലിയായിരുന്നെങ്കിലും പട്ടിണി കൂടാതെ ജീവിക്കാൻ ആ ശമ്പളം മതിയായിരുന്നു. മൂത്ത മകളെന്ന നിലയിൽ അച്ഛന്റെ വിശ്വാസവും പ്രതീക്ഷയും തന്നിലായിരുന്നുവെന്നതിൽ അഭിമാനിച്ചു. നല്ലൊരു ജോലി. കുടുംബഭാരം പങ്കുവയ്ക്കൽ... അച്ഛന് വിശ്രമവും സുര ക്ഷിതത്വവും ഒക്കെ സ്വപ്നങ്ങളായിരുന്നു. തനിക്കു താഴെ രണ്ടു

പേർ. അവരുടെ ഉത്തരവാദിത്വം സ്വയം ഏറ്റെടുക്കുകയായിരുന്നു. അപ്പോഴും ആ ചോദ്യം ശേഷിക്കുന്നു.

അച്ഛന് എന്തു സംഭവിച്ചു? തീർത്ഥാടനത്തിന് പോകുന്നുവെന്ന ഒരു കത്തുമാത്രം. ഇന്നും അച്ഛന്റെ ഓർമ്മക്കായി സൂക്ഷിക്കുന്നു ... എന്നെങ്കിലും തിരിച്ചുവരുമെന്ന പ്രതീക്ഷ, അതാണ് ലൗലിയുടെ കരുത്ത്. പ്രതീക്ഷകൾ ജീവിതത്തിന് പോസിറ്റീവ് എനർജി നൽകും.

ടീച്ചറേ, ഞാൻ പോട്ടെ. റോഡിലേക്കിറങ്ങുന്നിടത്ത് ഗണേഷ് ചോദിച്ചു.

ശരി മോനേ ...താങ്ക്യൂ... ലൗലി തിരിഞ്ഞുനോക്കി.

നടന്നുതീർത്ത ദൂരം ലൗലിയെ അമ്പരിപ്പിച്ചു.

ഗണേഷ് കുന്നുകയറിത്തുടങ്ങിയിരുന്നു.

കയറ്റങ്ങളിൽ ആരും തിരിഞ്ഞു നോക്കാറില്ലല്ലോ.

3

രാവിലെ തുടങ്ങി നൂൽമഴ. അറുതിയില്ലാത്തവണ്ണം നൂലുകൾ നീണ്ടുനീണ്ട് മണ്ണിലേക്ക് എത്തിക്കൊണ്ടിരുന്നു. കൂട്ടത്തിൽ കനത്ത കോടമഞ്ഞും. പുറത്തെങ്ങും കാറ്റിന്റെ തേരോട്ടം. താങ്ങാനാവാത്ത ഭാരവുമായി നിന്ന ഇലകളെ ആട്ടിയിളക്കിയും കരിമ്പുപാടത്ത് അലകൾ തീർത്തും കാറ്റ് അരങ്ങു തകർത്തു. അപൂർവ്വം ചിലർ കുടയും മഴക്കോട്ടുമായി റോഡിലൂടെ നടക്കുന്നതൊഴിച്ചാൽ മനുഷ്യരെ കാണാനേയില്ല. ആകെ മൂടിക്കെട്ടിയ അന്തരീക്ഷം. മഞ്ഞും മഴയും പരസ്പരം ആലിംഗനം ചെയ്തും വിട്ടുമാറിയും മത്സരക്കളി തുടർന്നു. സൂര്യൻ എത്തിനോക്കാൻ ശ്രമിച്ചു. പരാജയപ്പെട്ടു പിൻവാങ്ങി.

സുജനപാലൻ പ്രഭാതഭക്ഷണവുമായി വന്നു. നല്ല ചൂടുള്ള ഇഡ്ഡലിയും സാമ്പാറും. പാത്രം തുറന്നപ്പോഴേ മല്ലിയിലയുടെ വാസന രസമുകുളങ്ങളെ ഉണർത്തി. അപ്പോഴേക്കും തങ്കമണി ഹെൽത്ത് സെന്റർ തുറന്നു. വരാന്തയിൽ കിടന്നുറങ്ങിയ നായ്ക്കളെ ആട്ടിയോടിച്ചു. തണുപ്പിൽ ഇറങ്ങാൻമടിച്ച നായ്ക്കൾ ഷെയ്ഡിനു കീഴിൽ ചുരുണ്ടുകൂടി.

എട്ടുമണിയോടെ ഡോക്ടർ സിദ്ധാർത്ഥ് സെന്ററിൽ ചെന്ന് പരിശോധനാമുറിയിലാകെ ഒന്നോടിച്ചു നോക്കി. മേശതുറന്ന് സ്റ്റെതസ്ക്കോപ്പെടുത്തു. സ്വന്തം ഹൃദയമിടിപ്പ് കേൾക്കാനൊരു മോഹം തോന്നി. അറിയാതെ നെഞ്ചിലേയ്ക്ക് വച്ചു ചെവിയോർത്തു.

ങും... മിടുക്കൻ

ഒരു ചിരി ഡോക്ടറുടെ ചുണ്ടിൽ തങ്ങിനിന്നു. തങ്കമണി ന്യൂസ് പേപ്പർ കൊണ്ടുവന്നു മേശപ്പുറത്ത് വച്ചിട്ട് അടുത്ത മുറിയിലേയ്ക്കു പോയി. മുറ്റത്ത് ആരുടെയോ കാൽപ്പെരുമാറ്റം കേട്ടു.

ഹാഫ് ഡോറിനപ്പുറം നാലു കാലുകൾ - രണ്ടുപേരുണ്ട്. ഒരാളുടെ മുട്ടിനു താഴെയുള്ള ഭാഗം കണ്ടു. പുരുഷനാണ് മറ്റേത് സ്ത്രീയും. ശ്വാസം മുട്ടലിന്റെ സൂചനകൾ കേട്ടു.

വന്നോളൂ....

ഹാഫ് ഡോർ തുറന്ന് ആദ്യം പുരുഷനും പിന്നാലെ സ്ത്രീയും അകത്തു കടന്നു. വന്നവരെ കണ്ടതും സിദ്ധാർത്ഥ് അറിയാതെ ഇരിപ്പിടത്തിൽ നിന്ന് എഴുന്നേറ്റുനിന്നു. മുഖത്ത് സ്നേഹവും ആദരവും തെളിഞ്ഞു നിന്നു.

എന്താ.... കുമരപ്പാ ... കാലുവേദന കുറഞ്ഞോ...?

അടുത്ത് നിന്ന് കണ്ണു തുടയ്ക്കുന്ന മണിയമ്മയ്ക്ക് ശ്വാസം മുട്ടുന്നതായി തോന്നിയതും ഇരിക്കാൻ പറഞ്ഞു. രണ്ടു ശരീരങ്ങളെന്നു പറയാനും മാത്രം ഇല്ല. രണ്ട് ഉയിരുകൾ. പരിശോധനയ്ക്കിടയിൽ കുമരപ്പൻ പറഞ്ഞു...

ഇന്ന് ഒരു കൊല്ലം. കുമരനും പൊണ്ണും പോയി...

ശരിയാണ് മാവോയിസ്റ്റ് ആക്രമണത്തിൽ ആദിവാസി സ്ത്രീ കൊല്ലപ്പെട്ടു. പുരുഷന് വെടിയേറ്റു. ആളെ കിട്ടിയില്ല. പത്രവാർത്തയ്ക്ക് ഏറെ പ്രസക്തിയൊന്നും ലഭിച്ചില്ല. അതിനും മാത്രം 'വലിയ പുള്ളികൾ' ആയിരുന്നില്ല കുമരനും ചീരുവും. കുമരപ്പൻ എന്തൊക്കയോ പറയുന്നുണ്ടെന്ന് മണിയമ്മയുടെ കരച്ചിൽ രേഖപ്പെടുത്തിക്കൊണ്ടിരിക്കെ യാന്ത്രികമെന്നോണം പരിശോധന തുടർന്നു.

സ്റ്റെതസ്കോപ്പ് മണിയമ്മയുടെ നെഞ്ചിൻ കൂടിനു മുകളിലെത്തിയതും കാതടപ്പിക്കുന്ന വെടിയൊച്ചകൾ... അതെ, അങ്ങനെയാണ് സിദ്ധുവിന് തോന്നിയത്. ഒരു നിമിഷത്തെ ഞെട്ടലിനുശേഷം ഡോക്ടർ സമചിത്തത കൈവന്നവനെപ്പോലെ ചോദിച്ചു തുടങ്ങി. എത്ര ദിവസമായി ഇന്തമാതിരി വലിവ് ...

മൂന്നു നാളാച്ച്...

നഷ്ടപ്പെട്ട മകനെയോർത്ത് പിടയുന്ന ഹൃദയത്തിന് ഏതു മരുന്നാണ് നൽകേണ്ടത് എന്ന ആശങ്കയിൽ പരിശോധന തുടർന്നു കൊണ്ടിരിക്കെ സുജനപാലൻ അകത്തേക്കുവന്നു. ആ മുഖത്ത് എഴുതിവച്ചിട്ടുണ്ടായിരുന്നു മുന്നിലിരിക്കുന്ന സാധുക്കളോടുള്ള അനു

താപം.

ഒരു വാരം മാത്ര ശാപ്പിടണം.

ഡാട്ടറേ, തൂശിപോട്ടാ ശീഘ്രമാ ശരിയാവും.

ശരി... ഇഞ്ചക്ഷനെടുക്കാം. എന്നാലും ഗുളിക മുടങ്ങാതെ കഴിക്കണം. ചൂടുതണ്ണി മട്ടും കുടിക്കണം. എല്ലാം ശരിയാവും. കവലപ്പെടവേണ്ടാ... അറിയാവുന്ന വിധത്തിൽ ഡോക്ടർ സിദ്ധാർത്ഥ് സംസാരിച്ചു.

മരുന്നിന്റെ കുറിപ്പ് സുജനപാലനു നൽകിയനിമിഷം രണ്ടുപേരുടേയും കണ്ണുകൾ കൂട്ടിമുട്ടിയത് കുമരൻ എന്ന ചെറുപ്പക്കാരനെയോർത്തായിരുന്നു.

വാമ്മാ.... എന്ന് പറഞ്ഞ് സുജനപാലൻ അടുത്ത മുറിയിലേയ്ക്കു നടന്നു. പിന്നാലെ വേച്ചുവേച്ച് മണിയമ്മയും.

പുറത്തേക്കിറങ്ങാൻ തുടങ്ങിയ കുമരപ്പനോടായി ഡോക്ടർ ചോദിച്ചു...

എന്തെങ്കിലും കഴിച്ചോ?

ഇല്ല.

പോക്കറ്റിൽ നിന്ന് ഇരുന്നൂറ് രൂപയുടെ ഒരു നോട്ട് എടുത്ത് കുമരപ്പന് നേരെ നീട്ടിക്കൊണ്ട് പറഞ്ഞു...

രണ്ടാളും പോയി ശാപ്പിട്ടുവാ. ഇഞ്ചക്ഷൻ അപ്പറം എടുക്കാം.

കുഴിയിൽക്കിടന്ന കണ്ണുകളിൽ നനവു പടരുന്നതുകണ്ട ഡോക്ടർ സിദ്ധാർത്ഥ് പറഞ്ഞു.

എന്തെങ്കിലും ആവശ്യം വന്നാൽ അറിയിക്കണം.

മാരനോട് പറഞ്ഞാൽ മതി.

സാമാന്യമര്യാദകൾ അവരുടെ ദേഹഭാഷയിലുള്ളതിനാൽ പ്രത്യേകിച്ച് നന്ദിയുടെ ആവശ്യമില്ല.

ശാപ്പിട്ട് വാ... തൂശി അപ്പറം പോടലാം.

സുജനപാലൻ മണിയമ്മയോട് പറഞ്ഞു.

കുമരപ്പന്റെ കയ്യിലെ ഇരുന്നൂറു രൂപാനോട്ട് കണ്ട തങ്കമണി പിറുപിറുത്തു...

ഇങ്ങനെ കൊടുക്കാൻ തുടങ്ങിയാൽ അതിനേ കാണൂ... ങാ... പെണ്ണും പെടക്കോഴീമൊന്നുമില്ലല്ലോ... ഇത്രേം കാലം ഇവിടെ എത്രയെത്ര ഡോക്ടർമാര് വന്നുപോയി. ആരെങ്കിലും ഇങ്ങനെ... ഇങ്ങോട്ട് വാങ്ങുന്നതല്ലാതെ അങ്ങോട്ടു കൊടുക്കുന്നവരെ ഞാൻ കണ്ടിട്ടില്ല.

തങ്കമണി വേവലാതിപ്പെടണ്ട. ആ മനുഷ്യനറിയാം എന്തു ചെയ്യ

ണമെന്ന്. ചെലവിന് കൊടുത്തോണ്ടിരുന്നവരെയാണ് മാവോയിസ്റ്റിന്റെ പേരും പറഞ്ഞ് കൊന്നുതള്ളിയത്. സമൂഹത്തിലെ മാന്യന്മാരുടെ മുഖം രക്ഷിക്കാനല്ലെങ്കിൽ പിന്നെന്തിനായിരുന്നു?

അപ്പോ കുമരന് അതുമായി ബന്ധമില്ലെന്നാണാ സാറ് പറയുന്നത്?

ഇതൊക്കെ ചെയ്യുന്നവർ ജനത്തെ കബളിപ്പിക്കുകയാണ്. പട്ടിണികിടക്കുന്ന മാവോയിസ്റ്റുകളാണോ കട്ടുമുടിക്കുന്ന കാട്ടുകള്ളന്മാരാണോ കൊല്ലപ്പെടേണ്ടത്? ഒരുദിവസം പണിക്കു പോയില്ലെങ്കിൽ പട്ടിണി കിടക്കേണ്ടിവരുന്ന പാവങ്ങൾ നാടിന് എന്തു ദ്രോഹമാണ് ചെയ്തത്? അതിനുള്ള കഴിവുണ്ടോ ഇവർക്ക്?

സുജനപാലന്റെ ശബ്ദം വിറയാർന്നു. ഉള്ളിൽ കെടുത്തിവച്ചിരുന്ന നെരിപ്പോടിലേയ്ക്കാണ് തങ്കമണി എണ്ണപാർന്നത്. പിന്നെങ്ങനെ കത്തിപ്പടരാതിരിക്കും. പാവം കുമരൻ... സുജനപാലന്റെ ശബ്ദമിടറി.

ഇതെല്ലാം കേട്ടുകൊണ്ടിരുന്ന ഡോക്ടർ സിദ്ധാർത്ഥ് ഓർമ്മകളിൽ അലഞ്ഞു. നേരിൽ കണ്ടിട്ടില്ല - കുമരനേയും ചീരുവിനെയും. വീരപരിവേഷം ചാർത്തിക്കിട്ടിയ രണ്ടുപേർ. എന്തുകൊണ്ട് കുമരനെ ഒഴിവാക്കി. പലവട്ടം കുമരന്റെ പേരിൽ കേസ്സുണ്ടായതായി കേട്ടെങ്കിലും കാരണം ആർക്കും വ്യക്തമായി അറിവില്ല. അയാളെ ഒഴിവാക്കേണ്ടത് ആരുടെ ആവശ്യമായിരുന്നു. നിരവധി കേസുകളിൽ കുമരൻ പ്രതിയാക്കപ്പെട്ടതിന്റെ കാരണമാണ് അറിയേണ്ടത്. ആരും ഒന്നും പറയുന്നില്ലെങ്കിലും ആർക്കൊക്കെയോ എന്തൊക്കെയോ അറിയാം. മാരൻപോലും....

ഇല്ല സാർ... എനിക്ക് അറിയില്ല. അവൻ നല്ലവൻ. കുട്ടിയിലേ ഞങ്ങൾ കൂട്ടുകാര്. കാട്ടില് തേനെടുക്കാനും പുഴയില് മീൻപിടിക്കാനും... ഒന്നിച്ചായിരുന്നു.

വരാന്തയിൽ ആളനക്കം. പലജോടി കാലുകൾ ഹാഫ്ഡോറിനടിയിലൂടെ കാണാം.

കുട്ടിയണ്ണനെന്ന് വിളിപ്പേരുള്ള മൂപ്പൻ കടന്നുവന്നു. കാലിൽ വലിയ മുറിവടയാളം. നീരുവച്ച് വീർത്തിട്ടുണ്ട്.

എന്തുപറ്റി കുട്ടിയണ്ണാ...? ഇരിക്ക്.

കുട്ടിയണ്ണൻ സംഭവം വിവരിക്കാൻ തുടങ്ങി.

ഡോക്ടർ സിദ്ധു ശ്രദ്ധയോടെ കേട്ടിരുന്നു. ആറ്റില് മണലെടുക്കാൻ പോയപ്പോ കുപ്പിച്ചില്ല് കൊണ്ടു. പച്ചിലമരുന്ന് വച്ച്കെട്ടി. സാധാരണ അങ്ങനെയാണ്. ഇതിപ്പോ ആകെ പ്രച്നെയാണ്.

കൊപ്പര

ടെറ്റനസ് എടുത്തോ?

ഇല്ല.

സുജനപാലൻ കുട്ടിയണ്ണന്റെ കാല് ഡ്രസ്സ്ചെയ്യാനായി ടേബിളിൽ കിടത്തി. തങ്കമണി സഹായിയായി അടുത്തുതന്നെ നിന്നു.

പിന്നെയും ധാരാളം പേർ വന്നുപോയി. ഒടുവിലാണ് രാധ വന്നത്, മാരന്റെ ഭാര്യ. ഗർഭിണിയാണെന്ന് ഒറ്റനോട്ടത്തിൽ മനസ്സിലാക്കിയ സിദ്ധാർത്ഥ് വിവരങ്ങൾ ചോദിച്ചു മനസ്സിലാക്കി. ആറുവയസ്സുകാരൻ സജിൻ അമ്മയുടെ സാരിത്തുമ്പിൽ തൂങ്ങിനില്പാണ്. എത്ര മാസമായെന്ന് രാധയ്ക്ക് കൃത്യമായി അറിയില്ലെങ്കിലും ഒന്നു പറഞ്ഞു-കഴിഞ്ഞ ശിവരാത്രിക്ക് പോയില്ല. തൊടക്കായിരുന്നു. അതീപിന്നെ തീണ്ടാരി വന്നില്ല.

കണ്ണുകൾ കുഴിഞ്ഞ് കഴുത്തെല്ലുകൾ ഉന്തി, മെലിഞ്ഞ്, ക്ഷീണിച്ച ശരീരം പോഷകാഹാരക്കുറവിന്റെ അടയാളംപോലെ കാണപ്പെട്ടു. ചെമ്പൻമുടിയും എണ്ണമയമുള്ള നെറ്റിയും സജിനെ വ്യത്യസ്തനാക്കി.

ഇവൻ സ്കൂളിൽ പോകുന്നുണ്ടോ?

ഇല്ല. തനിയേ വരമുടിയാത്. റൊമ്പദൂരം. ആനാ ലവ്ലിടീച്ചർ വരും. അക്ഷരം പഠിപ്പിക്കുന്നുണ്ട്.

അടുത്തകൊല്ലം അയക്കണം.

രാധ എന്തോപറയാൻ തുടങ്ങിയെങ്കിലും പെട്ടെന്ന് എഴുന്നേറ്റു.

മാരനെവിടെ?

കാട്ടില് തേനെടുക്കാൻ പോയി. ഇന്നലെ പോയതാണ് എത്തീല്ല.

വേറെ ജോലിയ്ക്ക് പോകാറില്ലേ?

വേലയില്ല...

നല്ല ആഹാരം കഴിക്കണം. എന്തെങ്കിലും പ്രയാസം തോന്നിയാൽ പറയണം. കടുത്തപണിയ്ക്കൊന്നും പോകരുത്. എന്റെ നമ്പർ അവന്റെ കയ്യിലുണ്ട്.

മാരനോട് ഇങ്ങോട്ട് വരാൻ പറയണം.

സരി. രാധ പുറത്തേയ്ക്കിറങ്ങി. സുജനപാലൻ ചില ടോണിക്കുകളും വൈറ്റമിൻ ടാബ്ലറ്റുകളും കൊടുത്തിട്ടു പറഞ്ഞു... മറക്കാതെ ശാപ്പിടണം.

രണ്ടുമണിയായി. രോഗികൾ പോയിക്കഴിഞ്ഞു. ഞാൻ പോയി ചോറെടുത്തു വരാം.

സുജനപാലൻ സന്തത സഹചാരിയായ സ്കൂട്ടർ സ്റ്റാർട്ട് ചെയ്ത്

റോഡിലൂടെ വടക്കോട്ടുപോയി. ഒരു കിലോമീറ്റർ അപ്പുറത്താണ് വീട്. കരിമ്പു പാടത്തിനടുത്ത്. കുറച്ച് കരിമ്പ് കൃഷിയുണ്ട് സ്വന്ത മായി. പച്ചക്കറികളും കൃഷി ചെയ്യുന്നുണ്ട്. അതെല്ലാം മകന്റെ കട യിലൂടെ വില്ക്കുകയാണ് പതിവ്.

പത്തുമിനിട്ടായില്ല. ചോറുമായി സുജനപാലൻ എത്തി. മറ്റൊരു പാത്രത്തിൽ മകനുള്ള ഭക്ഷണം. എന്നും അതാണ് പതിവ്. രാവിലെ രണ്ടുപേരും ഒരുമിച്ച് സ്കൂട്ടറിൽ വരും. കട അടുത്തുതന്നെയായ തിനാൽ ഒരുമിച്ച് വരാം. ഉച്ചയ്ക്ക് സുജനപാലൻ വീട്ടിൽ പോയി സിദ്ധാർത്ഥനും വിശാലിനുമുള്ള ഭക്ഷണം കൊണ്ടുവരും. സുജന പാലൻ വീട്ടിൽപോയി കഴിക്കും. മൂന്നുമണി കഴിഞ്ഞ് വീണ്ടും ഹെൽത്ത് സെന്ററിലെത്തും. അഞ്ചുമണിവരെ സെന്ററിൽ ഉണ്ടാ കും. അതുകഴിഞ്ഞാൽ വീട്ടിലേക്ക്. പിന്നെ വരുന്നത് ഏഴുമണിക്ക് സിദ്ധാർത്ഥിനുള്ള ചപ്പാത്തിയും കൊണ്ടായിരിക്കും. തിരികെ മക നേയും കൂട്ടി വീട്ടിലേക്കു പോകും.

സുജനപാലൻ നല്ല മനസ്സിനുടമയാണ്. ഗോത്രസമൂഹത്തോട് പ്രത്യേകസ്നേഹവും അനുകമ്പയുമാണ്. അവരാണ് കൃഷിപ്പണി കളിൽ സഹായിക്കുന്നത്. കുമരനോട് ചെറുപ്പം തൊട്ടേ വളരെ അടുപ്പമായിരുന്നു. വരുണിന്റെ കൂടെ പഠിച്ചതാണ്. അല്പം എഴുത്തും വായനയുമുണ്ട്. വരുൺ വരുമ്പോഴെല്ലാം വീട്ടിലെത്താ റുണ്ടായിരുന്നു എന്ന് സുജനപാലൻ പറഞ്ഞിട്ടുണ്ട്.

എന്തുകൊണ്ടോ സുജനപാലന് വാർത്തകൾ വിശ്വസിക്കാനാ യില്ല. ഒന്നാമത് അവൻ ജയിലിലായിരുന്നു. ശിക്ഷ കഴിഞ്ഞ് വന്നിട്ട് രണ്ടോ മൂന്നോ മാസമേ ആയിട്ടുള്ളൂ. അതിനിടയിൽ മാവോയിസ്റ്റു കളുമായി ബന്ധപ്പെടുക അത്ര എളുപ്പമല്ല. ഒരിക്കൽ അവൻ ഇവി ടെ, എന്നെക്കാണാൻ വന്നു. അന്ന് പറഞ്ഞു കേട്ട കാര്യങ്ങൾ പല സംശയങ്ങൾക്കും ഇടയാക്കുന്നുണ്ട്.

പക്ഷേ....

സുജനപാലൻ ആരെയോ ഭയക്കുന്നുണ്ട്. ഇടയ്ക്ക് പ്രതിഷേധി ക്കുമെങ്കിലും സ്വയമേ മൗനിയാകുകയാണ് പതിവ്. എന്തൊക്കെയോ നിഗൂഢതകൾ ആ വെടിവെയ്പിനു പിന്നിലുണ്ടെന്നു തന്നെയാണ് സുജനപാലൻ ഇന്നും വിശ്വസിക്കുന്നത്.

പ്രത്യേകിച്ച് ഒന്നും ചെയ്യാനില്ലാത്തപ്പോൾ മാത്രം ഊണ് കഴി ഞ്ഞ് കുറച്ചുസമയം കിടക്കും. വായന ഇടയ്ക്കു മുടങ്ങി. ഓൺലൈൻ വായനയുണ്ട്. എന്നാലും പുസ്തകം അതൊരു ഗൃഹാതുരതയാ ണ്. പി.ജി.ക്കു പ്രിപ്പയർ ചെയ്യണം. ഇടയിൽ ജീവിതം പഠിക്കണ

മെന്ന മോഹമാണ് ഈ വനമേഖലയിലെത്തിച്ചത്.

മനുഷ്യരെ കാണണമെങ്കിൽ കാട്ടിലേക്കു പോകണം. ആദിവാസികളെന്ന ഓമനപ്പേരിൽ നമ്മുടെ രാഷ്ട്രീയകച്ചവടക്കാർ നിരന്തരം ഉടുത്തുമുഷിഞ്ഞ കീറത്തുണികൾപോലെ കുറേ മനുഷ്യരുണ്ട്. ഇന്നും... ഈ പ്രബുദ്ധകേരളത്തിൽ ചൂഷണംചെയ്യപ്പെട്ട് സ്വത്വം തന്നെ നഷ്ടപ്പെട്ട ജനത. അവരുടെ നന്മ. അതുമാത്രം ഒരു രാഷ്ട്രീയ പാർട്ടിയും ആഗ്രഹിക്കുന്നില്ല.

ഗോപകുമാർ എന്ന സീനിയർ മെഡിക്കൽ സ്റ്റുഡന്റിന്റെ വാക്കുകളിൽ തീപ്പൊരി ചിതറുന്നത് അറിയാം. ഈ വ്യവസ്ഥിതിക്ക് ഇന്നോളം ഭരിക്കാൻ കഴിഞ്ഞെന്നല്ലാതെ വിപ്ലവകരമായ ഒരു മാറ്റവും കൊണ്ടുവരാൻ കഴിഞ്ഞിട്ടില്ല. പാർലമെന്ററി ഭരണ ക്രമത്തിൽ അത്തരം ഒരു വിപ്ലവം സാദ്ധ്യമല്ല. ലൈബ്രറിയിലും ഹോസ്റ്റൽ മുറിയിലും ഇടയ്ക്കിടെ കടന്നുവരാറുള്ള വിപ്ലവകാരി. അയാൾക്കെന്തു സംഭവിച്ചു. എപ്പോഴും കൂടെയുണ്ടായിരുന്ന അതേ ബാച്ചിലെ മാളവിക. രണ്ടുപേരെയും ഒരുമിച്ചാണ് കാണാതായത്.

വിപ്ലവവഴിയിലേയ്ക്കു വായനയെ തിരിച്ചുവിട്ടത് ഗോപകുമാറായിരുന്നു. സ്വകാര്യ പ്രാക്ടീസ് നടത്തുന്ന ഗവൺമെന്റ് ഡോക്ടേഴ്സിനെതിരായിരുന്നു രണ്ടുപേരും. ആ ഇടയ്ക്ക് പലേടത്തും ചില പ്രൊഫസർമാരുടെയും സർജൻമാരുടെയും പേരുകൾ അലക്ഷ്യമായി എഴുതി അപായ മുദ്രയും ചേർത്ത് ചുവരുകളിൽ ഒട്ടിച്ചിരുന്നതായി കേട്ടു. ഒരിക്കൽ കാണുകയും ചെയ്തു. അതൊക്കെ ജനങ്ങളാവുമെന്ന് കരുതിയതിനും കാരണമുണ്ടായിരുന്നു.

വീട്ടിൽ ചെന്നു കാണാത്തതിനാൽ സമയത്ത് ഓപ്പറേഷൻ നടക്കാതെ മരണപ്പെട്ട രോഗിയുടെ ബന്ധുക്കൾ കയ്യേറ്റം നടത്തിയതിന്റെ പിന്നാലെയായിരുന്നു നോട്ടീസുകൾ പ്രത്യക്ഷപ്പെട്ടത്. അതെല്ലാം ആരൊക്കെയോ അപ്പപ്പോൾ നീക്കംചെയ്യുകയും ചെയ്തിരുന്നു. ഒരുദിവസം വീട്ടിലേയ്ക്കെന്നു പറഞ്ഞുപോയതാണ് രണ്ടാളും.

പിറ്റേന്ന് ഹോസ്റ്റലിൽ പോലീസ് വന്നു. ഗോപകുമാറിന്റെ മുറി പരിശോധിച്ചുപോയി. അതിനുശേഷം അവർ കോളേജിൽ വന്നില്ല. രഹസ്യമായി ചില വർത്തമാനങ്ങൾ കേട്ടു. സായുധ വിപ്ലവത്തിലൂടെ മാത്രമേ സ്ഥിതിസമത്വം നിലവിൽവരൂ എന്ന് വിശ്വസിക്കുകയും അതിനായി പ്രവർത്തിക്കുകയും ചെയ്യുന്ന സംഘടനയിലെ അംഗങ്ങളായിരുന്നു രണ്ടുപേരും. ഒളിവിൽ പോയ അവരെ അന്വേഷിച്ച് പോലീസുകാർ പലവട്ടം ഹോസ്റ്റലിൽ വന്നു.

വർഷങ്ങൾ കടന്നുപോയിട്ടും ഗോപകുമാറിന്റെ മുഖം മനസ്സിൽ തങ്ങുന്നത് ആ വാക്കുകൾ പകർന്ന ഊർജമായിരുന്നു. രണ്ടുപേരുടെ വീട്ടിലും അന്വേഷണം നടന്നു. അവരെ പിന്നീടാരും കണ്ടില്ല. ക്രമേണ എല്ലാവരും മറന്നുകാണും. ഏറ്റവും കൂടുതൽ മാർക്കു വാങ്ങാനുള്ള തത്രപ്പാടിൽ പലതും മറന്നതുപോലെ അവരെയും മറന്നു...

സിദ്ധാർത്ഥിന് അത്ഭുതം തോന്നി. ഇന്ന് എന്തുകൊണ്ട് ഗോപകുമാറിനെ ഓർത്തു? മാളവികയെ ഓർത്തു? കാരണം കുമരനും ചീരുവും വെടിയേറ്റു മരിച്ച ദിവസമാണ്. ചീരുവിന്റെ ശരീരം കാട്ടിനുള്ളിലെ ചിതയിൽ എരിഞ്ഞുതീർന്നു. എന്നാൽ, കുമരന്റെ ശരീരത്തിന് എന്തു സംഭവിച്ചു? പുലി തിന്നുകാണുമെന്നും കാടിനുള്ളിലെവിടെയെങ്കിലും കഴുകനും കാക്കയും കൊത്തിവലിച്ച് ... കുമരന്റെ ചോരപുരണ്ട വസ്ത്രങ്ങളുടെ ശകലങ്ങൾ. മണ്ണിൽ പുതഞ്ഞു കിടന്നതിൽ നിന്നാണ് കടുവയോ പുലിയോ തിന്നുകാണുമെന്ന നിഗമനത്തിലെത്തിയത്. ജീവിതം ആരൊക്കെയോ ചേർന്ന് കീറിക്കളഞ്ഞു.

4

ഡോക്ടർ സിദ്ധാർത്ഥ് ആകെ അസ്വസ്ഥനായി കാണപ്പെട്ടു. എന്തെങ്കിലും ദേഹാസ്വാസ്ഥ്യമുണ്ടോയെന്ന് സുജനപാലൻ ചോദിക്കുകയും ചെയ്തു. ഒന്നുമില്ല എന്ന ഒഴുക്കൻ മറുപടിയിൽ നടക്കാനിറങ്ങിയതാണ്. എന്തുകൊണ്ടോ സുജനപാലനും കൂടെക്കൂടി. ഒന്നും രണ്ടും പറഞ്ഞു നടക്കുമ്പോൾ വഴിദൂരം അറിയില്ലെന്ന മലയോര ജീവിതദർശനത്തിൽ സുജനപാലന് വിശ്വാസമായിരുന്നു.

ആരവങ്ങളും ആഡംഭരങ്ങളുമില്ലാത്ത ഒരുതരം ടിപ്പിക്കൽ ജീവിതമാണ് പൊതുവേ മലയോരങ്ങളിലെന്നത് ആരും തിരുത്താറില്ല. സംശയവും തർക്കവുമില്ലാത്തിടത്തോളം തിരുത്തലിന്റെ ആവശ്യം അപ്രസക്തമല്ലേ. എടുത്താൽ പൊങ്ങാത്ത സ്വപ്നങ്ങളില്ലാത്തതാവും ഈ ജീവിതം ഇഷ്ടപ്പെടാനിടയാക്കിയത്.

ഇത്ര മനോഹരമായ ഒരിടം ഞാനെന്റെ ജീവിതത്തിൽ കണ്ടിട്ടില്ല. സംഭാഷണത്തിനു തുടക്കം കുറിച്ചുകൊണ്ട് സുജനപാലൻ പറഞ്ഞു. പതിയെ ഡോക്ടറുടെ മുഖത്തേക്കു നോക്കിയത് കേൾക്കാൻ അദ്ദേഹം തയാറാണോ എന്നറിയാനാണ്.

ചേട്ടനിവിടെ വന്നിട്ട് എത്രകാലമായി?

സുജനപാലനെ സിദ്ധാർത്ഥ് ചേട്ടനെന്നാണ് തുടക്കം മുതലേ

വിളിച്ചത്. വന്നതിന്റെ പിറ്റേന്നാണ് വീടിനെക്കുറിച്ചും വീട്ടുകാരെക്കുറിച്ചുമൊക്കെ സുജനപാലൻ ചോദിച്ചത്.

ഞാൻ തന്നെയാണ് എന്റെ ബന്ധു. സത്യം പറഞ്ഞാൽ ഞാനൊരു അനാഥനാണ്. അച്ഛനും അമ്മയും മരിച്ചു എന്നു മാത്രമേ അന്ന് പറഞ്ഞുള്ളൂ. ആ മരണം പറയാനിഷ്ടമായിരുന്നില്ല; പ്രത്യേകിച്ചും ആത്മഹത്യ. അവർ പോയി. എന്നെ തനിച്ചാക്കി പോയി...

അതിനുശേഷം അത്തരം ചോദ്യങ്ങളൊന്നും സുജനപാലൻ ചോദിച്ചിട്ടേയില്ല. മകന്റെ പ്രായമാണ്. മകനെപ്പോലെ കാണണം എന്ന് സ്വയമേ തീരുമാനിച്ചു. അതോടെ മൂന്നുനേരവും ഭക്ഷണം സുജനപാലൻ തന്നെ കൊണ്ടുവന്നു കൊടുക്കും. അവകാശംപോലെ.

റോഡിനപ്പുറം ചെറിയ വനംപോലെ ഡിവിഷണൽ ഫോറസ്റ്റ് ഓഫീസ്. വൻമരങ്ങൾക്കിടയിലൂടെ കാണുന്ന ഗസ്റ്റ്ഹൗസും ഓഫീസുകളും ചന്ദനം സൂക്ഷിക്കുന്ന കെട്ടിടവും. മരങ്ങൾ നിറയെ കുരങ്ങുകളും. മതിലിനു മുകളിൽ കാവലിരിക്കുന്ന വാനരപ്പട പേൻപെറുക്കിയും പല്ലിളിച്ചും സദാചാരവിരുദ്ധരെപ്പോലെ പെരുമാറിക്കൊണ്ടിരുന്നു.

നടപ്പ് അഞ്ചനാട്ടം പാറയിലേയ്ക്കായിരുന്നു. ആ പാറപ്പുറത്തിന് പറയാൻ നിരവധി കഥകളുണ്ട്. കേട്ടറിവാണെങ്കിലും ഊരുജനങ്ങൾ ആ പാറയെ ഭയത്തോടെ, അതിലേറെ ബഹുമാനത്തോടെയാണ് കാണുന്നത്.

ഈ നാടിന് മറ്റൊരു പേരുണ്ട്. അതറിയാമോ? കുസൃതി ഒളിപ്പിച്ച ചോദ്യം കേട്ടതും അതറിയാനുള്ള കൗതുകത്തോടെ സിദ്ധാർത്ഥ് ചോദിച്ചു ഇല്ലല്ലോ. എന്താണത്.?

അഞ്ചുനാട്. പണ്ട് ഇവിടെ അഞ്ചുഗ്രാമങ്ങളാണ് ഉണ്ടായിരുന്നത്. കൊട്ടാക്കൂമ്പൂർ, മറയൂര്, കാന്തല്ലൂർ, കോവിലൂര്, മന്നവന്നൂർ. മന്നവനൂര് ഇപ്പോൾ തമിഴ്നാടിന്റെ ഭാഗമാണ്. ഇടുക്കി ജില്ലയുടെ ഭാഗമാണെങ്കിലും അതിവിദൂരതയിലെങ്ങോ ആണെന്ന് തോന്നും ഇവിടെയെത്തുമ്പോൾ. ഗ്രാമങ്ങൾ മലകളാൽ മറയ്ക്കപ്പെട്ടിരിക്കുന്നതുകൊണ്ടാവണം മറയൂര് എന്ന പേരുണ്ടായത്. മലകൾക്കിടയിൽ മറഞ്ഞുകിടക്കുന്ന ഗ്രാമങ്ങൾ.

ഞാനിവിടെ വന്നിട്ട് ഇരുപത്താറ് വർഷമായി. ഞങ്ങളുടെ വിവാഹം വീട്ടുകാരറിയാതെയുള്ള ഒളിച്ചോട്ടമായിരുന്നല്ലോ. നാട്ടിൽ നിന്ന് ദൂരെയെവിടെയെങ്കിലും പോയി ഒരുമിച്ചു ജീവിക്കുകയായിരുന്നു ലക്ഷ്യം. ആലപ്പുഴ ജില്ലയിലായിരുന്നു ആദ്യ പോസ്റ്റിങ്ങ്.

അവിടെയാണ് കുസുമത്തെ കാണുന്നത്. കുസുമത്തിന്റെ അച്ഛൻ പഴയ നായരുതറവാട്ടിലെയാണ്. നായരല്ലാത്ത എനിക്ക് അവളെ തരില്ലെന്ന് മനസ്സിലായതോടെ ഒളിച്ചോടുകയല്ലാതെ വേറെ വഴിയില്ലായിരുന്നു. ട്രാൻസ്ഫറിന് അപേക്ഷിച്ചു. ഇങ്ങോട്ട് വരാനാരും സ്വമേധയാ തയാറാവില്ല. അതുകൊണ്ടാണ് ഇവിടം ചോദിച്ചത്. അന്നിവിടെ ഡോക്ടർപോലും ഇല്ല. അതുകൊണ്ടാവണം ഒരാഴ്ചയ്ക്കകം ഓർഡർ കിട്ടി. ഇവിടെവന്ന് ഒരു ചെറിയ വീട്, അന്നിവിടെ ഇത്ര വീടുകൾ ഇല്ല. ആകെയുള്ളത് ഫോറസ്റ്റാഫീസും ചില ചെറിയ പെട്ടിക്കടകളും ഈ ആദിവാസികളുമായിരുന്നു.

സിദ്ധാർത്ഥിന്റെ മുഖം അയഞ്ഞു കാണപ്പെട്ടതോടെ സുജനപാലൻ കഥയുടെ മർമ്മത്തിലേയ്ക്കു കടന്നു.

എറണാകുളത്ത് കൂട്ടുകാരിയുടെ വിവാഹത്തിന് പോണമെന്ന് പറഞ്ഞാണ് വീട്ടിൽനിന്ന് ഇറങ്ങിയത്. എറണാകുളം ബസ്സിൽ അച്ഛൻ തന്നെ കയറ്റിവിട്ടു. എറണാകുളത്ത് ഞാൻ കാത്തുനിന്നു. ആദ്യം കിട്ടിയ ബസ്സിൽ അടിമാലിയിലിറങ്ങി. അവിടെനിന്ന് മൂന്നാറിലെത്തിയപ്പോഴേക്കും കുസുമം കരഞ്ഞുതുടങ്ങി. സമയം ഏതാണ്ട് സന്ധ്യയായിരുന്നു. അന്നുരാത്രി മൂന്നാറിൽ ഒരു മുറിയെടുത്തു. അതിരാവിലെ ആദ്യജീപ്പിന് ഇവിടെയെത്തി.

അവളെ സമ്മതിക്കണം. ഇന്നോളം നാട്ടിൽ പോണമെന്നോ വീട്ടുകാരെ കാണണമെന്നോ ആവശ്യപ്പെട്ടിട്ടില്ല. എല്ലാം ഉപേക്ഷിച്ചു വന്നതല്ലേ. ഒന്നിലും കുറ്റബോധം ഉണ്ടാവാത്തവണ്ണം ഞാനും നോക്കി. മൂന്നുമക്കളെയും വീട്ടിൽ 'ബേറ്റിച്ചി'യുടെ സഹായത്തോടെ പ്രസവിച്ചു.

'ബേറ്റിച്ചിയോ'

സിദ്ധാർത്ഥ് കൗതുകത്തോടെ ചോദിച്ചു.

നാട്ടിൽ പേറ്റിച്ചി, വയറ്റാട്ടി എന്നൊക്കെ പറയാറില്ലേ... അതു തന്നെ.

പണ്ട് നാട്ടിൻപുറങ്ങളിലും അവരായിരുന്നു പ്രസവം നോക്കുന്നത്. ഇന്നത്തെപ്പോലെ ആശുപത്രികളും ഡോക്ടർമാരുമൊന്നും ഇല്ലാതിരുന്ന കാലത്താണ്. ഇവിടെ ഇന്നും അങ്ങനെ തന്നെയാണ്. സിദ്ധാർത്ഥിന്റെ മനസ്സ് ലേബർവാർഡിലേയ്ക്കു ഓടിക്കയറി. വേദനയുടെ, സൃഷ്ടിയുടെ, അല്ലല്ല, പിറവിയുടെ അസുലഭ മുഹൂർത്തങ്ങളിൽ അനുഭവിച്ച ആത്മസംഘർഷങ്ങൾ, ആധിയും ആശങ്കയും ക്രമേണ അർപ്പണമായി... നിരവധി കുഞ്ഞുങ്ങളുടെ ജന്മസാക്ഷിയായി... അപൂർവ്വം മരണങ്ങൾക്കും ....

കൊപ്പര

കുമരന്റെ പെണ്ണ് പ്രസവിച്ചത് കുടിലിൽ തന്നെയായിരുന്നു. ആ പെണ്ണ്, ചീരു, പച്ചപ്പാവമായിരുന്നു. അതിന്റെ വിധി അല്ലെങ്കിൽ അങ്ങനെ സംഭവിക്കുമോ? ഇവിടെ എത്രയോ വിവാഹങ്ങൾ നടക്കുന്നു. കൃത്യമായ പ്രായം അധികമാർക്കും അറിയില്ല. അന്നൊന്നുമില്ലാത്ത പ്രശ്നങ്ങളല്ലേ കുമരന്റെ കാര്യത്തിൽ ഉണ്ടായത്. സത്യം ആരും അന്വേഷിച്ചില്ല. ഊരുനടപ്പുകൾപോലും പരിഗണിച്ചില്ല. ഇല്ലാത്ത കുറ്റങ്ങൾ ... ചെയ്യാത്ത കുറ്റങ്ങൾ എല്ലാം അവന്റെ പേരിലാക്കിയതിനു പിന്നിൽ വേറെയായിരുന്നു ലക്ഷ്യം.

കാട് നിഗൂഢതകളുടെ നിലവറയാണെന്ന് കേട്ടിട്ടുണ്ട്. കാട്ടിലെ ജീവിതവും അങ്ങനെ തന്നെയാണോ? എന്തൊക്കെയോ ഗൂഢാലോചനകൾ, ചില അന്യായ ഇടപെടലുകൾ പക്ഷേ പരസ്പര ബന്ധമില്ലാത്ത സംഭവങ്ങൾ... നന്നായി ഗൃഹപാഠം ചെയ്തതുപോലെയാണ് സംഗതികളുടെ കിടപ്പ്.

പത്രത്തിൽ വായിച്ചതാണ്... നാലഞ്ചുകൊല്ലം മുമ്പ് ഒരു റെയ്ഞ്ച് ഓഫീസറെ ആദിവാസികൾ കെട്ടിയിട്ടു തല്ലിയെന്നും അയാളെ ആശുപത്രിയിൽ നിന്ന് ഏതോ സംഘം തട്ടിക്കൊണ്ടുപോകാൻ ശ്രമിച്ചെന്നുമൊക്കെ.

ങാ അത് മനുസാറിന്റെ കേസാണ്. അന്നും ചന്ദനക്കടത്ത് നിർബാധം നടക്കുന്നുണ്ടായിരുന്നു. പെട്രോളിങ്ങിനിടയിലാണ് മുതുകിൽ ഭാണ്ഡവുമായി പോകുന്ന സ്ത്രീകളെ കണ്ടത്. ദാ ആ മലയുടെ അടിവാരത്തിൽ താമസിക്കുന്ന ഗോത്രസമുദായക്കാരാണ് അത് ചെയ്തത്. അല്ല, അവരെക്കൊണ്ട് ചെയ്യിച്ചതാണ്.

കുമരനോട് ശത്രുതയുണ്ടാവാൻ പ്രത്യേകിച്ച് എന്തെങ്കിലും...?

സിദ്ധാർത്ഥ് സുജനപാലിനെ നോക്കി.

എന്റെ ഊഹമാണ്. സാഹചര്യങ്ങളിൽനിന്ന് എനിക്ക് മനസ്സിലായത് മറ്റു ചിലതാണ്. അതായത് ഇലക്ഷനടുക്കുമ്പോൾ ഓരോ പാർട്ടിയുടെയും ആളുകൾ ഇവിടെയെത്തും. ഊരുകളിൽ കയറി ഇറങ്ങി ഓരോരുത്തരെയായി കാണും. വെറും കാണൽ അല്ല. ചിഹ്നവും കാശും കൊടുക്കും. വോട്ടുവാങ്ങാനല്ലാതെ ആരും ഇവരെ തേടി വരാറില്ല. ചിലർക്ക് സാരി നൽകും. വിലപേശാനറിയാത്തതിനാൽ ആരു കൊടുത്താലും വാങ്ങും.

കുമരൻ ഇതിനെ എതിർത്തു. ഇവിടെ വോട്ട് വിലക്കു വാങ്ങാനാരും വരണ്ട. ഈ കാടിന്റെയുള്ളിൽ ഞങ്ങൾ എങ്ങനെ കഴിയുന്നു എന്ന് നിങ്ങളാരും അന്വേഷിക്കാറുമില്ല. കുറേ ഫണ്ടുകൾ വരുന്നു. വന്നവഴിയേ പോകുന്നു. സ്വന്തം ഇഷ്ടത്തിനനുസരിച്ച് വോട്ടു ചെയ്യ

ണം. കാശിനല്ല വോട്ട്.

നല്ല മനുഷ്യരെ വേണം തിരഞ്ഞെടുക്കാൻ. നമുക്ക് വേണ്ടി എന്തെങ്കിലും ചെയ്യുമെന്നുറപ്പ് വേണം. വോട്ടും വാങ്ങി പോയാൽ പിന്നെ വരുന്നത് അടുത്ത തെരഞ്ഞെടുപ്പിനാണ്. പെൻഷനും മറ്റ് ആനുകൂല്യങ്ങളും സമയത്ത് കിട്ടണം. ക്ഷേമ പെൻഷൻ അക്കൗണ്ട് ചെയ്യണം. നമുക്കായി അനുവദിക്കുന്ന തുക, അതായത് ഗോത്രമനുഷ്യർക്കായി ട്രൈബൽ ഡിപ്പാർട്ട്മെന്റ് പഞ്ചായത്തുകൾ സർക്കാർ തുടങ്ങി വിവിധ മാർഗ്ഗങ്ങളിൽ ആദിവാസികൾക്കായി വൻ തുകകളാണ് വരുന്നത്. എന്നിട്ടോ? അതൊക്കെ എങ്ങോട്ട് പോയി?

മൂപ്പൻ പൊകല ചുരുട്ടി നാവിനടിയിലേക്ക് തിരുകി കവിളുകൾ ഇളക്കി ചുണ്ടിനടിയിലെ സാധനത്തെ യഥാവിധി താലോലിച്ചു കൊണ്ടിരുന്നതല്ലാതെ ഒന്നും പറഞ്ഞില്ല.

പെരിയോര് മുണ്ടാമഇരുന്നാൽ എപ്പിടി നല്ലപടി വരും?

ചോദ്യത്തിന്റെ ധ്വനി ഏകദേശം മനസ്സിലായ മൂപ്പൻ കുടിനീരിറക്കി. ഒരു പ്രത്യേക ശബ്ദത്തിൽ വായിലെ പുകയില ഒതുക്കി കൈപ്പത്തികൾ ചേർത്തുപിടിച്ചു.

അവര് റേഷൻ തരും. സൂക്കട് വന്നാൽ മാത്ര തരും. അച്ചരം ചൊല്ലിക്കൊടുക്കും. നമ്മ വേല ശെയ്ത് പൊഴക്കണം. അതിക്കപ്പറം എന്നശെയ്യ മുടിയും.

മുടിയും പെരിയോരെ. നമ്മ കട്ടായം ചൊല്ലണം. പിടിവാതം കാട്ടണം. അവരെല്ലാം എപ്പടി ജീവിക്കുന്നു തെരിയുമാ? അവരോടെ വീട് പാക്കണം. പെരിയ കാറ്. വീട്ടിലെ വേലയ്ക്ക് നെറയെ ആള്...

പെരിയ പെൻഷൻ കൂടെ ഇര്ക്ക്. എത്ക്ക്?

ഇപ്പൊ എന്ന നടക്ക്ത് തെരിയുമാ? കേരളാവില് ഒരു മന്ത്രിക്ക് നെറയെ സഹായികൾ. അവർക്ക് ശമ്പളം മട്ടുമല്ല, രണ്ടുകൊല്ലം കഴിഞ്ഞാൽ പെൻഷൻ കിട്ടും. സൂക്കേട് വന്നാലോ നല്ല ചികിത്സ, അതു ഫ്രീ.. എത്ര കാശ് ഇന്തമാതിരി? രാഷ്ട്രീയം ബിസിനസ്സ് ആയിര്ക്ക്.

അത് അവരോട കാര്യം. മൂപ്പൻ ഒഴികഴിവിൽ...

അല്ല പെരിയോരെ. നമ്മകൂടി ശേർത്താണ് ഇന്ത്യ. ഇങ്ക യാരു ഭരിക്കണം. യാര് ഭരിക്കക്കൂടാത് എന്ന മുടിവ് എടുക്കത് മുഖ്യമാന വിസയം. വോട്ടുകേട്ടു വരുമ്പോത് മട്ടും അവരെ പാക്കമുടിയും. നമ്മാളുക്ക് വോട്ട് ശെയ്യ അവകാസമിരിക്ക്.

അത്ക്ക് അവര് കാസ് തരുവാറ്. വേറെയാര് ഇന്തമാതിരി കാസ്

തരും? കാസ് താൻ മുഖ്യം. വിജയീ ഭാവത്തിൽ മൂപ്പൻ കുമരനെ നോക്കി.

കാസു തന്ന് വാങ്ക്റ്റ്ക്ക് 'വോട്ട്' തേങ്കാപ്പളമാ? അല്ല, കായ്കറി, മാങ്കാപ്പളം ഒന്നുമല്ല. അത് പെരിയ വിസയം. എല്ലോർക്കും വോട്ടവകാസമുണ്ട്. അത് ശരിയാനവഴിയേ പോടണം. നെറയെ ആള് വരും കാസ്തരും. അപ്പടിയല്ല. നമ്മ മനസ്സ്ക്ക് പിടിച്ചവർക്ക് മട്ടും വോട്ട് പോടണം. അതാ ശരി.

കുടിലിലെ ചിഹ്നങ്ങൾ ചൂണ്ടിക്കാട്ടി കുമരൻ തുടർന്നു. ഇതിനുടെ ആള് മുട്ടാളൻ. കാടെല്ലാം കട്ടുമുടിച്ച് പെരിയ പണക്കാരൻ. ഇന്ത ആള് വേണ്ടാ. മൂപ്പൻ മെല്ലെ മയങ്ങിത്തുടങ്ങി. പുകയില ശരിയാംവണ്ണം പ്രവർത്തനം തുടങ്ങിയെന്ന് മൂപ്പന്റെ ആട്ടം വിളംബരം ചെയ്തുകൊണ്ടിരിക്കെ കുമരൻ എണീറ്റു. ചീരു ആനന്ദിനെ ഗർഭം ധരിച്ചിരിക്കുന്ന സമയം മെലിഞ്ഞ ശരീരവും ഉന്തിയ വയറുമായി അവളെഴുന്നേറ്റ് നടുവിന് കൈവച്ച് നിന്നു.

അടുത്ത ദിവസം കരിമ്പിൻ കണ്ടത്തിൽ വേല ചെയ്തുകൊണ്ടിരുന്നവരുടെ ഉച്ചഭക്ഷണ സമയം കുമരൻ പ്രയോജനപ്പെടുത്തി. വലിയ മാറ്റമൊന്നും ആരിലും കണ്ടില്ലെന്നു മാത്രമല്ല മുന്താണിയിലും മടിക്കുത്തിലും തിരുകിവച്ചിരുന്ന നോട്ടുകളിൽ അവരുടെ ശ്രദ്ധ പതിപ്പിക്കുകയും ചെയ്തുകൊണ്ടിരിക്കെ ഒരു ജീപ്പിന്റെ ഇരമ്പൽ കേട്ടു. ചൂരക്കുളത്തും ദണ്ഡുകൊമ്പിലും പോയിട്ടുള്ള വരവാണെന്ന് മനസ്സിലായ കുമരൻ റോഡരികിലേയ്ക്ക് നീങ്ങി നിന്നു. ജീപ്പ് നിന്നു.

നീ കുമരനല്ലേ? സഖാവാണ്. അല്ലേ? തൊഴിലാളികളെ ബോധവൽക്കരിക്കുന്നത് ഇദ്ദേഹമാണ്.

അങ്ങനെയെങ്കിൽ നമ്മൾ ചങ്ങായിമാരാണല്ലോ. ജീപ്പിനുള്ളിൽ നിന്ന് ഒരു മുഖം ചിരിച്ചുകാട്ടി.

കേട്ടതിന്റെ യാഥാർത്ഥ്യം മനസ്സിലാകാതെ നിസ്സഹായനായി ജീപ്പിനരികിൽ നിന്നു. ഡ്രൈവർ തലപുറത്തേക്കു നീട്ടി ക്ഷണിച്ചു.

ഇല്ല, കൊഞ്ചം വേലയിരിക്ക്.

വാ കുമരാ.... ഞങ്ങളും ടൗണിലേയ്ക്കാണ്. കേറിക്കോ. അതെന്ത് വേല? നീ വാ.... നമ്മളും മനുഷ്യരാണന്നേ. ചില കാര്യങ്ങൾ പറയാനാണ്. അടുത്ത പഞ്ചായത്ത് തെരഞ്ഞെടുപ്പിൽ ആദിവാസികൾക്കായി ഒരു സീറ്റുണ്ട്. അതിലേയ്ക്ക് കുമരനെയാണ് ഞങ്ങൾ കണ്ടുവച്ചിട്ടുള്ളത്. വയ്യെന്നു പറയരുത്.

അതുവരെ മിണ്ടാതിരുന്ന അല്പം പ്രായക്കൂടുതൽ

തോന്നുന്നയാൾ കൈനീട്ടി കുമരന്റെ തോളിൽ തട്ടി. കേറ് കുമരാ. നാളത്തെ നമ്മുടെ പഞ്ചായത്ത് മെമ്പറാണ്. കൂടെനിന്നാൽ ഒരു പാട് നേട്ടങ്ങൾ... മാറിനിന്നാൽ മറിച്ചും. കുമരന് മനസ്സിലാവുന്നു ണ്ടല്ലോ. ഉണ്ട്... ഉണ്ടാവും. പിന്നൊരു കാര്യം മെമ്പറായാലും നമ്മൾ നല്ല ചങ്ങായിമാരായിരിക്കണം. ഒന്നിച്ചു നിന്നാൽ എല്ലാവർക്കും ഗുണമേ വരൂ. തെരിഞ്ചിതാ....

നിർബന്ധിച്ച് ജീപ്പിൽ കയറ്റി ടൗണിലിറക്കി. ഒരു കാര്യം... ചീരു വിന് ഉടമ്പ് ശരിയല്ല. നല്ല ആഹാരം കൊടുക്കണം. ചിന്നപൊണ്ണ് വയറ്റില് പുള്ളയും നല്ലാ പാത്തുക്കോ. യതാവത് പ്രച്നൈയി രുന്താ ചൊല്ലണം. ഈ കൊളന്ത ഉയിരോടെ ഇരിക്കണം... നിങ്ങളെ ദ്രോഹം പണ്ണുവോലെ ഈ മണ്ണില് കാല്കുത്താതെ ജാഗ്രതയാ പാക്കണം.

സരി... വരട്ടുമാ... ഒരു വിരസമായ ചിരിയിൽ അവർ യാത്ര പറ ഞ്ഞുപോയി.

അന്നിവിടെ, റെയ്ഞ്ചിൽ, സ്ത്രീ ജീവനക്കാരില്ല: സ്ത്രീകളെ ദേഹപരിശോധന നടത്താൻ ഇവർക്ക് കഴിയില്ല. അതിനെ മറയാക്കി വിറകു കെട്ടുകൾക്കുള്ളിലും മുതുകിലെ ഭാണ്ഡത്തിലുമായി ചന്ദനം കടത്ത് പതിവായിരുന്നു. മനുസാറിന്റെ ചെറുപ്പം. സർക്കാർ ഉദ്യോ ഗസ്ഥൻ കടമ ചെയ്തു. സ്ത്രീകളെ വിരട്ടി. ചന്ദനം പിടിച്ചെടുത്തു. എല്ലാം രേഖപ്പെടുത്തി സ്റ്റോറിൽ സൂക്ഷിക്കുകയും ചെയ്തു.

കുറച്ചുനാൾ കഴിഞ്ഞ് ഒരു ദിവസം റെയ്ഞ്ച് ആഫീസിൽ ഒരു മെസ്സേജ് കിട്ടി. ചന്ദനം മുറിക്കുന്നു. അന്ന് അമ്പത്തി ഒന്നായിര ത്തോളം ചന്ദനമരങ്ങൾ ഇവിടെയുണ്ടായിരുന്നു. തക്കം പാർത്തി രുന്ന് മോഷ്ടിച്ചു കടത്തുന്ന കാട്ടുകള്ളന്മാരോട് സന്ധി ചെയ്യാൻ മനുസാറിന് കഴിഞ്ഞില്ല. അതുമല്ല, അവരെ രക്ഷിക്കാൻ ഭരണ-പ്ര തിപക്ഷ കക്ഷികൾ മത്സരിച്ചിരുന്നു. പലപ്പോഴും ചെറിയ സംഘർഷ ങ്ങൾ പതിവാണ്. രാഷ്ട്രീയ ഇടപെടലുകളിൽ പലതും തേഞ്ഞു മാഞ്ഞു പോകാറാണ് പതിവ്.

മെസേജ് കിട്ടിയതും ഒറ്റയ്ക്ക് ജീപ്പുമെടുത്തിറങ്ങി. ഒറ്റയ്ക്കു പോകുന്നതിലെ അപകടം ഓർമ്മിപ്പിച്ച ഗാർഡിനെ ഒഴിവാക്കി. നേരെ ചെന്നു. കുറച്ചുപേർ ഒളിഞ്ഞിരുന്നു. ഓടിയ ഒരാളെ പിന്നാലെ ചെന്ന് പിടിച്ചതും ഒളിഞ്ഞിരുന്നവർ രംഗത്തുവന്നു. സാറിനെ മരത്തിൽ കെട്ടിയിട്ടു തലങ്ങും വെലങ്ങും തല്ലി. സന്ധ്യ യായിട്ടും ഓഫീസറെ കാണാതെ ഗാർഡുമാർ അന്വേഷിച്ചിറങ്ങി യപ്പോഴാണ് അടികൊണ്ട് അവശനായി മരത്തിൽ കെട്ടിയിട്ട നില

യിൽ മനുസാറിനെ കണ്ടത്. അപ്പോഴേക്കും ഡി.എഫ്.ഒ. എത്തി. മനുസാറിനെ ആശുപത്രിയിൽ എത്തിച്ചു. രണ്ടുമാസത്തെ ആയുർവേദ ചികിത്സ കഴിഞ്ഞ് തിരുവനന്തപുരത്ത് പോസ്റ്റ് ചെയ്തു. കണ്ടാലറിയുന്ന ഏഴുപേരുടെ പേരിൽ കേസ്സെടുത്തു. അതിൽ ആദിവാസികൾ മാത്രമായിരുന്നില്ല. ക്വട്ടേഷൻ പാർട്ടികളും ഉണ്ടായിരുന്നു. രസമതല്ല, ആദിവാസി സ്ത്രീകളെ ദേഹപരിശോധന നടത്തുകയും ഭീഷണിപ്പെടുത്തുകയും ചെയ്തതാണ് സംഘർഷത്തിനു കാരണം. ഒടുവിൽ ചില ഇടപെടലുകൾ ശക്തമായിരുന്നു. കേസ്സ് പിൻവലിച്ചു. പിൻവലിപ്പിച്ചു എന്നു പറയുന്നതാണ് കൂടുതൽ ശരി. ശക്തമായ സമ്മർദ്ദം പല ഭാഗത്തു നിന്നും ഉണ്ടായി. പിന്നെന്തു ചെയ്യും.

ആ കേസ്സിൽ കുമരൻ എങ്ങനെ വന്നു?

അതല്ലേ രസം. കുമരൻ പണികഴിഞ്ഞ് വരുന്ന വഴിയിലാണ് സംഭവം. മനുസാറിനോട് കുമരന് സ്നേഹമായിരുന്നു; ബഹുമാനവും. കള്ളന്മാരെ പിടിക്കാൻ പലപ്പോഴും സഹായിച്ചിട്ടുമുണ്ട്. അന്ന് അവിടെ അടുത്തായിരുന്നു പണി. പോകുംവഴിക്ക് രണ്ടുപേർ തമ്മിൽ തർക്കം.

കുമരൻ കാര്യം ചോദിച്ചു.

ഈ കാട്ടില് വന്ന് ചന്ദനം മോട്ടിക്കാൻ സമ്മതിക്കില്ലെന്ന് ഒരാൾ. അയാളെ കുമരനറിയും. മറ്റെയാളെ പരിചയമില്ലായിരുന്നു. കുമരന്റെ ഫോണിൽ നിന്നാണ് റെയിഞ്ച് ഓഫീസറെ വിളിച്ചത്. ഫാൾസ് ഇൻഫർമേഷൻ നൽകി ഓഫീസറെ ചതിച്ചു. തെളിവുണ്ടല്ലോ മൊബൈലിലെ കാൾ ലിസ്റ്റിൽ വിളിച്ചതിന്റെ തെളിവുണ്ടായിരുന്നു. എന്തോ ആ കേസ്സ് തേഞ്ഞുമാഞ്ഞുപോയി. അതിനുശേഷമാണ് പോക്സോ കേസുണ്ടായത്.

പോക്സോ?

കേട്ടത് വിശ്വസിക്കാനാവാതെ സിദ്ധാർത്ഥ് സുജനപാലനെ നോക്കി.

ഈ മനുഷ്യർ... നെവർ. ഒരിക്കലും ... അങ്ങനെ ചിന്തിക്കാൻ പോലും വയ്യ...

ചിന്തിക്കണ്ട. പക്ഷേ, വേണമെങ്കിൽ ഏതു കേസ്സും ഇവരുടെ തലയിലാക്കാം. കാരണം അവർക്കറിയില്ല... ചതിയും വഞ്ചനയും. അവർക്കുവേണ്ടി വാദിക്കാനും ആളുണ്ടാവില്ല.

മധുവിനെ അടിച്ചുകൊന്നിട്ട് എന്തുണ്ടായീ... ആ കേസ് വാദിക്കാൻ സർക്കാർ വക്കീല് തയാറായില്ല. കൊല്ലം നാലു കഴിഞ്ഞില്ലേ?

5

ഊരുകളെ മറച്ചുകൊണ്ട് കോടമഞ്ഞിറങ്ങി. ധൃതിയിൽ മലയിറങ്ങുന്ന വെണ്മ പടർന്നുകേറി പച്ചപ്പുകളെ മറച്ചു. ശക്തമായ കാറ്റിൽ ക്ഷേത്രനടയിലെ മണികൾ കൂട്ടിമുട്ടി ശബ്ദമുണ്ടാക്കി. അഞ്ചനാട്ടം പാറ ഗതകാലസ്മൃതികളെ അയവിറക്കി ധ്യാനാവസ്ഥയിലിരുന്നു. അടുത്തുള്ള ഗ്രാമം തമിഴരുടേതാണ്. കേരളത്തിലെ തമിഴ്ഗ്രാമം. അതിന്റെ കാരണം എന്തായിരിക്കും?

പലായനം. അല്ലാതെ എന്താവാൻ. മനുഷ്യചരിത്രം പലായനങ്ങളുടെ ആകെത്തുകയല്ലേ എന്നോ തുടങ്ങിയ പലായനം. വൻകരകളും മഹാസമുദ്രങ്ങളും താണ്ടി ലോകത്തിന്റെ നാനാഭാഗങ്ങളിലും കുടിയേറിപ്പാർത്തവർ കുടിയുറപ്പിച്ചവരും കുടിയിറക്കപ്പെട്ടവരും ചേർന്നാൽ മനുഷ്യന്റെ ജീവചരിത്രമാകും.

കുടിയേറ്റവും കുടിയിറക്കലും പോലെ മനുഷ്യ ജീവിതത്തെ ആഴത്തിൽ സ്പർശിച്ചിട്ടുള്ള മറ്റെന്താണുള്ളത്. ഇന്നും തുടരുന്ന പലായനങ്ങൾ. ഈ ഭൂമി എല്ലാ ജീവജാലങ്ങൾക്കും അവകാശപ്പെട്ടതായിരിക്കെ ചിലരെ അറിഞ്ഞുകൊണ്ട് ഭൂപടത്തിനു പുറത്താക്കുന്നു. ചില സന്ദർഭങ്ങളിൽ ഭൂപടം അതിരുകളില്ലാതെ മനുഷ്യർക്കു മുന്നിൽ തുറന്നിടുന്നു.

കുടിയിറക്കപ്പെടലിനോളം തീവ്രമായ ഒരു ദുരന്തമുണ്ടോ? അതിലും വലിയ ദുഃഖമുണ്ടോ? സ്വന്തമെന്ന് കരുതിയതെല്ലാം അന്യമാവുക. അതിലേറെ സ്വന്തം മണ്ണിൽനിന്ന് ആട്ടിയോടിക്കപ്പെടുക, എത്ര ആലോചിച്ചിട്ടും എന്തൊക്കെയോ പിടിതരാതെ. വേരോടെ പിഴുതെറിയപ്പെടുകയെന്നാൽ... അഴിയുന്ന അതിരുകൾ കടന്ന് അഭയം തേടുന്നവരുടെ ദൈന്യമുഖങ്ങൾ കണ്ടില്ലെന്ന് നടിക്കാൻ കഴിയാത്തവരുമുണ്ട്. അതേസമയം അതിരുകൾ അടച്ച് അഭയമില്ലാത്തവരാക്കപ്പെടുന്നവരുടെ പലായനങ്ങൾ സൃഷ്ടിക്കുന്ന സംഘർഷങ്ങൾക്ക് അറുതിയില്ല. മതങ്ങളുടെ മറപറ്റിയാണ് പല സംഘർഷങ്ങളും ഉരുത്തിരിയുന്നത്. മതത്തിന്റെയും രാഷ്ട്രീയത്തിന്റെയും പേരിൽ നടന്നിട്ടുള്ള വിഭജനങ്ങൾ... ഉണങ്ങാത്ത മുറിവുകളായി ഇന്നും തുടരുന്നു. ഇന്ത്യാ-പാക് വിഭജനം എത്ര ജീവനെടുത്തു...? ഇന്നും ഉള്ളിൽ പകയുമായി കുറേപേരെങ്കിലും ജനജീവിതം താറുമാറാക്കുന്നു. അറുതിയില്ലാതെ തുടരുന്ന ദുരന്തങ്ങൾ...

സന്ധ്യ നാണം കുണുങ്ങിയായി. ചുറ്റിനും ആധിപത്യം സ്ഥാപിച്ചിരിക്കുന്ന വെണ്മയെ കീഴടക്കാനാവാതെ സൂര്യൻ യാത്ര പറയാൻ തുടങ്ങുന്നതിന്റെ സൂചനകൾ മരച്ചില്ലകളിൽ കേട്ടുതുടങ്ങി. ആലി

ലകൾ ആരവമില്ലാതെ ഭാരത്താൽ തൂങ്ങി നിന്നു. ഇറ്റുവീഴുന്ന ഹിമ ബിന്ദുക്കളെ സ്നേഹത്തോടെ, അതിലേറെ ശ്രദ്ധയോടെ ഭൂമിക്കു കൈമാറിക്കൊണ്ടിരിക്കെ ശക്തിയാർജ്ജിച്ച കാറ്റ് അഞ്ചനാട്ടം പാറയെ തലോടി അടുത്തുള്ള കൊക്കയിലേക്കു ചാടി അപ്രത്യ ക്ഷമായി. അമ്പലമണികൾ കൂട്ടമായി ഒച്ചയുണ്ടാക്കി.

ഗ്രാമത്തിനപ്പുറം പടർന്നുകിടക്കുന്ന പാറയ്ക്കുമപ്പുറം ഊരിലേ യ്ക്കുള്ള വഴിയിലൂടെ ഒരാൾ അതിവേഗം കുന്നിറങ്ങി വരുന്നത് കാണാം. എന്തെങ്കിലും ആപത്ത്... സിദ്ധാർത്ഥ് ചുറ്റിനും നോക്കി. സന്ധ്യയോടെ ആളനക്കങ്ങൾ ഒഴിയും. ആനയും കരടിയും ഇറ ങ്ങുമെന്നറിയാവുന്നവർ പ്രകൃതിയുടെ നീക്കങ്ങൾക്കൊത്ത് ആവാസം ചിട്ടപ്പെടുത്താനവർക്കറിയാം. കാട് മനുഷ്യരുടേത് മാത്ര മല്ലെന്നും ആയിരക്കണക്കായ ജീവജാലങ്ങളുടെ വീടാണെന്നും അവരുടെ ജീവിതത്തിന് വിഘാതം സൃഷ്ടിക്കരുതെന്നും സ്വജീ വിതം കൊണ്ട് പഠിച്ചവരാണ്.

ഈ ഗ്രാമം എങ്ങനെയുണ്ടായി എന്നു ചോദിക്കാൻ തുടങ്ങു മ്പോഴേക്കും സുജനപാലൻ ചിരിയോടെ പറയാൻ തുടങ്ങി.

ഒട്ടേറെ കഥകൾ പറഞ്ഞുകേൾക്കുന്നുണ്ട് – ഈ ഗ്രാമത്തെക്കു റിച്ച്. ഇതിന്റെ ഉല്പത്തിയെക്കുറിച്ച്.

ഒരു കഥ ഏറെ രസകരമാണ്, എന്നാൽ അധികം പേർക്കും അതിലാണ് താല്പര്യം. അതനുസരിച്ച് ശ്രീരാമനോളം പഴക്കമു ണ്ട് ഇവിടത്തെ ആദിവാസി ജീവിതത്തിന്. അതായത് ശ്രീരാമനും സീതയും ലക്ഷ്മണനും വനവാസക്കാലത്ത് ഈ വഴി വന്നുവെന്നും സീതാദേവിയുടെ കയ്യിലെ ഒരു കാപ്പ് (വള) ഇന്നത്തെ കർപ്പൂരക്കു ടി ഭാഗത്തു വച്ച് നഷ്ടപ്പെട്ടു. അത് ആദിവാസികൾക്ക് ലഭിച്ചു എന്നും അവരത് മുറിച്ചുവിറ്റു എന്നുമാണ്. അതിന്റെ ദോഷം ആദിവാസി കൾക്ക് അനുഭവിക്കേണ്ടിയും വന്നു. വള മുറിച്ചുവിറ്റവരെല്ലാം അകാ ലമരണത്തിന് ഇരകളായി പോലും.

മറ്റൊരു കഥ മധുരമീനാക്ഷിയെ മുതുകിൽ എടുത്തുകൊണ്ടു വന്നത് കർപ്പൂരക്കുടിയിലെ മുതുവാന്മാരാണെന്നും മുതുകത്ത് ചുമ ക്കുന്നതുകൊണ്ട് മുതുവാൻ എന്ന പേരുണ്ടായി എന്നുമാണ്. അവി ശ്വസനീയമായ ചിലതുകൂടി ഈ നാട്ടുകാർ പറയുന്നുണ്ട്. മധുര മീനാക്ഷിക്ഷേത്രത്തിൽ നിന്ന് ഒരു തുരങ്കം കുറച്ചപ്പുറത്തുള്ള കോവിൽക്കുടിയിലെ തെങ്കാശിനാഥൻ ക്ഷേത്രത്തിലേയ്ക്ക് എത്തുന്നു എന്നതാണ്. അതിനുള്ളിലൂടെ സഞ്ചരിച്ചതായി ആരും പറയുന്നില്ല.

സുജനപാലൻ സിദ്ധുവിനെ നോക്കി.

ചിന്നക്കനാലിൽ ഒരു തുരങ്കമുണ്ടെന്ന് പറഞ്ഞു കേട്ടു. ശരി യാണോ?

കേട്ടറിവേയുള്ളൂ. കണ്ടിട്ടില്ല. അവിടെ ഒരു ക്ഷേത്രമുണ്ട്. ഏഴു നാൾ ഉത്സവമുണ്ടാകും. ആ സമയത്ത് തമിഴ്നാട്ടിൽനിന്ന് പ്രത്യേകം ബസ്സർവ്വീസ് നടത്താറുണ്ട്. അവിടത്തെ സവിശേഷത ക്ഷേത്ര നടയിലെ പാറയിലുള്ള വറ്റാത്ത നീരുറവയാണ്.

ചിലപ്പോൾ വിശ്വാസം ഉറപ്പിക്കാൻ ഇമ്മാതിരി ചില കഥകൾ പറയാറുണ്ട്. എന്നാൽ തിരുവനന്തപുരത്തുനിന്ന് ഏതാണ്ട് അമ്പതു കിലോമീറ്റർ വരും. കുഴിത്തുറയിൽ നിന്ന് കുറച്ചകലെ ചിതറാൽ എന്നൊരു ക്ഷേത്രമുണ്ട്. വളരെ വിശാലമായ പാറക്കെട്ടിനു മുക ളിൽ പാറയിൽ കൊത്തിയുണ്ടാക്കിയ ക്ഷേത്രം ജൈനക്ഷേത്രമാ യിരുന്നു എന്നും അതല്ല ബുദ്ധസങ്കേതമായിരുന്നു എന്നും പറയു ന്നുണ്ട്. ഇപ്പോൾ അത് ദേവീക്ഷേത്രമാണ്. അവിടെയും പാറയിൽ ഒരു കുളമുണ്ട്. ഒരിക്കലും വറ്റാറില്ലെന്നാണ് ക്ഷേത്രത്തിലെ പൂജാരി പറഞ്ഞത്. വിശ്വസിക്കാൻ പ്രയാസംതോന്നുന്ന ഇത്തരം പ്രതിഭാ സങ്ങൾ പ്രകൃതിയുടെ സംഭാവനയായിരിക്കും.

എന്തായാലും വിശ്വസിക്കാവുന്ന ചിലതുണ്ട്.

സുജനപാലൻ തുടർന്നു.

ഈ പാറയാണ് അതിനു സാക്ഷ്യം വഹിച്ചിട്ടുള്ളത്. പണ്ട് അഞ്ചു ഗ്രാമങ്ങളിലെയും ഊരുമൂപ്പന്മാർ ഇവിടെയാണ് ഒത്തുകൂടിയിരു ന്നത്. അങ്ങനെയാവും അഞ്ചനാട്ടം പാറയെന്ന പേരുണ്ടായത്. ഊരു കൂട്ടം കൂടുക. കുറ്റവാളികളെ ശിക്ഷിക്കുക അതൊക്കെ ഇവിടെ വച്ചായിരുന്നു.

അന്നത്തെ ആദിവാസികൾ പൂർണ്ണമായും കാടിനെ നമ്പി ജീവി ച്ചതല്ലേ. സത്യവും നീതിയും പാലിച്ചിരുന്നതായി പഴമക്കാർ പറ ഞ്ഞുകേട്ടിട്ടുണ്ട്. ശിക്ഷ അനുഭവിക്കാൻ തയാറാവാത്ത കുറ്റവാളി കളെ ദാ ... ആ കാണുന്ന കുഴിയിൽ തള്ളിയിട്ടു കൊല്ലുമായിരുന്നു. അക്കാലത്ത് ഊരുമൂപ്പൻ പറഞ്ഞാൽ അനുസരിച്ചേ തീരൂ. ഊരുവി ലക്കിനെ ഭയന്നു. ഒറ്റപ്പെടൽ ഇന്നും ഭയക്കുന്നുണ്ട്.

ഭയം ആഫ്രിക്കൻപായലുപോലെയാണ്. ഒരു ചെറിയവിത്തു മതി ഒരു ജലാശയത്തെ മറയ്ക്കാൻ തക്കവിധം വളരാൻ. ഭയവും അങ്ങ നെയാണ്. ആരംഭിച്ചാൽ അനുനിമിഷം വളർന്ന് ബോധത്തെ മറ യ്ക്കും. പിന്നെ എന്തും സംഭവിക്കാം. സംശയവും ഭയവും ഒരു നാണയത്തിന്റെ ഇരുവശങ്ങൾ പോലെയാണ്.

കൊപ്പര

വനവാസികൾക്ക് ഭയം കൂടുതലാണ്. ഭയമാണ് സ്ഥായീഭാവമെന്ന്പോലും തോന്നീട്ടുണ്ട്. പ്രേതങ്ങളെ പേടിയാണിന്നും. മരിച്ചവർ പ്രേതങ്ങളായി വരുമെന്ന വിശ്വാസം. മരിച്ചാൽ മരണകാരണം കണ്ടുപിടിക്കണം. പരിഹാരംചെയ്യണം. ഇന്നും തുടരുന്നുണ്ട്. അകാലമരണത്തെ ഭയക്കുന്നു. ചീരുവിന്റെ ആത്മാവ് അലഞ്ഞുനടക്കുന്നുണ്ടെന്ന് ചില ഊരുവർത്തമാനങ്ങൾ ഉണ്ട്. കുമരന്റെ ശരീരംപോലും കിട്ടിയില്ലല്ലോ. യഥാവിധി അടക്കം ചെയ്തില്ലെങ്കിൽ പേയ് ആവുമെന്ന ഭയം ചിലരിലെങ്കിലും കാണുന്നുണ്ട്.

അതുകേട്ട സിദ്ധാർത്ഥ് സുജനപാലനെ നോക്കി; സംശയം ധ്വനിക്കുന്ന നോട്ടം. പെട്ടെന്ന്, അതെ, വളരെ പെട്ടെന്ന് അകലേക്ക് നോട്ടം മാറ്റിയുറപ്പിച്ചുകൊണ്ട് സുജനപാലൻ പറഞ്ഞു തുടങ്ങി... തുടർച്ചയെന്നോണം.

രാത്രികാലങ്ങളിൽ കാലൊച്ചകൾ കേൾക്കുമെന്നും അടക്കിപ്പിടിച്ച തേങ്ങലും വികലമായ ശബ്ദങ്ങളും കേൾക്കാറുണ്ടെന്നും പലരും പറയുന്നു. രണ്ടു നിഴലുകൾ മരങ്ങൾക്കിടയിലൂടെ നടക്കാറുണ്ടെന്ന്.

അല്ല ചേട്ടാ, കുമരന്റെ പേരിൽ പോക്സോകേസ് എങ്ങനെ വന്നു?

ഒക്കെ മാനിപ്പുലേറ്റഡ് കഥകളാണ്. കരുതിക്കൂട്ടി തയാറാക്കിയ പ്ലാൻ. കുമരനെ ഒഴിവാക്കേണ്ടത് പലരുടേയും നിലനില്പിനാവശ്യമായിരുന്നു. കാട്ടിലെ ഏതു ശബ്ദവും തിരിച്ചറിയാനുള്ള അപാര സിദ്ധിയുണ്ടായിരുന്നു കുമരന്. ഏതു പക്ഷിയുടെ ശബ്ദവും അവനറിയാം. പലരും പരീക്ഷിച്ചിട്ടുണ്ട്. ചില കൃത്രിമശബ്ദങ്ങൾ മൃഗങ്ങളുടേയും പക്ഷികളുടേയുമൊക്കെ കാട്ടിൽ കേൾക്കും. അതുകേട്ടാലുടനെ കുമരൻ ഇറങ്ങും. കാട്ടുകള്ളന്മാർക്ക് കുമരൻ തലവേദനയായിരുന്നു ചില രാഷ്ട്രീയക്കാർക്കും.

കാട്മുടിഞ്ഞാൽ നാടുമുടിയും. മഴയില്ലാതെ മരങ്ങൾ കരിയും. കൃഷിയില്ലാതെ എങ്ങനെ പശിയടക്കും? ഇത് കുമരന്റെ വാക്കുകളാണ്. ഊരുകളിൽ സ്ഥിരമായി കേൾക്കുന്നതും ഈ വാക്കുകൾ തന്നെയാണ്. കാടും വീടും അവർക്ക് ഒരുപോലെയാണ്. വലിയ വീടാണ് കാട്.

പിന്നിൽ കരിയിലകൾ ഞെരിയുന്ന ഒച്ചകേട്ടതും സുജനപാലൻ തിരിഞ്ഞുനോക്കി. നേരത്തേ കുന്നിറങ്ങി വന്നയാളാണ്. മാരൻ.

എന്താ മാരാ?

ഡോക്ടറേ മണിയമ്മക്ക് ശ്വാസംമുട്ട് കൂടുതലാണ്. കുമരൻ വന്നെന്നും ചീരുവിനെ കണ്ടെന്നുമൊക്കെ പറയുന്നു. ഗുളിക കഴി

ക്കുന്നില്ല. ഉച്ചവരെ വളരെ ആശ്വാസമായിരുന്നൂന്ന് മാമൻ പറഞ്ഞു.

സിദ്ധാർത്ഥ് സുജനപാലനെ നോക്കി.

ഞാൻ പോയിട്ട്വരാം. ഡോക്ടർ ഇവന്റെകൂടെ ...

ങാ... ഞാൻ പോകാം. വേഗംവരണം. ആരെയെങ്കിലും കൂട്ടിക്കോളൂ.

ഉം. സുജനപാലൻ അതിവേഗം അഞ്ചനാട്ടംപാറയുടെ താഴെയെത്തി. ഇനി ചെറിയ ഇറക്കമാണ്. ഒരുവശത്ത് ഫോറസ്റ്റ്ഓഫീസ്, ചന്ദനം സൂക്ഷിക്കുന്ന സ്റ്റോർ, അല്പം കൂടിയായാൽ റോഡായി. നടപ്പിന് വേഗതകൂട്ടിയത് മണിയമ്മയെക്കുറിച്ചുള്ള ആധികൊണ്ടാണ്. എങ്ങനെയെങ്കിലും ആ പാവത്തിനെ രക്ഷിക്കണം.

വേണ്ട മരുന്നുകളൊക്കെ സുജനപാലന് അറിയാം. എത്രയോ ദിവസങ്ങളും മാസങ്ങളും ഡോക്ടർ ഇല്ലാതെ... പാവങ്ങൾ.... അവർക്ക് ഡോക്ടറും ഫാർമസിസ്റ്റും ഒക്കെ ഒരുപോലെയാണ്. അത്യാവശ്യം വേണ്ടതൊക്കെയെടുത്ത് സ്കൂട്ടറിൽ നേരെ അഞ്ചനാട്ടം പാറയുടെ ചുവട്ടിലെത്തി. സ്കൂട്ടർ വച്ച് മരുന്നുകളും സ്റ്റെതസ്കോപ്പുമായി കുന്നുകയറാൻ തുടങ്ങി. പലവട്ടം കയറിയിറങ്ങിയ വഴിയാണ്. ഇരുട്ടായാൽ പ്രയാസമാണ്. പകൽ വെളിച്ചത്തിൽ കൂട്ടു വേണ്ട.

സിദ്ധാർത്ഥ് കുടിലിനുള്ളിൽ കടന്നു. മണിയമ്മ കണ്ണുതുറിച്ച് കിടപ്പാണ്. ഏതോ ഭയം അവരെ നന്നായി അലട്ടുന്നുണ്ടെന്ന് തോന്നിയതും അടുത്തിരുന്നു.

കണ്ണുകൾ ഉരുണ്ടു മറിയുകയും നോട്ടം ഉറയ്ക്കാതെ പരവേശപ്പെടുകയും ചെയ്തുകൊണ്ടിരിക്കെ സിദ്ധാർത്ഥ് അടുത്തുനിന്നവരെ മാറിമാറി നോക്കി.

പതിയെ വലതു കൈപ്പത്തിയിൽ പിടിച്ചു. പൊള്ളുന്ന ചൂട്. ചൂടുവെള്ളം കുടിപ്പിച്ചപ്പോഴേക്കും സുജനപാലനെത്തി. വേഗം ഇഞ്ചക്ഷൻ കൊടുത്തു. ഗുളികകൾ വായിലിട്ടുകൊടുത്തു സുജനപാലൻ പറഞ്ഞു...

മണിയമ്മാ പേടിക്കണ്ട. ഇപ്പോ ശരിയാവും:

കുമരൻ വര്താ? ഇന്നും വരലെ?

ചീരു രാത്രി അള്തിട്ടേയിര്ന്ത്. കാലെയിലെ കാട്ടില് വെറകിന് പോയി... ഇപ്പൊ വരുവാറ്.

പരസ്പരം ബന്ധമില്ലാതെ പലതും പറഞ്ഞുകൊണ്ടിരിക്കെ മണിയമ്മ പതിയെ മയങ്ങാൻ തുടങ്ങി.

യതാവത് ശാപ്പിട്ടാ? കാലിവയറിലേ മാത്ര ശാപ്പിട്ടാ നല്ലതല്ല.

കൊഞ്ചം കഞ്ഞികൊട്.

സരി... കുമരപ്പൻ തളർച്ചകൊണ്ടിരുന്നുപോയി.

ബാക്കി ഗുളികകൾ മാരനെ ഏൽപ്പിച്ചു. സുജനപാലൻ ഓർമ്മിപ്പിച്ചു.

കൃത്യമായി കൊടുക്കണം. മറക്കരുത്.

പുറത്തിറങ്ങിയ സിദ്ധാർത്ഥ് പരിസരമാകെ. നിരീക്ഷിച്ചു. നിറയെ പഴുത്തു നില്ക്കുന്ന മാതളം. അതു ചൂണ്ടി മാരനോട് പറഞ്ഞു.

അത് കൊടുത്താൽ വേഗം ക്ഷീണം മാറും. തിന്നാൻ മടിച്ചാൽ പിഴിഞ്ഞ് ചാറ് കൊടുക്കണം.

നോട്ടം മാവിൻചുവട്ടിലെ കളിവീട്ടിലെത്തി. പച്ചിലകൾകൊണ്ട് കെട്ടിയുണ്ടാക്കിയ ചെറുവീട്. അടുത്തുതന്നെ മറ്റൊരു ചെറിയ ഒറ്റ മുറി വീട്. വീട് എന്നുപറയാൻ തക്കവണ്ണമുള്ള നിർമ്മിതിയല്ല. പൊക്കംകുറഞ്ഞ ചെറിയ വീടുകൾ, എല്ലാം അടുത്തടുത്ത്... കളിവീടെന്ന് തോന്നിയ പച്ചിലക്കുടിലിനടുത്തേക്കു നടന്ന സിദ്ധാർത്ഥന്റെ മുന്നിൽ ഒരു സ്ത്രീ കടന്ന് വഴി തടഞ്ഞു.

തൊട്ടപ്പുറത്ത് നിന്ന് നിലവിളിപോലെ കേട്ടു.

അയ്യോ തപ്പ് ... തപ്പ് ... സാമീ കാപ്പാത്തിട് ...

എന്തോ അബദ്ധം ചെയ്തെന്നു മനസ്സിലായ സിദ്ധാർത്ഥ് പിന്നാക്കം മാറി സുജനപാലനെ നോക്കി ...

എന്താ ... എന്താ ചേട്ടാ?

പെട്ടെന്ന് മാരൻ എത്തി കാര്യംപറഞ്ഞു.

മാമാ പൊണ്ണ് വയസ്സ്ക്ക് വന്നത്. കന്നിമുട്ട്... അറിയാമോ?

ഇല്ലെന്ന് സിദ്ധാർത്ഥ് തലയാട്ടി.

അവൻ ചിരിച്ചുകൊണ്ടാണ് ബാക്കി പറഞ്ഞത്...

അവിടെ ആണുങ്ങൾ പോകാൻ പാടില്ല. അയിത്തം അപ്പൊഴും സിദ്ധാർത്ഥ് അന്തംവിട്ടു നില്ക്കുകയായിരുന്നു. അതുകണ്ട സുജനപാലൻ പറഞ്ഞു.

ഇവരുടെ ആചാരങ്ങളൊക്കെ വേറെയാണ്. ആ കുടിലിനകത്ത് ഒരു പെൺകുട്ടിയുണ്ട്. ഇവിടെ പെൺകുട്ടികൾ പ്രായമായാൽ ഇങ്ങനെയാണ്. പച്ചക്കുടിൽ കെട്ടി അതിനുള്ളിലിരുത്തും. ആരും കാണാതെ അകത്തിരിക്കണം. ആഹാരം അവിടെ കൊടുക്കും. വയസ്സറീച്ച് കല്യാണം നടത്തണം. അതിനുശേഷമേ വീട്ടിൽ കയറാവൂ...

അതിനകത്ത് ഒറ്റയ്ക്കോ... രാത്രി വല്ല മൃഗങ്ങളും വന്നാലോ ... സിദ്ധാർത്ഥ് മാരനെ നോക്കി. ഒക്കെ വിശ്വാസങ്ങളാണ്. സാധാ

രണ അപകടം സംഭവിക്കാറില്ല.

എത്ര ദിവസം ഇങ്ങനെ ...? സിദ്ധാർത്ഥിന്റെ സംശയം വാക്കുകളായി.

അത്, രക്ഷാകർത്താക്കളുടെ കയ്യിൽ കാശുതികയുന്നതുവരെ. ചിലപ്പോ രണ്ടുമൂന്നുമാസം... ചടങ്ങിനുള്ള കാശ് റെഡിയായാൽ കല്യാണംനടത്തും. അതുവരെ...

മാരൻ നിസ്സഹായത വെളിപ്പെടുത്തി.

ഈ ആചാരങ്ങളും വിശ്വാസങ്ങളുമാണ് ഞങ്ങളെ നയിക്കുന്നത്. കാട് ചതിക്കില്ലെന്ന വിശ്വാസം.

പക്ഷേ, കാട്മേലെ നമ്പിക്കയിര്ന്താ എന്ത ആപത്തും വരമാട്ടേൻ ... പ്രായംചെന്ന ഒരു സ്ത്രീ അടുത്തേയ്ക്കുവന്നു. സിദ്ധാർത്ഥിനെ നോക്കി ചോദിച്ചു... ഊര്ക്ക് പുതുസ്സാ ...?

സുജനപാലൻ പെട്ടെന്ന് അവരോട് പറഞ്ഞു ... ആമാ പാട്ടീ ...

വേച്ചുവേച്ചു പുറത്തേയ്ക്കിറങ്ങിയ കുമരപ്പനെ ദയനീയമായി നോക്കിയ മാരൻ നിശ്ശബ്ദതയോട് ചേർന്നുനിന്നു. നഷ്ടപ്പെട്ടതിന്റെ വിലയറിയുന്ന ഉടമയെപ്പോലെ മാരൻ വിമ്മിട്ടപ്പെട്ടു. സിദ്ധാർത്ഥ് അന്തംവിട്ടു നിന്നു.

മാരന്റെ മുഖംവാടി. അവിടെ വിവിധഭാവങ്ങൾ തെളിഞ്ഞുമാഞ്ഞു. പിന്നിലേക്കു തിരിഞ്ഞുനോക്കി ചെറിയ ശബ്ദത്തിൽ പറഞ്ഞു... ഇന്ന് ഒരു വർഷമായി. അവൻ നല്ലവൻ... തെറ്റുകണ്ടാൽ പറയും... അവനെ പേടിച്ചവരാണ് ... പാവം ചീരു... അവൻ ജയിലീന്ന് വന്നപ്പോ സന്തോഷിച്ചു. സന്തോഷമായി ജീവിക്കണമെന്ന് തീരുമാനിച്ചതാണ്...

മാരന്റെ ശബ്ദം ഇടറുകയും കണ്ണുനിറയുകയും ചെയ്തത് കുമരനോടുള്ള ഇഷ്ടം കൊണ്ടാണെന്ന് മനസ്സിലായ സുജനപാലൻ അവന്റെ തോളിൽ കൈവച്ചു വഴിയിലേക്കു കൂട്ടിക്കൊണ്ടുപോയി. അവർ എന്തൊക്കെയോ പറയുന്നുണ്ടെന്ന് അവരുടെ ശരീരം ഭാഷാരൂപമെടുത്തു. അംഗചലനങ്ങൾ ... തലകുലുക്കലും. ഇടയ്ക്ക് ആരെങ്കിലും കേൾക്കുന്നുണ്ടോയെന്ന് തിരിഞ്ഞുനോക്കി.

ആകെ വിഷമിച്ചു നിന്ന സിദ്ധാർത്ഥനെ നോക്കി സുജനപാലൻ പറഞ്ഞു...

വിഷമിക്കണ്ട. പാവങ്ങളാണ്... ഇരുട്ട് വീഴാറായി.

നമുക്ക് പോകാം.

നടക്കുന്നതിനിടയിലും നിമിഷങ്ങൾക്ക് മുമ്പ് അവിടെ നടന്നതൊക്കെ മനസ്സിലൂടെ കടന്നുപോയി. ഈ കാലത്തും ഇത്തരം

ആചാരങ്ങൾ... ഒരു പെണ്ണിന്റെ ശരീരത്തിനുണ്ടാവുന്ന ചെറിയ മാറ്റത്തെ ഇത്രകണ്ട് വിളംബരം ചെയ്യണോ? എന്നാണ് ഇവർ കാലത്തിനൊപ്പമെത്തുക? പുരോഗതി ഇവരിലെത്താത്തതോ ഇവർ പുറം തിരിയുന്നതോ?

കാടും നാടും തമ്മിൽ ഒരുപാട് വ്യത്യാസമുണ്ട് ഡോക്ടർ. അധികം ചിന്തിക്കാതിരിക്കുന്നതാണ് നല്ലത്. അവരെ അവരായി ജീവിക്കാൻ അനുവദിച്ചാൽ മതി. അവർ സംതൃപ്തരാണിവിടെ. ഈ കാടും ഇവിടത്തെ ഇല്ലായ്മകളിലും അവരുടെ വിശ്വാസങ്ങളിലും അവർ സന്തുഷ്ടരാണ്. നമ്മളായി അതു കെടുത്താതിരുന്നാൽ മതി. ചെറിയ ജീവിതത്തിന്റെ ഉടമകളാണിവർ. പരാതികളും പരിഭവങ്ങളുമില്ല. സ്വാർത്ഥമോഹങ്ങളില്ല. സ്വത്ത്, പണം, ആർഭാടം ഒന്നും വേണ്ട. വിശപ്പിന് എന്തെങ്കിലും കഴിക്കണം. തല ചായ്ക്കാൻ ഒരു കുടിൽ. നാണം മറയ്ക്കാൻ വസ്ത്രവുമായാൽ അവർ ഹാപ്പിയാണ്. നമ്മളെപ്പോലെയല്ല. ചെറിയ ജീവിതം കൊണ്ട് വലിയവരാകുന്ന മനുഷ്യർ. കണ്ടുപഠിക്കാനുണ്ട് പലതും.

സിദ്ധാർത്ഥ് ശ്രദ്ധിച്ചു. സുജനപാലൻ വികാരാധീനനായിരിക്കുന്നു. മാരനെ മാറ്റിനിർത്തി. എന്താവും പറഞ്ഞത്. ഈ മനുഷ്യരോട് അസാധാരണമായൊരടുപ്പമുണ്ട്. പുറമേ പ്രകടിപ്പിക്കാത്ത വേറിട്ട ഒരടുപ്പം. അത് രാവിലെയും കേട്ടതാണ്. തങ്കമണിയോട് ചൂടായതും പിന്നീട് പറഞ്ഞുകേട്ടതുമൊക്കെ ചേർത്തു വായിച്ചാൽ ...

ചിന്തകൾ സിദ്ധാർത്ഥനെ അലോസരപ്പെടുത്തിക്കൊണ്ടിരിക്കെ ഇരുൾ മെല്ലെ കുന്നിറങ്ങുകയായിരുന്നു. ചീവീടുകൾ മത്സരിച്ച് ശബ്ദമുണ്ടാക്കുന്നതിന് പ്രത്യേകിച്ച് എന്തെങ്കിലും കാരണം...?

അഞ്ചനാട്ടംപാറ ശോകമൂകമായി കാണപ്പെട്ടു. അറിയാതെ സിദ്ധാർത്ഥ് കൊക്കയിലേയ്ക്ക് നോക്കി. എത്രപേരുടെ ആത്മാവുകൾ ആ കുഴിയിൽ അലയുന്നുണ്ടാവും. ഇരുട്ടിൽ വെളിച്ചപ്പൊട്ടുകൾ നീട്ടി മിന്നാമിനുങ്ങുകൾ കുഴിയിൽ നിന്ന് ഉയർന്നുകൊണ്ടിരിക്കുന്നു. സത്യത്തിനും മിഥ്യക്കുമിടയിലെ നൂൽപ്പാലത്തിലൂടെ സഞ്ചരിക്കുകയായിരുന്നു സിദ്ധാർത്ഥ്. പെട്ടെന്ന് കാറ്റുവീശി. അമ്പലമണികൾ തമ്മിൽത്തല്ലിക്കരഞ്ഞു. ആലിലകൾ അടക്കം പറഞ്ഞു. നേർത്ത ഞരക്കങ്ങൾപോലെ... തോന്നിയതാവും... അറിയാതെ കണ്ണുകൾ പാറയ്ക്കപ്പുറത്തേയ്ക്ക് പാഞ്ഞു... പെട്ടെന്ന് നോട്ടം പിൻവലിച്ചു.

കട്ടപിടിച്ച ഇരുട്ടിൽ പാറിനടക്കുന്ന മിന്നാമിനുങ്ങുകൾക്ക് ആരുടെയോ മുഖമായിരുന്നു.

6

പോക്സോ കേസുകൾക്ക് പഞ്ഞമില്ലാത്ത നാടാണ്. എങ്കിലും കുമരനെപ്പോലെ ഒരാൾ എങ്ങനെ? എത്ര ആലോചിച്ചിട്ടും ഒരു ഉത്തരവുമില്ലാതെ ചോദ്യം ശേഷിച്ചു. രാത്രിയിൽ പതിവുപോലെ ചപ്പാത്തിയും ഉള്ളിക്കറിയും കൊണ്ടുവന്ന സുജനപാലൻ മേശപ്പുറത്തു കിടന്ന ചില സാമ്പിൾ മെഡിസിനുകൾ എടുത്ത് തിരിച്ചും മറിച്ചും നോക്കുകയും കൂട്ടത്തിൽ ഡോക്ടറുടെ മുഖഭാവം ശ്രദ്ധിക്കുകയും ചെയ്യുന്നത് ചുവരിലെ കണ്ണാടിയിലൂടെ സിദ്ധാർത്ഥ് കാണുന്നുണ്ടായിരുന്നു.

ആർക്കെങ്കിലും കൊടുക്കാനാണോ ചേട്ടാ? ചോദ്യം കേട്ട സുജനപാലൻ ചെറുതായി ഞെട്ടി. പെട്ടെന്ന്, തികച്ചും സ്വാഭാവികമെന്നപോലെയാണ് ചോദിച്ചത്.

ആന്റിബയോട്ടിക്സ്... പുതിയതാണോ?

കഴിഞ്ഞയാഴ്ച അടിമാലിക്കാരൻ വന്നപ്പോൾ തന്നതാണ്. ചേട്ടന് വേണോ?

മുറിവ് ഉണങ്ങാൻ? ചോദ്യം പൂർത്തിയാക്കുന്നതിന് മുന്നേ മറുപടി കേട്ടു.

ങാ... അതാണ്. ഡോസ് ശ്രദ്ധിക്കണം. അത് മുതിർന്നവർക്കുള്ളതാണ്. കുട്ടികൾക്ക് കൊടുക്കണ്ട. പതിവില്ലാത്ത തെരച്ചിലും പരുങ്ങലും കണ്ടപ്പോൾ തോന്നിയ സംശയം നേരിട്ടുതന്നെ ചോദിച്ചു.

ഇങ്ങനെയൊരു ചോദ്യം തീരെ പ്രതീക്ഷിച്ചിരുന്നില്ലെന്ന് മുഖഭാവം അടയാളപ്പെട്ടു എന്നു മാത്രമല്ല, സിദ്ധാർത്ഥിന്റെ വാക്കുകളിൽ എന്തോ സൂചനകളുണ്ടെന്ന തോന്നൽ ക്രമേണ ബലപ്പെട്ടു വന്നതും കഴിയുന്നത്ര സ്വാഭാവികത നിലനിർത്താൻ സുജനപാലൻ ശ്രദ്ധിച്ചു.

'കാടകത്തേക്കാണോ'?

ഇപ്പോൾ സുജനപാലൻ ശരിക്കും ഞെട്ടി. പിടിക്കപ്പെട്ടവന്റെ പരുങ്ങൽ മുഖത്ത് എഴുതിവച്ചിരുന്നു. എങ്കിലും ചില ഒഴികഴിവുകൾ പ്രയോഗിച്ചുനോക്കിയതാണ് കൂടുതൽ സംശയത്തിനിടയായത്. അസാധാരണമായ തിടുക്കവും പരിഭ്രാന്തിയും... അങ്ങനെ പതിവില്ല. എന്താവും ഈ പരിഭ്രമത്തിനു കാരണം? പലരും ആശുപത്രികളിൽ പോകാതെ സുജനപാലനെ കണ്ട് ചില മരുന്നുകളൊക്കെ വാങ്ങിക്കഴിക്കാറുള്ളത് ഓർമ്മയിൽ വന്നു. അത്, പ്രത്യേകിച്ച് ഇവിടെ, ഒരു കുറ്റവുമല്ല.

കൊപ്പര

പൊങ്ങംപള്ളീന്ന് ഇന്നലെ പണിക്കു വന്ന രാജപ്പന്റെ കാല് മുറിഞ്ഞു. പഴുക്കാൻ ചാൻസുണ്ടെന്ന് തോന്നി. വേണ്ടിവന്നാൽ കൊടുക്കാം. പാവങ്ങളല്ലേ.

കൊടുക്കുന്നതിൽ തെറ്റില്ല... ആർക്കായാലും. ആവശ്യക്കാർക്കേ മരുന്നുകൾ കൊടുക്കാവൂ.

അതുകേട്ട സുജനപാലൻ വീണ്ടും ഒന്നു പതറി. അത്രവേഗത്തിൽ പിടികൊടുക്കരുതെന്ന് ബുദ്ധി ഉപദേശിച്ചു. എങ്ങനെ അറിയാം. വിശ്വസിക്കാമോ? ജീവൻവച്ചുള്ള കളിയാണ്. എന്നാലും ഉപേക്ഷിക്കാൻ വയ്യ. ഒരു നിരപരാധിയെ ഉന്മൂലനം ചെയ്യുക. അതിലും വലുതല്ല ഇതൊന്നും.

ഷെൽഫിൽ നിന്ന് ബാന്റേജിനുള്ള കോട്ടണും തുണിയുമെടുത്തപ്പോൾ കാണാത്ത ഭാവത്തിലിരുന്നു. അതിനുപിന്നിൽ ചില സംശയങ്ങൾ ഉണ്ടായിരുന്നു.

ഗുഡ്നൈറ്റ് പറഞ്ഞിറങ്ങിയ സുജനപാലൻ നേരേ ഹെൽത്ത് സെന്ററിലേയ്ക്കാണ് പോയത്. ചില പൊതികളുമായി പുറത്തേക്കു വന്നതും ഡോക്ടറുടെ വീട്ടിലേക്കു നോക്കി. ജനാലയ്ക്കപ്പുറം മറഞ്ഞുനിന്ന സിദ്ധാർത്ഥിനെ കാണാനും മാത്രമുള്ള വെളിച്ചം മുറിയിലില്ലായിരുന്നു. ഇരുട്ടിൽനിന്ന് ഒരാൾ നീങ്ങുന്നു. പൊതികൾ ഏറ്റുവാങ്ങുന്നു. ധൃതിയിൽ പോകുന്നു. ഇരുട്ടിന്റെ മറപറ്റി നടന്നയാൾ റോഡിലിറങ്ങി ഇടം വലം നോക്കി. റോഡ് ക്രോസ് ചെയ്ത് ഫോറസ്റ്റ് ഓഫീസിന്റെ മതിലിനുവെളിയിലൂടെ അഞ്ചനാട്ടം പാറവഴി ഗ്രാമവും കടന്ന്... കുന്നുകയറുന്നതാരാവും?

പ്രത്യേകിച്ച് ഒന്നും സംഭവിക്കാത്തതുപോലെ സുജനപാലൻ സ്കൂട്ടർ സ്റ്റാർട്ട് ചെയ്ത് ഓടിച്ചുപോയി. അചഞ്ചലമായ ആ പോക്ക് നോക്കിനിന്ന സിദ്ധാർത്ഥ് അറിയാതെ ചിരിച്ചുപോയി. പാവങ്ങൾ... ആരെയും വിശ്വസിക്കാൻ വയ്യല്ലോ...

സുജനപാലന് വേറെ എന്തെങ്കിലും ഇടപാടുകൾ ഉള്ളതായി കേട്ടിട്ടില്ല. വളരെ നല്ലവൻ. മര്യാദരാമൻ. എന്നാലും ചില ദുരൂഹതകൾ മണക്കാൻ തുടങ്ങിയിട്ട് കുറച്ചായി. ഇന്ന് രാവിലെയും വൈകിട്ടുമുണ്ടായ പ്രവർത്തികളിൽ തല ഉയർത്തുന്നത് തികഞ്ഞ വിപ്ലവകാരിയുടേതല്ലേ? സംശയിക്കാൻ ഇതൊക്കെ പോരേ.

ഉറക്കം പിടികിട്ടാപ്പുള്ളിയായി ഒഴിഞ്ഞുനിന്നു. പുറത്ത് വന്യതയുടെ സംഗീതം. കാറ്റിന്റെ ചൂളമടിക്കൊപ്പം സംഗീതം ഉച്ചസ്ഥായിയിലേക്കും പിന്നെ ക്രമേണ അവരോഹണത്തിലൂടെ... അകലെയല്ലാതെ കേൾക്കുന്ന കുറുക്കന്മാരുടെ ഓരിയിടൽ സംഗീതത്തിൽ

അപശ്രുതിയായി. കരിമ്പിൻത്തോട്ടത്തിലെ കാവൽപ്പുരയിൽ മെല്ലെ യാടുന്ന റാന്തൽവെളിച്ചം. പാട്ടയിൽത്തട്ടി ശബ്ദമുണ്ടാക്കുന്നത് കാട്ടുപന്നികളെ ഓടിക്കാനാണെന്ന് ഇവിടെയെത്തിയതിന്റെ പിറ്റേന്നുതന്നെ മനസ്സിലാക്കി.

തലേ രാത്രിയിലെ ഉറക്കച്ചടവ് മനസ്സിലാക്കിയ സുജനപാലൻ ചെറുചിരിയോടെയാണ് ചോദിച്ചത്.

ഇന്നലെ ഉറക്കം ശരിയായില്ലേന്ന്.

ഇല്ല. എന്തൊക്കെ ശബ്ദങ്ങളാണ്. പാട്ടയിൽ അടിച്ചു ബഹളം വയ്ക്കുന്നതെന്തിന്? കാട്ടുമൃഗങ്ങളെ ഓടിക്കാനാണോ? രാത്രിയിൽ വന്യമൃഗങ്ങളുടെ ശല്യമുണ്ടോ ഇവിടെ ...?

സുജനപാലൻ സമാധാനിപ്പിക്കലിന്റെ ഉടയോനായി. അങ്ങനെ പേടിക്കാനുംമാത്രം ഒന്നുമില്ല.

കരിമ്പിൻതോട്ടത്തിൽ പന്നികയറും. ചിലപ്പോൾ ആനയും. അതു തടയാനുള്ള മുൻകരുതലാണ്. വലിയശബ്ദം കേട്ടാൽ അവയൊന്നും വരില്ല. കൊട്ടും പാട്ടും കേട്ടത് ഊരിൽ ഒരു മരണം കഴിഞ്ഞതിന്റെ ചടങ്ങുകളാണ്. താൻ എത്തിപ്പെട്ടിരിക്കുന്നത് വേറിട്ടൊരു ജീവിതാവസ്ഥയിലേയ്ക്കാണെന്ന് ഒന്നുരണ്ടു ദിവസംകൊണ്ട് സിദ്ധാർത്ഥ് മനസ്സിലാക്കി. അധികം സംസാരിക്കാത്ത ഗോത്രമനുഷ്യർക്ക് പൊതുവേ നിസ്സംഗഭാവമാണ്. ഊരുകളിലും നിശ്ശബ്ദതയാണ് ആധിപത്യം സ്ഥാപിച്ചിട്ടുള്ളത്. ഒറ്റയ്ക്ക് കഴിയാനാരും തയാറല്ല. കൂട്ടംവിട്ടു പോകാറുമില്ല. ഓരോ ഊരിനും ഒരു മൂപ്പനുണ്ട്. പൂശാരി (പൂജാരി) തണ്ടക്കാരൻ, കാണി, തുടങ്ങിയ അധികാരികളുണ്ട്. അവരാണ് ചടങ്ങുകൾക്ക് നേതൃത്വം വഹിക്കുന്നത്.

ഒരു മരണാനന്തരചടങ്ങ് കാണണമെന്ന് ആഗ്രഹം തോന്നി. സുജനപാലൻ കേട്ടപാടേ പറഞ്ഞു. അതിനെന്താ കാണാം. കാണേണ്ടതാണ്. അങ്ങനെയാണ് പൊങ്ങംപള്ളിയിൽ പോയത്. സുരന് രാത്രി വയറുവേദന വന്നു. പല മരുന്നുകളും മൂപ്പനും കൂട്ടരും ചേർന്നു കൊടുത്തു. പക്ഷേ, പാതിരാത്രി ആളു മരിച്ചു.

നാല്പതു വയസ്സിൽ താഴെ മാത്രം പ്രായമുള്ള സുരൻ. ഭാര്യയും നാലുമക്കളും അകത്തിരുന്ന് കരയുന്നു. എന്തൊക്കെയോ പാറ്റിപ്പെറുക്കിയുള്ള സംഭാഷണങ്ങൾ കരച്ചിലിനൊപ്പം പുറത്തേക്കു വരുന്നത് കേട്ട് സുജനപാലൻ പറഞ്ഞു.

മരിച്ചയാളുടെ ഗുണഗണങ്ങളാണ്. മരണാനന്തര വാഴ്ത്തിപാടൽ സർവ്വസാധാരണമാണല്ലോ. ഈ വാഴ്ത്തുകളിൽ ഒന്നെങ്കിലും ആ വ്യക്തി ജീവിച്ചിരുന്നപ്പോൾ പറഞ്ഞെങ്കിൽ എത്ര സന്തോഷ

മാകുമായിരുന്നു.

ഉച്ചയോടെ അകലെയുള്ള ഊരുകളിൽ നിന്ന് ബന്ധുക്കളെത്തി. അതിനുമുന്നേ മരണമറിയിക്കാൻ പോയവരെത്തിയിരുന്നു. മൂപ്പനും തണ്ടക്കാരനും പൂശാരിയും മരിച്ചയാളിന്റെ ഏറ്റവും അടുത്തയാളും ചർച്ചയിലാണ്. മഞ്ചൽ എത്തിയതോടെ എല്ലാവരും ഉഷാറായി. കാട്ടിൽ നിന്നുള്ള കമ്പുകൾ കൊണ്ട് തയാറാക്കിയ ശവമഞ്ചം.

അത് വീടിന്റെ മുറ്റത്ത് വച്ചു.

കുളിപ്പാട്ട്...

മൂപ്പൻ കല്പിച്ചു.

മൃതദേഹം കുളിപ്പിക്കുന്ന ചടങ്ങാണ്. കുളിപ്പിച്ച് പുതുവസ്ത്രം ധരിപ്പിക്കലാണ് കുളിപ്പാട്ട്. മരിച്ചയാളിന്റെ തലയിലും ദേഹത്തും എണ്ണതേയ്ക്കും. അതിനുശേഷം തണ്ടക്കാരൻ ഒരു പാത്രം വെള്ളം ശവശരീരത്തിനു മേലൊഴിക്കും. തുടർന്ന് ബന്ധുക്കളും. കുളിപ്പാട്ടിയാൽ തുണി മാറ്റണം - പുതുചേലകെട്ടി കോടികൊണ്ട് മൂടും. പിന്നീടാണ് വായ്ക്കരിയിടൽ.

വായ്ക്കരിക്കുള്ള നെല്ല് കുത്തുന്നതിന് ഓരോ ഊരിനും ഓരോ ആളുണ്ട്. അതു പറയുമ്പോഴേക്കും കുറച്ചുകൂടി പ്രായമുള്ള ഒരാൾ മുറത്തിൽ അരിയുമായി വന്നു. മൂപ്പന്റെ നിർദ്ദേശം ഇടയ്ക്ക് കേൾക്കാം. പെണ്ണാള് വന്ന് വായ്ക്കരിപോട്...

കുടിലിനുള്ളിൽ നിന്ന് തീരെമെലിഞ്ഞ ചില സ്ത്രീകൾ പുറത്തുവന്നു. വായ്ക്കരിയിട്ടുപോയി. ചടങ്ങുകൾ ഗോത്രാചാരം അനുസരിച്ച് തുടർന്നു.

ആണുങ്ങൾ വായ്ക്കരി ഇടാറില്ലേ...?

സിദ്ധാർത്ഥിന്റെ സംശയത്തിന് അടുത്തുനിന്ന ഒരു ചെറുപ്പക്കാരനാണ് മറുപടി പറഞ്ഞത്. ഇടും. അപ്പറം ശവക്കോട്ടയില്...

അതെവിടെയാണ്...? ആകാംക്ഷ ചോദ്യമായതാണ്. അതുകേട്ട അയാൾ ദൂരേയ്ക്കു ചൂണ്ടി.

അതോ... അന്ത കുന്നിന്റെ അടിവാരത്തില്.

അപ്പോഴെല്ലാം അകലെയേതോ നദിയിലെ ഒഴുക്ക് കളകളാരവം മുഴക്കുന്നുണ്ടായിരുന്നു. പുഴയുടെ സാന്നിദ്ധ്യം ഉന്മേഷം പകർന്നു.

മഞ്ചലെടുക്കപ്പോറേ ...

മൂപ്പന്റെ ശബ്ദം അറിയിപ്പായി. അകത്ത് നിലവിളി ഉച്ചാവസ്ഥയിലായി.

മഞ്ചലെടുത്ത് ആണുങ്ങൾ മലഞ്ചരിവിലൂടെ നടന്നുതുടങ്ങി. സ്ത്രീകൾ നെഞ്ചത്തടിച്ചും തലയിലടിച്ചും സങ്കടം രേഖപ്പെടു

ത്തിക്കൊണ്ടേയിരുന്നു. എണ്ണീപ്പെറുക്കീ കരയുന്ന ഭാര്യയും ബന്ധുക്കളും...

പോകാമോ? അവിടേയ്ക്ക്? സിദ്ധാർത്ഥ് സുജനപാലനെ നോക്കി.

അതു പാടില്ല. ശവകോട്ടയിൽ എല്ലാപേർക്കും പോകാൻ അനുവാദമില്ല. മൂപ്പന്റെ നിർദ്ദേശം അനുസരിച്ച് ഏറ്റവും അടുത്ത ബന്ധുക്കളും ഗോത്രമുഖ്യന്മാരുമൊക്കെയാണ് പോകാറ്. പൊതുവേ വേറിട്ട ശവമടക്ക് രീതിയാണിവർക്ക്. ഏഴുകുഴികൾ... ഒന്ന് രണ്ട് മൂന്ന് ക്രമത്തിൽ ആളുകളെ അടക്കും. ഏഴാമത്തെ കുഴിയും കഴിഞ്ഞാൽ വീണ്ടും ഒന്നാമത്തെ കുഴിയിലാവും. അപ്പോഴേക്കും അതിനുള്ളിലെ ദേഹം അഴുകി തീർന്നുകാണും. കുഴിയിൽനിന്ന് അസ്ഥികൾ പെറുക്കി കരയിൽവെക്കും. ആ കുഴിയിലേയ്ക്ക് എട്ടാമത്തെയാളെ അടക്കം ചെയ്യും.

കേട്ടത് പൂർണ്ണമായും വിശ്വസിക്കാനാവാതെ നിന്ന സിദ്ധാർത്ഥിനെ നോക്കി സുജനപാലൻ പറഞ്ഞു. ഒരു കുഴിയിൽ ഒരാളെ അടക്കിയാൽ അതിന്റെ മുകളിൽ ഒരു മൺകൂനയുണ്ടാക്കും. അടയാളമാണ്. കുഴികൾ മാറിപ്പോകാതിരിക്കാൻ. ആ കൂനയിൽ വെറ്റില പാക്ക് വയ്ക്കും. പിന്നെ ഒരു വാക്കത്തി, ഒരു പാത്രത്തിൽ വെള്ളം, ബീഡി, പുകയില എന്നിവയും വെക്കും. ഇത്രയും കഴിഞ്ഞാൽ പുരുഷന്മാർ പുഴയിൽ കുളിക്കണം.

ഏഴുകുഴികൾ ... ഗോത്രത്തിലെ മുഴുവൻ ആളുകളെയും അടക്കം ചെയ്യാൻ വെറും ഏഴു കുഴികൾ മാത്രം! ആദ്യത്തെ ഏഴുപേർ ... എട്ടാമത് ഒന്നാമന്റെ കുഴിയാണ് നിശ്ചയിക്കപ്പെട്ടിട്ടുള്ളത്. ആണോ പെണ്ണോ ആയിക്കോട്ടെ, ഒന്നാമന്റെ അസ്ഥികൾ പുറത്തെടുക്കുന്നു. അടുത്തയാളെ അതേ കുഴിയിൽ... സിദ്ധു തലകുടഞ്ഞു.

അത് പാമ്പാറാണ്. അകലേയ്ക്കു ചൂണ്ടി സുജനപാലൻ പറഞ്ഞു. അതിലാണ് ഇവരുടെ ചടങ്ങുകൾ. വയസ്സറീച്ച് കല്യാണത്തിന് പെണ്ണ് കുളിക്കുന്നതും അവിടെയാണ്. ഒഴുക്കുവെള്ളം ഇവർക്ക് പ്രധാനമാണ്. ശുദ്ധീകരിക്കൽപ്രക്രിയ ഒഴുക്കുവെള്ളത്തിലൂടെ...

വീടകം ശാന്തമായി ഒച്ചയനക്കങ്ങളില്ല. ക്ഷീണം കൊണ്ട് പലരും ചുവരും ചാരിയിരിക്കുകയോ ചിലരെങ്കിലും കിടക്കുകയോ ചെയ്തപ്പോൾ കുട്ടികൾ മാത്രം അവിടവിടെ ഒറ്റയ്ക്കും കൂട്ടായും നടക്കുന്നുണ്ടായിരുന്നു.

ഇന്നലെ മുതൽ പട്ടിണിയാണ്. അല്ലെങ്കിലും വിശപ്പ് ഇവർക്ക് പുത്തരിയല്ലല്ലോ. വിശപ്പിന്റെ പേരിൽ പിടിച്ചു പറിക്കാനോ കട്ടെടുക്കാനോ പോവാറില്ല. അടക്കംകഴിഞ്ഞ് കുളിച്ച് വസ്ത്രങ്ങളും

അലക്കി തിരികെവരുന്നവർക്ക് ചിലപ്പോൾ കാപ്പിയോ ചൂടുവെള്ളമോ കൊടുക്കും. വീട്ടിലാരും ഭക്ഷണം കഴിക്കില്ല. വെള്ളം കുടിച്ച് തൃപ്തിപ്പെടുന്നു.

സുജനപാലന്റെ ശബ്ദത്തിൽ അമർഷം... അവരോടുള്ള അനുതാപമായിരിക്കുമെന്നാണ് അന്ന് തോന്നിയത്. അതിനു പല കാരണങ്ങളുണ്ടായിരുന്നു. അവരിൽ ചിലരുമായി സുജനപാലന് അടുത്ത് പരിചയമുണ്ടായിരുന്നു. മരിച്ചയാളിന്റെ മകനെ വിളിച്ച് കുറച്ച് കാശ് കയ്യിൽ കൊടുത്തിട്ടു പറഞ്ഞു. അരിശി വാങ്ങണം.

അവൻ തലയാട്ടി സമ്മതിച്ചു. നിസ്സഹായത നിറഞ്ഞ മുഖം.

വെയിലിറങ്ങി. താഴ്വരയിൽ അരണ്ടവെളിച്ചം ബാക്കിനില്ക്കേ സുജനപാലൻ ചുറ്റിനും നോക്കി.

അവര് വരാൻ വൈകും. നമുക്ക് പോയാലോ?

അനുസരിക്കുകയല്ലാതെ ഡോക്ടർ സിദ്ധാർത്ഥന് പ്രത്യേകിച്ച് ഒന്നും ചെയ്യാനില്ലായിരുന്നു.

ഇനിയും എന്തൊക്കെയോ കാണാൻ ബാക്കിയുണ്ടെന്ന് സിദ്ധാർത്ഥിന്റെ ള്ളിലെവിടെയോ ഒരു കുതറൽ... ചടങ്ങുകൾ പൂർത്തിയായിട്ടില്ലെന്ന് ഒരു തോന്നൽ. തല്ക്കാലം ബാലേട്ടനെ അനുസരിക്കുകയേ നിവൃത്തിയുള്ളൂ.

പോകാം... സിദ്ധാർത്ഥ് മുന്നിൽ നടന്നു.

സ്കൂട്ടർ കുറച്ചകലെയായിരുന്നു. കുത്തനെയുള്ള ഇറക്കം-അതും മൺപാത അത്ര സേയ്ഫല്ല എന്നറിയാവുന്നതുകൊണ്ടാണ് നടക്കാൻ തീരുമാനിച്ചത്. വഴിയിൽ കോൺക്രീറ്റ് കെട്ടിടംകണ്ടു.

ഇത് കമ്മ്യൂണിറ്റി സെന്ററാണ്. മറ്റേത് അംഗൻവാടിയും. പാലും ഉപ്പുമാവും കൊടുക്കുന്നതുകൊണ്ട് കുട്ടികൾ വരും. വലിയ പാറപ്പുറത്ത് രണ്ട് കോൺക്രീറ്റ് കെട്ടിടങ്ങൾ ... വലുതല്ല... വൃത്തിയുണ്ട്. കറണ്ടിന് സോളാർ പാനലുണ്ട്. വെള്ളത്തിന് പ്രയാസമാണ്. സുജനപാലൻ തുടർന്നു. ഇവിടെയുള്ളവരാണ് അന്ന് മനുസാറിനെ ... പൂർത്തിയാക്കാതെ വിട്ടത് ആ സംഭവത്തെക്കുറിച്ച് മുൻപ് പറഞ്ഞിട്ടുള്ളതുകൊണ്ടാവണം. സ്കൂട്ടറിനടുത്ത് ചില കുട്ടികൾ പാറപ്പുറത്ത് ഇരിക്കുകയും കിടന്നുറങ്ങുകയും ചെയ്യുന്നുണ്ടായിരുന്നു.

മനുഷ്യർ എങ്ങനെയെല്ലാമാണ് ജീവിക്കുന്നത്. വീണ്ടും വീണ്ടും അടക്കം ചെയ്യുന്ന ശവക്കുഴികൾ. ഇക്കണ്ടവർക്കെല്ലാം കൂടി ഏഴു ശവക്കുഴികൾ മാത്രം. അരുതാത്തതെന്തോ മനസ്സിൽ തിക്കുമുട്ടലായി. ഏഴിലധികം പേർ ഒരേസമയം... എന്തു ചെയ്യും? ചിന്തയെ സ്വയം ശകാരിച്ച് സിദ്ധാർത്ഥ് അകലെ കാഴ്ചകളിലേയ്ക്കു മനസ്സു

പായിച്ചു. ഇപ്പോൾ ദാ. അവിടെ തുള്ളിക്കുതിച്ചു പായുന്ന പാമ്പാർ... അതിനിരുവശത്തും ഉയർന്നുയർന്നു പോകുന്ന മലകളിൽ വലിയ മരങ്ങളില്ല; കുറ്റിച്ചെടികൾ. അവയ്ക്കിടയിലെ കുടിലുകൾ. അവിടെയും ജനവാസം ഉണ്ടെന്നതിന്റെ അടയാളങ്ങൾ നേർത്ത പുകയായി ഉയരുന്നുണ്ട്.

സ്കൂട്ടർ സ്റ്റാർട്ട് ചെയ്യുമ്പോഴും സുജനപാലൻ വ്യാകുലനായി കാണപ്പെട്ടു. തക്കതായ കാരണമില്ലാതെ ഇങ്ങനെ കാണാറില്ലെന്ന് സ്വയം സമാധാനിക്കാൻ ശ്രമിച്ചുകൊണ്ടിരിക്കെ മൺപാത റോഡിലെത്തി. വഴിയിലങ്ങിങ്ങ് മുറുക്കിച്ചുവപ്പിച്ച ചുണ്ടുകളും വെറ്റിലച്ചാറും ചുണ്ണാമ്പും പറ്റിപ്പിടിച്ച മുഖവുമായി സ്ത്രീകളും പുരുഷന്മാരും. കടുംനിറമുള്ള ചേലയിൽ കാട്ടുപൂക്കളെപ്പോലെ... എണ്ണ പുരട്ടി ചീകിവച്ച മുടിയിൽ പലതരം കാട്ടുപൂക്കൾ തിരികിയിരുന്നു. കമ്പിൽ തുണിചുറ്റിയ പോലെയാണ് ചിലർ... അത്രയ്ക്ക് മെലിഞ്ഞിട്ട്. ചുരുണ്ടമുടി അലങ്കാരമായി ചിലർക്കെങ്കിലും. ആണുങ്ങൾ അലങ്കോലന്മാരായി മരച്ചോട്ടിലിരിക്കുന്നു.

ആഢംബരപ്രതീകം പോലെ ഒന്നു രണ്ട് ഓട്ടോറിക്ഷകൾ റോഡരികിൽ പാർക്ക് ചെയ്തിട്ടുണ്ട്. കാളവണ്ടികൾ മരത്തണലിൽ വിശ്രമത്തിലാണ്. ചരക്കുഗതാഗതം കാളവണ്ടിയിലാണെന്നു മനസ്സിലായി. രണ്ടു കാളകൾ പാതിമയക്കത്തിൽ അയവിറക്കുന്നത് കാണാം. ടാർറോഡിന്റെ വശങ്ങളിൽ ചെറിയ കടകളുണ്ട്. പ്ലാസ്റ്റിക് കവറുകളിൽ ശ്വാസംമുട്ടിക്കിടക്കുന്ന ബണ്ണും ബിസ്ക്കറ്റും മറ്റു ചില പലഹാരങ്ങളും നോക്കി നില്ക്കുന്ന കുട്ടികൾ

റോഡ് കരിമ്പുപാടം വകഞ്ഞുള്ള നേർരേഖയായി കാണപ്പെട്ടു. ശർക്കരയുണ്ടാക്കുന്ന അടുപ്പും പാത്രങ്ങളും ഒരു ചെറിയ ഷെഡ്ഡിനുള്ളിൽ കണ്ടു. അതേസമയം ഒരു പെണ്ണ് ഒക്കത്ത് ഒരു കുഞ്ഞുമായി കുടിലിൽനിന്നിറങ്ങി അടുപ്പിനടുത്തെത്തി. കുഞ്ഞിനെ താഴെയിരുത്തി അടുപ്പിലെ ചാരം നീക്കിത്തുടങ്ങി.

കരിമ്പിൻതോട്ടത്തിൽ കലപില ശബ്ദം കേട്ടു. എന്താണെന്നറിയാനൊരു മോഹവുമായി സുജനപാലന്റെ പിന്നിലിരുന്നു. പെട്ടെന്ന് ... വളരെ പെട്ടെന്ന് സ്കൂട്ടർ നിന്നു. ഒന്നും മനസ്സിലായില്ലെന്ന മുഖവുമായി സിദ്ധാർത്ഥ് സ്കൂട്ടറിൽ നിന്നും ഇറങ്ങി. കരിമ്പ് ആട്ടുന്നതു കാണണ്ടേ...?

ഇയാൾ ഒരു സംഭവമാണ്. സിദ്ധാർത്ഥ് ഉള്ളിൽ ചിരിച്ചു. കാണണമെന്ന് ആഗ്രഹിച്ചതേയുള്ളൂ. അതിനിടയിൽ വണ്ടി നിന്നു.

രുക്കമ്മാ അവിടെയാര്? സ്കൂട്ടർ സ്റ്റാൻഡിലിട്ടു.

മാമാ ഇര്ക്ക് സർ, കൂട്ടാളുമുണ്ട്.

സരി സരി... സുജനപാലൻ വരമ്പിലൂടെ ബാലൻസ് തെറ്റാതെ നടക്കുന്നതുകണ്ട സിദ്ധാർത്ഥ് പിന്നാലെ നടന്നു. ഒന്നുരണ്ടിടത്ത് കാലുതെന്നിയെങ്കിലും കൂട്ടാക്കാതെ നടന്നു. രണ്ടു വയലുകൾക്കപ്പുറത്ത് കരിമ്പ് വെട്ടുകയും ചീകുകയും ചെയ്യുന്നതുകണ്ടു.

ആദ്യമായി കരിമ്പിൻതോട്ടത്തിൽക്കയറിയ ആനക്കുട്ടിയെപ്പോലെ ഓടാനും ചാടാനുമൊക്കെ തോന്നി. വെട്ടി വൃത്തിയാക്കിയ കരിമ്പ് കെട്ടുകളാക്കി ഓലഷെഡ്ഡിനടുത്തേയ്ക്ക് ചുമക്കുന്നു. അപ്പോഴേക്കും രുക്കമ്മയെന്ന രുഗ്മിണി കുഞ്ഞിനേയും എടുത്തുകൊണ്ട് അടുത്തേക്കുവന്നു. കുഞ്ഞിനെ വരമ്പിലിരുത്തിയിട്ട് കരിമ്പുകെട്ടുകൾ തലയിലെടുത്ത് ഷെഡ്ഡിനടുത്തേക്കു നടന്നു.കുഞ്ഞു പുല്ലുപറിച്ചു കളിച്ചു. ഇടയ്ക്ക് ചെറിയ മാളത്തിലേക്ക് കയ്യിട്ടതും വേദനിച്ചെന്നോണം ഉച്ചത്തിൽ കരയാൻ തുടങ്ങി. രുക്കമ്മ അപ്പോഴും ജോലി തുടർന്നുകൊണ്ടേയിരുന്നു.

7

കുഞ്ഞ് ഉച്ചത്തിൽ കരഞ്ഞെങ്കിലും രുക്കമ്മ ജോലിതുടർന്നു. ശരവണൻ കരിമ്പുവെട്ടുകയും അതിലെ ഓലമാറ്റി കെട്ടുകളാക്കുകയും ചെയ്തുകൊണ്ടിരിക്കെ ഡോക്ടറോടായി സുജനപാലൻ പറഞ്ഞു. മറയൂർശർക്കര ഫേമസ്സാണ്.

മറയൂർശർക്കരയെക്കുറിച്ച് അമ്മ പറഞ്ഞുകേട്ടിട്ടുണ്ട്. അച്ഛൻ എന്നോ വാങ്ങിക്കൊണ്ടുവന്നതും അതുകൊണ്ട് അടയും കുമ്പിളപ്പവും ഉണ്ടാക്കിയതും സിദ്ധാർത്ഥിന്റെ ഓർമ്മയിൽതെളിഞ്ഞു.

നാളെ ശർക്കര കാച്ചും. വന്നാൽകാണാം.

ഒരുവിധം മലയാളത്തിൽ നിർത്തി നിർത്തിയാണെങ്കിലും തെറ്റില്ലാതെ പറഞ്ഞതുകേട്ട സുജനപാലൻ ചിരിച്ചു. ഇവരിവിടെ വന്നിട്ട് ആറുകൊല്ലമായി. അന്നുമുതൽ ഇവിടെയാണ്. കൃഷിയും ശർക്കരയുണ്ടാക്കലും എല്ലാം രണ്ടാളും കൂടിയാണ്. ആണ്ടിലൊരിക്കൽ പൊങ്കലിനുമാത്രം നാട്ടിൽപോകും.

കുഞ്ഞിന്റെ കരച്ചിൽ അടങ്ങി. അവൻ വരമ്പിൽ കിടന്നുറങ്ങി. സുഖമായി ഉറങ്ങി. ഇരുട്ടുകനക്കാൻ തുടങ്ങിയപ്പോഴാണ് പണി നിർത്തി രുക്കമ്മ കുഞ്ഞിന്റെയടുത്തേയ്ക്ക് എത്തിയത്. വരമ്പിൽ അനങ്ങാതെകിടക്കുന്ന കുഞ്ഞിനെയെടുത്തു തോളിൽക്കിടത്തി. നടക്കുന്നതിനിടയിൽ വാത്സല്യത്തോടെ ചോദിച്ചു...

കണ്ണാ തൂങ്കിയാച്ചാ... ശാപ്പിട്ട് അപ്പറം തൂങ്കലാമേ... കുളിപ്പാട്ടി,

ചട്ടപോട്ട് പൊട്ടുവച്ച്... കരുവാട്ട് കൊളമ്പും ചോറും ചാപ്പിട്ട്...

അമ്മയ്ക്ക് നെറയെ വേലയിർക്കല്ലേ... വേലമുടിഞ്ചാ താൻ കാശ് കെടയ്ക്കുമേ. കാശില്ലാമൽ എപ്പടി സാപ്പാട് മുടിയും? ഉനക്ക് തെരിയാതാ? ഊരില് പാട്ടിക്ക് കാസ് അനുപ്പിവക്കണം... പൊങ്കലിന് നെറയെ കാസുവേണം. അത്ക്കാവെ വേലപണ്ണിത്താനാകണം.

നടപ്പ്നിർത്തി കുഞ്ഞിനെ നിലത്തു നിർത്താൻ ശ്രമിച്ചെങ്കിലും കുഞ്ഞ് കുഴഞ്ഞുവീഴുകയായിരുന്നു. കുടിലിനുള്ളിൽ കട്ട പിടിച്ച ഇരുട്ടിൽ രുക്കമ്മ കുഞ്ഞിനെ തട്ടിവിളിച്ചു...

എള്ന്തിട് കണ്ണാ... പശിക്കറതാ അമ്മാമേലേ കോപമാ?

തീപ്പെട്ടി തപ്പിയെടുത്ത് മണ്ണെണ്ണവിളക്ക് കത്തിച്ചു കുഞ്ഞിന്റെ അടുക്കൽവച്ച് വീണ്ടും വിളിച്ചു.

കണ്ണാ... എള്ന്തിട് ....

ശാപ്പിടാമൽ തൂങ്കക്കൂടാത് കണ്ണാ...

എള്ന്തിട്... വലതുകൈപിടിച്ച് എഴുന്നേൽപ്പിക്കാൻ നോക്കി. രുക്കമ്മ ഒരു നിമിഷം പകച്ചു. പിന്നെ ഉച്ചത്തിൽ അലറിക്കരഞ്ഞു.

ശ്രീഘ്രം വാ മാമാ.... കൊളന്തയ്ക്ക് ...

കരച്ചിൽകേട്ട് ശരവണൻ ഓടി. പിന്നാലെ സുജനപാലനും സിദ്ധാർത്ഥും കുടിലിനെ ലക്ഷ്യംവച്ചാണ് ഓടിയത്. മണ്ണെണ്ണ വിളക്കിനു മുന്നിൽ കുഞ്ഞിനെ നെഞ്ചോട് ചേർത്ത് രുക്കമ്മ പൊട്ടിക്കരഞ്ഞു.

എന്നാച്ചോ... തെരിയലേ... പാര് മാമാ...

സിദ്ധാർത്ഥ് കുഞ്ഞിന്റെ കൺപോളകൾ ഉയർത്തിനോക്കി. ഹൃദയമിടിപ്പിന് കാതോർത്തു. അതിനിടയിൽ എന്തോ ഓർത്തിട്ടെന്നോണം സുജനപാലൻ കുഞ്ഞിന്റെ ദേഹം പരിശോധിച്ചു. വലതുകയ്യിൽ ചോര കിനിഞ്ഞുകൊണ്ടിരുന്നു. ദേഹമാകെ നീലനിറം...

അയ്യോ ചതിച്ചല്ലോ ദേവീ... അയാൾ കുഞ്ഞിനെയും എടുത്ത് നേരേ സ്കൂട്ടറിനടുത്തേയ്ക്ക് ഓടുകയായിരുന്നു. പിന്നാലെ നിലവിളിയുമായി രുക്കമ്മയും ശരവണനും. നിലവിളികേട്ട് എത്തിയ ബഷീർ വേഗം ഓട്ടോ സ്റ്റാർട്ട് ചെയ്ത് രുക്കമ്മയേയും ശരവണനേയും കയറ്റിയപ്പോഴേക്കും സ്കൂട്ടർ അകലെയായിക്കഴിഞ്ഞിരുന്നു. ഹോസ്പിറ്റലിൽ കുഞ്ഞിനെ മേശപ്പുറത്തു കിടത്തി സിദ്ധാർത്ഥ് നോക്കി. വെളിച്ചത്തിൽ മുറിവ് കണ്ടതും സുജനപാലൻ പറഞ്ഞു...

മൂർഖൻ, കണ്ടില്ലേ കരുവാളിച്ചു. കാണിമൂപ്പന് ചില ചികിത്സകളുണ്ട്. സാധാരണ രക്ഷപ്പെടും...

ഇതിപ്പോ ... മൂന്നാറിലെ ഹോസ്പിറ്റലിൽ കൊണ്ടുപോ

യാലോ....?

അതുവരെ നില്ക്കില്ല ഡോക്ടർ... സുജനപാലൻ തീർത്തു പറഞ്ഞു.

പുറത്ത് ആൾക്കൂട്ടം. കരച്ചിലിനിടയിലും കണ്ണാ ഏൻ മുത്തേ എന്ന് വിളിക്കുന്ന രുക്കമ്മ. കണ്ടുനില്ക്കാനാവാത്ത രംഗം.

കാണിമൂപ്പന്റെയടുത്ത് പോവാം. സാബൂ ജീപ്പെടുക്ക്. പറഞ്ഞു തീരുംമുന്നേ ജീപ്പ് വന്നു. കുഞ്ഞിനെയുംകൊണ്ട് സുജനപാലനും നാലഞ്ചുപേരും അതിവേഗം കാണിമൂപ്പന്റെ വീട്ടിലേയ്ക്ക് പാഞ്ഞു. മുറ്റത്ത് കാത്തുനില്ക്കുകയായിരുന്ന കാണിമൂപ്പൻ കണ്ടപാടെ ചോദിച്ചു...

ഏൻ ലേറ്റ്? എത്തരനേരമാച്ച്?

ഒന്നും മനസ്സിലാകാതെ നിന്ന സിദ്ധാർത്ഥ് കാണിമൂപ്പനെ നോക്കി. കാണിമൂപ്പൻ പറഞ്ഞതിന്റെ പൊരുളറിയാൻ സുജനപാലനെ നോക്കി. പിന്നീട് പറയാമെന്ന് ആംഗ്യംകൊണ്ട് ബോദ്ധ്യപ്പെടുത്തി. പച്ചിലകൾവിരിച്ച നിലത്ത് കുഞ്ഞിനെകിടത്തി മുറിവ് നോക്കി. കരിമൂർഖനാണ്. നേരത്തോട്നേരം കളിയണം..... റൊമ്പ നേരമാച്ച്....

അകത്തുപോയി മരുന്നുമായി എത്തി. നിലവിളക്കിനു മുന്നിൽ പ്രാർത്ഥനയോടെ മരുന്ന് മുറിവിൽവച്ചു. പിന്നെ വായിലേയ്ക്ക് ഒഴിച്ചു. മരുന്ന് ഇറങ്ങുന്നില്ലെന്ന് കണ്ട മൂപ്പൻ കുഞ്ഞിന്റെ തല ഉയർത്തിപ്പിടിക്കാനാവശ്യപ്പെട്ടു. ശരവണൻ കുഞ്ഞിന്റെ തല കൈകളിൽ ഉയർത്തി. കാണിമൂപ്പൻ മുഖത്ത് ഊതുകയും മൂക്കിൽ അമർത്തിപ്പിടിക്കുകയും ചെയ്തു. പെട്ടെന്ന് കുഞ്ഞ് ഒന്നു പിടഞ്ഞു. വായിൽ നിന്ന മരുന്ന് കുറച്ച് അകത്തേക്കും കുറച്ച് കവിളിലൂടെ വെളിയിലേയ്ക്കും പോയി. ജീവനുണ്ടെന്ന് ബോദ്ധ്യമായതോടെ ആശുപത്രിയിലേയ്ക്കു മാറ്റാമെന്ന് സിദ്ധാർത്ഥ് ആവശ്യപ്പെട്ടു. കാണിമൂപ്പൻ മുറിവിൽ മരുന്ന് ഇറ്റിച്ചുകൊണ്ടിരുന്നു.

ഏതോ സിനിമയിലെ ദൃശ്യം ആവർത്തിക്കുകയാണെന്നാണ് സിദ്ധാർത്ഥിന് ആദ്യം അനുഭവപ്പെട്ടത്. ഇത്രമേൽ നിരുത്തരവാദമായി പെരുമാറരുത്. പാമ്പ് കടിയേറ്റാൽ നല്ല ചികിത്സവേണം. മന്ത്രം കൊണ്ട് ഒന്നും നടക്കില്ല.

ദേഷ്യവും സങ്കടവും ചേർന്ന് സിദ്ധാർത്ഥിനെ ആകെ അലോസരപ്പെടുത്തിക്കൊണ്ടിരുന്നു. സുജനപാലൻ തോളിൽ കൈവച്ചു വിളിച്ചു. മറ്റത്തരികിലെ നെല്ലിമരച്ചോട്ടിൽ നിന്നു.

ജീവന്റെ കണികയെങ്കിലും ഉണ്ടെങ്കിൽ മൂപ്പൻ രക്ഷപ്പെടുത്തും.

കൊപ്പര

താൻ പഠിച്ച ആധുനിക വൈദ്യശാസ്ത്രത്തിന് നോക്കിനി ല്ക്കേണ്ടി വരുമെന്ന് ഒരിക്കലും ചിന്തിച്ചിരുന്നില്ല. ഇന്ന്, ഇന്നാദ്യ മായി, പരാജിതനെപ്പോലെ ഒരു നാട്ടുവൈദ്യന്റെ മുന്നിൽ തീർത്തും നിരായുധനാക്കപ്പെട്ട പോരാളിയായി.

ചേട്ടാ ... ഇതു ശരിയല്ല. കുഞ്ഞിനെ ഹോസ്പിറ്റലിൽ ...

ഡോക്ടർ വിഷമിക്കണ്ട. ഇവിടെ ഇതൊക്കെ പതിവാണ്. കാണി മൂപ്പന് ചില അപൂർവ്വസിദ്ധികളുണ്ട്. അത് കുറച്ചുകൂടി കഴിയുമ്പോൾ മനസ്സിലാകും. നമ്മൾ വരുന്നതും കാത്താണ് മൂപ്പൻ മുറ്റത്തു നിന്നത്; അതും മരുന്നുകളും തയാറാക്കിവച്ച്. കിടത്താനുള്ള തറയൊരു ക്കി... വിളക്കും തെളിച്ച്.

കേട്ടതിൽ എന്തോ വാസ്തവമുണ്ടെന്ന് സിദ്ധാർത്ഥിനും തോന്നി. കാരണം കണ്ടപാടേ ചോദിച്ചത് വൈകിയതെന്താണെന്നാണ്? എന്നുവച്ചാൽ കടിയേറ്റിട്ട് ഏറെ നേരമായെന്നല്ലേ. പെട്ടെന്ന് സുജ നപാലൻ പറഞ്ഞു.

നമ്മൾ കരിമ്പു തിന്നുകൊണ്ടു നിന്നപ്പോഴാണ് കുഞ്ഞ് കരഞ്ഞ ത്. അപ്പോഴേതാണ്ട് അഞ്ചു മണിയായിക്കാണും. സമയം ഏഴരക ഴിഞ്ഞു. ശരിയാണ് രണ്ടരമണിക്കൂറായി കടിയേറ്റിട്ട്, വെറുതേ കര യുകയാണെന്നാണ് രുക്കമ്മ കരുതിയത്. പാവം, കടിയേറ്റ വേദന യിലാവും കരഞ്ഞത്.

ബഷീറേ...

എന്താ ചേട്ടാ ...

വരമ്പിലിരുന്ന് കളിക്കുകയായിരുന്നു കുഞ്ഞ്. എളുക പറഞ്ഞു കേട്ടതും ബഷീർ രണ്ടു മൂന്നുപേരുമായി കരിമ്പിൻ പാടത്തേക്കു പോയി.

കുഞ്ഞിനെ ഇലക്കിടക്കയിൽ കിടത്തി. കാണി മൂപ്പൻ വീണ്ടും അകത്തേക്കു പോയി. അല്പസമയം കഴിഞ്ഞ് ഇലക്കുമ്പിളിൽ ഔഷധക്കൂട്ടുമായി വന്നു. കുഞ്ഞിന്റെ ദേഹമാസകലം കുഴമ്പ് തേച്ചു. നെറ്റിയിൽ കട്ടിയിൽ പുരട്ടി. തലയിൽ തളം വച്ചു. ഓരോ മണിക്കൂർ ഇടവിട്ട് മരുന്നുകൾ കൊടുത്തുകൊണ്ടേയിരിക്കുന്നതി നിടയിൽ ബഷീറും സംഘവുമെത്തി.

സുജനപാലൻ അടുത്തുചെന്നു ചോദിച്ചു. ജീവനുണ്ടോ?

സംശയമാണ് ചേട്ടാ നല്ല ഉശിരനാണ്. ചാടി കൊത്താൻതുട ങ്ങിയപ്പോൾ അടി തലക്കുകൊണ്ടു.

മൂപ്പൻ മുറ്റത്തിറങ്ങി. കൈചൂണ്ടിയ സ്ഥലത്ത് ചാക്കിൽ നിന്ന് മൂർഖനെ തട്ടിയിട്ടു. കയ്യിലിരുന്ന ചെറിയ വടികൊണ്ട് തിരിച്ചും

മറിച്ചും പരിശോധിച്ചു. തലകുലുക്കി വീണ്ടും അകത്തേയ്ക്ക് നട ക്കുന്നതിനിടയിൽ എല്ലാവരോടുമായി പറഞ്ഞു. മുന്തിയതാണ് സൂക്ഷിക്കണം.

പുല്ലു പറിച്ച് കളിക്കുന്നതിനിടയിലാവും പൊത്തിൽ കൈവച്ചതും കടിയേറ്റതും. മരുന്നുമായിവന്ന മൂപ്പൻ ഒരുനിമിഷം പ്രാർത്ഥിച്ചു. പിന്നെ ആ മരുന്നും കുഞ്ഞിന്റെ വായിലേയ്ക്ക് ഒഴിച്ചു.

വീണ്ടും ദേഹത്തിലാകെ കുഴമ്പുപുരട്ടി. അതുകഴിഞ്ഞ് കൂടി നിന്നവരോടായി പറഞ്ഞു.

ചാലിൽ കുളിക്കുമ്പോൾ അറിയിപ്പ്വന്നത്. ശീഘ്രമാ മരുന്ന് പറിച്ച് ഇവിടെവന്ന് കാത്തിരുന്നു. പത്തുനിമിഷംകൂടി കഴിഞ്ചിരു ന്നാൽ പൊഴക്കാത്. മൂന്ന്നാള് ഇപ്പടിയേ ഇരിക്കട്ടും. ബാക്കി കട വുൾ കൈയ്യില് താൻ....

രുക്കമ്മ തിണ്ണയിലിരുന്നു. ശരവണൻ വെരുകിനെപോലെ അങ്ങോട്ടുമിങ്ങോട്ടും നടന്നു. കൂട്ടത്തിൽ ഏതോ കോവിലുകളിൽ നേർച്ചകൾ നേരുന്നതു കേട്ടു. നാവിറങ്ങിയവളെപോലെ രുക്കമ്മ തൂണുംചാരിയിരുന്നു.

ഏഴുകൊല്ലമായി കല്യാണം കഴിഞ്ഞിട്ട്. നെറയെ പൂജയും നേർച്ചയും കഴിഞ്ഞാണ് കുഞ്ഞുണ്ടായത്. വിരസമായിരുന്ന ജീവി തത്തിന് അർത്ഥവും പൊലിപ്പും ഉണ്ടാക്കിയവൻ... രണ്ടു വയസ്സു കഴിഞ്ഞിട്ടേയുള്ളൂ. പാവം രുക്കു എങ്ങനെ സഹിക്കും.

ഇവരിങ്ക ഇരിക്കട്ടും. അതു പോതും.

കാണിമൂപ്പൻ പറഞ്ഞതിന്റെ അർത്ഥം മനസ്സിലായവർ തിരിച്ചു പോകാനിറങ്ങി. ബഷീറോ സാബുവോ ഒരു പൈസയും വാങ്ങി യില്ല എന്നത് സിദ്ധാർത്ഥിന് അത്ഭുതമായിരുന്നു.

രാത്രി കഞ്ഞിയും ചുട്ടരച്ച ചമ്മന്തിയും നിർബന്ധിച്ച് കുടിപ്പി ച്ചു. വേണ്ടെന്ന് പറഞ്ഞെങ്കിലും അത്താഴപ്പട്ടിണി പാടില്ലെന്ന് സ്നേഹത്തോടെ പറഞ്ഞു. വഴങ്ങുകയല്ലാതെ വേറെ വഴിയില്ലാ യിരുന്നു.

ആരുമല്ലാത്ത ഒരാൾ. ഒന്നും പ്രതീക്ഷിക്കാത്ത സ്നേഹം. ഇങ്ങനെ ഒരിടത്ത് പരസ്പരം അറിഞ്ഞും സഹായിച്ചുമല്ലാതെ കഴി യുക പ്രയാസമായിരിക്കും. ഓരോരുത്തരും പുലർത്തുന്ന വേറിട്ട ചില നിലപാടുകളുണ്ട്. സഹായം... കരുതൽ ... ഒരു നിലവിളി ഉയർന്നാൽ ഓടിയെത്തുന്നവർ അസൗകര്യം പറഞ്ഞ് ഒഴിഞ്ഞു മാറാ ത്തവർ. കാടകം മാനവികതയുടെ കലവറയാണെന്ന് സിദ്ധാർത്ഥ് മനസ്സിലാക്കി.

കൊപ്പര

കഞ്ഞി കുടിച്ചതോടെ ഉന്മേഷം തോന്നി. ഇന്നോളം അറിഞ്ഞിട്ടില്ലാത്ത രുചി നാവിൽ തങ്ങിനിന്നിരുന്നു. ചുട്ടരച്ച ചമ്മന്തിയുടെ സ്വാദ് അപാരം. തിരിച്ചുപോകാനിറങ്ങിയ സുജനപാലനോട് പറഞ്ഞു. ചേച്ചിക്ക് ഒരു സ്പെഷ്യൽ താങ്ക്സ്. സൂപ്പർ ചമ്മന്തി. അല്ലല്ല, ചുട്ടരച്ച ചമ്മന്തി. സുജനപാലൻ ചിരിച്ചു.

സിദ്ധാർത്ഥിന്റെ ജീവിതത്തിലെ വഴിത്തിരിവായ ദിവസം. കാണി മൂപ്പനും കുഞ്ഞും പാമ്പും ബഷീറും സാബുവും ശരവണനും രുക്കുവും കുസുമം ചേച്ചിയും അങ്ങനയങ്ങനെ നിരവധിപേർ. മനുഷ്യൻ എന്ന പദത്തിന്റെ നിർവചനങ്ങളായി മനസ്സിൽ നിറഞ്ഞു.

ഊരിലെ പച്ചക്കുടിലും അതിനുള്ളിലെ പെൺകുട്ടിയും പൊരുത്തക്കേടിന്റെ പര്യായമായി. ഒരേനാട്ടിൽ എന്തെന്തു വൈരുദ്ധ്യങ്ങളാണ്?

അച്ഛമ്മ പറഞ്ഞു കേട്ടിട്ടുണ്ട്. അവരുടെ ചെറുപ്പത്തിൽ തീണ്ടലും അശുദ്ധിയും ഉണ്ടായിരുന്നതായി. വീടിന്റെ പ്രധാന മുറികളിലോ അടുക്കളയിലോ പത്തായപ്പുരയിലോ പ്രവേശനമില്ല. കിണറിനടുത്തുപോലും പോകാനനുവാദമില്ല. 'തീണ്ടാരി' നാളുകൾ വല്ലാതെ വിഷമിച്ചിരുന്നതായുള്ള അനുഭവങ്ങൾ.

ഒറ്റിക്കൊടുക്കുന്ന, ഒഴിവാക്കലിന്റെ നഗരജീവിതം. ചേർത്തു പിടിക്കലിന്റെ കരുതലിന്റെ കാടുജീവിതം.

സിദ്ധാർത്ഥിന്റെ ചിന്തകളിൽ കാടും കാടിനുള്ളിലെ ജീവിതവും മാത്രമായി. കാടിന്റെമക്കൾ അവർ പൊതുവെ നിശ്ശബ്ദരാണ്. കാട് അവരെ അങ്ങനെയാക്കിയതാവും. മനുഷ്യശബ്ദം വന്യമൃഗങ്ങളെ ആകർഷിക്കുമെന്ന ഭയമാവാം ഈ സ്വതസിദ്ധനിശ്ശബ്ദതയ്ക്ക് കാരണം. തീരെ ചെറിയ ശബ്ദത്തിലാണ് പരസ്പരം ആശയവിനിമയം നടത്തുക. ആഹ്ലാദപ്രകടനങ്ങളോ ഉച്ചത്തിലുള്ള ആക്രോശങ്ങളോ ഒന്നുമില്ലാതെ സദാസമയവും ഏതാണ്ട് ഒരേ ഭാവവുമായി കഴിയുന്നവർ. കാടിന്റെ നിശ്ശബ്ദതയാണോ ഇവരെയും...?

കെട്ടഴിഞ്ഞ ചിന്തകൾ അടുക്കിപ്പെറുക്കുന്നതിനിടയിൽ ഫോൺ ശബ്ദിച്ചു.

നമ്പർ കണ്ടപ്പോഴേ മനസ്സിലായി. ഇനി പരിഭവപ്പെരുമഴയായിരിക്കും. എന്തായാലും കേൾക്കാം. വളരെ ശ്രദ്ധയോടെയാണ് സംഭാഷണത്തിന് തുടക്കം കുറിച്ചത്.

സിദ്ധേട്ടനെ എത്രതവണ വിളിച്ചു. എന്താ ഫോണെടുക്കാതിരുന്നത്. കരച്ചിലിന്റെ വക്കോളമെത്തിയ പരിഭവം.

എനിക്കറിയാം സിദ്ധേട്ടന് എന്നെ ഇഷ്ടമില്ല.

കൊപ്പര

ഇന്ന് നല്ല തിരക്കായിരുന്നു. ഊരിനുള്ളിൽ ഒരമ്മയ്ക്ക് അസുഖം കൂടി. ഇവിടന്ന് കുറേനടക്കണം. ഞങ്ങൾ അവിടെപോയി. വരാൻ വൈകി. ദാ ഇപ്പോ എത്തിയതേയുള്ളൂ.

കള്ളം... പച്ചക്കള്ളം. എന്നെ പറ്റിക്കാനല്ലേ...

അതുപോട്ടെ ക്ലാസ്സുതുടങ്ങാറായില്ലേ. ശ്രദ്ധിച്ചു പഠിക്കണം. നല്ലൊരു ജോലി... അതാവണം ജീവിതലക്ഷ്യം.

അവൾ നാട്ടുവിശേഷങ്ങൾ പറയാൻ തുടങ്ങി. കഴിഞ്ഞ ദിവസം നവീൻചേട്ടനെ കണ്ടതും അച്ഛൻ പുതിയ കാറുവാങ്ങിയതും അമ്മയുടെ പുതിയ നായ്ക്കുട്ടിയെക്കുറിച്ചും...

പുറത്ത് ആരോവന്നു. വല്ല രോഗികളും ആവും ഓ.കെ. ബൈ... പറഞ്ഞ് ഫോൺ കട്ട്ചെയ്തു.

പഠിക്കേണ്ട പ്രായത്തിൽ പ്രണയം. ഇല്ല, ഇത് തുടരുന്നത് ആപത്താണ്. ഒരിക്കലും സംഭവിക്കാത്ത ഒരു ബന്ധത്തിനായി... സൂചനകൾക്കൊന്നും അവളെ പിൻതിരിപ്പിക്കാനാവുന്നില്ലെന്നത് വല്ലാത്ത ആത്മസംഘർഷങ്ങൾക്ക് കാരണമാകുമോ? എന്തായാലും വ്യക്തമായി പറയണം. എനിക്ക്, ഈ മണ്ണിൽ... ഇവിടത്തെ മനുഷ്യരോടൊപ്പം ജീവിക്കണം. അതിനപ്പുറത്ത് ഇല്ല. ഒന്നുമില്ല.

അതേനിമിഷം ആരോ പറയുന്നതുപോലെ,

ഡോക്ടറേ അതത്ര എളുപ്പമല്ല. ചെറുപ്പത്തിന്റെ ആവേശത്തിൽ ഇങ്ങനെതോന്നും. ജീവിതം മുന്നിലേയ്ക്ക് നീളുന്നു. ഇവിടെ തീർക്കാനുള്ളതാണോ കഷ്ടപ്പെട്ടു നേടിയ ബിരുദം? ഇനിയും പൂർത്തിയാക്കേണ്ട വിദ്യാഭ്യാസം - അതിന് ഈ ദേശം പോര... തീരുമാനങ്ങൾ ധൃതിപ്പെട്ട് എടുക്കരുത്. അവൾ നല്ലകുട്ടിയാണ്. പക്ഷേ, അമ്മാവനെ ഒട്ടും വിശ്വസിക്കാൻ വയ്യ. അമ്മായിക്ക് സ്റ്റാറ്റസാണ് മുഖ്യം. സൺ-ഇൻ-ലാ ഡോക്ടറാണ്. അതുമതി. ഈ ജീവിതം പണയപ്പെടുത്താൻ പാടില്ല. കുട്ടിയല്ലേ. ആദ്യമൊക്കെ വിഷമംതോന്നും. പിന്നെ മാറി ചിന്തിച്ചേക്കാം. വീട്ടുകാരുടെ നിർബന്ധത്തിനു മുന്നിൽ അവളും കീഴടങ്ങും.

ഉറച്ച തീരുമാനങ്ങളോടെയാണ് ഉറങ്ങാൻകിടന്നത്. മയക്കം കൺപോളകളെ തലോടി തുടങ്ങിയപ്പോഴാണ് വീണ്ടും ഫോൺ ശബ്ദിച്ചത്. ഇവൾക്കൊരുപണിയുമില്ലേ... ഈ പാതിരായ്ക്ക് എന്തിന്റെ കേടാണ്. വീട്ടുകാരെ പറഞ്ഞാൽ മതിയല്ലോ. പെൺകുട്ടികൾ ആരെയൊക്കെയാണ് വിളിക്കുന്നത്. എപ്പോഴൊക്കെ... ഇതൊന്നും ശ്രദ്ധിക്കാതെ നാട്ടുകാരുടെ കുറ്റവും കുറവും കണ്ടുപിടിക്കും. സ്വന്തം മക്കൾ എങ്ങനെയാണെന്ന് അറിയണ്ട.

കൊപ്പര

പ്രണയം മനസ്സിന്റെ സമനില തെറ്റിക്കുമെന്ന് ഒരിക്കൽ ഗോപകുമാർ പറയുന്നതുകേട്ടു. വിവേകം ഒളിവിൽപോകും. വികാരം ആധിപത്യം ഉറപ്പിക്കും. അതോടെ വാശിയായി, ഭീഷണിയായി... ആത്മഹത്യവരെ... അരുത്... അങ്ങനെയൊന്നും സംഭവിച്ചുകൂടാ... അവൾ കുട്ടിയാണ്.

എന്റെ മോള് അങ്ങനെയൊന്നും ചെയ്യില്ല. ഈ അമിതവിശ്വാസം എത്ര പെൺകുട്ടികളുടെ ജീവിതം തകർത്തിട്ടുണ്ട്. സ്വാതന്ത്ര്യം വേണം. പക്ഷേ അതിരുകടക്കരുത്. അതിപ്പോ ആണായാലും ശരി പെണ്ണായാലും. ബുദ്ധിയുറയ്ക്കാത്ത പ്രായത്തിൽ കുട്ടികൾ വഴി തെറ്റുന്നത് ഇത്തരം അമിതവിശ്വാസങ്ങൾ കൊണ്ടാണ്. എല്ലാം സംഭവിച്ചു കഴിയുമ്പോൾ മാത്രം അറിയുന്ന വീട്ടുകാർ. പ്രായത്തിന്റെ ചപലതകൾ മുതലെടുക്കുന്നവർ. പിന്നെ ചതിക്കുഴിയിൽ നിന്ന് കരകയറാനാവാതെ ജീവിതം നശിക്കുന്നു. എത്ര പെൺകുട്ടികളെയാണ് പ്രണയത്തിന്റെ മറവിൽ...

ഫോണെടുത്ത് ഹലോ പറഞ്ഞത് അല്പം മുഷിപ്പോടെയാണ്. നമ്പർ ശ്രദ്ധിച്ചതുമില്ല. ഹലോ, ഡോക്ടർ സിദ്ധാർത്ഥ്?

നല്ല ഉറച്ചശബ്ദം. എവിടെയോ കേട്ടുപരിചയിച്ച ശബ്ദം. സിദ്ധാർത്ഥ് പെട്ടെന്ന് മറുപടിപറഞ്ഞു. യെസ്. ഡോക്ടർ സിദ്ധാർത്ഥ്. ആരാണ് മനസ്സിലായില്ല.

മറന്നു എന്നു പറയൂ... അതാണ് ശരി.

പ്ലീസ്... ആരാണെന്നു പറയൂ.

പറയാം. തിരുവനന്തപുരത്തല്ലേ പഠിച്ചത്?

അതെ.

അന്ന് നിങ്ങളുടെ സീനിയറായിരുന്ന ജി.കെ. എന്ന ഗോപകുമാറിനെ ഓർമ്മയുണ്ടോ?

ആളിപ്പോൾ എവിടെയാണെന്ന് അറിയാമോ?

ഇല്ല. കോഴ്സ് കംപ്ലീറ്റ് ചെയ്യാതെപോയി എങ്ങോട്ടെന്നറിയില്ല. അന്വേഷിച്ചില്ലെന്ന് പറയുന്നതാണ് സത്യം.

അത്.... അത് എന്തൊക്കെയോ കേട്ടു. കേട്ടതൊന്നും വിശ്വസിക്കാൻ കഴിഞ്ഞില്ല. കുറച്ചുനാൾ കാത്തു. വരുമെന്നു വിശ്വസിച്ചു.

പിന്നെ ...

പിന്നെ ബോധപൂർവ്വം മറന്നു. അല്ലേ?

സിദ്ധാർത്ഥ് വീണ്ടുംചോദിച്ചു. ഇതൊക്കെ അറിയുന്ന ആൾ ആരെന്നുകൂടി പറയൂ...

ഞാൻ ജി.കെ. എന്ന ഗോപകുമാർ.

എവിടെയെന്ന് ചോദിക്കരുത്... പറയില്ല.

മാളവിക? പെട്ടെന്ന് ഓർമ്മയിൽ മാളവികയെത്തി.

കൂടെയുണ്ട്. പിന്നെ മരുന്നുകൾക്ക് താങ്ക്സ്. ബൈ നൗ ... ഫോൺ കട്ടായി.

ഒരു നിമിഷം അത്ഭുതസ്തബ്ധനായി ഇരുന്ന സിദ്ധാർത്ഥ് കേട്ടതിനെക്കുറിച്ച് മനസ്സിലിട്ട് ആവർത്തിച്ചുകേട്ടു. ബോധപൂർവ്വം മറന്നു. അതുശരിയല്ല. ഓർക്കാൻ ശ്രമിച്ചില്ലെന്നതാണ് ശരി. കാരണം കേട്ടതൊന്നും നല്ലവാർത്തയായിരുന്നില്ല. അതോ അത് ഉൾക്കൊള്ളാനുള്ള പക്വതവന്നില്ലെന്നതോ?

8

ഇടതൂർന്ന വന്മരങ്ങൾക്കിടയിൽ മത്സരിച്ചു വളരുന്ന കാട്ടുവള്ളികൾ. ചവിട്ടടിയിൽ സ്പോഞ്ച്പോലെ കരിയിലകൾ മണ്ണുമായി രമ്യതയിലായതിന്റെ അടയാളം. മുന്നിൽ നടക്കുന്നത് ആരാണെന്ന് അറിയാൻകഴിയുന്നില്ല. കാരണം അയാൾ തിരിഞ്ഞുനോക്കുന്നതേയില്ല. അയാൾക്ക് മുഖമില്ലേ എന്നുപോലും സംശയിച്ചു. എങ്കിലും തുടക്കത്തിൽപറഞ്ഞ വാക്കുകൾ അനുസരിക്കുകയല്ലാതെ ഈ കൊടുംവനത്തിൽ മറ്റു വഴികളില്ലല്ലോ.

ജീപ്പിൽ നിന്നിറങ്ങുന്നതുവരെ കണ്ണുകൾ കറുത്ത തുണികൊണ്ട് ബന്ധിച്ചിരുന്നത് അവരുടെ സുരക്ഷയോർത്താകയാൽ എതിർത്തില്ലെന്നു മാത്രമല്ല, ഉള്ളിൽ സന്തോഷിക്കുകയും ചെയ്തെന്നാണ് സിദ്ധാർത്ഥിന്തോന്നിയത്. എങ്ങും ആളനക്കമോ ആളടയാളങ്ങളോ കാണുന്നില്ലെന്നത് ലേശം ഭയംജനിപ്പിച്ചു. മുന്നിലെ കാലടികളിൽ കണ്ണുനട്ടുള്ള യാത്ര ഏറെസമയമായിക്കാണും. വള്ളികളെ വകഞ്ഞുമാറ്റിയും ചില കമ്പുകൾ വലിച്ചുപിടിച്ചും വഴികാട്ടി സശ്രദ്ധം നടക്കുകയാണ്. ജീപ്പ് തിരിച്ചുപോയിക്കാണുമോ? എങ്ങനെ തിരികെ വരും? ഇവരുടെ ലക്ഷ്യം എന്താവും? വാർത്തകളിൽ വായിച്ചിട്ടുള്ളതുപോലെ മോചനദ്രവ്യം ആവശ്യപ്പെടുമോ? അറിഞ്ഞാൽ നയന ബഹളമുണ്ടാക്കും. ഏതുവിധത്തിലും മോചിപ്പിക്കാൻ ശ്രമിക്കുകയും ചെയ്യും.

മുന്നിലെ കാലുകൾ നിശ്ചലമായി. അല്പസമയത്തിനുശേഷം ചീവീടുകളുടെ കരച്ചിൽകേട്ടു. നിമിഷങ്ങൾക്കകം കടുവയുടെ മുരൾച്ച കേട്ടതും കാലിൽനിന്ന് ഭയമിരച്ചു കയറുകയായിരുന്നു. മിണ്ടരുതെന്ന് വഴികാട്ടി ഇടയ്ക്കിടയ്ക്ക് സൂചനതന്നു. ഉള്ളിൽ ഭയം തിടംവച്ചു. നെഞ്ചിടിപ്പിന്റെ വേഗതയേറുന്നു. തലച്ചോറിലേയ്ക്ക്

രക്തം ഇരച്ചുകയറുന്നതായി അനുഭവപ്പെട്ടു. എത്രശ്രമിച്ചിട്ടും അടക്കാനാവാത്ത ഭയം കരച്ചിലായി. അല്ല, നിലവിളിയായി പുറത്തേയ്ക്കു വന്നു.

അമ്മേ...

പെട്ടെന്ന് വെളിച്ചംവന്നു. ഈ കാടിനുള്ളിൽ ഇത്ര വെളിച്ചമോ?

ഉണർച്ചയിലേയ്ക്കുള്ള ചെറിയ വഴിയിലായിരുന്ന സിദ്ധാർത്ഥ് കണ്ണുകൾതുറന്നു. മുറിയിലാണെന്ന തിരിച്ചറിവിൽ മൊബൈലെടുത്ത് സമയംനോക്കി. അഞ്ചുമണി കഴിഞ്ഞിരിക്കുന്നു. മുറിയിലെ ലൈറ്റ് കെടുത്താതെയാണോ കിടന്നത്? ബോധത്തിനും അബോധത്തിനുമിടയിൽ ബാലൻസ് കിട്ടാൻ സമയമെടുത്തു. ചുറ്റിനും നോക്കിയത് കാടിനുള്ളിലാണോ എന്ന് മനസിലാക്കാനാണ്. അല്ല. സമാധാനം. ഒരു നെടുവീർപ്പിൽ സാവകാശം ബോധത്തിലേയ്ക്ക് കടന്നു. കഴിഞ്ഞരാത്രിയിലേയ്ക്ക്... സുജനപാലേട്ടൻ വന്നത്. മരുന്നുകൾ... പെട്ടെന്ന് തലേരാത്രിയിലെ ഫോൺകോൾ... ജി.കെ.യുടെ വാക്കുകൾ... താങ്ക്സ്, മെഡിസിൻസ്, ഉറക്കം വഴിമാറിപ്പോയ രാത്രി.

ആകെ അലോസരം സൃഷ്ടിക്കുന്ന സ്വപ്നവും ഫോൺകോളും. ജി.കെ. ഇവിടെയുണ്ടോ? എന്തായാലും പരിസരത്തെവിടെയോ ഉണ്ട്. കാരണം തലേന്നുകൊടുത്ത മരുന്നുകൾ കിട്ടിയതിന്റെ നന്ദിയാണ്പറഞ്ഞത്. അങ്ങനെയെങ്കിൽ... കരുതലോടെ വേണം ഇനിയുള്ള പ്രവർത്തനങ്ങൾ... നിരീക്ഷണവലയത്തിലാണോ?

മരുന്നുകൾ എത്തേണ്ടിടത്ത് എത്തി. അങ്ങനെയെങ്കിൽ അത്ര വിദൂരതയിലല്ല അവരുടെ താവളം. ആരൊക്കെയുണ്ടാവും. ജി.കെ., മാളവിക, വേറെയും ജി.കെ. മാരും മാളവികമാരും ഉണ്ടാവും. സുജനപാലന് അവരുമായി ബന്ധമുണ്ടോ? മാരൻ അവരുടെ സഹായിയാണോ? കുമരൻ അവരെ സഹായിച്ചിരുന്നോ? എങ്കിൽ... സിദ്ധാർത്ഥിന് ആശയക്കുഴപ്പം അനുഭവപ്പെട്ടു. ചിന്തകളെ അടുക്കിപെറുക്കി വച്ച് അനുയോജ്യമായ ഒരുചിത്രം നിർമ്മിക്കാൻ ശ്രമിച്ചു. മെഡിക്കൽ കോളേജ്. ചുവരിലെ നോട്ടീസുകളും ചിത്രങ്ങളും. ജി.കെ.യുടെ മിസ്സിംഗ് മാളവികയുടേതും. പോലീസ് അന്വേഷണം... ശേഷം...?

ഇതുവരെ ഓ.കെ. അതൊക്കെ തലസ്ഥാനനഗരിയിലെ സംഭവങ്ങൾ. കാലം മറന്നുപോയ സന്ദർഭ ചിത്രങ്ങൾ. വർഷങ്ങൾക്കുശേഷം, ഇവിടെ, ഈ ആദിവാസി ഊരിലെ വെടിവെയ്പ്പ്.... ഈ രണ്ടു സംഭവങ്ങളും പരസ്പരബന്ധമുള്ളതാവുമോ? ചീരുവിന് ഇവരുമായി ബന്ധമുണ്ടായിരുന്നോ? ചീരുവിനെ കണ്ടിട്ടില്ലെന്നത് വലിയ കുറ

വായി അനുഭവപ്പെട്ടു. പത്രത്തിൽ വെടിയേറ്റു മരിച്ചുകിടക്കുന്ന ചീരുവിന്റെ മുഖം വ്യക്തമായിരുന്നില്ല. മുടി ചിതറിവീണ്, മണ്ണ് പുരണ്ട്, മുഖം അവ്യക്തമായിരുന്നു. പച്ചനിറമുള്ള ബ്ലൗസ്സും ഏതാണ്ട് അതേ നിറമുള്ള സാരിയുമായിരുന്നു വേഷം.

കമിഴ്ന്ന് കിടക്കുന്ന ചിത്രത്തിൽ മുഖം വ്യക്തമായിരുന്നില്ല. വെടിയേറ്റത് നെഞ്ചിലായിരിക്കെ എങ്ങനെ കമിഴ്ന്നുവീണു? ഒരുപക്ഷേ തിരിഞ്ഞുനോക്കിയതാവും... കുമരനും കുഞ്ഞും എവിടെയെന്നറിയാൻ... അല്ലെങ്കിൽ മരണവെപ്രാളത്തിൽ കമിഴ്ന്നതുമാവാം.

മണിയമ്മ ചീരുവിന് സ്വന്തം അമ്മതന്നെ ആയിരുന്നു. ചീരുവിന്റെ അമ്മ നേരത്തേ മരണപ്പെട്ടിരുന്നു. കുമരന് ചീരുവെന്നാൽ ജീവനായിരുന്നു എന്നാണ് മാരൻപറഞ്ഞത്. മണിയമ്മക്ക് കുമരനേക്കാളും ഇഷ്ടം ചീരുവിനെ ആയിരുന്നുവെന്ന് പലരും പറഞ്ഞു കേട്ടിട്ടുണ്ട്. ആ സ്നേഹമല്ലേ മണിയമ്മയുടെ ഇന്നത്തെ അവസ്ഥയ്ക്കു കാരണം?

ഒന്നും വ്യക്തമായി പറയാനറിയില്ലെങ്കിലും മനസ്സിൽ ഒരു നോവുകടലുണ്ടെന്നത് തീർച്ചയാണ്. പാവം, ഇന്നും ചീരുവിനുവേണ്ടി കരുവാട് സൂക്ഷിക്കുന്ന മണിയമ്മ. അവളുടെ ചേല കഴുകിയുണക്കുന്ന മണിയമ്മ. പിന്നെയും പിന്നെയും കഴുകി നിറമൊഴിഞ്ഞു തുടങ്ങിയ ചേലയിലൂടെ മണിയമ്മ ചീരുവിനെ കാണുന്നു. അതിലൂടെ ജീവിക്കുന്നു. മറ്റുള്ളവർക്ക് ചീരു 'പേയ്' ആയിരിക്കുന്നു. മണിയമ്മ ഇന്നും കാത്തിരിക്കുന്നു ചീരുവിനായി.

കുമരൻ തേനെടുക്കാൻ പോയിട്ട് വന്നില്ലെന്ന് പരിഭവം പറയും. കാണുന്നവരോടെല്ലാം 'കുമരനെ പാത്തായാ' എന്ന് ചോദിക്കുകയും വരാൻ വൈകുന്നതിൽ ശകാരിക്കുകയും ചെയ്യും. കാട്ടില് കരടിയിര്ക്ക്. കരടിക്ക് തേൻ ഇഷ്ടം. കരടി പാത്താ. സാമീ കാപ്പാത്തിട്...

എവിടൊക്കെയോ ചില ലിങ്കുകൾ... ഗൂഢമായതും എന്നാൽ സൂക്ഷ്മതയോടെയുള്ള നിഷ്കളങ്കതയും മാരനിൽ കാണാം. മാരനിലൂടെയാവണം മരുന്നുകൾ ജി.കെ.യിലെത്തുന്നത്. ചിലപ്പോൾ ഇവർക്കിടയിൽ മറ്റൊരാൾകൂടിയുണ്ടാവാം.

കറക്ട് അങ്ങനെയാവും.

ചീരു അഞ്ചുനാടിന്റെ ദുഃഖമായി. ചിലരെങ്കിലും ഇടയ്ക്ക് അഹിതമായിക്കഴിഞ്ഞ വെടിവെയ്പ്പിനെക്കുറിച്ച് ആശങ്കപ്പെടും. എന്തെങ്കിലും തെളിവ്?

എന്ത് തെളിവ്? അവൾക്ക് മാവോയിസ്റ്റുകളുമായി എന്തു ബന്ധം?

ഇതിന്റെ പിന്നിൽനിന്ന് ചരടുവലിച്ചവരെയാണ് നമ്മൾ സൂക്ഷി ക്കേണ്ടത്....

അതെ. അരാണവർ?

ചിന്തകളെ പൊട്ടിച്ചുകൊണ്ടുള്ള മുട്ട് കേട്ടു.

അതു സുജനപാലനാണ്. പ്രാതലുമായി. ഇത്ര കൃത്യനിഷ്ഠയെ ങ്ങനെ സാധിക്കുന്നു എന്ന അത്ഭുതത്തോടെയാണ് കതകുതുറന്ന ത്.

എന്തുറക്കമാണ് കുട്ടീ... മണി ഏഴരയായി. ഈ പ്രായത്തിൽ ഇങ്ങനെ ഉറങ്ങരുത്. ഉണർന്നിരിക്കേണ്ട സമയം പ്രവർത്തിക്കേണ്ട സമയം.

ആഹാ ടീച്ചറമ്മ രാവിലെ ഉപദേശിയായോ? എങ്ങോട്ടാ ഇത്ര രാവിലെ?

ഇന്ന് സിന്ധുവിന്റെ വയസ്സറീച്ച് കല്യാണമല്ലേ. നിന്നോട് പറ ഞ്ഞില്ലേ?

ഏയ് ... ഇന്നലെ അവിടെ പോയതാണ്. മണിയമ്മക്ക് അസുഖം കൂടി. ഇന്ന് ചേട്ടൻ പോയിക്കാണും ഇഞ്ചകഷൻ കൊടുക്കാൻ.

അതിന്റെകാര്യം കഷ്ടമാണ് മോനേ. അന്തംമറിഞ്ഞുപോയി. സുബോധം നഷ്ടപ്പെട്ടുകാണും. ഇടയ്ക്ക് ചീരുവിന്റെ ചേലയുമെ ടുത്ത് പുഴയിൽപോയി അലക്കി പാറപ്പുറത്ത്വിരിക്കും. ഉണങ്ങു വോളം അവിടെയിരിക്കും. പിന്നെ അതുംകൊണ്ട് കുടിലിലെത്തും. ആഹാരംപോലും മറന്നുപോകും. വിശപ്പും ദാഹവും അറിയാതെ പാവം.

ടീച്ചറമ്മയ്ക്ക് പറഞ്ഞുകൂടേ. മെൻസസ് എന്താണെന്നും അതി നെയിങ്ങനെ ആഘോഷമാക്കരുതെന്നുമൊക്കെ. അവരുടെ ആരോഗ്യം വെല്ലുവിളി നേരിടുന്നില്ലേ? ആ കുടിലിനുള്ളിൽ ഒറ്റയ്ക്ക് ... എങ്ങനെ ഇതിനൊക്കെ കൂട്ടുനില്ക്കാൻ കഴിയുന്നു?

ജീവിതം പലപ്പോഴും വളരെ ദുർബ്ബലമാണ്. ആവും. അവിടെ ഇത്തരം ആചാരങ്ങളും വിശ്വാസങ്ങളും അവരുടെ തുണയാകുന്നു. അതിലൂടെ ഒരുമിച്ചുനില്ക്കാനും പരസ്പരം വിശ്വസിക്കാനും അവരെ പ്രാപ്തരാക്കുന്നു. അതിജീവനത്തിന്റെ അദൃശ്യബന്ധന ങ്ങളാണ് ചടങ്ങുകൾ.

പൊട്ടിവന്നത് അരിശമായിരുന്നില്ലെന്നത് ലൗലിടീച്ചർക്ക് അറി യാം. ആറുമാസമേ ആയിട്ടുള്ളൂ പരിചയപ്പെട്ടിട്ട്. എന്നാൽ ആയു സ്സിന്റെ പഴക്കമുള്ള പരിചയം. ടീച്ചറമ്മയുടെ കുട്ടിയായി, ചേച്ചി യുടെ അനിയനായി, പലപ്പോഴും മകനായും. അങ്ങനെയുള്ള

സിദ്ധാർത്ഥിന്റെ മനസ്സ് പോകുന്നവഴികൾ ലൗലിക്കറിയാം, പറയാതെ തന്നെ.

നിങ്ങൾ തമ്മിലെന്താ ബന്ധം?

ചോദിച്ചത് മറ്റാരുമല്ല. പ്രിയദർശൻ സാറാണ്. ഇഷ്ടമില്ലെങ്കിൽ പറയണ്ട. ചിലതൊക്കെ കേട്ടു. അതുകൊണ്ട് ചോദിച്ചതാ.

ലൗലി ശ്രദ്ധിച്ചു. നീരസം ഇടംപിടിച്ച മുഖം വഴിതെറ്റിപ്പോകുന്ന നോട്ടം.

തികച്ചും സ്വാഭാവികം. ലൗലി മനസ്സിൽപറഞ്ഞു. ഇഷ്ടമില്ലാഞ്ഞിട്ടല്ല സാറെ. ചില ബന്ധങ്ങൾ പറഞ്ഞു ബോദ്ധ്യപ്പെടുത്താനാവില്ല. എന്തായാലും സാറ് കരുതുന്നപോലൊരു ബന്ധവും ഇല്ല. ഉണ്ടാവുകയുമില്ല. എന്റെ കുഞ്ഞനിയനേക്കാളും പ്രായക്കുറവ്. അതു നോക്കുമ്പോൾ മനുഷ്യബന്ധമെന്നു പറയാം. ഒരു ടൈറ്റിൽ ... ഇല്ല... ടൈറ്റിലുകൾക്കപ്പുറത്ത് ചിലബന്ധങ്ങളുണ്ട്. അത്യപൂർവ്വമായെങ്കിലും. ശീർഷകങ്ങൾ എപ്പോൾ വേണേലും മാറാം.

ഇതൊക്കെ പറയാൻകൊള്ളാം. സാധാരണക്കാർക്ക് വിശ്വസിക്കാൻ പ്രയാസമായിരിക്കും. മറ്റൊന്നുമല്ല... മനസ്സിലാകാഞ്ഞിട്ടാ ടീച്ചറേ...

സാർ ആവശ്യപ്പെട്ടതുപോലെ അഥവാ ആഗ്രഹിച്ചതുപോലെ നടന്നാൽ ആ ബന്ധത്തിന്റെ ശീർഷകം എന്തായിക്കുമെന്ന് ആലോചിച്ചാൽ മതി. ഞാൻ പറഞ്ഞത് മനസ്സിലാകും. ടൈറ്റിലുകൾ ആപേക്ഷികമല്ലേ...

എല്ലാവരും എല്ലാം മനസ്സിലാക്കേണ്ടത് അത്രവലിയ ആവശ്യമായി എനിക്കു തോന്നുന്നില്ല. കഴിയുന്നതുമാത്രം മനസ്സിലാക്കിയാൽ പോരേ? ആവശ്യമുള്ളതും.

എല്ലാക്കാലത്തും എല്ലാവരെയും കബളിപ്പിക്കാൻ കഴിയില്ല ടീച്ചറെ. ചിലരെ ചിലകാലം. അതിനപ്പുറത്ത് ആയുസ്സില്ല. കാത്തിരുന്ന് കാണാം...

ശീർഷകമില്ലാത്ത പലതരം ബന്ധങ്ങളുണ്ട് മനുഷ്യർക്കിടയിൽ ... എന്നാൽ സാർ പറഞ്ഞ ബന്ധത്തിന് നല്ല ശീർഷകമുണ്ട്... സമൂഹത്തിന്റെ കണ്ണിൽ അപമാനമാണെങ്കിലും അതിനു പറ്റിയ പദപ്രയോഗം ഉണ്ടല്ലോ.

ചില സ്ത്രീകൾക്ക് പ്രായംകുറഞ്ഞ ആൺകുട്ടികളോടാണ് താല്പര്യം. നാട്ടുകാരുടെ കണ്ണ് മൂടികെട്ടാൻ കഴിയില്ല. അതുമാത്രം മറക്കരുത്.

ലൗലിയുടെ കണ്ണുകളെ നേരിടാനാവാതെ അയാൾ വേഗം ഓഫീ

സിലേയ്ക്ക് പോയി. കേട്ടതിന്റെ ഉള്ളിലടങ്ങിയിരിക്കുന്നത് വിഷമാണ്. കൊടും വിഷം. എത്രപേരെയും കൊല്ലാൻ ഇതുമതി. മനുഷ്യനേക്കാൾ മാരകമായ വിഷജന്തുക്കൾ ഭൂമിയിൽ ഉണ്ടോ? ഉണ്ടായിരുന്നോ? ഇനി ഉണ്ടാവുമോ?

ഇല്ല, പതറരുത്. വെടക്കാക്കി തനിക്കാക്കുക എന്ന കുടിലതന്ത്രമല്ലാതെ മറ്റെന്താണ് ഇതിന്റെപിന്നിൽ... എന്നാലും എങ്ങനെ കഴിയുന്നു മുഖത്തുനോക്കി ചോദിക്കാൻ. ബന്ധങ്ങൾക്കു ശീർഷകം നൽകാനിറങ്ങിയ ഉദാരമനസ്കൻ. കാണിമൂപ്പന്റെ മുറ്റത്തു കിടന്ന കരിമൂർഖൻ എത്ര നിസ്സാരൻ.

എന്താണ് ചിന്താവിഷ്ടയായ ലൗലിടീച്ചറേ. ഇന്ന് സ്കൂളവധിയാണോ? എനിക്ക് അസൂയവരുന്നു. ആഴ്ചയിൽ അഞ്ചുദിവസം ജോലി. രണ്ടുദിവസം അവധി. സിദ്ധാർത്ഥ് പരിഭവം പ്രകടിപ്പിച്ചു.

എനിക്കു മാത്രം അവധിയില്ല.

നമ്മൾ രണ്ടും ഇടപെടുന്നത് മനുഷ്യരോടാണ്. എന്നാൽ ഞാൻ ബുദ്ധിയോടും സിദ്ധു ജീവനോടുമാണ്. ബുദ്ധിക്ക് വിശ്രമംവേണം. ജീവന് അതുപാടില്ല. അതു മനസ്സിലാക്കിയാൽ അസൂയ താനേ മാറും.

ഉവ്വേ... അടിയൻ തോറ്റു. ഇനി പറഞ്ഞാലും മാഡം എന്താണ് ഇന്നത്തെ പരിപാടികൾ

അങ്ങനെ വഴിക്കു വാ കുട്ടീ.

ചേട്ടൻ വന്നില്ലേ? വരേണ്ട സമയം കഴിഞ്ഞല്ലോ.

ദാ വന്തിട്ടേൻ ... ഒരു ചിരിയോടെ പാത്രം മേശപ്പുറത്തു വച്ച് സുജനപാലൻ പറഞ്ഞു.

കാണിമൂപ്പന്റെ വീടുവരെ പോയി.

കുഞ്ഞിന്റെ അവസ്ഥ?

സിദ്ധാർത്ഥ് സുജനപാലനെ നോക്കി.

നാല്പത്തിയെട്ടു മണിക്കൂറാണ് മൂപ്പൻ പറഞ്ഞത്. അതുകഴിഞ്ഞേ കണ്ണുതുറക്കൂ. ശരവണനും രുക്കുവിനും ആഹാരവും കൊണ്ടുപോയതാണ്. ഇന്നലെ ഉച്ചയ്ക്ക് കഴിച്ചതല്ലേ. രണ്ടും തളർന്നുപോയി.

ടീച്ചർ എപ്പ വന്നു?

കണ്ടിട്ട് രണ്ടുദിവസമായല്ലോ പരിഭവസ്പർശമുള്ള വാക്കുകൾ. ലൗലി ചിരിച്ചു. സ്നേഹത്തിന്റെ ഒരു ഉല്പന്നമാണല്ലോ, പരിഭവം.

കുറച്ചു സമയമായി. ഇവനെ തട്ടിയുണർത്തിയിട്ട് ഇരിക്കുമ്പോഴാണ് ചേട്ടൻവന്നത്? കൃത്യമായി പറഞ്ഞാൽ ചേട്ടൻ പത്തുമിനിട്ട് ലേറ്റ്.

അതുകേട്ട സുജനപാലൻ ചിരിച്ചു; സിദ്ധാർത്ഥും. ഊരില് പോകുന്നില്ലേ?

പോണം. അതുപറയാനും ഈ ഡോക്ടറു കുട്ടിയെ ക്ഷണിക്കാനുമാണ് ഇതിലേ വന്നത്. ഇന്നലെ സിന്ധുവിന്റെ അമ്മ വന്നു. എത്ര കൂട്ടീട്ടും കൂടുന്നില്ലാ ഇനിയും ആയിരം കൂടി വേണമെന്നും പറഞ്ഞ്. അവളിരിക്കാൻ തുടങ്ങിയിട്ട് ഒരു മാസം കഴിഞ്ഞു. അടുത്ത പിരീയഡ്സ് ആയിക്കാണണം. പാവം കുട്ടി. വീട്ടുകാരുടെ കയ്യിൽ കാശുവേണ്ടേ...?

എത്ര കൊടുത്തു?

ഉം. ഒറ്റ മൂളലിൽ ഉത്തരം വ്യക്തം.

ഇന്ന് വൈകിട്ടാണ് കല്യാണം. പോണം.

കേട്ടതൊന്നും പൂർണ്ണമായി മനസ്സിലാകാതെ രണ്ടുപേരെയും മാറിമാറി നോക്കിയ സിദ്ധാർത്ഥ് അസ്വസ്ഥത മറച്ചുവച്ചില്ല...

എനിക്കുംകൂടി മനസ്സിലാവുന്ന രീതിയിൽ പറയൂ. ഇങ്ങനെ പൊട്ടനാക്കല്ലേ.

കാടകം അസ്വസ്ഥ ഭൂപടമാണ്, എന്നാലോ ഏറെ സുതാര്യവും. ആരും ഒന്നും ഒളിക്കുന്നില്ല. എന്നാലോ ആർക്കും ഒന്നും അറിയില്ല, അറിയില്ലെന്ന് നടിക്കുന്നു. മറ്റുള്ളവരുടെ മാളത്തിൽ തലയിടാനാരും ശ്രമിക്കാറില്ല. പറഞ്ഞാൽ അറിയും. ഇല്ലെങ്കിൽ അറിയില്ല. അത്ര തന്നെ... അക്കാര്യത്തിൽ ആർക്കും പരാതിയില്ല.

സിദ്ധൂ, കാട് കാണുന്നതുപോലെ സുന്ദരമല്ല അതിന്റെ അകം. അതീവ നിഗൂഢതകളാണ്. ഓരോഇഞ്ചിലും. എന്നാലോ അതു വീടുപോലെയും വീട്ടുകാരെപ്പോലെയുമാണ്. സമാനമാണ് കാട്ടിലെ മനുഷ്യരും. പുറമേ ശാന്തരും നിസ്സംഗരുമായിരിക്കും. ഉള്ളിലോ ശാന്തസമുദ്രവും. അതൊക്കെ അറിയാൻ പുസ്തകങ്ങളിലെ അക്ഷരങ്ങൾ പോരാ. ജീവാക്ഷരങ്ങൾ വേണം. അത് പഠിക്കാനെളുപ്പമല്ല. പഠിപ്പിക്കാനും.

മണി എട്ടുകഴിഞ്ഞു.

സുജനപാലൻ കർത്തവ്യനിരതനായി. താക്കോലുമായി ഹെൽത്ത്സെന്ററിലേക്കു പോയതും സിദ്ധാർത്ഥ് എഴുന്നേറ്റ് ടവലെടുത്തു.

ചേച്ചീ ധൃതിയില്ലെങ്കിൽ ഇരിക്ക്. ഞാനിപ്പോവരാം. ലൗലി വരാന്തയിലിരുന്ന പത്രമെടുത്തു നിവർത്തി. വാർത്തകൾ സമനിലതെറ്റിക്കുമെന്ന ഭയം ലൗലിയുടെ മുഖത്ത് പ്രകടമാണ്. ദുരന്തങ്ങൾ, പ്രകൃതിദത്തവും മനുഷ്യനിർമ്മിതവുമായി അക്ഷരങ്ങളിൽ... അറു

പതുകാരൻ പത്തുവയസ്സുകാരിയെ...

ലൗലി പത്രം അടുത്തുകിടന്ന കസേരയിലേയ്ക്ക് വലിച്ചെറിഞ്ഞു. ഇവന്റെയൊക്കെ...

ഒരു നിമിഷം പ്രിയദർശൻ പറഞ്ഞ വാക്കുകൾ ഓർത്തു. ചിലർക്ക് പ്രായം കുറഞ്ഞ...

ഛെ, പരിഷകൾ.

ആരെയാണ് ആട്ടുന്നത്?

ഇത്ര വേഗം കുളികഴിഞ്ഞോ?

പിന്നെ... ഇതെന്താ തെരണ്ടുകുളിയാണോ?

ജസ്റ്റ് എ വാഷ്... അത്ര തന്നെ.

ഓഹോ തെരണ്ടുകുളിയെക്കുറിച്ച് അഭിപ്രായം പറയാനായി അല്ലേ? ഇതൊക്കെ ലേഡീസ് ഒൺലിയാണ്. സൂക്ഷിച്ചു കമന്റ് ചെയ്തില്ലെങ്കിൽ ഞങ്ങൾ ട്രോളി കൊല്ലും. പറഞ്ഞില്ലെന്നുവേണ്ട. ഞങ്ങളുടെ മാത്രമായ സ്വകാര്യതയിൽ തലയിടരുത്... അപകടമാണ്.

പാത്രം തുറന്നു നോക്കിയ സിദ്ധാർത്ഥ് വിളിച്ചു ചേച്ചീ വാ. നല്ല ഇഡ്ഡലി സാമ്പാറ് തരാം.

അത് ഞാൻ കഴിച്ചാൽ നീയെന്തു ചെയ്യും?

വലിയ ജാട വേണ്ട വാ... ആവശ്യത്തിന് ഉണ്ട്.

ലൗലി ഇഡ്ഡലിയുടെ എണ്ണം നോക്കി. അഞ്ച്. സാമ്പാറും വേണ്ടത്രയുണ്ട്.

രണ്ടുപേരും കൂടി ഇഡ്ഡലി കഴിച്ചു. പാത്രമെടുത്തുകഴുകാൻ തുടങ്ങിയ സിദ്ധാർത്ഥിനെ തടഞ്ഞു.

ഞാൻ കഴുകാം.

വേണ്ട... വേണ്ട... ഞാൻ കഴുകാം.

എന്നാപ്പിന്നെ ഇതുംകൂടി കഴുകിക്കോ. ലൗലി കഴിച്ച പാത്രം നീക്കി വച്ചു.

അതിനെന്താ... എനിക്ക് സന്തോഷമേയുള്ളൂ. പക്ഷേ ഞാൻ കഴുകുന്നില്ല. ദാ... ചേച്ചിതന്നെ കഴുകിവയ്ക്ക്. ഞാൻ റെഡിയാവട്ടെ. വേഗം വരണേ.

നിനക്ക് കാപ്പി വേണോ സിദ്ധൂ...

കിട്ടിയാൽ കൊള്ളാം. സാധനങ്ങൾ അവിടെ കാണും.

സിദ്ധൂ വേഗം റെഡിയായി. ഇറങ്ങാൻ നേരം ചൂടുള്ള കാപ്പിയുമായി ലൗലി എത്തി. കാപ്പികുടിക്കുന്നതിനിടയിൽ സിദ്ധു ചിരിച്ചു. എന്റെ അമ്മയുണ്ടാക്കുന്നതുപോലെ. നല്ല സ്വാദ്.

ലൗലി നോക്കി.. അവന്റെ കണ്ണുകൾ നീരുമൂടി...

സിദ്ധു എന്തായിത്?

ഏയ് ഒന്നുമില്ല. ഒരു നിമിഷം.

ചേച്ചീ ... ചേച്ചിക്ക് ഇവിടെ താമസിച്ചുകൂടേ?

ലൗലി നോക്കി. അവന്റെ കണ്ണുകളിൽ പ്രതീക്ഷ...

ഉം എന്നിട്ടുവേണം.

എന്നിട്ടുവേണം 'ശീർഷകം' കണ്ടെത്താൻ. രണ്ടു വ്യക്തികൾക്കിടയിൽ എന്തെല്ലാം ബന്ധങ്ങളുണ്ടാവാം? ഓരോ ശീർഷകവും ഉണ്ടാവും. സമൂഹം അംഗീകരിച്ചതും അല്ലാത്തതുമായ ബന്ധങ്ങൾ നമുക്കിടയിലുണ്ടെന്ന് സാരം. ചില ബന്ധങ്ങളുടെ ശീർഷകം അത്ര സുഖകരമല്ല... സുതാര്യവും.

സിദ്ധാർത്ഥ് അത്ഭുതസ്തബ്ധനായി ലൗലിയെ നോക്കിനിന്നു. എന്തുണ്ടായി ഇങ്ങനെചിന്തിക്കാൻ? ഏയ് തോന്നിയതാവും. ചേച്ചിയെ അറിയാത്തവരായി ഇവിടെ ആരുമില്ലെന്ന് അനുഭവം കൊണ്ടാണറിഞ്ഞത്. അഞ്ചുനാടിന്റെ ആത്മാവ്തൊട്ട വ്യക്തിയാണ് ടീച്ചറമ്മ. ആ മനസ്സിനെ ആരെങ്കിലും മുറിപ്പെടുത്തിയോ?

ആര്?

എന്തിന്?

9

ലൗലി നേരേ ഊരിലേയ്ക്കു പോകാനിറങ്ങി. ഞാനൊന്നു പോയിട്ടു വരാം. വൈകിട്ട് നമുക്ക് അവിടെപോണം. മറക്കരുത്.

ഓ.കെ. ചേച്ചീ. സിദ്ധു ധൃതിയിൽ വീടുപൂട്ടിയിറങ്ങി. ഫോറസ്റ്റ് ഓഫീസിന്റെ ഗേറ്റിനുമുന്നിലൂടെ നടന്ന ലൗലിയുടെ നോട്ടം ഓഫീസ്കെട്ടിടത്തിലേക്കു പോയി. വരാന്തയിൽ പ്രിയദർശൻ ഫോണിൽ സംസാരിച്ചുകൊണ്ട് നില്ക്കുകയാണ്.

നടപ്പിന് വേഗതകൂടിയതറിഞ്ഞില്ല. റോഡ് കയറ്റമാണ്. അഞ്ചനാട്ടംപാറയുടെ ചുവട്ടിലെത്തിയപ്പോഴേക്കും കിതയ്ക്കാൻ തുടങ്ങിയിരുന്നു. ഒരുനിമിഷം നിന്നു. പിന്നെ പാറയിലിരുന്നു. പതിവില്ലാതെ വിയർക്കുന്നു. വെയിലില്ല. കോടമഞ്ഞ് നന്നേയുണ്ട്. എന്നിട്ടും.

സ്പീഡിൽ നടന്നതാവണം. ഏതോ അസ്വസ്ഥതകൾ അലട്ടുന്നതായി തോന്നിയെങ്കിലും എഴുന്നേറ്റു. പാറകയറി കോവിലും കടന്ന് ഗ്രാമത്തിലൂടെ നടന്നു. തൊണ്ടവരളുന്നു. അടുത്തുകണ്ട വീടിന്റെ പുറംതിണ്ണയിലിരുന്നു.

എന്നാച്ച്? മുറ്റത്തിനപ്പുറം നിന്ന ചെടിയിൽ നിന്ന് എത്തി കായ്പറിക്കുകയായിരുന്ന നഞ്ചമ്മയെന്ന പാട്ടിയമ്മ അടുത്തുവന്നു. കയ്യിലെ പാവയ്ക്കകൾ താഴെ വച്ച് അടുത്തിരുന്ന് ചോദിച്ചു.

ഒടമ്പ് ശരിതാനേ?

ഉം. പാട്ടീ കുറച്ചു തണ്ണീ.

ദാ വന്തിട്ടേൻ ... ചുറ്റിയുടുത്ത ചേലയിൽ കൈ തുടച്ച് അകത്തേയ്ക്ക് പോയ പാട്ടി ഒരു ഓട്ടുഗ്ലാസ്സിൽ ചൂടുവെള്ളവുമായി വന്നു.

ഇതാമ്മാ കുടി ... ഇപ്പടി പാത്തതേയില്ല.

വെള്ളംകുടിച്ചതോടെ ക്ഷീണംമാറി. എന്തോ നടക്കാൻ മടിതോന്നി.

അല്പനേരംകൂടി പാട്ടിയോട് സംസാരിച്ചുകൊണ്ടിരുന്നു.

പിന്നെ എഴുന്നേറ്റു.

ടീച്ചറമ്മാ തനിയേപോകവേണ്ടാ ... അകത്തേയ്ക്കു നോക്കി വിളിച്ചു.

ടേയ് സുബ്രൂ... സുബ്രമണീ.

ഏൻ പാട്ടീ.

ടീച്ചറമ്മാവ്ക്ക് എന്നമോ ഒടമ്പ് ശരിയില്ല. ഊരില് നീ കൂടെ പോ....

സരി. അതുംപറഞ്ഞ് അവൻ മുന്നിൽനടന്നു. വെല്ലുവിളിപോലെ വലിയപാറ ഉയരങ്ങളിലേയ്ക്കു വളർന്നുകൊണ്ടിരിക്കുന്നതായി തോന്നി.

തോന്നലുകളെ അടക്കാനായി ദൂരക്കാഴ്ചകളിൽ ലയിച്ചു.

ഒരു പാട്ട് പാട് സുബ്രൂ...

ഇപ്പൊവാ? അവൻ നടപ്പുനിർത്തി തിരിഞ്ഞുനോക്കി

ആമാ ടാ... ഇന്ത ഉലകത്തിലെ ഇന്തമാതിരി അളകാന എടം വേറെയില്ല... തെരിയുമാ?

ടീച്ചറമ്മായ്ക്ക് അവ്വളവ് പുടിക്ക്താ?

ആമാ ടാ. അതല്ലേ ഇന്തഎടം വിട്ടു പോകാത്തത്. പോകമുടിയാത്.

അമ്മ ശൊല്ലുവാറ്.... മധുരയ്ക്ക് പോണം. അങ്കെ നെറയെ ആളിർക്ക്... ഷാപ്പുകൾ... കോവിലുകൾ

എനക്ക് തെരിയാത്... പാത്തതില്ല എന്തനാടും.

പൊറന്തതും പഠിച്ചതും ഇങ്കെത്താൻ. ഇതുക്ക് അപ്പുറം എന്ത ഊരും തെരിയാത്.

ഊര്ക്ക് പോക്മ്പോ നീ ഏൻകൂടെ വാ...

നെജമാ?

അവന്റെ വാക്കുകളിൽ അവിശ്വസനീയത ഉറഞ്ഞു.

എത്തറ കാസ് വേണം? വണ്ടിക്ക്?

അതേപ്പറ്റി കവലപ്പെടാത്. നാൻ പാത്ത്ക്ക്റേൻടാ

കയറ്റം അവസാനിച്ചെന്ന് കാട്ടരുവി ചിരിച്ചു.

ലൗലിടീച്ചർ അരുവിയിലിറങ്ങി തണുത്തവെള്ളം കയ്യിൽ കോരി മുഖം കഴുകി. ഒരു കവിൾ വെള്ളംകുടിച്ചു. അപ്പോഴേക്കും നഷ്ടപ്പെട്ട ഊർജം തിരിച്ചുകിട്ടിയതായി തോന്നി. അകലെ മലകൾ മഞ്ഞുമറകൾക്കിടയിലൂടെ മുഖംകാണിച്ചു തുടങ്ങി. നേരിയ വെയിൽ മലകളിൽ ഒളിച്ചുകളിക്കുന്നതുംനോക്കി ലൗലി നടന്നു. പുൽത്തൈലത്തിന്റെ ഗന്ധം വായുവിൽ തങ്ങിനിന്നു. ഇഷ്ടഗന്ധങ്ങളിൽ ഒന്ന് ... വാറ്റുപുരയിൽനിന്ന് പുക ഉയരുന്നുണ്ട്.

നടപ്പിന്റെ കാഠിന്യം കുറഞ്ഞത് സമനിരപ്പായതുകൊണ്ടാണ്. മലയുടെ ഏകദേശം മുകളിലെത്തിയാൽ പിന്നെ അധികം കയറ്റിറക്കമില്ല. നടവഴിയാണ്. ഒരുവശം വനവും മറുവശത്ത് കൃഷിയുമാണ്. വലിയ സൂര്യകാന്തിപ്പൂക്കൾ സൂര്യനേകാത്ത് കിഴക്കോട്ട് നോക്കി നില്ക്കുന്നു. നിറങ്ങളുടെ സംഗമഭൂമിയാണിത്. ഒരുവശം ചെടികളുടെ ധാരാളിത്തം, അതും കാട്ടുപൂക്കൾ. ഇടയ്ക്ക് ചോളവും റാഗിയും കൃഷി തെയ്തിരിക്കുന്നു. നിറയെ കായും പേറി നെല്ലിമരങ്ങൾ. ചില്ലകൾ ഭാരത്താൽ കുനിഞ്ഞാണ് നില്പ്.

ടീച്ചറമ്മാ നെല്ലിക്കാ വേണോ?

ആരുടെയൊക്കെയോ ഉപജീവനമാണ് ആ നെല്ലിക്കയെന്നറിയാവുന്ന ലൗലിടീച്ചർ പറഞ്ഞു. വേണ്ട. പല്ലുസരിയല്ല. കള്ളംപറഞ്ഞതാണ്. അല്ലെങ്കിൽ അവൻ മരത്തിൽകയറി നെല്ലിക്ക ഇറുക്കും. പ്രകൃതി അവർക്കായി കനിഞ്ഞു നൽകുന്നതാണ്... അത്... വേണ്ട.

കുടിയിൽ ആളനക്കം. അടുപ്പുകൾ എരിയുന്നുണ്ട്. പച്ചക്കുടിലിൽ അവൾ... സിന്ധു എന്ന പതിനാലുകാരി മാത്രം, തനിയേ... ഇതൊരു തുടക്കമോ പരിശീലനമോ ആവാം. ഭാവിയിൽ ചീരുവിനെപ്പോലെ... എന്നെപ്പോലെയും ജീവിക്കേണ്ടി വന്നാൽ

വാമ്മാ... ടീച്ചറമ്മ വന്തിട്ടാറേ... സിന്ധൂ. ടീച്ചറമ്മ... ഒന്നുരണ്ടു സ്ത്രീകൾ അകത്തുനിന്ന് ഇറങ്ങിവന്നു. നനഞ്ഞകൈകൾ ഇട്ടിരുന്ന നൈറ്റിയിൽ തുടച്ചുകൊണ്ട് കസേര കൊണ്ടുവന്നു. മുറ്റത്ത് പന്തലിനുള്ള ജോലികൾ നടക്കുന്നുണ്ട്. ഇതൊക്കെയാണെങ്കിലും ഒച്ചപ്പാടുകളില്ലെന്നത് ശ്രദ്ധേയമാണ്.

കുശല പ്രശനങ്ങളറിയാത്തവർ ചുറ്റിനും കൂടിനിന്നു. ചോദി

ച്ചാൽ സമാധാനം പറയും അതിനപ്പുറം. പരിചയമില്ല. മണിയമ്മ യെക്കൂടി കണ്ടിട്ട് ലൗലി ഇറങ്ങി.

സായങ്കാലം കട്ടായം വരണം. സിന്ധുവിന്റെ അമ്മ ഓർമ്മിപ്പി ച്ചു. സുബ്രമണി നടന്നുതുടങ്ങി. അവന്റെ ക്ലാസ്സിലാണ് സിന്ധുവും പഠിക്കുന്നത്. സ്കൂളിൽ ചേർക്കാൻ വൈകുന്നത് സ്വാഭാവികം. ഒറ്റയ്ക്ക് മലയിറങ്ങി സ്കൂളിലെത്താനാവില്ല. അതുകൊണ്ട് മൂന്നോ നാലോ കുട്ടികളെ ഒരുമിച്ചാണ് സ്കൂളിൽ ചേർക്കുക. സിന്ധുവിന്റെ അനിയനും അതേ ക്ലാസ്സിലുണ്ട്. പത്തുവയസ്സുള്ളവരും പതിനാലു വയസ്സുള്ളവരും ഒരേ ക്ലാസ്സിൽ പഠിക്കുക സാധാരണയാണ്. ആരെ ങ്കിലും വയസ്സു ചോദിച്ചാൽ എട്ട്, പത്ത് അതിലേതെങ്കിലും ഒന്നും പറയും. കൃത്യമായ വയസ്സ് പറയാറില്ല.

മുൻകാലങ്ങളിൽ കൃത്യമായ വയസ് അറിയില്ലായിരുന്നു. ആ അറിവില്ലായ്മയല്ലേ കുമരനെ ജയിലിൽ എത്തിച്ചത്. വയസ്സ് കേവലം ഒരു അക്കം മാത്രമാണ്. അതിനപ്പുറം അതിന്റെ നിയമപരമായ വശ ങ്ങളോ പ്രസക്തിയോ അറിയില്ലെന്നതാണ് യാഥാർത്ഥ്യം. വ്യക്ത മായ രേഖകളില്ലാത്തത് ചിലർക്ക് അനുഗ്രഹമാവാറുണ്ട്. പ്രത്യേ കിച്ചും തെരഞ്ഞെടുപ്പുവേളയിൽ വോട്ടേഴ്സ്‌ലിസ്റ്റിൽ പ്രായംതെന്നി നടക്കും.

താല്പര്യക്കാർ കൂട്ടിയെഴുതി വോട്ടിനു പ്രാപ്തരാക്കും. മറ്റു ചിലർ കേട്ടതുമാത്രം രേഖപ്പെടുത്തും. അങ്ങനെയല്ലേ ചീരു പ്രായ പൂർത്തിയാകാതെ പ്രസവിച്ചത്. പ്രസവത്തിന്റെ ക്ഷീണത്തിലായി രുന്ന ചീരു ഒന്നുംപറഞ്ഞില്ല. അടുത്തിരുന്ന പാട്ടി പറഞ്ഞു, പതി നേഴ്. പതിനേഴ് വയസ്സിൽ പ്രസവം!

ഗോത്രസമൂഹത്തിൽ പ്രായം ഒരു വിഷയമേയല്ല. വയസ്സ്ക്ക് വന്തി ച്ചാൽ കല്യാണം. അതിൽ തെറ്റില്ല. പെണ്ണിന് കല്യാണ പ്രായമായീ എന്ന വിളംബരമല്ലേ വയസ്സറീച്ച് കല്യാണത്തിനു പിന്നിൽ. ഊരാകെ ആഘോഷമാക്കുന്നതിന്റെ ലക്ഷ്യവും അതായിരുന്നു. എന്നാൽ യഥാർത്ഥ കല്യാണം യാതൊരാഘോഷവും ഇല്ലാതെ നടക്കുന്നു. അധികംപേരും ഓടിപ്പോകാറാണ്. ഒരു പെണ്ണും ആണും ഇഷ്ടം തോന്നിയാൽ ഓടിപ്പോകും. കാട്ടിലെവിടെയെങ്കിലും രണ്ടുമൂന്നു ദിവസം കഴിഞ്ഞിട്ട് ഊരിലെത്തും. ഒരു കുടിൽ കൂടിയാകുന്നു. മറ്റൊരു കുടുംബവും.

വിവാഹം രണ്ടു വ്യക്തികൾ തമ്മിലാകുന്നു. കുടുംബം അവിടെ നിന്ന് തുടങ്ങുന്നു. നാളും പക്കവും നോക്കേണ്ട, കൊട്ടും കുരവയും സദ്യയും ഒന്നും വേണ്ട.

കൊപ്പര

വീട്ടുകാർ തമ്മിൽ നിശ്ചയിച്ചതായാലോ ഊരു മൂപ്പന് വെറ്റില പാക്ക് നൽകണം. അതുകഴിഞ്ഞ് പെണ്ണും ചെറുക്കനും വെറ്റില പാക്ക് കൈമാറിയാൽ കല്യാണമായി. അവിടെ ചെക്കന്റെ വയസ്സോ പെണ്ണിന്റെ വയസ്സോ ആരും അന്വേഷിക്കാറില്ല. അവർക്ക് അവരുടെ രീതി. അങ്ങനെയായിരുന്നിട്ടും കുമരൻ മാത്രം ശിക്ഷിക്കപ്പെട്ടു. അന്ന് ആ വാക്കിന്റെ അർത്ഥമോ എന്തിനാണ് താൻ ശിക്ഷിക്കപ്പെടുന്നതെന്നോ കുമരന് അറിയില്ലായിരുന്നു. പക പോക്കൽ... പരിഷ്കൃതരുടെ ചതിയായിരുന്നു.

കൂട്ടിക്കൊടുപ്പ്, വനംകൊള്ള ഒക്കെ പരിഷ്കൃതരുടെ ലീലാവിലാസങ്ങളാകുന്നിടത്ത് കുമരന്മാർ ശിക്ഷിക്കപ്പെടും. കണ്ണും കാതുമില്ലാതെ നീതീപീഠം തെളിവുകൾ തിരയും. നീതിപീഠത്തിന് തെളിവുകൾ മതി...

ശിവരാത്രി ഉത്സവത്തിന്റെ മൂന്നാംപക്കം... രാത്രി.... ഏതുകൊല്ലം? അതറിയില്ല; ആവശ്യമായിരുന്നില്ല. ആശുപത്രികളും ഡോക്ടർമാരും ഈ നാടിന് അന്യമായിരുന്നു. യാത്രാസൗകര്യങ്ങൾ പരിമിതമായിരിക്കെ അകലെയുള്ള ആശുപത്രിയിലേയ്ക്ക് ആരും പോയിരുന്നില്ല. അന്ന് അവരതിനെ ഭയന്നു. ഒരു പ്രസവവും ആശുപത്രിയോളം എത്തിയില്ല. എല്ലാം ഊരിൽ സ്വന്തം കുടിലിനുള്ളിൽ പ്രായമുള്ള സ്ത്രീകളുടെ മേൽനോട്ടത്തിലായിരുന്നു. ചിലർ സുഖമായി പ്രസവിക്കും. ചിലർ മരണപ്പെടുന്നതും പതിവായിരുന്നു. കുഞ്ഞുങ്ങളുടെ അവസ്ഥയും സമാനമായിരുന്നു. ഗോത്രജീവിതം അതുമായി പൊരുത്തപ്പെട്ടു.

കുമരൻ ശിക്ഷിക്കപ്പെടേണ്ടതും ഊരിൽ നിന്ന് ഒഴിവാക്കപ്പെടേണ്ടതും ചിലരുടെ ആവശ്യമായിരുന്നു. അതിനുവേണ്ട രീതിയിൽ അവർ കെണിയൊരുക്കി. അവന്റെ കുടിലിൽ ചന്ദനത്തടി മാത്രമല്ല, കഞ്ചാവും ഉണ്ടായിരുന്നുവെന്ന പത്രവാർത്ത വിഴുങ്ങാനാവാത്തവർ പ്രതിഷേധിച്ചെങ്കിലും വകുപ്പുകളും തെളിവുകളും തൊണ്ടിമുതലും അവന്റെ ശിക്ഷയിലേക്ക് നയിച്ചു. എത്രയെത്ര വകുപ്പുകളായിരുന്നു ആ പാവത്തിന്റെ പേരിൽ ചമച്ചുണ്ടാക്കിയത്.

എന്തിന്?

ആരെയോ രക്ഷിക്കാൻ... ഒരു നിരപരാധിയും ശിക്ഷിക്കപ്പെടരുതെന്ന നീതിബോധം ചിലരുടെ കാര്യത്തിൽ പൊയ്മുഖമണിയുന്നു. അവിടെ കുമരന്മാർ ശിക്ഷിക്കപ്പെടുന്നു... എന്തിനെന്നുപോലുമറിയാതെ...

ടീച്ചറമ്മ ഇത്ര സമയം എവിടെയായിരുന്നു. മുന്നിൽ

സിദ്ധാർത്ഥിന്റെ ആശങ്കയുടെ മുഖം. അപ്പോഴാണ് താൻ ഹോസ്പിറ്റലിൽ എത്തിയെന്നത് ബോദ്ധ്യമായത്. പെട്ടെന്ന് തിരിഞ്ഞുനോക്കി സുബ്രു എവിടെ?

ഏത് സുബ്രു?

സുബ്രമണി ... എന്റെ കൂടെ വന്നു.കൂട്ടിന്...

അഞ്ചനാട്ടം പാറയ്ക്കു താഴെ അവൻ നോക്കിനില്ക്കുന്നു. ടീച്ചറമ്മ എത്തിയോന്നറിയാൻ. അവൻ കൈവീശി. ഗ്രാമത്തിലേയ്ക്ക് ഓടി. കാഴ്ചയിൽ നിന്ന് മറയുന്നതുവരെ ലൗലി നോക്കിനിന്നു.

ഈ സ്നേഹത്തിനു പകരം വയ്ക്കാൻ ഒന്നുമില്ലെന്ന തിരിച്ചറിവിൽ ലൗലി ദീർഘമായി നിശ്വസിച്ചു. ലൗലി സിദ്ധാർത്ഥിന്റെ വീട്ടിലേയ്ക്ക് കയറുന്നതിനു മുന്നേ ഫോറസ്റ്റ് ഓഫീസിന്റെ ഗേറ്റിലേക്കു നോക്കിയത് യാന്ത്രികമെന്നോണമായിരുന്നു. ഉണ്ട്... അയാൾ ഓഫീസ് വരാന്തയിൽ

സങ്കടമാണോ നിരാശയാണോ പെട്ടെന്നുണ്ടായ വികാരമെന്ന് തിരിച്ചറിയാതെയാണ് ലൗലി അകത്തു കടന്നത്. ഭക്ഷണം കഴിക്കാതെ സിദ്ധാർത്ഥ് കാത്തിരിക്കുന്നു.

ഇവൻ എനിക്കാരാണ്? പ്രിയദർശൻ ചോദിച്ച അതേ ചോദ്യം. വിശന്നിട്ടും ഭക്ഷണംകഴിക്കാതെ കാത്തിരിക്കാൻ ഈ ഭൂമിയിൽ മറ്റാരാണുള്ളത്? ആവോളം സ്നേഹംതരുന്നവൻ. വാക്കിലും നോക്കിലും അനുഭവിക്കാവുന്ന സ്നേഹം. തൊട്ടെടുക്കാൻ പാകത്തിൽ മകനെപ്പോലെ... അല്ല, ഞാൻ പ്രസവിക്കാത്ത എന്റെ മകനാണ് ഇവൻ. ഇവനോളം കരുതലും സ്നേഹവും മറ്റാർക്കുമില്ലെന്ന് മനസ്സുപറയുന്നു. വരുമാനത്തിൽ കണ്ണുവച്ചുള്ള സ്നേഹം വേണ്ടത്രയുണ്ട്. അവിടെ രക്തബന്ധമാണ്. സ്നേഹിക്കാൻ ശീർഷകങ്ങൾ വേണ്ടെന്ന് മനസ്സുറപ്പിച്ചു. ശീർഷകമില്ലാത്ത സ്നേഹം... അതാണ് ഇവൻ.

എനിക്ക് വിശക്കുന്നു. രാവിലെ എന്റെ ഇഡ്ഡലീം കഴിച്ചോണ്ട് സ്ഥലം വിട്ടയാളാണ്. വേഗം വാ... കഴിക്കാം.

നീ കഴിക്ക്, ഞാൻ വീട്ടിൽപോയി കഴിക്കാം.

അതുവേണ്ട... ഇന്നിനി വീട്ടിൽ പോണ്ട. നടന്നലഞ്ഞു വന്നതല്ലേ. കഴിച്ചിട്ട് കുറച്ചുകഴിഞ്ഞ് പോകാം. അവൻ പാത്രങ്ങളിൽ ചോറും കറികളും പകർന്നു വയ്ക്കുന്നതും ഗ്ലാസ്സിൽ വെള്ളം നിറയ്ക്കുന്നതും ലൗലി കാണുന്നുണ്ടായിരുന്നു. ആകെ പടരുന്ന അസ്വസ്ഥതയോടെ ലൗലി ഭക്ഷണം കഴിക്കാനിരുന്നു. തികച്ചും യാന്ത്രികമായ ചലനങ്ങൾ.

പതിവുപോലെ സംഭാഷണങ്ങളില്ല. ചിരിയില്ല. ആകെ ഒരു പന്തികേട്. സിദ്ധാർത്ഥ് ശ്രദ്ധിച്ചു. എന്തോ പ്രയാസമുണ്ട്.

ചേച്ചീ...

ലൗലി ചോറ് ഉരുട്ടിയതല്ലാതെ കഴിച്ചില്ലെന്ന് മനസ്സിലായ സിദ്ധാർത്ഥ് ചോദിച്ചു...

എനി പ്രോബ്ലം?

എന്താ സിദ്ധൂ...?

അതാ ഞാനും ചോദിച്ചത്. ചേച്ചിക്ക് എന്തെങ്കിലും

ഏയ്... ഒന്നുമില്ല... ഒന്നുമില്ല... എന്തോ ആലോചിച്ചിരുന്നു. അല്ല, കുമരനെക്കുറിച്ച് ഓർത്തു. മണിയമ്മയെ കണ്ടപ്പോ ഓർമ്മകൾ ... ഒന്നും മറക്കാമ്പറ്റുന്നില്ല. ആ പെണ്ണിന്റെ ജീവിതം...

ചേച്ചീ, ഇനിയും ചീരുമാരുണ്ടാകാതെ നമ്മൾ ശ്രദ്ധിക്കണം. കുമരനുവേണ്ടി വാദിക്കാനാരും തയാറാകാഞ്ഞിട്ടല്ലേ. ഇനി അങ്ങനെ ഒരവസ്ഥയുണ്ടാകരുത്. ഒപ്പമുണ്ടാവണം.

അതൊന്നും പ്രായോഗികമല്ല സിദ്ധൂ. അതിന്റെ പിന്നിലെ ശക്തികൾ വളരെ വലുതാണ്. അവരോട് ഏറ്റുമുട്ടാൻ നമുക്കാവില്ല. വമ്പന്മാരുടെ വഴിമുടക്കിയാൽ ഇങ്ങനെയാവുമെന്ന താക്കീതായിട്ടാണ് എനിക്ക് തോന്നാറ്. ഇനി ആരും അവർക്കെതിരെ ഉരിയാടുകയില്ല. ഭയംകൊണ്ട് ആരും ഒന്നിനും മുതിരുമെന്ന് തോന്നുന്നില്ല. ചെറുമീനുകളല്ലേ... വമ്പൻ സ്രാവുകൾക്ക് ഒന്നു രുചിനോക്കാൻ പോലുമില്ലാത്തത്ര കുഞ്ഞു ജീവികൾ. വെറും കീടങ്ങളാണ്. നീയും ഞാനും അവരുമെല്ലാം അധികാര കസേരകളുടെ കാലുകളാണവർ.

ഒരു കുമരനുവേണ്ടി ആരും ബലംപരിശോധിക്കാൻ തയാറാവില്ല. നീതിപീഠംപോലും. എല്ലാംവിലയ്ക്കു വാങ്ങാൻ കഴിവുള്ളവരാണ് ഇതിന്റെപിന്നിൽ. കൂട്ടത്തിലുള്ളവർപോലും അറിവില്ലായ്മ മൂലം ശത്രുക്കളാകും. അല്ലെങ്കിൽ കുമരന്റെ ചായ്പിൽ കഞ്ചാവും ചന്ദനവും എങ്ങനെവന്നു. അതും കുമരന്റെ കുടിയിൽ മാത്രം. അത്രയ്ക്ക് പരിചയമില്ലാതെ ഒരാളിനും അതുചെയ്യാൻ കഴിയില്ല. സിദ്ധു അവിടെ പോയിട്ടില്ലേ? എല്ലാ കുടിയും ഏതാണ്ട് ഒരുപോലെയാണ്. അവിടെ തിരിച്ചറിയാൻ വീട്ടുപേരോ പെയിന്റിന്റെ നിറമോ, ഡിസൈനോ ഒന്നുമില്ല.

സിദ്ധു അത്ഭുതത്തോടെയാണ് കേട്ടത്. ലൗലി ടീച്ചർ വെറുമൊരു ടീച്ചറല്ല. ഒരുപാട് ചിന്തിക്കുന്ന... മനക്കരുത്തുള്ള ഒരു സ്ത്രീയാണ്. ചേച്ചിയ്ക്കറിയാമായിരിക്കും എങ്ങനെയാണ് അത്രയേറെ കുറ്റങ്ങൾ കുമരൻ എന്ന വ്യക്തിയിൽ ചുമത്തപ്പെട്ടതെന്ന്. ആരാണ്

അതിന്റെ പിന്നിലെ ചാലകശക്തിയെന്ന്... എന്താണ് വാസ്തവ ത്തിൽ സംഭവിച്ചത്?

ഭക്ഷണം കഴിക്കാൻ ഒട്ടും താല്പര്യമില്ലാത്തതുപോലെ. സിദ്ധു വിനെ ബോദ്ധ്യപ്പെടുത്താനായി അല്പം കഴിച്ചു. അവൻ നിർബ ന്ധിച്ചുകൊണ്ടേയിരുന്നു.

ചോറ് ഇറങ്ങുന്നില്ല സിദ്ധൂ... നെഞ്ചിൽ കല്ലുകയറ്റിവച്ചതു പോലെ... വല്ലാത്തഭാരം. താങ്ങാനാവാത്ത ഭാരം.

സിദ്ധു കൈകഴുകിവന്നതും ലൗലി പാത്രങ്ങളുമെടുത്ത് എഴു ന്നേറ്റു. ഒരുവിധം കഴുകിയെന്നുവരുത്തി. വരാന്തയിലെ കസേരയി ലിരുന്നു. പരിക്ഷീണയെപ്പോലെ.

ബി.പി. ഒന്നു ചെക്ക് ചെയ്യാം. അതുപറഞ്ഞ് ബി.ബി. അപ്പാരറ്റ സുമായി അടുത്തിരുന്നു. ശ്രദ്ധയോടെ, അതിലേറെ ആകാംക്ഷ യോടെ നോക്കി. പെട്ടെന്ന് സ്റ്റെത്തെടുത്ത് നെഞ്ചിലും മുതുകിലും വച്ച് ഹൃദയമിടിപ്പ് ശ്രവിച്ചുകൊണ്ടിരിക്കെയാണ് തീർത്തും അവി ചാരിതമായി പ്രിയദർശൻ വന്നത്. കണ്ടത് വിശ്വസിക്കാൻ പ്രയാ സപ്പെടുന്നതു കണ്ട സിദ്ധാർത്ഥ് പെട്ടെന്നെഴുന്നേറ്റു.

ചേച്ചീ, നമുക്ക് ഹോസ്പിറ്റലിൽപോണം.

സുജനപാലനെ വിളിച്ചു കാര്യംപറഞ്ഞു. എന്താണ് സംഭവിക്കു ന്നത് എന്നറിയാതെ സംശയത്തോടെ നോക്കിയ പ്രിയദർശനോട് ചോദിച്ചു.

എന്താ സർ, എന്തെങ്കിലും അസുഖമാണോ?

തലയ്ക്ക് ഒരു പെരുപ്പ്... ബി.പി. ഒന്നു നോക്കാമെന്നു കരുതി.

ഓ.കെ. ഇരിക്കൂ. അതുംപറഞ്ഞ് സിദ്ധാർത്ഥ് വേഗം അകത്തു പോയി ഒരു ടാബ്ലറ്റ് എടുത്തുകൊണ്ടുവന്നു ലൗലിയോട് വായ് തുറക്കാനാവശ്യപ്പെട്ടു. നാക്കിനടിയിൽ ടാബ്ലെറ്റ് വച്ചിട്ട് പ്രിയദർശ നന്റെ ബി.പി. നോക്കി.

ഇറ്റ്സ് നോർമൽ, ഡോണ്ട്വറി. ഉറക്കമിളയ്ക്കരുത്. സൗകര്യമു ള്ളപ്പോൾ ഒരു ചെക്കപ്പ് നടത്തുന്നത് നന്നായിരിക്കും.

സിദ്ധാർത്ഥിന്റെ വാക്കുകളിലും പ്രവർത്തിയിലും അസാധാര ണമായ തിടുക്കം മനസ്സിലാക്കിയ പ്രിയദർശൻ ലൗലിയെ നോക്കി. കസേരയിൽ പാതിമയക്കത്തിലെന്നോണം... എന്തായിരിക്കുമെന്നൂ ഹിക്കാൻ കഴിഞ്ഞില്ല.

ടീച്ചർക്ക് എന്താ സുഖമില്ലേ?

ങ്ഹാ... ഏയ് കുഴപ്പമില്ല. അപ്പോഴേക്കും സുജനപാലൻ ജീപ്പു മായി എത്തി. അകത്തേയ്ക്ക് കയറുന്നതിനു മുന്നേചോദിച്ചു.

എന്താ ... എന്തുപറ്റീ ... ടീച്ചറേ.

വിളിക്കണ്ട ചേട്ടാ ... വേഗം ഹോസ്പിറ്റലിൽ എത്തണം.

എന്തോ കാര്യമായ പ്രശ്നമുണ്ടെന്നു മനസ്സിലായതോടെ ടീച്ചറെ പിടിച്ചുനടത്തി ജീപ്പിൽ കയറാൻ സഹായിച്ചു. സിദ്ധു അടുത്തിരുന്നു. കൈപിടിച്ച് നാഡിമിടിപ്പുനോക്കുകയും മുഖത്ത് പൊടിഞ്ഞ വിയർപ്പ് തുടയ്ക്കുകയും ചെയ്യുന്നതിനിടയിൽ ജീപ്പ് റോഡിലിറങ്ങി മൂന്നാർ ഭാഗത്തേയ്ക്ക് ഓടിച്ചുപോയി.

പ്രിയദർശൻ എന്തുചെയ്യണമെന്നറിയാതെ അല്പസമയം അവിടെനിന്നു. പിന്നെ ഏതോ ഒരുൾവിളിപോലെ ബൈക്ക് സ്റ്റാർട്ട് ചെയ്ത് ജീപ്പിനു പിന്നാലെപോയി.

സിദ്ധാർത്ഥ് ആകെ അസ്വസ്ഥനായിരുന്നു. സുജനപാലൻ ഇടയ്ക്ക് തിരിഞ്ഞു രണ്ടുപേരെയും മാറി മാറി നോക്കി. ഡോക്ടർ പ്ലീസ്...

ഒന്നുമില്ല... സ്വയം സമാധാനിപ്പിക്കാനെന്നോണം പറഞ്ഞു.

സിദ്ധു ഇടതുകൈകൊണ്ട് ലൗലിടീച്ചറെ ചേർത്തുപിടിച്ചു. ലൗലി അവന്റെ തോളിൽ ചാരികിടന്നു.

10

ഹോസ്പിറ്റലിൽ എത്തുമ്പോഴും ലൗലിടീച്ചർ അർദ്ധബോധത്തിലായിരുന്നു. സിദ്ധാർത്ഥ് ആകെ തകർന്നമട്ടിലും. കാർഡിയോളജിസ്റ്റിനോട് സിദ്ധാർത്ഥ് വിവരം പറഞ്ഞു. പരിശോധനകൾക്കൊപ്പം ഇന്റൻസീവ് കെയർ യൂണിറ്റിലേയ്ക്കു മാറ്റുകയും ചെയ്തു.

സുജനപാലൻ രക്ഷാകർത്താവായി സിദ്ധാർത്ഥിനെയും ലൗലി ടീച്ചറേയും ഒരുപോലെ വീക്ഷിച്ചു. അഡ്മിഷൻ രജിസ്റ്റർചെയ്യണം. ഡീറ്റെയിൽസ് എഴുതികൊടുക്കുവാൻ റിസപ്ഷനിലെത്തിയ സിദ്ധാർത്ഥിനു മുന്നിൽ പ്രീയദർശൻ നിന്നു.

എന്താ ഡോക്ടർ... ടീച്ചർക്ക് എന്താ പ്രശ്നം?

അറ്റാക്ക്... മൈൽഡ് ആണെങ്കിലും അടുപ്പിച്ച് രണ്ടുവട്ടം.

രാവിലെ കണ്ടപ്പോൾ നോർമലായിരുന്നു. ഊരിലേയ്ക്ക് പോകുന്നത് ഞാൻ കണ്ടതാണ്. പ്രിയദർശൻ അനുബന്ധമായി പറഞ്ഞു.

തിരികെ വന്നപ്പോഴേ എന്തോ ക്ഷീണംതോന്നി. നിർബന്ധിച്ച് ഊണ് കഴിപ്പിച്ചു. അപ്പോഴാണ് പറഞ്ഞത് നെഞ്ചിൽ കല്ലുവച്ചതുപോലെ ഭാരമെന്ന്. നോക്കിയപ്പോഴേ മനസ്സിലായി. ആ ടെൻഷനിടയിലാണ് സാർ വന്നത്. സോറി.. ഞാനീ പേപ്പേഴ്സ് റെഡിയാക്കി കൊടുക്കട്ടെ.

കൊപ്പര

സുജനപാലൻ ആകെ സങ്കടത്തിലായിരുന്നു. എത്രകാലമായി കാണാൻ തുടങ്ങിയിട്ട്. കൃത്യമായി പറഞ്ഞാൽ പത്തുവർഷം കഴിഞ്ഞു. മോള് അഞ്ചാംക്ലാസ്സിലായ വർഷമാണ് ലൗലിടീച്ചർ വന്നത്. കുട്ടികളെ സ്വന്തം മക്കളെപ്പോലെ നോക്കുന്ന ടീച്ചർ നാടിന്റെ ഭാഗമായത് വളരെവേഗത്തിലാണ്.

സ്കൂളിൽ മിക്കപ്പോഴും അദ്ധ്യാപകർ ഉണ്ടാവില്ല. ഇവിടെ അധികദിവസം ആർക്കും കഴിയില്ല. മിക്കപ്പോഴും ലീവെടുക്കും. ചിലരെങ്കിലും ട്രാൻസ്ഫർ വാങ്ങും. കുട്ടികൾ സ്കൂളിൽ പോകും കളിക്കും. ഉച്ചഭക്ഷണം കഴിക്കും. വീട്ടിലേക്ക് തിരിച്ചുപോകും. ഉച്ചഭക്ഷണം മുടങ്ങാറില്ല. അത് ഹെഡ്മാസ്റ്റർ ആയിരുന്ന ശിവരാമകൃഷ്ണൻ സാറിന്റെ വാശിയോ ആഗ്രഹമോ ആയിരുന്നു. അദ്ദേഹം പറയും അക്ഷരം എന്നുവേണേങ്കിലും പഠിക്കാം. അന്നുവരെ ജീവിച്ചിരിക്കാൻ ആഹാരംകഴിക്കണം.

അന്ന് ഇത്ര ആൾവാസമില്ല. സ്കൂൾ നില്ക്കുന്നത് വലിയ ഒരു പാറയിലാണ്. ഇന്ന് ഹയർ സെക്കണ്ടറിവരെയുണ്ട്. അന്ന് പത്താം ക്ലാസ്സുവരെ മാത്രം. ലൗലിടീച്ചർ അപ്പർപ്രൈമറി ടീച്ചറായിട്ടാണ് എത്തിയത്. പിന്നെ കേട്ടത് പത്താംക്ലാസ്സിലും പഠിപ്പിക്കുമെന്ന്. ആരെങ്കിലും ലീവിൽപോയാൽ ഹെഡ്മാസ്റ്റർ നൈസായി പറയും.

പത്ത് എ-യിൽ സോഷ്യൽ സയൻസാണ്. പരീക്ഷ അടുക്കാറായി. രക്ഷാകർത്താക്കൾ പരാതിപറയുന്നു.

ലൗലിടീച്ചർ ചിരിക്കും.

അതോടെ ശിവരാമകൃഷ്ണ്‍ സാർ സമാധാനിക്കും.

സാറിനെ കുറ്റം പറയാമോ? കുട്ടികൾ പത്തു ക്ലാസ്സെങ്കിലും പഠിക്കണമെന്ന് രക്ഷിതാക്കൾ ആഗ്രഹിച്ചത് അവർക്ക് കഴിയാതെ പോയത് മക്കൾക്കെങ്കിലും കഴിയണമെന്ന ഉദ്ദേശശുദ്ധികൊണ്ടാണ്. ടീച്ചർ ബി.എ. ഹിസ്റ്ററിയും എം.എ മലയാളവുമായിരുന്നു. ബി.എഡ്. കഴിഞ്ഞയുടെനെ കിട്ടിയജോലി സ്വീകരിച്ചു. ഏതു നാടിനെയും സ്നേഹിക്കാൻ തയാറായിരുന്നു.

കാലത്ത് കൃത്യമായി സ്കൂളിലെത്തും. അവധിദിവസങ്ങളിൽ, പഠിക്കാൻ മോശമായിരുന്ന കുട്ടികളെ പ്രത്യേകം പഠിപ്പിക്കും. വീടിനെക്കുറിച്ച് ചോദിച്ചാൽ ചിരിക്കും.

അച്ഛനൊഴികെ എല്ലാരുമുണ്ട്.

വിവാഹാലോചനകൾ വന്നെങ്കിലും ടീച്ചർ നിരസിച്ചതിന് തക്കതായ കാരണമുണ്ടായിരുന്നു.

ചേട്ടാ... ഒരു കുടുംബം എന്റെ ചുമലിലാണ്. ആദ്യം അവരെ

യൊക്കെ കരകയറ്റണം. അതുകഴിഞ്ഞും ആരെങ്കിലും തയാറായാൽ ആലോചിക്കാം. അമ്മയും രണ്ടുമക്കളും ലൗലിയുടെ ശമ്പളം കൊണ്ടാണ് കഴിയേണ്ടത്. ഇളയത്തുങ്ങളെ പഠിപ്പിക്കണം. കല്യാണം കഴിപ്പിക്കണം.

ഒരു ദീർഘ നിശ്വാസത്തോടെ പറയും ... അച്ഛനുണ്ടായിരുന്നെങ്കിൽ....

പല കാലങ്ങളിൽ പലരായി ഉപദേശിച്ചു. പ്രേരിപ്പിച്ചുനോക്കി. നിർബന്ധിച്ചുകൊണ്ടിരുന്നെങ്കിലും ലൗലിടീച്ചർ തീരുമാനം മാറ്റിയില്ല. അനിയത്തിയെ കല്യാണം കഴിപ്പിച്ചുവിട്ടു. അനുജൻ എൻജിനീയറിംഗ് കഴിഞ്ഞ് ചെന്നൈയിൽ ജോലിചെയ്യുന്നു. ഇരുപത്തെട്ടുവയസ്സായി. അവന്റെ വിവാഹം നടത്തണമെന്നാണ് കഴിഞ്ഞ മാസം പറഞ്ഞത്. അതും നാട്ടിൽ പോയിവന്ന ദിവസം. ആലോചനകൾ നടക്കുന്നുണ്ട്. അനിയത്തിയുടെ പ്രസവം കഴിഞ്ഞതേയുള്ളൂ. ആറുമാസത്തെ സമയം ആവശ്യപ്പെട്ടിട്ടുണ്ടുപോലും.

സ്വന്തം കാര്യം ഏതാണ്ട് മറന്നതുപോലെയാണ്. ഓർമ്മിപ്പിച്ചാൽപറയും.

ഇനിയോ? എനിക്കീ ജീവിതം ഇഷ്ടമാണ്. ഈ നാടും ഇവിടത്തെ മനുഷ്യരും ഉള്ളപ്പോൾ...

രണ്ടുവർഷം മുമ്പാണ് ഒരിക്കൽ ലേശം സങ്കടത്തോടെ ചോദിച്ചത്.

ബാലേട്ടൻ എന്നാണ് ആദ്യംമുതലേ വിളിച്ചത്. ചോദിച്ചപ്പോൾ പറഞ്ഞു...

പേരിടുമ്പോൾ വിളിക്കാൻ കൊള്ളാവുന്ന പേരു വേണ്ടേ... എന്നെപ്പോലെ ലൗലി എത്ര നല്ല പേരാണ്. ഇതൊരുമാതിരി കാളമൂത്രംപോലെ നീണ്ടുനീണ്ട് എല്ലാഅക്ഷരവും തെറ്റാതെ പറഞ്ഞിട്ട് ചേട്ടനെന്നു കൂടി വിളിക്കാൻ വയ്യ. എനിക്ക് ബാലേട്ടനാണ്. ഇഷ്ടപ്പെട്ടാലും ഇല്ലെങ്കിലും.

ഇന്നും മറന്നിട്ടില്ല ആ ചോദ്യം.

ബാലേട്ടാ... ഒരു സ്ത്രീ ഒറ്റയ്ക്കു ജീവിക്കുന്നത് തെറ്റാണോ.

എന്തു തെറ്റ്. എന്നു ചോദിക്കുന്നതിനുമുമ്പേ അങ്ങോട്ടൊരു ചോദ്യമിട്ടു.

ഉം. എന്താ പെട്ടെന്നിങ്ങനെയൊരു ചോദ്യം?

അല്പനേരം ആലോചനയോടെ ഇരുന്നു. പിന്നെ മുഖത്തു നോക്കി പറഞ്ഞു.

ചിലരുടെ ധാരണ ആരെയും കിട്ടാത്തതുകൊണ്ടാണ് ഇങ്ങനെ

കെട്ടാച്ചരക്കായി നില്ക്കുന്നതെന്നാണ്. വിവാഹം. അത് വ്യക്തി താല്പര്യം. വേണമെങ്കിൽ മതി. വേണ്ടെങ്കിൽ എന്തിന് നിർബ ന്ധിക്കണം. ചില സഹായവാഗ്ദാനങ്ങൾ... ഇവരൊക്കെ എന്താ കരുതുന്നത്. വിവാഹം ഒരു സ്ത്രീക്ക് അനിവാര്യമാണെന്നോ? അതോ ഒറ്റയ്ക്കു ജീവിക്കുന്ന സ്ത്രീയോട് എന്ത് തോന്ന്യാസവും പറയാമെന്നോ? താല്പര്യമില്ലെന്ന് പറഞ്ഞാൽ പിന്നെയും...

സംഗതി എന്തോ വശക്കേടാണ്. അല്ലെങ്കിൽ ലൗലി ടീച്ചർ ഇങ്ങ നെയൊന്നും സംസാരിക്കാറില്ലെന്ന് സുജനപാലന് തോന്നി, ചോദി ച്ചു.

എന്താ പ്രശ്നം? കാര്യംപറ ടീച്ചറേ. ഈ നാട്ടീന്ന് അങ്ങനെ യൊരു മോശം അനുഭവം ഉണ്ടാവാൻ പാടില്ലാത്തതാണ്. ഞങ്ങൾ ക്കെല്ലാം ടീച്ചറെ അറിയാം. ആരും ഒരു മോശംവാക്കും പറയാറുമി ല്ല. പിന്നെയാരാണ്? മടിക്കണ്ട... പറഞ്ഞോളൂ... പത്തു കൊല്ലമാ യില്ലേ ബാലേട്ടാന്ന് വിളിക്കാൻ തുടങ്ങിയിട്ട്. കാര്യം പറ. ആരാ...

വേണ്ട ബാലേട്ടാ... വെറുതേ... എനിക്ക് എന്തോ വല്ലായ്മ തോന്നി. അതാ സാരമില്ല.

പക്ഷേ, പിന്നീട് മനസ്സിലായി... ഉള്ളിൽ കാടത്തവും കൊണ്ടു നടക്കുന്നയാളിന്റെ ഉദ്ദേശം. ഭാര്യയും മക്കളും നാട്ടിലാണ്. ഒരു ഇടത്താവളം.

ചേട്ടാ...

സുജനപാലൻ നോക്കി. മുന്നിൽ കുറ്റബോധത്തോടെ നില്ക്കുന്ന പ്രിയദർശൻ.

ഡോക്ടർ എന്തു പറഞ്ഞു.

പ്രത്യേകിച്ച് ഒന്നും പറഞ്ഞില്ല. രണ്ടുദിവസം കഴിയട്ടെ.

ഒരു മനസ്സിന് താങ്ങാവുന്നതിന് പരിധിയുണ്ടെന്നതാണ് എന്റെ വിശ്വാസം. വീണുകിടക്കുന്ന തടിയല്ലേന്ന് ചിന്തിക്കുന്നവരുടെ ഇട യിൽ അവിവാഹിതയായ ഒരുപെണ്ണിന് ഇങ്ങനെ സംഭവിച്ചില്ലെ ങ്കിലേ അതിശയിക്കേണ്ടതുള്ളൂ. പെണ്ണിന് പല ഭാവങ്ങളുണ്ട് സർ. അമ്മയും സഹോദരിയും മകളും അങ്ങനെയങ്ങനെ എനിക്ക് മക ളാണ്. സിദ്ധുവിന് അമ്മയും ചേച്ചിയുമാണ്. കണ്ടില്ലേ ആ കുട്ടി യുടെ സങ്കടം. ആരോരുമില്ലാത്തവർക്ക് സ്നേഹിക്കുന്നവരുടെ വേദന കണ്ടുനില്ക്കാനാവില്ല.

തീരെ ചെറുതായതുപോലെനിന്നു പ്രിയദർശൻ.

ടീച്ചറിന്റെ വീട്ടിൽ അറിയിക്കണ്ടേ...?

എന്തായാലും നമ്മളൊക്കെയില്ലേ. അറിയിച്ചാലും ഓടിവരാന

വിടെയാരുമില്ല.

അമ്മ അനിയത്തിയുടെ പ്രസവ ശുശ്രൂഷയ്ക്ക് ബാംഗ്ലൂരിൽ പോയി. അനിയൻ ചെന്നെയിലും.

ഇനി എന്തു പറയണമെന്ന ആശങ്കയിൽ കുറച്ചുസമയം നിന്ന പ്രിയദർശനോട് സുജനപാലൻ പറഞ്ഞു.

സാർ പൊയ്ക്കോളൂ. രാത്രിയായാൽ ഒറ്റയ്ക്കു പോകുന്നത് റിസ്ക്കല്ലേ.

പിന്നെയും മടിച്ചുനിന്നതു കണ്ടിട്ടാവണം പറഞ്ഞത് ഞങ്ങളി വിടെയുണ്ടല്ലോ എന്തെങ്കിലും ആവശ്യംവന്നാൽ ഞാൻ വിളിക്കാം.

അർദ്ധമനസ്സോടെ... അനുതാപഗ്രസ്തനായി പ്രിയദർശൻ പുറത്തേയ്ക്കിറങ്ങി. എന്തോ ഓർത്തിട്ടെന്നോണം തിരിഞ്ഞുനോക്കിയിട്ട് വേഗത്തിൽ നടന്നുനീങ്ങുന്നത് നോക്കിനില്ക്കുകയായിരുന്നു സുജനപാലൻ. സിദ്ധാർത്ഥ് എവിടെയെന്നു നോക്കി ഇടനാഴിയിലൂടെ ഐസിയുവിന്റെ മുന്നിലെത്തി. അവിടെ, ഒരു കസേരയിൽ അസ്വസ്ഥനായിരിക്കുന്നത് ചുറുചുറുക്കോടെ ജോലിയിൽ വ്യാപൃതനാകാറുള്ള ഡോക്ടർ സിദ്ധാർത്ഥ് തന്നെയാണോ?

അടുത്തു ചെന്നിട്ടും ഒന്നും അറിയാതെ, ആകെ വ്യാകുലനായി കാണപ്പെട്ട ഡോക്ടർ സിദ്ധാർത്ഥിനോട് എന്തെന്നില്ലാത്ത സ്നേഹവും വാത്സല്യവും തോന്നി. വരുണിന്റെ പ്രായമാണ്. അനാഥനപ്പോലെ.

അവിചാരിതമായി വരുണിനെ ഓർത്തു. അവനിപ്പോൾ എന്തു ചെയ്യുകയാവും. മഞ്ഞുമലകളിലൂടെ ശത്രുവിനെ തിരയുകയാവുമോ? ബോർഡറിലാണെന്നു പറഞ്ഞു. ചില നുഴഞ്ഞുകയറ്റങ്ങൾ.

സഹോദരങ്ങളെപ്പോലെ കഴിഞ്ഞിരുന്നവർ വർഗീയവിഷം തീണ്ടി അകന്നുപോകുമ്പോൾ ഇതു പ്രതീക്ഷിച്ചിരുന്നോ? വിഭജിക്കപ്പെട്ടത് രാഷ്ട്രം മാത്രമല്ലല്ലോ. വികാരങ്ങളും വിശ്വാസങ്ങളും കൂടിയല്ലേ ഏതു വിഭജനത്തിനുപിന്നിലും ആരുടെയെങ്കിലും സ്വകാര്യതാല്പര്യമുണ്ടാവും. ഒന്നോ... രണ്ടോ... അതുമല്ലെങ്കിൽ ഒരായിരം പേരാകട്ടെ... അവരുടെ സ്വകാര്യതാല്പര്യങ്ങൾക്ക് പകരം നല്കേണ്ടി വന്നത് വിലപ്പെട്ട മനുഷ്യജീവനായിരുന്നു. ആയിരക്കണക്കിന് പേർ ബലിയാടുകളായത് ആരുടെ കുറ്റമാണ്.

ഒരിക്കലും ഉണങ്ങാത്ത മുറിവിന്റെ കാവൽക്കാരേ മാപ്പ്... മാപ്പ്... ആരുടെയോ കുബുദ്ധിയുടെ പേരിൽ രക്തമുറയുന്ന തണുപ്പിൽ... നല്ല ഭക്ഷണം പോലുമില്ലാതെ എന്തിന് കണ്ണിമ ചിമ്മാതെ കാവലിരിക്കുന്ന പട്ടാളക്കാരാ നിന്റെ ത്യാഗമാണ് ഞങ്ങളുടെ സുരക്ഷ...

മറക്കില്ല ... മറക്കാനാവില്ല.

ലീവ് കഴിഞ്ഞ് തിരിച്ചുപോകുമ്പോഴെല്ലാം നെഞ്ചിൽ തീയാണ്. മരണമുഖത്തേയ്ക്കാണോ നടന്നു കയറുന്നതെന്ന ആധിയിൽ ഉറക്കമില്ലാത്ത രാത്രികൾ. ഫോൺ കിട്ടാതെ വരുന്ന ദിവസങ്ങളിലെ പാരവശ്യം... ആശങ്ക അതിരു കടക്കുമ്പോഴുണ്ടാകുന്ന മരണ വെപ്രാളം. അപ്പോഴും സന്തോഷത്തിന്റെ മുഖം മൂടിയണിഞ്ഞ് ... വരുൺ എന്ന സൈനികന്റെ അച്ഛനെന്ന ബഹുമതിയിൽ സ്വയം അവരോധിതനാവും. അപ്പോഴും അവന്റെ ശബ്ദം കേൾക്കാൻ അതിനുവേണ്ടി മാത്രം മൊബൈൽഫോൺ അടുത്തുതന്നെവെക്കും. എപ്പോഴാണ് വിളിക്കുക. അറിയില്ല.

അടുത്ത ലീവിന് വിവാഹംനടത്തണം. കുസുമം കൂടെക്കൂടെ ഓർമ്മിപ്പിക്കുന്നുണ്ട്. മൂത്തമകൻ. അതും പട്ടാളത്തിൽ. ഏതൊരമ്മയും അങ്ങനെ ആഗ്രഹിക്കും. എന്തുകൊണ്ടോ അജ്ഞാതമായൊരു ഭയം അവളെയും പിടികൂടിയിട്ടുണ്ട്. ഓരോ ഫോൺകോളും അവന്റേതാണെന്നു കരുതി ഓടിച്ചെന്നെടുക്കും. അല്ലെന്നറിയുമ്പോൾ മുഖം വാടുന്നതും പതിവാണ്.

വിഭജനത്തിന്റെ ശേഷിപ്പുകൾ ഇന്നും പലതരത്തിൽ അനുഭവിക്കുന്നവരുണ്ട്. ഒരു കുടുംബത്തിലെ ഒരാൾ മാത്രം ഇന്ത്യയിലും ബാക്കിയുള്ളവർ പാകിസ്ഥാനിലുമായി ജീവിക്കുക. അതിൽപ്പരം ദുസ്സഹമായി എന്നാണുള്ളത്? മലമുകളിൽനിന്ന് അങ്ങകലെ മറ്റൊരു രാജ്യത്തെ പൗരന്മാരായിമാറിയ അച്ഛനും അമ്മയും സഹോദരങ്ങളും താമസിക്കുന്ന ഗ്രാമം കണ്ടെത്താനുള്ള ശ്രമം ഉപേക്ഷിക്കാത്തവരോട് നമ്മൾ എന്താണ് പറയുക. സ്വാഭാവികമെന്നോ? സാരമില്ലെന്നോ... അതുമല്ലെങ്കിൽ വിധിയെന്നോ... ജീവിതത്തിൽ ഒരിക്കലും തിരിച്ചുകിട്ടാത്ത രക്തബന്ധങ്ങളെ ഹൃദയത്തിൽ സൂക്ഷിച്ച് ജീവിക്കാൻ വിധിക്കപ്പെട്ടത് സ്വഭാവികമാണോ?

എന്നെങ്കിലും കാണാനാവുമെന്ന പ്രതീക്ഷയിൽ കഴിയുന്നവർ. ഒറ്റപ്പെട്ടുപോയ മകനെയോർത്ത് മനസ്സ് നൊന്തു കഴിയുന്ന അച്ഛനമ്മമാരുടെ അവസ്ഥയും ഒട്ടും വ്യത്യസ്തമല്ലല്ലോ. കുടുംബാംഗങ്ങളുടെ ഓർമ്മ നിത്യവും പൊടിതുടച്ച് സന്ദർശകർക്കു മുന്നിൽ ആ ദിവസത്തെക്കുറിച്ച് ഓർമ്മകൾ പങ്കു വയ്ക്കുന്നവർ.

തീരാത്ത സങ്കടം ബാക്കി നിർത്തി ജീവിതം ഹോമിച്ചവരോട് ആത്മാർത്ഥമായ ആദരവാണിന്നും. കാർഗിൽ മലമടക്കുകളിലെവിടെയോ സഹജീവികളുടെ ഉറക്കം നഷ്ടപ്പെടാതിരിക്കാൻ ഉറങ്ങാതെ കാവലിരിക്കുകയാണ് അവൻ.... എന്റെ മകൻ. അറിയാതെ ഒരു തേ

ങ്ങൽ. പുറത്തുചാടിയതും സിദ്ധാർത്ഥ് ശ്രദ്ധിച്ചു. പെട്ടെന്ന് എന്തെങ്കിലും...? ഇല്ല, ഒന്നുമില്ല. ടീച്ചർ മയക്കത്തിലാണ്.

ചേട്ടാ...

അതൊരു നിരാലംബഹൃദയത്തിൽ നിന്നുള്ള ശബ്ദമാണ്. തേങ്ങലിന്റെ ബഹിർ സ്ഫുരണം. ദുഃഖത്തിന്റെ പ്രതിധ്വനി. ശീർഷകമില്ലാത്ത ബന്ധത്തിനു കാവലിരിക്കുന്നവന്റെ ആത്മസംഘർഷങ്ങൾ... അത് ചെറുതല്ല.

മോനേ, വാ എന്തെങ്കിലും കഴിക്കാം. ക്യാന്റീൻ ദാ അവിടെയാണ്. എന്തായാലും ദൈവംകൂടെയുണ്ടാവും അതെനിക്കുറപ്പുണ്ട്.

വിശക്കുന്നില്ല ചേട്ടാ. അല്ലെങ്കിൽ പോയികഴിക്കാം.

സിദ്ധാർത്ഥൻ ആലോചിച്ചു. ഞാൻ കഴിക്കാതെ ഈ മനുഷ്യൻ കഴിക്കില്ല. അതു വാശിയല്ല; സ്നേഹം അത് മനസ്സിലായില്ലെങ്കിൽ പിന്നെ...

സിദ്ധാർത്ഥ് എഴുന്നേറ്റു. സുജനപാലനെ നോക്കി പറഞ്ഞു. ചേച്ചിയ്ക്ക് അത്ര സീരിയസ്സായി ഒന്നുമില്ല. നമ്മളൊന്ന് ഭയന്നു. അത് ചേച്ചിയായതുകൊണ്ടാണ്.

ക്യാന്റീനിലേയ്ക്കു നടക്കുമ്പോൾ രണ്ടുപേരും മൗനികളായിരുന്നു. രണ്ടു മനസ്സിലും ഏതാണ്ട് ഒരേ ചിന്തകളായിരുന്നു എന്ന് ചായ കുടിക്കുന്നതിനിടയിൽ വ്യക്തമായി.

രണ്ടുമൂന്നു ദിവസം. അതു കഴിഞ്ഞാൽ വീട്ടിൽ പോകാമെന്നല്ലേ ഡോക്ടർ ശ്യാം പറഞ്ഞത്.

അതെ. ഡോക്ടർ ശ്യാം വളരെ മിടുക്കനാണ്. എംഡിക്കു പഠിക്കുമ്പോഴേ അറിയാം. അതുകഴിഞ്ഞ് യു.എസ്.ൽ പോയി മൂന്നു വർഷം സ്പെഷ്യലൈസേഷൻ കഴിഞ്ഞാണ് നാട്ടിലെത്തിയത്. ഇവര് ഹൈ സാലറി ഓഫർ ചെയ്തു അതാണിവിടേയ്ക്ക്. ഒരു കാര്യത്തിൽ ബഹുമാനമുണ്ട്.

ഏതു കാര്യമെന്ന നോട്ടവുമായി സുജനപാലൻ ചായ കുടിച്ചു.

മുഴുവൻ സേവനവും ഈ ഹോസ്പിറ്റലിനാണ്.

കുസുമം വരണോയെന്ന് ചോദിച്ചു. സ്ത്രീകളുടെ ബൈസ്റ്റാന്റർ. സ്ത്രീകൾ വേണമെന്നാണ്...

ഉം.. അതുശരിയാണ്. ഇവിടെയിപ്പോൾ അതിന്റെ ആവശ്യമില്ല. ആരെങ്കിലും പുറത്തുണ്ടായാൽമതി.

ചേട്ടന്....

സിദ്ധാർത്ഥ് പറയാൻവന്നതിനെ തടഞ്ഞുകൊണ്ട് സുജനപാലൻ പറഞ്ഞു.

എനിക്ക് പോകേണ്ട അത്യാവശ്യമില്ല. പക്ഷേ, നാളെ ഒരാളെങ്കിലും സെന്ററിൽ വേണ്ടേ? ആരെങ്കിലും വന്നാൽ...

സാരമില്ല, ചേട്ടൻ രാവിലെ പോയിട്ട് വൈകിട്ട് വന്നാൽമതി. അതിനുശേഷം ഞാൻ പോയിവരാം. ഡ്രസ്സൊക്കെ മാറണം. അതു മതി.

ഒരു ധാരണയിലെത്തിയതിൽ രണ്ടുപേരും സമാധാനിച്ചു. ഹോസ്പിറ്റൽ പി.ആർ.ഒ. യെ കണ്ടു. കാര്യം പറഞ്ഞുകൊണ്ടിരിക്കെ അവരാണ് പറഞ്ഞത് അടുത്ത് ലോഡ്ജുണ്ട്. ഒരു മുറിയെടുത്താൽ... എന്തു വിവരമുണ്ടെങ്കിലും ഞങ്ങൾ അറിയിക്കാം. ഈ തണുപ്പിൽ ഇവിടിങ്ങനെ.

അതുശരിയാണ് എന്നതിനാൽ രണ്ടുപേരും പുറത്തിറങ്ങി. സുജനപാലന്റെ സുഹൃത്തിന്റെ ഹോട്ടലിൽ മുറിയെടുത്തു. അകത്ത് ചെന്നപാടേ സിദ്ധാർത്ഥ് ബെഡ്ഡിൽ എടുത്തിട്ടതുപോലെ വീണു. അത്രയ്ക്കായിരുന്നു ക്ഷീണം. മാറിയുടുക്കാൻ ഒന്നുമില്ലെന്നതിൽ വ്യാകുലപ്പെട്ടില്ല. താഴെയെത്തി അടുത്തകടയിൽ നിന്ന് അത്യാവശ്യം ഡ്രസ്സ്വാങ്ങി തിരികെയെത്തിയതും സിദ്ധാർത്ഥ് പറഞ്ഞു, ഒന്നു കുളിക്കണം.

ബാത്ത്റൂമിൽ ചൂടുവെള്ളവും തണുത്ത വെള്ളവും പാകത്തിനാക്കി ഷവർ തുറന്നിട്ടു. അതിനുകീഴിൽ കണ്ണടച്ചുനിന്ന സിദ്ധാർത്ഥിന്റെ മനസ്സിലൂടെ നിരവധി ചിത്രങ്ങൾ കടന്നുപോയി.

11

നാലുദിവസത്തെ ആശുപത്രിവാസം കഴിഞ്ഞ് ഡിസ്ചാർജ്ജാകുന്ന ദിവസം. ഉച്ചകഴിയുമെന്ന് അറിഞ്ഞതുകൊണ്ടാണ് സുജനപാലൻ ഹെൽത്ത്സെന്റർ തുറന്നത്. അധികം രോഗികളില്ല. എങ്കിലും പനിക്കേസുകളും വയറിളക്കവുമായി ചിലർ എത്തി. അവർക്കൊക്കെ പതിവുപോലെ മരുന്നുകൊടുത്തു.

ഡോക്ടർ നാളെവരും. ചോദിച്ചവരോടെല്ലാം തങ്കമ്മ മറുപടി പറഞ്ഞു. ശൂലപാണി നാട്ടിൽനിന്ന് വന്നപ്പോഴാണ് വിവരമറിഞ്ഞത്. ആകെ വിഷാദിയായി കാണപ്പെട്ടു. അതിന്റെകാരണം ആരും അന്വേഷിച്ചില്ല. അങ്ങനെ ഒരു പതിവില്ല. എന്തെങ്കിലും കാരണം കാണുമെന്ന് സ്വയം സമാധാനിക്കും.

ശൂലപാണിയുടെ സങ്കടംകണ്ടിട്ട് തങ്കമ്മയ്ക്ക് എന്തോ ഒരു പന്തികേട്. അതങ്ങനെ വളരാൻ തുടങ്ങിയതും. തങ്കമ്മ പടക്കം പൊട്ടുന്ന

പോലൊരു ചോദ്യം.

ഏൻടാ കൊരങ്ക് ശത്ത കൊറവൻ മട്ട്...

അവന്റെ കണ്ണുകൾ നിറഞ്ഞു. ഉടുമുണ്ടിന്റെ അറ്റംകൊണ്ട് കണ്ണു തുടച്ച് അവൻ പറഞ്ഞു.

ഉങ്കള്ക്ക് തെരിയാത്. ഊരില് അമ്മയ്ക്ക് ഒടമ്പ്വലി വന്നപ്പോ ആസ്പത്രി ബില്ലുകെട്ടിയ കാസ് അന്ത അമ്മാവ് തന്തത്. അവരെ പാത്ത് വെവരമാ ശൊല്ലുമ്പോത് ആയിരംരൂപ അപ്പൊവേ തന്ന്. ബാക്കി നാലായിരം രണ്ടുനാള്ക്കപ്പുറം തന്ന്. ഇന്നും മൊത്തമാ തിരുമ്പിക്കൊടുത്തില്ല. മൂന്നായിരം ഇന്നും കൊടുക്കവേണം. ഇന്ത നേരത്തില് എന്നാലെ മുടിയാതക്കാ...

സാരമില്ല. കവലപ്പെടാത്.

അവര് എന്ന നെനയ്ക്കും... ഒതവിവേണ്ട. കടമപാക്കണം. എപ്പടി അമ്മാവെ പാക്കപ്പോവത്?

മുടിയലെ... എന്ന ശെയ്യുവാറു. തെരിയാതക്കാ.

സരി... സരി... നീ വേലൈ പാര്. അപ്പറം പാക്കലാം. ചൂലുമായി ചുറ്റിനും നടന്നു. തൂത്തുവാരാൻ കഴിയാതെ ദുഃഖംപൂണ്ട മനസ്സുമായി ഡോക്ടറുടെ വീട്ടിലേയ്ക്കു നടന്നു. റോഡിൽ നിന്ന് ആരോ വിളിച്ചു.

ടേയ് ശൂലപാണീ.

തിരിഞ്ഞുനോക്കി. പ്രിയദർശൻ സാറ്...

അവൻ ആത്മഗതം നടത്തി. എത്ക്ക് കൂപ്പിടറ്ത്?

സംശയിച്ചും ആശങ്കപ്പെട്ടുമാണ് ശൂലപാണി റോഡിലേയ്ക്ക് ചെന്നത്.

ടീച്ചറമ്മ വന്തിട്ടിയാ?

കണ്ടപാടേ ചോദിച്ചു.

ഇല്ല സാർ. ഇന്ന് സായങ്കാലം...

അവൻ പൂർത്തിയാക്കാതെ നിർത്തി പ്രിയദർശനെ നോക്കി.

ഒന്ന് ശെയ്യ്... പോക്കറ്റിൽ നിന്ന് ആയിരംരൂപയെടുത്തു ശൂലപാണിയെ ഏൽപ്പിച്ചു പറഞ്ഞു.

ടീച്ചറമ്മാവ്ക്ക് നല്ല പളങ്ങൾ വാങ്കിക്കൊടുക്കണം. നിന്റെ കാശിന് നീ വാങ്ങിയത്. ഓ.കെ.

സറീങ്ക സർ. ആനാ ഒന്ന് കേക്കട്ട്മാ?

ഉം കേള്.

ഏൻ സാറ്ക്ക് കൊടുക്കക്കൂടാതാ?

ഒന്നുമില്ല ശൂലപാണീ... ടീച്ചർക്ക് എമ്മേലെ കോപം. അതാ ....

കടവുളേ തപ്പ് ... നമ്പവേ മുടിയാത് സാർ.

അന്ത അമ്മ തനിതങ്കം. യാര് മേലെയും കോപമില്ല.

ലേശം ഇളിഭ്യനായി. പിന്നെ ശൂലപാണിയോട് അഭ്യർത്ഥനപോലെ. ഇന്ത വിഷയം ആരോടും പറയണ്ടാ. അതുപറഞ്ഞ് ഓഫീസിലേയ്ക്ക് ധൃതിയിൽ നടന്നുപോയി.

ശൂലപാണി സ്വന്തം ജോലിയിൽ വ്യാപൃതനായി. സുജനപാലൻ സ്കൂട്ടർ ഷെഡ്ഡിൽ നിർത്തി നേരേ ഡോക്ടറുടെ വീട്ടിലെത്തി. വീടും പരിസരവും വൃത്തിയാക്കാൻ വേണ്ട നിർദ്ദേശം നൽകിയിട്ടാണ് ഹെൽത്ത് സെന്ററിലേയ്ക്ക് പോയത്. വളരെ കുറച്ചു പേരെ ഉണ്ടായിരുന്നുള്ളൂ രോഗികളായി. പലരും വന്നത് ടീച്ചറമ്മയെക്കുറിച്ച് അന്വേഷിക്കാനാണ്. അന്വേഷിച്ചവരോടെല്ലാം വിവരം പറയുകയും ഒപ്പം മകനോട് എന്തൊക്കെയോ സാധനങ്ങൾ കൊണ്ടുവരാൻ ആവശ്യപ്പെടുകയും ചെയ്തു.

മുറ്റത്ത് ഏതോ വാഹനത്തിന്റെ ശബ്ദം കേട്ടതും തങ്കമ്മ എത്തിനോക്കിയിട്ട് സുജനപാലനോടായി പറഞ്ഞു.

കട്ടില് വന്ന്.

ങാ, ശരി. എന്നുപറഞ്ഞ് നേരേചെന്ന് ഡോക്ടർ താമസിക്കുന്ന വീടിന്റെ ഒഴിഞ്ഞുകിടന്ന മുറിയിൽ കട്ടിലിടാൻ നിർദ്ദേശിച്ചു.

എത്ക്ക് പുതുമഞ്ചം?

ആരാവത് വർതാ...?

ഇല്ല; ആരും ഒന്നും ചോദിച്ചില്ല. എല്ലാം കൃത്യമായി വച്ചതിനുശേഷം വണ്ടിയും ആളുകളും തിരിച്ചുപോയി.

റൂമിൽ ലൗലിടീച്ചറോട് കാര്യങ്ങൾ പറഞ്ഞു കൊണ്ടിരിക്കുന്ന സിദ്ധാർത്ഥ് മൂന്നുദിവസംകൊണ്ട് ഏറെ പക്വമതിയായി കാണപ്പെട്ടു. ചേച്ചീ ദാ ഈ മരുന്ന്കഴിക്കണം. വെള്ളംകുടിക്ക്. ഉത്തരവാദിത്തബോധമുള്ള ഡോക്ടറും അനിയനുമായി സിദ്ധു മാറിയത് ലൗലിയെ കുറച്ചൊന്നുമല്ല അമ്പരപ്പിച്ചത്.

സിദ്ധുവിന് അത്ഭുതം തോന്നിയത് മറ്റൊരു കാര്യത്തിലായിരുന്നു. മൂന്നുദിവസമായിട്ടും ചേച്ചിയുടെ വീട്ടുകാരാരും വിളിച്ചിട്ടില്ലെന്നത് വിശ്വസിക്കാനായില്ല. ഒരുപക്ഷേ അമ്മയെങ്ങാനും വിളിച്ചാൽ പറയേണ്ടവാക്കുകളുടെ ഒരു പട്ടികതന്നെ തയാറാക്കിയിരുന്നു.

ചേച്ചിക്ക് തൊണ്ടവേദനയാണ്. വോയ്സ്റെസ്റ്റാണ് രണ്ടു ദിവസം കഴിഞ്ഞാൽ ശരിയാവും. അങ്ങനെ തുടർചോദ്യങ്ങൾക്കുള്ള മറുവാക്കുകൾ പോലും കരുതിവച്ചെങ്കിലും ബന്ധുക്കളിൽ നിന്ന് അന്വേഷണങ്ങൾ ഒന്നുമുണ്ടായില്ല. അതേസമയം സഹപ്രവർത്തകരുടെ

കുശലാന്വേഷണങ്ങൾക്ക് പഞ്ഞമില്ലായിരുന്നു. കുട്ടികൾപോലും വിളിക്കുകയും ക്ഷേത്രത്തിൽ വഴിപാട് കഴിക്കുകയും ചെയ്തു. മാരനും രാധയും എന്നുംവിളിക്കും. തെരണ്ടുകല്യാണം കഴിഞ്ഞാണ് സിന്ധുവും അമ്മയും വിവരമറിഞ്ഞത്. അതോടെ അന്വേഷണ പ്രവാഹമായിരുന്നു. ഫോൺ നിരന്തരം ശബ്ദിച്ചുകൊണ്ടിരുന്നു. ഒരു ദിവസം പ്രിയദർശൻ വിളിച്ചു ക്ഷേമാന്വേഷണം അറിയിക്കാൻ പറഞ്ഞു.

ക്യാഷ്കൗണ്ടറിൽ ചെന്ന് ബില്ലടച്ച് ലിഫ്റ്റിലേയ്ക്കു നടക്കുമ്പോഴാണ് ആ ശബ്ദം കേട്ടത്. ഏറെ പരിചയമുള്ള ആ ശബ്ദം ഏത് ആൾക്കൂട്ടത്തിലും തിരിച്ചറിയാമെന്നതിൽ ഒരേസമയം അഭിമാനിക്കുകയും അതുപോലെ ദുഃഖിക്കുകയും ചെയ്തു. അവളുടെ ദുരന്തങ്ങൾക്ക് താനും ഒരു പരിധിവരെ കാരണക്കാരനാണെന്ന ചിന്തയിൽ തിരിഞ്ഞുനോക്കിയതാണ്.

സൈറ!... ബാംഗ്ലൂരിൽ പി.ജി.ക്കു തയാറെടുക്കുന്നു എന്ന് പറഞ്ഞ ഡോക്ടർ സൈറ... കണ്ടത് വിശ്വസിക്കാനാവാതെ വീണ്ടും വീണ്ടും നോക്കി. ആരോടോ ഫോണിൽ സംസാരിച്ചുകൊണ്ടു നടന്ന സൈറ കണ്ടില്ല, മുന്നിൽ നടന്നുപോകുന്ന സിദ്ധുവിനെ. സംഭാഷണത്തിനിടയിൽ നോട്ടം സിദ്ധാർത്ഥിലേക്കു പതിഞ്ഞു...

ഏയ് സിദ്ധു... ശബ്ദം ആഹ്ലാദഭരിതം... അമ്പരപ്പ്...

സിദ്ധു ചിരിച്ചു. അയലത്തെകുട്ടിയാണ്. ഓ.കെ. ബൈ. പറഞ്ഞ് ഫോൺ കട്ട് ചെയ്തു. ഫോൺ ഓഫ് ആണെന്ന് ഒരിക്കൽക്കൂടി ഉറപ്പു വരുത്തി ഓടിയെത്തുകയും കെട്ടിപ്പിടിക്കുകയും ചെയ്ത സൈറയെ നോക്കിനിന്ന സിദ്ധാർത്ഥിന് ശബ്ദമടഞ്ഞതുപോലെ അനുഭവപ്പെട്ടു.

ദീർഘനാളത്തെ കാത്തിരിപ്പിനുശേഷം കണ്ടുമുട്ടിയ ഏറെ പ്രിയപ്പെട്ട രണ്ടുപേർ. അത്ഭുതവും ആഹ്ലാദവുംകൊണ്ട് വാക്കുമുട്ടി നിന്നുപോയി. ഏറെ പ്രയാസപ്പെട്ടാണ് സിദ്ധാർത്ഥിന്റെ തൊണ്ട അയഞ്ഞത്. സൈറാ നീയിവിടെ...?

ങ്ും. രണ്ടുമാസമായി വന്നിട്ട്.

എന്നിട്ടെന്താ വിളിക്കാതിരുന്നത്? ഇത്ര സെൽഫിഷ് ആവരുത്.

ഷെൽഫിഷ് ആവാനാണ് ലേശം സെൽഫിഷ് ആയത്. പരിചയക്കാരുടെ ചോദ്യങ്ങൾക്കു മുന്നിൽ നിന്നുള്ള പലായനം. പപ്പക്കറിയാം. പപ്പക്കു മാത്രം. മമ്മയ്ക്കുപോലും അറിയില്ല. അവിടെ സുരക്ഷിതമല്ല. ആരോടെങ്കിലും പറഞ്ഞുപോകും. മമ്മയ്ക്ക് മകളുടെ ദുർവിധിയിലാണ് സങ്കടം.

അതുപോട്ടെ, സിദ്ധു ഇവിടെ?

അതൊരു നീണ്ട കഥയാണ്. എനിക്ക് ഒരു ചേച്ചിയെ കിട്ടി. ചേച്ചിയമ്മ എന്നു പറയുന്നതാവും കൂടുതൽ ഭംഗി. ലൗലിടീച്ചർ. നീ വാ കാണണ്ടേ എന്റെ ചേച്ചിയമ്മയെ?

എന്താ ഇവിടെ? അതുപറ...

ചെറിയ ഒരറ്റാക്ക്. ഒന്നല്ല... അടുത്തടുത്ത് രണ്ട്.

മൈഗോഡ്. ഇപ്പോ എങ്ങനെയുണ്ട്?

ഇന്ന് വീട്ടിൽ പോകാമെന്ന് ഡോക്ടർ ശ്യാം പറഞ്ഞു.

എന്തൊക്കെ സർപ്രൈസസാണ് ജീവിതത്തിൽ.

എന്നാലും സൈറയ്ക്ക് എന്നോട് പറയാമായിരുന്നു.

നിന്റെയുള്ളിലും ആ ചോദ്യമില്ലേ? ഇല്ലെന്ന് തീർത്തു പറഞ്ഞുകൂടാ. അതു മനുഷ്യസഹജമായ ആകാംക്ഷയിൽ നിന്നുണ്ടാവുന്നതാണ്. അപരിചതരായാൽപ്പോലും ചിലപ്പോൾ നമ്മൾ ആകാംക്ഷ കാട്ടും. ആ നിലയ്ക്ക് ഏറ്റവും നല്ല ഫ്രണ്ട്സാവുമ്പോൾ. അതിന്റെ ആക്കംകൂടും. ദുഃഖവും. അല്ലാതെ...

അല്ലാതെ...?

ആക്ഷേപിക്കാനോ കുറ്റപ്പെടുത്താനോ അല്ല. കാരണം സൈറയെ എനിക്കറിയാം. തക്കതായ, അഥവാ അത്രയ്ക്കും വലിയ കാരണമില്ലാതെ സൈറയങ്ങനെ ഒരു നിലപാടെടുക്കില്ലെന്ന ഉത്തമ വിശ്വാസം. ഏഴു വർഷത്തെ പരിചയം. അതത്ര നിസ്സാരമല്ല.

റിയലി.

ലിഫ്റ്റിൽ നിന്നിറങ്ങി തൊട്ടുമുന്നിലെ മുറിയുടെ വാതിൽ മെല്ലെ ത്തുറന്നു. എന്തോ ആലോചനയിലാണെന്ന് കിടപ്പുകണ്ടാലറിയാം.

കതകു തുറന്നുവന്നത് സിദ്ധുവാണെന്നു കണ്ടതും ചോദിച്ചു.

ബില്ലടച്ചോ...?

അടച്ചല്ലോ. എന്താ അടയ്ക്കണ്ടേ..

അല്ല സിദ്ധൂ. പൈസ അക്കൗണ്ടിലുണ്ട്. അതെടുക്കണം.

അപ്പോഴാണ് കൂടെനില്ക്കുന്ന ലേഡീഡോക്ടറെ കണ്ടത്. ലൗലി പതുക്കെ എഴുന്നേറ്റു. സിദ്ധു വേഗംചെന്ന് താങ്ങി...

സൂക്ഷിച്ച്... വലിയ മിടുക്കിയാവണ്ടാ...

സൈറ അടുത്തുചെന്നു. ലൗലിയുടെ കൈപിടിച്ചു. പേടിക്കണ്ട. അല്പം ശ്രദ്ധിച്ചാൽ മതി. മലകയറ്റം തല്ക്കാലം ഒഴിവാക്കണം. മലയിറങ്ങട്ടെ. എന്താ...?

ഞാൻ സൈറ. ഡോക്ടർ സൈറ ഇക്ബാൽ. ഞങ്ങൾ ഒന്നിച്ചു പഠിച്ചവരാണ് ഏഴുകൊല്ലം. ആറുമാസമായി തമ്മിൽ കണ്ടിട്ടും വിവ

രങ്ങൾ അറിഞ്ഞിട്ടും. ഇന്ന്, ദാ ഇവിടെവച്ച് വീണ്ടുംകണ്ടു. പപ്പയ്ക്ക് സന്തോഷാവും.

ഞാൻ നാട്ടിൽപോവുമ്പോ ടീച്ചറമ്മ കൂടെ വരണം. പപ്പയെ കാണാം. നല്ലൊരു ചെക്കപ്പ് നടത്താം. ഒരു അറുപത്വർഷംകൂടി ഗ്യാരന്റി വാങ്ങാം. അല്ലേ സിദ്ധൂ...

കറക്ട്. ഞാനും അതു പറയാനിരുന്നതാണ്.

നിനക്ക് ഡ്യൂട്ടിടൈമായോ?

ഇല്ലില്ല. റൂമിലിരുന്ന് മടുത്തപ്പോ ഇങ്ങോട്ട് വന്നു. ഇതിനകത്ത് ചില റഫറൻസ് ബുക്കുകളുണ്ട്. അതൊക്കെ പൊടിതട്ടി വയ്ക്കാമെന്നു കരുതി.

സംഭാഷണങ്ങൾ അണ പൊട്ടിയൊഴുകുന്നത് ലൗലി കൗതുകത്തോടെ കേട്ടിരുന്നു. പരിഭവങ്ങളും കളിയാക്കലുമായി സമയം പോയതറിഞ്ഞില്ല. ലൗലി ചിരിച്ചു. കുട്ടികളെപ്പോലെ തല്ലുപിടിക്കുന്ന രണ്ടു ഡോക്ടർമാർ. ഏഴുവർഷം നുറുങ്ങുകളായി വീണുകൊണ്ടിരിക്കെ കതകിൽ മുട്ടുകേട്ടു. സിദ്ധു എഴുന്നേറ്റ് കതകുതുറന്നു. മുന്നിൽ സുജനപാലൻ.

സൈറയെ കണ്ടപാടെ തൊഴുതു. ഗുഡ് ഈവനിംഗ് ഡോക്ടർ എന്നു പറഞ്ഞുകൊണ്ട് കതകുചാരി. ആളെ മനസ്സിലായില്ലെന്ന് മുഖത്തെഴുത്ത് കണ്ട ലൗലി പറഞ്ഞു.

ബാലേട്ടാ സിദ്ധുവിന്റെ ക്ലാസ്മേറ്റാണ് ഡോക്ടർ സൈറ. ഇവിടെയുണ്ടായിരുന്നിട്ടും നമ്മളറിഞ്ഞില്ല.

അതുസാരമില്ല. എന്നാലും സന്തോഷമായി. അല്ല, വീട്ടിൽ പോണ്ടേ?

സൈറ ശ്രദ്ധിച്ചു. ലൗലിടീച്ചറുടെ മുഖംവാടി.

അത് വീടാണോ... മുറിയല്ലേ ബാലേട്ടാ.

അതൊക്കെ നേരിട്ടുകാണാം.

അതുപറഞ്ഞ് സിദ്ധുവിനെ നോക്കി എന്തോ ആംഗ്യംകാട്ടി ചിരിച്ചു.

സിദ്ധു ബാലേട്ടനെ പരിചയപ്പെടുത്തി...

ഇവരാണ് എന്റെ ബന്ധുക്കളും രക്ഷകർത്താക്കളും. ഇന്ന് എനിക്കും ചിലരൊക്കെയുണ്ട്. ചോദിക്കാനും പറയാനും. അതു പറയുമ്പോൾ സിദ്ധുവിന്റെ മുഖത്ത് അഭിമാനമായിരുന്നു.

അതു നിന്നെ കണ്ടപ്പോഴേ മനസ്സിലായി മോനേ.... എന്തു പാവമായിരുന്നു. ഇപ്പോൾ നാവിനു നീളംവന്നു. ലേശം അഹങ്കാരവും. ന്താ ശരിയല്ലേ? സൈറ ചോദ്യഭാവത്തിൽ നോക്കി.

സമ്മതിച്ചു. നീ വലിയ ഫിലോസഫറാണല്ലോ.

അയ്യോ സംസാരിച്ചിരുന്ന് സമയം പോയതറിഞ്ഞില്ല. എനിക്കു ഡ്യൂട്ടിടൈമായി. എന്നാൽ ഞാനിറങ്ങട്ടെ. എന്നാണ് ചെക്കപ്പ്?

ആഫ്റ്റർ ടൂ വീക്സ്. ഞാൻ വിളിക്കാം.

അതുകേട്ട ലൗലിടീച്ചർ ചോദിച്ചു.

നമ്പർ

അതൊന്നും ഡിലീറ്റാവില്ല ചേച്ചിയമ്മേ. ഏതുറക്കത്തിൽ ചോദിച്ചാലും മണിമണിപോലെ പറയും.

സൈറ ചിരിച്ചു. ബൈ... ടേക്ക് കെയർ ചേച്ചീ...

സൈറയെ അനുയാത്ര ചെയ്ത് പുറത്തിറങ്ങിയ സിദ്ധാർത്ഥ് അവളെ നോക്കി.

സൈറ വിളറി... പെട്ടെന്ന് സമനില വീണ്ടെടുത്ത് അവന്റെ കൈയിൽ പിടിച്ചു...ഐ നോ..

നാണക്കേടാണ്. എന്നാലും ഞാനതു പറയാം. കാരണം ഒരാളെങ്കിലും എന്നെ കേൾക്കണം. അറിയണം. ഡിവോഴ്സ് പെറ്റീഷനിൽ പറയുന്നതൊന്നുമല്ലാ ഞാൻ.

സോറി സൈറ... വേണ്ട, ഒന്നും പറയണ്ട

അല്പം ആലോചനക്കുശേഷം സൈറ പറഞ്ഞു.

വിവാഹം വരെയുള്ളതെല്ലാം നിനക്കറിയാം.

നിനക്കറിയാത്തത് വിവാഹത്തിനുശേഷമുള്ളതു മാത്രം. പെറ്റീഷനിൽ പറയുന്നത് വായിച്ച് തളർന്നുപോയി പപ്പ. മമ്മയ്ക്കറിയില്ല ഒന്നും. സൈറയുടെ അഹങ്കാരം അല്ലാതെന്താ.

നല്ലപയ്യൻ. കോടീശ്വരനായ ബിസിനസ്സുകാരൻ അമേരിക്കയിൽ സെറ്റിൽഡ്. പോരേ.

മമ്മയ്ക്ക് അതൊക്കെ ധാരാളമായിരുന്നു. സൈറ, സൈറയ്ക്ക് അതായിരുന്നില്ല വേണ്ടിയിരുന്നത്.

സ്നേഹം.. ലേശം പ്രണയം... പണം നമ്മളുണ്ടാക്കുന്നതാണ്. ജീവിതം അതുമാത്രമല്ലല്ലോ.

സൈറയുടെ മൂക്കിൽ വിയർപ്പുമണികൾ തെളിയുന്നു. അത്രമേൽ ആത്മസംഘർഷമുണ്ടെങ്കിലേ അങ്ങനെ സംഭവിക്കൂ. നന്നായി സംസാരിക്കുന്ന സൈറ വാക്കുകൾക്കായി പരതുന്നത് വേദനാജനകമായിരുന്നു.

നിനക്കറിയോ.... ആദ്യരാത്രിയിൽ അയാൾ എന്നോട് എന്താ ആവശ്യപ്പെട്ടതെന്ന്? ഞെട്ടിനിന്ന എന്നെനോക്കി അയാളുടെ വൃത്തികെട്ട കമന്റ്...

ഡോക്ടേഴ്സിന് അതൊക്കെ പരിചയമല്ലേന്ന്... എന്റെ സ്ത്രീത്വത്തിനുമേൽ പതിച്ച കല്ലായിരുന്നു... സഹിക്കാനായില്ല... ഒരുപക്ഷേ ... ഇല്ല സിദ്ധൂ... കഴിയില്ല. അതിനി എത്രകാലം കഴിഞ്ഞായാലും. എന്റെ ശരീരം അത്രയ്ക്ക് ഹീനമാണോ?

12

ലൗലി പ്രത്യേകിച്ച് ഒന്നും പറഞ്ഞില്ലെന്നത് സുജനപാലിനെ അമ്പരിപ്പിച്ചു. സാധാരണ ആരുടേയും ഔദാര്യങ്ങൾ സ്വീകരിക്കാറില്ല. ആരോടും കടംവാങ്ങില്ല. ആ വാടകമുറിവിട്ട് ഒരിടത്തും പോയി താമസിക്കാറില്ല. എന്നിട്ടും ഡോക്ടറുടെ വീട്ടിൽ ഒരുക്കിയ മുറിയിൽ ഒന്നും പ്രതികരിക്കാതെ താമസിക്കാൻ തയാറായി.

എന്തെങ്കിലും അസുഖമുള്ളതായി പറഞ്ഞിട്ടില്ല. ആരും, വീട്ടുകാരാരും ഈ നാലുദിവസമായിട്ട് ഫോണിൽ വിളിച്ചതുമില്ല. എന്തുകൊണ്ട് പെട്ടെന്നിങ്ങനെ സംഭവിച്ചു. മാനസിക സംഘർഷം? പ്രിയദർശൻ എന്തെങ്കിലും... ഏയ് അങ്ങനെ വരാൻ സാദ്ധ്യതയില്ല.

അധികം സംസാരിക്കരുതെന്ന് ഡോക്ടർ ശ്യാം പ്രത്യേകം പറഞ്ഞു. അതേസമയം ടെൻഷനുണ്ടാകാതെ നോക്കണമെന്നു കൂടി ഓർമ്മിപ്പിച്ചു. ടീച്ചറമ്മയെ കാണാൻ സിന്ധുവും അമ്മയുമാണ് ആദ്യം വന്നത്. ടീച്ചറെ നോക്കിനിന്ന സിന്ധു പറഞ്ഞു.

ടീച്ചർ, ഫോട്ടോയും വീഡിയോയും വച്ചിട്ടുണ്ട്.

ഞാൻ കൊണ്ടുവരാം.

ടീച്ചർ...

പറഞ്ഞോളൂ...

നീങ്ക തനിയേ ഇരിക്കമുടിയാത്. നാനിങ്ക ഇരിക്കാം.

പതിനാലുകാരിയുടെ ആത്മാർത്ഥത കണ്ടില്ലെന്നു വയ്ക്കാമോ

വേണ്ട മോളേ... ഇവിടെ ഡോക്ടറുണ്ടല്ലോ.

ശൂലപാണിയും ബാലേട്ടനുമൊക്കെയുണ്ടല്ലോ.

കയ്യിലിരുന്ന പൊതി മേശപ്പുറത്തുവച്ച് അവൾ പറഞ്ഞു.

യതാവത്... സാപ്പിട്ടാ...?

ഉം. കുസുമം ചേച്ചി കഞ്ഞികൊണ്ടുവന്നു.

ശരി ടീച്ചർ... നല്ലാ റെസ്റ്റ് എടുക്കണം.

സ്കൂളിൽ നിന്ന് അദ്ധ്യാപകർ നിത്യസന്ദർശകരായി. വിദ്യാർത്ഥികളും. പലവിധ പഴങ്ങളും പലഹാരങ്ങളും മേശപ്പുറത്ത് നിരന്നു... പിന്നെ നിറഞ്ഞു. സന്ദർശകരുടെ എണ്ണം കൂടിക്കൂടി വന്നു. പലരോടും സിദ്ധാർത്ഥ് പറഞ്ഞു...

അധികം സംസാരിക്കരുത്.

സ്കൂള്ക്ക് എപ്പവരും ടീച്ചർ?

ഒരു ചെറിയ ആൺകുട്ടിയാണ് ചോദിച്ചത്.

വരും.. രണ്ടാഴ്ച കഴിഞ്ഞ് വരും.

നിന്റെ പേരെന്താ?

ആനന്ദ്.

സിദ്ധാർത്ഥ് കേട്ടത് വിശ്വസിക്കാനാവാതെ നോക്കി. ഇങ്ങനെയുള്ള പേരുകൾ ആദിവാസികൾക്കിടയിൽ പതിവില്ല.

ടീച്ചറെ പാക്കണം.

അത് ഉറച്ച ആവശ്യമായിരുന്നു. അതുവരെ മുറ്റത്തു നിന്നവൻ അനുവാദത്തിനായി ഡോക്ടറെ നോക്കി.

ശരി വാ.

ലൗലി കിടക്കുകയായിരുന്നു. കണ്ണുകളിൽ നീരുറയുന്നു. പുറത്തെ ശബ്ദങ്ങൾ കേൾക്കുന്നുണ്ട്. അധികം സന്ദർശകർ വേണ്ടെന്ന് പൊതുതീരുമാനത്തോട് ലൗലി യോജിച്ചു. അതിനു കാരണമുണ്ട്. വേണ്ടപ്പെട്ടവരുടെ തീരുമാനം, അതും തന്റെ ആരോഗ്യസുരക്ഷക്കായി മാത്രം. അവിടെ, ആ കരുതലിനു മുന്നിൽ ലൗലി അനുസരണയുള്ള കുട്ടിയായി.

മുറിയിൽ ആനന്ദ് കട്ടിലിനു താഴെ മുട്ടുകുത്തി നില്ക്കുന്നു. ടീച്ചർ അവന്റെ ശിരസ്സിൽ തലോടുന്നു.

അളാതെടാ... ടീച്ചർ വരും. കൊഞ്ചം നാള്... അതുക്കപ്പുറം കട്ടായമാ വരും. പാട്ടി നല്ലാര്ക്കാ...?

ഉം. ഒടമ്പ് വലിക്ക്താ?

ടീച്ചറമ്മക്ക് അസുഖം. അത്രമാത്രമേ അവനറിയൂ. എന്ത്... എവിടെ .. അതൊന്നും ആരും പറഞ്ഞില്ല. ടീച്ചറമ്മയ്ക്ക് വ്യാധി വന്നാൽ അവന് സഹിക്കാൻ കഴിയില്ല... അവന്റെ അമ്മയാണ്. അവന്റെ കണ്ണുകൾ അമ്മയിൽ തങ്ങി നിന്നത് അസുഖം എവിടെയെന്നറിയാനാണ്

ഇല്ലടാ... അപ്പടിയൊന്നുമില്ല. അന്ത ഡോക്ടർ ചുമ്മാ ... ചിരീടാ...

കണ്ണുനീർ ചാലുകൾ ടീച്ചർ കൈകൊണ്ട് തുടച്ചു. അളക്കൂടാത്. നീ ആമ്പിളയാടാ. ധൈര്യമായിരിക്കണം.

അവൻ അനുസരണയോടെ തലയാട്ടി.

സന്തോഷമാ ഇരിക്കണം. നല്ലാ പഠിക്കണം. പാട്ടിയെ തൊന്തരവ് പണ്ണക്കൂടാത് ഓ.കെ.

ഓ.കെ.

യാര് കൂടെ വന്നത്?

തനിയേ.

ഇവളവ് ദൂരം?

ഉം.

ഗുഡ് ബോയ്

വരട്ടുമാ ടീച്ചർ.

മനസ്സില്ലാമനസ്സോടെ അവൻ പുറത്തേക്കിറങ്ങി റോഡിലേയ്ക്കു നടന്നു.

പിന്നെയും ടീച്ചറമ്മയെ കാണാനും സുഖാന്വേഷണത്തിനുമായി പലരും വന്നു. സിദ്ധാർത്ഥ് അതിശയത്തോടെ നോക്കി നിന്നു. ഇത്രയുംപേരുടെ ഹൃദയത്തിൽ ഈ ടീച്ചറിന് ഇടമുണ്ടെന്നത് പുതിയ അറിവായിരുന്നു. ശൂലപാണി സദാസമയവും ചുറ്റിപ്പറ്റിനിന്നു. വിളിപ്പുറത്തു നിന്നകലാതെ. അതു പതിവില്ലാത്തതാണ്. ഉച്ചവരെ കഷ്ടിച്ച് ഹെൽത്ത് സെന്ററിൽ കാണും. പിന്നെ വരുന്നത് രാത്രിയോടെയാണ്. അവന്റെ പതിവുകൾ മാറ്റിവച്ച് ടീച്ചറമ്മക്ക് കാവലാളായി - രാവും പകലും - കൺവെട്ടത്തുണ്ട്.

ബാലേട്ടാ, അടുത്ത പഞ്ചായത്ത്തെരഞ്ഞെടുപ്പിന് ചേച്ചിയെ നിർത്തിയാൽ ഉറപ്പായി ജയിക്കും. അത്രയ്ക്കല്ലേ ജനസമ്മതി.

സന്ധ്യക്ക് മൂന്നുപേരും വരാന്തയിലെ കസേരയിലിരുന്ന് പലതിനെക്കുറിച്ചും സംസാരിക്കും. കുസുമംചേച്ചി രാത്രിയിലേക്കുള്ള ഭക്ഷണവുമായി വരും. രാത്രിയിൽ ബാലേട്ടനും ചേച്ചിയും ഒരുമിച്ചു തിരിച്ചുപോകും.

ഇടയ്ക്ക് ലൗലി കുസുമത്തോട് പറഞ്ഞു.

ചേച്ചീ എന്റെ ഡ്രസ്സ് എടുത്തുതരാമോ? ബാഗിൽ നിന്ന് താക്കോലെടുത്തുകൊടുത്തു.

അത്യാവശ്യം ഡ്രസ്സുകളെല്ലാം കുസുമം സുജനപാലൻവശം എത്തിച്ചു. പലപ്പോഴും പാടത്ത് പണിക്കാരുണ്ടാവും. കൊയ്യാൻ സമയമായിരുന്നു. ശരവണനും രുക്കമ്മയും കാണിമൂപ്പന്റെ വീട്ടിൽത്തന്നെയാണ്. കുഞ്ഞ് കണ്ണുതുറക്കുകയും ശരീരത്തിൽ കറുപ്പ് കുറയുകയും ചെയ്തതായി ശരവണൻ ടീച്ചറെ കാണാൻവന്നപ്പോൾ പറഞ്ഞു.

നാടിന്റെമേൽ ശാപം പതിച്ചിരിക്കുന്നതായി കാണിമൂപ്പൻ പറഞ്ഞത്രെ. ഗതികിട്ടാ പ്രേതങ്ങൾ തലയ്ക്കുമുകളിൽ അലയുന്നു. അവരെ സന്തോഷിപ്പിക്കണം. തക്കതായ കർമ്മങ്ങൾ ചെയ്യണം. അനിഷ്ടം... അവരുടെ കോപമാണ് ഈ ദുരന്തങ്ങൾക്ക് കാരണം.

പലരും ഏറ്റുപറഞ്ഞു... എന്തോ പ്രശ്നമുണ്ട്.

അല്ലെങ്കിൽ ടീച്ചറമ്മയ്ക്ക് ഇങ്ങനെ സംഭവിക്കാമോ?

നാട്ടുമക്കൾക്ക് വെട്ടം കാട്ടുന്നവരല്ലേ...?

സിദ്ധാർത്ഥിന്റെ കാതോളമെത്തിയ വാർത്തകൾ...

എന്തു മണ്ടത്തരമാണ് ചേച്ചിയമ്മേ ഈ പറയുന്നത്? ഈ നൂറ്റാണ്ടിലും അന്ധവിശ്വാസങ്ങളുടെ അടിമകളാകാമോ? മനുഷ്യർ അന്യ ഗ്രഹങ്ങളിൽ ടൂർ പോകാനൊരുങ്ങുന്നു. അപ്പോഴാണ് ആത്മാക്കളും പ്രേതങ്ങളും... കഷ്ടം. എന്നാണ് ഇവരൊക്കെ...

ലൗലി ചിരിച്ചു...

അതുകണ്ട് സിദ്ധാർത്ഥ് പറഞ്ഞു.

അവരതു പറയുന്നത് ബുദ്ധിയും ശാസ്ത്രബോധവും ഇല്ലാത്തതുകൊണ്ടാണ്. നിങ്ങളൊക്കെ അതിനെ ഇങ്ങനെ സപ്പോർട്ടു ചെയ്യാമോ? കാര്യങ്ങൾ പറഞ്ഞു കൊടുക്കുന്നതിനുപകരം അതിനു കൂട്ടുനില്ക്കാമോ?

ഈ കാടും കാട്ടിലെ മനുഷ്യരും ഇന്നും സമാധാനത്തോടെ കഴിയുന്നത് ശാസ്ത്രബോധം കൊണ്ടല്ല. വിശ്വാസങ്ങളാണ് അവരെ നയിക്കുന്നത്. ഈ പറഞ്ഞ ശാസ്ത്രബോധമാണ് ചന്ദനം മുറിച്ചു കടത്തുന്നതും നിരപരാധികളെ വെടിവെച്ചുകൊല്ലുന്നതും. ഒരു നീതിപീഠവും ഇങ്ങോളം എത്തുന്നില്ല. ഒരു ഭരണകൂടവും ഇവരിലേക്ക് നോക്കുന്നില്ല. ചില നേർച്ചകൾ, കുറച്ച് റേഷനരിയായി കടലാസ് പട്ടയങ്ങളായും ആരൊക്കെയോ എത്തിക്കുന്നു. വാർത്തകൾക്കു പഞ്ഞമില്ലാത്ത നമ്മുടെ നാട്ടിൽ വാർത്തകളുടെ പൊരുളു തേടാനാരും മെനക്കെടാറില്ല. പ്രത്യേകിച്ചും ഈ കാടിന്റെ മക്കളുടെ കാര്യത്തിൽ

ഭരണം, സർക്കാർ എന്നൊക്കെ പറഞ്ഞാൽ ഇവരെ സംബന്ധിച്ച് അഞ്ചാണ്ടു കൂടുമ്പോൾ മലകയറിവരുന്ന പണവും ചിഹ്നങ്ങളും മാത്രമാണ്. വോട്ടു വിലയ്ക്ക് വാങ്ങാനെത്തുന്ന ദല്ലാളുമാരെയാണ് ഇവർക്ക് പരിചയം. അതിന്റെ പിന്നിലെ യാഥാർത്ഥ്യങ്ങളോ നാട്ടിൽ അരങ്ങു തകർക്കുന്ന, രാഷ്ട്രീയനാടകങ്ങളോ ഇവർക്കറിയില്ല. കൂടുതൽ കാശ്കൊടുക്കുന്നവർക്ക് വോട്ട്കൊടുക്കുന്നു. തേനും തെള്ളിയും കൊടുക്കാറില്ലേ, കാട്ടേലവും കാട്ടിഞ്ചിയും, കുരുമുളകും പുൽത്തൈലവും പോലെ...

ലൗലിക്ക് കിതപ്പ് അനുഭവപ്പെട്ടു.

വികാരങ്ങൾ വിമ്മിട്ടമാകുന്നുണ്ട്.

രോഗിയാവുകയാണോ? പാടില്ല. ആനന്ദിന്റെ ഭാവി. അങ്ങനെ

യെത്രപേർ. അവർക്കായി ഇനിയും ജീവിക്കണം. ജീവിച്ചേ തീരൂ. ഹൃദയത്തിന് ശക്തിവേണം. ഊർജ്ജം വേണം. അവന്റെ സങ്കട ങ്ങൾക്ക് പരിഹാരംവേണം.

അതിനായി ജീവിച്ചേ മതിയാവൂ.

ലൗലി മെല്ലെ എഴുന്നേറ്റു. പുറത്തെ വരാന്തയിൽ പതുക്കെ നട ന്നു... നടക്കണം... പലർക്കായി നടക്കണം. ലൗലിയുടെ ഭാവമാറ്റം ശ്രദ്ധിച്ചിരുന്ന സിദ്ധാർത്ഥ് മനസ്സിൽ ഉറപ്പിച്ചു.

ലൗലി ഒരു ടീച്ചർ മാത്രമല്ല. അതിനപ്പുറം... അതിനപ്പുറത്ത് മറ്റെ ന്തൊക്കെയോ ആണ്. തീർച്ച. പതുക്കെ, ശ്രദ്ധയോടെ ചോദിച്ചറി യണം.

ലൗലി നടപ്പു തുടരുകയാണ്. മുഖത്ത് നിശ്ചയദാർഢ്യം പ്രകട മായി. മനസ്സ് കലുഷമാണെന്ന് മുഖം വിളംബരം ചെയ്യുന്നുണ്ട്. അശ്രദ്ധനെന്ന ഭാവത്തിൽ ചില പുസ്തകങ്ങൾ മറിച്ചുനോക്കുകയും ടീച്ചറമ്മയെ സശ്രദ്ധം നിരീക്ഷിക്കുകയും ചെയ്തുകൊണ്ടിരുന്നു. കുറച്ചുസമയം നടന്നതോടെ പിരിമുറുക്കം അയഞ്ഞു തുടങ്ങിയെന്ന് നടപ്പ് അടയാളപ്പെട്ടു.

ഇന്നത്തേയ്ക്ക് മതി ചേച്ചീയമ്മേ. ലൗലിയെ അനുനയിപ്പിക്കാൻ 'ചേച്ചിയമ്മേ' എന്ന സംബോധന മതി. അതറിയാവുന്ന സിദ്ധാർത്ഥ് വരാന്തയിലെത്തി ടീച്ചറെ കൈപിടിച്ച് കസേരയിലിരുത്തി.

ചേച്ചിയമ്മ അധികം ഇമോഷണലാകാൻ പാടില്ല. പാവം ഹൃദയം കരയും. അതിനെ കണ്ടമാനം നോവിച്ചിട്ടല്ലേ അതു പിണങ്ങിയത്. എന്നെ ഉപദേശിക്കേണ്ട ആളാണ്. ഇപ്പൊ ഞാനുപദേശിക്കേണ്ടി വരുന്നത് മോശമല്ലേ. എന്റെ സുന്ദരി ചേച്ചിയല്ലേ. സിദ്ധുവില്ലേ കൂട്ടി ന്. ഇനി ഞാനുണ്ടാവും എവിടെയും എന്തിനും. ലൗലിയുടെ മുഖത്ത് വ്യവഛേദിക്കാനാവാത്ത ഭാവങ്ങൾ.

അങ്ങനെ തറപ്പിച്ചു പറയണ്ട മോനേ. ചേച്ചിയമ്മയുടെ വഴി അത്ര സുഗമമല്ല. പൊള്ളും. മുറിയും. ചോര പൊടിയും. നിനക്ക് താങ്ങാൻ കഴിയില്ല.

ഒരു കാര്യം ചോദിക്കാൻമറന്നു. ഇന്നുവന്നില്ലേ ആ കുട്ടി, ആനന്ദ് അവനേതാ? എന്തോ അസാധാരണത്വം തോന്നി. കുട്ടിയ്ക്കു ചേരാത്തഭാവം. മുതിർന്നവരെപ്പോലെയുള്ള സംഭാഷണം. നല്ല ബുദ്ധിയുള്ളവൻ.

ലൗലി ചിരിച്ചു. വേറിട്ട ചിരി.

അവൻ എന്റെ മകനാണ്. മനസ്സാ സ്വീകരിച്ച മകൻ. അവൻ കടന്നു വന്ന വഴികളാണ് അവന്റെ ധൈര്യത്തിനു പിന്നിൽ. അനുഭവിച്ച

യാതനകളാണ് ആ നെഞ്ചുറപ്പും പക്വതയും സമ്മാനിച്ചത്. ഒരു ഭരണകൂടവും അവനെ തേടി വന്നില്ല. ആരും അവനെ തുണച്ചില്ല. പലർക്കും അവനെക്കുറിച്ച് ഒന്നുമറിയില്ല.

ലൗലി ഓർമ്മകളിൽ ഞെരിയുന്നതായിത്തോന്നി. ചേച്ചിയമ്മേ റിലാക്സ്. പ്ലീസ്. അത് നമുക്ക് പിന്നീട് സംസാരിക്കാം. റെസ്റ്റ് വേണം. അടുത്ത ചെക്കപ്പിനുശേഷം മതി.

എനിക്ക് ഒന്നുമില്ല സിദ്ധു. നീ ഭയക്കുന്നതുപോലെ ഒന്നും സംഭവിക്കില്ല. കാടിന് ചില നിയമങ്ങളുണ്ട്. ഞാനതിൽ വിശ്വസിക്കുന്നു. എനിക്കുറപ്പാണ് അത്ര പെട്ടെന്ന്...

ലൗലി പൂർത്തിയാക്കാതെ നിർത്തി. ഒരു നെടുവീർപ്പിൽ സമചിത്തത കൈവരിച്ചു. അഞ്ചനാട്ടം പാറയിലെ ക്ഷേത്രത്തിൽ മണി മുഴങ്ങിക്കൊണ്ടിരുന്നു. ദൂരെയുള്ള പള്ളിയിൽ നിന്ന് ബാങ്ക് വിളി കേട്ടു.

സിദ്ധു ഒരിക്കൽ ചോദിച്ചില്ലേ കുമരൻ പോക്സോകേസിൽ പെട്ടതെങ്ങനെയെന്ന്?

പക്ഷേ... അർദ്ധോക്തിയിൽ നിർത്തി.

ഉം.

ചേച്ചി കേട്ടഭാവം കാട്ടിയില്ല.

കുമരന്റെ മാമന്റെ മകളാണ് ചീരു. കുമരൻ ഏഴാം ക്ലാസ്സുവരെ പഠിച്ചു. പിന്നെ നിർത്തി. അവനെ മറ്റാരെയുംപോലെ കാടു വിളിച്ചു. അതു കേൾക്കാതിരിക്കാൻ അവനായില്ല. എപ്പോഴും കയ്യിലൊരു കവണയുണ്ടാവും. ചെറുപ്പത്തിൽ കാട്ടിൽനിന്ന് മുയലിനെയോ കാട്ടുകോഴിയേയോ എറിഞ്ഞുപിടിക്കും. വീട്ടിൽ കൊണ്ടുവന്ന് കറിവയ്ക്കും. അത് സാധാരണയായിരുന്നു. സമപ്രായക്കാർ ചേർന്ന് ഉൾവനത്തിൽ തേനെടുക്കാൻ പോകും. നാലഞ്ചുപേരുണ്ടാവും കൂട്ടത്തിൽ. മാരനും സുരേഷും സോമനുമൊക്കെ കാണും.

കാടിന്റെ മുക്കും മൂലയും അരിച്ചുപെറുക്കിനടക്കും. പക്ഷികളുടെ ശബ്ദം കേട്ടു മനസ്സിലാക്കും. കാട്ടിലെ ഏതു പക്ഷിയുടെ ശബ്ദവും അവൻ തിരിച്ചറിയും മൃഗങ്ങളുടെയും. അതൊരു വല്ലാത്ത കഴിവായിരുന്നു. മൃഗങ്ങളുടെ ചൂരറിയാം. വീടകം പോലെയായിരുന്നു അവർക്ക് കാടകവും. കാട്ടരുവികളിൽ നീന്തിയും കാട്ടുപഴങ്ങൾ ശേഖരിച്ചും നാലഞ്ചുവർഷം.

ഒരിക്കൽ കാട്ടിൽ പുകകണ്ടു. അവർ പതിയിരുന്നു കണ്ടു ചാരായം വാറ്റുന്നു. എന്തോ കുഴിച്ചിടുന്നു. ചെറിയ ചാക്കുകെട്ടുകൾ. വലിയ പാത്രങ്ങൾ. കാട്ടരുവിയുടെ കരയിലാണ്. അതും പാറ

ക്കെട്ടിനുള്ളിൽ മരക്കൊമ്പിലിരുന്ന് എല്ലാംകണ്ടു. വൈകുന്നേരം അവർ വിറകുക്കെട്ടിനുള്ളിൽ കുപ്പികൾ വച്ച് കാടിറങ്ങി.

അവരെല്ലാം പോയിക്കഴിഞ്ഞാണ് കുമരനും കുമ്പിടിയെന്ന് വിളിപ്പേരുള്ള മാരനും താഴെയിറങ്ങിയത്. കുഴികൾതോണ്ടി കുപ്പികളെടുത്തു മണത്തുനോക്കി. കള്ളവാറ്റ് കുറ്റകരമാണ്. എന്നിട്ടും... കുമ്പിടി ലേശം കുടിച്ചുനോക്കി പറഞ്ഞു... കൊടല് കത്തും. പിന്നൊക്കെ ധൃതിയിലായിരുന്നു. എല്ലാം ഒഴിച്ചുകളഞ്ഞു കുപ്പികൾ കുഴിച്ചിട്ടു.

പിന്നെ തുടരെ അവിടെ പോകാൻ തുടങ്ങിയതോടെ വാറ്റുകൂട്ടം സ്ഥലം വിട്ടു. എങ്കിലും ആരാണതു ചെയ്യുന്നതെന്ന് കണ്ടെത്തുകയും വിരട്ടുകയും ചെയ്തു. അത് അവസാനിച്ചെന്നു കരുതി.

ആയിടക്കാണ് ചീരു വയസ്സറീച്ചത്. പച്ചക്കുടിലു കെട്ടാനും കല്യാണത്തിന് പന്തലിടാനും അവനായിരുന്നു മുന്നിൽ. പ്രത്യേകിച്ചും മുറപ്പെണ്ണല്ലേ.

അതുകഴിഞ്ഞ് രണ്ടുകൊല്ലം കഴിഞ്ഞാണ് അവർ കല്യാണം കഴിച്ചത്. മൂപ്പന് വെറ്റിലടയ്ക്ക വച്ച് പരസ്പരം വെറ്റിലടയ്ക്ക കൈമാറി ഭാര്യാഭർത്താക്കന്മാരായി. ഇവർക്കൊന്നും കൃത്യമായ വയസ്സ് അറിയില്ലായിരുന്നു. രണ്ടായിരത്തി പതിനാറിൽ ഇടുക്കി സബ്കളക്ടർ ശ്രീറാംസാറാണ് അയ്യായിരംപേർക്ക് ജനനസർട്ടിഫിക്കറ്റ് നൽകാൻ പ്രാദേശികഭരണകൂടങ്ങൾക്ക് നിർദ്ദേശം നൽകിയത്. അവർ കൊടുക്കുന്ന, തെളിവെന്നു പറഞ്ഞുകൂടാ, ഏകദേശക്കണക്കനുസരിച്ച് ബെർത്ത് സർട്ടിഫിക്കറ്റ് നൽകിയതിനുശേഷമുള്ള കുട്ടികൾക്ക് അറിയാം. ഇന്നും പ്രായമായവരോട് ചോദിച്ചാൽ ഏതെങ്കിലും അക്കം പറയും അത്ര തന്നെ. അതിന്റെ പ്രാധാന്യവും ഗൗരവവും അറിയാഞ്ഞിട്ടാണ്.

കല്യാണം കഴിക്കുമ്പോ ചീരുവിന് പതിനേഴും കുമരന് ഇരുപതുമായിരുന്നു പ്രായം. ഊരുകളിൽ അതിൽ തെറ്റില്ല. എന്നുമാത്രമല്ല അതു തന്നെ കൂടുതലാണ്. വിവാഹപ്രായം കർശനമായതോടെ അവർ വയസ്സു കൂട്ടിപ്പറയും. പതിനാറും പതിനേഴും വയസ്സായാൽ പതിനെട്ടെന്നു പറയും.

ഞാനിവിടെ വന്നതിന്റെ പിറ്റേക്കൊല്ലമായിരുന്നു അവരുടെ കല്യാണം. ആരോടും പ്രത്യേകിച്ച് പറയാറില്ല. വലിയ ചടങ്ങുകളുമില്ല. പക്ഷേ താമസം ഒന്നുകിൽ ചെറുക്കൻ വീട്ടിൽ അല്ലെങ്കിൽ വേറെ കുടിൽ കെട്ടി.

രണ്ടുകൊല്ലം... ഒരുപാട് സംഭവങ്ങൾക്ക് ഈ കാട് സാക്ഷ്യം വഹിച്ചു. ചന്ദനക്കടത്ത് വ്യാപകമായി. ഫോറസ്റ്റ് ഡിപ്പാർട്ടുമെന്റിന്

ഉറക്കമില്ലാത്ത നാളുകൾ. പലരേയും പിടിച്ചു. പത്രത്തിൽ വാർത്ത വരും. പോലീസിനു കൈമാറും. പിന്നെ തേഞ്ഞുമാഞ്ഞുപോകും.

കുമരനും കൂട്ടുകാരും ഫോറസ്റ്റുകാരെ സഹായിച്ചുകൊണ്ടിരുന്നു. കള്ളവാറ്റ് അപ്പപ്പോൾ തകർത്തു. ഏറ്റമുട്ടലുകളും പതിവായിരുന്നു. ഒരിക്കൽ സോമന് കാലിൽ വെട്ടേറ്റു. അതോടെ വാശിയായി. പോലീസിലും പഞ്ചായത്തിലും പരാതികൊടുത്തു. അന്വേഷണങ്ങൾ മിക്കവാറും പ്രഹസനങ്ങളായിരുന്നു.

ഇവരുടെ കൂട്ടത്തിലുള്ള ചിലരെ കള്ളും കാശും കൊടുത്ത് സ്വാധീനിച്ചു ചന്ദനക്കടത്തു നടത്തിയതെല്ലാം വമ്പന്മാരായിരുന്നു. രാഷ്ട്രീയ നേതാക്കളുടെ ബിനാമികളും കൂട്ടത്തിലുണ്ടായിരുന്നു. എന്തിന് ഫോറസ്റ്റ് ഓഫീസിലെ ചിലരെങ്കിലും ഒറ്റുകാരായി. റെയ്ഡ് വിവരങ്ങൾ ചോർത്തിക്കൊടുക്കും. ആയിടക്കാണ് മനുസാറിനെ കെട്ടിയിട്ടു തല്ലിയത്. അത് ആദിവാസികളായിരുന്നില്ല. അവരെ ചതിയിൽപ്പെടുത്തിയത് കള്ളക്കടത്തുകാരാണ്. അന്ന് തല്ലിനിടയിൽ കുമരൻ സന്ദർഭികമായി അവിടെയെത്തിയതാണ്. പിടിച്ചു മാറ്റാൻ ശ്രമിക്കുന്നതിനിടയിൽ പോലീസെത്തി.

പലരും ഓടിരക്ഷപ്പെട്ടു. കുമരൻ വിറകുകെട്ടെടുത്തതും പോലീസ് തടഞ്ഞു. അതിനുള്ളിൽ ചന്ദനം അവൻ എത്ര പറഞ്ഞിട്ടും പോലീസുകാർ കേൾക്കാൻ തയാറായില്ല. മനുസാറിന് സംസാരിക്കാൻ കഴിയാത്ത അവസ്ഥയിലായിരുന്നു. തൊണ്ടിസഹിതം പിടിക്കപ്പെട്ടു. അയാളെ കാണാൻപോലും അനുവദിച്ചില്ല. ചീരു ഓടി വന്നത് എന്റെയടുത്തായിരുന്നു. ലൗലി കണ്ണു തുടച്ചു.

അവളെയും കൊണ്ട് ഞങ്ങൾ, ഞാനും ബാലേട്ടനും, പോലീസ് സ്റ്റേഷനിൽ പോയി അവൻ നിരപരാധിയാണെന്നും ചീരു ഗർഭിണിയാണെന്നുമൊക്കെ പറഞ്ഞു. കൊടുത്ത പരാതി വായിച്ചിട്ട് ചീരുവിനെ കുറേ ചീത്ത പറഞ്ഞു. സഹായിക്കാൻ ചെന്നതിന്റെ പേരിൽ ഞങ്ങളെയും വിരട്ടി.

സർക്കാരിന്റെ ശമ്പളോം പറ്റിക്കൊണ്ട് തെറ്റിനു കൂട്ടു നിന്നതിന്. റെയിഞ്ച് ഓഫീസറെ തല്ലി. ചന്ദനം മോഷ്ടിച്ചു... ദാ ഇപ്പോ പീഡനവും. വെറുതേ ഉള്ള പണി കളയണോ ടീച്ചറേന്ന് നീട്ടിയൊരു ചോദ്യവും. അടിമുടി നോട്ടവും. പരസ്യമായി നഗ്നയാക്കപ്പെട്ടതുപോലെ... അപമാനിതയായി പുറത്തേയ്ക്കു നടക്കുമ്പോൾ കേട്ടു. ഉച്ചത്തിലുള്ള ചിരിയും അശ്ലീലച്ചുവയുള്ള കമന്റും

കല്യാണം കഴിക്കാത്തേന്റെ ഏനക്കേടാണെന്ന്

ചീരു കരഞ്ഞു പറഞ്ഞു.

ചോദ്യങ്ങൾകൊണ്ട് അവളുടെ നാവടക്കി.

കല്യാണം കഴിച്ചതാണോ?

അതേന്ന് തലയാട്ടി

യതാവത് തെളിവ്.. ഫോട്ടോ, സർട്ടിഫിക്കറ്റ്

ഇല്ല.

പിന്നെന്തു കല്യാണം. ഇതു മറ്റേക്കേസാണ്.

നിനക്ക് എത്ര വയസ്സ്?

ഭയംകൊണ്ട് പരവശയായിരുന്ന ചീരു പെട്ടെന്ന് പറഞ്ഞു

പതിനേഴ്

എത്ര നാളാച്ച്

രണ്ടുകൊല്ലം

അതായത് പതിനഞ്ചു വയസ്സുമുതൽ നിന്നെ അവൻ പീഡിപ്പിക്കുന്നു. അല്ലേ?

പീഡനം എന്ന വാക്കിന്റെ അർത്ഥമറിയാതെ അവൾ നിന്നു കരഞ്ഞു.

രണ്ടുകൊല്ലം കൊണ്ട് ഈ പെണ്ണിനെ പീഡിപ്പിച്ചേച്ച് ഇപ്പം വയറ്റിലൊണ്ടായപ്പം നിന്ന് മോങ്ങാതെ പോ... പോ...

അതിനുശേഷം പോലീസ് സ്റ്റേഷനിൽ പോയിട്ടില്ല. പോയിട്ട് കാര്യമില്ലെന്നറിയുമ്പോഴുണ്ടാകുന്ന അമർഷം... ക്രമേണ മനസ്സിലായി. മാറേണ്ടത് ഇവരാണ്. അതിന് അറിയണം നിയമങ്ങളും നീതിയും അങ്ങനെ പലതും.

ചീരുവിന് വേണ്ടതെല്ലാം ചെയ്തു കൊടുത്തു.

അവൾ പ്രസവിച്ചു. ആ കുഞ്ഞാണ് ആനന്ദ്...

സിദ്ധാർത്ഥ് അത്ഭുതസ്തബ്ധനായി നോക്കിയിരുന്നു.

ഒരു സസ്പെൻസ് ത്രില്ലർ സിനിമ കാണുന്നതുപോലെ, ഇമ ചിമ്മാതെ... ശ്വാസമടക്കി..

എന്താ സിദ്ധൂ ... കേട്ടിട്ട് വിശ്വാസം വരുന്നില്ല. അല്ലേ?

കുഞ്ഞിന് രണ്ടു വയസ്സായപ്പോൾ അവനെ അമ്മയെ ഏൽപ്പിച്ചു ചീരു ജോലിക്കു പോയിത്തുടങ്ങി. അവൾ മാറുകയായിരുന്നു. മനസ്സിൽ വ്യവസ്ഥിതിയോടും നിയമത്തോടും അമർഷവുമായി കഴിഞ്ഞു. എന്നെങ്കിലും കുമരൻ വരും. അതുവരെ ആരെയും ആശ്രയിക്കാതെ ജീവിക്കാനവൾ തീരുമാനിച്ചു. വഴങ്ങാതെ നിന്ന അക്ഷരങ്ങളെ മെരുക്കി. പത്രം വായിക്കാൻ പഠിച്ചു. കുഞ്ഞിനെ പഠിപ്പിക്കണമെന്ന് തീരുമാനിച്ചു.

കൂലിപ്പണിക്കിറങ്ങി. വിറകു ശേഖരിക്കാനിറങ്ങി. കാട്ടിനുള്ളി

ലെന്തു സംഭവിച്ചാലും ഡെപ്യൂട്ടി റെയ്ഞ്ച്ഓഫീസറെ രഹസ്യമായി അറിയിച്ചുകൊണ്ട് ഇൻഫോർമറായി. പല മോഷണവും പിടിക്കപ്പെട്ടു. ചാരക്കണ്ണുകൾ ചീരുവിനെ പിൻപറ്റിയത് പാവം അവളറിഞ്ഞില്ല. ഒറ്റുകാരൻ സർക്കാർ ഓഫീസുകളിലും ഉണ്ടായിരുന്നു. ആ വഴിയാണ് ചീരു നോട്ടപ്പുള്ളിയായത്.

ആനന്ദിനെ സ്കൂളിൽ ചേർത്തതിന്റെ സന്തോഷത്തിലായിരുന്നു ചീരു. ആ വർഷത്തെ റിപ്പബ്ളിക് ദിനത്തിൽ കുമരൻ ജയിൽ മോചിതനായി.

13

ഒരു കുട്ടി കാണാൻ പാടില്ലാത്ത കാഴ്ചയാണ് ആനന്ദ് കണ്ടത്. അവന്റെ കൺമുന്നിലാണ് ചീരു വെടിയേറ്റുവീണത്. വെടിയേറ്റ കാലുംകൊണ്ട് ഓടുന്ന കുമരൻ. അവന്റെയുള്ളിൽ പകയും വെറുപ്പും ഉണ്ടായില്ലെങ്കിലേ അതിശയിക്കേണ്ടൂ. അവന്റെ അനാഥത്വം... ആരാണ് ഉത്തരവാദി?

ലൗലിയുടെ കണ്ണുകൾ ചുവന്നു. മൂക്കിൽ വിയർപ്പുമണികൾ ഉരുണ്ടുകൂടി. ദേഷ്യവും അമർഷവും ആളിപ്പടരുന്ന മുഖം സിദ്ധാർത്ഥിന് അപരിചിതമായിരുന്നുവെന്ന് നോട്ടം വ്യക്തമാക്കി.

ടീച്ചറെ പാക്കണം. അവന്റെ ശബ്ദത്തിലെ ദൃഢത അതിനു പിന്നിൽ ടീച്ചറമ്മയാണെന്നത് പകൽപോലെ വ്യക്തം. എട്ടുവയസ്സുകാരന്റെ കണ്ണിലെ തീ... അത് നാളെ ...

സിദ്ധാർത്ഥിന് കേട്ടതൊന്നും അതുപടി വിശ്വസിക്കാൻ കഴിഞ്ഞിരുന്നില്ല. സന്ധ്യയ്ക്ക് ബാലേട്ടൻ ഭക്ഷണവും കൊണ്ടുവന്നപ്പോൾ ചോദിച്ചു.

ബാലേട്ടാ... ആനന്ദിനെ അറിയാമോ?

ഉത്തരം ഒരു നോട്ടമായിരുന്നു. ആ നോട്ടത്തിൽ ഒരു പിടി ചോദ്യങ്ങളുണ്ടെന്ന് സിദ്ധാർത്ഥിന് ബോദ്ധ്യമായി.

അവനിവിടെ വന്നോ?

ഉം. നല്ല ഉശിരുള്ള കുട്ടി. അവന്റെ വാക്കിനും നോക്കിനും പ്രായത്തിനതീതമായ ഷാർപ്പ്നസ്സ്. ഒരു എട്ടുവയസ്സുകാരന്റെ ഭാവമല്ല അവന്.

അവന്റെ അനുഭവങ്ങളാണ് അങ്ങനെയാക്കിയത്.

അവനെ അനാഥനാക്കിയത് നമ്മളാണ്. സമൂഹം. ടീച്ചറിന് സുഖമില്ലെന്നറിഞ്ഞപ്പോൾ തുടങ്ങിയതാണ് കരച്ചിൽ. അവന്റെ അമ്മൂമ്മ പറഞ്ഞു. ഭയങ്കര സങ്കടമായിരുന്നൂന്ന്. അന്ന് ഒരു വക കഴിച്ചില്ലെ

ന്ന്. പിറ്റേന്ന് എന്നെ കണ്ടതിനുശേഷമാണ് ആഹാരം കഴിച്ചത്. അതും ഞാൻ നിർബന്ധിച്ചിട്ട്. അവന് അമ്മയും അച്ഛനും ടീച്ചറും എല്ലാം ലൗലിയാണ്. ഒരുദിവസം ലൗലിയെ കണ്ടില്ലെങ്കിൽ അവ നാകെ അസ്വസ്ഥനാകും.

അമ്മൂമ്മ?

ചീരുവിന്റെ അമ്മ നേരത്തേ മരിച്ചു. അവരുടെ അനിയത്തി നീലി യാണ് ഇപ്പോൾ അവനെ നോക്കുന്നത്.

ചിലവെല്ലാം ലൗലിയാണ്.

ലൗലിയെവിടെ?

കിടക്കുന്നു. വൈകിട്ട് പതിവില്ലാതെ കുറേ സംസാരിച്ചു. കുമ രനെക്കുറിച്ച്.. ചീരുവിനെ കുറിച്ചും.

ഉം. അവരെക്കുറിച്ച് സംസാരിച്ചാൽ അങ്ങനെയാണ്; ലൗലി വല്ലാതെ ഇമോഷണലാവും. മറക്കാമ്പറ്റൂല്ല. അന്നത്തെ കാഴ്ച. വാവിട്ടു കരയുന്ന ആനന്ദിനെ അടക്കിപ്പിടിച്ചിരിക്കുന്ന ലൗലി. ചീരു വിന്റെ ശരീരത്തിനു മുന്നിൽ തൊഴുകൈകളോടെ നിന്ന് പൊട്ടിക്ക രയുന്ന രംഗം... ഒരാഴ്ച ലീവെടുത്തു മുറിയിൽതന്നെയിരുന്നു. സ്വന്തം അമ്മയെക്കാൾ അവനിഷ്ടം ലൗലിയോടായിരുന്നു. അതിന്റെ കാരണം...

ബാലേട്ടാ...

അകത്തു നിന്ന് ലൗലി വിളിച്ചു.

എന്താ എന്തെങ്കിലും ബുദ്ധിമുട്ട്?

ഇല്ല, ബാലേട്ടാ. അവനിന്നു വന്നു. ആകെ അപ്സെറ്റാണ്... ഒറ്റയ്ക്ക് ഇത്രയും ദൂരം നടന്നുവന്നു. കരഞ്ഞു. പാവം കുട്ടി. എനിക്ക് എന്തെങ്കിലും സംഭവിക്കുമെന്ന ഭയമാണ് അവന്. അവന്റെ കണ്ണു കളിൽ ആ ഭയം കാണാം. അനാഥത്വം അവനെ വേട്ടയാടുന്നുണ്ടോ?

ഇല്ലില്ല. കുസുമം ശ്രദ്ധിക്കുന്നുണ്ട്. ഇടയ്ക്കിടയ്ക്ക് കൂട്ടിക്കൊ ണ്ടുവരും. കഥയൊക്കെ പറയുന്നതു കേൾക്കാം.

ചേച്ചിക്കും പ്രയാസമായില്ലേ... എല്ലാപേർക്കും ഭക്ഷണം ഉണ്ടാ ക്കണം. പറമ്പിലെ കാര്യങ്ങൾ നോക്കണം. ഇപ്പോ അവന്റെ കാര്യവും കൂടിയായി.

ഒരു മേശയുടെ രണ്ടുവശങ്ങളിലായി മൂന്നുപേരും ഇരുന്നു. മൂന്നു പേരും വ്യത്യസ്ത വിചാരങ്ങളിൽപ്പെട്ട് ഉഴലുകയും ആശ്വാസത്തി നായി പരസ്പരം നോക്കുകയും ചെയ്തുകൊണ്ടിരിക്കെ ലൗലി യുടെ ഫോൺ ശബ്ദിച്ചു.

ലൗലി ഫോണുമായി മുറിയിൽകടന്നു. സിദ്ധാർത്ഥ് ചെവി

യോർത്തു. ആരാവും? സിദ്ധാർത്ഥിനെ ശ്രദ്ധിച്ചുകൊണ്ടിരുന്ന സുജനപാലൻ ശ്രദ്ധ തിരിച്ചുവിടാനായി പെട്രോൾ വിലയെക്കുറിച്ചു സംസാരിക്കാൻ തുടങ്ങി.

അവിടെയാണ് സിദ്ധാർത്ഥിന് സംശയം തോന്നിയത്. ഇവർക്കിടയിൽ ചില സമാനതകളുണ്ട്. ഇവരെതമ്മിൽ ബന്ധിപ്പിക്കുന്ന ഏതോ പൊതുഘടകമുണ്ട്. അത് എന്താവും?

അകത്തുനിന്ന് ചില വാക്കുകൾ പുറത്തേക്ക് എത്തി. ആ... പ്രശ്നമില്ല. അവനിന്ന് എന്നെ കാണാൻവന്നു. വിഷമിക്കണ്ട... ഞാൻ നോക്കിക്കോളാം. ബാലേട്ടനുണ്ട്. ശരി... ബൈ...

ഫോൺ മുറിയിൽ വച്ചിട്ടാണ് വന്നതും സംഭാഷണങ്ങളിൽ പങ്കുചേർന്നതും.

ഭക്ഷണം കഴിക്കണ്ടേ സിദ്ധൂ, ബാലേട്ടാ വരുൺ വിളിച്ചോ? അവനെന്നാണ് ഇനി വരുന്നത്?

വിഷയം മാറ്റാനുള്ള തത്രപ്പാടാണെന്ന് സിദ്ധാർത്ഥിന് മനസ്സിലായി. അതുകൊണ്ട് തന്നെ ഫോൺ കോളിനെക്കുറിച്ചോ ആനന്ദിനക്കുറിച്ചോ ഒന്നും ചോദിച്ചില്ല. ലൗലി കുറച്ചുകൂടി ഉന്മേഷവതിയായിരിക്കുന്നു എന്നത് സിദ്ധാർത്ഥിന് അത്ഭുതമായി. എന്തൊക്കെയോ നിഗൂഢതകൾ... ഓരോരുത്തരും ഒരുപിടി രഹസ്യങ്ങളുമായാണ് കഴിയുന്നതെന്നാണ് ആദ്യം തോന്നിയത്. എന്നാൽ ഇപ്പോൾ തോന്നുന്നത് ആ രഹസ്യങ്ങൾ ഏറ്റവും സുരക്ഷിതമാണെന്നുള്ള ഉറപ്പിക്കലാണെന്നാണ്. ഇവർക്ക് മാത്രമറിയുന്ന എന്തെല്ലാമോ ഉണ്ടെന്ന് മനസ്സുറപ്പിച്ചതോടെ കൗതുകം നിറഞ്ഞ ഒരു ചിരി സിദ്ധാർത്ഥിൽ തെളിഞ്ഞു.

ചില സംശയങ്ങൾ ഇപ്പൊഴും തിരശ്ശീലയ്ക്കു പിന്നലാണെന്ന് സിദ്ധാർത്ഥ് മനസ്സിലാക്കി. സാവകാശം അതറിയണം. ഒരുപക്ഷേ, ഇവർക്ക് ഡോക്ടർ സിദ്ധാർത്ഥിൽ വിശ്വാസം കാണില്ലായിരിക്കും. അതു കുറ്റമല്ല. ആറോ ഏഴോ മാസത്തെ പരിചയം അതൊരു വലിയ കാലയളവല്ല... വിശേഷിച്ചും ഇത്തരം വിഷയങ്ങളിൽ. ബോദ്ധ്യപ്പെടണം... ലക്ഷ്യമെന്താണ്. ആരെയും പൂർണ്ണമായി വിശ്വസിക്കരുതെന്ന് അവരുടെ അനുഭവങ്ങളാണ് പഠിപ്പിച്ചത്.

രണ്ടുപേരിൽ നിന്ന് കേട്ട വാർത്തകളെ ശ്രദ്ധയോടെ അടുക്കിവച്ചു. ഇനിയും പറയാത്ത നിരവധി രഹസ്യങ്ങൾ. കാട്ടിലെ നീതി... നാട്ടുകാരുടെ ചതി, വഞ്ചന, പകപോക്കൽ അങ്ങനെ പലതും.

ഒന്നും ചോദിച്ചില്ല.

ആരും ഒന്നും പറഞ്ഞതുമില്ല.

കരുതലോടെയാണ് ഓരോരുത്തരും സംസാരിക്കുന്നത് എന്ന വസ്തുത വളരെ കൗതുകകരമായി സിദ്ധാർത്ഥിന് അനുഭവപ്പെട്ടു.

വൈകിട്ട്, ഫോൺകോൾ വന്നതിനുശേഷം, ലൗലി കൂടുതൽ ഉത്സാഹവതിയായി കാണപ്പെട്ടു. പെട്ടെന്നിങ്ങനെയൊരു മാറ്റത്തിനും ഫോൺകോളിനും എന്തെങ്കിലും ബന്ധം?

ഭക്ഷണം വിളമ്പാൻ ലൗലി മുൻകൈ എടുത്തു. സിദ്ധാർത്ഥ് തടഞ്ഞെങ്കിലും.

എന്നെ രോഗിയാക്കാനാണോ കുട്ടീ നീ ശ്രമിക്കുന്നത്.

തമാശ രൂപത്തിൽ എന്നാൽ ദൃഢമായ ശബ്ദത്തിലായിരുന്നു. ചോദ്യം.

ഏയ് ഒരിക്കലുമില്ല. എന്റെ ചേച്ചിയമ്മ മിടുക്കിയല്ലേ... ഒപ്പം ചിരിയോടെ പറഞ്ഞു.

ഒരു കുഴപ്പവുമില്ല. പക്ഷേ, ആ പാവം ഹൃദയത്തിൽ ഇത്രയും പ്രഷർ പാടില്ല.

എന്തെങ്കിലും വിഷമം തോന്നിയാൽ ബാലേട്ടനോട് പറയാമല്ലോ.

ലൗലി സിദ്ധാർത്ഥിനെ ശ്രദ്ധിച്ചു. ഇവന്റെയുള്ളിൽ ഏതോ സംശയം രൂപം കൊണ്ടിട്ടുണ്ട്. വിഷയത്തിൽ നിന്ന് മാറി ലൗലി ചോദിച്ചു.

സൈറ പിന്നെ വിളിച്ചില്ലേ? നല്ല കുട്ടി.

സിദ്ധാർത്ഥ് നോക്കി. ഒരു ചിരി ഉള്ളിൽ മുളച്ചതിനെ ബോധപൂർവ്വം അടക്കി.

അങ്ങനെ വിളിക്കാറൊന്നുമില്ല. കല്യാണത്തിനുശേഷം അവൾ വല്ലാതെ മാറി. പിന്നെ ഞാനും. ഇങ്ങോട്ടു വന്നു. ഇക്ബാൽ സർ ഇടയ്ക്ക് വിളിക്കും.

അതാരാ? സുജനപാലാണ് സംശയം ചോദിച്ചത്.

സൈറയുടെ ഫാദർ. ഞങ്ങളുടെ പ്രൊഫസർ. മെഡിക്കൽ കോളേജിലുണ്ട്.

ഓഹോ അങ്ങനെയൊരു ബന്ധം കൂടിയുണ്ടല്ലേ?

സൈറ മാരീഡാണോ?

അതെ. എന്തോ അങ്ങനെ പറയാനാണ് തോന്നിയത്.

ഒരു സുരക്ഷാകവചം തീർക്കുകയാണോ എന്ന് മനസ്സാക്ഷി കുറ്റപ്പെടുത്തി.

ഹസ്ബന്റ് ഡോക്ടറാണോ?

അല്ല, ബിസിനസ്സാണ്. അമേരിക്കയിൽ സെറ്റിൽഡ്.

അപ്പോ സൈറയും ഇവിടം വിടും അല്ലേ...?

അറിയില്ല. അവൾക്ക് നാടാണ് ഇഷ്ടമെന്ന് പറയാറുണ്ട്. നാളെ സൈറയ്ക്ക് ഓഫാണ്. ചിലപ്പോൾ ഇങ്ങോട്ടു വരും.

നന്നായി. എന്തെങ്കിലും മിണ്ടിപ്പറയാൻ ഒരാളായി. കഴിച്ച പാത്രങ്ങളെടുക്കാൻ തുടങ്ങിയ സിദ്ധാർത്ഥിനെ തടഞ്ഞുകൊണ്ട് ലൗലി പറഞ്ഞു.

വേണ്ട... അതൊക്കെ ഞാൻ ചെയ്യാം. എനിക്കിപ്പോൾ ക്ഷീണമൊക്കെ മാറി. നൗ ആം ഓ.കെ. സിദ്ധൂ.

എന്തായാലും ചെക്കപ്പ് കഴിയട്ടെ. അതുവരെ ഞാൻ പറയുന്നത് അനുസരിച്ചുകൂടേ. അതോ...

എന്താ സിദ്ധൂ ചില ആർദ്ധോക്തികൾ, പതിവില്ലാതെ?

ഇപ്പോൾ ചേച്ചിയുടെ സംരക്ഷകൻ ഞാനല്ലേ... അങ്ങനെ കരുതുന്നതിൽ തെറ്റുണ്ടോ? ഒരു അനിയനായി കാണാൻ പ്രയാസമുണ്ടോ? അങ്ങിനെയാണെങ്കിൽ ചേച്ചിയുടെ ഇഷ്ടംപോലെ. എന്റെ സ്വന്തം ചേച്ചിയായി കണ്ടുകൊണ്ടാണ് ഇവിടേയ്ക്ക് കൊണ്ടുവന്നതും. ടീച്ചറമ്മയ്ക്ക് അക്സപ്റ്റ് ചെയ്യാൻ കഴിയില്ലെങ്കിൽ...

ലൗലി തറച്ചിരുന്നുപോയി. ഇവനെ ഒളിച്ച് എന്തു ചെയ്യാൻ. ഇവനറിയുന്നതിൽ അപകടമൊന്നുമില്ലെന്ന് ലൗലിയുടെ മനസ്സ് ആവർത്തിച്ചുകൊണ്ടേയിരുന്നു.

എന്തിനും ചില കാരണങ്ങളുണ്ടാവും. ഒരുപക്ഷേ എല്ലാം ഇവനോട് പറയാനുള്ള സാഹചര്യം ഒരുക്കിയതാവാം ഈ അവസ്ഥയ്ക്ക് പിന്നിൽ. ഇവനെ നൂറു ശതമാനം വിശ്വസിക്കാം.

ഉറച്ച തീരുമാനവുമായി ലൗലി ചിരിച്ചു.

നിന്റെയുള്ളിൽ എന്തൊക്കെയോ സംശയങ്ങളുണ്ട്. ലൗലി സിദ്ധാർത്ഥിനെ നോക്കി.

എന്താ ശരിയല്ലേ?

എന്തിന്? എനിക്ക് എന്തു സംശയം? ഒന്നുമില്ല.

നിന്റെ ഈ ചന്തമുള്ള മുഖത്തിന് കാപട്യം ചേരില്ല മോനേ. നിന്നോട് ചില കാര്യങ്ങൾ പറയാത്തതിന് പല കാരണങ്ങളുണ്ട്. ഒന്ന് സിദ്ധു വളർന്ന സാഹചര്യങ്ങളും ഇവിടത്തെ സാഹചര്യങ്ങളും വ്യത്യസ്തമാണ്. അതിലുപരി ചില പരിമിതികളുണ്ട്. അതു ലംഘിച്ചാൽ പല ജീവനും നഷ്ടപ്പെടും. അതു സംഭവിക്കരുതെന്ന് ഞങ്ങൾക്ക് നിർബ്ബന്ധമുണ്ട്. ഒരാളെയെങ്കിലും രക്ഷിക്കാൻ കഴിഞ്ഞാൽ ...

നീയറിയാത്ത ഒരുപിടി സംഭവങ്ങളുണ്ട്. അവ രഹസ്യമായിരി

ക്കേണ്ടത് ഞങ്ങളുടേയും കൂടി ആവശ്യമാണ്. കുമരൻ മരിച്ചിട്ടില്ല. മരിക്കാൻ പാടില്ല. അവൻ സത്യസന്ധനും നന്മയുള്ളവനുമാണ്. ഈ കാടിനെ ഏറ്റവും നന്നായി അവനറിയാം. അത് ഞങ്ങൾക്ക് അറിയാം. വൈകിട്ട് വന്ന ഫോൺ അവന്റേതാണ്. എനിക്ക് സുഖ മില്ലെന്നറിഞ്ഞത് അവനെ വിഷമിപ്പിക്കുന്നുണ്ട്. കാരണം ആനന്ദ്... അവനെ വളർത്താമെന്ന് ഞാനവർക്ക് വാക്കു കൊടുത്തിരുന്നു.

അന്ന് വെടിയേറ്റതല്ലേ?

സിദ്ധാർത്ഥിന്റെ ശബ്ദത്തിൽ ഭയം നിഴലിച്ചു.

അതെ, രണ്ടു ബുള്ളറ്റുകൾ. ഇന്നും മുറിവ് ഉണങ്ങിയിട്ടില്ല. പതുക്കെ നടക്കാം എന്നേയുള്ളൂ.

അപ്പോൾ ബുള്ളറ്റുകൾ....?

അതൊക്കെ എടുത്തു.

ആര്? എങ്ങനെ?

വാക്കുകൾ തടവിലാക്കപ്പെട്ട പ്രതീതിയിൽ സിദ്ധാർത്ഥ് ലൗലിയെ നോക്കി.

അതൊക്കെ വഴിപോലെ പറയാം. ഒന്നുറപ്പാണ്. കുമരൻ ജീവി ച്ചിരിപ്പുണ്ട്. സർക്കാരിന്റെയും അധികാരികളുടെയും കണക്കിൽ മരിച്ചു.

ഐ കാണ്ട് ബിലീവ്

ഉം. അതങ്ങനെയാണ്. കാട് അവന് സ്വന്തം വീടാണ്.

അവിടെ അവൻ സുരക്ഷിതനാണിന്ന്. അതുമതി.

യഥാർത്ഥത്തിൽ എന്താണിവിടെ സംഭവിച്ചത്?

അത്, ഒരു ദിവസം കൊണ്ട് രൂപപ്പെട്ടതല്ല. പല കാലങ്ങളായി പലരായി ഊതിയൂതി ആളിക്കത്തിയതാണ്. എല്ലാം കെട്ടിച്ചമച്ച കഥകളായിരുന്നു എല്ലാം. അവൻ തികച്ചും നിരപരാധിയായിരുന്നു. ആണ്.

എന്നാൽ അത് തെളിയിക്കാൻ തെളിവു വേണമായിരുന്നു. ഉണ്ടാ യിരുന്ന തെളിവുകൾ അവനെതിരുമായിരുന്നു. കാട്ടിനുള്ളിലെ കള്ള വാറ്റായിരുന്നു വിദ്വേഷത്തിനു വിത്തിട്ടത്. പലവട്ടം അവരുടെ വാറ്റ് ശ്രമങ്ങളെ തകർത്തത് വിരോധത്തിനു കാരണമായി.

അയാൾ എന്തിനതു ചെയ്തു?

അത് സിദ്ധു അറിയണം. ഇവിടെ ധാരാളം ചെറുപ്പക്കാർ വയറു വേദന വന്നു മരിച്ചു. ഒക്കെ സ്വാഭാവികമരണം എന്നു കരുതിയത ല്ലാതെ കേസ്സോ അന്വേഷണമോ ഒന്നുമുണ്ടായിരുന്നില്ല. കുമരന്റെ അനിയൻ മണിയൻ, അവന്റെ മരണമാണ് കള്ളവാറ്റിനോട് വിദ്വേഷം

തോന്നാൻ കാരണമായത്. വളരെ ചെറുപ്പത്തിലേ മണിയൻ കഞ്ചാവും ചാരായവും ശീലിച്ചു. സ്ഥിരമായി മദ്യപിക്കും. ക്രമേണ വയറുവേദനയായി. പച്ചമരുന്നുകൾ - ഹോമിയോ - അലോപ്പതി. അങ്ങനെയിരിക്കെ അവൻ പെട്ടെന്ന് മരിച്ചു. കാലിലെ ഞരമ്പ് പൊട്ടി മരിച്ചെന്നാണ് അന്നത്തെ ഡോക്ടർ പറഞ്ഞത്.

വാറ്റു ചാരായത്തിൽ ലഹരി കൂട്ടാൻ ചേർക്കുന്ന സാധനങ്ങൾ ശരീരത്തിലെ ഞരമ്പുകൾ പൊട്ടിക്കുമെന്ന്. മറ്റു കാരണമില്ലെന്നും ആത്മഹത്യയാണെന്നും മഹസ്സർ എഴുതിയ ഡോക്ടർ. എന്നാൽ ഒരു സംശയവുമായി ചിലർ പോലീസ്സ്റ്റേഷനിൽ ചെന്നു. മണിയന്റെ മരണകാരണം ചോദിച്ചറിഞ്ഞു. അതിനുശേഷം ഈ കാട്ടിൽ മദ്യം നിരോധിച്ചു. സ്വന്തം അനുജന്റെ വേർപാട് കമുരനെ തളർത്തിയെന്നു മാത്രമല്ല, ഈ കാടിനുള്ളിൽ കള്ളവാറ്റ് നടത്തരുതെന്നും ആദിവാസികൾ തീരുമാനമെടുത്തു.

കുട്ടികൾ എങ്ങനെ ലഹരിയ്ക്കടിമയാകുന്നു എന്നത് ഇന്നും പരിഹരിക്കപ്പെടാതെ ശേഷിക്കുന്നു. കേട്ടറിവുകൾ വച്ച് നോക്കുമ്പോൾ ചില സത്യങ്ങൾ..

എന്ത് സത്യങ്ങൾ?

സിദ്ധാർത്ഥിന് ക്ഷമ നഷ്ടപ്പെടുന്നതായി ലൗലി അറിഞ്ഞു

അതാണ് ഞാൻ നേരത്തേ സൂചിപ്പിച്ചത്. പട്ടിണിയും പരിവട്ടവുമായി കഴിയുന്നവർക്ക് നല്ല ഭക്ഷണം, ലഹരിവസ്തുക്കൾ, ചില്ലറ കാശ് ഒക്കെ വലുതാണ്. കാട്ടിൽ നിന്ന് പലതും കടത്താനവരെ ഉപയോഗിക്കും. ചന്ദനം കടത്താനാണ് മുഖ്യമായും ഉപയോഗിച്ചിരുന്നത്. അതുപോലെ കാട്ടിനുള്ളിൽ കഞ്ചാവ് കൃഷിയും. അവരെയാരും സംശയിക്കില്ലെന്ന ധാരണയായിരുന്നു.

ചന്ദനക്കാട്ടിലേയ്ക്ക് ആരെങ്കിലും കടന്നാൽ വിവരം ഫോറസ്റ്റുകാരെ അറിയിച്ചിരുന്നു കുമരൻ. ഓഫീസിൽ തന്നെ അവർക്ക് സഹായികളുണ്ടായിരുന്നു. പെട്രോളിങ്ങും റെയിഡുമൊക്കെ നേരത്തെ ബന്ധപ്പെട്ടവരെ അറിയിക്കാൻ സർക്കാർ ശമ്പളം പറ്റുന്നവരുണ്ട്. അവരാണ് കുമരനെ ഒറ്റിയത്.

കേസ് ബലക്കാനായി കള്ളക്കേസുകളിൽപ്പെടുത്തി. നന്നായി ഗൃഹപാഠം ചെയ്തു പദ്ധതികൾ തയ്യാറാക്കിയവർ വിജയിച്ചു. ചന്ദനം കടത്തുന്ന വിവരം ഫോറസ്റ്റുകാരെ അറിയിച്ചത് കുമരനാണ്.

അതെങ്ങനെ സംഭവിച്ചു?

അതാണ് ചതിയെന്നു പറഞ്ഞത്.

കൊപ്പര

വിറക് ശേഖരിക്കാൻ പോയ സമയത്താണ് രണ്ടുപേരെ വഴിയിൽ കണ്ടത്. അതും ചന്ദനക്കാടിനടുത്ത്. അവരുടെ നില്പിൽ പന്തികേട് തോന്നിയ കുമരൻ വിവരം ചോദിച്ചു.

അവർ പേടിച്ച മട്ടിൽ കുമരനോട് പറഞ്ഞു.

ഇന്ന് ചന്ദനം കടത്തുമെന്ന് രഹസ്യമായി വിവരം കിട്ടി. അവരതെങ്ങനെ കാടിനു പുറത്തുകൊണ്ടുപോകും.

അവരുടെ സംശയവും സൂചനയും ശരിയായിരിക്കുമെന്ന് കരുതിയ കുമരൻ നേരേ ഓഫീസിലേയ്ക്കു വിളിച്ചു. വിവരം അറിയിച്ചു. അറിയിക്കുക. അതിന്റെ തുടർനടപടികൾ അവരവർക്ക് യുക്തം പോലെ.

കുമരന്റെ വാക്കുകേട്ട് മനു സാർ ഡ്രൈവറെ വിളിച്ച് നേരേ കുമരൻ പറഞ്ഞ സ്ഥലത്തേയ്ക്ക് പോകാം എന്നാവശ്യപ്പെട്ടു.

ഒറ്റയ്ക്കാണോ സർ...

ആളും ആരവങ്ങളുമായി ചെല്ലുമ്പോഴേക്കും അവരെല്ലാം അടുത്ത വനമേഖലയിൽ എത്തിക്കഴിഞ്ഞിരിക്കും. അതാണ് അന്ന് മനുസർ ഡ്രൈവറെ മാത്രം കൂട്ടിക്കൊണ്ട് സ്ഥലം പരിശോധിക്കാനെത്തുന്നത്. അദ്ദേഹത്തിന് ആരെയും വിശ്വാസമില്ലാതായിരുന്നു. അനുഭവങ്ങളാണ് അങ്ങനെയൊരു തീരുമാനത്തിൽ കൊണ്ടെത്തിച്ചത്.

പിന്നെല്ലാം നാടകീയരംഗങ്ങളായിരുന്നു.

റെയ്ഞ്ച് ഓഫീസറെ വെറുതെവിട്ടാൽ പ്രശ്നം വഷളാകുമെന്ന് അവർ മനസ്സിലാക്കി. ഒതുക്കുക. അതായിരുന്നു അവരുടെ ലക്ഷ്യം. ഊരിലുള്ള ചിലരെ കൂട്ടുപിടിച്ചു.

ശേഷം എന്ത്? എങ്ങനെ സംഭവിച്ചു?

ഓഫീസറെ മരത്തിൽ കെട്ടിയിട്ടു തല്ലി. രംഗം പന്തിയല്ലെന്നു കണ്ടതും ഡ്രൈവർ ഓടിരക്ഷപ്പെട്ടു. തല്ലിയവരെ കണ്ടാലറിയാമെന്ന് ബോധം തെളിഞ്ഞപ്പോൾ അദ്ദേഹം പറഞ്ഞെങ്കിലും പലവിധ സമ്മർദ്ദങ്ങൾ ... കേസ്സില്ലാതെയായി. എന്നാൽ കുമരൻ കള്ളം പറഞ്ഞത് മനഃപൂർവ്വം ചതിക്കാനായിരുന്നുവെന്ന വാർത്തയ്ക്ക് സാധാരണയിൽക്കവിഞ്ഞ പ്രചരണം ലഭിച്ചു. ഒക്കെ കെട്ടിച്ചമച്ച കഥകളായിരുന്നു. പലരുടെയും സ്വൈരവിഹാരത്തിന് കുമരനും കൂട്ടുകാരും തടസ്സമായിരുന്നു. കുമരനെ ഒഴിവാക്കിയാൽ... ബാക്കിയുള്ളവർ ഭയന്ന് പിന്മാറുമെന്ന് മനസ്സിലായതോടെ അവസരം നോക്കിയിരുന്നു എന്നുവേണം കരുതാൻ.

വാർത്തകൾ നിർമ്മിക്കപ്പെടും. അന്വേഷണവും കണ്ടെത്തലും

വാർത്തകൾ കയ്യടക്കും. അവിടെ സത്യത്തിന് പ്രസക്തിയില്ല. താല്പര്യങ്ങൾക്കാണ് പ്രസക്തി. ആര്? ഈ ചോദ്യത്തിനുള്ള ഉത്തരവും അവർ തന്നെ സൃഷ്ടിക്കും.

ഉത്സവദിവസം ഊരിൽ നിന്ന് എല്ലാവരും അമ്പലത്തിൽ പോകും. ചീരു ഗർഭിണിയായിരുന്നു. വൈകിട്ട് തിരികെയെത്തിയ ചീരു ക്ഷീണംകൊണ്ട് നേരത്തേ ഉറങ്ങിയെന്നാണ് എന്നോട് പറഞ്ഞത്. അതിരാവിലെ എന്തോ ബഹളം കേട്ടുണർന്ന അവൾ കണ്ടത് കുടിലിനു മുന്നിലെ പോലീസിനെ. കുമരൻ അവരോട് തർക്കിക്കുന്നത് കണ്ട ചീരു തളർന്നുവീണു. രംഗം വഷളായിക്കഴിഞ്ഞിരുന്നു. മൂപ്പനുൾപ്പടെ എല്ലാപേരും മുറ്റത്തെത്തി. പരസ്പരം നോക്കിയതല്ലാതെ ആർക്കും ഒന്നും മനസ്സിലായില്ല. കൂടി നിന്നവരെ നോക്കി പോലീസുകാരിൽ ഒരാൾ പറഞ്ഞു.

ദാ ഈ ചന്ദനം ഈ കുടിലിന്റെ ചായ്പിൽ നിന്ന് കിട്ടിയതാണ്. എല്ലാരും കണ്ടല്ലോ...

പറയെടാ... നീ എന്നാണ് ഇത് കൊണ്ടുവന്നത്?

ഞാനല്ല സാറെ ... എനിക്കറിഞ്ഞൂടാ...

നീയല്ലെങ്കിൽ നിന്റെ ഭാര്യയാണോ?

അല്ല സർ... ഒന്നുമേ തെരിയലെ...

ചന്ദനത്തടിയും ചുമന്ന് പോലീസുകാരുടെ പിന്നാലെ പോകുന്ന കുമരന് ഒന്നു തിരിഞ്ഞു നോക്കാനും കൂടി കഴിഞ്ഞില്ലെന്ന് ചീരു പറഞ്ഞു. ആരാവും അതവരുടെ വീട്ടിൽ വച്ചത്?

തെങ്കാശിനാഥൻ ക്ഷേത്രത്തിലെ ഉത്സവം വളരെ വിശേഷമാണ്. കോവിൽക്കുടിയിലെ ക്ഷേത്രപരിസരം വിശ്വാസികളെക്കൊണ്ട് നിറയും. ഉത്സവത്തിന് എല്ലാവരും പോകുമെന്നറിയാം. ആർക്കു വേണമെങ്കിലും ചെയ്യാവുന്നതേയുള്ളൂ.

എനിക്ക് അന്നുമിന്നും ഒരു കാര്യത്തിലേ സംശയമുള്ളൂ. ചീരുവിന് ഒരു പട്ടിയുണ്ടായിരുന്നു. പരിചയമില്ലാത്ത ആരു ചെന്നാലും കുരച്ചു ബഹളം കൂട്ടുന്ന നായ അന്ന് കുരച്ചതേയില്ല. കുരച്ചിരുന്നെങ്കിൽ ആരെങ്കിലും അവിടെ പോയി നോക്കുമായിരുന്നു.

എന്നുവച്ചാൽ പരിചയമുള്ള ആരോ ആണ് അത് ചെയ്തത്.

സിദ്ധാർത്ഥ് ലൗലിയെ നോക്കി.

ഉം. എന്നു വേണം കരുതാൻ. അത്ര പരിചയമുള്ള ആരോ ആവണം. അതാര്? എത്ര ആലോചിച്ചിട്ടും ഒരുത്തരം കിട്ടുന്നില്ല.

ഊഹാപോഹങ്ങളും ആശങ്കകളും കൊണ്ട് ഊരിലുള്ളവർ ദിവസങ്ങൾ തള്ളി. മൂപ്പനേയും കൂട്ടിയാണ് ചീരു പോലീസ്സ്റ്റേഷനിൽ

പരാതി കൊടുക്കാൻ പോയത്. അവൾ പറഞ്ഞതാണോ അവർ എഴുതിയതെന്ന് ഇപ്പോഴും സംശയമാണ്.

എഴുതിക്കഴിഞ്ഞ് തള്ളവിരൽ മഷിയിൽ മുക്കി ഒപ്പും വയ്പിച്ചു.

നീ പോ. ഞാൻ സാറിനോട് പറയാം എന്നു പറഞ്ഞതുകേട്ട് അവർ തിരികെ പോന്നു. രണ്ടുദിവസം കഴിഞ്ഞിട്ടും അവൻ വന്നില്ല.

ചീരുവിന്റെ സങ്കടം കണ്ടിട്ട് സഹിക്കാനായില്ല. അങ്ങനെയാണ് ഞാനും ബാലേട്ടനും ചീരുവിനേയും കൂട്ടി പോയത്. അത് ജീവിതത്തിൽ മറക്കാനായില്ല. അത്രമേൽ അപമാനിക്കപ്പെട്ടു. എന്തിന്?

തലച്ചോറിലൂടെ വണ്ടുകൾ മൂളിപ്പറക്കുന്നതായി തോന്നിയതും സിദ്ധാർത്ഥ് എണീറ്റു. ഉറക്കം പിടിതരാതെ തെന്നിത്തെന്നിയകന്നുപോയതായി അനുഭവപ്പെട്ടതോടെ എന്തെങ്കിലും വായിക്കാം എന്ന തീരുമാനത്തിലെത്തി. മേശപ്പുറത്ത് കാറൽ മാർക്സിന്റെ പ്രണയവും മൂലധനവും കാത്തിരിക്കുന്നു.

വരൂ... എന്നെയെടുക്കൂ... നിന്റെ പ്രണയത്തിനായി ഞാൻ കാത്തിരിക്കുന്നു. നമുക്ക് ഉണർന്നിരിക്കാം. ഈ രാവിൽ നിന്റെ സ്പർശനം ഞാൻ ആഗ്രഹിക്കുന്നു. വരൂ...

സിദ്ധാർത്ഥിന് ചിരി വന്നു. എന്തൊക്കെ വിഭ്രമങ്ങളാണ് കഴിഞ്ഞ കുറച്ചു ദിവസങ്ങളായി അനുഭവിക്കുന്നത്. ആത്മസംഘർഷത്തിന്റെ ഓളപ്പാത്തിയിലൂടെ ആടിയുലഞ്ഞുള്ള സഞ്ചാരം. അഴിക്കുന്തോറും മുറുകുന്ന കെട്ടുകൾ... സംഭവങ്ങളുടെ കണ്ണികൾ തുടർച്ചയാകുന്നതിന്റെ തിക്കുമുട്ടൽ... കേട്ട കഥകളിൽ കുമരൻ താരപദവിയിലേയ്ക്കുയരുന്നുണ്ട്.

കാടിനുള്ളിലൂടെ നിർഭയനായി സഞ്ചരിക്കുന്ന ചെറുപ്പകാലം. സ്കൂളിനേക്കാൾ ബൃഹത്തായ പാഠശാലയാണ് കാട് എന്ന തിരിച്ചറിവാകാം പാഠപുസ്തകങ്ങൾക്ക് മോചനം നൽകുവാനിടയാക്കിയത്. പ്രകൃതിയെന്ന സർവ്വകലാശാല ആയിരം കൈകളാൽ കുമരനെ ഏറ്റെടുത്തു. വൃക്ഷങ്ങളും വള്ളിച്ചെടികളും അവന്റെ ഉറ്റ ചങ്ങാതിമാരായി. മൃഗങ്ങളോട് സ്നേഹവും കരുണയുമായിരുന്നു. ഒരു ജീവിയേയും ശല്യം ചെയ്തില്ല. ഒന്നും നശിപ്പിച്ചില്ല. കാടിനെ എല്ലാ അർത്ഥത്തിലും പ്രണയിക്കുകയായിരുന്നു, ചീരു ജീവിതത്തിലേയ്ക്ക് എത്തുന്നതുവരെയും

സിദ്ധാർത്ഥിന്റെ മനസ്സിൽ കുമരൻ വളരുകയായിരുന്നു. ചീരുവിന്റെ തെരണ്ടുകല്യാണം പച്ചക്കുടിലിൽ നിന്ന് പുറത്തേയ്ക്ക് നയിക്കപ്പെടുന്ന ചീരുവിന്റെ ദേഹത്തേയ്ക്ക് ഒരു പാത്രം വെള്ളം വീശി

യൊഴിക്കുന്ന തണ്ടക്കാരൻ. തുടർന്ന് ബന്ധുക്കൾ ഓരോപാത്രം വെള്ളമൊഴിക്കുന്നു. പുഴയിലേയ്ക്കുള്ള യാത്രയിൽ നങ്കമാർ (നാത്തൂൻ) അകമ്പടിയാവുന്നു. കൊട്ടും കുരവയുമായി പുഴയിൽ കുളിച്ചു ശുദ്ധിവരുത്തി തിരികെ കുടിലിലേയ്ക്ക്. പുഴയിൽ നിന്ന് ഒരു കലത്തിൽ വെള്ളം തലയിൽ ചുമന്നുകൊണ്ടുവരണം. കലത്തിൽ ചുണ്ണാമ്പും മഞ്ഞളും പുരട്ടും. ആ വെള്ളം കുടിലിന് അകത്തും പുറത്തുമായി തളിച്ച് അശുദ്ധി മാറ്റും. അതു കഴിഞ്ഞാൽ പച്ചക്കുടിൽ കത്തിയ്ക്കുകയായി.

അന്ന് കുളി കഴിഞ്ഞ് വരും വഴിയിലാണ് കുമരൻ ചീരുവിനെ കണ്ടത്. അതിനും മുന്നേ തെങ്കാശിനാഥന്റെ നടയിൽ വച്ച് കണ്ടിരുന്നെങ്കിലും ചെറിയ പെൺകുട്ടിയായിരുന്നു. പാവാടയും ദാവണിയുമണിഞ്ഞ് തലയിൽ വെള്ളക്കലവുമായി പുഴയിൽ നിന്ന് വരുന്ന ചീരുവിനെ മറഞ്ഞു നിന്നാണ് നോക്കിയത്. അടുത്ത ഉത്സവത്തിന് അവളെ കണ്ടില്ല. പലപ്പോഴും ആ വഴിയേ പോയിട്ടുണ്ട്.

പിന്നൊരിക്കൽ പുഴയിൽ വച്ചു കണ്ടു. ഒട്ടും അമാന്തിച്ചില്ല. വിളിച്ചു നിർത്തി കാര്യം പറഞ്ഞു. മറുവാക്കുരിയാടാതെ അവൾ കുടിലിനെ ലക്ഷ്യം വച്ച് നടന്നു. കുമരൻ നോക്കി നിന്നു.

ദാ... ഇപ്പോ നോക്കും... ഇപ്പോൾ. നെഞ്ചിടിപ്പിന്റെ വേഗതയേറുന്നു. പെട്ടെന്ന്, അവൾ തിരിഞ്ഞു നോക്കി, ചിരിച്ചു.

കുമരൻ അടിമുടി പൂത്തുലഞ്ഞു. പുഴകടന്നു വന്ന കാറ്റ് കുമരനെ പൊതിഞ്ഞു.

മതി... ഇത്രയും മതി... ചിരി സമ്മതമായി കണക്കാക്കി അപ്പനോടു പറഞ്ഞു. അപ്പൻ തണ്ടക്കാരനോടും. ഒരാഴ്ചകൂടി കഴിഞ്ഞ് കല്യാണം. കുമരന് സന്തോഷം അടക്കാനായില്ല. ചീരുവിനെ കണ്ടു.

പൊങ്ങമ്പള്ളിയിൽ നിന്ന് പുറവയലിലേയ്ക്ക് ഓട്ടോറിക്ഷയിലാണ് വന്നത്. അഞ്ചനാട്ടം പാറയെന്ന് കേട്ടിട്ടേയുള്ളൂ. കണ്ടിട്ടില്ലായിരുന്നു എന്ന് അമ്പലനടയിൽ നിന്നു പറഞ്ഞു. മലയുടെ പള്ളയിൽ നിരയായി കുറച്ചു വീടുകൾ അതിനപ്പുറം കുന്ന് കയറി അരുവിലിയിലിറങ്ങി കാലും മുഖവും കഴുകി നേരേ കുമരന്റെ കുടിയിലേയ്ക്ക്.

ആരവങ്ങളില്ലാതെ... അടയാഭരണങ്ങളില്ലാതെ ആ വിവാഹവും നടക്കുകയായിരുന്നു. ആർഭാടങ്ങൾക്ക് ജീവിതത്തിൽ തീരെ വിലയില്ലായിരുന്നു. എല്ലാത്തിനും സാക്ഷിയായി കഴുത്തിലെ കല്ലുമാലയും കൈകളിലെ ഏതുനിമഷവും ഉടഞ്ഞു വീഴാവുന്ന കുപ്പിവളകളുമായി കുമരന്റെ പെണ്ണായി ചീരു.

കൊപ്പര

ജീവിതം വേറിട്ട വഴികളിൽകൂടി ഒഴുകി തുടങ്ങിയത് കുമരനറിഞ്ഞു. അപ്പനും അമ്മയും പാർക്കുന്ന അതേ കുടിലിൽ കുമരനും ചീരുവും കൂടി.

അന്നവൾക്ക് ഊരിനുള്ളിലെത്തുന്ന കച്ചവടക്കാരെ ഭയമായിരുന്നു. പുറംലോകത്തെ പരിഷ്കാരികളായ നാട്ടുകാരെ, പട്ടണങ്ങളിൽ നിന്നെത്തുന്ന സഞ്ചാരികളെ ഒക്കെ ഭയമായിരുന്നു. ചെറിയ പ്രായം മുതലേ പാട്ടിമാർ പറഞ്ഞുകേട്ട കഥകളിൽ തെളിഞ്ഞുവരുന്ന കപടമുഖങ്ങൾ. അവരുടെ വലിയ വർത്തമാനങ്ങൾ, വലിയ കാറുകൾ നോക്കി നിന്നിട്ടുണ്ട്, ഏതെങ്കിലും പാറക്കെട്ടിനു പിന്നിൽ നിന്ന് ആടിനെ തീറ്റാൻ പോകുമ്പോഴും നൂറക്കിളങ്ക് എടുക്കാൻ പോകുമ്പോഴും നാലുപാടും കണ്ണുപായിച്ചത് അന്ത ഭയത്താലെ താൻ. ഊരില് അപ്പനില്ലാത്ത കൊളന്തകൾ എങ്ങനെ വന്നു. വന്നു പോനയാരോ കൊടുത്തത്. ചീരു അതിനെ ഭയന്നു.

യാരായാലും നമ്മാള് വേണം. നമ്മാള് മട്ടും. അവളുടെ തീരുമാനം പാറപോലെ ഉറച്ചു. ആ സമയത്താണ് കുമരനെ പാത്തത്. ഉള്ളിലിരുന്നയാരോ ശൊല്ലിയിട്ടേയ്ർന്ത്..

ഏയ് പൊണ്ണേ... ഇവൻ താൻ നിനക്ക് മാരൻ.

അതിനുശേഷം പലവട്ടം കുമരൻ കാട്ടിലേക്കു പോണവഴിയിൽ മറഞ്ഞിരുന്നു കണ്ടു. എന്നമോ തെരയും മട്ട് ചുറ്റിപ്പാത്ത് പോകുന്ന മാരനെ സ്വപ്നം കണ്ടു. മനസ്സിൽ മാരൻ ഉറച്ചുനിന്നു. ആ കൊല്ലം പൊങ്കലിനു പോകമുടിയലെ... എന്നാച്ച് ന്നാ തീണ്ടാരിയാച്ച്. കോവിൽ പക്കം പോകക്കൂടാത്.

അന്ന് കാവേരിനങ്ക ശൊല്ലിയത് അപ്പടി നടന്നത്. ഏയ് ചീരൂ, അടുത്ത പൊങ്കലിനു മുന്നാടി മംഗലം കട്ടായം. കന്നിപ്പൊണ്ണ് പൊങ്കലിന് തീണ്ടാരീന്നാ പെരിയോര് ശൊല്ലുവാര്... കല്യാണ സമയമാച്ച്.

അപ്പോഴും മനസ്സിൽ കുമരനായിരുന്നു. അവ കട്ടായം കാശിയപ്പൻ കോയില്ക്ക് പോകും.

ചീരുവെ തേടുവാരാ?

അവൾക്ക് നാണംവന്നു. ദേഹം പൂത്തുലയുന്നതുപോലെ അനുഭവപ്പെട്ടത് കല്യാണത്തിനുശേഷം അവൾ അവനോട് പറഞ്ഞതാണ്. കാടകം അവരുടെ പ്രണയത്തിന് സാക്ഷ്യംവഹിച്ചു. മരച്ചില്ലകൾ സൂര്യനെ മറച്ചുപിടിച്ചു. കാട് പലതിനും സാക്ഷിയായി. അവരുടെ പ്രണയനിമിഷങ്ങളിൽ കുരങ്ങുകൾ പൂക്കൾ കുടഞ്ഞിട്ടും ഒച്ചയുണ്ടാക്കിയും കാവലിരുന്നു. ദിവസങ്ങൾ എത്ര വേഗത്തിലാണ്

ഓടിമാറിയത്.

കാട് പൂക്കും കാലമായെന്ന് കാറ്റ് മൂളിപ്പറഞ്ഞു. തേനും പഴങ്ങളും ധാരാളം കഴിച്ചു. വസന്തം പടിയിറങ്ങുമ്പോഴേക്കും ചീരു ഗർഭിണിയായിരുന്നു. കുമരൻ പൊന്നുപോലെ അവളെ നോക്കി.

കൂട്ടുകാർ കളിയാക്കി.

പൊണ്ണ്ക്ക് ഗർഭം. അത്ക്ക് നീ എത്ക്ക് ഇപ്പടി ടെൻഷൻ... കുടിയിലേ കാവലിരിക്കാതെ വേലപാരടാ...

അതും ശരിയാണ്. ചീരുവിന് വേണ്ടതൊക്കെ വാങ്ങിക്കൊടുക്കണം. അതിനു കാശ് വേണം. ഒന്നിനും എന്ത കൊറയും വരക്കൂടാത്.

അന്ന് രാത്രി അവൻ ചോദിച്ചു.

യതാവത് ആശയിർന്താ ചൊല്ല്

അവൾ നാണിച്ചു കിടന്നതല്ലാതെ ഒന്നും പറഞ്ഞില്ല.

സീതപ്പളം വേണമാ?

പതിവു നാണച്ചിരി

ആപ്പിൾ വേണമാ?

അവൾ നോക്കി. കടയിൽ ഇരിക്കുന്നത് കണ്ടിട്ടുണ്ട്. നല്ല ഗുണ്ടു പോലെ ശെവപ്പാ അളകാന പളം.

ഉം... അവൾ മൂളി.

സരി... നാളെ കട്ടായം വാങ്കിവരേൻ.

അവൻ കാട്ടില് കിട്ടുന്ന പഴങ്ങളൊക്കെ ശേഖരിച്ചു കൊണ്ടുവരും. കൂടെയിരുന്നു തീറ്റും. കാട്ടുവാളപ്പളം തിന്നുകൊണ്ട് അവൾ പറഞ്ഞു.

ഉള്ളെ കല്ലിരിക്ക്

കല്ലല്ലെടീ ... അത് കുരുവാണ്.

പിറ്റേന്ന് പൊങ്കലിന് പോകാൻ തീരുമാനിച്ചു. അവിടെ പലമാതിരി സാധനങ്ങൾ കിട്ടും. കുപ്പിവള, കല്ലുമാലകൾ, കൺമഷി, ശാന്തുപൊട്ട്, മുടിപ്പിന്ന് പിന്നെ പലമാതിരി പലഹാരങ്ങൾ, പഴങ്ങൾ കൊളുന്ത്, മല്ലികപ്പൂ, കനകാംബരം.

ചീരു കാശിനാഥൻ കോവിലിൽ തൊഴുതു പ്രാർത്ഥിച്ചു കണവനെ കാപ്പത്ത്ക്കോ. പുള്ള നല്ലാരിക്കണം. യാരിക്കും ആപത്ത് വരക്കൂടാത്.

ആപ്പിളും ഇഞ്ചിമുട്ടായിയും മുള്ളുമുറുക്കും കപ്പലണ്ടിയും വാങ്ങി. ഒരുപിടി കൊളുന്ത് വാങ്ങി. മല്ലികപ്പൂവും കനകാംബരവും ഇഴ ചേർത്തു കെട്ടിയതു വാങ്ങി മുടിയിൽചൂടി. രണ്ടു കല്ലുമാലകൾ

വാങ്ങി. കരിമഷിയും ചാന്തും മുടിപ്പിന്നും എല്ലാം ഭദ്രമായി തുണി സഞ്ചിയിൽ സൂക്ഷിച്ചു വച്ചു. മടക്കത്തിൽ ചീരു പലതും പറഞ്ഞു കൊണ്ടിരുന്നു. സന്തോഷം വാക്കുകളിൽ ഒപ്പുകുത്തി.

ഊരിൽ സന്ധ്യയോടെയാണ് എത്തിയത്. യാത്ര ചെയ്തതി നാൽ ചീരു ഛർദ്ദിച്ചു. പുറം തടവിയ കുമരൻ പറഞ്ഞു.

ആൺ കൊളന്തയാക്കും. അതാ ഇന്തമാതിരി...

അല്ലല്ല.... ജീപ്പിലെ ഇരിക്കുമ്പോത് ഒരു വാസന.

അത് ഡീസലിന്റെയാണ്, കുമരൻ പറഞ്ഞു

ആമാ, അത് പുടിക്കല്ലെ. അപ്പൊവേ ഗുളുഗുളാന്ന് വയത്തില് മറിഞ്ചീര്ന്ന്.

സരി. ക്ഷീണം വരക്കൂടാത്. ആപ്പിൾ ശാപ്പിട്.

അത് കാലെയിലേ ശാപ്പിടലാം. ഇപ്പോൾ പടുക്കണം. നല്ല തൂങ്കിയാ സരിയായിടും.

തൂങ്ക്. നല്ലാ തൂങ്ക് ... വരപ്പോറ കൊളന്തയെ കനവിലേ കണ്ട് തൂങ്ക്...

അവൻ വാതിൽ ചാരി പുറത്തിറങ്ങി. നിലാവ് പരന്നു കിടന്നു. ഇളംകാറ്റിൽ ഇലകൾ അടക്കം പറയുകയും പൊട്ടിച്ചിരിക്കുകയും ചെയ്തുകൊണ്ടിരിക്കെ തികച്ചും അവിചാരിതമായാണ്, അങ്ങനെ യാണ് അവന് തോന്നിയത്, ആകാശത്തിന്റെ നിറം മാറുന്നു. തെളിഞ്ഞ നീലാകാശത്തിൽ കാളിമപടരുന്നു. എങ്ങുനിന്നോ ഭയന്നോടി വന്ന കാർമേഘങ്ങൾ കാടിനു മേലെ കറുത്തകമ്പളം വിരിച്ചു. വെളിച്ചം മങ്ങുകയും കാട്ടിനുള്ളിൽ നിന്ന് പുള്ള് നീട്ടിക്ക രയുകയും ചെയ്തു.

കുമരന് നെഞ്ചിടിപ്പ് വേഗത്തിലായി. എന്താപത്ത് ആണോ വരു ന്നത്? ചില സൂചനകൾ കാട്ടിൽ നിന്നും ലഭിക്കാറുണ്ട്. മരണം വരുന്നത്, മഴ വരുന്നതും, ചൂടു കൂടുന്നതും തണുപ്പ് മുറ്റുന്നതും ചില പഴങ്ങൾ പാകമാകുന്നതും കാടു പൂക്കുന്നതും എന്തിന് അപ കടകാരികളായ വന്യമൃഗങ്ങൾ സഞ്ചരിക്കുന്ന ദിശപോലും ശബ്ദ ങ്ങളിലൂടെ, ഗന്ധങ്ങളിലൂടെ ഊരുകൾ അറിയും. കാടിന്റെ കരുത ലുകളാണ് പരസ്പര ധാരണയും. അത് മനുഷ്യർക്ക് മാത്രമല്ല, കാടി നുള്ളിലെ എല്ലാ ജീവജാലങ്ങൾക്കും വേണ്ടിയാണ് ഈ അറിയി പ്പുകൾ.

തലയ്ക്കുമുകളിൽ കൂമൻ നീട്ടിമൂളിയത് കുമരനെ ഞെട്ടിച്ചു. സംശയം വേണ്ട ... ഏതോ ദുരന്തം അടുത്തുതന്നെയുണ്ട്. കുമരൻ മലമുത്തപ്പന്മാരെ വിളിച്ചു പ്രാർത്ഥിച്ചു. രക്ഷിക്കണേ.

കൊപ്പര

ചീരുവിന്റെ ശബ്ദം കേട്ടതും കുമരൻ അകത്തേയ്ക്ക് ഓടി. പായയിൽ ഇരിക്കുന്ന ചീരു... ഭയം തീണ്ടിയാലെന്നപോലെ വിറയ്ക്കുന്നുണ്ടായിരുന്നു.

എന്നാച്ച് ... തൂങ്കലെയാ...?

കനവ്... റൊമ്പ മോസമാന കനവ് .. ഭയമായിര്ക്ക്.

കനവ് താനേ... അത്ക്കെന്നാ കവല? തൂങ്ക്...

അവൻ അവളെ ചേർത്തുപിടിച്ചു കിടന്നുറങ്ങി. പുറത്ത് കാൽപ്പെരുമാറ്റം കേട്ടാണ് കുമരൻ വാതിൽ തുറന്ന് പുറത്തേയ്ക്ക് നോക്കിയത്. ഉറക്കച്ചടവുള്ള കണ്ണുകൾ കള്ളം പറയുന്നതാവുമെന്ന് കരുതി കണ്ണുകൾ പലവട്ടം അടച്ചു തുറന്നു.

പുറത്തു നിന്നവർ പരസ്പരം നോക്കി. അർത്ഥം വച്ച് ചിരിച്ചു..

ഏൻടാ... രാത്രി ഒറങ്ങീലേ... കണ്ണ് കനത്തിരിക്കുന്നല്ലോ.

അകത്താരെങ്കിലും ഉണ്ടോ?

ഏൻ പെണ്ണ്... തൂങ്കിയിട്ടേയിര്ക്ക്

കേട്ടില്ലേ... രാത്രി ഉറങ്ങാതെ... എങ്ങനെ ഉറങ്ങും. വലിയ വേലയല്ലേ ചെയ്തത്. അതിരിക്കട്ടെ. സാധനം എവിടെ?

എന്ന സാതനം സാർ?

തെരിയാതാ... ചന്ദനം?

ഇവിടെയില്ല സാർ. ഈ ഊരില് യാരുമേ ചന്ദനം എടുക്കാത് സർ.

ഓഫീസർ പിന്നിൽ നിന്നവരോട് എന്തോ പറഞ്ഞു. പോലീസുകാർ അകത്തും പുറത്തുമായി പരിശോധനതുടങ്ങി. അധികം വൈകിയില്ല. നാലുകഷണം ചന്ദനവേരുകൾ! ചന്ദനഗന്ധം അന്തരീക്ഷം ഏറ്റെടുത്തു. നാലുപാടു നിന്നും പലരായി ഓടിവന്നു.

ചന്ദനം കണ്ടവർ നിന്നിടത്തുതന്നെ നിന്നു. വിശ്വസിക്കാനാവാതെ മാരൻ പറഞ്ഞു.

തപ്പ് നടന്തത്. കുമരൻ ചെയ്യൂല്ല. ഇത് യാരോ മനഃപൂർവ്വമാ ചെയ്തത്. ഇന്നലെ ഇങ്കയാരും ഇല്ലായിരുന്നു. ആർക്കു വേണമെങ്കിലും എന്തു വേണമെങ്കിലും ചെയ്യാം. ഇവിടെ ചോദിക്കാനും പറയാനും ആളില്ല.

ഛീ... നാവടക്കടാ... ചന്ദനം മോട്ടിച്ചിട്ട് സദാചാരം പ്രസംഗിക്കുന്നോ... നായിന്റ മോനേ... നിന്റേക്ക വെളച്ചില് ഇങ്ങോട്ട് വേണ്ടാ. ഒരാൾ വിലങ്ങെടുത്തു കുമരന്റെ കൈകൾ ബന്ധിച്ചു.

ചീരു കണ്ടത് വിശ്വസിക്കാനാവാതെ തളർന്നുവീണു.

അയ്യയ്യോ... അമ്മാ, ചീരു എളുന്തിട്, ഇവിടെയൊന്നുമില്ല. കവ

ലപ്പെടാതെ. എളുന്ത് കൊഞ്ചം തണ്ണി ശാപ്പിട് വയത്തില് പുള്ളയി റ്ക്കല്ലെ... ഒടമ്പ് കാപ്പാത്തുക്കോ.

പോലീസുകാർ കുമരനേയും കൊണ്ട് വളവ്തിരിഞ്ഞ് കാണാമറയത്തായതും ചീരു പൊട്ടിപ്പൊട്ടിക്കരഞ്ഞു.

അവര് മേലെ തപ്പില്ല. യാരാവത് കാപ്പാത്തുങ്കോ...

അന്വേഷിക്കാൻ ചെന്ന മാരനെ അവർ തല്ലി. തൂക്കി അകത്തിടും. ഓഫീസർ അലറുകയായിരുന്നു. പോകാൻ തുടങ്ങിയവരെ മാരൻ തടഞ്ഞു.

വേണ്ടാ... വെറുതേ, തല്ല് വാങ്ങണോ?

ഒരു പത്രക്കാരൻ മാരനെ കണ്ടു. സംസാരിച്ചു. വാർത്തയെഴുതി ഡെസ്കിൽ ഏല്പിച്ചു. അവിടെനിന്ന് എഡിറ്ററിലേക്കെത്തിയ വാർത്തയ്ക്ക് തീരെ ആയുസ്സുണ്ടായിരുന്നില്ല.

പിറ്റേന്ന് വന്ന വാർത്തയിങ്ങനെയായിരുന്നു. ചന്ദനക്കടത്തിൽ ആദിവാസികളും. അതേസമയം ചന്ദനക്കടത്തിലെ പ്രതിയെന്ന നിലയിൽ അയാളെ റിമാന്റ് ചെയ്തു. അന്വേഷണം നടന്നപ്പോഴാണ് റെയ്ഞ്ച് ഓഫീസറെ തല്ലിയ കേസ്സും കാടിനുള്ളിൽ അതിക്രമിച്ചു കടക്കുന്നതിനെക്കുറിച്ചും സന്തോഷ് എന്ന വിനോദസഞ്ചാരിയെ തല്ലിയ കേസ്സും കുമരന്റെ പേരിൽ ചാർത്തിക്കിട്ടിയത്

പരാതിയും കൊണ്ടുപോയവരെ അപമാനിച്ചു. കേസ്സിൽ പ്രതി ചേർക്കുമെന്ന് ഭീഷണിപ്പെടുത്തുകയും ചെയ്തതോടെ ചീരുവിന്റെ സംരക്ഷണം ലൗലിടീച്ചറും ബാലേട്ടനും കൂടി ഏറ്റെടുക്കുകയായിരുന്നു.

ഗർഭിണിയായ ചീരു കരഞ്ഞും പട്ടിണികിടന്നും നാളുകൾ നീക്കി. ആരെങ്കിലും എന്തെങ്കിലും കൊടുത്താൽ കഴിക്കും. ഇല്ലെങ്കിൽ ഇല്ല. ആരോടും ഒന്നും പറയാറില്ല. സ്വന്തം വിധിയെ അങ്ങനെ തന്നെ സ്വീകരിച്ചു.

സഞ്ചിക്കുള്ളിലെ മുത്തുമാലയും ആപ്പിളും കുപ്പിവളകളും അവൾ മറന്നു. ആരെ കാണിക്കാൻ അതൊക്കെ അണിയണം.

ലൗലി കുടിയിലെത്തിയത് ചില ടോണിക്കുകളും പഴങ്ങളും കൊണ്ടാണ്. കഴിക്കാൻ കൂട്ടാക്കാതെ കരയുന്ന ചിരുവിനോട് സഹതാപം മാത്രമായിരുന്നില്ല. അവളുടെ ഉത്തരവാദിത്തം ഏറ്റെടുക്കുക കൂടിയായിരുന്നു. നിത്യ സന്ദർശനം ചീരുവിൽ പ്രതീക്ഷയുണർത്തി. അവൾ പുറത്തിറങ്ങി. ചെറിയ ചെറിയ ജോലികൾ ചെയ്തു കാടിന്റെ നിറംമാറിയതുകണ്ട് അത്ഭുതപ്പെട്ടു. ഭക്ഷണം കഴിച്ചു. ശരീരം ആരോഗ്യം വീണ്ടെടുത്തു. എന്നാൽ മനസ്സിലെ മുറിവ് വലു

തായിക്കൊണ്ടിരുന്നു.

ലൗലി അവളെ അക്ഷരങ്ങളുടെ ലോകത്തേയ്ക്ക് കൈപിടിച്ചു നടത്തി. പതുക്കെ പതുക്കെ അക്ഷരങ്ങൾ ചേർത്തുവായിക്കാനവൾക്കു കഴിഞ്ഞു. അന്ന് അവൾ ചിരിച്ചു. നോവുള്ള ചിരി. കുമരനെ ഓർത്താവുമെന്ന് ലൗലിക്ക് മനസ്സിലായി.

അമ്മയുടെ കത്തുവന്നു. ലിപിക്ക് നല്ലൊരു ആലോചന. ഞായറാഴ്ച അവരിങ്ങോട്ടു വരുമെന്ന് പറഞ്ഞു. മോള് വരണം. എന്ന് അമ്മ.

ലൗലി ശനിയാഴ്ച രാവിലെ തന്നെ വീട്ടിലേക്കുപോയി. എല്ലാവരും സന്തോഷത്തിലാണ് ലിപിക്ക് നാണവും അതിലേറെ അഭിമാനവും കൊണ്ട് തുടുത്തു.

പിറ്റേന്ന് ചെറുക്കനും കൂട്ടരും വന്നു.

ചെറുക്കന്റെ അച്ഛനാണ് ചോദിച്ചത്.

അല്ലാ മൂത്തതിനെ നിർത്തി ഇളയതിനെ കെട്ടിക്കുന്നത് മോശമല്ലേ?

അവൾക്ക് ജോലിയുണ്ടല്ലോ. എപ്പോ വേണേലും അത് നടത്താം. അമ്മയുടെ വാക്കുകൾ ലൗലിയെ വേദനിപ്പിച്ചു. എന്നാൽ കാര്യങ്ങൾക്ക് തീരുമാനം ഉണ്ടായതിൽ അഭിമാനിച്ചു.

വന്നവരെല്ലാം തിരിച്ചുപോയി. ഊണ് നന്നായിരുന്നുവെന്ന അഭിപ്രായത്തിൽ അമ്മ ഉന്മേഷവതിയായി. എന്തുകൊണ്ടോ ലൗലിക്ക് ഭക്ഷണം കഴിക്കാനേ തോന്നിയില്ല. ആർക്കും നീരസം തോന്നാതിരിക്കാൻ... അതിനായി മാത്രം കഴിച്ചു. മുറിയിൽ അച്ഛന്റെ ചില്ലിട്ട ചിത്രത്തിനു മുന്നിൽ കലങ്ങി മറിയുന്ന മനസ്സോടെ നിന്നു. അച്ഛൻ വെറും ഓർമ്മയായിരുന്നു. അമ്മയും ലിപിയും അങ്ങനെയൊരാളെ പൂർണ്ണമായും മറന്നതുപോലെയായിരുന്നു പെരുമാറ്റം.

നോക്കിനില്ക്കെ അച്ഛൻ ചിത്രത്തിൽ നിന്നിറങ്ങുന്നു. അടുത്തുവന്ന് നെഞ്ചോടു ചേർത്തു പിടിക്കുന്നു. മുടിയിഴകളിൽ വിരലോടിച്ചുകൊണ്ട് പറയുന്നു.

മനുഷ്യരിങ്ങനെയാണ് മോളേ. കൺവെട്ടത്തുണ്ടെങ്കിലേ കാണൂ. അവരൊക്കെ സന്തോഷത്തിലാണ്. അതങ്ങനെയിരിക്കട്ടെ. എന്റെ മോളോട് അച്ഛൻ ഒന്നു പറയാം. മോള് അവർക്കൊരു കറവപ്പശുവാണ്. എന്നും അങ്ങനെയാവരുത്. ആർക്കും ആവശ്യങ്ങൾ തീരാത്ത കാലത്തോളം മോളെ അവർക്കുവേണം. അതുകഴിഞ്ഞാൽ...

ലൗലിയുടെ കണ്ണുകൾ നിറഞ്ഞു തുളുമ്പി. ചെറിയ വിതുമ്പൽ

കൊപ്പര

... ശബ്ദമടക്കി നിന്ന ലൗലിക്ക് അച്ഛന്റെ ചൂട് അനുഭവപ്പെട്ടു.

മണ്ടിയാവരുത്. നിനക്ക് നീയേ തുണ. ആരിൽ നിന്നും ഒന്നും പ്രതീക്ഷിക്കരുത്. അമ്മയിൽ നിന്നുപോലും. നിന്റെ ജീവിതം നീ തനിയേ കണ്ടെത്തണം. അന്നു കാണാം എല്ലാ സ്നേഹത്തിന്റേയും നേർരൂപം.

ലൗലിയുടെ ഹൃദയഭാരം ലഘൂകരിക്കപ്പെടുകയായി. ഭാരമില്ലായ്മപോലും അനുഭവപ്പെട്ടു. എന്തൊരത്ഭുതം... എന്തോ പറയാനായി ലൗലി വിളിച്ചു.

അച്ഛാ...

ഒരു തൂവൽ പോലെ ലൗലി കിടക്കയിലേയ്ക്കു വീണു. മയക്കം കൺപോളകളെ തഴുകിയടച്ചു. ഭാരമില്ലായ്മയിൽ ലൗലി ഉറക്കത്തിലേയ്ക്കു വഴുതി.

ചേച്ചീ

ചേച്ചീ ... ചേച്ചീ ... കതകു തുറന്നേ. എനിക്ക് വൈകിട്ടത്തെ വണ്ടിക്ക് പോണം. വൈകിയാൽ വണ്ടി മിസ്സാവും.

മിസ്സാവരുത്... ആർക്കും ഒന്നും മിസ്സാവരുത്. പുറത്ത് കാൽപ്പെരുമാറ്റവും ഒപ്പം സംഭാഷണങ്ങളും.

ലൗലി കണ്ണുതുറന്നു. മുറിയിലാകെ കണ്ണുപായിച്ചു. പെട്ടെന്ന് എണീറ്റ് കതകുതുറന്നു. മുന്നിൽ ആശങ്കയിൽ പൊതിഞ്ഞ മുഖവുമായി അമ്മയും സഹോദരങ്ങളും

സോറി മോനേ... ചേച്ചി ഉറങ്ങിപ്പോയി.

എത്ര മണിക്കാ വണ്ടി?

നാലുമണിയാണ് റൈറ്റ്ടൈം. അരമണിക്കൂറുണ്ട്. ഓട്ടോയിൽ പോയാൽ എത്തും. അമ്മ ഇടപെട്ടു.

ലൗലി ബാഗിൽ നിന്ന് അയ്യായിരം രൂപയെടുത്തു നീട്ടി. സൂക്ഷിച്ചു ചെലവാക്കണേ മോനേ. കല്യാണമാണ്. എന്തായാലും എങ്ങനെയായാലും നടത്തണം. അല്ലേ?

അമ്മ ചിരിച്ചു. ലിപിയുടെ മുഖത്ത് കരുവാളിപ്പ്.

അവൻ ബൈ പറഞ്ഞു പോയതോടെ ലൗലി പറഞ്ഞു. നീ സങ്കടപ്പെടണ്ട. കല്യാണം നന്നായി തന്നെ നടക്കും.

ഒരു കുറവും വരില്ല. എന്താ പോരേ...?

ലിപി ചേച്ചിയെ കെട്ടിപ്പിടിച്ച് ഒരുമ്മ കൊടുത്തു. മോൾക്ക് രാവിലെ പോണോ?

ഉം പോണം. വെറുതേ ലീവെടുത്തു തീർക്കണ്ട. ആവശ്യങ്ങൾ വരിവരിയായി വന്നു നില്ക്കുമ്പോഴെങ്ങനെ...

അമ്മ അടുക്കളയിലേക്കു കടന്നു. ലൗലിക്കായി അച്ചാറും ചമ്മന്തിപ്പൊടിയും തയാറാക്കാനുള്ള തിരക്കിലായി. ലൗലി അച്ഛനെ നോക്കി... ആ കണ്ണുകൾ എന്തൊക്കെയോ പറയുന്നുണ്ട് ... ലൗലി അച്ഛനെ തൊഴുതു.

15

രാത്രി വൈകിയിട്ടും ലൗലിക്ക് ഉറക്കം വന്നില്ല. ബാഗിൽ നിന്ന് സന്തത സഹചാരിയായ നോട്ടുബുക്കെടുത്തു. അന്ന് നടന്നതൊക്കെ എഴുതി. ഒടുവിൽ ഇങ്ങനെയും.

ജീവിതം ചിലർക്ക് നിരർത്ഥകമാണ്. മറ്റു ചിലർക്ക് സാർത്ഥകവും.

ഒരു പേജിൽ കല്യാണത്തിന്റെ ആവശ്യങ്ങൾ ഒന്നൊന്നായി എഴുതി. സ്വർണ്ണം അമ്പതു പവനെങ്കിലും വേണം. 50X25000, വസ്ത്രം ... മിനിമം ഇരുപത്തഞ്ച്. സദ്യ, ആളുകുറഞ്ഞാൽ നാണക്കേടാണ്. അമ്മയ്ക്ക് ആളുകൂടണം. ആഡംബരങ്ങൾ കുറയരുത്. സ്വർണ്ണം വേണം. പിന്നെ വീടുകാണലും വിരുന്നുസൽക്കാരവും.

ലക്ഷങ്ങൾ ലൗലിയെ നോക്കി കണ്ണുരുട്ടി. എങ്ങനെ? എത്ര ആലോചിച്ചിട്ടും പിടിയിലൊതുങ്ങാതെ ഉത്തരങ്ങൾ വഴുതിമാറിക്കൊണ്ടിരിക്കെയാണ്. അച്ഛന്റെ ഷെയറിനെക്കുറിച്ച് ഓർത്തത്. അത്യാവശ്യം നടക്കും.

അമ്മേ, അച്ഛന്റെ ഷെയർ വിറ്റാലോ?

ങേ... അത് നല്ല കണ്ണായ സ്ഥലമല്ലേ. ലിപിക്ക് കൊടുക്കാമെന്ന് കരുതി

അല്ലാതെ ഇത്രയും ക്യാഷ് എവിടുന്നുണ്ടാകും?

ലൗലി നിസ്സഹായത വെളിപ്പെടുത്തി.

ലോണെടുക്കാമല്ലോ... അമ്മ

അടയ്ക്കണ്ടേ...? ശമ്പളം മൊത്തം ലോണടച്ചാൽ എങ്ങനെ ജീവിക്കും. അവന്റെ പഠിത്തം കഴിയാൻ ഇനിയും ഒരു വർഷം അതു കഴിഞ്ഞാലും ഒരു ജോലി കിട്ടുന്നതുവരെ...

എല്ലാം കേട്ടിരുന്ന ലിപി പറഞ്ഞു...

മൊത്തം വില്ക്കണ്ട. പത്തുസെന്റ് വിറ്റാൽ ബാക്കി പതിനഞ്ചുണ്ടല്ലോ. വീടുവയ്ക്കാനതുമതി.

അവളുടെ ഔദാര്യത്തിനു മുന്നിൽ അർദ്ധസമ്മതം മൂളിയ അമ്മയെ ദയനീയമായി നോക്കിയിരുന്നുപോയ നിമിഷങ്ങൾ...

'മോളെ നീ ഒരു കറവപ്പശുവാണ്'

കൊപ്പര

ലൗലിയുടെ ശിരസ്സ് അറിയാതെ ചലിച്ചു. ശരിയാണ്.

അമ്മയുടെ പേരിൽ അച്ഛൻ നിക്ഷേപിച്ച ഒരു ലക്ഷം രൂപ മെച്ചുറായിട്ടുണ്ടെന്ന് ലിപിയാണ് പറഞ്ഞത്. പലിശയടക്കം ഒന്നരലക്ഷത്തോളം വരും. കല്യാണചെലവിന് അതുമതി. പിന്നെ സ്വർണ്ണം. കേട്ടത് വിശ്വസിക്കാനാവാതെയിരുന്ന ലൗലി അമ്മയെ നോക്കി.

പോകുംമുന്നേ ഇട്ടതാണ്. ഞാനാ കാര്യമേ മറന്നു. ഇന്നാളൊരു ദിവസം പ്രമാണങ്ങൾ നോക്കിയപ്പോഴാണ് ആ സർട്ടിഫിക്കറ്റ് കണ്ടത്. അടുത്തമാസം കാലാവധി പൂർത്തിയാകും. മോളോട് പറയണമെന്നു കരുതിയതാണ്. തിരക്കിനിടയിൽ മറന്നുപോയി.

അതു സാരമില്ല. അത്രയും കുറച്ച് കടംവാങ്ങിയാൽ മതിയല്ലോ. പിന്നൊരു കാര്യം. എന്തെങ്കിലും കൊടുക്കാമെന്ന് പറഞ്ഞിട്ടുണ്ടെങ്കിൽ എന്നോടൊന്നു പറയണേ. പെട്ടെന്നു പറഞ്ഞാൽ.

ലൗലിയുടെ ശബ്ദം വല്ലാതെ പതറിയിരുന്നിട്ടും ആരും ഒന്നും പറഞ്ഞില്ല.

ലൗലി കിടന്നു. രാവിലത്തെ ബസ്സിനു പുറപ്പെടണം. എന്നാലേ ഉച്ചയ്ക്ക് എങ്കിലും അവിടെയെത്തൂ.

കലുഷമായ മനസ്സിനോട് കലഹിച്ചുകൊണ്ട് ഉറക്കം ഇറങ്ങിപ്പോയി. വെളുപ്പിനെഴുന്നേറ്റു. അമ്മ നേരത്തേതന്നെ ബാഗ് റെഡിയാക്കിയിരുന്നു. 'നല്ല ഭാരം' പൊക്കിയെടുത്ത് ഓട്ടോയിൽ വച്ച ലിപി പറഞ്ഞു.

ശരി... ഇനി വൈകിയാൽ ബസ്സു കിട്ടാതെ വരും. ബൈ ചേച്ചീ...

അവളാകെ നിറഞ്ഞുതുളുമ്പി നിന്നു.

ഗേറ്റ് കടന്നതും ഓട്ടോഡ്രൈവർ ചോദിച്ചു.

അനിയത്തിക്കൊച്ചിന്റെ കല്യാണമായോ?

ഉം. ഒന്ന് ശരിയായി. അത് നടത്തണം.

ടീച്ചറിന് കല്യാണോം കുടുംബോം ഒന്നും വേണ്ടേ?

സമയമാവട്ടെ. ആദ്യം അവളെ അയയ്ക്കണം.

അപ്പോഴേക്കും അനിയന്റെ സമയമാവും.

ഓട്ടോ ഡ്രൈവറാണെങ്കിലും ബന്ധുകൂടിയായ രാജേഷ് ചിരിച്ചു.

ലൗലി ആലോചിച്ചു. ഇവനെന്താ ഉദ്ദേശിക്കുന്നത്?

അയൽക്കാരനും സമപ്രായക്കാരനുമാണ്. കുടുംബ പ്രാരാബ്ധങ്ങൾ കൂടിയപ്പോൾ ഉള്ള ജോലിക്കു പുറമേ ഓട്ടോറിക്ഷ ഓടിക്കുന്നതാണ്. അതിരാവിലെ ഓട്ടത്തിനിറങ്ങും. ജോലിക്കു പോകാറായാൽ വണ്ടിയിൽ ഓഫീസിലെത്തും. വൈകിട്ട് വീണ്ടും ഓട്ടം

പോവും. രാത്രി പത്തുമണിയോടെ വീട്ടിലെത്തും. പത്തൊമ്പത് വയസ്സിൽ ജോലി കിട്ടിയതാണ്. രണ്ടുചേച്ചിമാരെ കെട്ടിച്ചുവിട്ടു. ഇനി ഒരനിയത്തി കൂടിയുണ്ട്. അവൾ നന്നായി പഠിക്കുന്നതുകൊണ്ട് അല്പം സാവകാശം കിട്ടി. ജോലി കിട്ടിയാലേ കല്യാണം കഴിക്കൂന്ന് വാശിയിലാണ്. അത്രയും ആശ്വാസം.

കെട്ടിച്ചു വിട്ടതുകൊണ്ട് ചെലവ് കൂടുകയല്ലാതെ കുറയാറില്ല ടീച്ചറേ. വീടുകാണലായി, ഗർഭമായി, പ്രസവമായി, കുഞ്ഞിന്റെ നൂലുകെട്ട് അങ്ങനയങ്ങനെ... പിന്നെ വീടുവയ്ക്കണം. ഒരിക്കലും അവസാനിക്കാറില്ല. അനുഭവം കൊണ്ടു പറയുന്നതാണ്. ഒരു ചടങ്ങും വേണ്ടെന്ന് ആരും പറയാറില്ല. ചടങ്ങുകളുടെ കാര്യത്തിൽ നല്ല മത്സരമാണ് വീട്ടിൽ. എന്തിനും ഏതിനും ആചാരങ്ങൾ..

ആചാരങ്ങളില്ലെങ്കിലും ഗർഭിണി പ്രസവിക്കും. പക്ഷേ ആരോട് പറയാൻ. കുറേ പ്രഹസനങ്ങൾ... എല്ലാർക്കും ജയിക്കണം. തോല്ക്കാനാരും തയാറാവൂല്ലാന്ന് മനസ്സിലാക്കിയാൽ നാളെ സങ്കടത്തിന്റെ ഭാരം ലേശം കുറഞ്ഞിരിക്കും. ആ ഭാരം എടുത്തുമാറ്റി സഹായിക്കാൻ ഇവരാരും ഉണ്ടാവില്ല. ഭാരം ചുമക്കുന്നവനേ കഴുത്തു വേദനിക്കൂ. അത് മറക്കരുത്.

ലൗലി കേട്ടിരുന്നു. അതെ നിരർത്ഥകമായ ആചാരങ്ങളുടെ പേരിൽ വെറുതേ ചിലവാക്കുന്ന പണം. ഒരു സ്ത്രീയും പുരുഷനും ഒരുമിച്ചു ജീവിക്കാൻ ഇത്രയേറെ ആചാരങ്ങളും ചടങ്ങുകളും വേണോ?

ഇതൊക്കെ നോക്കുമ്പോൾ കാടകം എത്ര ഭേദം. വിവാഹം പോലും എത്ര ലളിതമായി നടക്കുന്നു. സമൂഹം സമുദായം മതം ഇതൊക്കെ മനുഷ്യന്റെ ബാദ്ധ്യതകളാകാമോ? രണ്ടു വ്യക്തികൾ ഒരുമിച്ചു ജീവിക്കാൻ ഇഷ്ടപ്പെട്ടാൽ... ആഗ്രഹിച്ചാൽ, തീരുമാനിച്ചാൽ നിയമപരിരക്ഷ പോരേ? നാൾക്കുനാൾ ഏറി വരുന്ന അനാവശ്യ ചെലവുകളിൽ ആർക്കും പരാതിയില്ല. മറ്റുള്ളവരുടെ മുന്നിൽ സ്റ്റാറ്റസ് ഉയർത്തിക്കാട്ടാൻ എന്തെന്തു തത്രപ്പാടുകളാണ് ആധുനിക സമൂഹം എന്നു സ്വയം വിശേഷിപ്പിക്കുന്നവർ നേരിടുന്നത്. ആർക്കു വേണ്ടി? ആരെ ബോദ്ധ്യപ്പെടുത്താൻ?

ബസ്സ്റ്റാന്റിൽ തിരക്കു തുടങ്ങുന്നതേയുള്ളൂ. രണ്ടു ദിവസത്തെ അവധി കഴിഞ്ഞ് തിരികെ പോകുന്നവരുടെ ഓട്ടപ്പാച്ചിലാണ് തിങ്കളാഴ്ചകളിൽ. ഓട്ടോയുടെ ചാർജ്ജ് കൊടുത്ത് ബാഗ് പൊക്കിയ ലൗലി അറിയാതെ പറഞ്ഞു.

ഓ... എന്തൊരു വെയ്റ്റ്?

ഞാൻ ബസ്സിൽ വച്ചു തരാം.

രാജേഷ് അനുവാദം കാത്തില്ല. ബാഗെടുത്ത് ബസ്സിനുള്ളിൽ സൈഡ്സീറ്റ് നോക്കി വച്ചത് സഞ്ചരിക്കേണ്ട ദൂരം പരിഗണിച്ചാണ്. യാത്ര പറഞ്ഞിറങ്ങിയ രാജേഷ് കൈവീശി. പിന്നെ നടന്നു പോയി ഓട്ടോറിക്ഷ സ്റ്റാർട്ട് ചെയ്ത് റോഡിലേയ്ക്കിറങ്ങി.

സമാനതകൾകൊണ്ട് ഒരേ വണ്ടിയിലെ രണ്ടു കാളകൾ... ഭാരം ചുമന്ന് ചുമന്ന് കഴുത്ത് വേദനിക്കുന്നവൻ. ഇങ്ങനെ എത്രയോ പേരുണ്ടാവും, സ്വന്തം കുടുംബത്തിനുവേണ്ടി ജീവിച്ച് ഒടുവിൽ ആർക്കും വേണ്ടാതെയാകുന്നവർ... വിഡ്ഢികൾ...

ബസ് ഓടിത്തുടങ്ങി. ഹൈവേയിൽ തിരക്കു തുടങ്ങിയിട്ടേയുള്ളൂ. ബസ്സിൽ വലിയ തിരക്കില്ലെന്നത് ആശ്വാസമായി. വഴിയോരക്കാഴ്ചകളിൽ കണ്ണുടക്കി... കണ്ടൽക്കാടുകളുടെ പച്ചയിൽ, കായൽപ്പരപ്പിലെ സൂര്യോദയത്തിൽ, വെടിയൊച്ചയുടെ പുന്നപ്രയിലൂടെ തിരക്കുപിടിച്ച ആലപ്പുഴ പട്ടണം പിന്നെയും കാഴ്ചകൾ... ജീവിതത്തിന്റെ വേറിട്ട ദൃശ്യങ്ങൾ, ആവിഷ്കാര സ്വാതന്ത്ര്യത്തിന്റെ ചുവരെഴുത്തുകൾ അനുഗ്രഹം ചൊരിയുന്ന യേശുദേവൻ.

ലൗലി മയക്കത്തിലേക്ക് ഊർന്നുപോയിരുന്നു. അലങ്കരിച്ച കല്യാണ മണ്ഡപം. ആഹ്ലാദാരവങ്ങൾ. ബന്ധുമിത്രാദികളുടെ സ്നേഹാന്വേഷണം.

ഇനിയെന്നാണ്?

പൂർത്തിയാകാതെ തന്നെ മനസ്സിലാകുന്ന ചോദ്യങ്ങൾ. ചില ചോദ്യങ്ങൾ അങ്ങനെയാണ്. തുടക്കം കേട്ടാൽ മനസ്സിലാവും. ഉത്തരം മാത്രം വഴങ്ങില്ല. ഒരു ചിരിയിൽ എല്ലാം ഉൾക്കൊള്ളിച്ചുള്ള ഇടപെടൽ പ്രകടിതമാകുന്ന സഹതാപം.

അനുകമ്പ.

ആക്ഷേപങ്ങളും ഉണ്ടാകാറുണ്ട്.

ചിലപ്പോൾ നിഗമനങ്ങൾ വരെയെത്തും.

തനിക്കു താൻപോന്ന പെണ്ണല്ലേ...

അതൊക്കെ വഴിപോലെ നടക്കും.

അതാണ്.... നമ്മൾ സാമൂഹ്യജീവികൾക്ക് അതിലൊക്കെയാണ് താല്പര്യം. മറ്റുള്ളവരിലേയ്ക്കു തിരിച്ചുവച്ച ആന്റിനകളാണ് പലരും. ചോദ്യങ്ങൾ. ഊഹങ്ങൾ... നിരുപാധിക അനുതാപങ്ങൾ... വലുതും ചെറുതുമായ നിശ്വാസങ്ങൾ.

അന്ന് തിരിച്ചെത്തിയപ്പോൾ ആദ്യം കേട്ട വാർത്ത ചീരു പെറ്റു. ആൺകുട്ടിയാണ്. തങ്കമ്മയാണ് വിവരം പറഞ്ഞത്.

കഴിഞ്ഞുപോയ ദിവസങ്ങളിൽ അവളെക്കുറിച്ച് ഓർത്തില്ലെന്നത് അതിശയമായി തോന്നിയ ലൗലി നേരേ ചീരുവിനെ കാണാൻ പോയി. അവളെ കാണണം. അവൾ.... അവൾ തന്റെയാരാണ്?

ആരായാലും എന്തായാലും അവളെ കാണണം.

ഞായറാഴ്ച വൈകിട്ടാണ് പ്രസവിച്ചത്. മെലിഞ്ഞുനീണ്ട, ചുരുണ്ടമുടിയുള്ള കുഞ്ഞ് ഉറങ്ങുകയായിരുന്നു. ചീരു സങ്കടപ്പെട്ടു. ഏറെസമയം വേണ്ടിവന്നു അവളെ സമാധാനിപ്പിക്കാൻ. കരുതിയിരുന്ന നേന്ത്രപ്പഴവും കോഴിമുട്ടയും അവളുടെ വളർത്തമ്മയെ ഏൽപ്പിച്ചു. ആരോഗ്യം സംരക്ഷിക്കണം. കുഞ്ഞിന് നല്ല പാല് വേണം. അവനെ വളർത്തണം. പഠിപ്പിക്കണം. നിരന്തരോപദേശങ്ങളിൽ ചീരു ഉണർച്ച പ്രാപിച്ചു. നിശ്ചയദാർഢ്യം ഊട്ടിയുറപ്പിക്കാൻ ലൗലി ടീച്ചർ പരമാവധി ശ്രമിച്ചു. അവളുടെയും കുഞ്ഞിന്റെയും ഉത്തരവാദിത്തം ലൗലി ടീച്ചർ സ്വയമേവ ഏറ്റെടുക്കുകയായിരുന്നു.

അന്നൊക്കെ കുസുമം ചേച്ചി ഒരു നേരത്തെ ആഹാരം കുടിയിലെത്തിച്ചിരുന്നു. ഒരു മാസം വരെ, അതിനുശേഷം ചെറിയ ജോലികൾ ചെയ്തു സഹായിച്ചു. അമ്മയ്ക്കും കുഞ്ഞിനും വേണ്ട ടോണിക്കുകൾ സുജനപാലൻ എത്തിച്ചു. കുഞ്ഞിന്റെ നൂലുകെട്ട് നടത്തിയ ദിവസം അവന്റെ കാതിലേയ്ക്ക് ആനന്ദ് എന്ന് മൂന്നുവട്ടം വിളിച്ച് പേരിടീലും നടത്തി. അവന്റെ ജനനം പഞ്ചായത്തിൽ രജിസ്റ്റർ ചെയ്തു. ജനന സർട്ടിഫിക്കറ്റ് വാങ്ങി സൂക്ഷിച്ചു.

അവന്റെ വളർച്ചയിൽ ചീരുവും വളരുകയായി. അവന് ചോറൂണ് നടത്തി. ആദ്യമായി ഊരാചാരം ലംഘിച്ചു. തണ്ടക്കാരൻ വിരലിൽ തൊട്ടു നാവിൽ വച്ചുകൊടുക്കുന്ന കുറുക്കിനു പകരം ലൗലി അവന്റെ നാവിലേയ്ക്ക് എരിയും പുളിയും ഉപ്പും ചേർത്ത ചോറ് വച്ചുകൊടുത്തു. അവൻ കരഞ്ഞില്ല. എരിവ് നാവിലൂടെ ഒഴുകി വീണതല്ലാതെ അവൻ കരഞ്ഞില്ല.

ലൗലിയുടെ കണ്ണു നിറഞ്ഞു.

മിടുക്കൻ. നീ ഒരിക്കലും കരയരുത്. പക്ഷേ...

പറയാൻ വന്നത് പൂർത്തിയാക്കിയില്ലെങ്കിലും ഒരായിരം വട്ടം മനസ്സിൽ അത് ഉരുക്കഴിച്ചുകൊണ്ടിരുന്നു.

കല്യാണത്തിന് പണമുണ്ടാക്കുന്ന തിരക്കിലായിരുന്നു ലൗലി. സഹകരണസംഘത്തിൽ നിന്ന് ലോണെടുത്തു. ചില്ലറ കടങ്ങൾ അല്ലാതെയും. സുജനപാലനാണ് അന്ന് സഹായിച്ചത്. പി.എഫിൽ നിന്ന് ലോണെടുത്തു കൊടുത്തത് ലൗലി പറഞ്ഞിട്ടല്ല. അറിഞ്ഞു ചെയ്തതാണ്. തവണകളായി അടച്ചു തീർക്കാമെന്നും ആവശ്യം

നടക്കട്ടെയെന്നും സമാധാനിപ്പിച്ചു.

അഞ്ചുനാടിനോട് ആത്മബന്ധം ഉറച്ചു കഴിഞ്ഞ ലൗലിക്ക് നാട്ടിലേയ്ക്ക് പോകാൻ തീരെ താല്പര്യമില്ലാതായി. എന്തിന് ?

ഇവിടെ, ഈ മണ്ണിലാണ് ലൗലിയുടെ സാന്നിദ്ധ്യം വേണ്ടത്. ഇവിടം വിട്ടുപോകാൻ കഴിയാത്തവിധം ബന്ധങ്ങൾ... ചീരുവും ആനന്ദും കുമരന്റെ അച്ഛനും അമ്മയും മാരനും രാധയും ബാലേട്ടനും കുടുംബവും ശിവരാമകൃഷ്ണൻ സാറും കുടുംബവും അങ്ങനെ എത്രയെത്രപേർ ലൗലിയുടെ ജീവിതത്തിന്റെ അവിഭാജ്യ ഘടകങ്ങളായിക്കഴിഞ്ഞിരുന്നു. അത് ലൗലിയെ അത്ഭുതപ്പെടുത്തുകയും ചെയ്തു.

കല്യാണം കൂടാൻ ബാലേട്ടനും ചേച്ചിയും എത്തി. സമ്മാനം ഏറ്റുവാങ്ങുമ്പോഴും ആരെന്ന ആശങ്ക ലിപിയിൽ തെളിഞ്ഞു.

ഇവരാണ് എന്റെ രക്ഷകർത്താക്കൾ. എന്നോട് ഒന്നിനുമല്ലാത്ത സ്നേഹമുള്ളവർ. ഭക്ഷണം കഴിച്ചോ എന്ന് ചോദിക്കുന്നവർ. ആരോഗ്യം ശ്രദ്ധിക്കണമെന്ന് ഉപദേശിക്കുന്നവർ. എന്തു വിശേഷമുണ്ടെങ്കിലും ഒരില എനിക്കായി കരുതി വയ്ക്കുന്നവർ. എന്തിന്, ഈ കല്യാണത്തിന് പി.എഫിൽ നിന്ന് ലോണെടുത്തു തന്നത് ബാലേട്ടനാണ്. ഒരു ജന്മം പോരാ ഈ കടങ്ങൾ വീട്ടാൻ.

ലൗലി അച്ഛന്റെ ചിത്രത്തിലേയ്ക്കു നോക്കി. പിന്നെ ബാലേട്ടനേയും.

ചിത്രത്തിലേയ്ക്ക് സൂക്ഷിച്ചുനോക്കിയ സുജനപാലൻ ഓർമ്മകളിൽ പരതിനോക്കുകയായിരുന്നു. ഇത്, നല്ല പരിചയമുള്ള മുഖം... എവിടെ വച്ചാണ്? എത്ര ആലോചിച്ചിട്ടും ഉത്തരം പിടിക്കപ്പെടാതെ ഒഴിയുന്ന കുസൃതിക്കാരനായി വെല്ലുവിളിച്ചു.

അച്ഛന്റെ പേരെന്താ?

ചന്ദ്രഹാസൻ

ഓട്ടോ മെക്കാനിക്ക്

അതെ. ലൗലിക്ക് അത്ഭുതം അടക്കാനായില്ല. ബാലേട്ടന് അച്ഛനെ അറിയാമോ?

ഒന്നുരണ്ടു പ്രാവശ്യം കണ്ടിട്ടുണ്ട്. ഞാൻ ആലപ്പുഴ ജോലിയിലിരുന്നപ്പോഴാണ്. ഇടയ്ക്ക് ആലപ്പുഴ വരുമായിരുന്നു.

എന്തിന്?

ലൗലി വിസ്മയത്തുമ്പിലെ തുമ്പിയായി.

ഇപ്പോൾ താഴേക്കു വീഴുമെന്ന മട്ടിൽ ഒന്നുലഞ്ഞു.

അച്ഛൻ ഇടയ്ക്ക് മൂകാംബികാക്ഷേത്രത്തിൽ പോകുമായിരുന്നു.

രണ്ടുമൂന്നു ദിവസം കഴിഞ്ഞേ വരൂ. കൈനിറയെ പ്രസാദവും അവിടത്തെ കുങ്കുമവും ഒക്കെയുണ്ടാവും. പക്ഷേ, ആലപ്പുഴ, അതു മനസ്സിലാവുന്നില്ല.

അല്ല, ചിലപ്പോൾ എനിക്കു തെറ്റിയതാവും പത്തുമുപ്പതു കൊല്ലം മുമ്പല്ലേ... ഏകദേശം ഇതുപോലെ ഒരാളായിരുന്നു. ഞങ്ങൾ, അടുപ്പമുള്ളവർ മാത്രം ചന്ദ്രേട്ടനെന്നു വിളിച്ചു.

ബാലേട്ടൻ വിദഗ്ധമായാണ് സംസാരിക്കുന്നതെന്ന് ലൗലി മനസ്സിലാക്കി.എന്തായാലും വന്ന കാര്യം നടക്കട്ടെ. ബാക്കി സൗകര്യം പോലെ ചോദിച്ചറിയാം.

വീടും പരിസരവും വെളിച്ചത്തിൽ കുളിച്ചു നിന്നു. ലിബിൻ ഓടി നടന്നു കാര്യങ്ങൾ നല്ലതുപോലെ ചെയ്യുന്നുണ്ട്. ലൗലിക്ക് അത് വലിയ ആശ്വാസമായിരുന്നു. അവന്റെ നാലഞ്ചു സുഹൃത്തുക്കളും എത്തിയിരുന്നു. രാജേഷും അനിയത്തിയും അമ്മയും പൂർണ്ണമായും സഹകരിച്ചു. പരീക്ഷ കഴിഞ്ഞ സമയമായത് എല്ലാപേർക്കും സൗകര്യമായി.

ലിപി സന്തോഷവതിയായി നിന്നു. അതിഥികൾ വന്നും പോയുമിരുന്നു. രാത്രിയിൽ കുസുമം ചേച്ചിയും ബാലേട്ടനും വീട്ടിൽ താമസിച്ചു. അന്ന് ഒളിച്ചോടിയതിനുശേഷം ആദ്യമായിട്ടാണ് നാടു കാണുന്നതെന്ന് പറയുമ്പോൾ കണ്ണുകളിൽ നീരു നിറഞ്ഞിരുന്നു. ഒരുപക്ഷേ അച്ഛൻ, അമ്മ, സഹോദരങ്ങൾ ഒക്കെ ഓർമ്മയിൽക്കടന്ന് വിമ്മിട്ടപ്പെടുത്തിക്കാണും.

വീട്ടിൽ പോണോ?

വേണ്ട... മറന്നുകാണും. തോണ്ടി വേദനിപ്പിക്കണ്ട. പോയതു പോയെന്ന് സമാധാനിക്കട്ടെ.

വിവാഹവും ചെറുക്കന്റെ വീടുകാണലും കഴിഞ്ഞ് മൂന്നുപേരും കൂടിയാണ് അഞ്ചുനാട്ടിലേക്ക് തിരിച്ചത്.

രണ്ടുദിവസം കഴിഞ്ഞ് പോയാൽ പോരേ?

അമ്മ ചോദിച്ചു. ചോദ്യത്തിൽ എത്രമാത്രം ആത്മാർത്ഥതയുണ്ടെന്നതിൽ ലേശം സംശയം തോന്നാതിരുന്നില്ല. കുസുമം ചേച്ചി സാക്ഷ്യം വഹിച്ച നിമിഷം. ആ മുഖത്ത് അപ്പോഴത്തെ ഭാവം കൃത്യമായി മനസ്സിലാക്കാനായില്ല.

വേണമെങ്കിൽ രണ്ടുദിവസം കൂടി...

ബാലേട്ടൻ പൂർത്തിയാക്കുന്നതിനു മുന്നേ പറഞ്ഞു.

അഡ്മിഷന്റെ സമയമല്ലേ... പോകാതെന്തു ചെയ്യും?

ലിബിൻ കുറച്ചു ദിവസം കഴിഞ്ഞേ തിരിച്ചു പോകൂ... അവനി

വിടെയുണ്ടല്ലോ.

അവന്റെ സുഹൃത്തുക്കൾ തിരികെ പോയി. ഇനി രണ്ടാഴ്ച കൂടി അവധിയുണ്ട്. അതു നന്നായി.

മടക്കയാത്രയിൽ ലൗലി നിശ്ശബ്ദയായിരുന്നു. ഏതോ ചിന്തകൾ മനസ്സിനെ അടക്കിപ്പിടിച്ചിരിക്കുന്നതായി തോന്നിയ കുസുമം പറഞ്ഞു.

ടീച്ചർക്കും കാണില്ലേ ആഗ്രഹങ്ങൾ. അതെന്താ അമ്മ അറിയാത്തത്? സ്വപ്നങ്ങൾ ആരുടെയും കുത്തകയല്ലല്ലോ.

ചില ജന്മങ്ങൾക്ക് ചില നിയോഗങ്ങളുണ്ടാവും. അവരെ അവരുടെ വഴിക്കുവിടുക. സ്വന്തം ജീവിതം ഇഷ്ടത്തിനനുസരിച്ച് ജീവിക്കട്ടെ. പിന്നെ, ചന്ദ്രേട്ടന്റെ മകൾക്ക് അങ്ങനെയാവാനേ കഴിയൂ. ജീവിതം ആർക്കോവേണ്ടി ഉഴിഞ്ഞിട്ട മനുഷ്യനല്ലേ.

ആളിപ്പോഴും ജീവനോടെ.

കുസുമത്തിന്റെ ചോദ്യത്തിന് സുജനപാലൻ ഒന്നു മൂളുക മാത്രം ചെയ്തു.

ഉം...

16

കുമരൻ ജീവിച്ചിരിക്കുന്നു.

സിദ്ധാർത്ഥിന് ആലോചിക്കുന്തോറും ആശ്ചര്യമേറിവന്നു.

എവിടെ?

കാലിൽ തറച്ച വെടിയുണ്ടകൾ ആര് നീക്കം ചെയ്തു.

ഒരു മിന്നായം പോലെ സുജനപാലൻ മരുന്നുകളുമായി ഇരുളിൽ... ആരാവും അന്ന് മരുന്നുകൾ എത്തിച്ചത്?

ജി.കെ. എന്തിനു നന്ദി പറഞ്ഞു?

കുമരൻ ടീച്ചറമ്മയെ വിളിക്കാറുണ്ടോ?

സംശയം സിദ്ധാർത്ഥിനെ അലോസരപ്പെടുത്തിക്കൊണ്ടേയിരുന്നു. എങ്ങനെ രക്ഷപ്പെട്ടു?

ആളെ കാണാൻ ആഗ്രഹം തോന്നി. എങ്ങനെ കാണും? ഒരു പക്ഷേ ഇവർക്കറിയാമായിരിക്കും എവിടെയാണെന്ന്. ഉൾക്കാട്ടിലെവിടെയോ ആവണം.

ഒറ്റയ്ക്ക്...?

ആരെങ്കിലും സഹായമില്ലാതെ ഒരു വർഷം...

ചോദ്യങ്ങൾ ആശങ്കകളായി വളർന്നുകൊണ്ടിരിക്കെ സിദ്ധാർത്ഥ് എണീറ്റ് വരാന്തയിലിറങ്ങി കസേരയിലിരുന്നു. കാട്ടുവള്ളി

കൾപോലെ ചുറ്റിപ്പടരുന്ന സംശയങ്ങൾക്ക് അറുതിയുണ്ടാവണം. അല്ലെങ്കിൽ ഭ്രാന്തു പിടിക്കുമെന്ന അവസ്ഥയിലെത്തിയിരുന്നു.

ഗ്രില്ലിലൂടെ അരിച്ചുകടക്കുന്ന തണുപ്പിൽ അധികസമയം ഇരിക്കാൻ കഴിയില്ലെന്നു മനസ്സിലായി. ചൂളംകുത്തി കടന്നുപോകുന്ന കാറ്റിൽ പലവിധ സുഗന്ധങ്ങൾ അലിഞ്ഞു ചേർന്നിരിക്കുന്നു. തണുപ്പിൽ തങ്ങിനില്ക്കുന്ന സുഗന്ധം. ഈ തണുപ്പിൽ കാട്ടിലെങ്ങനെ കഴിയും? അതും വന്യമൃഗങ്ങൾ ധാരാളമുള്ള ഉൾവനത്തിൽ. എങ്ങനെയെങ്കിലും അവിടെ പോയേ തീരൂ. ആരോടാണ് പറയേണ്ടത്?

രാവിലെ എണീറ്റു എന്നു പറയുന്നതിലും ഭേദം ഇന്നലെ ഉറങ്ങിയില്ലെന്നു പറയുന്നതാണ്. കതകു തുറന്ന് അടുക്കളയിലേയ്ക്കു പോയത് ഒരു കാപ്പിയുണ്ടാക്കാനാണ്. അവിടെ കണ്ട കാഴ്ച മറ്റൊന്നായിരുന്നു. ലൗലി കാപ്പി കപ്പുകളിലേയ്ക്കു പകരുന്നു.

ആഹാ, ഡോക്ടർ എണീറ്റോ? ഗുഡ്മോർണിംഗ്

വെരിഗുഡ് മോണിങ്ങ് ചേച്ചിയമ്മേ.

ഇന്നലെയെന്തുണ്ടായി... ഉറങ്ങിയില്ല.?

ആരു പറഞ്ഞു?

വരാന്തയിൽ ഇരുന്നാൽ തണുപ്പടിച്ച് പനിപിടിക്കും.

ഇവിടത്തെ കാലാവസ്ഥയും ചിലപ്പോൾ വന്യമാകും.

വനമേഖലയിൽ വന്യതയല്ലാതെ മറ്റെന്തു പ്രതീക്ഷിക്കാനാ? എന്തായാലും ഈ വന്യത ഇപ്പോൾ എനിക്കും ബോധിച്ചു തുടങ്ങി. കാടകംപോലെ അസ്വസ്ഥഭരിതമാണ് ഇവിടെ മനുഷ്യജീവിതവും. ശരിയല്ലേ?

ശരിയല്ലേ എന്നു ചോദിച്ചാൽ ഞാൻ ചോദിക്കും കാടിനേക്കാൾ വന്യമല്ലേ നാട്, നാട്ടിലെ ജീവിതം.

അസ്വാസ്ഥ്യങ്ങൾക്ക് പല കാരണങ്ങൾ ഉണ്ട്. വ്യത്യസ്ത കാരണങ്ങളാൽ മനുഷ്യജീവിതം അസ്വസ്ഥ പൂർണ്ണമാകുന്നു. സമ്പത്ത്, വർഗ്ഗീയത, രാഷ്ട്രീയ നാടകങ്ങൾ, സ്ത്രീപീഡനം, കുഞ്ഞുങ്ങളെ തട്ടിക്കൊണ്ടുപോകൽ.... എന്തിന്, പ്രണയത്തട്ടിപ്പുപോലും മനുഷ്യജീവിതം ദുസ്സഹമാക്കുന്നുണ്ട്.

ഇവിടം അസ്വസ്ഥ ഭൂപടം, അറുതിയില്ലാത്ത വറുതിയാൽ മണ്ണും മനസ്സും വെടിച്ചുകീറുന്നിടം. തങ്ങളിൽ കൊണ്ടും കൊടുത്തും വിദ്വേഷസൂചിക ഉച്ചസ്ഥായിയിലെത്തി നില്ക്കുന്നതിന്റെ വിഹ്വലതകൾ, എവിടെയാണ് നില്ക്കേണ്ടത്?

ആരോടൊപ്പമാണ് നിലയുറപ്പിക്കേണ്ടത്?

ലൗലി സിദ്ധാർത്ഥിനെ നോക്കി.

നിലപാടുതറകൾ പാടെ തകർന്നു കഴിഞ്ഞു.

മനുഷ്യർ സംശയത്തിന്റെ ഇരകളാണിന്ന്. ആരെ വിശ്വസിക്കും? ഏതു പ്രസ്ഥാനത്തിൽ ഉറച്ചുനില്ക്കും? പ്രസ്ഥാനങ്ങൾ പോലും അടിവേരിളകിയാൽ പിന്നെന്തു വിശ്വാസം? എന്ത് ഉറപ്പ്?

ലൗലി ചെറുതായി കിതക്കുന്നുണ്ടായിരുന്നു. അതു മനസ്സിലാക്കിയ സിദ്ധാർത്ഥ് പറഞ്ഞു.

ചേച്ചിയമ്മ കുറച്ചുകൂടി സംയമനം പാലിക്കണം. ഇങ്ങനെ ഇമോഷണലായാൽ... അതു പാടില്ല. ഇപ്പോൾ തികച്ചും വിശ്രമമാണ് വേണ്ടത്. മനസ്സിനും ശരീരത്തിനും. കാത്തിരിക്കുന്നവരെ നിരാശപ്പെടുത്തരുത്. ചെക്കപ്പ് കഴിയുംവരെയെങ്കിലും പ്ലീസ് ചേച്ചീ.... ആനന്ദിനുവേണ്ടി, കുമരനുവേണ്ടി.

ലൗലി കാപ്പികുടിച്ച കപ്പുമായി അടുക്കളയിലേക്ക് പോയി. സിദ്ധാർത്ഥ് പിന്നാലെയെത്തി കപ്പു വാങ്ങി കഴുകി വച്ചു. ലിബിനെപോലെ എന്നെ കാണണം, അതെന്റെ റിക്വസ്റ്റാണ്.

വിശ്വസിക്കുമെങ്കിൽ ഞാനൊരു കാര്യം പറയാം.

ഉം. എന്താ കാര്യം?

ചേച്ചി ഇനി വാടക വീട്ടിലേക്കു പോകണ്ട. ഇവിടെ എന്റെ ചേച്ചിയമ്മയായി... നമുക്ക് സ്വന്തമായി ഫുഡ് ഒക്കെയുണ്ടാക്കി... വഴക്കുകൂടിയും തല്ലുപിടിച്ചും സന്തോഷമായി കഴിഞ്ഞുകൂടേ? ബാലേട്ടൻ എത്രനാളാണ് ഇങ്ങനെ ഭക്ഷണവുമായി ഷട്ടിൽസർവ്വീസ് നടത്തുന്നത്. അതുമല്ല, ക്ഷീണം മാറിയാൽ നമുക്ക് ഊരുകളിൽ പോകാം. അത്യാവശ്യം വേണ്ട ആരോഗ്യബോധവൽക്കരണം നടത്താം. പ്രത്യേകിച്ചും പെൺകുട്ടികളുടെ ശുചിത്വ സംരക്ഷണം... വരും തലമുറയെ ആരോഗ്യമുള്ളവരാക്കി വളർത്താം. എനിക്ക് ഒറ്റയ്ക്ക് സാധിക്കില്ല.

ഉം ലൗലി മൂളിയതല്ലാതെ തറപ്പിച്ച് ഒരു മറുപടി പറഞ്ഞില്ല...,

സിദ്ധൂ,... നിനക്ക് നല്ലൊരു ഭാവിയുണ്ട്. അതിവിടെ പൊലിക്കാൻ ഞാൻ സമ്മതിക്കില്ല. പരമാവധി രണ്ടു വർഷം... അതുകഴിഞ്ഞാൽ നീ പോയേ തീരൂ. പി.ജി.യ്ക്കു ചേരണം. അതിനുള്ള തയാറെടുപ്പുകൾ വേണം. ഈ കാട്ടുമുക്കിലിരുന്ന് ഒന്നും നടക്കില്ല. കുറേനാൾ കഴിയുമ്പോൾ നിന്റെയീ ആവേശം കുറയും അന്ന് കുറ്റബോധമുണ്ടാവും. അത് ഇവിടത്തെ പാവങ്ങളെയും ബാധിക്കും. അതു പാടില്ല. സുരക്ഷിതമായി ഒരിടം കണ്ടെത്തണം. വിവാഹം, കുടുംബം, കുട്ടികൾ അതൊക്കെയാവണം നിന്റെ ലക്ഷ്യം.

അപ്പോ ചേച്ചിയമ്മയ്ക്ക് ഈ പറഞ്ഞതൊന്നും വേണ്ടേ?

ലൗലിയുടെ മുഖത്ത് വ്യത്യസ്തഭാവങ്ങൾ മിന്നിമറഞ്ഞു. അതിലേറെ വേഗത്തിൽ ശാന്തത കൈവന്നു.

എന്റെ വഴി ഞാനായി കണ്ടെത്തിയതാണ്. പിന്നെ, എന്നെയോർത്തു വിലപിക്കാൻ ആരുമില്ലെന്നതാണ് സത്യം. വിവാഹവും കുടുംബജീവിതവും താല്പര്യമില്ല. നിത്യേന വിവാഹമോചനം നടക്കുന്നിടത്ത് അതിനായി ഞാനും...? പിന്നെ കുട്ടികൾ ... അനാഥബാല്യങ്ങൾ ഇല്ലാത്തകാലത്ത് ഞാൻ എന്റെ കുഞ്ഞുങ്ങളെ പ്രസവിക്കാം. അതുപോരേ?

സിദ്ധാർത്ഥ് അത്ഭുതത്തോടെ, അതിലേറെ ആദരവോടെ നോക്കിയിരുന്നു. സാവകാശം എഴുന്നേറ്റു. ഞാൻ റെഡിയാവട്ടെ. ബാലേട്ടൻ വരാറായി.

ലൗലി പത്രം നിവർത്തി വായിക്കാൻ തുടങ്ങിയതും സുജനപാലന്റെ സ്കൂട്ടർ മുറ്റത്തെത്തിയതും ഏതാണ്ട് ഒരേ സമയത്തായിരുന്നു. ലൗലി ചിരിച്ചു.

ഡോക്ടറെവിടെ?

കുളിക്കുന്നു. അവനിന്നലെ തീരെ ഉറങ്ങിയില്ല. എന്തോ സംശയങ്ങൾ അലട്ടുന്നുണ്ട്. കുമരൻ ജീവിച്ചിരിപ്പുണ്ടെന്ന് ഇന്നലെ ഞാൻ പറഞ്ഞു. അതുമുതൽ സംഭാഷണങ്ങളിൽ വലിയ മാറ്റം കാണുന്നു.

നാളെ ചെക്കപ്പിനു പോണം.

താക്കോലുമെടുത്ത് ഹെൽത്ത് സെന്ററിലേക്ക് നടക്കുന്നതിനിടയിൽ തിരിഞ്ഞു നിന്നു പറഞ്ഞു.

ഒരു തലവേദന കുറഞ്ഞു.

അതെന്താ ബാലേട്ടാ?

പ്രിയദർശൻ ട്രാൻസ്ഫർ വാങ്ങി പോയി.

അതു നന്നായി.

ഏതാണ് നന്നായത്?

പിന്നിൽ വന്ന സിദ്ധാർത്ഥ് ചോദിച്ചു.

പ്രിയദർശൻ ട്രാൻസ്ഫർ വാങ്ങി പോയെന്ന്.

അയ്യോടാ... ആ പാവത്തിന്റെ പ്രേമച്ചോല തീയിട്ടു നശിപ്പിച്ചില്ലേ? സിദ്ധാർത്ഥ് ചിരിച്ചുകൊണ്ട് ടവൽ പുറത്ത് വിരിച്ചിടാനിറങ്ങിയതേയുള്ളൂ. കുട്ടണ്ണൻ ഓടിപ്പാഞ്ഞുവന്നു. കിതപ്പടക്കിക്കൊണ്ട് പറഞ്ഞതിൽ പാതിയും തൊണ്ടയിൽ കുരുങ്ങിക്കിടന്നതേയുള്ളൂ.

എന്താ കുട്ടണ്ണാ...

സാറേ മണിയമ്മയ്ക്ക് ശ്വാസംമുട്ടൽ കൂടി. തീരെവയ്യ. അതും

പറഞ്ഞ് നേരെ ഹെൽത്ത്സെന്ററിലേക്ക് ചെന്നു. വിവരമറിഞ്ഞ സുജനപാലൻ മരുന്നുകൾ എടുത്തു പുറത്തിറങ്ങി. അപ്പോഴേക്കും സിദ്ധാർത്ഥ് ഡ്രസ്സ് ചെയ്തിറങ്ങി. രണ്ടുപേരും കൂടി സ്കൂട്ടറിൽ അഞ്ചനാട്ടം പാറയുടെ താഴെയെത്തിയതും ഊരിൽ നിന്ന് നിലവിളി കേട്ടു.

സുജനപാലൻ സിദ്ധാർത്ഥിനെ നോക്കി...

കഴിഞ്ഞെന്നു തോന്നുന്നു.

പോയിനോക്കാം. ഒരു സംശയം വേണ്ട.

അതിന്റെ കാര്യമില്ല. അവർക്കറിയാം...

കോവിൽ കടന്ന് ഗ്രാമവും കടന്ന് കുന്നുകയറാൻ തുടങ്ങിയ സിദ്ധാർത്ഥ് തിരിഞ്ഞുനോക്കിയത് പിന്നിൽ ശബ്ദം കേട്ടിട്ടാണ്. ഗ്രാമത്തിൽ നിന്ന് പലരും കുന്നുകയറാൻ തുടങ്ങിയിരുന്നു.

കുളികഴിഞ്ഞിറങ്ങിയ ലൗലി സിദ്ധാർത്ഥിനെ നോക്കി. മുറ്റത്തു നിന്ന ശൂലപാണി പറഞ്ഞു.

അവര് ഊരില് പോയി. ഇടതുകൈ ഗ്രാമത്തിന്റെ ഭാഗത്തേയ്ക്ക് നീട്ടിയാണ് പറഞ്ഞത്. പെട്ടെന്ന് മനസ്സിൽ മണിയമ്മയുടെ നീരുവച്ച കണ്ണുകൾ തെളിഞ്ഞു.

മണിയമ്മയ്ക്ക് വലിവ് ജാസ്തിയെന്ന് മൂപ്പൻ ശൊല്ലിയാച്ച്. അപ്പൊവേ രണ്ടുപേരും പോയി...

പകുതി തമിഴും പകുതി മലയാളവും ചേർത്ത് ശൂലപാണി വിവരിച്ചു.

ലൗലി നോക്കിയിരുന്നു. കുറച്ചു കഴിഞ്ഞ് സ്കൂട്ടർ വന്നു. സിദ്ധാർത്ഥ് കൈയും മുഖവും കഴുകി പ്രാതൽ കഴിക്കാനിരുന്നു.

ചേച്ചിയമ്മേ ഇതുവരെ കഴിച്ചില്ലേ? മരുന്നുകഴിക്കണ്ടേ?

മണിയമ്മയ്ക്ക് എങ്ങനെയുണ്ട്?

പാത്രത്തിലേയ്ക്ക് ദോശ എടുത്തുവയ്ക്കുന്നതിനിടയിലാണ് ചോദിച്ചത്.

ങാ. കുഴപ്പമില്ല. എങ്ങും തൊടാതെയുള്ള മറുപടി.

ദോശ കഴിച്ച് ഹെൽത്ത് സെന്ററിലേയ്ക്ക് നടക്കുന്നതിനിടയിൽ ശൂലപാണിയോട് വിവരം പറഞ്ഞു.

ആരും ടീച്ചറമ്മയോട് പറയരുത്. പെട്ടെന്ന് കേട്ടാൽ. സുഖമില്ലാത്തതല്ലേ.

ശൂലപാണി തലകുലുക്കി സമ്മതിച്ചു. ആരും വരാതെ നോക്കണം. അതാ ഡ്യൂട്ടി.

പ്രാതൽ കഴിഞ്ഞ് ഒരു മണിക്കൂർ കിടക്കും. ചിലപ്പോൾ ചെറു

തായി മയങ്ങുകയും ചെയ്യും. ഹൃദയത്തിന് വിശ്രമം വേണമെന്ന് സിദ്ധു ആവർത്തിക്കുന്നുമുണ്ട്. സ്നേഹത്തിന് ചിലപ്പോൾ ശിക്ഷയുടെ മുഖമാണ്. ആ മുഖമാണ് സിദ്ധാർത്ഥിലൂടെ കാണുന്നത്. ചിലപ്പോഴെങ്കിലും സ്നേഹം അധികാരത്തിന്റെ മൂടുപടമിടും. എന്നാൽ പലപ്പോഴും സ്വാർത്ഥതയുടെ പര്യായമാകും.

എന്തോ ഓർത്തതുപോലെ ലൗലി ഫോണെടുത്തു നോക്കി. ആരും വിളിച്ചിട്ടില്ല. തിരക്കാവും... അല്ലാതെ ... ലിബിൻ വിളിച്ചിട്ട് ഒരാഴ്ച കഴിഞ്ഞിരിക്കുന്നു. അവൻ കല്യാണാലോചനകളുടെ പിടിയിലാണ്. ഏതോ കുട്ടിയെ ഇഷ്ടമായെന്നു പറഞ്ഞു. അമ്മ വരാൻ കാത്തിരിക്കുകയാണ്. അതും കൂടി കഴിഞ്ഞാൽ... ഒരു കാര്യത്തിൽ സമാധാനമുണ്ട്. വലിയ ബാദ്ധ്യതകൾ വരില്ല.

നമ്പർ ഡയൽ ചെയ്തു. മനഃപ്പൂർവ്വമാണ്. ഓർമ്മയ്ക്ക് എന്തെങ്കിലും സംഭവിച്ചോന്ന് ഒരു ചെറിയ ടെസ്റ്റ്. അവന്റെ മുഖം തെളിഞ്ഞു. ഫോൺ റിങ്ങ് ചെയ്യുന്നു.

അവനെടുക്കട്ടെ... ധൃതിവേണ്ടാ.

ഹലോ ചേച്ചീ... എന്തൊക്കെയാണ് വിശേഷം?

പതിവുപോലെ... സ്കൂള്.... വാടകവീട് അങ്ങനെ പോകുന്നു.

അമ്മ വിളിക്കാറുണ്ടോ?

ഇല്ല. അമ്മയ്ക്ക് സമയം കിട്ടണ്ടേ. കുഞ്ഞിനെ നോക്കണം വീട്ടു ജോലികൾ ചെയ്യണം...

അവൾ ജോലിക്ക് പോകുന്നില്ലല്ലോ. കുറച്ചൊക്കെ അമ്മയെ സഹായിക്കണം.

അമ്മയല്ലേ... ഒക്കെ സന്തോഷത്തോടെ ചെയ്യുന്നതാണ്. അവൾ പണ്ടേ മടിച്ചിയല്ലേ. പോരാത്തതിന് കുഞ്ഞും. ചേച്ചി പോകുന്നുണ്ടോ കുഞ്ഞിനെ കാണാൻ?

കാണണം... നമ്മുടെ കുടുംബത്തിലെ ആദ്യത്തെ കുഞ്ഞല്ലേ... പക്ഷേ, ഉടനെയില്ല. കല്യാണത്തിനു വരുമ്പോൾ കാണാം.

ബൈ പറഞ്ഞു ഫോൺ വച്ചു. ലൗലിക്ക് ഒരുവിധത്തിൽ പറഞ്ഞാൽ മനസ്താപം തോന്നി അവനറിയില്ലല്ലോ ചേച്ചിയുടെ ഹൃദയം പണിമുടക്കിയ വിവരം. നാളെ ചെക്കപ്പിനുശേഷം തീരുമാനിക്കാം. കുഞ്ഞിനെ കാണാൻ അങ്ങോട്ടു പോകണോ വേണ്ടയോ എന്ന്. സുഖമാണോ എന്നു ചോദിച്ചില്ല. അത് ലൗലിയെ വേദനിപ്പിച്ചു. ആഴത്തിൽ വേദനിപ്പിച്ചു.

ചേച്ചിയുടെ സുഖവും ദുഃഖവും ചേച്ചിയുടെ സ്വന്തം എന്നുമാവും... അഥവാ, ചേച്ചിക്ക് എന്ത് ദുഃഖം എന്തുമാവാം.

അതേസമയം തന്റെ ആരോഗ്യത്തിൽ ഉത്കണ്ഠയുമായി ഡോക്ടർ സിദ്ധാർത്ഥ് സദാ അരികിൽ തന്നെയുണ്ട്. ഭക്ഷണം കഴിക്കാനും മരുന്നു കഴിക്കാനും നിർബ്ബന്ധിക്കുന്ന സിദ്ധാർത്ഥ് വാസ്തവത്തിൽ എനിക്കാരാണ്... ആരുമല്ലെന്ന് പറയുന്നത് ഔചിത്യമല്ല. അതിലുപരി അവൻ ലൗലിക്ക് ആരൊക്കെയോ ആണ്.

പുറത്ത് ആരുടെയോ ഒച്ച കേട്ടാണ് ലൗലി ഉണർന്നത്. ശബ്ദങ്ങളിൽ നിന്ന് വ്യക്തികളെ തിരിച്ചറിയാൻ നടത്തിയ ശ്രമം പരാജയപ്പെട്ടു. പിന്നെ ആലോചിച്ചുനിന്നില്ല പുറത്തേക്കിറങ്ങി. ചീരുവിന്റെ ചെറിയമ്മയും ആനന്ദുമുണ്ട്. ശൂലപാണി അവരെ തടയാൻ ശ്രമിച്ചതാണ് പ്രശ്നമായത്.

ബാലേട്ടൻ ധൃതിയിൽ വന്നു. പിന്നാലെ സിദ്ധാർത്ഥും.

എന്താ പ്രശ്നം? അവരെന്തിന് അവിടെ നില്ക്കുന്നു? ലൗലി ഇടപെട്ടു.

ഇങ്ങോട്ടു വാ മോനേ... എന്തുണ്ടായി... സ്കൂളിൽ എന്തെങ്കിലും... ചോദ്യവുമായി മുറ്റത്തേക്കിറങ്ങിയ ലൗലിയെ തടഞ്ഞുകൊണ്ട്

ബാലേട്ടൻ അടുത്തുവന്ന് പറഞ്ഞു...

മണിയമ്മ പോയി. ഇവനെക്കൊണ്ട് വായ്ക്കരിയിടീക്കണമെന്ന് മൂപ്പൻ. ടീച്ചറമ്മാവോട് ചോദിക്കണമെന്ന് ഇവനും.

മണിയമ്മപോയി. അതുമാത്രമേ ലൗലി കേട്ടുള്ളൂ. ബാക്കിയൊക്കെ മണിയമ്മയുടെ കൊട്ടിയടച്ച കാതുകൾ പോലെ നിരസിച്ചു.

ഒരു നിമിഷം ചീരുവിന്റെ വാടിയമുഖം മനസ്സിലെത്തി ഒരു തീരുമാനം എടുത്തതുപോലെ ഉറച്ചുനിന്നു.

ആനന്ദിനെ കൈകാട്ടി വിളിച്ചു. അവൻ വേഗം അടുത്തെത്തി.

മുത്തിയെ കാണണ്ടേ?

വേണം.

ഇനി മുത്തിയെ കാണാൻ കഴിയില്ല. പാട്ടിയേം കൂട്ടി പോണം. മുത്തിക്ക് വായ്ക്കരി ഇടണം. കരയരുത്.

ശരി പോയിട്ട് വരാം.

അസുഖം മാറിയോ ടീച്ചറമ്മേ?

അവന്റെ കണ്ണുകളിൽ സങ്കടം കെട്ടിനില്ക്കുന്നത് എപ്പോൾ വേണമെങ്കിലും ചാലിട്ടൊഴുകാം. പക്ഷേ, അവൻ കരയരുത്... തളരാൻ പാടില്ല. കരുത്തനാവണം. അവനുമാത്രം ചെയ്യാൻ കഴിയുന്ന ചിലതൊക്കെയുണ്ട്.

ലൗലി കട്ടിലിൽ കിടന്നു. മനസ്സിൽ മണിയമ്മയുടെ നിലവിളി

ഇന്നും മുഴങ്ങുന്നുണ്ട്. ചീരു വിറകിനു പോയെന്ന് പറയുന്ന മണി യമ്മ കുമരനെ കാണുന്നു. അവൻ വരുമെന്ന് ഇടയ്ക്കിടെ പറഞ്ഞു കൊണ്ടിരുന്ന മണിയമ്മ പോയി. ചിലപ്പോഴൊക്കെ സ്വബോധം നഷ്ടപ്പെട്ടതുപോലെ പരസ്പരബന്ധമില്ലാത്ത കാര്യങ്ങൾ പറയും. ഒരമ്മയ്ക്കും സഹിക്കാൻ കഴിയാത്തത്ര ക്രൂരതയല്ലേ മണിയമ്മ യോട് കാട്ടിയത്? നിരപരാധിയായ മകനെ വിലങ്ങുവച്ച് കൊണ്ടു പോവുന്നത് നോക്കി നിന്ന് നെഞ്ചത്തടിച്ച് കരയുന്ന അമ്മയെ മന സാക്ഷിയുള്ളവർക്ക് മറക്കാൻ കഴിയില്ല.

ആറുവർഷം കഴിഞ്ഞുവന്ന കുമരനെ കെട്ടിപ്പിടിച്ച് കരയുന്ന തിനും സാക്ഷ്യം വഹിക്കേണ്ടിവന്നു. ആനന്ദ് അടുത്തു ചെല്ലാൻ മടിച്ചതിന്റെ കാരണം അവനു മാത്രമല്ല. ആർക്കും അറിയില്ലായിരു ന്നു. അച്ഛൻ കേവലം ഒരു വാക്ക് മാത്രമായിരുന്നല്ലോ. ഒരു ഫോട്ടോ പോലും കാണാതെ ആറുവർഷങ്ങൾ... അച്ഛൻ സ്നേഹമാണെന്ന് ക്രമേണ അവൻ മനസ്സിലാക്കി.

അവന്റെ ചോദ്യം ഉത്തരം മുട്ടിച്ചത് ഒരാഴ്ചകഴിഞ്ഞാണ്. ജയി ലിൽനിന്ന് വന്നതിന്റെ പിറ്റേന്ന് രണ്ടുപേരും കൂടി വന്നു.

ഇന്ന് രജിസ്റ്റർ ചെയ്യാം. ചീരുവിന്റെ ശബ്ദം ഉറച്ചതായിരുന്നു. കുമരൻ ശരിവച്ചു. അവന്റെയുള്ളിൽ പ്രായപൂർത്തിയാകാത്ത പെണ്ണിനെ പീഢിപ്പിച്ചവൻ എന്ന ആക്ഷേപം സഹിച്ചതിന്റെ പിരി മുറുക്കം.

ഞാനും വരാം. സാക്ഷികൾ വേണമല്ലോ. അച്ഛനും അമ്മയും സഹോദരനും ഭാര്യയും മൂപ്പനുമൊക്കെയുണ്ട്.

പഞ്ചായത്താഫീസിൽ വിവരം അറിഞ്ഞെത്തിയവരുടെ ഇടയിൽ നിന്ന ആനന്ദ് എല്ലാപേരെയും നോക്കി. ചീരു അപേക്ഷ സെക്രട്ട റിയെ ഏല്പിച്ചു. അസാധാരണമായൊരു കല്യാണത്തിനു സാക്ഷ്യം വഹിക്കാൻ ഓഫീസിലുള്ളവരും ഹാജരായി.

എല്ലാം ചിട്ടയായി നടക്കട്ടെ എന്ന മട്ടായിരുന്നു കുമരനും ചീരു വിനും.

ഞങ്ങൾ പ്രായപൂർത്തിയായവരാണ്. വിവാഹം രജിസ്റ്റർ ചെയ്യ ണം. സാക്ഷികളായി. ഇവരെല്ലാം. അവൻ എല്ലാപേരെയും മാറി മാറി നോക്കി. കൗതുകവും അതുപോലെ ആകാംക്ഷയും ആന ന്ദിനെ അത്ഭുതപ്പെടുത്തി.

ചീരുവിന്റെ കണ്ണുകളിൽ നിശ്ചയദാർഢ്യം കണ്ട സെക്രട്ടറി വിവ രങ്ങൾ ചോദിച്ചു മനസ്സിലാക്കി. ഗോത്രാചാരപ്രകാരം ഞങ്ങൾ നേരത്തേ വിവാഹിതരാണ്. ഇനി നിയമപ്രകാരം വിവാഹം കഴി

ക്കണം.

ചീരുവിന്റെ മാറ്റം കുമരനിൽ അത്ഭുതമുണ്ടാക്കി. രജിസ്റ്ററിൽ ഒപ്പു വയ്ക്കുന്നതു കണ്ട സെക്രട്ടറി രണ്ടുപേരെയും ശ്രദ്ധിച്ചു. പേരെഴുതി ഒപ്പിട്ട ചീരു തല ഉയർത്തി നിന്നു.

കൂടെ നിന്നവർ ആശംസകൾ അർപ്പിച്ചു. വിദ്യാഭ്യാസംകൊണ്ട് മാനവികത കരുപ്പിടിക്കും. ചീരു ബുദ്ധിയുള്ള പെണ്ണാണെന്ന് ലൗലിയുടെ മനസ്സ് മന്ത്രിച്ചു. അതിനിടയിലാണ് ആ ചോദ്യം കേട്ടത്.

ഇങ്ങനെയാണാ കല്യാണം കഴിക്കുന്നത്?

ചോദ്യം കേട്ടവർക്ക് ചിരിയടക്കാനായില്ല. കാരണം ചോദിക്കുന്നത് വിവാഹിതരുടെ മകൻ ആനന്ദ് എന്ന ആറു വയസ്സുകാരനാണ്. ചീരു ലൗലിയെ നോക്കി

ലൗലി തലകുലുക്കി സമ്മതിച്ചു.

17

സിദ്ധാർത്ഥ് ചുറ്റിനും നോക്കി. കുറച്ചു കുടിലുകൾ അടുത്തടുത്തായി. ഓരോ കുടിലിനും തൂത്തുവെടിപ്പാക്കിയ മുറ്റമുണ്ട്. മുറ്റത്തരികിൽ ചെടികളും. നിറയെ കായ്കളുമായി ഒരു പപ്പായമരം. അടുത്തായി പ്ലാവും മാവും നെല്ലിയും വലിയ ഒരു കറിവേപ്പില മരവും കുറച്ച് വാഴകളും ഉൾപ്പെടുന്ന ഭൂമിക. വീടുകൾ തുടങ്ങുന്നിടത്ത് വലിയ ഒരു മാവ് അസാധാരണ വലിപ്പമുണ്ട്. നിറയെ കാട്ടുവള്ളികൾ ചുറ്റിപ്പിണഞ്ഞു കിടക്കുന്നതിനിടയിൽ കയറുപോലെ ഒന്ന് കണ്ടു. അത് എന്താണെന്ന് അറിയാൻ ആഗ്രഹിച്ചെങ്കിലും തലേന്ന്, യാത്രയ്ക്ക് ഒരുങ്ങുന്ന സമയത്ത്, ലൗലി മുന്നോട്ടുവച്ച കണ്ടിഷൻസ് ഓർത്തതോടെ വേണ്ടെന്നു വച്ചു.

സംശയങ്ങൾ പാടില്ല. എന്തുകണ്ടാലും. ഓ.കെ.

ഓ.കെ.

ആരു ചോദിച്ചാലും ആരോഗ്യ ബോധവൽക്കരണം പ്രത്യേകിച്ച് ചെക്ക് പോസ്റ്റിൽ

ഓ.കെ.

ഫോട്ടോ എടുക്കരുത്. വോയ്സ് റെക്കോർഡു ചെയ്യരുത്.

ഉം.

എന്തെങ്കിലും അപകടം തോന്നിയാൽ സ്വയം രക്ഷപ്പെടണം. തിരിഞ്ഞു നോക്കരുത്.

ജീപ്പിലിരിക്കുമ്പോഴെല്ലാം സിദ്ധാർത്ഥ് ശ്രദ്ധിച്ചത് ആരും ഒന്നും

സംസാരിക്കുന്നില്ല എന്നതാണ്. മൗനം തളംകെട്ടിയ മുഖങ്ങളിൽ ഭാവവ്യതിയാനങ്ങൾ പ്രകടമാകുന്നുണ്ട്. ഒരിക്കൽപോലും ജീപ്പ് ഹോൺ മുഴക്കിയില്ല. എൻജിൻ റെയ്സ് ചെയ്ത് ശബ്ദമുണ്ടാക്കി യില്ല. ഫോർവീൽ ജീപ്പാണെന്നു വഴി കണ്ടപ്പോഴേ മനസ്സിലായി.

ആകാംക്ഷ കടിഞ്ഞാണില്ലാത്ത കുതിരയെപ്പോലെ കണ്ടമാനം സഞ്ചരിച്ചുകൊണ്ടിരുന്നിട്ടും ഒന്നും ചോദിച്ചില്ല. ഡ്രൈവറെ കൂടാതെ ചേച്ചിയമ്മയും ബാലേട്ടനും മാത്രമായിരുന്നു ജീപ്പിനുള്ളിൽ. വഴി യിൽ ആന പോയതിന്റെ അടയാളം കണ്ട ഡ്രൈവർ പറഞ്ഞു.

ദൂരെയെങ്ങും പോയിട്ടില്ല.

നോക്കിപ്പോണം. ബാലേട്ടൻ ആകെ പറഞ്ഞത് അതാണ്. ചേച്ചി യമ്മയുടെ കയ്യിലൊരു ബാഗ് കണ്ടു. അതിനുള്ളിൽ എന്താണെന്നു ചോദിക്കാൻ ധൈര്യം വന്നില്ല എന്നതാണ് വാസ്തവം.

വാമ്മാ... വാ... എത്തന നാളാച്ച്?

സൗഖ്യമാ? ലൗലിയുടെ സ്നേഹാർദ്രമായ ചോദ്യം.

സൗഖ്യം.

കുടിലുകളിൽ നിന്ന് ഓരോരുത്തരായി ഇറങ്ങി വന്നു. എല്ലാ പേരും സുഖവിവരം ചോദിക്കുന്നുണ്ട്. മുഖങ്ങൾക്ക് സന്തോഷത്തി ളക്കം. ബാഗ് കൂട്ടത്തിൽ നിന്ന ഒരാൾ ഏറ്റുവാങ്ങി. അവസാനത്തെ കുടിലിലേയ്ക്കു പോയി.

ഒന്നുരണ്ടുപേർ അസുഖം പറഞ്ഞുകൊണ്ടിരിക്കെ കുടിലുകളിൽ നിന്ന് കസേരകൾ കൊണ്ടുവന്നു. പലരേയും പരിശോധിച്ചു. മരു ന്നുകൾ നൽകി. പരിശോധനകൾക്കിടയിൽ ചേച്ചിയമ്മ അവസാ നത്തെ വീടിനു നേർക്കു നടന്നു. എന്നാൽ ബാലേട്ടൻ പരിശോ ധന നടക്കുന്നിടത്തു നിന്ന് മാറിയില്ലെന്നു മാത്രമല്ല, പലരേയും വിളിച്ചു പരിശോധനയ്ക്കു വിധേയരാക്കിയത് സിദ്ധാർത്ഥിന്റെ ശ്രദ്ധ മാറാതിരിക്കാനാണെന്നത് ഉള്ളിൽ ചിരിയുണർത്തി. എങ്കിലും സംശയം ഇടയ്ക്ക് തലപൊക്കി. ചേച്ചിയമ്മ എന്തിനാവാം അവിടെ പോയത്? ആരെങ്കിലും സുഖമില്ലാതെ ...

ഓ... ഒരുപക്ഷേ... 'തീണ്ടാരി' ... ഓർത്തപ്പോഴേ ചിരിവന്നു പാവം മനുഷ്യർ.

പരിശോധനകൾ അവസാനിച്ചപ്പോഴാണ് ബാലേട്ടൻ പറഞ്ഞ ത്.

അവിടെ ഒരാൾ കിടപ്പിലാണ്.

മരുന്നുകളുള്ള ബാഗുമായി ബാലേട്ടൻ നടന്നു.

പിന്നാലെ സിദ്ധാർത്ഥും. ആദ്യത്തെ ആകാംക്ഷയും ആശങ്കയും

മാറി സ്വാഭാവികതയിലെത്തിയിരുന്നതുകൊണ്ടുതന്നെ പ്രത്യേകിച്ച് ഒന്നും തോന്നിയില്ല. ഉയരം കുറഞ്ഞ മുൻവാതിൽ കടന്ന് അകത്തു കയറിയെങ്കിലും ഇരുട്ടിൽ ഒന്നും വ്യക്തമായില്ല. ആരോ കിടക്കുന്നുണ്ട്. അതിനപ്പുറം ആര്? എന്ത്? ചോദിക്കരുതെന്ന 'ചട്ടം' ഓർത്തതുകൊണ്ട് നിർദ്ദേശം കാത്തെന്നപോലെ നിന്ന സിദ്ധാർത്ഥിനോട് അടുത്തേയ്ക്ക് ചെല്ലാൻ ആംഗ്യം കാട്ടി.

കത്തിച്ചുവച്ച മെഴുകുതിരി വെളിച്ചത്തിൽ കണ്ടു കാൽമുട്ടിൽ ബാൻഡേജുമായി ഒരാൾ... പെട്ടെന്നാണ് ടീച്ചറമ്മയുടെ വാക്കുകൾ ഓർമ്മയിൽ കടന്നത്.

കുമരൻ മരിച്ചില്ല.

കണ്ടത് വിശ്വസിക്കാനാവാതെ നിന്ന സിദ്ധാർത്ഥിനോട് കാല് നോക്കാൻ ലൗലി ആവശ്യപ്പെടുകയായിരുന്നു. കെട്ടഴിച്ച് സുജനപാലൻ മുറിവ് തുടച്ചു. സിദ്ധാർത്ഥ് മുറിവിലേയ്ക്ക് ടോർച്ച് തെളിച്ചു. ബുള്ളറ്റ് തുളഞ്ഞു കയറിയ മുറിവാണ്. ഇനിയും ഉണങ്ങിയിട്ടില്ല. ശരിയായ ചികിത്സ കിട്ടാഞ്ഞിട്ടാണെന്നതിൽ തർക്കമില്ല.

എഴുന്നേൽക്കാമോ?

ഉം. അയാൾ എഴുന്നേറ്റു. പതിയെ നടന്നു.

കുറച്ചു സമയം നടക്കുമ്പോൾ വേദനയുണ്ട്.

ഇന്നലെ ഇങ്ങോട്ട് നടന്നുവന്നതിന്റെ വേദനയുണ്ടാവും.

അപ്പോൾ...

ചോദിക്കാൻ തുടങ്ങിയതേയുള്ളൂ... ലൗലിയുടെ നോട്ടം അതിനെ അപ്പാടെ തടഞ്ഞു.

മണിയമ്മയുടെ മരണം കുമരനെ അറിയിച്ചിരുന്നില്ല. ലൗലിയാണ് ആ വിവരം പറഞ്ഞത്. അതിന്റെ സങ്കടത്തിലായിരുന്ന കുമരനെ പലതും പറഞ്ഞ് സമാധാനിപ്പിച്ചതിനുശേഷമാണ് സിദ്ധാർത്ഥിനെ കൂട്ടിക്കൊണ്ടു പോയത്.

ആനന്ദിനെക്കൊണ്ട് കർമ്മങ്ങൾ ചെയ്യിക്കാം.

ലൗലി കുമരന് ഉറപ്പു കൊടുത്തു.

ആന്റിബയോട്ടിക്സ് കഴിക്കേണ്ടവിധം സുജനപാലൻ പറഞ്ഞുകൊടുത്തു.

അപ്പോഴേക്കും കപ്പ പുഴുങ്ങിയതും കാന്താരിമുളക് ചതച്ച് വെളിച്ചെണ്ണയും ഉപ്പും ചേർത്തുണ്ടാക്കിയ ചമ്മന്തിയും കൊണ്ട് ഒരു ചെറുപ്പക്കാരനെത്തി വാഴയിലയിൽ വിളമ്പിയത് എല്ലാപേരും കഴിച്ചു.

പ്രത്യേകിച്ച് ഒന്നും സംഭവിക്കാത്തതുപോലെ എല്ലാപേരും അവരവരുടേതായ വീടുകളിലും മുറ്റത്തുമായി എന്തൊക്കെയോ ജോലി

കളിൽ വ്യാപൃതരായിരുന്നു. ഈ വീടിനുള്ളിൽ എന്തു നടക്കുന്നു വെന്ന് ആരും ശ്രദ്ധിക്കുന്നതേയില്ലെന്നാണ് ആദ്യം തോന്നിയത്. അത് തികച്ചും തെറ്റായിരുന്നുവെന്ന് പിന്നീട് ബോദ്ധ്യമായി.

ഏതോ കിളിയുടെ കരച്ചിലാണ് അവിടെയാകെ മാറ്റിയത്. കുമ രൻ തലയും ശരീരവും മൂടി പുറത്തിറങ്ങിയതും പിന്നിലെ വാതിൽ ആരോ അടച്ചതും വേഗത്തിലായിരുന്നു. അങ്ങോട്ടുപോകാൻ തുട ങ്ങിയ സിദ്ധാർത്ഥിനെ തടഞ്ഞു ലൗലി പറഞ്ഞു.

പുറത്തിരിക്കാം.

ചില ചലനങ്ങൾ കുടിലുകൾക്കകത്തും പുറത്തും. സിദ്ധാർത്ഥിന് ഒന്നും മനസ്സിലായില്ല. എന്നാൽ അകലെ നിന്ന് ഏതോ വാഹന ത്തിന്റെ ശബ്ദം കേട്ടു. പുറത്ത് കസേരയ്ക്കു സമീപത്തായി സ്ത്രീകളും പുരുഷന്മാരും ഡോക്ടറെ കാണാനെത്തിയത് മറ്റൊരു വിസ്മയമായി.

ഇത്രയും പേരിവിടെ ഉണ്ടായിരുന്നോ എന്ന് ചിന്തിക്കുന്നതിന് മുന്നേ കണ്ടു. രണ്ടുമൂന്നുപേർ നോട്ടുബുക്കുമായി ലൗലിയുടെ ചുറ്റിനും പഠിതാക്കളായി അച്ചടക്കത്തോടെയിരിക്കുന്നു. എഴുതാൻ പഠിപ്പിക്കുന്ന ലൗലിടീച്ചർ കേട്ട് എഴുതുന്ന വിദ്യാർത്ഥികൾ.

ജീപ്പ് നിന്നു. അതിൽ നിന്ന് രണ്ടുപേരിറങ്ങി വീടുകളെ ലക്ഷ്യം വച്ചു നടന്നു. ഊരിനുള്ളിലേയ്ക്ക് വാഹനങ്ങൾ കടക്കാത്ത വിധ മാണ് വീടുകൾ കെട്ടിയിട്ടുള്ളത്. ജീപ്പ് അല്പം അകലെ നിർത്തി നടന്നുവേണം വരേണ്ടത്. വീടുകൾക്ക് ചുറ്റിനും മുള്ളുവേലി കെട്ടി യിരുന്നത് മൃഗങ്ങൾ കടക്കാതിരിക്കാനാണെന്ന് ലൗലിയാണ് പറ ഞ്ഞത്.

എന്തൊക്കെയോ ദുരൂഹതകൾ ഉണ്ടെന്ന് സിദ്ധാർത്ഥിന് മന സ്സിലായി. പരിശോധനക്കിടയിലാണ് അവിചാരിതമെന്നോണം അവർ കടന്നുവന്നത്.

വാങ്കൊ സാർ ... ഉള്ളെ വാ...

നമ്മ ഡാക്കിട്ടർ വന്തിർക്ക്. അതാ അങ്കെ ടീച്ചറമ്മാവും ഇർക്ക്.

വേറെ യാരാവത്?

ഏൻ സാർ, ഏതാവത് പ്രച്ര്നെയിർക്കാ?

മണിയമ്മ മരിച്ചു.

ടീച്ചറമ്മ ശൊല്ലിയാച്ച് ... എല്ലാം കടവുൾ കൈയില്. അന്ത ഊർക്ക് കസ്ടകാലം. എന്നന്നമോ നടക്കക്കൂടാതെല്ലാം നടക്ക്ത്.

മൂപ്പനും മറ്റു രണ്ടുപേരും കൂടി വീടുകൾക്കിടയിലൂടെ നടന്നു. അവസാനത്തെ വീടിനുമുന്നിൽ നിന്ന് എന്തൊക്കെയോ സംസാ

രിക്കുന്നതുകണ്ട സിദ്ധാർത്ഥ് ഭയന്നു.

ആ കാലുകൊണ്ട് അധികദൂരം നടക്കാൻ കഴിയില്ല, വേഗത്തിലും നടക്കാൻ കഴിയില്ല. അയാളെ ഇവർ കണ്ടാൽ. സിദ്ധാർത്ഥിന് ഉള്ളിൽ ഭയം മുളച്ചു... നിമിഷങ്ങൾ... ആത്മസംഘർഷത്തിന്റെ നിമിഷങ്ങൾ. പിടിക്കപ്പെട്ടാൽ....

തലൈ വലി ജാസ്തിയായിര്ക്ക്... രാത്തിരി തൂക്കമേ വരാത്.

മുന്നിലിരിക്കുന്ന മാത്തൻ ഉറക്കെപ്പറഞ്ഞത് സിദ്ധാർത്ഥിന്റെ ശ്രദ്ധയാകർഷിക്കാനായിരുന്നുവെന്ന് മനസ്സിലായതോടെ പരിശോധന ഊർജ്ജിതമാക്കി.

തികച്ചും സ്വാഭാവികമെന്നപോലെ വന്നവർ ലൗലിടീച്ചറോട് കുശലം ചോദിച്ചു. ഡോക്ടറെ നോക്കി ചിരിച്ചു. പിന്നെ ജീപ്പിനടുത്തേയ്ക്ക് നടക്കുന്നതിനിടയിൽ ഒന്നുകൂടി തിരിഞ്ഞുനോക്കി. ജീപ്പ് തിരിച്ചുപോയി. കുറച്ചുകഴിഞ്ഞ് വീണ്ടും ഒരു പക്ഷിക്കരച്ചിൽ...

പഠിതാക്കൾ ബുക്കടച്ചു വച്ചു. പലരും പലവഴിക്ക് പല ജോലികളിൽ വ്യാപൃതരായി. ലൗലിടീച്ചർ വീണ്ടും പഴയകുടിലിന്റെ മുറ്റത്തെത്തി. വീടിനു പിന്നിലേയ്ക്കു പോയി.

ലൗലി ചിന്തിച്ചു. വീട്ടിൽ നിന്ന് തിരിച്ചിട്ട് ഒരക്ഷരം പോലും അവൻ മിണ്ടിയിട്ടില്ല. അനുസരിക്കുകയല്ലാതെ ഒരു സംശയവും ചോദിച്ചില്ല. സിദ്ധാർത്ഥിനോട് സ്നേഹവും ബഹുമാനവും തോന്നി. പിന്നെ അമാന്തിച്ചില്ല. മുറ്റത്തേയ്ക്കു വന്ന് സിദ്ധാർത്ഥിനെ വിളിച്ചു.

സിദ്ധാർത്ഥ് സുജനപാലനെ നോക്കി.

സുജനപാലൻ തലകുലുക്കി സമ്മതിച്ചു.

സിദ്ധാർത്ഥ് ലൗലിയുടെ അടുത്തുചെന്നു നിന്നു.

മുന്നിലേയ്ക്കു നീങ്ങി ലൗലി വലതു കൈ ചൂണ്ടി.

സിദ്ധാർത്ഥ് അവിടേയ്ക്ക് നോക്കി. അവിടെ ഒരു ചെറിയ കുടിൽ... അതെ പച്ചക്കുടിൽ.

ലൗലി അങ്ങോട്ട് നടന്നെങ്കിലും സിദ്ധാർത്ഥിന്റെ കാലുകൾ അനങ്ങിയില്ല.

അപ്പാ തപ്പ്... തപ്പ്... കടവുളേ

മണിയമ്മയെ നോക്കാൻ പോയ ദിവസത്തെ സംഭവം ഓർമ്മയിലെത്തിയതാണ്. അങ്ങനെയൊരു തീരുമാനത്തിനിടയാക്കിയത്

ലൗലി പച്ചക്കുടിലിന്റെ ചെറുവാതിൽ തുറന്നു. സിദ്ധാർത്ഥ് പിന്നാക്കം മാറി.

ആമ്പിള പാക്കകൂടാത്... പെരിയ തപ്പ്

ഇല്ല, ഇനി അബദ്ധം പറ്റരുത്.

സിദ്ധൂ.. വന്നോളൂ... കുഴപ്പമില്ല.

സിദ്ധാർത്ഥ് അവിടേയ്ക്ക് നോക്കാതെ തിരിഞ്ഞുനിന്നു.

ലൗലി കയ്യിൽ പടിച്ചുകൊണ്ട് പറഞ്ഞു.

അതിനകത്ത് പെൺകുട്ടിയല്ല. കുമരനാണ്.

കേട്ടത് എന്തെന്നുപോലും സിദ്ധാർത്ഥിന് മനസ്സിലായില്ല. സാധാരണ വയസ്സറിയിച്ച പെൺകുട്ടി ഇരിക്കുന്നത് പച്ചക്കുടിലിലാണ്. അതിനുള്ളിൽ കുമരനിരിക്കാമോ?

സിദ്ധാർത്ഥിന്റെ മുഖത്തെ ആശ്ചര്യം നോക്കിനിന്ന ലൗലി പറഞ്ഞു.

വാ പറയാം. ലൗലി അതിനടുത്തേയ്ക്കു നടന്നു.

സിദ്ധാർത്ഥ് നയിക്കപ്പെട്ടവനെപ്പോലെ പിന്നാലെ അനുഗമിച്ചു. ചെറിയ വാതിൽ തുറന്നുകൊണ്ട് ചിരിച്ചു. ഇതിനുള്ളിൽ പുറത്തുനിന്നുവരുന്നവരാരും കയറില്ല. അഥവാ ആരെങ്കിലും വാശി പിടിച്ചാൽ ഒരു പെൺകുട്ടി ഇതിനുള്ളിൽ നിന്ന് കൈപുറത്തേയ്ക്കു നീട്ടും. മുഖം ആരും കാണാൻ പാടില്ലെന്നാണ് ഇവരുടെ നിയമം.

എന്നും ഈ കുടിൽ...

വന്ന ചോദ്യം മുഴുമിപ്പിക്കാതെ സിദ്ധാർത്ഥ് ദയനീയമായി ടീച്ചറമ്മയെ നോക്കി ക്ഷമാപണസ്വരത്തിൽ സോറി...

സാരമില്ല സിദ്ധൂ, സൗകര്യമുള്ള ഏതെങ്കിലും കുടിലിനടുത്ത് ഒരെണ്ണം കെട്ടും സാഹചര്യം പോലെ. പച്ചക്കുടിലിൽ നിന്ന് കുമരൻ പുറത്തിറങ്ങി.

ലൗലി സിദ്ധാർത്ഥിനെ നോക്കി.

എന്താണ് സംശയം ചോദിച്ചോളൂ. കാലിലെ ബുള്ളറ്റുകൾ?

സിദ്ധാർത്ഥിന്റെ മുഖത്ത് പ്രകടമായ ഉത്സാഹം ശ്രദ്ധിച്ചുകൊണ്ട് ലൗലി പറഞ്ഞു.

ജീവൻ വച്ചുള്ള കളിയാണ്. സൂക്ഷിക്കണം.

എത്ര ബുള്ളറ്റുണ്ടായിരുന്നു കാലിൽ?

മൂന്ന് എണ്ണം കൊണ്ടു. ഒന്ന് ഇടതു കാലിന്റെ മുട്ടിനു താഴെ ചൂണ്ടിക്കാട്ടി പറഞ്ഞു. ഇവിടെയായിരുന്നു. അത് അകത്തേയ്ക്ക് അധികം മുറിഞ്ഞില്ല. മുറിവുണ്ടായെങ്കിലും ബുള്ളറ്റ് അകത്തില്ലായിരുന്നു.

ബാന്റേജുള്ള വലതുകാല് ചൂണ്ടിപ്പറഞ്ഞു. ഒന്നല്ല, രണ്ടു ബുള്ളറ്റുകൾ... അത് എടുത്തു. എല്ലിൽ തട്ടിയെന്നാണ് ക്യാപ്റ്റൻ പറഞ്ഞത്. ഓട്ടത്തിനിടയിലായിരുന്നു.

കൊപ്പര

അന്ന് എന്താണ് സംഭവിച്ചത്? ഓർമ്മയുണ്ടോ?

കുമരൻ ലൗലിയെ നോക്കിയത് അനുവാദത്തിനായിരുന്നുവെന്ന് മനസ്സിലാക്കിയ സിദ്ധാർത്ഥ് പറഞ്ഞു...

വേണ്ട... ബുദ്ധിമുട്ടാണെങ്കിൽ പറയണ്ട.

എന്തു ബുദ്ധിമുട്ട്? ഇന്നോളം അനുഭവിച്ചത് വച്ച് നോക്കുമ്പോ, ഇതൊന്നും ഒന്നുമല്ല... അല്ലെങ്കിലും കുമരൻ മരിച്ചിട്ട് ഒരു കൊല്ലം കഴിഞ്ഞില്ലേ?

കുമരന്റെ മുഖത്ത് നിസ്സംഗത തളംകെട്ടി. ഒരു ദീർഘനിശ്വാസം കുമരനെ വിട്ടിറങ്ങി.

ജയിലീന്ന് വന്നപ്പോ ഒരു കാര്യം മനസ്സിലായിരുന്നു...

എന്ത്?

സിദ്ധാർത്ഥിന്റെ ആകാംക്ഷ പുറത്തുവന്നു.

ചീരു ആകെ മാറിപ്പോയി. എട്ടും പൊട്ടും തിരിയാത്ത പാവം പെണ്ണിന് നല്ലാ ധൈരിയം... ആരേയും പേടിയില്ല. കാട്ടിൽ ഒറ്റയ്ക്കു പോകും. പതിവിൽ കവിഞ്ഞ തന്റേടം. വാക്കിലും നോക്കിലും പ്രവൃത്തിയിലുമെല്ലാം വല്ലാതെ പരുക്കമായതുപോലെ. അല്ല; ആയി. വർത്തമാനത്തിലെ മാറ്റം എന്നെ ഞെട്ടിച്ചിരുന്നു. പല സന്ദർഭങ്ങളിലും നിയമലംഘനത്തെക്കുറിച്ചും പകരം ചോദിക്കേണ്ടതിനെക്കുറിച്ചും പറഞ്ഞു. വേണ്ടെന്ന് പറഞ്ഞപ്പോഴൊക്കെ അവൾ കോപിച്ചു. എന്തു തെറ്റുചെയ്തിട്ടാണ് നിങ്ങൾ ജയിലിൽ കിടന്നത്, ഒന്നും രണ്ടുമല്ല, ആറുവർഷം. അച്ഛനെ കാണാതെ നമ്മുടെ മകൻ വളർന്നത് ആരുടെ കുറ്റം?

പറഞ്ഞതെല്ലാം ശരിയായിരുന്നു. എങ്കിലും തെറ്റ് ചെയ്യാൻപാടില്ലെന്ന് കട്ടായംപറഞ്ഞു.

നമുക്കും ജീവിക്കണം. നമ്മുടെ മകന് ജീവിക്കണം. അവൻ നമ്മളെപ്പോലെ ആയിക്കൂടാ. അതിന് പണം വേണം. എങ്ങനെ പണമുണ്ടാക്കണമെന്ന് നമ്മളാണ് തീരുമാനിക്കുന്നത്. ചന്ദനം മോഷ്ടിച്ചവർക്ക് ആരെയും പേടിയില്ല. അവരെ ആരും ശിക്ഷിക്കുന്നില്ല. പകരം ഏതെങ്കിലും ചീരുവോ കുമരനോ ശിക്ഷിക്കപ്പെടും. ഇനിയും അതുവേണോ? അങ്ങനെ പാടില്ല. തെറ്റ് ചെയ്തവരെ ശിക്ഷിക്കണം. അതല്ലെങ്കിൽ എല്ലാരും തെറ്റ് ചെയ്യണം.

ആദ്യമൊന്നും ചീരുവിന്റെ നിലപാടിനെക്കുറിച്ച് ഒന്നും മനസ്സിലായില്ല. ക്രമേണ ഞാൻ കണ്ടു. സഞ്ചിയിലെ റേഷനരിക്കുള്ളിൽ അലക്കാൻ കൊണ്ടുപോകുന്ന അഴുക്കുതുണിക്കെട്ടിനുള്ളിൽ, വിറകുകെട്ടിനുള്ളിൽ ഞാൻ പേടിച്ചുപോയി. ചീരുവിന്റെ തന്റേടത്തിനു

മുന്നിൽ, എനിക്ക് ഒന്നും എതിർത്തു പറയാനും കഴിഞ്ഞില്ല. കാട്ടിനുള്ളിൽ നിന്ന് കഞ്ചാവ് കൊണ്ടുവന്ന് ആർക്കോ കൊടുക്കുന്നത് നേരിട്ടുകണ്ടു. ചീരു പ്രതികാരം ചെയ്യാനുറച്ചു കഴിഞ്ഞിരുന്നു.

ഒരു രാത്രി രണ്ടുപേര് വന്നു. ബന്ധുക്കളാണെന്നും രാത്രി കുടിലിൽ തങ്ങണമെന്നും ചീരു പറഞ്ഞു. വെളുക്കുംമുമ്പേ അവർ പോയി. സഞ്ചിയിൽ എന്തൊക്കെ സാധനങ്ങളെന്ന് മനസ്സിലായില്ല അവർ കൊണ്ടുപോയി.

അവരിനീം വരും.

ചീരുവിന്റെ വാക്കുകൾക്ക് നല്ല കടുപ്പമായിരുന്നു.

ഇവിടെ നടക്കുന്നത് നമ്മളല്ലാതെ ആരും അറിയണ്ടാ...

അതു താക്കീതായിരുന്നു.

പിന്നീട് അവർ വന്നോ?

വന്നു. എന്തൊക്കെയോ കൈമാറ്റം ചെയ്യുന്നത് കണ്ടിട്ടും ഒന്നും കണ്ടില്ലെന്ന് നടിക്കേണ്ടി വന്നത് ചീരുവിനോടുള്ള ഇഷ്ടം കൊണ്ടാണ്. ഇഷ്ടമുള്ളവരുടെ തെറ്റ് പൊറുക്കാമെന്ന് ഞാനും കരുതി. അവൾ പറയുന്നതിലും കാര്യമുണ്ടെന്ന് പലപ്പോഴും തോന്നി. അനുഭവിക്കേണ്ടി വന്ന യാതനകളും പീഢനങ്ങളും അത്ര ഭയങ്കരമായിരുന്നല്ലോ.

ചീരു ജയിലിൽ വന്നോ? കാണാൻ

ഉം ങും. ഒരിക്കൽപ്പോലും വന്നില്ല. കാരണമുണ്ട്. അന്ന് പോലീസുകാരു പറഞ്ഞ ആക്ഷേപം അവളെ സങ്കടപ്പെടുത്തി. അന്ന് വെപ്രാളത്തിൽ അവൾ അറിയാതെ പറഞ്ഞു പോയതാണ് പതിനേഴ് വയസ്സെന്ന്. അബദ്ധം മനസ്സിലാക്കിയെങ്കിലും കൃത്യമായ രേഖകൾ ഇല്ലാഞ്ഞിട്ടാണല്ലോ അത്രയും മോശമായ വാക്കുകൾ കേൾക്കേണ്ടി വന്നത്.

അറിവുകെട്ടവർക്ക് എങ്ങും അവഹേളനമാണ്. ജാതി പറഞ്ഞും അധിക്ഷേപിച്ചും ഞങ്ങളെപ്പോലുള്ളവരെ നിഷ്ക്രിയരാക്കുന്ന പൊതുസമൂഹത്തോട് ചീരുവിന് പകയായിരുന്നു.

പക പകർന്ന ധൈര്യം.

അതിലേറെ അവൾക്കു കിട്ടിയ പിന്തുണയും.

പെട്ടെന്ന് കുമരൻ നിർത്തി ലൗലിടീച്ചറെ നോക്കി.

ഒരു നോട്ടം രേഖപ്പെടുന്നവിധം മനസ്സിലാക്കുകയായിരുന്നു സിദ്ധാർത്ഥ്. പറയാതെ പറയുന്നതെല്ലാം നിഗൂഢമാണെന്നും അതൊന്നും പരസ്യമായി പറയാൻ കഴിയില്ലെന്നും ഇതിനോടകം സിദ്ധാർത്ഥും മനസ്സിലാക്കിയിരുന്നു.

18

സിദ്ധാർത്ഥിന്റെ കണ്ണുകൾ ചുറ്റുപാടുകളെ കടന്നുപൊയ്ക്കൊണ്ടിരിക്കെയാണ് ആ കാഴ്ച കണ്ടത്. നല്ല ഉയരമുള്ള ഒരു പ്ലാവിൽ ഒരാൾ കയറുന്നു. ചക്കയില്ലാത്ത പ്ലാവിൽ... എന്തിന്? ഉള്ളിൽ ഉയർന്ന ചോദ്യം പെട്ടെന്ന് അസ്തമിച്ചു.

കുമരൻ കോടതിയിലും ജയിലിലും നേരിട്ട അനുഭവങ്ങളിലൂടെ കടന്നുപൊയ്ക്കൊണ്ടിരുന്നു. പ്രായപൂർത്തിയെത്താത്ത പെണ്ണിനെ പെഴപ്പിച്ചവൻ. എന്നത് നെറ്റിയിൽ ഒട്ടിച്ചതുപോലെയായിരുന്നു.

കാണുന്നവരുടെ മുഖത്ത് പുച്ഛം കനത്തു കണ്ടു. ചിലരെങ്കിലും കാറിത്തുപ്പി കടന്നുപോയി. സ്റ്റേഷനിൽ തിന്നാൻ തന്നു. പക്ഷേ തൊണ്ടക്കുഴി സിമന്റിട്ട് അടച്ചതുപോലെയായിരുന്നു. ഭയം... സർവ്വത്ര ഭയം... എന്തൊക്കെയാണ് വരാനിരിക്കുന്നതെന്ന ഭയം.... എത്ര പറഞ്ഞിട്ടും ആരും കേട്ട ഭാവം നടിച്ചില്ല.

പോലീസ് സ്റ്റേഷനിൽ ഫോൺ നിർത്താതെ... നിരന്തരം ഫോൺകാളുകൾ. ചിലപ്പോഴെങ്കിലും ഉറപ്പു കൊടുക്കുന്നത് കേട്ടു.

ഇല്ല, പേടിക്കണ്ട ... ഇനി ആരും വരില്ല.

ഏയ് ജാമ്യമോ ... ഇല്ലില്ല ... ആരു വരാൻ...

വന്നിരുന്നു ... നല്ല വാക്ക് പറഞ്ഞുവിട്ടു. ഇനി വരില്ല... ങാ ഒരു ടീച്ചറാണ്. നോക്കാം.

പറയുന്ന ഓരോ വാക്കും എനിക്കു മാത്രല്ല, ഞങ്ങൾക്കുമേലുള്ള ആക്ഷേപമായിരുന്നു. നേരെ ചൊവ്വേ നാലക്ഷരം പഠിച്ചിരുന്നെങ്കിൽ അവരെഴുതി വച്ചതിലൊക്കെ വിരലു പതിക്കേണ്ടി വരില്ലായിരുന്നു.

കാടിന്റെ മക്കൾ ... അതൊരു അലങ്കാരമായി ഞങ്ങൾ കണ്ടു. അതിൽ ഒളിച്ചു വച്ചിരുന്ന ആക്ഷേപം. അപമാനം അതറിയാതെ പോയി. എല്ലാപേരെയും വിശ്വസിച്ചു എല്ലാപേരും ഒറ്റക്കെട്ടായി ചതിച്ചു.

കുമരൻ കിതയ്ക്കാൻ തുടങ്ങിയിരുന്നു.

വെള്ളം കുടിച്ച് സമനില പ്രാപിച്ചതോടെ കുമരന് മനസ്സു തുറക്കാൻ എളുപ്പമായി തോന്നിയെങ്കിലും സിദ്ധാർത്ഥ് അയാളുടെ ഹൃദയമിടിപ്പ് നോക്കി പറഞ്ഞു.

റിലാക്സ്.... ശ്വാസം നന്നായി വലിച്ചു വിടൂ...

ധ്യാനത്തിലെന്നോണം കണ്ണുകളടച്ച് ശ്വാസം ഉള്ളിലേയ്ക്ക് വലിച്ചെടുത്തു.

സിദ്ധാർത്ഥ് എണ്ണി.

കൊപ്പര

ഒന്ന്, രണ്ട്, മൂന്ന്, നാല്, നാല്പത് ... അമ്പത് ... അകത്തേയ്ക്ക് പോയതിനേക്കാൾ ശക്തിയായി പുറത്തേയ്ക്കിറങ്ങിയ വായുവിന്റെ അവസ്ഥയിലായിരുന്നു കുമരൻ. സ്വതന്ത്രമാക്കപ്പെട്ടതിന്റെ ആശ്വാസം മുഖത്ത് പ്രകടമായി.

ഇത് ജയിലീന്ന് പഠിച്ചതാണ്; യോഗ ക്ലാസ്സിൽ. കുമരൻ ജയിൽ ദിനങ്ങളിലേയ്ക്കു മടങ്ങിയതായി മുഖഭാവം വ്യക്തമാക്കി. ജയില് എന്നെപ്പോലെയുള്ളവർക്ക് നരകമാണ്... ചിലരുടെ സ്വർഗ്ഗവും...

അഞ്ചുതവണ ആവർത്തിച്ചതോടെ കുമരന് ഊർജ്ജം വീണ്ടു കിട്ടി.

സാറിനറിയാമോ ആറുകൊല്ലം ജയിലില് പലരുടെയും പാത്ര ങ്ങൾ കഴുകിയിട്ടുണ്ട്.

ടേയ് കുമരാ... ദാ ഇതുകൂടി ... ഇതുകൂടി

അന്നൊക്കെ എന്നെ ഒരു മനുഷ്യനായി കണ്ട ചിലരുണ്ടായിരു ന്നു. വിശ്രമസമയത്ത് അവരാണ് എഴുതാൻ പഠിപ്പിച്ചത്. എഴുത്തറി യാത്തവരുടെ ദുരിതങ്ങളെക്കുറിച്ച് ഒരുപാട് കഥകൾ പറഞ്ഞു തന്നു... അങ്ങനെയാണ് പഠിക്കാൻ തീരുമാനിച്ചത്.

കാലിൽ തൊട്ട് തൊഴുതു. ആ കൈയിൽ നിന്ന് വാങ്ങിയ പെൻസിൽ കൊണ്ട് ആദ്യം ചീരു എന്നാണ് എഴുതിയത്. അദ്ദേഹം എഴുതി കാണിച്ചു തന്നു.

സാറാണ് എന്റെ ദൈവം എന്നു പറഞ്ഞു. അദ്ദേഹം ചിരിച്ചു. തോളിൽ തട്ടി പറഞ്ഞു. ദൈവത്തിന് രൂപമില്ല. അതുകൊണ്ട് കാണാനും കഴിയില്ല. എന്നാൽ ദൈവത്തിന്റെ സാന്നിദ്ധ്യം അനുഭ വിക്കാം.

സാറ് എങ്ങനെ ജയിലിൽ...?

അറച്ചും ഭയന്നുമാണ് ചോദിച്ചത്. മറുപടി ഉച്ചത്തിലുള്ള ചിരി യായിരുന്നു. നല്ല മനുഷ്യൻ... കണ്ടമാനം പുസ്തകങ്ങൾ വായി ക്കും. അധികം സംസാരിക്കാറില്ല.

വിശ്വാസം വന്നില്ല. അല്ല, മനസ്സിലായില്ല. കുമരൻ ശ്വാസം അക ത്തേയ്ക്ക് എടുത്ത് കുറച്ചു സമയം അതിനെ ഉള്ളിൽ നിർത്തണം. സാവകാശം പുറത്തേയ്ക്ക് വിടണം. അകത്തേയ്ക്ക് എടുക്കുമ്പോൾ ആ വായുവിൽ മാത്രം ശ്രദ്ധിക്കുക. അത് പോകുന്നത് അനുഭവി ക്കുക. ഈ വായുവില്ലാതെ എത്ര സമയം ജീവിക്കാം? പരമാവധി പത്തുമിനിട്ട് ... അകത്തേയ്ക്ക് വായു എത്താതെ വന്നാൽ മരണം. ഏതൊന്നിലൂടെ ജീവൻ നിലനില്ക്കുകയും അതേ ഒന്നിന്റെ അഭാ വത്തിൽ ജീവൻ നഷ്ടപ്പെടുകയും ചെയ്യുന്നുവോ അതാണ് ദൈവം.

കൊപ്പര

അല്ല സാറേ ഒരു സംശയം.

ഉം ചോദിക്ക്. സംശയം ചിന്തയുടെ ലക്ഷണമാണ്. ചിന്തയിൽ നിന്നുദിക്കുന്ന സംശയങ്ങൾ പ്രധാനപ്പട്ടികയിലായിരിക്കും.

കേട്ടത് എല്ലാം മനസ്സിലായില്ലെങ്കിലും സംശയം വന്നത് വായു വാണ് (കാറ്റ്) ദൈവമെന്നു പറഞ്ഞിട്ടാണ്. അങ്ങനെയെങ്കിൽ ക്രിസ്തുവും കൃഷ്ണനും നബിയും ഒന്നും ദൈവങ്ങളല്ലേ.

ഈ പറഞ്ഞവരൊക്കെ മനുഷ്യരായിരുന്നു. അക്കാലത്തെ മനു ഷ്യരിൽ നന്മതിന്മകളെയും സ്നേഹത്തേയും മനുഷ്യ ജീവിതത്തിന് മാറ്റുകൂട്ടാൻ ചെയ്യേണ്ട കർമ്മധർമ്മങ്ങളേയും കുറിച്ച് പറഞ്ഞവ രാണ്. സാധാരണ മനുഷ്യർക്ക് ചെയ്യാൻ കഴിയാത്ത ചില കാര്യ ങ്ങൾ അവർ ചെയ്തുകാണിച്ചു. ഇന്ന് മാജിക്കുകാർ ചെയ്യുന്നതു പോലെ. മനസ്സിന് ഏകാഗ്രതയുണ്ടെങ്കിൽ പലതും നമുക്കും ചെയ്യാം. അതിന്റെ തുടക്കമാണ് കുമരൻ ഇപ്പോൾ ചെയ്തത്. വായു വിന്റെ ഉള്ളിലുള്ള സഞ്ചാരം. അതിന്റെ സാന്നിദ്ധ്യം അസാന്നിദ്ധ്യം ... ഇതിന്റെ വലിയ തലങ്ങളാണ് യോഗയും മെഡിറ്റേഷനും കൊണ്ട് സാധിക്കുന്നത്.

ജലത്തിനു മുകളിലൂടെ നടക്കുക, തീയിലുടെ നടക്കുക അങ്ങനെ പലതും ചെയ്യാൻ സാധിക്കും.

സിദ്ധാർത്ഥ് കേൾവിക്കാരൻ മാത്രമായി. ഒരാൾ പറയുക. മറ്റൊ രാൾ അല്ലെങ്കിൽ ഒന്നിലധികം പേർ കേൾക്കുക. അതൊരു നല്ല മീഡിയമാണെന്ന് തോന്നിയ സിദ്ധാർത്ഥ് എന്തോ ചോദിക്കാൻ തുടങ്ങിയപ്പോഴേക്കും മരത്തിൽ കയറിപ്പോയ ആൾ കയ്യിലൊരു വൃത്തിയില്ലാത്ത പൊതിയുമായി വന്നു.

ഇതുപോലൊന്ന് കുട്ടിക്കാലത്ത് അച്ഛമ്മയുടെ വീട്ടിൽ പോയ പ്പോൾ കണ്ടിട്ടുണ്ട്. അതെന്താ?

കുട്ടിയായ സിദ്ധാർത്ഥ് അച്ഛമ്മയെ നോക്കി.

അതോ, അത് നമ്മട പശു പ്രസവിച്ചപ്പോൾ അതിന്റെ മറുപിള്ള കെട്ടിത്തൂക്കിയതാണ്. മറുപിള്ളാന്നു പറഞ്ഞാൽ...?

മോൻ വലുതാവുമ്പോ അതൊക്കെ പഠിക്കും. മെഡിസിനു പഠി ക്കുമ്പോഴാണ് മറുപിള്ളയെന്തെന്നും അതിന്റെ പ്രാധാന്യമെ ന്തെന്നും മനസ്സിലായത്.

അത് മൃഗങ്ങൾ തിന്നാതിരിക്കാനാണ് ഉയരെ കെട്ടിത്തൂക്കുന്ന ത്. മണ്ണിൽകുഴിച്ചിടാൻ പാടില്ല.

അച്ഛമ്മ പറയുന്നു.

ചെല പശുക്കള് അത് തിന്നും.

എന്നിട്ട്?

പശുവിന് അസുഖം വരും.

അതുകൊണ്ട് ആടും പശുവും പ്രസവിക്കുമ്പോൾ നോക്കിയിരിക്കും.

അച്ഛമ്മേ, കാട്ടിലെ മൃഗങ്ങൾ തിന്നുമോ? അച്ഛമ്മ കുഴിയിൽ വീണതുപോലെ ഇരുന്നു.

അത് ... അതെങ്ങനെയോ അച്ഛമ്മക്കറിയില്ല.

കുറച്ചുകാലം മറുപിള്ള മനസ്സിനെ വേട്ടയാടി. എപ്പോഴോ അത് സ്വാഭാവികമായി പുറന്തള്ളപ്പെട്ടു. മെഡിക്കൽ കോളേജിലെത്തുന്നതുവരെ മറുപിള്ള ഓർമ്മയിലെത്തിയില്ല. മറുപിള്ളയെന്ന പ്ലാസന്റ അതിന്റെ പ്രാധാന്യം തുടങ്ങി പലതും നേരിൽക്കണ്ടു മനസ്സിലാക്കി. ഇറ്റ്സ് എ ടെമ്പററി ഓർഗൻ ദാറ്റ് കണക്ട്സ് എ ഗ്രോവിങ്ങ് ബേബി ടു യൂട്ടറസ്... ഡ്യൂറിംഗ് പ്രെഗ്നൻസി..

അതെ ഗർഭാശയ ഭിത്തിയുമായി ബന്ധപ്പെട്ടു കാണപ്പെടുന്ന ലൈഫ്ലൈൻ. ഗർഭസ്ഥ ശിശുവിന് ഓക്സിജനും ന്യൂട്രിയൻസും എത്തിച്ചുകൊടുക്കുകയും കുഞ്ഞിന്റെ രക്തത്തിലെ മാലിന്യങ്ങളെ നീക്കം ചെയ്യുകയും ചെയ്യുന്ന താല്ക്കാലിക അവയവം. കുഞ്ഞിന്റെ പിന്നാലെ അതും പുറത്താകുന്നു.

നീലാ വേഗമാവട്ടെ.

ശരി... നീലൻ എന്ന നീലാംബരൻ കെട്ടഴിക്കാൻ തുടങ്ങിയതും സിദ്ധാർത്ഥിന് അസ്വാസ്ഥ്യം അനുഭവപ്പെട്ടു. മൃഗങ്ങളുടെ പ്ലാസന്റ ഗ്ലൗസില്ലാതെ തൊട്ടാൽ... ധാരാളം രോഗവാഹികളായ ബാക്ടീരിയകൾ...

ഉള്ളിൽ വെറുപ്പ് കുമിഞ്ഞ്കൂടിക്കൊണ്ടിരിക്കെ പുറത്തെ പാളകൾ നീക്കി അകത്തുനിന്ന് ഒരു ബാഗ് പുറത്തെടുത്തു. ബാഗിനെ പ്ലാസ്റ്റിക് കവർകൊണ്ട് പൊതിഞ്ഞിട്ടുണ്ടെന്ന് പിന്നീടാണ് മനസ്സിലായത്. അതോടെ വെറുപ്പ് ജിജ്ഞാസയായി മാറി. ബാഗിനുള്ളിൽ നിന്ന് നാല് കവറുകൾ വീണ്ടും പുറത്തെടുത്തു. ചേച്ചിയമ്മ ഒരെണ്ണമെടുത്തു തുറന്നു അതിനകത്തുനിന്ന് റെയിൻ കോട്ട് പോലൊന്ന് എടുത്തു നന്നായി കുടഞ്ഞു ധരിച്ചു. പിന്നിൽ നിന്നാൽ തലയും ഉടലും വേർതിരിയാത്തവിധം ഒരു സംവിധാനം. അതിന്റെ കളറാണ് സിദ്ധാർത്ഥിനെ കൂടുതൽ ആകർഷിച്ചത്.

പട്ടാളക്കാരുടെ ഡ്രസ്സ്പോലെ എന്നാലോ ഉള്ളിലെ പോളിത്തീൻ മഴയിൽ നനയാതെയിരിക്കാൻ സഹായിക്കും.

ലൗലി ഒരെണ്ണം സിദ്ധാർത്ഥിനു നേരേ നീട്ടി. നമ്മൾ കാടു

കാണാൻ പോവുന്നു. കാട്ടിനുള്ളിൽ ഇതാണ് നല്ലത്.

ബാലേട്ടൻ അവിടെ നില്ക്കാമെന്നു പറഞ്ഞു. അപ്പോഴേക്കും ജീപ്പിന്റെ ഡ്രൈവർ എത്തി കോട്ട് ധരിച്ചു. നീലനും ഡ്രൈവറും (ഷിബു) ബാഗും സാധനങ്ങളുമെടുത്തു.

മുന്നിൽ നീലൻ തലയിൽ ചെറിയ ചാക്കുകെട്ടും കയ്യിൽ വാക്കത്തിയുമായി വഴി തെളിച്ചു. നടക്കാൻ തുടങ്ങിയതേയുള്ളൂ. അസാധാരണമായൊരു പക്ഷി കരഞ്ഞു. സിദ്ധാർത്ഥ് തിരിഞ്ഞു നോക്കി. ലൗലി ചിരിച്ചു. പേടിക്കണ്ട... നടന്നോളൂ...

കോട്ട് അല്പം അസ്വസ്ഥതയുളവാക്കി. ക്രമേണ അതു മറന്നു. അപ്പൊഴാണ് കുമരനെക്കുറിച്ച് ഓർത്തത്.

ചോദിക്കണോ?

ചോദിച്ചാൽ ചേച്ചിക്ക് ഇഷ്ടപ്പെട്ടില്ലെങ്കിലോ... എന്നാലും അറിയാനുള്ള ആഗ്രഹത്തേക്കാൾ അയാളുടെ സുരക്ഷിതത്വമായിരുന്നു പ്രധാനമായും അലട്ടിയത്. അതൊക്കെ അവർക്കറിയാം. കണ്ടില്ലേ എന്തു സൂക്ഷമതയോടെ, കൃത്യതയോടെയും, ചിട്ടപ്പെടുത്തിയ രീതിയിലാണ് ഇവരുടെ ചലനങ്ങൾ. ഇറങ്ങുന്തോറും ബാക്കിയാവുന്ന കുന്നിനെ ഇടക്കിടെ തിരിഞ്ഞുനോക്കിയത് ഏകദേശം ഉയരം മനസ്സിലാക്കാനായിരുന്നു. ഇറക്കത്തിന് അറുതിയായി. കാട്ടുവള്ളികൾ വകഞ്ഞു മാറ്റി നീലൻ മുന്നിൽ അതിവേഗം നടന്നു. നീലന്റെ ഒപ്പമെത്താൻ സിദ്ധാർത്ഥിന് അല്പം കഠിനാധ്വാനം തന്നെ വേണ്ടിവന്നു. അകലെയെങ്ങോ അരുവിയുടെ ശബ്ദം കേട്ടതോടെ സിദ്ധാർത്ഥിന് ഉത്സാഹമായി.

കുന്നിറങ്ങുമ്പോൾ സിദ്ധാർത്ഥ് ശ്രദ്ധിച്ചു. പലവിധ പൂക്കളുടെ സമ്മിശ്രഗന്ധം. പാമ്പുകൾ വളഞ്ഞുപുളഞ്ഞു വൃക്ഷങ്ങളിൽ തൂങ്ങിക്കിടക്കുന്നു എന്നാണാദ്യം തോന്നിയത്. അല്ല, അവയുടെ ചുവട് മണ്ണിലുണ്ട്. വൃക്ഷങ്ങളിലേയ്ക്ക് പടർന്നതാണ്. ഒറ്റനോട്ടത്തിൽ പാമ്പുകൾ ഇണചേരുകയാണെന്നു തോന്നും.

ഇതാണ് നാഗവള്ളി.

ടീച്ചറമ്മ തിരിഞ്ഞുനോക്കി പറഞ്ഞു.

അകലേയ്ക്ക് നോക്കാൻ തീരെ സാവകാശം തരാതെയുള്ള നടപ്പിൽ അല്പം നീരസം തോന്നാതിരുന്നില്ല. കാടിന്റെ സൗന്ദര്യം ആസ്വദിക്കാൻ ഇടതരാതെയുള്ള നടപ്പിൽ അക്ഷമനായിത്തുടങ്ങിയ സിദ്ധാർത്ഥിനെ ഞെട്ടിച്ചുകൊണ്ട് ഒരു പക്ഷിയുടെ ഉച്ചത്തിലുള്ള കരച്ചിൽ കേട്ടു.

ഏതു പക്ഷിയാണെന്ന് അറിയാൻ ആഗ്രഹിച്ചു. പെട്ടെന്ന് തൊട്ട

ടുത്ത് നിന്ന് മറ്റൊരു കൂവൽ ശബ്ദം കേട്ടതോടെ ഭയം സിദ്ധാർത്ഥിനെ പിടികൂടി. അതേസമയം ഒന്നും സംഭവിച്ചില്ലെന്ന മട്ടിൽ നടക്കുകയാണ് ബാക്കിയുള്ളവരെല്ലാം.

അല്പം വെളിച്ചം അകലെ കാണാൻ തുടങ്ങി. അതൊരു കാട്ടരുവിയാണെന്ന് അല്പംകൂടി മുന്നിലെത്തിയപ്പോൾ മനസ്സിലായി.

കാലിൽ എന്തോ കടിച്ചെന്നു തോന്നിയതും സിദ്ധാർത്ഥ് നിന്നു. ചെറിയ പാറപ്പുറത്ത് കാലുയർത്തി വച്ച് നോക്കി.

അയ്യോ....

അറിയാതെ ശബ്ദം പുറത്തുചാടിയതും ലൗലി തിരിഞ്ഞുനോക്കി.

എന്താ?

സിദ്ധാർത്ഥ് സോക്സിനു മുകളിൽ വീർത്തിരിക്കുന്ന ജീവിയെ കാണിച്ചു.

സാരമില്ല. അപ്പോഴേക്കും ഷിബു സഞ്ചിയിൽ നിന്ന് ഉപ്പെടുത്ത് അത് കടിച്ചിരിക്കുന്ന ഭാഗത്ത് ഒഴിച്ചു. നിമിഷങ്ങൾക്കകം അതു താഴെ വീണു. സോക്സിനു പുറത്ത് ചോര പടരുന്നുണ്ടായിരുന്നു.

ക്ലോട്ടാവാൻ ലേശം സമയമെടുക്കും. അതോടെ സിദ്ധാർത്ഥിന്റെ സകല സന്തോഷവും അസ്തമിച്ചിരുന്നു. ഇതുപോലെ ഇനിയും ദേഹത്തുണ്ടാകുമോയെന്ന തോന്നലിനെത്തുടർന്ന് അടുത്ത കാലിലും വേദന അനുഭവപ്പെട്ടു.

നടപ്പിന്റെ വേഗത താനേ കുറഞ്ഞു. പുഴയോരം പാറക്കെട്ടുകൾ നിറഞ്ഞതായിരുന്നു. പെട്ടെന്ന് നടക്കാനോ ഓടാനോ കഴിയാത്ത വിധം ദുഷ്കരമായി അനുഭവപ്പെട്ടു. ആകെക്കൂടി ഒരു പന്തിയില്ലായ്മയിൽ സിദ്ധാർത്ഥ് വ്യാകുലനായി. ഒരു സമയത്ത് വേണ്ടായിരുന്നു എന്നുപോലും തോന്നിപ്പോയി. ഉരുണ്ട പാറകളിൽ വഴുക്കി. കൂർത്ത പാറകൾ കാലുകളെ വേദനിപ്പിച്ചു. പുഴ പൊട്ടിച്ചിരിക്കുകയും കുസൃതിക്കുട്ടിയെപ്പോലെ തുള്ളിച്ചാടുകയും ചെയ്തുകൊണ്ടിരിക്കെ കുറച്ചു സമയം ഈ പാറക്കെട്ടിലിരുന്ന് പുഴയിൽ കളിക്കണമെന്ന് തോന്നി. അത്രയ്ക്ക് വശ്യമനോഹരമായ പുഴ, എന്നു പറഞ്ഞുകൂട. കാട്ടരുവി, പാറകളിൽ തട്ടിച്ചിതറി കുതിച്ചു പായുന്ന ഈ കാട്ടാറിന് പറയാൻ നിരവധി കഥകളുണ്ടാവില്ലേ?

പലതിനും സാക്ഷിയാണീ കാട്ടരുവി ലൗലി സിദ്ധാർത്ഥിന്റെ മനസ്സറിഞ്ഞതുപോലെ തോന്നിയിരുന്നു. ഒന്നല്ല, പലതവണ.

ചേച്ചി ഇവിടെ നേരത്തേ വന്നിട്ടുണ്ടോ? ചോദ്യം നാവിൻ തുമ്പോളമെത്തിയെങ്കിലും തടസ്സം നേരിട്ടതുപോലെ അവിടെതന്നെ

നിന്നു. കുറ്റിച്ചെടികൾ ഇടതൂർന്നു കാണപ്പെട്ടു. പാറക്കെട്ടുകളും കുറ്റിച്ചെടികളും നിറഞ്ഞ അരുവിയുടെ കരയിലൂടെ അതിവേഗത്തിൽ നടന്നുപോകുന്ന നീലൻ വളരെ മുന്നിലെത്തി.

എവിടെ നിന്നോ ഒരു മയിലന്റെ കരച്ചിൽ കേട്ടു. അല്പം കഴിഞ്ഞ് അത് രണ്ടായി. പിന്നെ കേട്ടില്ല. ചേച്ചിയമ്മയ്ക്ക് ചെറിയ ക്ഷീണമുണ്ടെന്ന് തോന്നി. എന്തെങ്കിലും പറഞ്ഞാൽ ദേഷ്യപ്പെടുമെന്ന സംശയം ബലപ്പെട്ടുകൊണ്ടിരിക്കെ അരുവിയിൽ നിന്ന് കൈക്കുമ്പിളിൽ വെള്ളം കോരി കുടിച്ചു. പിന്നെ മുഖം കഴുകി. വീണ്ടും നടപ്പു തുടർന്നു. വലിയൊരു മലയുടെ താഴ്‌വാരത്തിലൂടെയാണ് നടക്കുന്നതെന്ന് മനസ്സിലായിരുന്നു. ഇടതൂർന്ന നിബിഡവനമാണ് മലഞ്ചെരിവിലാകെ. അരുവി കഴിഞ്ഞാൽ കുറച്ചു ഭാഗം സമതലം പോലെയുണ്ട്. വാസ്തവത്തിൽ മനോഹരമായൊരു സ്ഥലം.

ഒരു വലിയ മുളങ്കാട് മലയടിവാരത്തിൽ സവിശേഷ ഭംഗിയുള്ളതെന്ന് മനസ്സിൽ പറയുമ്പോഴേക്കും മുളങ്കാടിനുള്ളിലേയ്ക്ക് നീലൻ കടന്നു കഴിഞ്ഞിരുന്നു

അരുവിയുടെ പൊട്ടിച്ചിരിയല്ലാതെ മറ്റു ശബ്ദങ്ങളൊന്നുമില്ലെന്നത് സിദ്ധാർത്ഥിന് കൗതുകമായി. അപ്പോഴാണ് അക്കാര്യം ഓർത്തത്. എന്തിനാണ് ഈ ദുർഘടപാതകൾ എല്ലാംകടന്ന് ഇവിടേയ്ക്ക് വന്നത്. അതുമാത്രം ആരും പറഞ്ഞില്ല. അത്രയ്ക്കും രഹസ്യസ്വഭാവമുള്ള എന്ത് കാഴ്ചയാവും ഇവിടെ കാത്തിരിക്കുന്നത്. എന്തായാലും കാണുക തന്നെ. എങ്കിലും ഏതോ ഭയം സിദ്ധാർത്ഥിനെ അസ്വസ്ഥനാക്കാൻ തുടങ്ങിയിരുന്നു.

19

മുളങ്കാടിനുള്ളിലേയ്ക്ക് കടക്കുമ്പോഴൊന്നും ഇത്രയും വിസ്മയകരമായ ഒരിടത്തേയ്ക്കാണ് ചെല്ലുന്നതെന്ന് അറിയാതിരുന്ന സിദ്ധാർത്ഥ് എല്ലാ അർത്ഥത്തിലും അത്ഭുതപ്പെട്ടു. ഒറ്റനോട്ടത്തിൽ അതൊരു മല തന്നെയായിരുന്നു നിറയെ പുല്ലും കുറ്റിച്ചെടികളും നിറഞ്ഞ മല. എന്നാൽ ഒരു ഭാഗത്ത് മലഞ്ചെരിവ് നീങ്ങുന്നതായി തോന്നിയ സിദ്ധാർത്ഥ് ഇമകൾ ചിമ്മി സൂക്ഷിച്ചുനോക്കി. ഏതോ മായിക ലോകത്ത് എത്തപ്പെട്ട പ്രതീതി തോന്നിയത് മലയുടെ അനങ്ങിയ ഭാഗത്തേക്ക് ചേച്ചി കയറിയപ്പോഴാണ്. എല്ലാപേരും അകത്തു കടന്നതും ആ ഭാഗം മെല്ലെ അടഞ്ഞു.

ഒറ്റനോട്ടത്തിൽ ഒരു ഗുഹയ്ക്കുള്ളിലാണെന്ന് മനസ്സിലായി. അകത്ത് മെഴുകുതിരികൾ തെളിഞ്ഞപ്പോഴാണ് ഗുഹയുടെ ഉൾഭാഗം

കാണാനായത്. അകത്ത് ആരൊക്കെയോ ഉണ്ട്. ആരായിരിക്കും. നീലൻ സാധനങ്ങൾ അകത്തേക്കു കൊണ്ടുപോയി. എന്നുവച്ചാൽ ഇതൊരു സാധാരണ ഗുഹയല്ല, ഇതിനുള്ളിൽ മുറികളുണ്ട്. കിടക്കാനും ഇരിക്കാനും തക്കവണ്ണമുള്ള മുളകൊണ്ട് തീർത്ത വീതിയുള്ള ഇരിപ്പിടങ്ങൾ. മടക്കാവുന്ന മേശ.

ഭയം വേണ്ട സിദ്ധാർത്ഥ് അകത്തേക്കുവരാം. നല്ല പരിചയമുള്ള ശബ്ദം. അതേ, ആ ശബ്ദം. തിരിഞ്ഞു നോക്കിയതും മുന്നിൽ ജി.കെ. എന്ന ഗോപകുമാർ. ഗ്ലാസ്സുകളിൽ ചൂട് കാപ്പിയുമായി മാളവിക. ശബ്ദം ഉള്ളിൽ കുടുങ്ങി സ്തംഭിച്ചുനിന്നു പോയ സിദ്ധാർത്ഥിന്റെ കയ്യിൽ പിടിച്ചുകൊണ്ട് അകത്തേയ്ക്കു നോക്കി പറഞ്ഞു.

ചന്ദ്രേട്ടാ. ഇതാണ് ഞാൻ പറഞ്ഞ സിദ്ധാർത്ഥ്. ഡോക്ടർ സിദ്ധാർത്ഥ് ശങ്കർ.

ഒരു മുറിയെന്നു തോന്നിയ ഭാഗത്തു കിടക്കുന്ന അല്പം പ്രായാധിക്യം കാഴ്ചയിൽ തോന്നുന്നയാളിന്റെ അടുത്തിരുന്ന് ചേച്ചി സംസാരിക്കുന്നു. ഇടയ്ക്ക് അദ്ദേഹത്തിന്റെ നെറ്റിയിലും കഴുത്തിലും കൈപ്പത്തിവച്ച് ചൂടു പരിശോധിക്കുന്നു.

ഗുളിക കഴിച്ചില്ലേ?

ഇല്ല. അത്രയ്ക്ക് പനിയില്ല.

അതോ ഗുളിക തീർന്നോ?

ഗുളികയുണ്ട്. കഴിക്കാനും മാത്രം പനിയില്ല മോളേ.

സിദ്ധാർത്ഥിനെ അടുത്തേയ്ക്ക് വിളിച്ച് ലൗലി പരിചയപ്പെടുത്തി.

അച്ഛാ ഇവൻ ഡോക്ടർ സിദ്ധാർത്ഥ്. ഇപ്പോൾ എന്റെ രക്ഷകർത്താവാണ്. അവന്റെ അനുവാദമില്ലാതെ എങ്ങും പോകാൻ പാടില്ലെന്നാണ് നിബന്ധന. ഒറ്റയ്ക്ക് ഒരിടത്തേയ്ക്കും വിടില്ല.

അല്പനേരത്തെ മൗനം. അതുകഴിഞ്ഞ് ലൗലി പറഞ്ഞു.

ഇവന്റെ കൂടെയാണ് താമസം. ഇവനും ഒരർത്ഥത്തിൽ എന്നെപ്പോലെയാണ്. അല്ലല്ല ആരുമില്ല. അച്ഛനും അമ്മയും

മനസ്സിലായി.

പി.ജി.ക്കുള്ള പ്രിപ്പറേഷൻസ് എന്തായി?

എല്ലാ വിവരങ്ങളും ഇവർ അറിയുന്നുണ്ട് എന്ന് ചിന്തിക്കുന്നതിനിടയിൽ വന്നു അടുത്ത ചോദ്യം.

അഞ്ചുനാട് ഇഷ്ടപ്പെട്ടോ?

ഉം. വളരെ ഇഷ്ടമായി.

ഒരുപിടി ചോദ്യങ്ങൾ സിദ്ധാർത്ഥിന്റെയുള്ളിൽ തിക്കിത്തിരക്കി

വന്നു. ചോദിക്കുന്നതിൽ അപാകതയുണ്ടോന്നറിയാൻ ലൗലിയെ നോക്കി.

അച്ഛൻ എങ്ങനെയിവിടെയെത്തി?

അച്ഛൻ അങ്ങനെ വിളിക്കാനാണ് മനസ്സുപറഞ്ഞത്.

വിളിച്ചു. തെറ്റാണെങ്കിൽ ഇനി വിളിക്കില്ല.

അതൊക്കെ പറയാം. മോൻ കാപ്പികുടിക്ക്.

അപ്പോഴേക്കും ജി.കെ.യും മാളവികയും അടുത്തെത്തി. രണ്ടു പേർക്കും നല്ല പക്വത വന്നിട്ടുണ്ട്; പ്രായത്തെക്കവിഞ്ഞ പക്വത

നീലൻ ഭിത്തിയിൽ അവിടവിടെ ചില മാറ്റങ്ങൾ വരുത്തിയതോടെ അകത്ത് ആവശ്യത്തിനുള്ള വെളിച്ചമായി. സിദ്ധാർത്ഥ് നോക്കി. വലിയമുളങ്കുഴലുകൾ ഭിത്തിയിൽ ഉറപ്പിച്ചിട്ടുണ്ട്. അതൊക്കെ അടയ്ക്കാനും തുറക്കാനും കഴിയും വിധത്തിലാണ്. ചെറിയ സംവിധാനം. കാറ്റും വെളിച്ചവും സുലഭം. ഇഴജന്തുക്കൾ കടക്കാതിരിക്കാൻ പുറത്തെ ഭാഗം വലകൊണ്ട് മറച്ചിട്ടുണ്ട്.

അകത്ത് നല്ല തണുപ്പ്. ശീതീകരിച്ച മുറിപോലെ. മുളകൊണ്ടാണ് അകം നിർമ്മിച്ചിട്ടുള്ളത്. മുകളിൽ തട്ടുപോലെ മുളകൾ ചതച്ചുറപ്പിച്ചിട്ടുണ്ട്. അതുകൊണ്ടുതന്നെ മണ്ണ് വീഴില്ല എന്തായാലും ഒന്നോ രണ്ടോ വർഷംകൊണ്ട് ഇങ്ങനെ ഒരു സംവിധാനം ഉണ്ടാക്കാൻ കഴിയില്ല.

ഗുഹയെന്നു തോന്നിയെങ്കിലും അകത്ത് ഒരു വീടിന്റെ പ്രതീതിയാണ്. ശരിയായ വെന്റിലേഷൻ, ഭിത്തികൾക്ക് നല്ല ബലവും ഭംഗിയും. ഇതൊക്കെ എങ്ങനെയുണ്ടാക്കി എന്നു ചോദിക്കാതിരിക്കാനായില്ല.

അതുപറയാം. അതിനുമുന്നേ കഴിഞ്ഞ നാലുവർഷം എന്തൊക്കെ സംഭവിച്ചു എന്നറിയണം.

ശരിയാണ്. അത് കുറച്ചുനാളായി എന്നെ അലട്ടുന്ന ചോദ്യവുമാണ്.

അന്ന് വാസ്തവത്തിൽ എന്താണുണ്ടായത്?

ചാരു മജുംദാർ എന്നു കേട്ടിട്ടുണ്ടോ?

ഇല്ലെന്ന് അല്പം ജാള്യത്തോടെയാണ് സിദ്ധാർത്ഥ് പറഞ്ഞത്.

അറിഞ്ഞിരിക്കേണ്ട വ്യക്തിയാണ്. എളുപ്പത്തിന്, നക്സ്‌ലൈറ്റ് പ്രസ്ഥാനത്തിന്റെ പിതാവ് എന്നു പറയാം.

അപ്പോൾ അന്ന് പോലീസുകാർ പറഞ്ഞത്...

ചോദ്യഭാവത്തിൽ നോക്കിയ സിദ്ധാർത്ഥിനോട് ജി.കെ. പറഞ്ഞു തുടങ്ങി.

കൊപ്പര

സഖാവ് സി.എം. എന്നറിയപ്പെട്ടിരുന്ന കമ്മ്യൂണിസ്റ്റുകാരൻ സാധാരണ കമ്മ്യൂണിസ്റ്റല്ല, അല്പം തീവ്ര സ്വഭാവമുള്ള കമ്മ്യൂണിസ്റ്റ്. അദ്ദേഹത്തിന്റെ ജീവചരിത്രം വായിക്കേണ്ടതാണ്. പശ്ചിമ ബംഗാളിലെ സിലിഗുരി ജില്ലയിലാണ് ജനിച്ചത്. 1972 ജൂലൈ 28 ന് കസ്റ്റഡിയിലായിരിക്കെയാണ് മരണപ്പെട്ടത്. അറിയുന്തോറും വലുപ്പം കൂടുന്ന വ്യക്തിത്വത്തിനുടമയെക്കുറിച്ച് കൂടുതൽ അറിയുക. അതായിരുന്നു യാത്രോദ്ദേശ്യം. ആയിടക്കാണ് ആ വാർത്ത കേട്ടത്. ജൂലൈ 28 രക്തസാക്ഷിവാരമായി ആചരിക്കാൻ തീരുമാനമായി. അതിൽ പങ്കെടുക്കാൻ പോയതാണ് ഞങ്ങൾ സിലിഗുരിയും നക്സൽബാരിയും ഒക്കെ കണ്ട് ചില മീറ്റിങ്ങുകളിലും പങ്കെടുത്തിട്ട് വരുമ്പോഴാണ് സംഭവം നടന്നത്.

അന്ന് സഖാവ് സി.എം. (ചാരുമജുംദാർ) ന്റെ വീട് കാണാൻ പോയി. ആ ദിവസം ജീവിതത്തിൽ മറക്കാൻ കഴിയില്ല.

ഇന്ത്യ മറക്കാനാഗ്രഹിക്കുന്ന ഒരു വിപ്ലവകാരിയാണ് സഖാവ് സി.എം. ചരിത്രം എങ്ങനെയൊക്കെ വളച്ചൊടിച്ചാലും ഇന്നും നിരസിക്കാനാവാത്ത ഒരുപിടി സത്യങ്ങൾ ചരിത്രവഴികളിൽ ഒളിഞ്ഞു കിടപ്പുണ്ട്. 'സായുധ വിപ്ലവം' എന്ന ആശയം ഒഴിവാക്കിയാൽ കർഷകരുടെ ജീവിതം, സാമൂഹ്യപരിതസ്ഥിതികൾ ഒക്കെ പരിവർത്തിതമായതിന്റെ കാരണക്കാരൻ സി.എം.ആണ്.

ഒരു കണക്കിന് തെറ്റിവായിക്കപ്പെട്ട ഒരു പുസ്തകമാണ് ചാരു സഖാവ്. സാധാരണക്കാരുടെ മനസ്സിൽ ഇന്നും അദ്ദേഹത്തിന്റെ സ്ഥാനം ജന്മിത്ത നിർമ്മാർജ്ജനത്തിന്റെ ഉപജ്ഞാതാവ് എന്നതാണ്. സിലിഗുരിയിൽ ഒരു ഭൂവുടമ കുടുംബത്തിൽ ജനിച്ചതാണ്. പറഞ്ഞിട്ടെന്താ കുടുംബം കഷ്ടപ്പാടിലായിരുന്നു. ഭാര്യ ഇൻഷുറൻസ് ഏജന്റായി (കമ്പനിയിൽ) ജോലി ചെയ്തു കിട്ടിയ പണം കൊണ്ടാണ് മൂന്നുമക്കളുടെ പഠനം നടന്നത്.

ചാരുമജുംദാർ എന്ന വിപ്ലവകാരിയുടെ ജീവിതം ഒരു ചലച്ചിത്രത്തിലെന്നപോലെ വിവരിക്കാൻ തുടങ്ങിയ ഗോപകുമാറിനെ നോക്കിയിരുന്നതല്ലാതെ ഒന്നും ചോദിക്കാൻ പോലും ധൈര്യം വന്നില്ലെന്നത് സിദ്ധാർത്ഥിനെ ഒട്ടൊന്നുമല്ല അമ്പരിപ്പിച്ചത്.

ഞാൻ ഒരിക്കൽ കണ്ടിട്ടുണ്ട്. ഒരിക്കൽമാത്രം. അതുകേട്ട സിദ്ധാർത്ഥ് സഖാവ് എന്ന് ഗോപകുമാർ പരിചയപ്പെടുത്തിയ ചന്ദ്രഹാസന്റെ മുഖത്തേയ്ക്കു നോക്കി, അതിശയത്തോടെ. ലൗലിയും അതേ അവസ്ഥയിലായിരുന്നു.

എവിടെ വച്ച്? എങ്ങനെ?

ലൗലിക്ക് ആകാംക്ഷ അടക്കാനായില്ല.

എനിക്കന്ന് പതിനെട്ട് വയസ്സുകാണും. പ്രീഡിഗ്രിക്കു പഠിക്കുമ്പോഴാണ് വിപ്ലവം തലയ്ക്കുപിടിച്ചത്. സഖാവിന്റെ എയ്റ്റ് ഡോക്കുമെന്റ്സ് വായിച്ചതിന്റെ ത്രില്ലിലാണ് കൽക്കട്ടയ്ക്ക് കള്ളവണ്ടി കയറിയത്. ഒറ്റ ലക്ഷ്യം... സഖാവിനെ കാണണം. അന്ന് അദ്ദേഹം ഒളിവിലാണ്. പോലീസ് തീവ്രശ്രമത്തിലും കണ്ടെത്തിയേ അടങ്ങൂ എന്ന നിലയിലായിരിക്കുമ്പോഴും അദ്ദേഹം കൽക്കട്ടയിലുണ്ടായിരുന്നു. കർഷക തൊഴിലാളികളുടെ രക്ഷകൻ, ജമീന്ദാർമാരുടെ ശത്രു. ജന്മിമാരെ ആക്രമിക്കുകയും വധിക്കുകയും ചെയ്തതിന്റെ സൂത്രധാരൻ സഖാവാണെന്ന് പോലീസ് വിധിയെഴുതി.

ആശയം നല്ലതായിരുന്നു. പക്ഷേ നടപ്പിലാക്കിയ മാർഗ്ഗമാണ് അദ്ദേഹം ശത്രുനിരയിലെത്താനിടയാക്കിയത്. വാസ്തവത്തിൽ ആരെയെങ്കിലും മനഃപൂർവം കൊല്ലുകയായിരുന്നില്ല ലക്ഷ്യം മറിച്ച് കർഷക തൊഴിലാളികളോട് അന്യായം കാട്ടുന്നവരെ, അവരെ നിരുപാധികം ശിക്ഷിക്കുന്ന ജന്മിമാരെ, അമർച്ച ചെയ്യുക. അതായിരുന്നുവെന്നാണ് ഞാൻ മനസ്സിലാക്കിയത്. പക്ഷേ..

പക്ഷേ, അതു ദ്യോതിപ്പിക്കുന്ന അർത്ഥവിരാമം അതീവ നിഗൂഢവും ഗുരുതരവുമാണെതിൽ സിദ്ധാർത്ഥിന് സംശയമില്ലായിരുന്നു.

പീഡനങ്ങൾ പരിധികടന്നാൽ എങ്ങനെയൊക്കെ പ്രതികരിക്കുമെന്ന് പറയാൻകഴിയില്ല. എല്ലുമുറിയെ പണിയെടുത്തിട്ടും മർദ്ദനമേൽക്കേണ്ടി വന്നവർ, അർദ്ധപട്ടിണിക്കാരായ തൊഴിലാളികളായിരുന്നു. അങ്ങനെയുള്ളവരായിരുന്നു സഖാവിന്റെ വാക്കുകളിൽ ആകൃഷ്ടരായത്. പട്ടിണിയും പീഡനവും കൊണ്ട് പൊറുതിമുട്ടിയവർ കൊന്നു. തങ്ങളുടെ വർഗ്ഗശത്രുക്കളെ.

സഖാവ് കുഞ്ഞിപ്പെണ്ണിനെ ഓർമ്മയില്ലേ? സഖാവ് ചന്ദ്രഹാസൻ സിദ്ധാർത്ഥിനെ നോക്കി.

ഇല്ലെന്ന് തലയാട്ടിയ സിദ്ധാർത്ഥിന് ലജ്ജ തോന്നി. ചരിത്രവഴിയിൽ നിന്ന് വിട്ടുനടന്നതിന്റെ ഫലമാണ് ഇങ്ങനെ ഒരു സ്ഥിതിയിലേയ്ക്കു തള്ളിയിട്ടത്. ഇനി കുറച്ച് ചരിത്രം പഠിക്കണം. ഉറപ്പായും.

കേരളത്തിലെ പുന്നപ്ര വയലാർ സമരത്തെക്കുറിച്ച് കേട്ടിട്ടില്ലേ?

ഉണ്ട്... പഠിച്ചിട്ടുണ്ട് ... കുറച്ച്

മേനാശ്ശേരി തോപ്പിൽ വീട്ടിൽ കുഞ്ഞിപ്പെണ്ണ്. വയലാർ വെടിവെയ്പിൽ പട്ടാളത്തിന്റെ നേർക്കുനേരെ നിന്ന് പോരാടിയ ധീര

സഖാവാണ്. മറ്റുള്ളവരെ രക്ഷിക്കാനുള്ള ശ്രമത്തിൽ വെടിയേറ്റു മരിച്ചു. അങ്ങനെയെത്രയെത്ര രക്തസാക്ഷികളാണ് പുന്നപ്ര വയലാർ സമരത്തിന്റെ ഫലമായി...

കമ്മ്യൂണിസ്റ്റ് പ്രസ്ഥാനം നിരോധിക്കപ്പെട്ടതോടെ നേതാക്കളെല്ലാം ഒളിവിൽപോയി. അന്ന് പുലയരുടെ കുടിലുകളിലാണ് പല സഖാക്കളും ഒളിവിൽ കഴിഞ്ഞത്. ജീവൻപോയാലും ഒറ്റാത്തവരാണ്; ആയിരുന്നു അവരൊക്കെ. പാവപ്പെട്ട പുലയരുടെ ചാളകളിൽ സുരക്ഷിതരായിരുന്നു അന്ന് സഖാക്കളൊക്കെ.

ചന്ദ്രഹാസൻ ഓർമ്മകളിലേയ്ക്ക് മടങ്ങിയതായി കാണപ്പെട്ടു. കനത്തമൗനം അവിടമാകെ ഇടംപിടിച്ചു. ചരിത്രവഴിയിലെ കറുത്ത നാളുകളെക്കുറിച്ചുള്ള ഓർമ്മകൾക്കകത്ത് കുരുങ്ങിക്കിടക്കുകയായിരുന്നവരെ ജാഗ്രത്താക്കിക്കൊണ്ട് ഒരു മയിലിന്റെ കരച്ചിൽ കേട്ടു.

ഗോപകുമാർ പെട്ടെന്ന് വാതിൽ അടച്ചു ഭിത്തികളിലെ വെളിച്ച വഴികളും അടച്ചു

ശ്... ശ്... ശ്...

ശബ്ദിക്കരുതെന്ന് അടയാളം കൊടുത്തു.

നിമിഷങ്ങൾ ... ഉദ്വേഗം നിറഞ്ഞ നിമിഷങ്ങൾ... അടുത്തനിമിഷം എന്തും സംഭവിക്കാം; എന്തും. നാളെ പത്രത്തിൽ വാർത്തവരും. വനത്തിനുള്ളിലെ രഹസ്യസങ്കേതത്തിൽ നിന്ന് അഞ്ചുപേരെ... മാവോയിസ്റ്റുകളുടെ ഒളിസങ്കേതം കണ്ടെത്തി. അങ്ങനെയങ്ങനെ... അല്പസമയം കഴിഞ്ഞതേയുള്ളൂ. മറ്റൊരു പക്ഷി കരഞ്ഞു... ഒന്നല്ല... രണ്ടുവട്ടം. ചെവിവട്ടം പടിച്ചിരുന്നവരിലേയ്ക്ക് മയിലിന്റെ കരച്ചിൽ രണ്ടുവട്ടം കേട്ടു. ഇരുളിനെ മുറിക്കും മട്ടിൽ ചില ദീർഘനിശ്വാസങ്ങൾ പുറന്തള്ളപ്പെട്ടു.

അതുവരെ ഒന്നും സംസാരിക്കാതിരുന്ന മാളവിക പതുക്കെ വാതിൽ തുറന്നുനോക്കി. തല വശങ്ങളിലേയ്ക്കു ചരിച്ചുനോക്കി പറഞ്ഞു മാരനാണ്.

സിദ്ധാർത്ഥിന്റെ സംശയങ്ങൾ ഇപ്പോൾ ദുരീകരിക്കപ്പെട്ടു. ഇരുളിന്റെ മറവിൽ ബാലേട്ടൻ കൈമാറിയ പൊതികൾ ദാ, ഇപ്പോഴെത്തും. എന്നെക്കണ്ടാൽ ഒരു പക്ഷേ അവൻ ഭയന്നേക്കും. മരുന്നുകൾ എങ്ങനെ കിട്ടിയെന്ന് ചോദിക്കുമെന്ന ഭയം അവനെ വിഷമിപ്പിക്കും.

വാതിൽ പതിയെ നീങ്ങുന്നു. നല്ല കനമുണ്ട് എന്ന് അതു നീങ്ങുന്നതു കണ്ടാലറിയാം. മുളങ്കമ്പുകൾ നിരത്തി കാട്ടുവള്ളികളും കയറും കൊണ്ട് ചേർത്തുകെട്ടി അതിനുമുകളിൽ നനഞ്ഞ മണ്ണുവച്ച്

അതിനുമുകളിൽ പുല്ലും കുറ്റിച്ചെടികളും വച്ചുപിടിപ്പിച്ച വാതിൽ പുറമേ നിന്നു നോക്കിയാൽ മലയുടെ ചരിവാണെന്നേ തോന്നൂ. പുല്ലും ചെടികളും എപ്പോഴും പച്ചയായിരിക്കും. ചില മരങ്ങളിൽ പടർന്നു കിടക്കുന്ന വള്ളികൾ ആ മരത്തിന്റെ ചില്ലകൾക്കകത്ത് അഥവാ ശാഖകൾക്കിടയിലെ ഭാഗങ്ങൾ തീരെ കാണാനാവാത്ത വിധം മറച്ചുപിടിച്ചിട്ടുള്ളത് എത്രകണ്ടാലും മതിവരില്ല. അതിനുള്ളിൽ നാലോ അഞ്ചോ പേർക്ക് സുഖമായി മറഞ്ഞിരിക്കാൻ കഴിയുമെന്നത് ഇപ്പോൾ കൂടുതൽ വ്യക്തമാകുന്നു.

പലപ്പോഴായി കേട്ട പക്ഷികളുടെ ശബ്ദം അതിന്റെ മറുവാക്കെന്നപോലെ എതിർദിശയിൽ നിന്നെത്തുന്ന തുടർച്ചകൾ... ശബ്ദാവർത്തനം, ക്രമം, അതു സൃഷ്ടിക്കുന്ന പ്രതിധ്വനി... എല്ലാം ചേർത്തു വായിക്കുകയായിരുന്ന സിദ്ധാർത്ഥിന് ഉള്ളിൽ ചിരിയൂറി. പലതരം 'കോഡുകൾ' കാടിനുള്ളിലെ സ്വാഭാവികശബ്ദങ്ങൾ ആണെന്നേ തോന്നൂ. കോഡിങ്ങും ഡീക്കോഡിങ്ങും ഇവരുടെ ജീവന്റെ സുരക്ഷയ്ക്കായുള്ള സംവിധാനങ്ങളാണ്.

മാരൻ തലയിലെ കെട്ടിറക്കിവച്ചു. വാറ്റുപുല്ല് എന്തിനാവും ഇവിടേയ്ക്ക് കൊണ്ടുവരുന്നത് എന്ന് ചിന്തിക്കുമ്പോഴേക്കും കെട്ടഴിച്ച് അതിനുള്ളിൽ നിന്ന് ചില പായ്ക്കറ്റുകൾ പുറത്തെടുത്തു. മാളവിക അതെല്ലാം ഏറ്റുവാങ്ങി ഒരു ഭാഗത്ത് വച്ചു. ഭക്ഷണം പാകം ചെയ്യാനുള്ള സാധനങ്ങളാണ് എത്ര വിദഗ്ധമായാണ് ഇതൊക്കെ ഇവിടെയെത്തിക്കുന്നത് എന്നത് വിസ്മയിപ്പിച്ചുകൊണ്ടിരിക്കേ കുമരന്റെ വാക്കുകൾ ഓർത്തു.

അവര് രണ്ടാള് വരും. രാത്രി. ചീരു അവർക്ക് സാധനങ്ങൾ കൊടുക്കും. ചീരുവിന് ഇതിനൊക്കെ കാശ് എവിടന്നാണെന്നത് കുമരന് മനസ്സിലായില്ല. ആറുവർഷം കഴിഞ്ഞ് എത്തിയ കുമരനോട് അത്ര വലിയ സ്നേഹമൊന്നും ചീരു കാട്ടിയില്ല. എപ്പോഴും ഗൗരവമായിരുന്നു. ക്രമേണ മനസ്സിലായി വിറകിനുള്ളിലും, വാറ്റുപുല്ലിനുള്ളിലും വച്ച് കൊണ്ടുപോകുന്നത് കാശിനുവേണ്ടിയാണ്.

ചീരുവായിരുന്നു ശരിയെന്ന് പിന്നീട് കുമരന് തോന്നി. അപ്പോഴേക്കും ചീരു ഓർമ്മയായിക്കഴിഞ്ഞില്ലേ. ആണിനേക്കാൾ ധൈര്യമായിരുന്നു. പൊതുവെ ഞങ്ങള പെണ്ണുങ്ങളെ പോലീസും ഫോറസ്റ്റുകാരുമൊന്നും തൊടാറില്ല. ഫോറസ്റ്റ് ഓഫീസിൽ അധികവും പുരുഷന്മാരായിരുന്നല്ലോ. സ്ത്രീ ജീവനക്കാർ കുറവായിരുന്നു.

ചതിക്കുചതി. അങ്ങനെയാണ് ചീരു പറഞ്ഞത്. പുല്ല്കെട്ട് ശരിയാക്കി എടുത്തുകൊണ്ട് മാരൻ പുറത്തേക്കുള്ള വാതിലിനടുത്തെ

ത്തി. തുറന്നില്ല. ഭിത്തിയിലുള്ള ഒരു കുഴലിലൂടെ പുറത്തേയ്ക്കു നോക്കി വീണ്ടും ആ ശബ്ദം, അതും ഒറ്റതവണ മാത്രം.

സിദ്ധാർത്ഥ് കാതോർത്തത് ഡീകോഡിനുവേണ്ടിയാണ്. നിമിഷങ്ങൾക്കകം സിഗ്നൽ വന്നു രണ്ടുതവണ അടുത്തടുത്തായി. കാത്തുനിന്നതുപോലെ കതകു പോലുള്ള വാതിൽ ഭാഗം പതിയെ തള്ളിനീക്കി മാരനിറങ്ങി. 'യാത്ര പറയുക, സ്നേഹാന്വേഷണം, അത്തരം ഔപചാരികതകളില്ല. വരുന്നു സാധനങ്ങൾ കൈമാറുന്നു പോകുന്നു. ചില നിർദ്ദേശങ്ങൾ മാത്രം.

ലൗലി വാച്ചിൽ നോക്കി. ഇനി നിന്നാൽ കുന്നുകയറാൻ പ്രയാസമാവും. അല്ലെങ്കിലും സിദ്ധുവിന് ഡ്യൂട്ടിയുള്ളതല്ലേ. ബാലേട്ടനുമില്ല.

കോഡ് പുറപ്പെടുവിച്ചത് ചന്ദ്രഹാസനെന്ന സഖാവായിരുന്നു. ഡീകോഡിങ്ങ് പോലെ മറുകൂവൽ എത്തി.

നീലനെവിടെ? വഴിയറിയുന്നത് അയാൾക്കാണ്.

സിദ്ധാർത്ഥ് ചുറ്റിനും നോക്കി.

20

അരുവിയുടെ കരയിലെ പാറപ്പുറത്ത് വിറകുകെട്ടുമായി നീലനുണ്ട്. നീലൻ വിറകുകെട്ട് തലയിലേറ്റി നടന്നുതുടങ്ങി. അച്ചടക്കം അതിന്റെ പൂർണ്ണമായ രൂപത്തിൽ, അർത്ഥത്തിലും ഭാവത്തിലും കണ്ടറിഞ്ഞു. സൗണ്ട് പ്രൂഫായ മണ്ണിടം, അവിടെ സ്വഭാവിക വനസൃഷ്ടി കൂടി ആയതോടെ ലെവൽ മാറി.

ഇടയ്ക്കു കണ്ട വലിയ ഉയരമുള്ള വൃക്ഷങ്ങളിലെ നിത്യഹരിത വള്ളിപ്പടർപ്പുകൾ. ഒളിവിലിരിക്കാൻ പറ്റിയ ഇടം. പുതിയ നിഗമനങ്ങളിൽ എത്തിച്ചേരാൻ തക്കവിധമുള്ള സാഹചര്യങ്ങൾ.

എത്രകാലമായിട്ടുണ്ടാവും ഇവരുടെ ഈ താമസത്തിന്? ഒളിവിൽ പോവുക, ഒളിയിടങ്ങളിൽ ജീവിക്കുക, സമൂഹത്തിന്റെ വേലിക്കെട്ടുകൾക്ക് പുറത്ത് ഇങ്ങനെയും ജീവിക്കാൻ കഴിയുമെന്നത് അത്യസാധാരണമായൊരനുഭവമായിരുന്നു സിദ്ധാർത്ഥിനെ സംബന്ധിച്ചിടത്തോളം. കാടകം, പേരുപോലെ അകം സൃഷ്ടിക്കപ്പെടുമിടമാണ്. ഇവിടെ പ്രകൃതിപോലും അനുകൂലമായിരിക്കുന്നു.

കഴിഞ്ഞുപോയ പ്രളയാനുഭവങ്ങളിൽ കുരുങ്ങിപ്പോയ മനസ്സിനെ വീണ്ടെടുക്കാൻ ശ്രമിച്ചുകൊണ്ടിരിക്കെ കൺമുന്നിൽ ചിരിച്ചുകൊണ്ട് പാൽനുരകളിൽ ഉള്ളാഹ്ലാദമടക്കിയും വീണ്ടും ചിരിച്ചും കാട്ടരുവി

കൂടെയുണ്ട്. അരുവിക്കുളിരിൽ വിറയ്ക്കാൻ തുടങ്ങിയ ലൗലി കൈകൾ ദേഹത്തോട് ചേർത്തുപിടിച്ചാണ് നടന്നത്. തൊട്ടുപിന്നിൽ സിദ്ധാർത്ഥ് ഉണ്ടെന്നുള്ളത് ഒരുപക്ഷേ ലൗലിയുടെ കരുത്ത് കൂട്ടുന്നുണ്ടാവും വിശ്വസ്തനായ ഒരു കൂട്ടുകാരൻ, സഹോദരൻ, സഹായി.

മൂടൽമഞ്ഞ് താഴ്ന്നു തുടങ്ങിയിരുന്നു. അകലെക്കാഴ്ചകളെ അടച്ചുവയ്ക്കുന്ന ബുദ്ധിമതിയെപ്പോലെ പ്രകൃതി മാറിത്തുടങ്ങി. നടപ്പിന് സ്വാഭാവികത്തിലധികം വേഗത സ്വമേധയാ കൈവന്നുകഴിഞ്ഞു. ഇരുട്ടിയാൽ പലതരം പ്രതിബന്ധങ്ങളുണ്ടാവും. ടോർച്ച് തെളിക്കേണ്ടതായിവരും. അത് പലതരത്തിൽ അനഭിലഷണീയ പ്രതിഫലനങ്ങൾക്കിടയാക്കും.

നീലൻ വിറകും ചുമന്ന് കുന്നുകയറാൻ തുടങ്ങിയപ്പോഴും സിദ്ധാർത്ഥും ലൗലിയും ഷിബുവും നിശ്ശബ്ദരായി പിന്തുരടുകമാത്രമായിരുന്നു. ആരും ഒന്നും ഉരിയാടുന്നില്ല. ഒരുപക്ഷേ ശബ്ദം കേട്ട് വല്ല മൃഗങ്ങളും വന്നാൽ...

അധിക സമയം ആലോചന തുടരാൻ കഴിഞ്ഞില്ല. അടുത്തെവിടെയോ ചില കിരുകിരുപ്പുകൾ കേട്ടു. ശരീരം ചുരുങ്ങുന്നതുപോലെ തോന്നിയ സിദ്ധാർത്ഥ് ധൈര്യത്തിനായി തിരിഞ്ഞുനോക്കി. അതു കണ്ട ഷിബു പറഞ്ഞു...

ശ്... ശ്... ശ്...

ആനയാവും.

ലൗലിയുടെ ശബ്ദം താക്കീതായി തോന്നിയ സിദ്ധാർത്ഥ് ക്ഷീണം മറന്നു. സ്വമേധയാ നടപ്പിന്റെ വേഗത വർദ്ധിച്ചു. കീഴടക്കേണ്ടത് ഏറെ ഉയരമുള്ള ഒരു പർവ്വതമാണ്. വശങ്ങളിൽ, ഇടതൂർന്ന വനത്തിലൂടെ, മഞ്ഞും തണുപ്പും ഏറ്റ് കുറ്റിച്ചെടികളെ വകഞ്ഞുള്ള നടപ്പ് മറ്റൊരു വഴിയിലൂടെയാണെന്നത് സിദ്ധാർത്ഥിനെ ഭയപ്പെടുത്തി.

വഴിതെറ്റി ... ഈ വഴി അല്ല അങ്ങോട്ട് പോയത്. അറിയാതെ പറഞ്ഞുപോയതാണ്.

ഉം... നോക്കാം സ്ലിപ്പ് ചെയ്യാതെ സൂക്ഷിക്കണം. കരിയിലകൾ മൂടിയ വഴിയാണ്. കാലൊന്നിടറിയാൽ നിലതെറ്റി താഴേക്ക് ഇഴുകിവീഴും. അതിനാണ് ഈ ചെടികളിൽ പിടിക്കാൻ പറയുന്നത്? എപ്പോഴും ഓരോ ചുവട്ടടിയിലും അപകടം പതിയിരിപ്പുണ്ടെന്ന് മനസ്സിലായാൽപ്പിന്നെ ഏതിനെയും മറികടക്കാം.

നീലൻ നിത്യാഭ്യാസിയെപ്പോലെ ഭാരവും പേറി കുന്നുകയറുക

യാണ്.

ഇതൊക്കെ എന്ത്? കടന്നു വന്ന വഴികൾ ഇതിനേക്കാൾ ഭയാന കമായിരുന്നു എന്ന് അവന്റെ ഉറച്ച കാൽവയ്പുകൾ ചാപ്പ കുത്തി ക്കൊണ്ടേയിരുന്നു. ഇനിയും എത്രദൂരം നടക്കണമെന്ന ചിന്തയിൽ സിദ്ധാർത്ഥ് പരിഭ്രാന്തനായി. അതിനു മറ്റൊരു കാരണം കൂടിയു ണ്ടായിരുന്നു. നീലനെ കാണാനില്ല. അതേ സമയം അടുത്തെവി ടെയോ ഒരു പക്ഷി ചിലച്ചു. മറുവിളി കാതോർത്തില്ലെങ്കിലും കേട്ടു. രണ്ടല്ല, മൂന്ന് ശബ്ദം.

ലൗലി തിരിഞ്ഞുനോക്കി.

ക്ഷീണിച്ചോ?

ഇല്ല

ഭയം?

ഉം ഹും.

മുന്നിൽ കുത്തനെയുള്ള ക്ലിഫ് പോലൊരുഭാഗം.

ഇതെങ്ങനെ?

അതാ നീണ്ടുവരുന്നു കാട്ടുവള്ളികൾ. നോക്കിനില്ക്കെ ലൗലി അതിൽപ്പിടിച്ചു മുകളിലേയ്ക്ക് ബാലൻസ് ചെയ്തുകയറി. സിദ്ധാർത്ഥ് നോക്കി മുകളിലുള്ളതൊന്നും കാണാൻ കഴിയുന്നി ല്ല. ഇതെങ്ങനെ? ആലോചനയെ മുറിച്ചുകൊണ്ട് കാട്ടുവള്ളികൾ മുന്നിലേയ്ക്ക് താണിറങ്ങി. അതിൽ ബലമായി പിടിച്ചുകൊണ്ട് കാലു കൾ മൺഭിതിയിൽ ചവിട്ടി പതിയെ മുകളിലേയ്ക്ക് കയറി. അഞ്ചോ ആറോ ചുവടു വച്ചതേയുള്ളൂ. കുടിലുകൾ കണ്ടു. തിരിഞ്ഞു നോക്കാൻ ധൈര്യമില്ലാഞ്ഞിട്ടോ അത് സൃഷ്ടിക്കാവുന്ന സംശയം കണക്കിലെടുത്തോ സിദ്ധാർത്ഥ് കുടിലിന്റെ പിൻവാതിലിലൂടെ ലൗലിയെ പിന്തുടർന്നു. മുന്നിലെ മുറ്റത്ത് ബാലേട്ടനും കുട്ടികളും കഥ പറയുന്നു.

കുടിക്കാൻ ചൂടുവെള്ളവും കഴിക്കാൻ വാഴപ്പഴവും അവിടെയു ണ്ടായിരുന്നു. ലൗലി വെള്ളമെടുത്ത് സിദ്ധാർത്ഥിനു നേരേ നീട്ടി...

ഒരു ഗ്ലാസ് വെള്ളം ഒറ്റവലിക്ക് കുടിച്ചു തീർത്തു. സിദ്ധാർത്ഥ് വീണ്ടും ഗ്ലാസ് നീട്ടി. പാത്രത്തിൽ നിന്ന് വെള്ളമൊഴിക്കുന്നതിനി ടയിൽ ലൗലി ചിരിച്ചു. പഴം പിന്നീട് കഴിക്കാമെന്ന് പറഞ്ഞ് നേരേ ജീപ്പിനടുത്തേയ്ക്കു നീങ്ങിയ സിദ്ധാർത്ഥിന്റെ കണ്ണുകൾ വേലിക്ക രികിലെ വന്മരത്തിലെ ഹരിതഭവനത്തിൽ പതിച്ചു. നോക്കി നില്ക്കെ ജീപ്പിന്റെ ഇരമ്പൽ കേട്ടു. എത്ര നോക്കിയിട്ടും അതിനു ള്ളിൽ ആരെയും ഒന്നിനേയും കണ്ടെത്താൻ കഴിയാതെ ജീപ്പി

ലേയ്ക്കു കയറാൻ തുടങ്ങിയ സിദ്ധാർത്ഥിനെ ഞെട്ടിച്ചുകൊണ്ട് ഒരു കറുത്തരൂപം അതിവേഗത്തിൽ കുടിലിനു പിന്നിലേയ്ക്കു പറന്നുപോയി. അതിന് പക്ഷിയുടെ രൂപമല്ലല്ലോ... എങ്കിൽ കരടിയാവൂ... മനുഷ്യരെപോലെ കരടി വൃക്ഷങ്ങളിൽ തേൻ കുടിക്കാൻ കയറുമെന്ന് കേട്ടിട്ടുണ്ട്.

ചേച്ചീ... ഒരു കരടി വീടിന്റെ പിന്നിൽ ...

ശബ്ദത്തിലെ ഭയം മനസ്സിലാക്കിയ ലൗലി നോക്കി.

എന്താ... എന്താ സിദ്ധൂ?

ഒരു കരടി... ആ മരത്തിൽ നിന്ന് താഴെ ചാടി...

അതു കരടിയല്ല. ശബ്ദം ഉറച്ചതായിരുന്നു.

അവിടെ കുട്ടികൾ കളിക്കുകയാണ്.

പിന്നെ?

കാവലാൾ...

രാവിലെ മുതൽ നമുക്ക് കാവലിരുന്നതാണ്. കേട്ട ശബ്ദങ്ങൾ അവിടെ നിന്നാണ്... അടയാളങ്ങൾ നിർദ്ദേശങ്ങൾ... സൂചനകളും. ഇത് കാടാണ് മോനേ.

ദുർഘടമായ കാട്ടുവഴികളിലൂടെ ജീപ്പ് ആടിയും ഉലഞ്ഞും മുന്നിലെ ദൂരം കുറച്ചുകൊണ്ടിരുന്നു. ജീപ്പിന്റെ ശബ്ദമല്ലാതെ മറ്റൊരു ശബ്ദവും ഇല്ലെന്നത് ഇപ്പോൾ സിദ്ധാർത്ഥിന് പരിചയമായിക്കഴിഞ്ഞു. കാട് എങ്ങനെയൊക്കെയാണ് മനുഷ്യജീവിതം ചിട്ടപ്പെടുത്തുന്നത് എന്ന് ഏറെക്കുറെ മനസ്സിലായി. വിചിത്രാനുഭവങ്ങളുടെ പത്തുമണിക്കൂർ പിന്നിട്ടിരിക്കുന്നു. എത്ര കരുതലോടെയാണ് മനുഷ്യർ കാട്ടിൽ കഴിയുന്നത്. ഒറ്റപ്പെടലിനെ അവർ ഭയക്കുന്നതിന് കാരണങ്ങളുണ്ട്. എവിടെയും മാറ്റിനിർത്തപ്പെടുന്ന ഒരു ജനത കാടിനെയല്ലാതെ നാടിനെ ആശ്രയിക്കുന്നതെങ്ങനെ? നാട്ടിൽ ആരാണ് ഇവർക്ക് തുണ?

സഖാവ് ചന്ദ്രഹാസൻ മറ്റൊരു വിസ്മയമാവുന്നു. ക്ഷേത്രദർശനത്തിന് പോകുന്ന ഭർത്താവിനെ കാത്തിരുന്ന ഭാര്യ ഒന്നും അറിഞ്ഞില്ല. കൃത്യമായി പ്രസാദവുമായി വരുന്ന അച്ഛൻ കൊണ്ടുവരാറുള്ള ലഡ്ഡുവിനുവേണ്ടി വഴിക്കണ്ണുമായി മക്കൾ ...

ചിന്തകൾ ഒന്നിനു പിറകെ ഒന്നായി സിദ്ധാർത്ഥിനെ വരിഞ്ഞു മുറുക്കാൻ തുടങ്ങിയിരുന്നു. സഖാവ് എന്ന ചന്ദ്രഹാസൻ, ജി.കെ. എന്ന ഗോപകുമാർ, മാളവിക അങ്ങനെ നിരവധിപേരുണ്ട്. പലരും പലയിടങ്ങളിൽ അവരുടേതായ രീതികളിൽ വിപ്ലവചിന്തയുമായി കോമ്രേഡ് സി.എം. അഥവാ ചാരുമജുംദാറെ നേരിൽക്കണ്ടിട്ടുള്ള

ചന്ദ്രേട്ടന് അഭിമാനം. മെലിഞ്ഞ് ശരീരവും ആസ്തമയുമായി രാവും പകലും കർഷകരോടൊപ്പം അവരുടെ ഭാവി സുരക്ഷിതമാക്കാൻ ഉഴിഞ്ഞിട്ട ജീവിതം. ഇന്ത്യ മറക്കാനിഷ്ടപ്പെടുന്ന മനുഷ്യൻ ഒരിക്കലും കൊല്ലാൻ പറഞ്ഞിട്ടില്ലെന്ന് അപൂർവ്വം ചിലരെങ്കിലും വിശ്വസിക്കുന്നു.

പിതാവിന്റെ പേരുപറഞ്ഞ് അധിക്ഷേപിക്കുന്ന സമൂഹത്തിൽ നിന്ന് ഉൾവലിഞ്ഞ് വീടകത്ത് ഒതുങ്ങിക്കഴിയുന്ന പെണ്മക്കൾ. പാഠശാല ഉപേക്ഷിക്കാൻ ആഹ്വാനം ചെയ്തയാളിന്റെ മകൾ എന്തിന് മെഡിസിനു പഠിക്കുന്നു? ആ ചോദ്യത്തിൽ ഒളിച്ചുവച്ചിരുന്ന ഒളിയമ്പിന് നല്ല മൂർച്ചയായിരുന്നുകാണും. അങ്ങനെയൊരു സമൂഹത്തിൽ തനിക്ക് ഡോക്ടറായി തുടരാൻ കഴിയില്ലെന്ന് സ്വന്തം വിധി നിർണ്ണയിച്ച മകൾക്ക് അച്ഛൻ ആരാധ്യനല്ല: ശത്രുവുമല്ല. ആശയങ്ങൾ നന്നായിരുന്നു. പക്ഷേ, മാർഗ്ഗം, അവിടെയാണ് പ്രശ്നങ്ങൾ സൃഷ്ടമായത്.

സി.എം-ന്റെ ജീവിതം ഒരു പരിധിവരെ ഇന്ത്യയിലെ കമ്മ്യൂണിസ്റ്റ് പ്രസ്ഥാനവുമായി ചേർത്തു വായിക്കാവുന്നതാണ്. ഇന്ത്യൻ സ്വാതന്ത്ര്യസമരം ജനകീയ സ്വഭാവം നേടിയ കാലത്താണ് ചാരുമജുംദാർ ജനിക്കുന്നത്; അതും പുരോഗമന ചിന്താഗതിയുള്ള ഒരു ഭൂഉടമയുടെ മകനായി. വിദ്യാഭ്യാസം അന്നൊക്കെ സമ്പന്നരുടെ കുട്ടികൾക്കാണ് കൂടുതലും ലഭിച്ചിരുന്നത്.

ബ്രിട്ടീഷാധിപത്യം ഇന്ത്യയുടെ സാമ്പത്തിക ശോഷണത്തിനിടയാക്കിയിരുന്നു. സാമൂഹ്യരംഗം മതപരതയാൽ ക്ലേശപ്പെട്ടിരുന്ന കാലം. പെൺകുട്ടികളെ പത്തുവയസ്സിൽ വിവാഹം കഴിപ്പിക്കുക, ഭർത്താവ് മരിച്ചാൽ ഭാര്യ ഭർത്താവിന്റെ ചിതയിൽ ആത്മാഹൂതി ചെയ്യുക. ചെറുപ്രായത്തിലുള്ള പെൺകുട്ടികൾ വിധവകളായി കഴിയുക. ഇതൊക്കെ നിലനില്ക്കുമ്പോഴും ബ്രിട്ടീഷുകാർക്ക് എതിരെയുള്ള സമരങ്ങൾ ശക്തമായിരുന്നു.

സഖാവ് ഇന്നലെകളിൽ സഞ്ചരിക്കുകയായിരുന്നു...

ഇരുപതാം നൂറ്റാണ്ടിൽപ്പോലും 'ബോണ്ടഡ് ലേബർ' കാർഷിക മേഖലയിൽ നിലവിലിരുന്നു. കടത്തിൽ ജനിച്ച് കടത്തിൽ ജീവിച്ച് കടത്തിൽ മരിക്കുന്ന ഇന്ത്യൻ കർഷകരുടെ ജീവിതം ഏറെ പരിതാപകരമായിരുന്നു.

ജന്മിമാരുടെ കൈവശമായിരുന്ന കൃഷിഭൂമിയിൽ കുടിയാന്മാർ കൃഷി ചെയ്തു. വിളവിന്റെ പകുതി നികുതിയായി ജമീന്ദാർ കൊണ്ടുപോകുന്ന കാലത്ത് കർഷകൻ കടത്തിൽ നിന്ന് കടത്തിലേയ്ക്ക്

കുപ്പുകുത്തുകയായിരുന്നു.

അക്കാലത്താണ് പഠനം ഉപേക്ഷിച്ച് സി.എം. കമ്മ്യൂണിസ്റ്റ് പാർട്ടിയിൽ പ്രവർത്തിക്കാനിറങ്ങുന്നത്. ഇന്ത്യൻ കമ്മ്യൂണിസ്റ്റ് പാർട്ടിക്ക് പ്രചാരം ലഭിച്ച കാലം. സ്വാതന്ത്ര്യസമരചരിത്രത്തിൽ ഇന്ത്യൻ കമ്മ്യൂണിസ്റ്റ് പാർട്ടി സജീവത കൈവരിച്ചു. അപ്പോഴും കർഷകരുടെ അവസ്ഥ തീരെ ശോചനീയമായിരുന്നു. പട്ടിണിയും പരിവട്ടവും വീർപ്പുമുട്ടിച്ച കർഷകർ തികച്ചും അസംതൃപ്തരായിരുന്നു. അധിനിവേശം നാടിനെ വീർപ്പുമുട്ടിച്ചു. സംഘടിത ശക്തികൾക്കേ സമൂഹത്തെ നയിക്കാൻ കഴിയൂ.

കർഷകരെ സംഘടിപ്പിച്ച് സമരത്തിന് നേതൃത്വം നൽകിയവരിൽ മജുംദാർ മുഖ്യപങ്കുവഹിച്ചു. കർഷകസമരങ്ങൾ ബംഗാളിലും തെലുങ്കാനയിലും കേരളത്തിലും അരങ്ങേറി. ജന്മിമാരുടെ നിലവറകൾ തകർത്ത് ധാന്യങ്ങൾ പങ്കുവയ്ക്കാൻ ആഹ്വാനം നൽകിയതോടെ സമരത്തിന് പുതുഭാവമായി.

ജന്മിമാരുടെ അതിക്രമങ്ങൾക്കും അന്യായങ്ങൾക്കുമെതിരെ സംഘടിതമായ സമരം- അതായിരുന്നില്ലേ സി.എമ്മിന്റെ ലക്ഷ്യം? ഒരു പ്രസ്ഥാനം, നിലവിലുള്ള വ്യവസ്ഥാപിത അധികാരസ്ഥാപനങ്ങളോട് പോരാടുക, അത്രമേൽ ക്ലേശകരമായി എന്താണുള്ളത്? ആയുധങ്ങളും ആൾബലവും അധികാരവും ഒരുവശത്ത്. സാധാരണക്കാരായ, അർദ്ധപട്ടിണിക്കാരായ കർഷകർ മറുവശത്ത്. സായുധസമരം കൊണ്ടേ സ്ഥിതിസമത്വം കൈവരിക്കാൻ കഴിയൂ എന്ന് വിശ്വസിച്ചവർ കമ്മ്യൂണിസ്റ്റ് പാർട്ടിയിൽത്തന്നെയുണ്ടായിരുന്നപ്പോൾ നക്സൽബാരി എന്ന സ്ഥലത്ത് നടന്ന കർഷകരുടെ കലാപം ചരിത്രപ്രാധാന്യമുള്ളതായത് പല കാരണങ്ങൾകൊണ്ടാണ്. ഒരു സുപ്രഭാതത്തിൽ പൊട്ടിമുളച്ചതല്ല. നീണ്ടകാലത്തെ സംഭവപരമ്പരകളുടെ പരിണിതഫലം, അതിനു പിന്നിൽ കമ്മ്യൂണിസ്റ്റ് വിപ്ലവകാരികളുടെ ദീർഘകാലത്തെ കഠിനാധ്വാനമുണ്ടായിരുന്നുവെന്നത് പലർക്കും അറിയില്ല. 1967 മേയ് 25-ന് പോലീസ് വെടിയുതിർത്തത് സമാധാനപരമായി സമരം ചെയ്തിരുന്ന ഒരു സ്ത്രീസംഘത്തിനു നേരെയായിരുന്നു. നിരപരാധികളായ എട്ട് സ്ത്രീകൾ രണ്ട് കുഞ്ഞുങ്ങൾ ഒരു പുരുഷൻ, അന്ന് രക്തസാക്ഷികളായി.

നക്സൽബാരിയും സമീപപ്രദേശങ്ങളും അന്നും ഇന്നും ആദിവാസി മേഖലയായിരുന്നു. ഭൂരഹിതരായ തേയിലത്തോട്ടം തൊഴിലാളികളും കർഷകത്തൊഴിലാളികളും ഭീകരമായ ചൂഷണത്തിന്റെ ഇരകളായിരുന്നു. ചൂഷണത്തിനും അടിച്ചമർത്തലിനും വിധേയരായി

ക്ഷമയുടെ നെല്ലിപ്പടിയും കഴിഞ്ഞവരാണ് തങ്ങളുടെ പരമ്പരാഗത ആയുധങ്ങൾ ഉപയോഗിച്ച് കലാപം നടത്തിയത്.

എഴുപതുകളിലെ സായുധസമരം.

നക്സൽബാരി കലാപം ഒറ്റപ്പെട്ടതോ ആദ്യത്തേതോ ആയിരുന്നില്ല. 1940 കളുടെ അവസാനം ഉത്തരബംഗാളിൽ അരങ്ങേറിയ 'തേഭാഗാ' പ്രസ്ഥാനത്തിന്റെ തുടർച്ചയായിരുന്നു നക്സൽബാരി. സഖാവ് ചന്ദ്രഹാസൻ അല്പസമയം നിശ്ശബ്ദനായി. ഏതോ ഓർമ്മകൾ ആ മനസ്സിനെ വേട്ടയാടുന്നതായി തോന്നി. ചരിത്രം അതിന്റെ താളുകൾ നിവർന്നുകൊണ്ടിരിക്കെ അറിയപ്പെടാതെപോയ വിപ്ലവകാരികൾ വരും തലമുറയുടെ മുന്നിൽ കുറ്റക്കാരായി ചിത്രീകരിക്കപ്പെടുമോയെന്ന ചിന്തയിൽ സിദ്ധാർത്ഥ് കുരുങ്ങിക്കിടന്നു. ചരിത്രം, അത് രചിക്കപ്പെടുന്നകാലം, രചിക്കുന്നയാളിന്റെ വിശ്വാസം, നിലപാട്, കാഴ്ചപ്പാട്, അധികാരി വർഗ്ഗത്തിന്റെ നിലപാട് എന്നിവയുടെയൊക്കെ ഉല്പന്നം കൂടിയാകുക പതിവാണ്.

ഒരു ചരിത്രകാരനും നിഷ്പക്ഷമതിയായി ചരിത്രരചന നടത്താൻ കഴിയില്ലെന്ന് നിരവധി ചരിത്ര സംഭവങ്ങൾ സാക്ഷ്യപ്പെടുത്തുന്നു. പുന്നപ്രവയലാർ സമരത്തിൽ വേറിട്ട ഇടപെടലുകളും സഹായവും നൽകിയ ഡോക്ടർ വി.വി. വേലുക്കുട്ടി അരയനെക്കുറിച്ച് പാഠപുസ്തകങ്ങളിൽ വായിച്ചതായി ഓർമ്മയില്ല. ചരിത്രം ചിലരെ തിരസ്കരിക്കാറുണ്ട്. തെറ്റി വായിക്കപ്പെടലും പതിവ് തന്നെയാണ്.

കാലം ചിലരെ ഭയക്കുന്നു. അധികാര സ്ഥാനനഷ്ടമോ വിമർശനമോ ഭയന്ന് ചിലരെ കണ്ടില്ലെന്നു നടിക്കുന്നതും പതിവാണ്. ആംഡ് റെവല്യൂഷൻ അഥവാ 'സായുധ വിപ്ലവം' അതായിരുന്നല്ലോ സി.എം. എന്ന തൊഴിലാളിപക്ഷ ചിന്തകനെ, തൊഴിലാളികളുടെ വിശ്വസ്ഥനെ, അവരുടെ സ്വന്തം നേതാവിനെ ഒഴിവാക്കാനും വികലവൽക്കരിക്കാനും പലരേയും പ്രേരിപ്പിച്ചത്. ചന്ദ്രഹാസനെന്ന ചിന്തകൻ നിന്നു കത്തുകയാണെന്നാണ് സിദ്ധാർത്ഥിന് അനുഭവപ്പെട്ടത്. ദീർഘകാലം അമർത്തിവച്ചിരുന്ന വികാരങ്ങളുടെ വിസ്ഫോടനമായിരുന്നു എന്ന് മനസ്സിലാക്കാൻ അധികം സമയം വേണ്ടി വന്നില്ല.

സഖാവേ, തേഭാഗയെന്നു പറഞ്ഞില്ലേ, അതൊന്ന് വിശദമാക്കാമോ? അതിനെക്കുറിച്ച് വ്യക്തമായി അറിയില്ല... മനസ്സിലാക്കാൻ ശ്രമിച്ചില്ലെന്നു പറയുന്നതാണ് കൂടുതൽ ശരി. ഷിബു ഇടപെട്ടു.

'തേഭാഗ' എന്നാൽ മൂന്നിൽ രണ്ട് എന്നാണ്. ഞാൻ നേരത്തേ

പറഞ്ഞില്ലേ, ബംഗാളിന്റെ വടക്കൻ ഭാഗങ്ങളിൽ ജമീന്ദാർമാരുടെ ഭൂമിയിൽ കർഷകർ കൃഷി ചെയ്യും. വിളവിന്റെ പകുതി ജന്മിയെടുക്കും. 1946-47 കാലത്താണ് 'തേഭാഗ' സമരം നടക്കുന്നത്. എന്നും അർദ്ധപട്ടിണിയും ദാരിദ്ര്യവുമായിരുന്നു കർഷകരുടെ അവസ്ഥ.

കോമ്രേഡ് കമ്മ്യൂണിസ്റ്റ് പ്രസ്ഥാനത്തിൽ പ്രവർത്തിച്ചു തുടങ്ങിയ കാലം. പ്രായം ഇരുപത് വയസ്സ്. ആ സമയത്ത് സമീപപ്രദേശങ്ങളിൽ നിന്ന് കുറേ കൃഷിക്കാരെ സംഘടിപ്പിച്ചു. വിളവിന്റെ മൂന്നിൽ ഒരു ഭാഗമേ നൽകൂ എന്നു ശഠിച്ചു; വിളവെടുപ്പ് തുടങ്ങി. കർഷകർ ശക്തമായ സംഘടിതഗ്രൂപ്പ് ആയതോടെ ഭരണകൂടം ഭയന്നു. സമരക്കാരെ അടിച്ചമർത്താൻ തുടങ്ങി. എന്നാൽ പാർട്ടിയുടെ സ്വാധീനം വർദ്ധിച്ചു. അന്ന് വലിയ ക്ഷാമം ഉണ്ടായി പട്ടിണികിടന്ന് തൊഴിലാളികൾ വലഞ്ഞു. അന്ന് രൂപപ്പെട്ട ഒരു മുദ്രാവാക്യമുണ്ട്...

വെടിയുണ്ടകൊണ്ട് മരിക്കാം. പക്ഷേ, പട്ടിണികിടന്ന് മരിക്കില്ല! സമരം ആവേശഭരിതമായി. ധാന്യപ്പുരകളും കളപ്പുരകളും കൊള്ളയടിച്ച് പാവങ്ങൾക്ക് വിതരണം ചെയ്തു. ഭരണകൂടം അടിച്ചമർത്തൽ ശക്തമാക്കി. പോലീസുകാരും കർഷകരും ഏറ്റുമുട്ടി. പൊലീസ് വെടിവയ്പിൽ 11 കർഷക തൊഴിലാളികളാണ് കൊല്ലപ്പെട്ടത്.

ഒരു കലാപം നേരിൽ കാണുന്ന പ്രതീതിയായിരുന്നു കേൾവിക്കാർക്ക്. ഗോപകുമാർ അസ്വസ്ഥത പ്രകടിപ്പിച്ചു. മാളവിക മറ്റേതോ ലോകത്തിലെന്നപോലെ ചലനമറ്റിരുന്നു. സിദ്ധാർത്ഥിന് കേട്ടതൊന്നും പൂർണ്ണമായി ഉൾക്കൊള്ളാനായില്ല. എന്നാൽ പറയുന്ന വ്യക്തി ഈ പ്രസ്ഥാനത്തെ എത്രമാത്രം ബഹുമാനിക്കുകയും സ്നേഹിക്കുകയും ചെയ്യുന്നു എന്നത് ആരും പറയാതെതന്നെ ബോദ്ധ്യമായിരുന്നു. കാരണം പ്രസ്ഥാനത്തിന്റെയും സ്വന്തം കുടുംബത്തിന്റേയും സുരക്ഷക്കായി നാടുംവീടും വിട്ട്, ഭാര്യയേയും കുട്ടികളേയും വിട്ട് കാട്ടിൽ കഴിയുന്ന, കഴിയേണ്ടിവന്ന ത്യാഗസമ്പന്നനായ ഒരു സഖാവാണ് പറയുന്നത്. അതും ഒന്നും നേടാനോ സ്വന്തമാക്കാനോ അല്ല. സ്വന്തം കുടുംബത്തെപോലും ത്യജിച്ച ആദർശധീരനായ വിപ്ലവകാരി.

പല റെയ്ഞ്ചിലുള്ള ദീർഘനിശ്വാസങ്ങൾ നിമിഷങ്ങളുടെ വ്യത്യാസത്തിലാണ് അതിനുള്ളിൽ ഉയർന്നുകേട്ടത്. ഇരുന്നിടത്തു നിന്ന് അനങ്ങിയാൽ തങ്ങളുടെ ശരീരം വെടിയുണ്ടകളാൽ ചിന്നഭിന്നമാക്കപ്പെടുമെന്ന ഭാവമായിരുന്നു പലർക്കും. അതിനിടയിലാണ് മാളവിക അതു പറഞ്ഞത്.

കൊപ്പര

സായുധസമരത്തിനിറങ്ങുമ്പോൾ അത്യാവശ്യം ആയുധങ്ങൾ കരുതണമായിരുന്നു; പരിശീലനവും. അല്ലാതെ... നിരപരാധികളും സാധുക്കളുമായ തൊഴിലാളികളെ തോക്കിനു മുന്നിലേക്കു നയിക്കുകയെന്നത് തീരെ സഹിക്കാൻ വയ്യ. അമർഷത്തിന്റെ സ്ഫുലിംഗങ്ങൾ വാക്കുകളിൽ പ്രകടമായിരുന്നു.

ഒരുപക്ഷേ, സഖാക്കൾ ഇത്രയും വലിയ തിരിച്ചടി പ്രതീക്ഷിച്ചു കാണില്ല.

അതെ, പ്രതീക്ഷിച്ചില്ലെന്നതിന്റെ തെളിവാണ് പതിനൊന്നു രക്തസാക്ഷികൾ സൃഷ്ടിക്കപ്പെട്ടത്. വിപ്ലവകാരികൾക്ക് ദീർഘവീക്ഷണമുണ്ടായിരിക്കണം.

ഭരണകൂടവും ചില ചതികൾ പ്രയോഗിച്ചു. 1953-ൽ നെഹ്രുഭരണകൂടം ജമീന്ദാരി സമ്പ്രദായം നിർത്തലാക്കിക്കൊണ്ടുള്ള നിയമം പാസ്സാക്കി. എന്നാൽ അത് നടപ്പിലാക്കിയില്ല. തൊഴിലാളികളെ സംഘടിപ്പിക്കുകയെന്ന കർത്തവ്യത്തിൽ കോമ്രേഡ് അലംഭാവം കാട്ടിയില്ല. ഭൂഉടമകളിൽ നിന്ന് മിച്ചഭൂമി പിടിച്ചെടുക്കാൻ (പരിധിക്ക് മുകളിലുള്ളത്) പാർട്ടി ആഹ്വാനം ചെയ്തു. പ്രസ്ഥാനം ശക്തമായി. എവിടെയോ സംഗതികൾ കൈവിട്ടുപോകുന്നതായി തോന്നിയ പാർട്ടി സംസ്ഥാനനേതൃത്വം സമരം പിൻവലിച്ചു.

കോമ്രേഡ് സി.എം. തന്റെ നാട്ടിലെത്തി കർഷകരെ സംഘടിപ്പിക്കുന്നതിൽ വ്യാപൃതനായി. പാർട്ടിയുടെ തീരുമാനം സഖാക്കളെ അസ്വസ്ഥരാക്കിയിരുന്നു. അവർ പാർട്ടിയുടെ നിർദ്ദേശങ്ങൾ അവഗണിച്ചു. മിച്ചഭൂമി പിടിച്ചെടുക്കാനും ചൂഷണങ്ങൾക്കെതിരെ പോരാടാനും തീരുമാനിച്ചു.

ഭവിഷ്യത്തുകളെക്കുറിച്ച് ഓർക്കാതിരുന്നതാണോ പാർട്ടിയുടെ നിർദ്ദേശങ്ങൾ അവഗണിച്ചതിനു പിന്നിൽ.

സമരത്തിന്റെ വീര്യം കെടുത്താതിരിക്കാനുമാവും. എന്തായാലും തേയിലത്തോട്ടം തൊഴിലാളികളും കർഷകത്തൊഴിലാളികളും, വിപ്ലവത്തിന് സന്നദ്ധരായിരുന്നു എന്നതാണ് കൂടുതൽ ശരി. ഒരുപരിധി കഴിഞ്ഞാൽ ചിലപ്പോൾ നിയന്ത്രണാതീതമാവാം, സമരാവേശം ഉരുണ്ടുകൂടി നക്സൽ ബാരിയിലെത്തുകയായിരുന്നു. ചുരുക്കിപ്പറഞ്ഞാൽ ദീർഘകാലത്തെ സംഭവങ്ങളുടെ സൃഷ്ടി എന്നും പറയാം.

എതിരാളിയുടെ കരുത്തറിഞ്ഞുവേണം എതിരിടാൻ. പ്രത്യേകിച്ചും അധികാരം കൈവശമുള്ളവരോട്. മാളവികയുടെ ഉള്ളിൽ പുകയുന്നത് ഏത് നിമിഷവും പൊട്ടാവുന്ന അഗ്നിപർവ്വതമാണെന്ന

ചിന്ത ലൗലിയെ അസ്വസ്ഥയാക്കി.

ഉപരിതലം ശാന്തമായ ഒരു തടാകത്തിൽ വീഴുന്ന കല്ല്... നേരിയ ചലനം. അലിഞ്ഞു മായുന്ന ഓളം... തടാകം പൂർവ്വസ്ഥിതിയിലേക്ക്.

21

ജീപ്പിന്റെ വരവും കാത്തെന്നപോലെ ശൂലപാണി വീടിന്റെ തിണ്ണയിലിരുപ്പുണ്ട്. ജീപ്പ് നിന്നതും ഓടിയടുത്തെത്തി സാധനങ്ങൾ എടുത്ത് അകത്തുവെക്കാനും മറ്റെന്തെങ്കിലും ജോലികൾ ഉണ്ടെങ്കിൽ അതു ചെയ്യാനും തയാറായിട്ടുള്ള നില്പാണ്.

ദാ ഈ സാധനങ്ങൾ അകത്തേയ്ക്ക് വച്ചോളൂ. ഇത്രയും സാധനങ്ങൾ എന്തിന് എന്ന ഭാവം മുഖത്ത് ഉറച്ചുകാണാമായിരുന്നു. അതു മനസ്സിലാക്കിയ ചേച്ചയമ്മ ചിരിച്ചു.

എത്രകാലമായി ബാലേട്ടൻ ചോറും കൊണ്ടുവരുന്നു. പാവം കുസുമം ചേച്ചി കുറച്ചുദിവസം വിശ്രമിക്കട്ടെ.

ഇങ്ക ശമീൽ പണ്ണപ്പോക്താ?

ആമാ. ഏൻ കയ്യാലെ ശാപ്പാട് ശമയ്ക്കപ്പോത്.

നീയും ചിന്ന ഒതവി ചെയ്യണം. ഓക്കേവാ...?

ചേച്ചിയമ്മ ആളാകെ മാറിയിരിക്കുന്നു. അച്ഛനെ കണ്ടതിന്റെ സന്തോഷമാവും. മൂന്നുമാസം കഴിഞ്ഞെന്ന് കണ്ടിട്ട്. എന്നു പറഞ്ഞാൽ ഇടയ്ക്കിടെ കാണുമായിരുന്നു എന്നല്ലേ.

ബാലേട്ടാ ചായകുടിക്ക്.

ചായക്കപ്പുകളുമായി ലൗലി വന്നു. മുഖത്ത് അനിതരസാധാരണമായ പ്രസാദം തെളിഞ്ഞുകാണാം. അച്ഛൻ മകളോട് എന്തെങ്കിലും പറഞ്ഞുകാണും. അല്ലെങ്കിൽ മകൾ പറഞ്ഞത് അച്ഛൻ സമ്മതിച്ചുകാണും. ആനന്ദിനെക്കുറിച്ച് എന്തൊക്കെയോ പദ്ധതികൾ തയാറാക്കുന്നുണ്ട് എന്തായാലും പറയുമെന്ന് പ്രതീക്ഷിക്കാം.

സാറേ, രണ്ടുമൂന്ന് പേര് പാക്കവന്ത്...

പേര് വന്ത്... ആമാ... നയന

ലൗലി സിദ്ധാർത്ഥിനെ നോക്കി

എന്നിട്ട് അവരെവിടെ?

തിരുമ്പി പോയാച്ച്

വേറെ ആരാ...?

സിദ്ധാർത്ഥിന്റെ ശബ്ദം പതറി.

പാത്താ അമ്മ അപ്പാമാതിരി. കാറില് വന്ന്...

സിദ്ധു മൊബൈലെടുത്ത് നയനയെ വിളിച്ചു.

മറുവശത്ത് നിശ്ശബ്ദത...

എന്തു പറയണമെന്നറിയാതെ പകച്ചുനിന്ന നിമിഷങ്ങൾ. ഒടുവിൽ സംയമനം പാലിച്ച് ചോദിച്ചു.

നിങ്ങൾ ഇവിടെ വന്നിരുന്നോ?

ഉം.

വിളിക്കാമായിരുന്നില്ലേ?

വിളിച്ചാൽ കിട്ടുന്നിടത്തായിരുന്നോ?

അത് ശരിയാണല്ലോ. അവിടെയെങ്ങും റെയ്ഞ്ചില്ല.

പിന്നെങ്ങനെ കിട്ടും?

വരുമെന്ന് ഇന്നലെ പറഞ്ഞിരുന്നെങ്കിൽ ഞാനിവിടെയുണ്ടായേനെ. സർപ്രൈസിന് തക്ക സ്ഥലമല്ലയിത്.

എന്തായാലും എനിക്ക് സർപ്രൈസായിരുന്നു. യാത്ര സുഖമായിരുന്നോ?

കാടിനുള്ളിലായിരുന്നു. അവിടെ ഒരു ആദിവാസി കോളനിയിൽ.

എന്തിന്?

സംശയങ്ങൾ നയനയുടെ സമനില തെറ്റിക്കുന്നതാവും. ജീവിതം വെറുമൊരു കളിപ്പാട്ടമാണവൾക്ക്. സമ്പന്നതയുടെ മടിയിൽ സ്വന്തം സന്തോഷങ്ങളിൽ മാത്രം ശ്രദ്ധിക്കുന്നു. അവൾ വളർന്ന സാഹചര്യമാണ് അതിനു കാരണം. എന്തു പറഞ്ഞാലും അവളുടെ കോപം ശമിക്കില്ല.

ഞാനൊരു ഡോക്ടറാണ്. രോഗികളെ ചികിത്സിക്കൽ അതെന്റെ റെസ്പോൺസിബിലിറ്റിയാണ്. എന്തിന് എന്ന ചോദ്യം പ്രസക്തമല്ല.

ചോദ്യമല്ല, എനിക്കാണ് പ്രസക്തിയില്ലാത്തത്.

നയനാ, നീയിങ്ങനെ വാശിപിടിക്കരുത്... ഒന്നിലും...

അതൊരു മുന്നറിയിപ്പായി തോന്നിയ നയന... പെട്ടെന്നു പ്രതികരിച്ചു.

മനസ്സിലായി. ഡോക്ടർ സിദ്ധാർത്ഥ് വളരെ മാറി. നയനക്കുള്ള വാണിങ്വരെയെത്തി.

ആരാ ലൗലി? അവർ സിദ്ധേട്ടന്റെ ആരാ?

അതെങ്കിലും അറിയണം. അവൾ പിന്മാറുന്ന ലക്ഷണമില്ല.

ലൗലി... ലൗലിടീച്ചർ ... അവരെനിക്ക്...

പറയൂ... ധൈര്യമായി പറഞ്ഞോളൂ... എനിക്കതൊക്കെ മനസ്സിലാകും.

തെറ്റിദ്ധാരണയിൽ നയന എന്തൊക്കെയാണ് പറയുക എന്നറിയാവുന്നതുകൊണ്ട് സിദ്ധാർത്ഥ് പറഞ്ഞു.

നേരിൽ കണ്ടാൽ വ്യക്തമായി മനസ്സിലാകും. പറഞ്ഞിട്ടു വന്നാൽ ഒക്കെ നേരിൽ കാണാം.

ഓഹോ... ഇനി കാണുകയും വേണമല്ലേ... കേട്ടതു തന്നെ ധാരാളം.

നീ എന്തു കേട്ടെന്ന് എനിക്കറിയില്ല. അറിയണമെന്ന് താല്പര്യവുമില്ല. നിന്റെ ചോദ്യത്തിനുള്ള ഉത്തരം ഞാൻ പറയുന്നതിനേക്കാൾ വ്യക്തമാവും നേരിട്ടു കണ്ടാൽ.

എന്നാണ് ക്ലാസ്സു തുടങ്ങുന്നത്? പഠിക്കേണ്ട സമയത്ത് പഠിക്കണം. അനാവശ്യകാര്യങ്ങളോർത്ത് പഠിത്തം നഷ്ടപ്പെടുത്തരുത്. പഠിച്ച് നല്ലൊരു ജോലിയൊക്കെ കിട്ടിയിട്ടാവാം മറ്റു ചിന്തകൾ. ജീവിതത്തിന്റെ അൾട്ടിമേറ്റ് എയിം ഒരു ജോലിയാവണം. എപ്പോഴെങ്കിലും ഒരുകൂട്ട് അനിവാര്യമെന്നു വന്നാൽ അപ്പോൾ മാത്രം ചിന്തിക്കേണ്ട ഒന്നാണ് വിവാഹം. ആദ്യം ലക്ഷ്യത്തിലേയ്ക്കു ശ്രദ്ധിക്കുക.

എന്തായാലും ഞാൻ ഒരുദിവസം കൂടിവരും.

നേരത്തേ പറയണം. എന്നാൽ ഞാനിവിടെയുണ്ടാവും. അല്ലാതെ കുറ്റം പറഞ്ഞിട്ടു കാര്യമില്ല.

സിദ്ധാർത്ഥ് ഫോൺ ഓഫ് ചെയ്തു കുളിക്കാനായി കുളിമുറിയിലേയ്ക്കു കയറി. ഹീറ്റർ ഓൺ ചെയ്തിരുന്നു. ചേച്ചിയമ്മയാവും.

ഇളം ചൂടുള്ള വെള്ളത്തിൽ കുളിച്ചപ്പോഴേയ്ക്കും നല്ല ഉന്മേഷം അനുഭവപ്പെട്ടു. ഡ്രസ്സുമാറി നേരേ അടുക്കളയിലെത്തി. നല്ല മൊരിഞ്ഞ ദോശയും ചമ്മന്തിയും അടച്ചു വച്ചിട്ടുണ്ട്.

ചേച്ചീ... ചേച്ചീ...

സിദ്ധാർത്ഥ് പുറത്തേയ്ക്കു നോക്കി. മുറ്റത്ത് നിന്ന് ഫോണിൽ സംസാരിക്കുന്ന ചേച്ചിയമ്മയുടെ ശബ്ദം കനത്തിരുന്നു.

എന്നെ വേട്ടയാടിയിട്ട് ഒരു ഗുണവും ഉണ്ടാവില്ല. ഞാൻ പറഞ്ഞല്ലോ ഈ ജന്മത്തിൽ മറ്റൊരു പദവിയും വേണ്ടാ. ഞാൻ എന്താണോ, അതുതന്നെയായിരിക്കും എന്നും.

സിദ്ധാർത്ഥ് ശ്രദ്ധിച്ചു. ആരോടാവും ഇങ്ങനെ അമർഷത്തോടെ പറയുന്നത്.

ആരുടെയും ഗുഡ്സ് സർവീസ് എൻട്രി സർട്ടിഫിക്കറ്റ് എനിക്ക് വേണ്ടാ. മാനംകെട്ട് ഒന്നും ചെയ്യാത്ത എനിക്ക് എന്നെ നല്ല വിശ്വാ

സമാണ്. എന്റെ വിശ്വാസങ്ങൾ മാത്രം മതിയെനിക്ക്.

പിന്നെ, ഒരാൺകൂട്ട് വേണമെന്നു തോന്നിയാൽ അപ്പോൾ, അപ്പോൾ മാത്രം, ആലോചിക്കും. അല്ലാതെ ഇമ്മാതിരി ബ്ലാക്ക് മെയിലിങ്അതുവേണ്ടാ. ഓർത്താൽ ആത്മസംവിധാനം അപ്പാടെ തകിടം മറിക്കും. അതെനിക്ക് സഹിക്കാവുന്നതിലും അപ്പുറത്താണ്.

ഫോൺ ചെയ്തിട്ട് തിരിഞ്ഞു നോക്കിയത് സിദ്ധാർത്ഥിന്റെ മുഖത്തായിരുന്നു. ഒരു വിളറിയ ചിരി മാത്രം മുഖത്ത് ശേഷിച്ചു.

ചേച്ചിയമ്മ എന്തൊക്കെയോ ഒളിക്കുന്നുണ്ട്. ഒരുപക്ഷേ തോന്നലാവാം. എങ്കിലും അത് സൃഷ്ടിക്കുന്ന അകലം അലോസരപ്പെടുത്തിക്കൊണ്ടേയിരിക്കും. ഒരു സ്ത്രീ, അതും അവിവാഹിതയായവൾ, അവർക്ക് പറയാൻ കഴിയുന്നതും കഴിയാത്തതുമായ പലതും കാണും. അത് വ്യക്തിയുടെ സ്വകാര്യതയാണ്. അതറിയാൻ ആഗ്രഹിക്കുന്നതേ തെറ്റ്.

സിദ്ധൂ. വാ ദോശ കഴിക്കാം.

ദാ വന്നൂ... ആനയെത്തിന്നാനുള്ള വിശപ്പുണ്ട്. സിദ്ധാർത്ഥ് അടുക്കളയിൽ ചെന്ന് ചേച്ചിയമ്മയെ സഹായിക്കാൻ തുടങ്ങി. കഴിക്കാനുള്ള പ്ലേറ്റുകൾ എടുത്തു കഴുകി മേശപ്പുറത്ത് വച്ചു. ചൂടുവെള്ളം ഗ്ലാസുകളിൽ നിറച്ചുകൊണ്ടിരിക്കെ ലൗലി പറഞ്ഞു.

ശൂലപാണിയെക്കൂടി വിളിക്കാം.

അതെ, ഞാനത് ചോദിക്കാൻ തുടങ്ങിയതാണ്.

ഇവിടെ കാവലിരിക്കുന്നവനല്ലേ.

ശൂലപാണീ.

ദാ വന്തിട്ടേൻ...

വിളി കാത്തുനിന്നതുപോലെ വരാന്തയിൽ എത്തിയതും സിദ്ധാർത്ഥ് പറഞ്ഞു.

വാ... ദോശ കഴിക്കാം.

വേണ്ടാ സാർ. കടയിലിര്ന്ന് ശാപ്പിടും.

ഇനി അതുവേണ്ട. നീ ഇവിടന്ന് കഴിച്ചാൽ മതി.

മടിച്ചു മടിച്ചാണ് അകത്ത് ചെന്നത്. ഒപ്പമിരിക്കാൻ മടിച്ചുനിന്ന ശൂലപാണിയോട് ഇരിക്കാൻ പറഞ്ഞത് ലൗലിയാണ്. അനുസരിക്കുകയല്ലാതെ അവന്റെ മുന്നിൽ മറ്റുവഴികളില്ലായിരുന്നു.

ലൗലി അവന്റെ പത്രത്തിലേയ്ക്ക് ദോശയും ചമ്മന്തിയും വച്ചുകൊടുത്തു. കഴിക്കുമ്പോൾ അവന്റെ കണ്ണുകൾ നിറഞ്ഞുകാണപ്പെട്ടു. ആരും ഒന്നും പറഞ്ഞില്ല.

സൂപ്പർ ചമ്മന്തി. ചേച്ചിയമ്മ നല്ല കുക്കാണല്ലോ.

നിനക്കെന്നെക്കുറിച്ച് എന്തറിയാം...?

ശരിയാണ്... എനിക്ക് ഒന്നും അറിയില്ല. പൊട്ടൻ. നാളെ നീ ഞെട്ടാൻ തയാറായിക്കോ. എന്റെ കുക്കിങ്ങ് കഴിവുകൾ പുറത്തുവരുന്നതാണ്.

ബാലേട്ടന് വിഷമമായിക്കാണും. എത്ര നാളായിട്ട് അനുഷ്ഠാനം പോലെ.

അതോർത്ത് വിഷമിക്കണ്ട. നാളെ അവർക്കും കൂടി ഇവിടെയാണ് ഭക്ഷണം. എന്താ.

വെരിഗുഡ്. ആ ചേച്ചി നമുക്കായി ഒരുപാട് കഷ്ടപ്പെട്ടതല്ലേ. നാളെ വിശ്രമിക്കട്ടെ.

പാത്രങ്ങൾ എടുത്ത് അടുക്കളയിലേക്കു നടന്ന ലൗലിയെ പിൻതുടർന്ന് സിദ്ധാർത്ഥ് എത്തി. സഹായിക്കാനാണ് ചെന്നതെങ്കിലും ലൗലി തടഞ്ഞു. ഇന്ന് വേണ്ട നാളെമുതൽ സഹായിച്ചാൽ മതി. ഇന്ന് സിദ്ധുവിന് അല്പം ഏകാന്തത വേണ്ടുന്ന ദിവസമാണ്.

എനിക്കാണേൽ സന്തോഷത്തിന്റെ ദിവസവും. ശൂലപാണി തിണ്ണയിൽ ഇരുന്നുകൊണ്ട് ഫോണിൽ സംസാരിക്കുകയായിരുന്നു.

സാപ്പിട്ടമ്മാ... ടീച്ചറമ്മ ദോസ സമച്ച്... അവര് പെരിയോര്... ആനാ നെറയെ സ്നേഹം. ആമാ... തെരിയും... ഇങ്കത്താൻ... എങ്കയും പോകാത്.... കട്ടായം .. സരിമ്മാ... ഒടമ്പ് പാത്തക്കോ. പൊങ്കലിന് വരേൻ.

ലൗലി അടുക്കള അടച്ച് മുൻവശത്തെ മുറിയിലെത്തിയപ്പോൾ കണ്ടത് മുറ്റത്ത് നടക്കുന്ന സിദ്ധാർത്ഥിനെയാണ്. പച്ചിലകളിൽ നിലാവിറങ്ങി. നേർത്ത മൂടൽമഞ്ഞും നിലാവും ചേർന്ന് പരിസരമാകെ മായികലോകമാക്കിയിരുന്നു. ചീവീടുകൾ സംഘഗാനം ആലപിച്ചുകൊണ്ടേയിരുന്നു. 'പാല പൂത്തു... നല്ല വാസന...' സിദ്ധാർത്ഥ് പറഞ്ഞു.

യക്ഷികൾ ഇറങ്ങുന്ന സമയമാണ്. ചെറുപ്പക്കാരായ ആണുങ്ങളെക്കണ്ടാൽ അവ ചോരകുടിക്കും. എന്നിട്ട് ഏതെങ്കിലും പനയുടെ ചോട്ടിലുപേക്ഷിക്കും.

ചോര മാത്രം കുടിക്കുന്നത് പല്ലില്ലാഞ്ഞിട്ടാവുമോ? നല്ല മാംസം കടിച്ചു തിന്നാതെ വിഡ്ഢികൾ.

സിദ്ധാർത്ഥ് പൊട്ടിച്ചിരിച്ചു. ലൗലിയും.

ശൂലപാണി ഹെൽത്ത് സെന്ററിന്റെ ഭാഗത്തേയ്ക്കു നടന്നു. അതു

കണ്ട ലൗലി പറഞ്ഞു.

ബീഡി വലിക്കാനുള്ള പോക്കാണ്. ഒപ്പം ചുറ്റുപാടുകളൊക്കെ ഒന്നുനോക്കി വരും. കാട്ടുപന്നി വന്നാൽ പാട്ട തട്ടി വിരട്ടിയോടിക്കും. ഒന്നിനേയും ഭയമില്ലാത്തവൻ. കഴിഞ്ഞകൊല്ലം പൊങ്കലിനു നാട്ടിൽ പോയി. അന്ന് എന്തോ ജീപ്പൊന്നും കിട്ടിയില്ല. വൈകിട്ടാണ് പോയത്. അതിർത്തിയിൽ ചെറിയൊരു അരുവിയുണ്ട്. അവിടെയെത്തിയപ്പോഴുണ്ട് ഒരു പെണ്ണാന കുഞ്ഞിനെയും കൊണ്ട് വഴിയിൽ. കുട്ടിയാന കാണുന്ന പുല്ലിലും ചെടിയിലും ചെന്നുപിടിക്കും. എന്നിട്ട് ഓടും... സാധാരണ മനുഷ്യക്കുട്ടികളെപ്പോലെ കുസൃതി കാട്ടിനില്ക്കുന്നു. കുഞ്ഞുങ്ങളുള്ള ആന ഉപദ്രവിക്കും. ശൂലപാണി തൊട്ടടുത്തെത്തിയിട്ടാണ് കണ്ടത്.

അമ്മയും കുഞ്ഞും വഴിയടച്ചാണ് നില്ക്കുന്നത്. ഒഴിഞ്ഞുപോകാനിടമില്ലാതെ കാശിനാഥനെ മനസ്സിൽ ധ്യാനിച്ച് തൊഴുതുനിന്നു. ശൂലപാണിയും അമ്മയാനയും മുഖാമുഖം നോക്കി കുറച്ചു സമയം നിന്നു. എന്നിട്ട് അപേക്ഷിക്കുന്നതുപോലെ പറഞ്ഞു.

എന്ത്?

അമ്മാ നാളെ കാശിനാഥൻ കോയിൽ പോങ്കൽ ... അമ്മ ഊരില് കാത്തിട്ടേയിര്ക്ക്. എന്നതപ്പും പണ്ണമാട്ടെ... കൊഞ്ചം ... കാപ്പാത്ത്ട്

എന്തോ ഓർത്തിട്ടെന്നവണ്ണം ആന തിരിഞ്ഞുനിന്നു. തുമ്പിക്കൈകൊണ്ട് കുട്ടിയെ പിടിച്ചുനിർത്തി. പിന്നിൽ നടന്നുപോകാവുന്ന ഇടമുണ്ട്. എന്തും വരട്ടെയെന്നുകരുതി സാവധാനം ഒഴിഞ്ഞ് നടന്നു. അവിടം കടന്നതിനുശേഷം തിരിഞ്ഞുനോക്കി. നോക്കാൻ കാരണം ഏതോ വാഹനത്തിന്റെ വെളിച്ചം കണ്ടിട്ടാണ്. അതൊരു ലോറിയാണെന്നു മനസ്സിലായ ശൂലപാണി ലിഫ്റ്റ് ചോദിക്കാൻ തീരുമാനിച്ചു. വെളിച്ചത്തിലേയ്ക്കു നോക്കിയ ശൂലപാണി ഞെട്ടി.

ആനക്കുട്ടി ലൈറ്റിനെ ലക്ഷ്യം വച്ചു നടക്കുന്നു. അമ്മ തടയാൻ ശ്രമിച്ചിട്ടും അത് നേരേ ലോറിയുടെ അടുത്തേയ്ക്കുപോയി. കുഞ്ഞുവയറും തുള്ളിച്ച് ഓടിച്ചെന്ന് ലൈറ്റിൽ തുമ്പിക്കൈകൊണ്ട് തൊട്ടു. അലർച്ചയോടെ തിരിഞ്ഞോടാൻ തുടങ്ങുമ്പോഴേക്കും കുഞ്ഞിനെന്തുപറ്റിയെന്നറിയാതെ അമ്മയാന നേരെ ലോറിയുടെ മുന്നിലെത്തി. അടുത്തുകണ്ട ചെറിയ ഒരു കല്ലെടുത്ത് ലൈറ്റ് ഇടിച്ചു പൊട്ടിച്ചു. ചില്ചിലെന്ന് ചില്ല് തകർന്നു വീണു. ഇനിയെന്തും സംഭവിക്കാം. ഒച്ചകേട്ടാൽ വേറെയും ആനകൾ വരും. അവിടെ നിന്നാൽ ശരിയാവില്ലെന്നു ഉറപ്പായതും ഓടി... സകലശക്തിയും സംഭരിച്ച് ഓടി. കാടുകഴിഞ്ഞിട്ടും ഭയം വിട്ടുമാറിയിരുന്നില്ലെന്ന് പറഞ്ഞ് അവൻ

ചിരിച്ചു.

എല്ലാം കടവുൾ കൈയിലിര്ക്ക്

എന്നിട്ട് ആ ലോറിയോ?

അതാണ് വിശേഷം. ലോറി റോഡിന്റെ അരികിലായിരുന്നു. ഇടതുവശത്ത് ഉയർന്നഭാഗമാണ്. ആനയ്ക്ക് പെട്ടെന്ന് കയറാൻ കഴിയില്ലെന്നു മനസ്സിലാക്കിയ ഡ്രൈവറും സഹായിയും ആ വഴി ഇറങ്ങി ഓടി രക്ഷപ്പെട്ടു. ലോറി ഉപേക്ഷിക്കുകയല്ലാതെ വേറെ മാർഗ്ഗമില്ലായിരുന്നല്ലോ. ലോറി നിറയെ പൈനാപ്പിളായിരുന്നു. ഡ്രൈവർ വലിയ ഒരു വൃക്ഷത്തിൽക്കയറി ഒളിഞ്ഞിരുന്നു. പൈനാപ്പിളിന്റെ മണം അറിഞ്ഞ ആന കുറേ തിന്നു. അതുകഴിഞ്ഞ് കുഞ്ഞിനേയും കൊണ്ട് വലതുവശത്തെ ചരിവിലൂടെ ഇറങ്ങി അരുവിയിലേക്കു പോയി.

എന്നിട്ട് ലോറിയെ ആക്രമിച്ചില്ലേ?

ഏയ്... അവയൊന്നും വെറുതേ ആരെയും ഉപദ്രവിക്കില്ല. ഏതെങ്കിലും വിധത്തിൽ ശല്യംചെയ്യാതെ അവ തിരിച്ചടിക്കാറില്ല.

ധാരാളം അപകടങ്ങൾ സംഭവിക്കാറുണ്ടല്ലോ...

കാടിന് സ്വന്തമായ ചില ശൈലികളുണ്ട്. നീതിയുണ്ട്, വനനിയമങ്ങളും വഴക്കങ്ങളുമുണ്ട്. ഓരോ കാട്ടിലും വ്യത്യസ്തമാണ് അവിടത്തെ നീതിയും നിയമങ്ങളും. മറയൂർക്കാടുകളിലെ ആനകളുടെ മനശാസ്ത്രം അറിയണം. രസമാണ്.

പലപ്പോഴും ആനക്കൂട്ടം രാത്രിയിലിറങ്ങി നടക്കും. ഓരോ കൂട്ടത്തിനും ഒരു നേതാവുണ്ടാകും. റോഡിൽ ആണെങ്കിൽ മിക്കവാറും തിരിഞ്ഞുനിൽക്കും. തിരിഞ്ഞുനിന്നാൽ ഓകെയെന്നർത്ഥം.

ആ സമയത്ത് ഹോൺ മുഴക്കാതെ സാവകാശം വണ്ടികൾക്കു പോകാം. പേടിക്കേണ്ട കാര്യമില്ല. അതേസമയം കുരുത്തംകെട്ട ചില സഹായികൾ ആനയുടെ മുതുകിലും കാലുകളിലും കയ്യിലുള്ള സാധനം പെറുക്കി എറിയും. ചിലർ നന്നായി വേദനിപ്പിച്ചു പോകും. അവിടെ, പിന്നാലെ വരുന്നയാളിന് മുട്ടൻ പണി കിട്ടും.

അതുപിന്നെ അവരെ ഉപദ്രവിച്ചിട്ടല്ലേ?

അതെ, അതാണ് ഞാൻ പറഞ്ഞത് കാടിന് ചില നിയമങ്ങളുണ്ട്. അത് പാരസ്പര്യത്തിന്റെയും കരുതലിന്റെയും നിയമങ്ങളാണ്. അത് ഭരണഘടനയിൽ കാണില്ല. എന്നാൽ ലംഘിക്കുന്നവർക്ക് ശിക്ഷ കിട്ടുകയും ചെയ്യും. ആനപ്പക എന്നു കേട്ടിട്ടുണ്ടോ? അത് ശരിയാണ്.

നമ്മളെന്താ ഇങ്ങനെ? എന്തിനേയും നശിപ്പിക്കാനുള്ള വാസന

എങ്ങനെയാവും സ്വഭാവത്തിലടിഞ്ഞു കൂടിയത്? നമ്മുടെ പുഴകളിൽ മാലിന്യങ്ങളുടെ കൂമ്പാരമാണ്. പഴയ തലമുറയുടെ ജീവിതം ചിട്ടപ്പെടുത്തിയതിൽ പുഴകൾക്ക് നല്ലിടമുണ്ട്. അച്ഛനൊക്കെ പുഴയിൽ കുളിച്ചവരാണ്. നീന്തിപ്പഠിച്ചതും പുഴയിലാണ്. ഇന്ന് അതിലിറങ്ങിയാൽ എന്തൊക്കെ രോഗങ്ങളാണുണ്ടാവുക എന്നാർക്കറിയാം.

ഇന്നും എത്രയോ നദികളെ സ്വന്തം മക്കളെപ്പോലെ സംരക്ഷിക്കുന്ന മനുഷ്യരുണ്ട്. നദിക്കരയിൽ സാംസ്കാരിക നഗരങ്ങൾ നിലനിർത്തുന്നവരും ഒരു കഷണം പേപ്പർ പോലും വീഴാതെ സൂക്ഷിക്കുന്നവരും, അവരും മനുഷ്യരാണ്. നമ്മളും മനുഷ്യഗണത്തിലാണെന്നാണ് പറയുന്നത്. എന്നാൽ നമ്മുടെ പ്രവർത്തികളിൽ ആ 'ഗുണം' നഷ്ടമായിരിക്കുന്നു. എന്തുകൊണ്ട്?

അതുമാത്രമല്ല, പലതും. ഓരോരുത്തരും അവനവനിലേയ്ക്ക് വളരുന്നു... അപരനെ ഒഴിവാക്കുന്നു. ആകാശത്തിലേയ്ക്കു വേരുകൾ പടർത്തുന്ന, ഭൂമിയിൽ വേരുകളില്ലാത്ത വന്മരങ്ങൾ.

22

ഉറക്കം വഴിമാറിപ്പോയ രാത്രി. വൈകുവോളം സംസാരിച്ചിരുന്നു. ചോദിക്കാതെ തന്നെ ചേച്ചി പറയാൻ തുടങ്ങി.

ഓർമ്മവച്ച നാൾതൊട്ട് അറിയാം അച്ഛന്റെ മൂകാംബികാദർശനം. എന്റെ വളർച്ചയോടൊപ്പം ആ യാത്രയും വളർന്നു എന്നു വേണം മനസ്സിലാക്കാൻ. അമ്മയ്ക്ക് അതേക്കുറിച്ച് അറിയാമായിരുന്നോ എന്ന് ഇപ്പോഴും അറിയില്ല. ഒരിക്കൽപ്പോലും അച്ഛന്റെ യാത്രയുടെ പേരിൽ എന്തെങ്കിലും വഴക്കോ ചോദ്യം ചെയ്യലോ ഞങ്ങൾ മക്കൾ കണ്ടിട്ടില്ല. നല്ല അദ്ധ്വാനിയും സ്നേഹസമ്പന്നനും ആയിരുന്നു. ഞങ്ങളുടെ ഇഷ്ടാനുസരണം ഇഷ്ടമുള്ളത് പഠിക്കാനുള്ള സ്വാതന്ത്ര്യം, അവിടെ അച്ഛൻ മാതൃകയായിരുന്നു.

വർക്ക്ഷോപ്പിലെ പണികൂടാതെ പറമ്പിലെ പണികളും അച്ഛൻ തനിയെ ചെയ്തു. വീട്ടുചെലവിനുള്ള കാശ് കൃത്യമായി അമ്മയെ ഏൽപ്പിച്ചു. യാത്രപോയിവരുമ്പോൾ ഒരു തുണി സഞ്ചിയിൽ ലഡുവും കുങ്കുമവും പ്രസാദമായി ഉണ്ടാവും. ഞാൻ ഡിഗ്രിക്കു പഠിക്കുന്ന സമയത്താണ്. അതെ ഫൈനൽ പരീക്ഷ കഴിഞ്ഞ ദിവസമാണ് അടുത്ത യാത്രയെക്കുറിച്ച് അച്ഛൻ പറഞ്ഞത്.

പരീക്ഷ കഴിഞ്ഞല്ലോ ഞാനും വരട്ടെ. ചോദിച്ചെങ്കിലും കുറച്ചു സുഹൃത്തുക്കൾ ചേർന്ന് ഒരു ജീപ്പിലാണ് യാത്രയെന്നും വേറെ

ഏതൊക്കെയോ ക്ഷേത്രങ്ങളിലും പോയിട്ടേ വരൂ എന്നും പറഞ്ഞു. കാട്ടിനുള്ളിലെ ക്ഷേത്രം പെൺകുട്ടികൾ പോകാൻ പറ്റിയതല്ല അടുത്ത യാത്രയിൽ കൂടെ കൂട്ടാമെന്ന് ഉറപ്പും തന്നു.

ഒരാഴ്ച കഴിഞ്ഞു, പത്തുദിവസമായി. രണ്ടാഴ്ച ... ഒരു മാസം... നടുക്കടലിൽപ്പെട്ടുപോയതുപോലെ ഒരു കുടുംബം - അതും നാഥ നില്ലാതെ. ഒരു മാസം തികയുന്നതിന്റെ തലേന്ന് അമ്മയുടെ പേരിൽ ഒരു കത്തുവന്നു. അയച്ചയാളിന്റെ പേരോ മേൽവിലാസമോ ഉണ്ടാ യിരുന്നില്ല. അമ്മ പൊട്ടിക്കരഞ്ഞു. തുറന്നു വായിക്കാൻ ഭയന്നു. എന്തെങ്കിലും ദുരന്ത വാർത്തയാകുമെന്ന ഭയം.

എന്തായാലും കത്തു പൊട്ടിച്ചു വായിക്കാതെ വിവരമറിയുന്ന തെങ്ങനെ? നേരിടാതെ വേറെ വഴിയൊന്നുമില്ലാത്ത സാഹചര്യ ത്തിൽ ധൈര്യം സംഭരിച്ചു ഞാനതു പൊട്ടിച്ചു. ആ സമയത്തെ എന്റെ നെഞ്ചിടിപ്പ് ഇന്നും മറന്നിട്ടില്ല. നെഞ്ചിൻകൂട് തകർന്നുപോ കുന്ന അവസ്ഥയിലാണ് വരികളിലൂടെ കണ്ണുപായിച്ചത്. ലിപി കര യാൻ തുടങ്ങി. ലിബിൻ അമ്മയെ കെട്ടിപ്പിടിച്ചിരുന്നു. ഭയവും സങ്ക ടവും നിറഞ്ഞ വീടകം. കണ്ണിൽ വെള്ളം നിറഞ്ഞ് കാഴ്ച മറച്ചെ ങ്കിലും ഓരോ വാക്കും പെറുക്കി പെറുക്കിയാണ് വായിച്ചത്.

ലീലയും മക്കളും അറിയാൻ

നിങ്ങൾ എന്നോട് പൊറുക്കണം. ഞാൻ ഒരു യാത്ര പോവുക യാണ്. എന്ന് തിരിച്ചുവരുമെന്നറിയില്ല. ഒരുപക്ഷേ ഇനി നമ്മൾ കണ്ടില്ലെന്നും വരാം. നന്നായി പഠിക്കണം. സ്വന്തം കാലിൽ ജീവി ക്കണം. അച്ഛന്റെ മനസ്സ് എന്നും നിങ്ങളോടൊപ്പമുണ്ട്.

സ്നേഹത്തോടെ അച്ഛൻ.

ആ ദിവസം സത്യത്തിൽ അതൊരു മരണവീടായി അനുഭവപ്പെ ട്ടു. അച്ഛന്റെ അവസാനത്തെ കത്ത്. അമ്മ ആകെ തളർന്നുപോയത് വിവരം അന്വേഷിച്ച് എത്തിയ ബന്ധുക്കളുടെയും സുഹൃത്തുക്കളു ടെയും ചോദ്യങ്ങൾക്കു മുന്നിലായിരുന്നു.

ഉത്തരം മുട്ടി കുറ്റവാളിയെപ്പോലെ നില്ക്കുന്ന അമ്മയോട് സഹ താപമായിരുന്നു. ഭർത്താവിന്റെ അഭാവത്തിനേക്കാൾ അതു സൃഷ്ടിച്ച അനുരണനങ്ങൾക്കുമുന്നിൽ ക്രമേണ അമ്മ മൗനിയാ യി.

അതുവരെ തിരിഞ്ഞു നോക്കാത്തവർപോലും അന്വേഷകരായി മുനയുള്ള ചോദ്യങ്ങൾ അമ്മയെ കീറിമുറിച്ചു.

എന്താ ലീലേ നീയിപറയുന്നത്? ഒരു കാരണോമില്ലാതെ ഒരാൾ വീടുവിട്ടുപോവ്വേ?

അവിടെ അമ്മ തളരുകയായിരുന്നു.

ഈ കുട്ടികൾക്ക് ഇനി ആരാ? അതെങ്കിലും ഓർക്കണമായിരുന്നു. അല്ലാ. ആളെവിടെയാണെന്നെങ്കിലും?

ഒരു കത്തല്ലാതെ ഒന്നും അറിയില്ല. അമ്മ നിലംപറ്റി. ക്രമേണ വീടിനു പുറത്തിറങ്ങാതെയായി.

ഊഹാപോഹങ്ങൾ ... അടക്കം പറച്ചിലുകളായി. ഒരു കുടുംബം അനാഥമായതിൽ ഏതെല്ലാംവിധത്തിലാണ് പ്രതികരണങ്ങൾ രൂപമെടുക്കുന്നത്. എന്തെങ്കിലും കാണും. അതായിരുന്നു ബന്ധുമിത്രാദികളുടെ തീരുമാനം... അതെന്ത്? ചോദ്യം കണ്ണുകളിൽ കണ്ടു...

പുറത്തേയ്ക്കിറങ്ങിയാൽ സഹാനുഭൂതിക്കാരുടെ സ്നേഹം താങ്ങാനാവാത്തവിധം അതിരുകടന്നു.

അച്ഛന്റെ വിവരം വല്ലതുമുണ്ടോ കുട്ടീ?

എന്നാലും ഇതൊരു വല്ലാത്ത കാര്യോാണേയ്. വീടാകൂടാ ജീവിച്ചിരുന്ന ഒരാൾ പെട്ടെന്ന് മറഞ്ഞുപോവുക. വീട്ടുകാർക്ക് ഒന്നും അറിയാതിരിക്കുക.

ചെലപ്പോ കാശിക്കുപോയതാവും. പണ്ടേ ആള് വലിയ ഭക്തനാർന്നേ. മൊടങ്ങാതെ മൂകാംബികാക്ഷേത്രത്തിൽ പോയിരുന്നു.

അതൊക്കെ ശരിയാണ്. എന്ന് വച്ച് ഇങ്ങനെ ഒരു പോക്ക്. അതിൽ എന്തോ പന്തികേടില്ലേ? നാട്ടുകാരും ബന്ധുക്കളും സ്ഥിരമായി വീട്ടിൽ വരികയും അന്വേഷിക്കുകയും ചെയ്തുകൊണ്ടേയിരുന്നു. ഞങ്ങൾ ഒരു തീരുമാനമെടുത്തു. എടുക്കേണ്ടി വന്നു.

എന്ത്?

അച്ഛൻ തല്ക്കാലം ഇല്ല. അത് വിധിയാണ്. എന്നാൽ നാലുപേരുടെ ജീവിതം. അതെങ്ങനെ? അമ്മ പച്ചക്കറികൾ കൃഷി ചെയ്തു. അയൽക്കാർക്ക് വിറ്റു. അതുകൊണ്ടെന്താവാൻ.

എന്റെയുള്ളിൽ ഒരദ്ധ്യാപികയുണ്ടായിരുന്നു. വീട്ടിൽ ട്യൂഷനെടുക്കാൻ തുടങ്ങി. തുടക്കത്തിൽ കുറച്ചുകുട്ടികളേ ഉണ്ടായിരുന്നുള്ളൂ. അതിജീവനപോരാട്ടമായതുകൊണ്ടുതന്നെ പഠിപ്പിക്കൽ ഊർജ്ജിതമാക്കി. കുട്ടികളുടെ എണ്ണം കൂടിവന്നു. റിസൾട്ട് വന്നപ്പോൾ ബി.എ. ഫസ്റ്റ് ക്ലാസ്സിൽ പാസ്സായി. അന്ന് അച്ഛനെയോർത്തതിനു പല കാരണങ്ങളുണ്ടായിരുന്നു. തുടർപഠനം വഴിമുട്ടിനിന്നു. ലിപി പത്താംക്ലാസ്സു കഴിഞ്ഞു. ഭാഗ്യത്തിന് നല്ല മാർക്കുണ്ടായിരുന്നതുകൊണ്ട് പ്ലസ്‌വൺ അഡ്മിഷന് ബുദ്ധിമുട്ടില്ലാതെ നടന്നു. പുസ്തകങ്ങൾ വാങ്ങണം. വീട്ടുചെലവുകൾ, ലിബിൻ ഒമ്പതാം ക്ലാസ്സിലായി. അവനും ട്യൂഷൻ ക്ലാസ്സിലിരുന്നു പഠിച്ചതോടെ

വിദ്യാർത്ഥികളുടെ എണ്ണംകൂടി. എന്തെങ്കിലും ഒരു ജോലി. അതായിരുന്നു ലക്ഷ്യം. ചില താല്ക്കാലികനിയമനങ്ങൾ ലഭിച്ചത് അനുഗ്രമായി. കുടുംബചെലവുകൾ ഏതാണ്ട് രണ്ടറ്റവും കൂട്ടിമുട്ടിക്കാവുന്ന തരത്തിൽ എത്തിക്കാൻ വല്ലാതെ പാടുപെട്ടു. രാവിലെ ആറു മുതൽ എട്ടുവരെയും വൈകിട്ട് അതുപോലെ ആറുമുതൽ എട്ടുവരെയും. ഇടയ്ക്ക് ജോലിക്കുപോകും. രണ്ടുവർഷം അങ്ങനെ കഴിഞ്ഞു. ആയിടക്കാണ് സ്കൂളിൽ ഒരാവശ്യത്തിനുപോകേണ്ടി വന്നത്. ലിബിന്റെ ക്ലാസ് ടീച്ചർ ദീപയാണ് അതു പറഞ്ഞത്.

ബി.എഡിനു ചേരണം. പാസ്സായാൽ സ്ഥിരജോലി കിട്ടുമല്ലോ.

വീട്ടിലെ അവസ്ഥകൾ നന്നായി അറിയാമായിരുന്ന ദീപ ടീച്ചർ പറഞ്ഞതിൽ കാര്യമുണ്ടെന്ന് തോന്നി. അപേക്ഷ അയച്ചെങ്കിലും അഡ്മിഷൻ കിട്ടുമെന്നോ പഠിക്കാൻ കഴിയുമെന്നോ കരുതിയല്ല ചെയ്തത്. എന്തോ അഡ്മിഷൻ കിട്ടി. അപ്പോഴാണ് പുതിയ പ്രശ്നങ്ങൾ ഉടലെടുത്തത്. ട്രെയിനിങ്ങ് കോളേജ് കുറച്ചകലെയാണ്. എട്ടുമണിക്ക് ഇറങ്ങിയാലേ അങ്ങോട്ടേക്കുള്ള ബസ്സ് കിട്ടൂ. ലേറ്റായാൽ പ്രിൻസിപ്പൽ ശകാരിക്കും. അതുമാത്രമല്ല, ടീച്ചർ ട്രെയിനിങ്ങാണ്. കൃത്യനിഷ്ഠ പ്രധാനം സെഷണൽ മാർക്കുണ്ട്.

സഹതാപം ചിലർക്ക് ചിലകാലങ്ങളിൽ അനുഗ്രഹമാകാറുണ്ടെന്ന് എന്റെ സ്വന്തം അനുഭവങ്ങളിൽ നിന്ന് മനസ്സിലാക്കി. ട്യൂഷൻ പ്രശ്നമായി. ചില രക്ഷകർത്താക്കളെങ്കിലും മുഷിവ് പ്രകടമാക്കി. കുട്ടികളിലായിരുന്നു പ്രതീക്ഷ. അവരോട് കാര്യം പറഞ്ഞു.

ഒരുകൊല്ലം... അതുകഴിഞ്ഞാൽ വീണ്ടും പഴയതുപോലെ സമയം ക്രമീകരിക്കാം. ഈ ഒരു കൊല്ലം വൈകിട്ടും ശനിയും ഞായറുമായി സമയം ചിട്ടപ്പെടുത്തി. വല്ലാത്ത ദിവസങ്ങളായിരുന്നു. ധാരാളം റെക്കോർഡുകൾ എഴുതാനുണ്ടാവും. പ്രോജക്ടുകളും മോഡലുകളും ഉണ്ടാക്കണം. രാത്രി ഉറക്കമിളച്ചിരുന്ന് റെക്കോർഡുകൾ എഴുതി. പഠിത്തവും പഠിപ്പിക്കലും കൂടി ഭ്രാന്തുപിടിപ്പിച്ചു.

അവിടെയാണ് ചിലരുടെ സഹതാപം സഹായിച്ചത്. ശനിയും ഞായറും മതിയെന്ന് ചിലർ കുട്ടികളിലൂടെ അറിയിച്ചു. പത്താം ക്ലാസ്സുകാർക്ക് എല്ലാദിവസവും ക്ലാസ്സു വച്ചു. അന്നൊക്കെ മോഡലുകൾ ഉണ്ടാക്കാൻ ലിബിൻ സഹായിക്കും. ലിപിക്ക് പൊതുവേ അലസതയായിരുന്നു. എങ്ങനെയോ പഠിച്ചു. ഡിഗ്രി പാസ്സായിയെന്നേയുള്ളൂ. മാർക്ക് കുറവായിരുന്നത് തുടർപഠനം തടസ്സപ്പെടുത്തി.

ടീച്ചിങ് പ്രാക്ടീസ് പലർക്കും കീറാമുട്ടിയായിരുന്നു. ട്യൂഷൻ

അവിടെ സഹായമായി. പാഠങ്ങളും അവയുടെ കണ്ടന്റും മനഃപ്പാഠമായിരുന്നു. അതുകൊണ്ട് ആ കടമ്പകൾ നന്നായി മറികടന്നു. വിശ്രമം എന്തെന്നറിയാത്ത ഒരുവർഷം.

കടന്നുവന്ന വഴികൾ എത്ര ദുർഘടമായിരുന്നു എന്ന് ലൗലിയുടെ മുഖത്തെഴുത്തുകൾ അടയാളപ്പെടുന്നത് സിദ്ധാർത്ഥ് ശ്രദ്ധിച്ചു. സെൽഫ് മെയ്ഡ് എന്ന വാക്കിന്, പ്രയോഗത്തിന് ഉത്തമ ഉദാഹരണം. ആലോചിക്കുന്തോറും ലൗലിയെന്ന ചെറുപ്പക്കാരിക്ക് അഭിമുഖീകരിക്കേണ്ടി വന്ന പ്രശ്നങ്ങളും പ്രയാസങ്ങളും മഹാമേരുക്കളായി കൺമുന്നിൽ വളർന്നു. മണിക്കൂറുകൾ മുമ്പ് ഊർജ്ജസ്വലയായി കുന്നുകയറിയ ചേച്ചിയമ്മ എത്ര അനായാസമാണ് കാട്ടുവള്ളിയിൽ പിടിച്ചുകയറിയത്.

കുടിലിനുള്ളിൽ നിന്ന് തിരിഞ്ഞു നോക്കിയപ്പോൾ കണ്ട കാഴ്ച അതിശയിപ്പിച്ചു. ആ കാട്ടുവള്ളികൾ അഴിച്ചെടുത്ത് കുറ്റിച്ചെടികൾക്കിടയിൽ ചരുട്ടിക്കെട്ടിവെക്കുന്ന മൂപ്പന് കൂട്ടായി നീലനുണ്ട്. വിസ്മയങ്ങൾ ഒളിപ്പിച്ച കാടകം.

അച്ഛൻ ജീവിച്ചിരിപ്പുണ്ടെന്ന് എപ്പോഴാണ് അറിഞ്ഞത്?

ചിന്തകളിൽ കുരുങ്ങിക്കിടന്ന ലൗലി സിദ്ധാർത്ഥിനെ നോക്കി. ലിപിയുടെ വിവാഹം കഴിഞ്ഞ് തിരികെ വന്ന ദിവസം. എന്തോ അന്ന് ഞാനാകെ അസ്വസ്ഥയായിരുന്നു. ചില അടക്കം പറച്ചിലുകൾ. നോട്ടങ്ങൾ ആകപ്പാടെ മൂഢൗട്ടായ ദിവസമായിരുന്നു. അന്ന് വൈകിട്ട് ലിപിയുടെ ഭർത്താവിന്റെ വീട്ടിലേയ്ക്കുപോയി. ബാലേട്ടനും ചേച്ചിയും കൂടെയുണ്ടായിരുന്നു. പിറ്റേന്ന് രാവിലെ തിരിച്ചുവരും വഴിയിൽ ബാലേട്ടൻ അപ്സെറ്റായി കാണപ്പെട്ടു. അവർ തമ്മിൽ എന്തൊക്കെയോ സംസാരിക്കുന്നുണ്ടായിരുന്നു. ആത്മസംഘർഷം ബാലേട്ടന്റെ വാക്കിലും നോക്കിലും തെളിഞ്ഞിരുന്നു. അതു പതിവില്ല. എന്തൊക്കെയോ ബാലേട്ടനെ അലോസരപ്പെടുത്തുന്നുണ്ടെന്ന് മനസ്സിലായി.

അന്ന് ബസ്സിറങ്ങിയ ബാലേട്ടൻ പറഞ്ഞു, വാ ഇന്ന് വീട്ടിൽ നിന്നിട്ട് നാളെ പോകാം.

എന്താ ബാലേട്ടാ. എനിക്ക് കുഴപ്പമൊന്നുമില്ല. ഒരുവിധത്തിൽ ഞാൻ വളരെ ഹാപ്പിയാണിന്ന്. ഒരു വലിയ ഉത്തരവാദിത്തം, അതു കുഴപ്പമില്ലാതെ നിറവേറിയതിന്റെ സമാധാനമാണ്. ലിബിന്റെ കാര്യത്തിൽ വലിയ ആശങ്കയില്ല. അവൻ പഠിക്കുന്നുണ്ട്. എന്തായാലും ഒരു ജോലി കിട്ടാനുള്ള സാദ്ധ്യതയുണ്ട്. അല്ലെങ്കിലും പെൺകുട്ടികളെപ്പോലെ ഭയക്കണ്ടല്ലോ. എന്തായാലും വലിയ ഒരു കല്ല് എടു

ത്തുമാറ്റിയ സുഖമാണിന്ന്.

അതങ്ങനെ തന്നെയിരിക്കട്ടെ. എന്നാലും ഇന്ന് വീട്ടിൽ താമസിക്കാം. ചിലതൊക്കെ പറയണം. പറയാതിരുന്നാൽ എന്റെ നെഞ്ചിലാവും കല്ലുകയറുക.

മോള് വാ... ബാലേട്ടന് എന്തെങ്കിലും പറയാനുണ്ടാവും. അതുകൊണ്ടാണ് നിർബന്ധിക്കുന്നത്.

ഈ നാട്ടിലെ എന്റെ ബന്ധുക്കളെന്ന് പറയാവുന്ന രണ്ടുപേരാണ് ക്ഷണിക്കുന്നത്. അല്ല, ആവശ്യപ്പെടുന്നത്. പിന്നൊന്നും ആലോചിച്ചില്ല. മൂന്നുപേരുംകൂടി ഓട്ടോയിൽ വീട്ടിലെത്തി. ഉച്ചയൂണ് മൂന്നാറിൽ നിന്ന് കഴിച്ചിട്ടാണ് വന്നത്. രാത്രിയിലേക്ക് കഞ്ഞിയും ചമ്മന്തിയും മതിയെന്ന് ബാലേട്ടൻ പറഞ്ഞു.

ചായകുടിയും കുളിയും കഴിഞ്ഞ് ഊണുമേശയ്ക്കിരുപുറമായി ഇരുന്ന് ബാലേട്ടൻ പറഞ്ഞു.

ചന്ദ്രേട്ടൻ ജീവിച്ചിരിപ്പുണ്ടോ?

അറിയില്ല. എന്താ ബാലേട്ടാ പെട്ടെന്ന് അങ്ങനെ ... അച്ഛനെക്കുറിച്ച് എന്തെങ്കിലും വിവരം?

അച്ഛനെക്കുറിച്ച് സംസാരിച്ച തുടങ്ങിയാൽ എന്റെ ശബ്ദമിടറും. സങ്കടം പുറത്തു ചാടും. വർഷങ്ങളായി ഒരുക്കിവച്ച ഓർമ്മകളുടെ വിസ്ഫോടനം. അച്ഛന്റെ അസാന്നിദ്ധ്യവുമായി ഞങ്ങൾ പൊരുത്തപ്പെട്ടിരുന്നു. വല്ലപ്പോഴുംവരുന്ന ബന്ധുക്കളുടെ ചോദ്യങ്ങൾ... അന്വേഷണങ്ങൾ...

ഇതുവരെ ഒരു വിവരവുമില്ല. അല്ലേ... ലീലേ?

ഒരിക്കൽ മാത്രം, ഒരു ബന്ധുവിനോട് അമ്മ പറഞ്ഞു...

ഗതികേടിന്റെ നെറുകപൊട്ടിച്ചിറങ്ങിയ വാക്കുകൾ

എന്തെങ്കിലും വിവരം കിട്ടിയാൽ അറിയിക്കാം...

അതിനുശേഷം അയാൾ വന്നില്ല.

ബാലേട്ടന്റെ മുഖം വലിഞ്ഞു മുറുകിയിരുന്നു. ചേച്ചി ഒഴിഞ്ഞു മാറി നടന്നതല്ലാതെ അടുത്തേയ്ക്കു വന്നില്ല. അതു കൂടുതൽ ആശങ്കപ്പെടുത്തി.

ക്ഷമയോടെ കേൾക്കണം.

എന്താ ബാലേട്ടാ... കാര്യം പറയൂ... പ്ലീസ്...

ചന്ദ്രേട്ടൻ ജീവിച്ചിരിപ്പുണ്ട്.

എവിടെ? എങ്ങനെയറിഞ്ഞു?

പറയാം. ഞാനറിയുന്ന ചന്ദ്രേട്ടൻ ഒരു വിപ്ലവകാരിയാണ്. ഒരു ക്ഷേത്രത്തിലും പോകാത്ത കടുത്ത നിലപാടുകളുള്ള വിപ്ലവ

കാരി.

അപ്പോൾ മൂകാംബികാ ദർശനം...?

അതൊരു മറയായിരുന്നു. പതിവായി മീറ്റിങ്ങുകളിൽ പങ്കെടുക്കാൻ പോയിരുന്നു. ആന്ധ്രാപ്രദേശിലും കൽക്കട്ടയിലുമൊക്കെ.

കേട്ടത് പൂർണ്ണമായും മനസ്സിലാക്കാനാവാതെ ബാലേട്ടന്റെ കണ്ണിൽ നോക്കിയിരുന്നു. എന്റെ അച്ഛൻ ബാലേട്ടന്റെ നാവിലൂടെ മറ്റൊരാളായി മാറി മാറി വരുന്നത് എനിക്ക് കാണാമായിരുന്നു.

അന്ന് തീർത്ഥാടനത്തിനുപോയത് ശ്രീകാകുളത്തേയ്ക്കായിരുന്നു. സഖാവിന്റെ ഓർമ്മക്കു മുന്നിൽ അവർ ഒത്തുകൂടി. പ്രസ്ഥാനം ക്ഷയിച്ചു തുടങ്ങിയതിൽ പ്രതിഷേധിച്ചവർ പുതിയ തീരുമാനങ്ങളെടുത്തു പിരിഞ്ഞു.

ഒരു സർക്കാർ ഉദ്യോഗസ്ഥനെ ബന്ദിയാക്കിയത് കോളിളക്കം സൃഷ്ടിച്ചു. തിരിച്ചു കേരളത്തിലേക്കുള്ള ട്രെയിൻ കാത്തു നില്ക്കുമ്പോഴാണ് വിവരം അറിയുന്നത്. യാത്ര ഒട്ടും സുരക്ഷിതമല്ലെന്നും ഒളിവിൽ പോകാനുമുള്ള നിർദ്ദേശം കിട്ടിയതും യാത്ര അവസാനിപ്പിച്ച് ഒളിവിൽ പോയി.

സമൂഹത്തിനൊപ്പം നിന്ന് പോരാടുക എന്നത് ദുഷ്കരമായതോടെ പലരും ഒളിവിലായി. പോലീസ് അന്വേഷണം വ്യാപകമായതോടെ കാടുകളിലേയ്ക്ക് മാറിയവരുടെ കൂട്ടത്തിൽ ചന്ദ്രേട്ടനും ഉണ്ടായിരുന്നു. അതിനുശേഷം ഇന്നോളം പുറത്ത് വന്നിട്ടില്ല. കാട്ടിലേയ്ക്ക് പോകുന്ന വഴിയിലാണ് ആ കത്തയച്ചത്. അതിനുശേഷം നിങ്ങളെക്കുറിച്ച് ഒന്നും അറിഞ്ഞിട്ടില്ല.

വർഷങ്ങളുടെ ഒളിവുജീവിതം ചന്ദ്രേട്ടനെ പാടെ മാറ്റി. വായനയും എഴുത്തുമായി ഒതുങ്ങി. എങ്കിലും സഖാവിന്റെ എയ്റ്റ് ഡോക്കുമെന്റ്സ് നന്നായി പഠിക്കുകയും കാലാനുസൃതമായ മാറ്റങ്ങൾ വരുത്തണമെന്ന് മേൽക്കമ്മറ്റിയെ അറിയിക്കുകയും ചെയ്തു. ഇപ്പൊഴും പലേടങ്ങളിൽ ക്ലാസ്സുകൾ എടുക്കുന്നുണ്ട്. പേരു മാറ്റി, രൂപം മാറ്റി രഹസ്യയോഗങ്ങളിൽ ഇപ്പോഴും സജീവമാണ്.

അച്ഛൻ ഇപ്പോ എവിടെയാണ്?

കുറച്ചുകാലമായി ഇവിടെ അടുത്തുതന്നെയുണ്ട്. പുറത്തിറങ്ങാറില്ലെന്നു മാത്രം. ഇന്നലെ ഫോട്ടോ കണ്ടപ്പോഴാണ് ചന്ദ്രേട്ടന്റെ കുടുംബത്തിലാണല്ലോ എന്ന ചിന്തയുണ്ടായത്. ലൗലി ചന്ദ്രേട്ടന്റെ മോളാണെന്നറിഞ്ഞപ്പോഴുണ്ടായ അഭിമാനം... എനിക്കു മനസ്സിലായി ചന്ദ്രേട്ടന്റെ മകൾ ഇങ്ങനെയായില്ലെങ്കിലേ അത്ഭുതപ്പെടേണ്ടൂ...

ബാലേട്ടാ എനിക്ക് അച്ഛനെ കാണണം.

അതൊരു പൊട്ടിക്കരച്ചിലായിരുന്നു...

മോളെ കരയരുത്. അച്ഛൻ ജീവിച്ചിരിപ്പുണ്ടല്ലോ... പിന്നെ കാണുന്നത് എപ്പോവേണേലും ആവാം. സമാധാനിക്ക്... കുസുമം ചേച്ചിയുടെ നെഞ്ചുപറ്റി ഒരുപാട് കരഞ്ഞു.....

അന്ന്, അന്നുമാത്രം.

23

സിദ്ധാർത്ഥ് സംശയവും ആശങ്കയും ഒതുക്കി ചോദിച്ചു.

ചേച്ചിയമ്മ എന്നാണ് അച്ഛനെ കണ്ടത്?

അന്ന് രാത്രി മുഴുവനും അച്ഛന്റെ ചിത്രം വരക്കുകയായിരുന്നു മനസ്സിൽ. നീണ്ട തലമുടിയും വളർന്നു നെഞ്ചോളമെത്തിയ താടിയും നിറംകെട്ട ജുബ്ബയും ഒറ്റമുണ്ടും. കണ്ണടയുണ്ടാവുമോ? കീഴ്ത്താടിയിലെ കറുത്ത പൊട്ട് അതിപ്പോഴും കാണുമോ? മെലിഞ്ഞിട്ടാവുമോ? അതോ തടിച്ചിട്ടോ?

എത്ര വരച്ചിട്ടും ശരിയായ ചിത്രം രൂപപ്പെട്ടില്ലെന്നത് എന്തുകൊണ്ടാവുമെന്ന സംശയത്തിൽ ആ രാത്രി കഴിഞ്ഞു. പിറ്റേന്നും ഞാനവിടെ തന്നെ നിന്നു. ബാലേട്ടൻ അച്ഛനെ കണ്ടിട്ടുണ്ട്. തീർച്ച അച്ഛനെ കണ്ട ബാലേട്ടന്റെ അടുത്തുനിന്ന് പോകാൻ മനസ്സു കൂട്ടാക്കിയില്ല. വൈകിട്ട് ചേച്ചിയാണ് പറഞ്ഞത്.

എന്ത്?

സിദ്ധാർത്ഥിന്റെ സഹനസീമകൾ പാടേതകർന്നിരുന്നു. ക്ഷമകേട് അതിന്റെ പാരമ്യത്തിലെത്തിയെന്ന് ശബ്ദംകൊണ്ട് മനസ്സിലാക്കാൻ ലൗലിക്കു കഴിഞ്ഞു. പതിവില്ലാതെ ഞാനവിടെ താമസിച്ചാൽ ആരെങ്കിലും ശ്രദ്ധിക്കും. ഇവിടെ ആരും ആരെയും വിശ്വസിക്കുന്നില്ല അഥവാ എല്ലാപേരും പരസ്പരം സംശയിക്കുന്നു.

ങേ... അതെന്താ?

പല രഹസ്യങ്ങളും പരസ്യമാണിവിടെ. എന്നാലോ ആരും അറിഞ്ഞതായി ഭാവിക്കില്ല. എല്ലാപേർക്കും തങ്ങളിൽ സ്നേഹമാണ്; വിശ്വാസവും.

അതെങ്ങനെ? ആരും ആരെയും വിശ്വസിക്കില്ല എന്നുപറഞ്ഞിട്ട് എല്ലാപേർക്കും വിശ്വാസമാണെന്ന് പറഞ്ഞാൽ?

ഇവിടെ ജീവിതം വേറിട്ടതാണ് സിദ്ധൂ. സിദ്ധുവിനെ എനിക്കിഷ്ടമാണ്; വിശ്വാസവും. അതേസമയം തന്നെ സിദ്ധുവിനെ സംശയിക്കുകയും ചെയ്യും. കാരണം എനിക്ക് എന്റേതായ പല രഹസ്യങ്ങളുമുണ്ട്. അത് പുറത്താവുമോയെന്ന ആശങ്കയിൽ നിന്ന് ഉറവി

ടുന്ന സംശയം...

ചേച്ചി പറഞ്ഞതിൽ കാര്യമുണ്ടെന്ന് എനിക്കും തോന്നി. വർഷങ്ങളായി താമസിക്കുന്ന വാടകമുറിവിട്ട് ബാലേട്ടന്റെ വീട്ടിൽ... അതിൽ അപാകമുണ്ടെന്നു മനസ്സിലായി. അന്നു വൈകിട്ട് വാടകമുറിയിലേയ്ക്ക് മടങ്ങുന്നതിനു മുമ്പായി ബാലേട്ടനിൽ നിന്ന് ഉറപ്പു വാങ്ങിയിരുന്നു. എത്രയും പെട്ടെന്ന് അച്ഛനെ കാണാമെന്ന്.

അച്ഛനെ നേരിൽക്കാണുന്ന നിമിഷങ്ങളെ ഭാവനയിൽക്കണ്ടു. പലവട്ടം വരച്ചും മാറ്റിവരച്ചും നിറംകൊടുത്തും മൂന്നുനാൾ കഴിഞ്ഞു. ഒരു ശനിയാഴ്ച വൈകിട്ട് ബാലേട്ടൻ വിളിച്ചു പറഞ്ഞു.

നാളെ രാവിലെ ആറുമണിക്ക് ജീപ്പ് വരും.

സന്തോഷമാണോ സങ്കടമാണോ തോന്നിയത് എന്നിപ്പൊഴും വ്യക്തമല്ല. ചിരിക്കുമ്പോഴും കണ്ണു നീരൊഴുകുന്നുണ്ടായിരുന്നു. പെട്ടെന്ന് മറ്റൊരു ദുഃഖം പിടികൂടി. അച്ഛൻ ഇവിടെയുണ്ടെന്നത് ഞാൻ മാത്രമല്ലേ അറിഞ്ഞിട്ടുള്ളൂ. അമ്മക്കുപോലും... അത് നീതിയാണോ? ബോധം തർക്കിച്ചു. മനസ്സും ബുദ്ധിയും തമ്മിൽ പൊരിഞ്ഞ യുദ്ധം നടന്നു. മനസ്സിനെ അടക്കാൻ ബോധത്തിനു കഴിഞ്ഞു. ആരും അറിയരുത്. അതാണ് എല്ലാപേർക്കും നല്ലത്. ഒരു മാവോയിസ്റ്റിന്റെ ഭാര്യയെന്നറിയപ്പെടാൻ ചിലപ്പോൾ അമ്മയ്ക്കു കഴിഞ്ഞെന്നു വരില്ല. ലിപിയുടെ ഭർത്താവിനും അവരുടെ വീട്ടുകാർക്കും എന്തിന് ലിബിനുപോലും അച്ഛനെ ഉൾക്കൊള്ളാനാവില്ലെന്ന ചിന്തയിൽ മനസ്സടങ്ങി.

അന്നോളം സ്വകാര്യ ദുഃഖമായിരുന്ന അച്ഛൻ പെട്ടെന്ന് സ്വകാര്യ സന്തോഷമായി മാറി. ഒരു പരിധിവരെ സ്വകാര്യാഹങ്കാരമായി. സാധാരണക്കാരുടെ അവകാശ സംരക്ഷണത്തിനായി സായുധ വിപ്ലവത്തിനിറങ്ങിയ നിസ്വാർത്ഥനായ വിപ്ലവകാരിയോട് അളവറ്റ ബഹുമാനവും ആരാധനയും തോന്നി. നേരിൽക്കാണുമ്പോൾ ചോദിക്കാനായി ഒരു പിടിചോദ്യങ്ങളും മനസ്സിൽ കരുതിവച്ചിരുന്നു.

പക്ഷേ...

എന്തുപറ്റി ചോദിക്കാൻ മറന്നോ?

എന്നു പറയുന്നതാണ് ശരി. നേരിൽക്കണ്ടപ്പോൾ പത്തുവർഷത്തോളം അടക്കി വച്ചിരുന്ന സങ്കടം അണപൊട്ടിയൊഴുകി. അച്ഛൻ ചേർത്തുപിടിച്ചു. ആ ഹൃദയത്തിന്റെ വിങ്ങൽ എനിക്കു കേൾക്കാമായിരുന്നു. അവിടെ സകലചോദ്യങ്ങളും ആവിയായിപ്പോയി. എത്ര സമയം ആ നെഞ്ചിൽ മുഖംചേർത്തു കരഞ്ഞെന്നറിയില്ല.

മാളവിക അടുത്തുവന്നു തോളിൽ കൈവച്ചു.

കൊപ്പര

കണ്ടിട്ടും കണ്ടിട്ടും മതിവരാതെ നോക്കിയിരുന്നു. വീട്ടിലെ കാര്യങ്ങൾ എല്ലാം പറഞ്ഞു. ലിപിയുടെ വിവാഹവും ലിബിന്റെ പഠിത്തവും അമ്മയെക്കുറിച്ച് എന്തുപറയണമെന്നറിയാതെ കുഴങ്ങി. അച്ഛൻ അമ്മയ്ക്ക് എന്തായിരുന്നുവെന്ന്...

അച്ഛന്റെ അഭാവത്തിൽ ഒരു ഭാര്യയെന്ന നിലയിൽ അമ്മയുടെ അനുഭവങ്ങൾ, ആത്മസംവിധാനം അതൊക്കെ ഞാനെങ്ങനെ പറയും.

ഒടുവിൽ അച്ഛൻ ചോദിച്ചു...

അമ്മയ്ക്ക് അസുഖമൊന്നുമില്ലല്ലോ.

അതിനെക്കുറിച്ച് പിന്നീട് ആലോചിച്ചു.

സുഖമാണോ എന്നാണ് ചോദിച്ചിരുന്നതെങ്കിൽ ഞാൻ എന്തൊക്കെ പറയുമായിരുന്നു. സാദ്ധ്യതകളുടെ ഒരു നെടുംപുര മുന്നിലുണ്ടായിരുന്നല്ലോ.

ഭർത്താവ് ജീവിച്ചിരിപ്പുണ്ടോ എന്നുപോലും അറിയാതെ ജീവിച്ചിരിക്കുന്ന ഒരു സ്ത്രീയുടെ മാനസികാവസ്ഥ എന്തായിരിക്കുമെന്ന് അച്ഛനറിയാവുന്നതേയുള്ളൂ. ഒരു ജോലിയും വരുമാനവും ഇല്ലാതെ മൂന്നുമക്കളെ വളർത്തേണ്ട ഗതികേടിലേക്ക് തള്ളിയിട്ട് ഒളിവിൽ കഴിയേണ്ടി വരിക. പിടിക്കപ്പെട്ടാൽ കുടുംബം സഹിക്കേണ്ടിവരുന്ന അപമാനം, ഒറ്റപ്പെടൽ, സമൂഹത്തിന്റെ നിസ്സഹകരണം ഒക്കേറ്റിലും പ്രധാനം നിയമക്കുരുക്കുകളിൽപ്പെട്ട് അനുഭവിക്കേണ്ടിവരുന്ന യാതനകൾ... അത് ആലോചിക്കുമ്പോൾ അച്ഛൻ സ്വീകരിച്ച വഴിയായിരുന്നു ശരിയെന്ന് എനിക്കിന്ന് മനസ്സിലാകുന്നുണ്ട്. ആഹ്ളാദങ്ങളിൽ നിന്ന് അകന്ന് വിധവയെപ്പോലെ ജീവിക്കേണ്ടി വന്ന അമ്മയോട് എന്തു സമാധാനമാണ് പറയുക. ഒരുപക്ഷേ, അച്ഛൻ ജീവിച്ചിരിക്കുന്നു എന്നറിഞ്ഞാൽ അമ്മയുടെ സമനില തെറ്റിയേക്കാം. കടന്നുവന്ന അഭിമുഖീകരിക്കേണ്ടി വന്ന അവസ്ഥകളെയോർത്ത് പൊട്ടിത്തെറിക്കാനുമിടയുണ്ട്. ഒഴിവാക്കുന്നതാണ് എല്ലാപേർക്കും നല്ലത്. സ്വീകരിക്കാനും, തിരസ്കരിക്കാനുമാവാതെ അമ്മ തകർന്നു പോകും. അതു പാടില്ല. അച്ഛൻ പോയി... തീർത്ഥാടനത്തിന്... ഏതോ ക്ഷേത്രത്തിൽ... ആശ്രമത്തിൽ... എവിടെയോ ഉണ്ടെന്ന വിശ്വാസത്തിൽ കഴിയട്ടെ.

അന്നും ബാലേട്ടൻ മരുന്നുകളും വസ്ത്രങ്ങളും കരുതിയിരുന്നു. ഭക്ഷണത്തിനുള്ളതൊക്കെ അവിടെ എത്തിയിരുന്നു. ചില സഹായങ്ങൾ പല വഴികളിലൂടെ എത്തുക പതിവായിരുന്നു. സായുധ വിപ്ലവത്തിനോട് അത്രകണ്ട് ആഭിമുഖ്യമില്ലാതിരുന്നതിനാൽ

സഹായം ലഭിച്ചിരുന്നു. പക്ഷേ സ്വാധീനം കുറഞ്ഞു. പല സ്ഥല ങ്ങളിലും സജീവമല്ല. പേരിനുമാത്രം പ്രസ്ഥാനം എന്ന നിലയിൽ... ഇന്നും നക്സൽബാരി എന്ന സ്ഥലനാമം, അതു പ്രതിനിധാനം ചെയ്യുന്ന സായുധവിപ്ലവത്തിന്റെ മാറ്റൊലികൾ ഗ്രാമീണരുടെ മനസ്സു വിട്ടുപോയിട്ടില്ല. സിലിഗുരിയിൽ കാതോർത്താൽ സഖാവിന്റെ വാക്കുകൾ കേൾക്കാം.

സിലിഗുരിയിൽ ജനിച്ച സഖാവിന്റെ വാക്കുകളിലും ആശയങ്ങ ളിലും ആകൃഷ്ടരായ നിരവധി കർഷകനേതാക്കൾ ആന്ധ്രാപ്രദേ ശിലുണ്ടായിരുന്നു. വെമ്പടപ്പു സത്യനാരായണ, ആദിഭട്ട്ല കൈലാ സം, സുബ്ബറാവു, പഞ്ചാടികൃഷ്ണമൂർത്തി തുടങ്ങിയവരുടെ വലി യൊരു പട്ടികയുണ്ട്. അന്ന് നിരോധിക്കപ്പെട്ടിരുന്ന പ്രസ്ഥാനമാണ് സിപിഐ (എംഎൽ). അങ്ങനെയുള്ള ഒരു പ്രസ്ഥാനത്തിൽ പ്രവർത്തിക്കുക അത്ര നിസ്സാരമല്ല. അന്നത്തെ യാത്ര മനസ്സിലിടം പിടിച്ചു. ഹൃദയം ക്രമംവിട്ടു കുതിക്കുകയാണ്. എന്നെ നിയന്ത്രി ക്കാൻ എനിക്ക് നന്നേ ബുദ്ധിമുട്ടേണ്ടി വന്നു. യാത്രയിലുടനീളം നിർദ്ദേശങ്ങളും ഉപദേശങ്ങളുമായി ലൗലിയെന്ന സ്ത്രീയെ പരുവ പ്പെടുത്തുകയായിരുന്നു സുജനപാലൻ. അന്നും വഴി ഇതുപോലെ ദുർഘടമായിരുന്നു. കാലം തെറ്റിവന്ന മഴയിൽ വഴിയാകെ ചെളി കെട്ടിക്കിടന്നു. പലപ്പോഴും ജീപ്പ് സ്ലിപ്പ് ചെയ്യുന്നത് അറിഞ്ഞിട്ടും ഭയലേശമില്ലാതെ... മനസ്സുറപ്പിച്ചിരുന്നത് അടുത്ത നിമിഷം കാണാൻ പോകുന്ന രൂപം ഓർത്താണ്.

എങ്ങനെ പ്രതികരിക്കുമെന്ന് ഒരു നിശ്ചയവുമില്ലാതെയാണ് ഇറങ്ങി പുറപ്പെട്ടത്. ഒരു കൂടിക്കാഴ്ചയ്ക്ക് അച്ഛന് സമ്മതമാണോ എന്നുപോലും അന്വേഷിക്കാതിരുന്നത് എന്നിലെ മകളുടെ വാശി അല്ലെങ്കിൽ അവകാശബോധം കൊണ്ടാവണം.

അന്ന് ആദ്യമാണ് ആ ഊരിലേയ്ക്കു പോകുന്നത്. അധികം പരിചയക്കാരില്ലാതെ, തികച്ചും അപരിചിതരെപ്പോലെയാണ് ഞാൻ ജീപ്പിൽ നിന്ന് ഇറങ്ങിയത്. ആളനക്കമില്ലാതെ നിശ്ശബ്ദയിൽ വീണു കിടക്കുന്നതുപോലൊരു പ്രതീതി. അന്ന് മുള്ളുവേലിയില്ല. അന്നത്തെ വെടിവെയ്പിനുശേഷമാണ് വേലികെട്ടി ഊരിന്റെ കാഴ്ച മറച്ചത്. മൂപ്പന്റെ മേൽനോട്ടത്തിൽ ഈറ്റക്കമ്പും മുള്ളുമുരുക്കും ഇട കലർത്തി ഒരു സംരക്ഷണവലയം തീർത്തതിന്റെ പിന്നിൽ അച്ഛ നായിരുന്നുവെന്ന് മാളവിക പറഞ്ഞു. കാരണം കുമരൻ അവിടെ യായിരുന്നല്ലോ.

കുമരനുവേണ്ടിയുള്ള തെരച്ചിൽ വ്യാപകമായിരുന്നു. എല്ലാ ആദി

വാസി ഊരുകളിലും നിരീക്ഷകർ ഒളിഞ്ഞും തെളിഞ്ഞും ഉണ്ടായി രുന്നു.

ഏറ്റുമുട്ടൽ ഒഴിവാക്കാൻ പരമാവധി ശ്രമിച്ചത് കൂടുതൽ മരണ ങ്ങൾ ഒഴിവാക്കാനായിരുന്നുവെന്ന് ഗോപകുമാർ പറഞ്ഞത് സിദ്ധാർത്ഥിന്റെ ഓർമ്മയിൽ തങ്ങി. ആയുധമില്ലാഞ്ഞിട്ടോ ഭയ ന്നിട്ടോ അല്ല, മരണം, അത് ആരായാലും പരിഹാരമില്ലാത്ത ഒരു തെറ്റാവും. അന്ന് ചീരുവിനേയും രക്ഷപ്പെടുത്താമായിരുന്നു. ചെറിയ ഒരു കൈപ്പിഴ.

രണ്ടുദിവസം മുന്നേ അറിയിപ്പുകിട്ടി. ചീരു നിരീക്ഷിക്കപ്പെടു ന്നുണ്ടായിരുന്നു. എല്ലാത്തിനോടും വെറുപ്പും പകയുമായിരുന്നു അവൾക്ക്. അവഗണനയുടെ അടയാളമാണ് ആദിവാസികൾ എന്ന് അവളെപ്പോഴും പറയുമായിരുന്നു. ഒരു പരാതി ബോധിപ്പിക്കാൻ പോലും അറിയാത്തവർ ചൂഷണം ചെയ്യപ്പെടുകയല്ലാതെ സംര ക്ഷിക്കപ്പെടാൻ തക്ക മാനവികതയൊന്നും അധികാരി വർഗ്ഗത്തിന് ഇല്ലെന്നത് അവളെ പ്രതികാരദാഹിയാക്കിയതാണ്.

ചെയ്യാത്ത തെറ്റിന് ശിക്ഷിക്കപ്പെട്ട കുമരനെതിരെ നിരത്താൻ തെളിവുകളുണ്ടായിരുന്നു. അതുകൊണ്ട് തെളിവില്ലാതെ തെറ്റു ചെയ്യുക എന്ന തീരുമാനത്തിൽ അവൾ ഉറച്ചുനിന്നു. കുമരന് അവളെ പിന്തിരിപ്പിക്കാൻ കഴിഞ്ഞില്ല. ഏതുസമയത്തും ഇവിടെ വരാൻ, ഒറ്റയ്ക്കു വരാൻ അവൾക്കു ഭയമില്ലാതിരുന്നത് അവളുടെയുള്ളിൽ പൊതുസമൂഹം ഊതിക്കത്തിച്ച തീപ്പൊരിയാണ്.

ആ വിവരം അറിയിക്കാനാണ് ഞങ്ങൾ പോയത്. ബന്ധുക്ക ളെന്ന് കുമരനോട് പറയുമ്പോഴും അതു ശരിയല്ലെന്നും എന്തോ അപകടം പതിയിരിപ്പുണ്ടെന്നും കുമരന് മനസ്സിലായി. ജയിൽ ജീവിതം അവനെയും മാറ്റിയിരുന്നു. പക്ഷേ പോസിറ്റീവായി മാത്രം ചിന്തിക്കാൻ അവന് കഴിഞ്ഞു. ചീരു പലപ്പോഴും കുമരനോട് തർക്കി ച്ചു. വാദിച്ചു. ചിലപ്പോൾ പൊട്ടിക്കരഞ്ഞു. അവിടെ കുമരൻ തോറ്റു. അത്രയ്ക്ക് ദുരന്തങ്ങൾ അവൾ അനുഭവിച്ചിരുന്നു.

ഒരു തോക്കുവേണം.

ഉറച്ച ശബ്ദത്തിൽ ഒരിക്കൽ ചീരു പറഞ്ഞു.

എന്തിന്?

കോറസ്സുപോലെയായിരുന്നു ഞങ്ങളുടെ ചോദ്യം.

കൊല്ലാൻ.

ആരെ?

ആ മുട്ടാൾ പോലീസിനെ. ഇനി ഊരിലു വന്നാൽ... അന്ന് വളരെ

പണിപ്പെട്ടാണ് അവളെ സമാധാനിപ്പിച്ചു തിരിച്ചയച്ചത്. പോകാൻ സമയം തിരിഞ്ഞുനോക്കി വല്ലാത്ത ഒരു ചിരിയോടെ അവൾ പറഞ്ഞു. ഒരുനാൾ ഞാനവനെ കൊല്ലും. കത്തികൊണ്ട്. വെട്ടി... വെട്ടി...

നിനക്ക് കുഞ്ഞിനെ വളർത്തണ്ടേ? അവനു വേറെയാരുണ്ട്?

അവന് ടീച്ചറമ്മയുണ്ട്.

വാക്കുകളിൽ നിശ്ചയദാർഢ്യം ആധിപത്യം ഉറപ്പിച്ചിരുന്നു. രാത്രിയിൽ തിരച്ചിലിനു സാധ്യതയുണ്ടെന്ന് അറിവുകിട്ടി. അതുകൊണ്ട് പെട്ടെന്ന് ഞങ്ങൾ തിരിച്ചുപോന്നു. വെളുപ്പിന് പോലീസുകാർ പുറപ്പെട്ടതായി അറിഞ്ഞതും ഞങ്ങൾ ആ പരിസരത്തെത്തി. നിവർത്തിയില്ലാന്നു വന്നാൽ ഏറ്റുമുട്ടാനും തയാറായിരുന്നു.

പോലീസെത്തിയതും ആളുകൾ ബഹളം കൂട്ടി. അതിനിടയിൽ ഓടിരക്ഷപ്പെടാൻ ശ്രമിച്ച ചീരു തിരിഞ്ഞുനോക്കിയപ്പോൾ കുമരന്റെ നേർക്ക് വെടിവയ്ക്കാനുത്തരവ് കേട്ടു. അവൾ തിരിഞ്ഞ് കുമരനെ രക്ഷിക്കാൻ നോക്കിയതാണ് പാവം. വെടികൊള്ളുമ്പോഴും കുമരനോട് ഓടാൻ പറയുന്നുണ്ടായിരുന്നു. ജി.കെ. പറഞ്ഞുകൊണ്ടേയിരുന്നു.

കാലിൽ വെടിയേറ്റ കുമരൻ താഴെ വീണു കരിയിലകളിൽ തെന്നി താഴേക്കു വരുന്നതു കണ്ടു. അതിനിടയിലാണ് കരിയിലക്ക് തീയിട്ടത്. അതോടെ തീയും പുകയും അവിടമാകെ പരന്നു. മുന്നോട്ട് വരാനാവാതെ പോലീസുകാർ പരക്കം പാഞ്ഞു. തീകെടുത്താനുള്ള തിരക്കിലായിരുന്നു അവിടെയുണ്ടായിരുന്നവർ. ബഹളം അടങ്ങിയപ്പോഴേക്കും ഞങ്ങൾ ഇവിടെയെത്തിയിരുന്നു. മാളവിക അനുബന്ധമായി പറഞ്ഞു വാക്കുകൾ വാങ്മയ ചിത്രങ്ങളായി. നേരിൽ കാണുന്നതല്ലാതെ ഒന്നും ഉരിയാടാൻ സിദ്ധാർത്ഥിനു കഴിഞ്ഞില്ല.

മുറിവ് ക്ലീൻ ചെയ്തു. ബുള്ളറ്റ് എടുത്തു മാറ്റി. അടിയന്തിര ചികിത്സ ചെയ്തു. ഭാഗ്യം കൊണ്ടാണ് രക്ഷപ്പെട്ടത്. പാവം ചീരു.

ഞങ്ങൾക്കുവേണ്ട മരുന്നുകളും സാധനങ്ങളും കൃത്യമായി ഇവിടെയെത്തിയതുകൊണ്ട് കുമരൻ വലിയ അപകടം തരണം ചെയ്തു. ഇപ്പൊഴും വേഗത്തിൽ നടക്കാനാവുന്നില്ല. ഒരുപാട് രക്തം നഷ്ടപ്പെട്ടിരുന്നു. അതൊക്കെ വീണ്ടെടുത്തു വരുന്നുണ്ട്. എന്നാൽ ചീരുവിന്റെ മരണം അവന് ഉൾക്കൊള്ളാൻ ഇതുവരെയും ആയിട്ടില്ല.

ഒരു സംശയം ചോദിക്കട്ടെ?

എന്താ സംശയം? അവിടെ സ്ഥിരമായി താമസിക്കുന്നത് റിസ്ക് അല്ലേ?

അതിന് ആരും സ്ഥിരതാമസമില്ല. കുറച്ചുനാൾ... അതുകഴി

ഞാൽ മറ്റൊരിടം. അല്ലാതെ ... ലൗലി ടീച്ചർ പറഞ്ഞതു പൂർത്തിയാക്കാതെ എഴുന്നേറ്റ് പോയി.

പല സന്ദർഭങ്ങളിൽ അവരിൽ നിന്നു കിട്ടിയ വിവരങ്ങളാണ്. അവരൊക്കെ പലപ്പോഴും യാത്രയായിരിക്കും. ഇതുപോലെ നിരവധി ഹൈഡ് ഔട്ടുകളുണ്ടാവണം. കഥ കേട്ടിരുന്ന് സമയം പോയത് അറിഞ്ഞില്ല. അകലെയെങ്ങോ പാതിരാക്കോഴി കൂവി. പുലരാൻ അധികസമയമില്ലെന്ന് മനസ്സിലായതും സിദ്ധാർത്ഥ് പറഞ്ഞു.

ടൂലേറ്റ്. ചേച്ചിയമ്മ ഉറങ്ങിക്കോളൂ.

ഉം. നല്ല ക്ഷീണം. എങ്കിലും മനസ്സിന്റെ ഭാരം ഒന്നയഞ്ഞു. നാളെ ആനന്ദിനെ കാണാൻ പോണം. അവനെ കണ്ടിട്ട് നാലഞ്ചു ദിവസമായി. അവനെ നന്നായി വളർത്തണം. അതാണ് എന്റെ ലക്ഷ്യം അവനുവേണ്ടി ജീവിക്കുമ്പോൾ ജീവിതത്തിന് അർത്ഥമുണ്ടാകുന്നതുപോലെ.

ഒരു വലിയ നോവൽ വായിച്ചതു പോലെയായിരുന്നു സിദ്ധാർത്ഥിന്. പകൽ കണ്ടതും രാത്രിയിൽ കേട്ടതും ചേർത്തു വായിക്കാനുള്ള ശ്രമത്തിലായിരുന്നു ഡോക്ടർ സിദ്ധാർത്ഥ്. ഉറങ്ങുന്നതിന് മുന്നോടിയായി മൊബൈലിൽ വന്ന മെസ്സേജുകൾ നോക്കുക പതിവാണ്.

മെസ്സേജുകൾ സ്ക്രോൾ ചെയ്തുപോകുന്നതിനിടയിൽ രണ്ടു മെസ്സേജുകൾ പ്രത്യേകം ശ്രദ്ധിച്ചു. ഒന്ന് ഡോക്ടർ സൈറാ ഇക്ബാലിന്റേതും മറ്റൊന്ന് ഡോക്ടർ നവീൻ പ്രഭാകറിന്റേതുമായിരുന്നു.

നവീൻ പ്രഭാകറിന്റെ മെസ്സേജ് ഓപ്പൺ ചെയ്ത സിദ്ധാർത്ഥിന് ഞെട്ടാതിരിക്കാനായില്ല.

നയനയുടെ പ്രൊപ്പോസൽ വന്നു. എന്താണ് നിന്റെ അഭിപ്രായം? എന്തായാലും അറിയിക്കണം. ഐ വാണ്ട് ടു സീ യൂ സിദ്ധു." ഡോക്ടർ സൈറ.

സിദ്ധാർത്ഥ് രണ്ടു മെസ്സേജും ആവർത്തിച്ചു വായിച്ചുകൊണ്ടിരിക്കേ പള്ളിയിൽ നിന്നുള്ള സുബിഗി വാങ്ക് കേട്ടു.

24

ചിന്തകൾ സൈറയിൽ എത്തിനിന്നു. സൈറയ്ക്ക് എന്താവും പറയാനുണ്ടാവുക. ചവിട്ടുകൊണ്ട പാമ്പാണ് അയാൾ. അന്ന് ഹോസ്പിറ്റലിൽ വച്ച് പറഞ്ഞതോർത്തു. വീട്ടുകാർ പറഞ്ഞു. പപ്പയ്ക്കു തെറ്റുപറ്റില്ലെന്നായിരുന്നു വിശ്വാസം. ഉമ്മായ്ക്കും ഇഷ്ട

മായിരുന്നു. അമേരിക്കയിൽ താമസം. അവിടെ സ്വന്തമായി ഒരു വില്ലയുണ്ടത്രേ. അമേരിക്കയാണോ അഫ്സലാണോ കൂടുതൽ പോയിന്റ്സ് നേടിയതെന്ന് ചിന്തിക്കാനൊന്നും തയാറായില്ല. എന്താ യാലും ആരെയെങ്കിലും കെട്ടണം. ആ നിലയ്ക്ക് പപ്പായ്ക്കു ഉമ്മായ്ക്കും ഇഷ്ടപ്പെട്ടതായാൽ അതല്ലേ നല്ലത്?

ഒരു പരിചയവുമില്ലാത്ത ഒരാളെ എങ്ങനെ...?

സിദ്ധൂ, എന്റെ പപ്പ ഉമ്മയെ ഒരിക്കലേ കണ്ടിട്ടുള്ളൂന്ന് ഉമ്മ പറ യും. ഉമ്മയ്ക്ക് ഇഷ്ടമായിരുന്നോ എന്നറിയില്ല. ആരെങ്കിലും അന്വേ ഷിച്ചതായി കേട്ടില്ല. ഒക്കെ ഒരുതരം അഡ്ജസ്റ്റ്മെന്റല്ലേ... ശരിയാവും അല്ലേ...?

അവസാന ഭാഗമെത്തിയപ്പോൾ അവളുടെ ശബ്ദം ലേശം ഇട റി. അതിനുകാരണമുണ്ടായിരുന്നു. വീഡിയോ കോളിലൂടെയാണ് കണ്ടതും മിണ്ടിയതും. പ്രത്യേകിച്ച് കുറ്റമൊന്നും കണ്ടില്ല എന്ന് ഏറ്റുപറയുകയായിരുന്നു.

ജീവിക്കുന്നെങ്കിൽ അമേരിക്കയിൽ ജീവിക്കണം. വിവരം അറിഞ്ഞ നവീൻ കട്ടസപ്പോർട്ടായിരുന്നു. ഒരിക്കൽ അങ്കിളിന്റെ കൂടെ പോയിട്ടുണ്ട്. ജസ്റ്റ് എ വിസിറ്റ്. ബട്ട് എ വണ്ടർഫുൾ മെമ്മറി. എന്താ നീറ്റ്നസ്സ്... ഡിസിപ്ലിൻ... ഓവർടേക്കിങ്ങില്ല. ഇടിച്ചുകയറ്റമില്ല. ക്യൂ നിന്ന് സാധനം വാങ്ങുകയും ബസിൽ കയറുകയും ചെയ്യുന്നത് കണ്ടാൽ ആർക്കും ഒരു തിരക്കുമില്ലെന്നു തോന്നും. ലൈഫ് എൻജോയ് ചെയ്യുന്നത് കാണണം. ഇവിടത്തെപ്പോലെ ഹർത്താലും ബന്ദും റോഡ് ഉപരോധവും മായം ചേർക്കലും ഒന്നുമില്ല. സെൽഫ് റെസ്പെക്ട് ആന്റ് മ്യൂച്ചൽ റെസ്പെക്ട്. എനിക്ക് ചാൻസ് കിട്ടി യാൽ പറക്കും മോനേ...എന്റെ സ്വപ്നമാണ്.

അമേരിക്കൻ സ്വപ്നം വെടിഞ്ഞ് നയനയെ കല്യാണം കഴിക്കാൻ നവീൻ തയാറായതിന്റെ കാരണമെന്തായിരിക്കും. അവളൊരു പൊട്ടിപ്പെണ്ണാണ്. പക്വതയില്ലാതെ... ഒരുപക്ഷേ പകപോക്കലാ വുമോ? അതിന് ആരെങ്കിലും സ്വന്തം ജീവിതം തീറെഴുതുമോ? എന്തായാലും നല്ല ഓഫർ വച്ചിട്ടുണ്ടാവും. അമ്മായിക്ക് മരുമകൻ ഡോക്ടറാകണമെന്ന് വാശി കാണും. നന്ദികെട്ട സിദ്ധാർത്ഥിന് മനസ്സിലാവണം. നഷ്ടപ്പെടുന്നതോർത്ത് അവന്റെ മനസ്സു നുറുങ്ങ ണം.

അതാവില്ല. നയന വാശിപിടിച്ചുകാണും. എടുത്തുചാട്ടം ചെറു പ്പത്തിലേയുണ്ട്. പിടിച്ച മുയലിന്റെ കൊമ്പിൽ മുറുക്കിപ്പിടിക്കുന്ന സ്വഭാവമാണ്. എന്തായാലും നവീൻ ചതിക്കില്ല, അഫ്സലിനെ

പ്പോലെ.

അഫ്സൽ, അതൊരു ടിപ്പിക്കൽ ക്യാരക്ടറാണ്. സൈറ കണ്ണു തുടയ്ക്കുന്നു. ഒരു സ്ത്രീയോട് ഇങ്ങനെ പറയാൻ അയാൾക്ക് എങ്ങനെ മനസ്സു വന്നു. അതോ എന്തും പറയാമെന്ന ആൺകോയ്മയാണോ?

മയക്കം സിദ്ധാർത്ഥിനെ കീഴടക്കി.

പകൽ നടന്നതൊക്കെ ഒരുസ്വപ്നം പോലെയായിരുന്നു.

സ്വപ്നം സിദ്ധാർത്ഥിന്റെ കൈപിടിച്ചു മെല്ലെ നടന്നു. കുന്നിറങ്ങാൻ തീരെ പ്രയാസം അനുഭവപ്പെടുന്നില്ല. കല്ലുകളിൽ ചാടിയും അരുവിയിൽ വെള്ളം തെറ്റിച്ചും കൊച്ചുകുട്ടിയെപ്പോലെ... കുസൃതികൾ കാട്ടിക്കൊണ്ട് നടക്കുകയാണ്... അതും തനിയെ. ദൂരെ, അരുവിയുടെ മറുകരയിൽ അച്ഛൻ നില്ക്കുന്നു. വലതുകൈ ഉയർത്തി വീശിക്കൊണ്ട് എന്തോ പറയുന്നു... പക്ഷേ, കേൾക്കാൻ കഴിയുന്നില്ല.

നീ ബഹളം വയക്കല്ലേ... അച്ഛനെന്തോ പറയുന്നു. അരുവി കൂടുതൽ ഒച്ചവച്ചുകൊണ്ടിരിക്കേ ദേഷ്യം വന്നു. വച്ചകാൽ വഴുതി കല്ലുകൾക്കിടയിലേയ്ക്കു വീണു. തലയിലും മുഖത്തും വെള്ളം കോരിയൊഴിച്ച് പൊട്ടിച്ചിരിച്ചുകൊണ്ട് അരുവി ഓടിയകലുകയാണ്. തല വേദനിച്ചു. മൂക്കിലൂടെ ചോരയൊഴുകിയിറങ്ങുന്നു. അത് വെള്ളത്തിൽ അലിഞ്ഞുചേർന്ന് ചെന്നിറമാകുന്നു. പെട്ടെന്ന് ഏതോ ഭയം സിദ്ധാർത്ഥിനെ പിടികൂടി. അച്ഛനെ വിളിച്ചു കരഞ്ഞു. എന്നാൽ അച്ഛൻ നിന്നിടം ശൂന്യമായിരുന്നു.

സിദ്ധൂ... സിദ്ധൂ...

കതകിൽ മുട്ടുന്ന ശബ്ദം കാതുകളിൽ എത്തിയതും സിദ്ധാർത്ഥ് കണ്ണു തുറന്നു. ഒരു നിമിഷം സ്ഥലകാലബോധം നഷ്ടപ്പെട്ട അവസ്ഥയിൽ കിടന്നു. എഴുന്നേൽക്കാൻ ശ്രമിച്ചെങ്കിലും തലയ്ക്ക് വല്ലാത്ത ഭാരം അനുഭവപ്പെടുന്നതായി തോന്നി.

കണ്ടത് സ്വപ്നമായിരുന്നോ?

സിദ്ധൂ... കതക് തുറക്ക്... ആരൊക്കെയോ വന്നിട്ടുണ്ട്. വേഗം എണീക്ക്.

ചേച്ചിയമ്മയല്ലേ വിളിക്കുന്നത്. അതേ... പെട്ടെന്ന് സ്ഥലബോധം വന്നു. എണീറ്റ് കതകു തുറന്നതും വരാന്തയിൽ നയന.

സിദ്ധാർത്ഥിന് വിശ്വസിക്കാൻ കഴിഞ്ഞില്ല. ഇന്നലെ തിരിച്ചുപോയെന്ന് കള്ളം പറഞ്ഞതാണോ? എന്തെങ്കിലും പറയുന്നതിന് മുന്നേ അമ്മാവനും അമ്മായിയും വരാന്തയിൽക്കടന്ന് ചുറ്റിനും നോക്കി.

ഇന്നലെ എവിടെ താമസിച്ചു?

അതെവിടെയെങ്കിലും ആയിക്കോട്ടെ.

അമ്മാവന്റെ സ്വരത്തിൽ ഈർഷ്യ കലർന്നിരുന്നു. വീടകമാകെ ഒന്നോടിച്ചുനോക്കി. നോട്ടം ലൗലിയിൽ എത്തി നങ്കൂരമിട്ടു. പുച്ഛം പ്രകടമായ മുഖം.

നിന്നെ കാണാതെ തിരികെ വരില്ലെന്ന് മോള് വാശിപിടിച്ചു. ഒരു ചെറിയ സംവിധാനം തരപ്പെട്ടു. അതുകൊണ്ട് രാത്രി പെരുവഴിയായില്ല.

ഇവൾക്ക് നിന്നോട് സംസാരിക്കണമെന്ന് പറഞ്ഞു. അതാ വന്നത്. ബുദ്ധിമുട്ടില്ലെങ്കിൽ കുറച്ചു സമയം... മുഖം കടന്നൽകുത്തേറ്റതുപോലെ തടിച്ചിരുന്നു ഒരുപക്ഷേ ഉറങ്ങാത്തതു കൊണ്ടാവും. നയനയുടെ കണ്ണുകളിൽ കോപവും സങ്കടവും മത്സരിച്ചുകൊണ്ടിരുന്നു. അമ്മാവന്റെ മുഖത്ത് പുച്ഛം കനത്തുകിടന്നു. അമ്മായി എന്തോ കണ്ടെത്താനുള്ള വ്യഗ്രതയിൽ ചാഞ്ഞും ചരിഞ്ഞും വീടാകെ നിരീക്ഷിച്ചു.

വാക്കുകളിൽ പതിപ്പിച്ച മുള്ളുകൾ കണ്ടില്ലെന്നു നടിച്ചു. സിദ്ധാർത്ഥിന് വിശ്വസിക്കാനായില്ല. ഒരു നാടകം കൺമുന്നിൽ അരങ്ങു തകർക്കുന്നു.

അതിനെന്താ ... സംസാരിക്കാമല്ലോ. ഫോൺ വിളിച്ചാൽ പോരായിരുന്നോ?

പോരാ... നേരിട്ടറിയണം. അതിനാ വന്നത്.

നയനയുടെ ശബ്ദം ഉറച്ചതായിരുന്നു.

ചായ കുടിക്കാം.

ലൗലി ചായക്കപ്പുകൾ മേശപ്പുറത്തുവച്ചു. നയന ലൗലിയെ തറപ്പിച്ചുനോക്കി. അതുകാണാത്ത ഭാവത്തിൽ ലൗലി സംസാരിക്കാൻ തുടങ്ങി.

ഇന്നലെ വന്നു അല്ലേ? ഞങ്ങൾ ഒരു ക്യാമ്പിൽ പോയിരുന്നു. വന്നപ്പോൾ ശൂലപാണിയാണ് പറഞ്ഞത്.

പെട്ടെന്ന് സിദ്ധാർത്ഥ് ഇടപെട്ടു പരിചയപ്പെടുത്താൻ തുടങ്ങി.

ചേച്ചിയമ്മേ, ഇത് അമ്മാവൻ ... അമ്മായി ... നയന ...

മനസ്സിലായി. സിദ്ധു പറഞ്ഞിട്ടുണ്ട്

മോളിപ്പോ എന്തുചെയ്യുന്നു? പ്ലസ് ടൂ കഴിഞ്ഞില്ലേ?

എന്തു ചെയ്യണമെന്ന് തീരുമാനിക്കാനാ വന്നത്.

നിങ്ങളാരാ?

ലൗലി മുഖത്ത് അടിയേറ്റതുപോലെ തറച്ചുനിന്നു.

നയനാ എന്താ നീ ഇങ്ങനെ സംസാരിക്കുന്നത്?

സിദ്ധാർത്ഥിന്റെ അടുത്തേയ്ക്കു നീങ്ങിനിന്ന് നയന പൊട്ടിത്തെറിച്ചു.

ഇപ്പോ മനസ്സിലായി... വിളിച്ചാൽ ഫോണെടുക്കാത്തതിന്റെ കാരണം. ഇത്രയും പ്രതീക്ഷിച്ചില്ല.

ലൗലി സ്തബ്ധയായി നിന്നു. അരുതാത്തതാണ് കേട്ടത്.

നയന കാര്യമെന്താന്നു പറ.... ആവശ്യമില്ലാതെ ചേച്ചിയമ്മയെ അപമാനിക്കരുത്. അവരെനിക്ക് അമ്മയാണ്. അവരുടെ പ്രായമെങ്കിലും മാനിക്കണ്ടേ.

ശൂലപാണി അന്തംവിട്ടു നിന്നു. ടീച്ചറമ്മയോട് ചണ്ടയോ...? ഇവ യാരോ... തെരിയലേ...

സുജനപാലൻ സ്കൂട്ടർ സ്റ്റാന്റിലിടുമ്പോഴാണ് ശൂലപാണി ഓടിയെത്തി വിവരം പറഞ്ഞത്

എന്നന്നമോ പ്രച്നയിർക്ക് സാർ. ശീഘ്രം വാ...

സുജനപാലൻ വരാന്തയിൽക്കയറിയെങ്കിലും രംഗം സുഖകരമല്ലെന്ന് കണ്ട് അവിടെത്തന്നെ നിന്നു. എല്ലാപേരെയും മാറി മാറി നോക്കിയിട്ട് സിദ്ധാർത്ഥിനെ നോക്കി.

ബന്ധുക്കളാ? ശരി ... ഞാൻ അങ്ങോട്ട് ചെല്ലട്ടെ. പതുക്കെ വന്നാ മതി.

അടുക്കളയിലേയ്ക്കു നോക്കിയ സുജനപാലൻ കണ്ടു കണ്ണുതുടയ്ക്കുന്ന ലൗലി.

ബാലേട്ടാ... അന്നേ ഞാൻ പറഞ്ഞതല്ലേ... വേണ്ടാന്ന്

എത്ര മോശമായിപ്പോയീന്ന് ഇപ്പോ മനസ്സിലായി.

മോളേ, എന്താ സംഭവിച്ചത്?

ഏയ് ഒന്നുമില്ല ബാലേട്ടാ. തെറ്റ് എന്റെ ഭാഗത്താണ്. നാണക്കേടായി. അതും ഈ പ്രായത്തിൽ... പാവം സിദ്ധൂ... നിന്നുരുകുകയാണ്.

ആ കുട്ടി എന്തൊക്കെയോ പറയുന്നു...

ഉം.

വരാന്തയിലെത്തിയ സുജനപാലൻ വന്നവരോട് വളരെ താഴ്മയായി പറഞ്ഞു.

ദയവുചെയ്ത്. സംശയക്കണ്ണുകൊണ്ട് ഇവരെ നോക്കരുത്. രണ്ടു പേരും എന്റെ കുട്ടികളാണ്. ഇവരുടെ പൂർണ്ണ ഉത്തരവാദിത്തം എനിക്കാണിവിടെ.

ഫുൾ സപ്പോർട്ടാണല്ലോ. ഡോക്ടർക്ക്? നയനയുടെ വാക്കുക

ളിൽ പുശ്ചം കനത്തുകിടന്നു.

സുജനപാലൻ നയനയുടെ അച്ഛനെ നോക്കി

സാറിന്റെ മകളല്ലേ?

എന്താ സംശയം? നിങ്ങളാരാ?

പേര് സുജനപാലൻ. ഈ ഹെൽത്ത് സെന്ററിലെ ഫാർമസിസ്റ്റ്. പത്തുമുപ്പതു കൊല്ലമായി ഈ നാട്ടിൽ ജോലിയായിട്ട്. മര്യാദയോടെ, അച്ചടക്കത്തോടെയാണ് ഞങ്ങളിവിടെ ജീവിക്കുന്നത്. നിങ്ങളുടെ പ്രശ്നമെന്തെന്നറിയില്ല. എന്നാലും ഒന്നുപറയാം. ഇവിടെ വന്ന് എന്റെ കുട്ടികളെ ചീത്ത പറയുന്നതിന് മുമ്പ് അതിന്റെ കാരണം അറിയണം.

കാരണം സിദ്ധാർത്ഥിന് അറിയാം. നാട്ടുകാരോട് പറയേണ്ട സമയമാവുമ്പോ പറയാം. അല്ല, നിങ്ങളേതു വഴിക്കാണ് സിദ്ധാർ ത്ഥിന്റെ രക്ഷകർത്താവായ്ത?

അച്ഛനും അമ്മയും ആത്മഹത്യ ചെയ്തപ്പോൾ, കടംകയറി വലഞ്ഞപ്പോൾ ആരെയും കണ്ടിട്ടില്ല. അന്ന് ഞങ്ങളേ ഉണ്ടായിരുന്നുള്ളൂ. പഠിപ്പിക്കാനും നോക്കിവളർത്താനും.

അതൊക്കെ സമ്മതിച്ചു. ഇപ്പോൾ എന്താണ് പ്രശ്നമെന്നറിഞ്ഞാൽ...

അറിഞ്ഞാൽ?

സുജനപാലൻ സിദ്ധാർത്ഥനെ നോക്കി..

സോറി ഡോക്ടർ. ഇടപെടാൻ പാടില്ലായിരുന്നു. എന്തോ ലൗലി കരയുന്നതു കണ്ടപ്പോൾ അറിയാതെ... ക്ഷമിക്കണം. നിങ്ങളുടെ കുടുംബകാര്യമാണെന്നറിഞ്ഞില്ല. പക്ഷേ, ലൗലിയെ അപമാനിക്കരുത്. ഒന്നാമത് രണ്ട് അറ്റാക്ക് കഴിഞ്ഞ് നില്ക്കുന്നയാളാണ്. നിങ്ങളായിട്ട്... സുജനപാലൻ ധൃതിയിൽ മുറ്റത്തേയ്ക്കിറങ്ങി.

അന്തരീക്ഷം ഒട്ടും അനുകൂലമല്ലെന്ന് മനസ്സിലായതോടെ സുജനപാലൻ ഹെൽത്ത്സെന്ററിലേക്ക് നടന്നു. മുറ്റത്തരികിൽ വ്യാകുലനായി നിന്ന ശൂലപാണിയോട് ശബ്ദം താഴ്ത്തി പറഞ്ഞു. യാരും വരക്കൂടാ.. സരിയാ പാത്ത്ക്കോ... സരി സാർ. ശൂലപാണി ജാഗരൂകനായി വഴിയിലേയ്ക്കും വീട്ടിലേയ്ക്കും ശ്രദ്ധിച്ചുനിന്നു.

നിനക്ക് എന്താണറിയേണ്ടത്. അതുമാത്രം... അതേ ചോദിക്കാവൂ. അധികാരം വേണ്ടാ.

ഇനി എന്തു ചോദിക്കാൻ... സിദ്ധേട്ടനെ സ്നേഹിച്ചതാണ് ഞാൻ ചെയ്ത തെറ്റ്.

നയനാ... നീ ചെറിയ കുട്ടിയാണ്. സ്നേഹമെന്തെന്ന് അറിയാൻ

പ്രായമായിട്ടില്ല. കുട്ടിക്കളിയല്ല സ്നേഹം.

നീ എനിക്ക് എന്റെ പെങ്ങളാണ്. കുഞ്ഞനിയത്തി. അങ്ങനെയല്ലാതെ നിന്നെ കാണാൻ പറ്റുന്നില്ല. അമ്മ പറഞ്ഞുതന്നതും കുഞ്ഞനിയത്തിയെന്നാണ്. അങ്ങനെയല്ലാതെ എപ്പോഴെങ്കിലും ഞാൻ പെരുമാറിയിട്ടുണ്ടോ? ഒന്ന്, വിവാഹത്തെക്കുറിച്ച് ഞാനിതുവരെ ചിന്തിച്ചിട്ടില്ല. രണ്ട്, എനിക്ക് പഠിക്കണം... അമ്മാവന്റെ അടുത്തേയ്ക്കു നീങ്ങിനിന്നു പറഞ്ഞു.

പഠിപ്പിച്ച കണക്ക് എനിക്കറിയാം. ഒന്നും മറന്നിട്ടില്ല. എനിക്ക് നഷ്ടപ്പെട്ട അച്ഛന്റെയും അമ്മയുടെയും സ്നേഹം തരുന്നവരെയാണ് നിങ്ങളെല്ലാം കൂടി കരയിച്ചത്. അത് വേണ്ടായിരുന്നു. ഒന്നിനുംവേണ്ടിയല്ലാതെ എന്നെ സ്നേഹിക്കുന്ന കുറച്ചു നല്ല മനുഷ്യരുണ്ടിവിടെ. അതൊന്നും നിങ്ങൾക്ക് മനസ്സിലാവില്ല.

നയനാ, നിനക്കു പതിനെട്ടു വയസ്സാവുന്നതേയുള്ളൂ. നീ കരയിച്ച ചേച്ചിയമ്മയ്ക്ക് നിന്റെ അമ്മയാവാനുള്ള പ്രായമുണ്ട്. അവരെ മനസ്സിലാക്കാൻ നിങ്ങൾക്കു കഴിയില്ല. ഈ നാട്ടിലെ പാവങ്ങളുടെ ടീച്ചറമ്മയാണ്. കുടുംബത്തിനുവേണ്ടി ജീവിച്ച ചേച്ചിയമ്മയ്ക്ക് ഈ നാട് വിട്ടുപോകാവാനാത്തത്ര ബന്ധങ്ങളുണ്ട് ഈ മണ്ണിൽ.

ഒറ്റയ്ക്കായിരുന്നു, ഒരുമുറിയിൽ, കഴിഞ്ഞമാസം വരെ. സുഖമില്ലാതെയായപ്പോഴാണ് ഇങ്ങോട്ട് കൂട്ടിക്കൊണ്ടുവന്നത്. അക്ഷരമറിയാത്ത ആദിവാസികളെ അവിടെചെന്ന് പഠിപ്പിക്കും. അവരെ സഹായിക്കും. പലകുട്ടികളെയും ടീച്ചറമ്മ തന്നെ സ്പോൺസർ ചെയ്തു പഠിപ്പിക്കുന്നുണ്ട്. അങ്ങനെയുള്ള ഒരാളെയാണ്....

ദയവായി എന്നെ വിട്ടേക്കൂ... എനിക്ക് പി.ജി.ക്കു തയാറെടുക്കണം. അതുംകഴിഞ്ഞേ വിവാഹത്തെക്കുറിച്ച് ചിന്തിക്കൂ... അതും ഉറപ്പില്ല.

അമ്മായിയോട് വളരെ ശ്രദ്ധയോടെയാണ് സംസാരിച്ചുതുടങ്ങിയത്. അഹിതങ്ങളായ വാക്കുകളോ പ്രവർത്തിയോ ഉണ്ടാകരുതെന്ന മുൻതീരുമാനത്തിൽ ഉറച്ചുനിന്നു. അമ്മായിക്കറിയാമല്ലോ. എല്ലാം നഷ്ടപ്പെട്ട ഒരു നിസ്വനാണ് സിദ്ധാർത്ഥ്. ഇപ്പോൾ ഇവിടെ, ആരൊക്കെയോ ഉണ്ടെന്നു തോന്നിത്തുടങ്ങി. ജീവിക്കണമെന്നും. നയന കുട്ടിയല്ലേ... പഠിക്കട്ടെ.

മകളെ കല്യാണം കഴിപ്പിക്കലല്ല; അവളെ പഠിപ്പിക്കാനാണ് ശ്രമിക്കേണ്ടത്. ആദ്യം സ്വന്തം കാലിൽ നില്ക്കാൻ പ്രാപ്തയാക്കണം. വിവാഹം എപ്പോ വേണേലും ആവാം. ഇനിയുള്ള കാലം ഒരു ജോലിയാണ് പ്രധാനം. ജീവിക്കാൻ മാത്രമല്ല, സമൂഹത്തിൽ അത്

ഒരു ഐഡന്റിറ്റിയാണ്. സ്വന്തമായി ഒരു മേൽവിലാസം... അതിന്റെ വിലയില്ല ഭാര്യാപദവിക്ക്.

എന്തുചെയ്യണമെന്ന് ഞങ്ങൾ തീരുമാനിക്കും. എന്തായാലും മനസ്സ് നിറഞ്ഞു. ഇത്രയും നന്ദികെട്ട ഒരുത്തനെയാണല്ലോ സ്നേഹിച്ചത് എന്നതിലേ സങ്കടമുള്ളൂ. സിദ്ധേട്ടന്റെ ഇഷ്ടംപോലെ ആരെ വേണേലും കല്യാണംകഴിച്ചോ. ഞാനിനി വരില്ല. സന്തോഷമായി.

അവൾ മുറ്റത്തേയ്ക്കിറങ്ങി നേരേ കാറിനടുത്തേയ്ക്ക് നടന്നു. പിന്നാലെ അമ്മാവനും നടക്കുന്നതിനിടയിൽ അമ്മായി തിരിഞ്ഞു നോക്കി.

നീ അനുഭവിക്കും... എന്റെ മോളെ കണ്ണീരു കുടിപ്പിച്ചതിന്... നോക്കിക്കോ. അവളെ നിന്നേക്കാൾ അന്തസ്സുള്ള ഒരു ഡോക്ടറെ കൊണ്ടുതന്നെ കല്യാണം കഴിപ്പിക്കും. അവർ കട്ടായം പറഞ്ഞു. ഇവിടെ വന്നാൽ നേരിൽക്കണ്ടു സംസാരിച്ചാൽ എല്ലാം ശരിയാവുമെന്ന് പാവം കരുതി.

അവർ പോയിക്കഴിഞ്ഞാണ് ചേച്ചിയമ്മയെവിടെ എന്ന് നോക്കിയത്.

പ്രത്യേകിച്ച് ഒന്നും സംഭവിച്ചില്ലെന്നമട്ടിൽ ദോശ ചുടുന്ന ലൗലിയെ അല്പനേരം നോക്കി നിന്നു. മനസ്സ് സംഘർഷഭരിതമായി. ഒരു കുറ്റവാളിയെപ്പോലെ പതുക്കെപ്പതുക്കെ അടുത്തുചെന്ന് വെറുതേ പാത്രം തുറന്നുനോക്കി. ചേച്ചിയമ്മയുടെ മുഖഭാവം എങ്ങനെയായിരിക്കുമെന്ന ഉൾക്കിടിലത്തോടെയാണ് നോക്കിയത്.

വേഗം കുളിച്ചിട്ടു വാ... ദോശ തണുക്കും.

മടിച്ചു നിന്ന സിദ്ധാർത്ഥിനോടായി സ്നേഹത്തോടെ പറഞ്ഞു.

മനുഷ്യനെപ്പോലെ സ്വാർത്ഥതയുള്ള ഒരു ജീവിയും ഈ ഭൂമുഖത്തു കാണില്ല സിദ്ധൂ...

ചേച്ചിയമ്മേ...

നിന്നു ചിണുങ്ങാതെ പോയി കുളിച്ചിട്ടു വാ. സർക്കാർ ശമ്പളം തരുന്നത് ജോലി ചെയ്യാനാണ്. അല്ലാതെ... പറയാൻ വന്നത് മറന്ന അവസ്ഥയിൽ സിദ്ധാർത്ഥ് തിരിഞ്ഞുനടന്നു.

എത്രപെട്ടെന്ന് ചേച്ചിയമ്മ സംയമനം പാലിച്ചു. അനുഭവങ്ങളുടെ തീക്കടൽ താണ്ടി വന്നതല്ലേ. ഇതും ഇതിലപ്പുറവും സഹിക്കാൻ കഴിയും. തണുത്തവെള്ളം ശരീരത്തിലൂടെ ഒഴുകിയിറങ്ങി. അരിച്ചു കയറുന്ന തണുപ്പിൽ താടിയെല്ലുകൾ കൂട്ടിമുട്ടിത്തുടങ്ങിയതും ധൃതിയിൽ സോപ്പ്തേച്ച് കുളിയുടെ ദൈർഘ്യം കുറച്ചു. തൊട്ടുമുമ്പത്തെ സംഭവങ്ങൾ എന്നോ നടന്നതായി അനുഭവപ്പെട്ടു. മനസ്സ് ഭാരമി

ല്ലാത്തതായി തോന്നിയതും വേഗം പ്രഭാതഭക്ഷണം കഴിക്കാനായി അടുക്കളയിലെത്തി.

ങ്ങേ... ഇത്രവേഗം കുളികഴിഞ്ഞോ...

മനസ്സിന്റെ നീറ്റലൊളിക്കാനിട കിട്ടിയില്ല. അതിനുമുന്നേ സിദ്ധു കുളികഴിഞ്ഞെത്തുമെന്ന് കരുതിയില്ല. അവന്റെ മുഖത്തേറ്റ പ്രഹരം അതത്ര നിസ്സാരമല്ല. ലൗലിയെന്ന സ്ത്രീ, അവരുടെ ഹൃദയവികാരങ്ങൾ അതൊന്നും സമ്പന്നതയുടെ മത്തുപിടിച്ച അമ്മയ്ക്കും മകൾക്കും അറിയില്ല.

ഭയങ്കര തണുപ്പ്. ചേച്ചീ കുറച്ചുകഴിഞ്ഞിട്ട് കുളിച്ചാൽമതി. നട്ടെല്ലിൽക്കൂടി ഏതാണ്ട് ഇഴഞ്ഞിറങ്ങിയപോലെ. എന്തായാലും ഒരു ഗീസർ വാങ്ങണണം. അല്ലെങ്കിൽ ഞാനിവിടെ തണുത്ത് ചത്തുപോകും.

അതുശരിയാണ്. ഈ പോക്കുപോയാൽ പലതും സംഭവിക്കും.

അതെന്താ അങ്ങനെ ഒരു പ്രവചനം? പേടിപ്പിക്കല്ലേ. ഞാനൊരു കാര്യം ചോദിച്ചാൽ നീ സത്യം പറയുമോ?

കള്ളം പറഞ്ഞിട്ടില്ലാന്നു പറയുന്നില്ല. എന്നാൽ ചേച്ചിയമ്മയോട് ഇതുവരെ കള്ളം പറഞ്ഞിട്ടില്ല. നാളെ പറഞ്ഞുകൂടെന്നില്ല. ഇന്ന് എന്തായാലും കള്ളം പറയില്ല. ഉറപ്പ്.

നയനയെ വേണ്ടെന്നുവയ്ക്കാൻ കാരണം?

പെട്ടെന്ന് ഓർത്തതുപോലെ സിദ്ധാർത്ഥ് പറഞ്ഞു...

ഇന്ന് രാവിലെ ചേച്ചി വിളിക്കുമ്പോൾ ഞാനൊരു സ്വപ്നം കണ്ടതിന്റെ ഷോക്കിലായിരുന്നു.

എന്ത് സ്വപ്നം? അല്ലെങ്കിലും ഒരു സ്വപ്നം കണ്ടതിന് ഷോക്കെന്തിന്? സ്വപ്നമല്ലേ?

എന്തുകൊണ്ട് അങ്ങനെയൊരു സ്വപ്നം കണ്ടു എന്ന് കുറേ ആലോചിച്ചു.

സ്വപ്നം എന്തായിരുന്നു. അതുപറ.

കുന്നും പാറക്കെട്ടും അരുവിയും അപ്പുറത്തുനിന്ന് എന്തോ വിളിച്ചു പറഞ്ഞു കൈവീശുന്ന അച്ഛനും; പിന്നെ ആ വീഴ്ച. അതിന്റെ നടുക്കംമാത്രമല്ല. വേദനപോലും എനിക്കറിയാൻ കഴിഞ്ഞു. തല പാറയിൽ ഇടിച്ചനിമിഷം... ഹോ ഓർക്കാൻ കൂടി വയ്യ.

ഏറ്റവും അത്ഭുതംതോന്നിയത് വീണുകഴിഞ്ഞ് നോക്കുമ്പോ അച്ഛനെക്കണ്ടില്ല. അപ്പോഴേക്കും അരുവി വല്ലാതെ വളർന്നു പാറക്കെട്ടുകൾ എന്നെ മൂടിക്കൊണ്ടിരിക്കെയാണ് ഞെട്ടി ഉണർന്നത്. എന്തോ ആപത്ത് വരാൻ പോകുന്നതാണോയെന്ന് ആലോചി

ക്കുന്നതിനിടയിലാണ് ചേച്ചിയുടെ വിളി. സത്യം പറഞ്ഞാൽ മുന്നിൽ നയനയെ കണ്ടപ്പോൾ ഞാൻ വല്ലാതെ ഞെട്ടി. സ്വപ്നമാണോന്ന് സംശയിച്ചു. അവർ തിരിച്ചുപോയെന്നല്ലേ പറഞ്ഞത്. സ്വപ്നത്തിനും യാഥാർത്ഥ്യത്തിനുമിടയിലായിരുന്നു ഞാൻ. അതുകൊണ്ടാണ് ആദ്യ മൊന്നും സംസാരിക്കാതെ നിന്നത്.

നയനയോട് എനിക്ക് വെറുപ്പൊന്നുമില്ല. എന്നാലും കഴിയില്ല ചേച്ചീ... അച്ഛന്റെ വാടിയമുഖം. അതെനിക്കു മറക്കാൻകഴിയുന്നി ല്ല. ഒരുപക്ഷേ, അമ്മാവൻ അന്ന് അച്ഛനെ സഹായിച്ചിരുന്നെങ്കിൽ.

സ്വപ്നം ചിലപ്പോൾ സൂചനകളോ മുന്നറിയിപ്പോ ആകുമെന്ന് കേട്ടിട്ടുണ്ട്. അങ്ങനെയെങ്കിൽ... അച്ഛനും അമ്മയും മരിക്കുന്നതിന്റെ തലേനാളിലും ഇതുപോലൊരു സ്വപ്നം കണ്ടിരുന്നു. കാഴ്ചയി ല്ലാത്ത ഭർത്താവിന്റെ കയ്യും പിടിച്ചു നടക്കുന്ന സ്ത്രീയുടെ ഒക്ക ത്തിരിക്കുന്ന ആൺകുട്ടി, നടക്കുന്നതിനിടയിൽ സ്ത്രീയുടെ ബാലൻസ് തെറ്റി വീഴാനാഞ്ഞതും ഒരു കറുത്ത കാർ അതിവേഗം അവർക്കു മേലേകൂടി പാഞ്ഞുപോയി.

ലൗലിയുടെ നോട്ടം സിദ്ധാർത്ഥിന്റെ കണ്ണുകളിൽ തങ്ങിയത് അവിടെ നനവുകണ്ടിട്ടാണ്. മനസ്സിൽ നോവു പടരുന്നതിനെ തട ഞ്ഞുകൊണ്ട് ലൗലി ചിരിച്ചു.

മോനേ, നീയൊരു ഡോക്ടറല്ലേ...

ഒരു സ്വപ്നത്തിന് ഇത്ര പ്രാധാന്യം കൊടുക്കണോ? ഒരു പെൺകുട്ടിയുടെ മനസ്സിൽ ഇഷ്ടം ഉണ്ടാകുന്നത് തെറ്റല്ല. ചെറുപ്പം തൊട്ട് കാണുന്നതല്ലേ.

അച്ഛനും അമ്മയും മകളുടെ ഇഷ്ടത്തിനു മുൻഗണന നൽകിയ തിനു പല കാരണങ്ങളുണ്ടാവും. ആരെയും കുറ്റപ്പെടുത്താൻ കഴി യില്ല. നമ്മളെപ്പോലെ തീയിൽ നടന്നു ശീലമില്ലല്ലോ. നമുക്ക് നിസ്സാ രമെന്ന് തോന്നുന്നത് നമ്മൾ കടന്നുവന്ന വഴികൾ പകർന്ന അനു ഭവങ്ങൾ കൊണ്ടാണ്.

സിദ്ധാർത്ഥിന്റെ കണ്ണുകൾ സജലങ്ങളായി. ഓർമ്മകളും സ്വപ്ന ങ്ങളും സിദ്ധാർത്ഥിനെ വേട്ടയാടുന്നതായി ലൗലിക്കു തോന്നി. പാവം എന്തെന്തു ദുരന്തങ്ങളാണ്... ഈ പ്രായത്തിനുള്ളിൽ.

25

ഉച്ചയോടെ മഴ തുടങ്ങി. നിമിഷംതോറും ശക്തിയാർജ്ജിച്ച മഴ യിൽ കരിമ്പുപാടങ്ങൾ മുങ്ങിത്തുടങ്ങി. കരിമ്പുവെട്ടാൻ വൈകിയതിനു കാരണം രുക്കുവിന്റെ മകനെ പാമ്പുകടിച്ചതാണെ

ന്നുമാത്രം ബാലേട്ടൻ പറഞ്ഞില്ല. കഴിഞ്ഞയാഴ്ചയാണ് ശർക്കര യുണ്ടാക്കിയത്. ചേച്ചിയമ്മ വരുന്നില്ലെന്നു പറഞ്ഞിരുന്നു.

ആനന്ദിനുവേണ്ടി ചില അപേക്ഷകൾ കൊടുക്കണം. അവന് അവകാശപ്പെട്ടതൊക്കെ സർക്കാരിൽ നിന്ന് ലഭിക്കാൻ വേണ്ടി അപേക്ഷകൾ തയാറാക്കുന്ന തിരക്കിലായിരുന്നു രണ്ടുമൂന്നു ദിവ സങ്ങളായി.

ഞാൻ പലതവണ കണ്ടിട്ടുണ്ട്. ശർക്കര ഉരുട്ടിയിട്ടുമുണ്ട്. ബാലേ ട്ടനുണ്ടല്ലോ. പോയിട്ടുവാ. ഞാനിതൊന്ന് ശരിയാക്കട്ടെ. ഇനിയും വൈകിയാൽ ചില തടസ്സങ്ങൾ...

അതു ശരിയാണ്. അവന്റെ ഭാവി സുരക്ഷിതമാക്കണം.

നേരത്തേ പഞ്ചായത്തിൽ അപേക്ഷ കൊടുത്തു. വലിയ പ്രതി കരണമൊന്നും ഉണ്ടായില്ല. പഞ്ചായത്തിന് അതിനും മാത്രം ഫണ്ടൊ ന്നുമില്ലെന്ന പ്രസിഡന്റിന്റെ മുട്ടാപ്പോക്ക് നയത്തിൽ ഒന്നും സംഭ വിക്കില്ല എന്നത് ഏതാണ്ട് തീരുമാനമായിരുന്നു.

ഒരു മാവോയിസ്റ്റിനെ സഹായിക്കണോ? ടീച്ചർക്ക് ഈ സമൂഹ ത്തോട്, അതായത് പൊതുസമൂഹത്തോട് യാതൊരു ഉത്തരവാദി ത്തവുമില്ലേ? വാർഡ് മെമ്പർക്ക് തീരെ താല്പര്യമില്ലായിരുന്നു.

ടീച്ചറെ, ഇവൻ നാളെ മാവോയിസ്റ്റാവും. നമുക്കുതന്നെ പണി യാവും. അറിഞ്ഞുകൊണ്ട് വളർത്തണോ? അച്ഛനമ്മമാരെ കണ്ടല്ലേ...

കേട്ടുമടുത്ത മറുപടികളിലെല്ലാം തെളിഞ്ഞത് ഒന്നുതന്നെയാ ണ്. നാളെഅവനും മാവോയിസ്റ്റാകും. സമൂഹം അതാണ് പ്രതീ ക്ഷിക്കുന്നത് എന്നാണോ മനസ്സിലാക്കേണ്ടത്. ലൗലിയുടെ ഉള്ളിൽ കോപം ജ്വലിച്ചു.

അവരെങ്ങനെ മാവായിസ്റ്റായി? ആരാണ് ഉത്തരവാദി? ഞാനും നിങ്ങളും അടങ്ങുന്ന ഇതേ പൊതുസമൂഹം തന്നെയല്ലേ...? ഏതെല്ലാം തലത്തിലുള്ള തീവ്രവാദം ഇന്ന് സാമൂഹ്യാന്തരീക്ഷം കലുഷിതമാക്കുന്നുണ്ട്? അവരുടെയൊക്കെ രക്ഷകർത്താക്കൾ തീവ്ര വാദികളായിരുന്നോ?

ലൗലിടീച്ചറിന് ദേഷ്യം വന്നുതുടങ്ങിയിരുന്നു. കുറച്ചുനാളായി പലരോടായി ആവശ്യപ്പെടുന്നു. അച്ഛനും അമ്മയും ഇല്ലാത്ത കുട്ടി യാണ്.

അതുകൊണ്ടാണ് മെമ്പറോട് തിരിച്ചു ചോദിച്ചത്.

അല്ല മെമ്പറേ, നിങ്ങൾ ചെയ്യുന്ന കള്ളത്തരങ്ങൾ കൈക്കൂലിയും കള്ളക്കടത്തുകാരെ സപ്പോർട്ടു ചെയ്യുന്നതുമൊക്കെ കണ്ടല്ലേ മക്കൾ വളരുന്നത്. അവരും നാളെ ഇതുതന്നെ ചെയ്യുമല്ലോ.

ഞാനൊരു ജനപ്രതിനിധിയാണ്. ജനങ്ങളോടാണ് എനിക്ക് കൂറ്. അവരുടെ ജീവിതത്തിന് ഹാനികരമാകുന്നതൊന്നും ഞാൻ ചെയ്യില്ല ടീച്ചറേ... അണ്ണാൻ എത്ര മൂത്താലും മരംകേറും; അതു മറക്കണ്ട. ഇവനൊക്കെ നാളെ നാടിന് ഭീഷണിയാവും. അല്ലെങ്കിലും ടീച്ചറെന്തിനാ ഇതിനൊക്കെ ഇറങ്ങുന്നത്? അന്തസ്സുള്ള ഒരു ജോലിയുണ്ട്. ജീവിക്കാൻ സർക്കാർ ശമ്പളവും തരും. പിന്നെന്തിനാ ഈ മാതിരി പൊല്ലാപ്പുകളിൽ ചെന്നു ചാടുന്നത്.

പിടിക്കപ്പെട്ടവന്റെ പൊറുതികേടിൽ മെമ്പർ തിരിച്ചടച്ചു

അതുശരിയാണ് മെമ്പറേ, ഞാനെന്തിനാണ് ഇവർക്കൊക്കെ വേണ്ടി സമയം കളയുന്നത്? മെമ്പറെപ്പോലെ സഹജീവിസ്നേഹമുള്ള സാമൂഹ്യപ്രതിപത്തിയുള്ള മെമ്പർമാരും അധികാരികളും ഉണ്ടെങ്കിൽ ആനന്ദ്മാരുടെ ജീവിതം ഭദ്രമാവും.

ഒന്നുമാത്രം ഓർമ്മിച്ചാൽ മതി.

മെമ്പർ എന്തുപറയണമെന്നറിയാതെ ടീച്ചറെ നോക്കി.

നമ്മൾ, പൊതുസമൂഹം, അവനെ കൊന്നില്ലെങ്കിൽ നാളെ അവനും വളരും, വോട്ടവകാശമുള്ള പൗരനാകും. നമ്മളെ വിചാരണ ചെയ്യാനും ഇടയുണ്ട്. കാരണം അവനും ഇന്ത്യൻ പൗരനാണ്. ഭരണഘടനാപരമായ അവകാശങ്ങൾ നിഷേധിക്കാൻ കഴിയില്ല.

ടീച്ചർ പറഞ്ഞുപേടിപ്പിക്കരുത്. അവരെ സപ്പോർട്ട് ചെയ്യുന്നത് ശരിയല്ല. പൊതുസമൂഹത്തിന് എതിരാണവർ. സായുധസമരം വച്ചു പൊറുപ്പിക്കാൻ പറ്റിയതല്ല. അതുമറക്കണ്ട നമ്മൾ ജനാധിപത്യ പ്രക്രിയയിൽ വിശ്വസിക്കുന്നവരാണ്.

ജനാധിപത്യം എന്നത് ജനങ്ങളുടെ മേലുള്ള ആധിപത്യമല്ല. അധികാരം പൈതൃക സ്വത്തുമല്ല. സ്വകാര്യതയുമല്ല. ജനാധിപത്യത്തിൽ അതുംകൂടി ഓർക്കുന്നത് നന്നായിരിക്കും. അധികാരം സ്ഥായിയല്ല.

ലൗലിടീച്ചർ മെമ്പറുടെ വീട്ടിൽ നിന്നിറങ്ങി നടക്കാൻ തുടങ്ങി. മുറ്റത്ത് കാത്തുനിന്ന ആനന്ദും ചീരുവിന്റെ കുഞ്ഞമ്മ കാളിയും പിന്നാലെ നടന്നു. എന്തോ പ്രച്നയിര്ക്ക് കാളി ആനന്ദിനോട് പറഞ്ഞു. നടപ്പിന്റെ വേഗത കൂടി... എന്തോ തീരുമാനിച്ചുറച്ചുള്ള പോക്കാണെന്ന് മാത്രമേ കാളിക്കു മനസ്സിലാക്കാൻ കഴിഞ്ഞുള്ളൂ.

റോഡിലെത്തിയ ലൗലി തിരിഞ്ഞുനോക്കി. ഒപ്പമെത്താൻ പാടുപെടുന്ന കാളിയുടെ കൈയിൽ പിടിച്ചുനടക്കുന്ന ആനന്ദ്.

അവരൊന്നും ഒന്നും ചെയ്യില്ല. വേറെ വഴിനോക്കാം. നിങ്ങൾ

വീട്ടിൽ പൊയ്ക്കോ. ഞാൻ ഒന്നുരണ്ടുപേരെക്കൂടി കാണട്ടെ. എന്തെങ്കിലും ചെയ്യാൻ പറ്റുമോന്ന് അറിയണം.

ആനന്ദിന്റെ മുഖം മ്ലാനമായിരുന്നു. ഈ ചെറിയ പ്രായത്തിലും കാര്യങ്ങൾ മനസ്സിലാക്കാനവനു കഴിയുന്നുണ്ട്. ടീച്ചറമ്മ തനിക്കു വേണ്ടിയാണ് ഇങ്ങനെ മഞ്ഞും മഴയും കൊണ്ട് അലയുന്നതെന്നും അവനറിയാം. കുഞ്ഞുമനസ്സിന് താങ്ങാനാവുന്നതിലധികം സങ്കടങ്ങളുണ്ട്.

ലൗലി റോഡിലൂടെ വേഗത്തിൽ നടന്നു. മഴയും മഞ്ഞും ഒളിച്ചുകളി തുടരുകയായിരുന്നു. വല്ലപ്പോഴും അതിഥിയെപ്പോലെ എത്തിനോക്കി കടന്നുപോകുന്ന സൂര്യനെ നേരേ ചൊവ്വേ കണ്ടിട്ട് എത്ര ദിവസമായി. മനസ്സ് ആശങ്കാകുലവും കലുഷിതവുമായിരിക്കുമ്പോൾ എങ്ങനെയാണ് പ്രകൃതിയെ സ്നേഹിക്കുക....?

അധികാരവികേന്ദ്രീകരണവും തദ്ദേശസ്വയംഭരണാവകാശവും ഒക്കെ ഇവിടെ നിസ്സഹായരാണ്. ഒരപേക്ഷ കൊടുത്താൽ അതിന്മേൽ നോട്ടെഴുതിക്കളിക്കുന്ന ഉദ്യോഗസ്ഥരുടെ അലംഭാവമാണ് ഇതിനു കാരണം. അവരോട് നേരിട്ടു ചോദിച്ചാലോ? ഉടൻ വരും മറുപടി.

മോളീന്ന് ഓർഡർ വേണം. ബ്ലോക്ക് പഞ്ചായത്ത് അറിയിക്കണം. അവിടന്നുള്ള പേപ്പറില്ലാതെ ഇവിടെ ഒന്നും ചെയ്യാമ്പറ്റത്തില്ലല്ലോ.

എന്നും ഗോത്രമനുഷ്യരെന്ന് മുദ്രകുത്തി അരികുവൽക്കരിച്ച് സഹതാപത്തിന്റെ കറുത്ത നിഴലിൽ നിർത്തുന്നത് എന്തിനാവും? എന്നും ഉയർത്തിക്കാട്ടാനൊരടയാളം? കണക്കില്ലാത്ത ആനുകൂല്യങ്ങൾ പങ്കുവയ്ക്കുന്നതിൽ സ്വന്തം വിഹിതം ഉറപ്പുവരുത്തുന്നിടത്താകെ നിസ്സഹായമായി നോക്കിനില്ക്കാനല്ലാതെ പ്രതികരിക്കാനറിയാത്തവരെ, ശ്രമിക്കാത്തവരെ ആർക്കും വേണ്ടാ.

അവനവന്റെ അവകാശങ്ങളെക്കുറിച്ച് അറിയാതെ കണ്ടവരുടെയൊക്കെ ആട്ടുംതുപ്പും സഹിച്ച് കാലാകാലങ്ങളായി മരിച്ചു മണ്ണടിഞ്ഞുപോയവർ.

പിന്നാക്ക സമുദായക്കാരുടെ, ദളിതരുടെ ഒക്കെ നിശ്ശബ്ദത മറനീക്കി പുറത്തിറങ്ങണം. അതിന് ഊറ്റംപകരാൻപോന്ന നേതൃബലം വേണം. ഭരണം എന്നാൽ അധികാരമാണെന്ന് ധരിച്ചു കഴിയുന്നവരോട് ഒന്നും പറഞ്ഞിട്ടു കാര്യമില്ലെന്നറിയാം.

പങ്കുവയ്ക്കലിലൂടെ ഉദാരവൽക്കരണസംവിധാനം പരിപോഷിപ്പിക്കുന്നവരാണ് സർക്കാർഓഫീസുകളിൽ നിറയെ. അറിവില്ലായ്മ

കുറ്റമല്ല. എന്നാലോ അതിനെ ചൂഷണം ചെയ്യുന്നത് എത്ര വലിയ തെറ്റാണ്. ലൗലിയുടെ മനസ്സ് വർഷങ്ങൾ പിന്നിട്ടു. പിന്നാക്കം പായുന്ന വണ്ടിയിൽ പരിഭ്രമിച്ചിരുന്ന ദിവസങ്ങൾ... എന്തു ചെയ്യണം? എവിടെ തുടങ്ങണം? ഒന്നിനും നിശ്ചയമില്ല. സ്കൂളിൽ പല കുട്ടികളും എത്താറില്ലെന്നതിന് പല കാരണങ്ങൾ ഉണ്ടായിരുന്നു. കാടുതാണ്ടി വരുന്നതിലെ പ്രയാസം, അമ്മയോടൊപ്പം കാട്ടിൽ പോകുന്ന പതിവ്. അക്ഷരങ്ങളോട് ആഭിമുഖ്യമില്ലായ്മ. നല്ല വസ്ത്രങ്ങൾ എല്ലാം തടസ്സങ്ങളായിരുന്നു.

'തലയെണ്ണൽ' എന്ന സർക്കാർ നടപടിയെ അദ്ധ്യാപകർ ഭയത്തോടെയാണ് നേരിട്ടത്. ആറാമത്തെ പ്രവർത്തിദിവസം ഹാജരാകുന്ന കുട്ടികളാണ് സ്കൂളിന്റെയും അദ്ധ്യാപകരുടെയും ഭാവി നിർണ്ണയിക്കുന്നത്. അതുകൊണ്ടുതന്നെ കുട്ടികളുടെ വീടു തപ്പിയിറങ്ങും. പ്രദേശവാസികളും അവിടവിടെ താമസിക്കുന്നവരും ഈ 'തപ്പൽ' ശ്രമത്തിനിറങ്ങും. ചില്ലറ കൈമടക്കുകൾവരെ നൽകേണ്ടിവരും. എന്നാലും നെഞ്ചിടിപ്പ് കൂടും. മഴ പെയ്താൽ കുട്ടികൾ വരില്ല. ഊരിൽ എന്തെങ്കിലും വിശേഷമുണ്ടായാൽ വരില്ല.

ഡിവിഷൻ നിലനിർത്താൻ കുട്ടികൾവേണം. ഗവൺമെന്റ് സ്കൂളുകൾ എങ്ങനെയും നിന്നുപറ്റും. പക്ഷേ എയ്ഡഡ് സ്കൂളുകളുടെ സ്ഥിതി വളരെ മോശമായിരുന്നു. അവർ വീടുകളിൽ കയറിയിറങ്ങി ഒരു ദിവസത്തേക്ക് കുട്ടികളെ ബുക്ക് ചെയ്തും സമ്മാനങ്ങളും കാശും നൽകിയും ഗവൺമെന്റ് സ്കൂളിലെ കുട്ടികളെ കടത്തിക്കൊണ്ടുപോകും. നിലനില്പിന്റെ പ്രശ്നമല്ലേ, പലരും കണ്ണടക്കുകയും പതിവായിരുന്നു.

അന്നൊക്കെ അദ്ധ്യാപകർ വല്ലപ്പോഴും വന്നുപോകുന്ന അതിഥികളായിരുന്നു. കാലാവസ്ഥ പിടിക്കാത്തവർ. കുട്ടികളെയും കൊണ്ട് വന്ന് താമസിക്കാൻ കഴിയാത്തവർ, പ്രായമായ അച്ഛനമ്മമാരെ നോക്കേണ്ട ഉത്തരവാദിത്തമുള്ളവർ, സംഘടനാ നേതാക്കളുടെ വീട്ടുപടിക്കൽ, രാഷ്ട്രീയ നേതാക്കളുടെ ഓഫീസ് വരാന്തകളിൽ, വിദ്യാഭ്യാസ ഓഫീസർമാരുടെ ഓഫീസുകൾ... അങ്ങനെ നടന്നു മടുത്ത് ഒടുവിൽ ലീവെടുത്ത് പോയവരും വേറെ ജോലി കണ്ടെത്തിയവരും നിരവധി.

തൊഴിലേതുമാവട്ടെ. അതു ചെയ്യാൻ കഴിയുന്ന മാനസികാന്തരീക്ഷം വേണം. ക്ലാസ്സിലെ കുട്ടികളെ കാണുമ്പോൾ വയസ്സായ അമ്മയെ ഏല്പിച്ചു പോന്ന സ്വന്തം മക്കളെ ഓർമ്മവരും. അതോടെ മനസ്സിടറും. വാക്കുകൾ പുറത്തിറങ്ങാൻ മടിച്ച് തൊണ്ടക്കുഴിയിൽ

ഒളിക്കും. കണ്ണുകൾ മാത്രം തടസ്സമില്ലാതെ ഒഴുകിയിറങ്ങും. സത്യത്തിൽ ലൗലിടീച്ചറോട് അസൂയയാണ് എന്നു പറഞ്ഞ സുമടീച്ചർ ഇന്നും മനസ്സിലുണ്ട്.

പോസ്റ്റിങ് ഓർഡർ കിട്ടിയപ്പോൾ ദുരിതങ്ങൾക്ക് അറുതിയായെന്ന തോന്നൽ. അപ്പോഴാണ് ട്യൂഷൻ പ്രശ്നമായത്. സ്ഥലത്തെയും യാത്രാബുദ്ധിമുട്ടുകളെയും അറിയാത്തവർ അവരുടെ നിർദ്ദേശങ്ങളുമായി വന്നു.

സ്കൂള് അഞ്ചുദിവസമല്ലേയുള്ളൂ. ശനിയും ഞായറും വരാമല്ലോ. അപ്പോ എല്ലാത്തിനും പരിഹാരമാവും.

അങ്ങനെ എത്താൻ കഴിയുന്ന ദൂരമല്ലെന്ന് എത്ര പറഞ്ഞിട്ടും പലർക്കും മനസ്സിലായില്ല.

എന്നാലൊന്നു ചെയ്യാം. വെക്കേഷൻ രണ്ടുമാസമില്ലേ?

ആ സമയത്ത് അഡ്വാൻസായി പഠിപ്പിച്ചാൽ മതി. ബാക്കി കുട്ടികൾ പഠിച്ചോളും.

എന്തായാലും അവിടെയെത്തിയിട്ടേ എന്തെങ്കിലും പറയാൻ കഴിയൂ. ഒരു പരിചയവുമില്ലാത്ത സ്ഥലമാണ്. പോരാത്തതിന് കാടും.

എന്നാൽപ്പിന്നെ പോകാതിരുന്നുകൂടേ?

നെഞ്ചിൽ കഠാര കയറിയ നോവായിരുന്നു ആ ചോദ്യത്തിന്. അവർക്കറിയില്ല ലൗലി അനുഭവിക്കുന്ന ക്ലേശങ്ങൾ... ഒരു കുടുംബമാണ്. നാല് വയറുകൾ.

ട്യൂഷൻ ഉപേക്ഷിക്കാൻ ഇഷ്ടമുണ്ടായിട്ടല്ല; കുടുംബത്തിന്റെ ഭദ്രതയോർത്താണ് പോകുന്നത്. പട്ടാളത്തിൽ പോകുന്ന പ്രതീതിയായിരുന്നു. ആരും കൂട്ടിനില്ലാതെ, കൃത്യമായി വഴിപോലും അറിയാതെ, നേരേ പോയത് ട്രാൻസ്പോർട്ട് ഓഫീസിലേക്കാണ്. അല്പം പ്രായവും പക്വതയുമുള്ള ഒരു കണ്ടക്ടറോട് ചോദിച്ചു.

സർ, അഞ്ചുനാട്ടിലേക്കു പോകണം. വഴി അറിയില്ല. അദ്ദേഹം സൂക്ഷിച്ചുനോക്കി. ആ നോട്ടത്തിൽ ചില സംശയങ്ങൾ നാമ്പിട്ടു.

എന്താ കാര്യം?

ജോലി കിട്ടി. അവിടെ പരിയക്കാരുമില്ല. കൂടെ വരാനും ആരുമില്ല. കൃത്യമായ വഴി ഒന്നു പറഞ്ഞു തന്നാൽ ഉപകാരം.

ഞാൻ അവിടെ പോയിട്ടില്ല. കിഷോർ അവിടെ ജോലി നോക്കിയിട്ടുണ്ട്. ചോദിക്കാം.

അകത്തേയ്ക്കുപോയ അദ്ദേഹം ചെറുപ്പക്കാരനായ ഒരാളെക്കൂട്ടിവന്നു. ഈ സാറ് മൂന്നാർ ഡിപ്പോയിലുണ്ടായിരുന്നു.

കിഷോർ എന്ന് പരിയപ്പെടുത്തിയ ആൾ വഴി പറഞ്ഞുതന്നു.

എന്നാൽ പൂർണ ബോദ്ധ്യം വന്നില്ലെന്നു തോന്നിയിട്ടാവണം അകത്തുപോയി ഒരു ചെറിയ പേപ്പറിൽ പോകേണ്ട സ്ഥലവഴികളും പേരുകളും ദൂരവും വരച്ച് തയാറാക്കി തന്നു.

നന്ദിപറഞ്ഞപ്പോൾ അദ്ദേഹം പറഞ്ഞു. കൊടുംതണുപ്പാണ് കോടമഞ്ഞും. നല്ല കമ്പിളിയും സ്വറ്ററും കരുതണം. മൂന്നാറിലെത്തുമ്പോൾ അവിടെയിറങ്ങി ഡിപ്പോയിലെ ക്യാഷ്കൗണ്ടറിൽ ചെന്ന് 'ഇസക്കിയപ്പൻ' എന്നയാളെ കാണണം. അയാൾ ഏതെങ്കിലും ജീപ്പ് തരമാക്കിത്തരും. ബസ് കുറവാണ്.

കിഷോർ പറഞ്ഞതുപ്രകാരം ബസ്സുകൾ മാറി മാറി മൂന്നാറിലെത്തി. വഴിയിലെ മനംമയക്കുന്ന കാഴ്ചകളെ അതിന്റേതായ ഭംഗിയിൽ ആസ്വദിക്കാൻ കഴിഞ്ഞില്ല. ഭയം കുത്തിമറിഞ്ഞു പരവശയായിരുന്നു. വളവുകളും കയറ്റിറക്കങ്ങളും വഴിയരികിലെ വെള്ളച്ചാട്ടങ്ങളും കണ്ടു. തല മരവിച്ചുതുടങ്ങിയതും ചെവിയ്ക്കുള്ളിൽ ഏതോ മൂളൽ. കാതുകൾ അടഞ്ഞുപോയെന്നു മനസ്സിലായി. ബസ്സ് കയറ്റം കയറുന്നതിന് അനുസരിച്ച് കാതുകളിൽ വേദന അനുഭവപ്പെട്ടു. കൈകൾകൊണ്ട് ചെവി പൊത്തിപ്പിടിച്ചു. ഇടയ്ക്ക് ഛർദ്ദിക്കാൻ തോന്നിയതോടെ ആകെ തളർന്നു. എന്റെ പാരവശ്യം കണ്ട് അടുത്തിരുന്ന ചേച്ചി ചോദിച്ചു. ആദ്യമായിട്ടാണോ?

ഉം. പറഞ്ഞെങ്കിലും ശബ്ദം പുറത്തുവന്നില്ല.

സാരമില്ല, കുടിനീരിറക്കിയാൽ ചെവി ശരിയാകും. പിന്നെ തുടരെതുടരെ കുടിനീരിറക്കി ചെവികൾ തുറക്കാനുള്ള തത്രപ്പാടിലായിരുന്നു.

എവിടെയാണ് പോകേണ്ടത്?

അഞ്ചുനാട്...

ഓഹ്... അപ്പോ ഇനിയും കുറേ ദൂരമുണ്ട് അല്ലേ... ദൈന്യത മുദ്രവച്ച മുഖത്തുനോക്കി അവർ പറഞ്ഞു. ഞാൻ മൂന്നാറിലാണ്. ഹോസ്പിറ്റലിൽ നേഴ്സ്.

വീട്?

അത്രയും പുറത്തുവന്നു.

ആലുവാ.

തലകുലുക്കിയതല്ലാതെ ഒന്നും പറഞ്ഞില്ല.

എന്താ പേര്? ഒറ്റയ്ക്കാണോ?

അതെ. വീട്ടിൽ കൂട്ടുവരാൻ ആരുമില്ല. അച്ഛനില്ല.

ഞാൻ നാലുവർഷമായി. മാസത്തിൽ ഒരിക്കൽ പോകും. അതുതന്നെ വലിയ കഷ്ടപ്പാടാണ്. എവിടെ താമസിക്കും? അവിടെ

ആരെങ്കിലും?

ആരുമില്ല. ഏതെങ്കിലും ടീച്ചറുടെ കൂടെ താമസിക്കാമെന്നാണ് ഹെഡ്മാസ്റ്റർ പറഞ്ഞത്.

ഞാൻ താര. താരാ മഹേഷ്.

അപ്പോഴാണ് പേരു പറഞ്ഞില്ലെന്നത് ഓർമ്മവന്നത്.

പേര് ലൗലി. വീട് കൊല്ലം ജില്ലയിലാണ്.

ഇവിടെ പരസ്പരസഹായമില്ലാതെ കഴിയില്ല. ഞങ്ങൾക്ക് ക്വാർട്ടേഴ്സ് ഉള്ളതുകൊണ്ട് പ്രശ്നമില്ല. എന്തായാലും ഈ നമ്പർ വച്ചോളൂ.... എന്തെങ്കിലും അത്യാവശ്യം വന്നാൽ വിളിക്കണം.

വണ്ടി മൂന്നാർ ഡിപ്പോയിലെത്തിയപ്പോഴാണ് സമാധാനമായത്. വിശപ്പ് അതിന്റെ പരകോടിയിലെത്തിനിന്നു വെല്ലുവിളിച്ചു. എവിടെ നിന്നെങ്കിലും എന്തെങ്കിലും കഴിച്ചേ ഇനി മുന്നോട്ട് പോകാനാവൂ....

ഇത് അപ്പവും മുട്ടക്കറിയുമാണ്. വിശക്കുമ്പോൾ കഴിക്കണം. മറക്കരുത്. കടയിലൊന്നും വൃത്തികാണില്ല. അമ്മയുടെ വാടിയ ശബ്ദം.

ഓ ഭാഗ്യം. ഇനി കഴിച്ചിട്ടേയുള്ളൂ എന്തും. ചുറ്റിനും നോക്കിയത് ഇരുന്നു കഴിക്കാനുള്ള ഇടമായിരുന്നു. ഡിപ്പോയിൽ നാലഞ്ചു ബസ്സുകൾ കണ്ടു. രണ്ടെണ്ണം കട്ടപ്പുറത്താണെന്നു മനസ്സിലായി. ഒന്നിൽ നാലഞ്ചുപേർ ഇരിക്കുന്നുണ്ട്. വന്ന ബസ്സ് ടൗണിലേയ്ക്കു പോയി. അത് ആ ചേച്ചിയാണ് പറഞ്ഞത്. അല്പം മാറിയാണ് ടൗൺ. അവിടന്ന് ജീപ്പുകിട്ടും.

ബാഗ് ബസ്സിന്റെ ഫുട്ബോർഡിൽ വച്ചു. അടുത്തെങ്ങും ആരുമില്ലെന്ന് മനസ്സിലായി. ബാഗിൽ നിന്ന് പൊതിയെടുത്ത് അപ്പവും മുട്ടയും കഴിച്ചു. ജീവിതത്തിൽ അത്രയും സ്വാദുള്ള ഭക്ഷണം അതിനുമുമ്പോ ശേഷമോ കഴിച്ചിട്ടില്ല. വിശപ്പിന്റെ സൃഷ്ടിയല്ലേ രുചി? കഴിച്ചു കഴിഞ്ഞ് കുപ്പിയിൽ ശേഷിച്ച വെള്ളവും കുടിച്ചു. അല്പം മാറി ഒരു ടാപ്പിൽ നിന്ന് ഫൗണ്ടൻ പോലെ വെള്ളം തെറിക്കുന്നതു കണ്ടതും അങ്ങോട്ടുപോയി. കൈകഴുകി. വെള്ളത്തിന്റെ തണുപ്പിൽ ശരീരം ജീവനിട്ടു. കൈത്തണ്ടയിലെ രോമങ്ങൾ എഴുന്നുനിന്നു. ആരും കാണാതെ അത് ബലമായി തടവിയൊതുക്കി.

ഡിപ്പോയ്ക്കുള്ളിൽ ആളൊഴിഞ്ഞ കസേരകൾ. അകത്തേയ്ക്ക് ഏന്തിവലിഞ്ഞു നോക്കിയതും കേട്ടു.

എന്താ... ഉടനെ ബസ്സില്ല..

സാർ, ഇസക്കിയപ്പൻ സാർ...

ഡേയ് ഇസക്കീ... ആരോ അന്വേഷിക്കുന്നു.

നിമിഷങ്ങൾക്കകം ഒരു ചെറുപ്പക്കാരൻ ഇറങ്ങി വന്നു. കറുത്തു തടിച്ച് ... ഷർട്ടിന്റെ ബട്ടണുകൾ ഇപ്പോൾ പൊട്ടുമെന്ന നിലയിൽ ... മുഖത്തിനു ചേരാത്ത വലിയ കണ്ണടയ്ക്കുള്ളിൽ തള്ളിവരുന്ന കൃഷ്ണമണികൾ...

യാര്...? നാൻതാൻ ഇസക്കിയപ്പൻ .... എന്ന വേണം? മൂക്കിലൂടെ കടന്നുവരുന്നതുപോലെ ചപ്പിയ ശബ്ദം. സാർ കൊല്ലം ഡിപ്പോ യിലെ കിഷോർ സാർ പറഞ്ഞു...

ഓ... അത് നീങ്കളാ. സാറ് കൊഞ്ചം മുന്നാടി കൂപ്പിട്ടിര്ന്ന്

വാങ്കോ ... ഉക്കാറ്...

സാരമില്ല. ഇനി അവിടേയ്ക്കു ബസ്സുണ്ടോ?

ഇല്ലമ്മാ. ആനാ ജീപ്പ് ഇര്ക്ക്. കൊഞ്ചം വെയ്റ്റ്...

ലൗലി അനുസരണയോടെ തലകുലുക്കി.

ഇസക്കിയപ്പൻ ഫോണിൽ സംസാരിക്കുന്നതുകേട്ടു.

ഓ.കെ. താങ്ക്സ് അണ്ണാ.

അമ്മാ ഒരു ജീപ്പ് ഇപ്പൊ വരും. കവലപ്പെടവേണ്ടാ...

അവര് അങ്കെ അനുപ്പിവക്കും. ഭയമേ വേണ്ട...

റോഡിൽ ജീപ്പിന്റെ ഹോൺ കേട്ടു...

ഉള്ളിൽ തീയാളിയ പ്രതീതി ആര്? എങ്ങോട്ട്? എങ്ങനെ? ഒന്നു മറിയില്ല. ബസ്സിൽ സമാധാനമുണ്ട്. ജീപ്പ് അങ്ങനെയാവില്ലെന്ന് മുൻധാരണ ഇടഞ്ഞു. താങ്ക്സ് സർ... അത്രയും പറഞ്ഞപ്പോ ഴേയ്ക്കും ഡ്രൈവറെന്നു സ്വയം പരിചയപ്പെടുത്തിയ ആൾ മുന്നി ലേയ്ക്കു വന്നുനിന്നു ചിരിച്ചുകൊണ്ട് ചോദിച്ചു... പോകാം...?

26

ജീപ്പിൽ നാലഞ്ചുപേരുണ്ടെന്ന് മനസ്സിലായി. ആദ്യം നോക്കി യത് സ്ത്രീകൾ ഉണ്ടോന്നാണ്. ആവൂ ആശ്വാസം. ഒരു സ്ത്രീയും അവരുടെ കയ്യിലൊരു കുഞ്ഞും. കുഞ്ഞ് ഉറക്കമാണെന്ന് ഒറ്റനോട്ട ത്തിൽ അറിയാം. ആൺകുഞ്ഞാവും... ഷർട്ടാണ് വേഷം. പക്ഷേ, കാതിൽ കമ്മലുണ്ടല്ലോ. ആകെ കൺഫ്യൂഷനായി. ആ കുഞ്ഞ് ആണോ പെണ്ണോ ആയിക്കോട്ടെ. ലൗലിക്ക് അതിലൊന്നുമില്ല. ഏക ലക്ഷ്യം അഞ്ചുനാടെന്ന മറയൂർ. അവിടെയാണ് ലൗലി ടീച്ചറുടെ ഇനിയുള്ള ജീവിതം വേരുപിടിക്കേണ്ടത്. താമസിക്കാൻ വൃത്തി യുള്ള ഒരു മുറി കിട്ടാൻ ആദ്യമായി മനസ്സിൽ തട്ടി പ്രാർത്ഥിച്ചു.

കൊപ്പര

യാത്ര അവസാനിക്കുന്നില്ലെന്ന ബോധം ലൗലിയിൽ സമ്മിശ്ര വികാരങ്ങൾക്ക് ഇടമായി മാറി. എന്തു ധൈര്യത്തിലാണ് ഈ വന ഭൂമികയിൽ പരിചയക്കാർ ആരുമില്ലാതെ ഒരു ജീപ്പിൽ... ഭയം ലൗലിയെ വരിഞ്ഞുമുറിക്കിത്തുടങ്ങി... അറിയാതെ പ്രാർത്ഥിച്ചുപോയി. രക്ഷിക്കണേ.

ജീപ്പ് ആർത്തുവിളിച്ച് വളവുകൾ പിന്നിട്ടുകൊണ്ടിരിക്കെ ലൗലി കണ്ടു. വൃത്തിയായി പരിപാലിച്ചിരിക്കുന്ന തേയിലത്തോട്ടങ്ങൾ - ഇടയ്ക്ക് പൂത്തുലഞ്ഞ ചില വൃക്ഷങ്ങൾ. വയലറ്റ് സിൽക്ക് സാരി വിടർത്തിയതുപോലെ മരംനിറയെ പൂങ്കുലകൾ കാറ്റിലിളകുന്ന കാഴ്ച. ചുവന്ന ഗുൽമോഹർപ്പൂക്കളാൽ കമ്പളം തീർത്ത വഴിയോരം. പച്ചതഴച്ച തേയിലക്കാട്. അതിനിടയിലൂടെ അരഞ്ഞാണം കെട്ടിയ പോലെ വഴികൾ തട്ടുകളായി ഉയർന്നുപോകുന്ന തേയില ച്ചെടികൾ നിറഞ്ഞ കുന്നിനെ കൺനിറയെ കണ്ടു. മൂന്നാറിലും തേയിലത്തോട്ടങ്ങൾ ധാരാളം കണ്ടു. എന്നാൽ ആ സമയത്ത് ആസ്വദിക്കാൻ പോന്ന മാനസികാവസ്ഥയായിരുന്നില്ല. ഇസക്കിയപ്പനെ കണ്ടതിനുശേഷമാണ് ശ്വാസം ക്രമമായത്. അതുവരെ പെരുക്കപ്പട്ടികയിലായിരുന്ന ഭയം അത്തരം അവസ്ഥകളെ കൊഴിപ്പിക്കുക തന്നെ ചെയ്യും.

കണ്ണെടുക്കാൻ മനസ്സനുവദിക്കാത്തത്ര മനോഹരമായിരുന്നു വഴിക്കാഴ്ചകൾ. കാട്ടുപൂക്കൾക്ക് എന്തുഭംഗിയെന്ന് മനസ്സുമന്ത്രിച്ചുകൊണ്ടിരിക്കെ കാറ്റിൽ നല്ല സുഗന്ധം. വശത്തേയ്ക്കു തലനീട്ടിനോക്കി. വനഭൂമിയാണ് വൻമരങ്ങൾ മത്സരിച്ചുവളരുന്നുണ്ട്. മരങ്ങളും മനുഷ്യരെപ്പോലെ മത്സരിക്കുന്നുണ്ടാവുമോ.

വളരുക... പിന്നെയും വളരുക. ചുറ്റുമുള്ളവരെ അതിശയിപ്പിച്ചുകൊണ്ട് വളരുക. അസൂയപ്പെട്ടു നോക്കിനില്ക്കുന്നവരുടെ കൺമുന്നിൽ ആകാശത്തോളം വളരുക... മറ്റുള്ളവയുടെ ആകാശങ്ങളെ മറച്ച്... അവയ്ക്കു കൂടി അവകാശപ്പെട്ട ഈർപ്പവും വളക്കൂറും വലിച്ചെടുത്ത് ദിനംപ്രതി വളർന്ന് വളർന്ന്...

ലൗലി അറിയാതെ ചിരിച്ചുപോയി...

എന്നിട്ടെന്തിനാ?

ഒന്നുകിൽ ഒരു കൊടുങ്കാറ്റ്...

അല്ലെങ്കിൽ സർവ്വസംഹാരതാണ്ഡവമാടിയിറങ്ങുന്ന ഒരു പേമാരി.

അതുമല്ലെങ്കിൽ അവസരം കാത്തിരിക്കുന്ന വാൾത്തിളക്കത്തിൽ...

ഒടുവിൽ മണ്ണോട് ചേർന്ന്... നിർജ്ജീവതയിലേക്ക്

എങ്കിലും വളരണം... അത് ഒഴിവാക്കാൻ വയ്യ... കൂട്ടത്തിൽ മറ്റുള്ളവയുടെ വളർച്ച തടയുകയും... അവിടെ ഉൽഭൂതമാകുന്ന ആത്മസുഖം...

കാറ്റ് വാസനത്തൈലം പൂശിക്കൊണ്ടിരിക്കെ ലൗലിയുടെ നോട്ടം താഴേയ്ക്കു പതിച്ചു. മരങ്ങൾക്കു ചുവട്ടിൽ വെള്ളത്തുണി വിരിച്ചിട്ടതുപോലെ പൂക്കൾ... കണ്ണുകളെ വിശ്വസിക്കാനാവാതെ വീണ്ടും നോക്കി. കാപ്പി പൂത്തു.

അതിന്റെ വാസനയാണ്.

ഓരോ കാടിനും ഓരോ സുഗന്ധമാണെന്നാണ് ലൗലി ആദ്യം കരുതിയത്. എന്നാൽ ഋതുക്കൾ മാറുന്നതിനനുസരിച്ച് കാടിന്റെ നിറവും മണവും ഒക്കെ മാറുമെന്നത് വായിച്ചതോർമ്മയുണ്ട്. എക്കാലത്തും പൂക്കുന്ന ചില മരങ്ങൾ. അതാണ് കാടിന്റെ പുണ്യം. ഇരുണ്ട കാടകങ്ങൾ നേരിൽ ക്ഷണിക്കുന്നതായി ലൗലിക്ക് അനുഭവപ്പെട്ടു.

ആവൂ മലയാളം സംസാരിക്കുന്നു. സമാധാനമായി. എങ്ക പോണം?

അതേ നാവിൽ നിന്ന് പൊഴിയുന്ന തമിഴ്...

മറയൂർ സ്കൂളിൽ

വേലയ്ക്കാ? അതോ സൊന്തക്കാരെ പാക്കവന്താ?

ജോലിക്ക്... സ്കൂളിൽ ടീച്ചർ ജോലിക്ക്.

കൊത്തിപ്പെറുക്കുന്ന മാതിരി ലൗലി പറഞ്ഞതുകേട്ട് ആ സ്ത്രീ തലചരിച്ച് പിന്നിലേക്കു നോക്കി ഉച്ചത്തിൽ പറഞ്ഞു.

മാമാ ... നമ്മ സ്കൂള് ടീച്ചർ.

എങ്കൂര്?

ആദ്യം വ്യക്തമായില്ല. ലൗലിയുടെ നോട്ടം അതു വെളിപ്പെടുത്തിക്കൊണ്ടിരിക്കെ ഡ്രൈവർ പറഞ്ഞു.

കൊല്ലം. തെരിയ്താ?

ഇല്ലപ്പാ... എപ്പടി തെരിയും.

പോനാൽ പളനിപക്കം. വന്താൽ ഇന്തപക്കം. അത്ക്ക് അപ്പൊറോം യെന്ത ഊരും തെരിയാത്.

ആമാ, എങ്ക തങ്കപ്പോറേ...

അത് നമ്മ പെരിയ വാദ്ധ്യാര് റെഡി പണ്ണുവാറ്...

അമ്മാ നീങ്ക ഇങ്ക തങ്കിവേലപാക്ക്താ അതോ മറ്റവങ്കളമാതിരി ലീവ് പോട്ട് തിരുമ്പിപ്പോവതാ...

കൊപ്പര

ചോദ്യങ്ങൾക്ക് യാതൊരു ദാരിദ്രവ്യവുമില്ലാതെ... ഒന്നിനു പിറകെ ഒന്നായി വന്നുകൊണ്ടിരുന്നു. ഇടയ്ക്ക് ആരെങ്കിലും കൈകാണിക്കും. ജീപ്പുനിർത്തും. പിന്നിലെവിടെയെങ്കിലും തൂങ്ങി നില്ക്കും. വളവുകളിൽ പ്രത്യേക ശബ്ദത്തോടെയാണ് ജീപ്പ് സഞ്ച രിച്ചത്. ഒരു പകലിന്റെ യാത്ര... ഇനിയെത്ര ദൂരം?

ടീച്ചറേ, ഇതാണ് ചന്ദനക്കാട്.

ജീപ്പ് ഡ്രൈവർ ലൗലിയെ ടീച്ചറായി അംഗീകരിച്ചുകഴിഞ്ഞു. ലൗലിക്കു ചിരിവന്നു. ജോയിൻ ചെയ്യുംമുമ്പേ ടീച്ചറേന്ന് വിളിക്കു ക. കേൾക്കാൻ സന്തോഷമുണ്ട്.

ചന്ദനത്തിന്റെ സുഗന്ധം ഉള്ളിലേയ്ക്കു വലിച്ചെടുക്കാൻ പരമാ വധി ശ്രമിച്ചു നടന്നില്ലെന്നു മാത്രമല്ല, പാലപ്പൂമണം ജീപ്പിൽ തങ്ങു ന്നുണ്ടെന്ന് തോന്നി. അത്രയ്ക്ക് സുഖകരമായ വാസനയായിരു ന്നു. ലൗലിയുടെ ജീവിതത്തിൽ ആദ്യമായാണ് തേയില തോട്ടവും കാപ്പിപ്പൂമണവും അനുഭവിക്കുന്നത്. തീരദേശത്ത് കാപ്പികൃഷിയും തേയിലത്തോട്ടവും പതിവില്ല. കണ്ണൻദേവൻ തേയിലയുടെ പര സ്യത്തിലൂടെയാണ് തേയിലച്ചെടികളെ കാണുന്നത്. ദാ... ഇവിടെ, തൊടാൻ പാകത്തിൽ, റോഡരികിൽ... നോക്കെത്താദൂരം പരന്നു കിടക്കുന്ന തേയിലച്ചെടികൾ... കാപ്പിത്തോട്ടങ്ങൾ... ദാ തൊട്ടുമു ന്നിൽ... അല്ലല്ല ഇരുവശത്തുമായി ചന്ദനമരങ്ങൾ... നൂറുകണക്കിന് ... ഏയ് ആയിരക്കണക്കിന് ചന്ദനമരങ്ങൾ

ചന്ദനമരങ്ങൾക്കൊപ്പം മറ്റൊരു ചിന്ത സമാധാനം പകരാൻ തുട ങ്ങി. മറയൂർ ചന്ദനക്കാടെന്നല്ലേ പറഞ്ഞത്. അങ്ങനെയെങ്കിൽ യാത്ര അവസാനിക്കാറായിക്കാണും. ഒരു ഫോറസ്റ്റ് ഡിപ്പാർട്ട്മെന്റ് ബോർഡുള്ള ജീപ്പ് എതിർദിശയിലേക്കുപോയി. ഈ വഴിയിൽ അധികം വാഹനങ്ങളൊന്നും കണ്ടില്ലെന്നത് ലൗലിയെ അത്ഭുത പ്പെടുത്തി. ഈ സ്ഥലം ഭൂപടത്തിനു പുറത്താണോ? മനുഷ്യരില്ല, വാഹനങ്ങളില്ല. റോഡു മാത്രം. വല്ലപ്പോഴും കടന്നുപോകുന്ന ഇരു ചക്രവാഹനങ്ങളും ചില സ്വകാര്യവാഹനങ്ങളുമല്ലാതെ പൊതു ഗതാഗതബന്ധിയായ വാഹനങ്ങളൊന്നു കണ്ടില്ല. അത്രമാതം ഒറ്റ പ്പെട്ട സ്ഥലമാണോ തന്റെ അഭയസ്ഥാനം?

ലൗലിയുടെ ആധിയെ കെടുത്തുംവിധം ചില കടകൾ കാണാൻ കഴിഞ്ഞു. അവിടവിടെ ചില വീടുകളും. ജീപ്പുനിർത്തിയത് വലി യൊരു ഗേറ്റിനുമുന്നിലാണ് അകത്തേയ്ക്കു നോക്കിയ ലൗലി സമാ ധാനിച്ചു.

ഇത്രയും വലിയ ഓഫീസുകളോ? അപ്പോഴാണ് ആ ബോർഡ്

കണ്ടത്.

മറയൂർ ഫോറസ്റ്റ് ഡിവിഷൻ. വേറെയും ബോർഡുകൾ. എല്ലാം വനംവകുപ്പുമായി ബന്ധപ്പെട്ടവയാണെന്നുമാത്രം. ജീപ്പിന്റെ ഡ്രൈവർ ഇറങ്ങി അടുത്തേയ്ക്കു വന്നു.

ഹെഡ്മാസ്റ്റർ താമസിക്കുന്നത് എവിടെയാണ്?

അയാൾ മുന്നിലേയ്ക്കു കൈചൂണ്ടി ആ വളവിൽ ഒരു ഹോട്ടലുണ്ട്. അതിന്റെ പിന്നിലാണ്. ബാഗിന് വെയ്റ്റാണെങ്കിൽ ഞാൻ കൊണ്ടുവിടാം. കേറിക്കോ ജീപ്പ് നിർത്തിയതിന്റെ എതിർവശത്ത് അകത്തായി രണ്ടുമൂന്നു കെട്ടിടങ്ങൾ കണ്ടു. റോഡുവക്കിൽ ചെറിയ കടകളാണ്.

പുതിയ ടീച്ചറ് .. സ്കൂളിലേയ്ക്ക്

അയാൾ ആരോടോ പറയുന്നത് കേട്ടു. മറയൂർ ശർക്കര, തേൻ, കാട്ടേലം എന്നിവ ലഭിക്കും. ആവർത്തിച്ചുകണ്ട ബോർഡുകളാണ്. വായിക്കാൻ തുടങ്ങുമ്പോഴ്ക്കും ജീപ്പു നിന്നു.

അതാണ് വീട്

ലൗലി നോക്കി. നീല പെയിന്റടിച്ച മുൻവശം വാർത്തതും ബാക്കി ഷീറ്റിട്ടതുമായ ഒരു വീട്.

ഡ്രൈവർ മുന്നിൽ നടന്നു. ബാഗ് എടുക്കാൻ പറഞ്ഞില്ല. എന്നിട്ടും അയാൾ ബാഗെടുത്തു നടന്നു.

'സൗപർണിക' മതിലിൽ എഴുതിയ പേരു വായിച്ചു ഡ്രൈവർ ഗേറ്റ് കടന്ന് അകത്തേയ്ക്കു നോക്കി വിളിച്ചു.

സാർ...

ആരാ?

അകത്തുനിന്ന് ലേശം ആസ്തമാസ്പർശമുള്ള ശബ്ദം.

പുതിയ ടീച്ചറ്.

ഏ... എത്തിയോ? കേറി വാടോ... ഷിബൂ, നിന്റെ വണ്ടിയിലാണോ ടീച്ചർ വന്നത്.

അതേ, ഇസക്കി വിളിച്ചു പറഞ്ഞു. ഡിപ്പോയിൽ പോയി കൂട്ടിവന്നു.

അഴിഞ്ഞു വീഴാറായ ലുങ്കി രണ്ടുകൈ കൊണ്ടും എത്തിപ്പിടിച്ച് ബലപ്പിച്ച് ഉടുത്തു. കഴുത്തിൽ മഫ്ളർ തലയിൽ മങ്കിക്യാപ്പ്. ഫുൾകൈ ബനിയൻ ആകെ കൂടി തണുപ്പിന്റെ ഇരയായി ഒരു മനുഷ്യൻ. ശ്വാസതടസ്സം സംഭാഷണത്തിന് വിലങ്ങായി നിന്നു. അകത്തേയ്ക്കുനോക്കി വിളിച്ചു.

'പ്രഭേ'... ഇങ്ങോട്ടു വരൂ... ടീച്ചർ വന്നിട്ടുണ്ട്.

കൊപ്പര

ഇരിക്ക് ടീച്ചറേ... ഇവിടെ ഒരു ഫോർമാലിറ്റിയും വേണ്ട... എനിക്ക് ഒറ്റ ഫോർമാലിറ്റി മാത്രം. ഈ വലിവ്. ഇനിയിപ്പം നാലഞ്ചുദിവസം കുശാലായി. 'വാവ്ല്ലേ' ലേശം കടുക്കും. എങ്ങനെയെങ്കിലും രണ്ടു കൊല്ലം കൂടി പിടിച്ചു നിന്നാല് പെൻഷൻ വാങ്ങി നാട്ടിൽ പോകാം.

ലൗലി നോക്കി... അത്യാവശ്യം വൃത്തിയുള്ള വീട്. ആഡംഭരങ്ങൾ തീരെയില്ല. നാലഞ്ചു കസേരകൾ ഒരു ടീപ്പോയ്. മേശപ്പുറത്ത് ഒരു ടി.വി.

യാത്ര സുഖമായിരുന്നോ ടീച്ചറേ...? തനിച്ചാണോ വന്നത്?

ഉത്തരം പറയുംമുമ്പേ അടുത്ത ചോദ്യം വന്നു. അതെന്താ വീട്ടില് ആരുമില്ലേ? അതോ...?

പ്രഭേ ആദ്യം കുടിക്കാനെന്തെങ്കിലും കൊട്.. പിന്നെയാവാം ചോദ്യം ചെയ്യലും വിചാരണയും

അയ്യോ... ഇപ്പോ കൊണ്ടുവരാം.

അവർ വന്ന വേഗത്തിൽ അടുക്കള ലക്ഷ്യം വച്ചു നടന്നു.

ടീച്ചർ ഇരിക്ക്. ടീച്ചർക്ക് താമസിക്കാൻ എൽസി ടീച്ചറിന്റെ വീട്ടില് ഒരു മുറി ഏർപ്പാടാക്കീട്ടുണ്ട്. ചായ കുടിച്ചിട്ട് നീ അവിടംവരെ കൊണ്ടുവിടണം. ഈ അവസ്ഥയില് പുറത്തിറങ്ങിയാൽ പിന്നെ വലിക്കാൻ കൂലിക്ക് ആളെ വക്കണം.

ഷിബു ഉറക്കെ ചിരിച്ചു.

ചിരപരിചിതമായ നർമ്മം; പെട്ടെന്ന് ആർക്കും പിടികിട്ടാറില്ല. കാരണം പറയുന്നത് അതീവ ഗൗരവത്തിലായിരിക്കും.

എങ്ങനെ വലിക്കാതിരിക്കും. ഇതല്ലേ സ്വഭാവം.

ലൗലി ചിരിക്കണോ കരയണോ എന്നറിയാതെ നിന്നു.

പേടിക്കണ്ട... ഈ വലി കൊഴപ്പക്കാരനല്ല. പക്ഷേ, നാളെക്കഴിഞ്ഞാൽ ഇതിന്റെ രീതി മാറും. പിന്നെ വടംവലിയാവും... അന്നേരം പിടിക്കാനുള്ളതാണ് ദാ ഈ പിടിവള്ളി.

ലൗലി അപ്പോഴാണ് അതു ശ്രദ്ധിച്ചത്. കസേരയുടെ അടുത്തായി തൂങ്ങിക്കിടക്കുന്ന ഒരു നൂൽക്കയർ...

എല്ലാം തമാശയാണ് സാറിന്. ഷിബു ഇടനിലക്കാരനായി നിന്നത് ലൗലിയുടെ പരിഭ്രമം മനസ്സിലാക്കിയിട്ടാണ്.

പിന്നയല്ലാതെ ഞാനീ വലിവും വച്ച് കരഞ്ഞോണ്ടിരുന്നാ ആരെങ്കിലും ഈ വഴി വരുമോ? എന്തിന് നീ വരുമോ? ഇല്ലാ ... ഇതിപ്പോ വലിവ് ആണെങ്കിലും നിങ്ങൾ വരുന്നത് ചിരിക്കാൻ അവസരം കിട്ടുന്നതുകൊണ്ടല്ലേ.

ഒരു ചുമ പെട്ടെന്ന് ശബ്ദമടക്കിപ്പിടിച്ചു.

അതേടോ... സങ്കടം കാണാൻ ആർക്കും ഇഷ്ടമല്ല. അതാ എത്ര കഷ്ടപ്പെട്ടാലും ഞാനീ തറ തമാശകളൊക്കെ പറയുന്നത്. ചിരിച്ചു കൊണ്ട് നേരിടുക അതാണെന്റെ നയം.

ചായ കുടിക്കാം. ടീച്ചർ എന്തെങ്കിലും കഴിച്ചോ?

കഴിച്ചു.

പെട്ടെന്ന് മറുപടി പറഞ്ഞു.

ന്റെ ടീച്ചറേ, ഇവിടെ ഫോർമാലിറ്റിവേണ്ടാന്ന് പറഞ്ഞത് ടീച്ചറിനേംകൂടി ഉദ്ദേശിച്ചാണ്. നമുക്കറിഞ്ഞുകൂടേ ഈ യാത്രയുടെ സുഖം, അതും ആദ്യയാത്ര.

പ്രഭേ, കഴിക്കാനെന്തെങ്കിലും ഉണ്ടാക്കിക്കൊട്. എൽസിയെ അറിയാമല്ലോ. ടീച്ചർ വൈകിട്ട് എത്തുമെന്ന് ഞാൻ വിളിച്ചു പറഞ്ഞു. അതുകൊണ്ട് അത്താഴം കഴിച്ചുകാണും. അറുപിശുക്കിയെന്നു പറഞ്ഞാൽ അതാണ് എൽസി. ടീച്ചർക്ക് തല്ക്കാലം എന്തെങ്കിലും വേണ്ടുന്നത് ഇവിടന്ന് കൊണ്ടുപോകണം. അവിടെ ആ ഒരു മുറിയല്ലാതെ ഒരു ഈർക്കില് പോലും തരില്ല. അതങ്ങനാ...

ലൗലി ആലോചിച്ചു. ഇന്നോളം സ്വന്തം വീട് വിട്ട് നിന്നിട്ടില്ല. അച്ഛൻ ഉണ്ടായിരുന്നപ്പോൾ പണിയിച്ച കട്ടിലുകൾ ആവശ്യത്തിനുണ്ടായിരുന്നു. എന്നും ലിപിയും ഞാനും ഒരു കട്ടിലിലാണ്. അമ്മയുടെ കൂടെ ലിബിയുണ്ടാവും. അവന്റെ കട്ടിൽ എന്നും ഒഴിഞ്ഞു കിടന്നു. ഇന്ന് ആദ്യമായി ഒരു പരിചയവുമില്ലാത്ത ഒരിടത്ത് ഒരു മുറിയിൽ തനിയെ...

ലൗലിക്കു സങ്കടം വന്നു. ചായ കുടിക്കുന്നതിനിടയിൽ പലയാവർത്തി കണ്ണു തുടക്കുന്നതു കണ്ട അദ്ദേഹം പറഞ്ഞു.

ഇന്ന് എന്തായാലും ഇവിടെ താമസിക്കാം. നാളെ രാവിലെ അങ്ങോട്ടുപോകാം. എന്താ പ്രഭേ...?

ഞാനതു പറയാൻ തുടങ്ങേര്ന്ന്. വീടുവിട്ടുവന്നതല്ലേ. അതിന്റെ വെഷമം കാണും. അതിന്റെ കൂടെ അവിടെ ചെന്ന് തനിയെ.... വേണ്ട... ഇന്നിവിടെ നിന്ന് നാളെ പോകാം.

ഷിബു നാളെ രാവിലെ ഇങ്ങോട്ടുവാ...

നമ്മക്ക് ടീച്ചറിനെ അവിടെ കൊണ്ടാക്കാം. അതല്ലേ നല്ലത്.

അതാ നല്ലത്. ഒരു പരിചയോമില്ലാത്ത ഒരിടത്ത് അതും ഒറ്റയ്ക്ക്... അതുവേണ്ട ടീച്ചറെ.

എന്നാ ഞാനിറങ്ങുന്നു. നാളെ വരാം.

എന്തോ ഒരു സമാധാനം അനുഭവപ്പെട്ടു. വളരെയേറെ അടുത്ത ബന്ധുക്കളെപ്പോലെയാണ് സാറും ആന്റിയും പെരുമാറിയത്.

കൊപ്പര

ടീച്ചറെ ഒന്നുകുളിച്ച് ഫ്രഷായാൽ ഈ വിഷമോക്കെ മാറും. ദാ അതാണ് കുളിമുറി. വഴുക്കാതെ ശ്രദ്ധിക്കണം. അതിനുള്ളിലെ ചെമ്പിൽ ചൂടുവെള്ളമുണ്ട്. തണുത്ത വെള്ളത്തിൽ കുളിക്കണ്ടാ. ഈ തണുപ്പ് മഹാമോശമാണ്.

അതുമിതും പറഞ്ഞ് ആ കൊച്ചിനെ പേടിപ്പിക്കല്ലെ. ആകെക്കൂടി രണ്ടുമൂന്ന് പേരേയുള്ളൂ. എങ്ങനേങ്കിലും പിടിച്ചു നിർത്താൻ നോക്കുമ്പോഴാണ് ഈ ഗീതോപദേശം. വല്ലതും ചൂടോടെ ഉണ്ടാക്കാൻ നോക്ക്... ച്ചിരി എരിവും പുളിയും...

ലൗലി അവർ കാണിച്ചുകൊടുത്ത മുറിയിൽ ബാഗ് വച്ച്, അതിൽ നിന്ന് കുളിക്കാൻ തോർത്തും സോപ്പും എടുത്തു. പിന്നെ, മാറിയിടാനുള്ള ഡ്രസ്സുമെടുത്ത് നേരേ കുളിമുറിയിൽക്കടന്നു.

ലൈറ്റിന്റെ സ്വിച്ച് വെളിയിലാണ്....

പിന്നിൽ ആന്റിയുടെ ശബ്ദം കേട്ടു.

കുളിമുറിയിൽ പ്രത്യേകം ചെമ്പുണ്ട്. വെള്ളത്തിന് നല്ല ചൂടും. ഇതെങ്ങനെ ചൂടാവുന്നു. ഏയ് ഇതിനകത്ത് അടുപ്പുണ്ടാകുമോ?

എന്തായാലും കുളിക്കാം. അതുകഴിഞ്ഞ് അന്വേഷണം. ചൂടുവെള്ളം കോരിയൊഴിച്ചു നന്നായി കുളിച്ചു. ചെമ്പിലെ വെള്ളം താഴ്ന്നുകൊണ്ടിരുന്നു. അപ്പോഴാണ് അതിനുമുകളിലെ ടാപ്പ് ശ്രദ്ധയിൽപ്പെട്ടത്.

കുളി കഴിഞ്ഞ് ചെമ്പിൽ വെള്ളം നിറച്ചു.

ഡ്രസ്സു മാറി പുറത്തിറങ്ങി.

അതൊരു നീണ്ട വരാന്തയാണ്.

അലക്കിയ തുണികൾ അവിടെ തോരാനിട്ടിരിക്കുന്നു.

കുളിമുറിയുടെ അറ്റത്തായി തീ കത്തുന്ന വലിയ അടുപ്പിൽ നിറയെ വിറകുണ്ട്.

വെറുതേ തലപുകച്ചു. ഇത്രേയുള്ളൂ. മുടി ചിക്കിതോർത്തി അറ്റം കെട്ടി അലക്കാനുള്ള ഡ്രസ്സ് പുറത്ത് അയയിലിട്ട് നേരേ മുറിയിലെത്തി. ലൈറ്റിട്ടു. ചുവരിലെ കണ്ണാടിയിൽ നോക്കി... നോക്കി നില്ക്കെ കണ്ണുകൾ നിറഞ്ഞൊഴുകി...

ലൗലീ... ഇന്നുമുതൽ നീ തനിച്ചാണ്. നിനക്കു കാവൽ നീ മാത്രം.

ആരോ പറഞ്ഞതുപോലെയാണ് ആദ്യം തോന്നിയത്. അല്ല, സ്വന്തം മനസ്സിന്റെ ഓർമ്മപ്പെടുത്തലാണ്...

ടീച്ചറേ വരൂ... ചൂടുചപ്പാത്തി കഴിക്കാം.

ലൗലി കണ്ണുതുടച്ചു...

പ്രസന്നതയണിഞ്ഞു ഭക്ഷണമുറിയിലേയ്ക്കു നടന്നു.

27

സിദ്ധൂ, എങ്ങനയുണ്ട് മറയൂർ ശർക്കര?

രുചി നോക്കിയോ?

സംഗതി ജോർ. രുചി നോക്കിയില്ല. എന്തു കഷ്ടപ്പെട്ടാണ് ശർക്കരയുണ്ടാക്കുന്നത്. കൈപൊള്ളിപ്പോകും. തൊട്ടതേയുള്ളൂ. എന്തൊരു ചൂടാണ്. രുക്കു ഒരറ്റം മുതൽ ഉരുട്ടാൻ തുടങ്ങി. അതിനടുത്തുതന്നെ കുഞ്ഞും. കുഞ്ഞിനെ അവിടെയിരുത്തുന്നത് ഭയങ്കര അപകടമല്ലേ. തീയും ചൂടും പോരാത്തതിന് ആ വലിയ പാത്രത്തിൽ തിളച്ചു മറിയുന്ന ശർക്കര നീര്... എന്തോ ഒരു പേരുപറഞ്ഞു. ആ വലിയ പാത്രത്തിന്. നാട്ടീല് അച്ഛമ്മേടെ വീട്ടിലുണ്ടായിരുന്നു... അണ്ടാവ്. കുട്ടികളെ അതിനുള്ളിലിരുത്തി കുളത്തിൽ ഇറക്കും... വള്ളംപോലെ...

അതൊക്കെ ഇപ്പോ ഓർക്കുമ്പോ വല്ലാതെ മിസ്സ് ആവുന്നു. കുട്ടിയായിരുന്നാൽ മതിയായിരുന്നുന്ന് തോന്നാറുണ്ട്. അങ്ങനെയായിരുന്നെങ്കിൽ അച്ഛനും അമ്മയും... നഷ്ടപ്പെടുമ്പോഴാണ് അതെത്ര പ്രിയപ്പെട്ടതായിരുന്നു എന്നറിയുന്നത്. അല്ലേ ചേച്ചീ?

അതെ, വിലയറിയണമെങ്കിൽ നഷ്ടപ്പെടണം. ആ പാത്രമാണ് 'കൊപ്പര' അതിന്റെ ഒരു കൈപ്പിടിയിൽ കയർ കെട്ടി മുകളിലെ കഴുക്കോലിലൂടെയിട്ട് വലിച്ചാണ് പൊക്കുന്നത്. അപകടം പതിയിരിക്കുന്നു. ഓരോ അവസ്ഥയിലും. ജീവിതം വെല്ലുവിളിയാകുമ്പോൾ അപകടങ്ങൾ ഭയപ്പെടുത്താറില്ലെന്നതാണ് വാസ്തവം.

ഒരു സംശയം ചോദിക്കണമെന്ന് കുറച്ചുനാളായി വിചാരിക്കുന്നു. അത്, നമ്മുടെ കുമരനോട് സമൂഹത്തിന് ഇത്ര ശത്രുതവരാനെന്താ കാരണം?

കാരണങ്ങൾ നിരവധിയാണ്.

ഭൂമിക്കുവേണ്ടിയുള്ള നിരന്തരപോരാട്ടം വർഷങ്ങൾക്ക് മുമ്പ് എന്നു പറഞ്ഞാൽ പതിനഞ്ചു കൊല്ലം മുമ്പാണ് ആദിവാസികൾക്ക് പട്ടയം നൽകിയത് ഒന്നും രണ്ടുമല്ല. ഏതാണ്ട് മൂവായിരത്തോളം കുടുംബങ്ങൾക്ക് നാലേക്കർ വച്ച് പട്ടയം വിതരണം ചെയ്തു. ഒരിടത്തല്ല, പല സ്ഥലങ്ങളിലായിരുന്നു വിതരണം. നടത്തിയത്. എല്ലാപേർക്കും പട്ടയം... എല്ലാവർക്കും സന്തോഷം.

അതിഥികൾ പോയി. സംഘാടകരൊഴിഞ്ഞു സ്വന്തം പട്ടയവുമായി അവരവരുടെ പാർപ്പിടങ്ങളിൽ ചെന്ന് ആഹ്ലാദത്തോടെ തുറന്നുനോക്കി. വായിക്കാൻ അറിയാത്തതുകൊണ്ട് പഞ്ചായത്തിൽ ചെന്നു പട്ടയം കാണിച്ചുകൊണ്ട് ചോദിച്ചു.

കൊപ്പര

നമ്മ രാജ്യം എങ്ക സർ... നീങ്ക പഠിച്ച് ശൊല്ല്. വായിച്ചവർ പരസ്പരം നോക്കി. നോക്കിയിരിക്കെ ഒന്നിനു പിറകെ ഒന്നായി പലതും വന്നു. ഈ സ്ഥലം എവിടെയാണ് സാർ? എങ്ങനെയൊക്കെ വായിച്ചിട്ടും കൃത്യമായ എളുകയില്ലാതെ സ്ഥലം കണ്ടെത്താനാവില്ലെന്ന യാഥാർത്ഥ്യത്തിനുമുന്നിൽ അവർ കൈമലർത്തി.

വില്ലേജാഫീസിൽ ചോദിക്കാൻ പറഞ്ഞുവിട്ടു. ഒറ്റയ്ക്കും തെറ്റയ്ക്കും വില്ലേജാഫീസിലെത്തി. സാർ ഇന്ത പട്ടയത്തിലെ പറഞ്ഞ ഭൂമിയെങ്കെ?

ഭൂമിയെങ്കെ സർ.. സാർ ഈ പട്ടയം. ഭൂമി... അലമുറയിടുന്ന നിസ്സഹായരുടെ നിര നീളുന്നു. കയ്യിലിരിക്കുന്ന കടലാസ്സിന് ഒരു വിലയുമില്ലെന്ന് നിരക്ഷരരെങ്കിലും അവർക്കു നന്നായി മനസ്സിലായി. പരാതികൾ നിരന്തരം എഴുതിച്ച് അയച്ചുകൊണ്ടിരുന്നു.

ആയിടക്കാണ് ഞാനവരെ കാണാൻ ചെന്നത് കുട്ടികളെ പഠിപ്പിക്കുന്നതിനെക്കുറിച്ചും പ്രായപൂർത്തിയാകാതെ വിവാഹം കഴിപ്പിക്കുന്നതിനെക്കുറിച്ചുമൊക്കെ അടിസ്ഥാന നിർദ്ദേശങ്ങൾ നൽകുന്നതിനിടയിലാണ് ചിന്നമൂപ്പൻ കുടിലിനുള്ളിൽ നിന്ന് ഒരു പൊതിയുമായി വന്നത്

ടീച്ചറമ്മാ... ഇത് നീ വച്ചുക്കൊ... എനക്ക് രാജ്യം മട്ടും മതി. വീട് ഞാൻ കെട്ടിയുണ്ടാക്കാം.

എനക്ക് രാജ്യം താ

അതൊരു സ്വത്വപ്രതിസന്ധിയായിരുന്നു എനിക്ക്. നിരാലംബരുടെ ഒരുകൂട്ടം, ചതിക്കപ്പെട്ടവരുടെ ആവലാതികൾ...

എന്തിനീ ചതി ചെയ്തു?

ആരെ കബളിപ്പിക്കാനായിരുന്നു ഈ നീചനാടകങ്ങൾ?

ആരെങ്കിലും സന്തോഷിച്ചോ? ഇല്ല, ആരും സന്തോഷിച്ചില്ല.

ശക്തവും വ്യാപകവുമായ സമരമാണ് ആവശ്യം?

ഓഫീസുകൾ പിക്കറ്റു ചെയ്തു നിരാഹാരം കിടന്നു. പല സ്ഥലങ്ങളിൽ നിന്നായി ധാരാളം പേർ പഞ്ചായത്ത് ഓഫീസിനു മുന്നിൽ സമരം ചെയ്തു. അവരെ സംഘടിപ്പിച്ചതും നയിച്ചതും കുമരനും കൂട്ടുകാരനുമായിരുന്നു.

അധികാരം ഒരുതരം ശർക്കരക്കുടങ്ങളാണ്. രുചിയനുഭവിച്ചവർക്ക് മാറിനിൽക്കാനും കഴിയില്ല. അടുത്ത സർക്കാര് വന്നു അവർക്ക് അറിയില്ല ഭൂമി എവിടെയാണെന്ന്. അതുമാത്രമല്ല, അവരല്ലല്ലോ കൊടുത്തത്. സമരം ക്രമേണ കെട്ടടങ്ങി. മറവിയുടെ വക്കിൽ നിന്ന് വീണ്ടും അതിനെ ഊതിത്തെളിപ്പിച്ചത് സോഷ്യൽ

മീഡിയയാണ് എന്തായാലും വിഷയം സീരിയസായി.

പലതരം ക്രമക്കേടുകൾ അതിനു പിന്നിൽ നടന്നു. ഒരുപക്ഷേ അധികാരത്തിൽ ഇരുന്നവർ അറിയാതെ നടന്ന തിരിമറികളാവാനിടയുണ്ട്. അന്ന് പലരുടെയും ഉറക്കം കെടുത്തിയവരും കൂട്ടത്തിൽ കുമരനുണ്ടായിരുന്നു.

എന്നിട്ട് ഭൂമി കൊടുത്തോ?

കൊടുക്കേണ്ടി വന്നു. സ്ഥലം കൈമറിഞ്ഞു പോയിരുന്നു. അതു കണ്ടെത്തി കൊടുത്തു.

അന്ന് കുമരൻ ചെറുപ്പമാണ്. കല്യാണം കഴിച്ചിട്ടില്ല. ചീരുവിന്റെ അനിയത്തി ട്രൈബൽ സ്കൂളിലായിരുന്നു. അന്ന് അവരൊക്കെ ഇരവികുളത്തിനടുത്ത് ഇളംപ്ലാശ്ശേരിയിലായിരുന്നു. ചീരുവിന്റെ ബന്ധുക്കളൊക്കെ അവിടെയാണ്. ആ കുട്ടി മരിച്ചതിനുശേഷമാണ് അവരിവിടെ വന്നത്.

ആ കുട്ടി?

സിദ്ധാർത്ഥിന്റെ മുഖത്ത് സംശയങ്ങൾ ഇടംപിടിച്ചു.

അവിടെ അടുത്തെങ്ങും സ്കൂളില്ല; ഇപ്പൊഴും. ഒരു ട്രൈബൽ സ്കൂളിൽ ഒമ്പതാം ക്ലാസ്സിലായിരുന്നു പതിനാലുകാരി ചന്ദ്രിക. ഹോസ്റ്റലിലാണ് താമസം. അവിടെ കുളിമുറിയിൽ തൂങ്ങിമരിച്ചെന്നാണ് ഹോസ്റ്റൽ വാർഡനും സ്കൂളിലെ സെക്യൂരിറ്റിയും പറഞ്ഞത്. രാത്രിയിലായിരുന്നു സംഭവം. കുട്ടികൾ ഉറക്കമായിരുന്നു. എന്നും രാത്രി വൈകി ചന്ദ്രിക കുളിമുറിയിൽ പോയിയെന്നും പറഞ്ഞു.

അതേ ഹോസ്റ്റലിൽ നിന്ന് പിന്നൊരിക്കൽ നാലു പെൺകുട്ടികൾ രാത്രി ചാടിപ്പോയി. കാട്ടിൽ സംശയകരമായ രീതിയിൽ കണ്ട പെൺകുട്ടികളെ ഫോറസ്റ്റ് ഗാർഡുമാരാണ് തടഞ്ഞുനിർത്തി സ്കൂളിൽ അറിയിച്ചത്. അവരെ തിരിച്ചുകൊണ്ടുപോയി. അവരെക്കുറിച്ച് അധികം വാർത്തകൾ വന്നില്ല.

പോസ്റ്റ്മോർട്ടം നടന്നില്ലേ? എന്തെങ്കിലും ഇഷ്യൂസ്

അതൊക്കെ നടന്നു. എന്തോ ദുരൂഹതകൾ ഉണ്ടായിരുന്നു. കൊന്നതാണെന്ന് ചില അഭ്യൂഹങ്ങളുണ്ടായിരുന്നു. കാര്യമായ അന്വേഷണമൊന്നും നടന്നില്ല. അന്ന് കുമരൻ പരാതികൊടുത്തു. അന്വേഷണം വേണമെന്ന്. അതൊക്കെ തേഞ്ഞുമാഞ്ഞുപോയി.

അവിടെ പെൺകുട്ടികളുടെ ജീവിതം വളരെ കഷ്ടമാണ്. പത്തു വയസ്സായാൽ ഏതെങ്കിലും മുത്തിമാരുടെകൂടെയാണ് താമസം. ആൺകുട്ടികളോട് സംസാരിക്കരുത്, അത് അച്ഛനായാലും സഹോ

ദരനായാലും. ഒരുതരം സംശയമാണ്. പെൺകുട്ടികൾക്ക് മനസ്സു തുറന്ന് സംസാരിക്കാൻ ആരുമില്ലാത്ത അവസ്ഥയിൽ എന്തെങ്കിലും പ്രശ്നമുണ്ടായാൽപ്പോലും ആരോടും പറയാൻ കഴിയില്ല.

ഇതൊക്കെ പ്രബുദ്ധ കേരളത്തിലാണോ...? സിദ്ധുവിന്റെ വാക്കുകളിൽ അമർഷം പുരണ്ടു.

ഗോത്രാചാരങ്ങൾ വളരെ വ്യത്യസ്തമാണ്. ചെറിയ പ്രായത്തിലെ പെൺകുട്ടികൾ വിവാഹം കഴിക്കുന്നതിന്റെ കാരണം ഇതൊക്കെയാണ്. ആണുങ്ങളോട് സംസാരിച്ചാൽ സദാചാരധ്വംസനമാണ്. അത്തരം ചുറ്റുപാടുകളിൽ ഏക പോംവഴി വിവാഹമാണ്. അത് ചാടിക്കലായാലും അല്ലാതെയായാലും.

ചാടിക്കലോ? സിദ്ധുവിന്റെ കണ്ണുകളിൽ അത്ഭുതം.

അവിടത്തെ വിവാഹം രസകരമാണ്; വിചിത്രവും.

കേട്ടതു ഫുൾ വിചിത്രങ്ങളാണല്ലോ ചേച്ചീ എന്നാലും പറ. കേൾക്കട്ടെ.

ഒരു പെണ്ണിന്റെ ജീവിതത്തിലെ ഏറ്റവും വലിയചടങ്ങ് വയസ്സറിയിക്കലാണ്. എല്ലാ ബന്ധുക്കളും എത്തും. ഗംഭീരചടങ്ങുകളാണ്. ഇവിടെ പൊതുവെ കുറവാണെന്നു പറയാം. അവിടെ പച്ചക്കുടിൽ കെട്ടി ഋതുവായ പെണ്ണിനെ അതിനുള്ളിലാക്കും. ആഹാരം അമ്മയോ മുത്തശ്ശിയോ കൊടുക്കും. പുരുഷന്മാർ കാണാനേ പാടില്ല. ഒറ്റയ്ക്ക് പച്ചക്കുടിലിൽ തെരണ്ടുകല്യാണം നടത്താനുള്ള പണം ഒത്തുവരുന്നതുവരെ ആ ഇരുപ്പ് തുടരും. കല്യാണം ആഘോഷമായിരിക്കും. സദ്യയുണ്ടാവും. എല്ലാ കുലങ്ങളിൽ നിന്നും ആളെത്തും. പെണ്ണിനെ നാത്തൂന്മാരും അമ്മായിമാരും ചേർന്ന് തോട്ടിൽ കൊണ്ടുപോയി കുളിപ്പിക്കും. ചടങ്ങുകളിൽ ഒഴുക്കു വെള്ളത്തിന് വളരെ പ്രാധാന്യമുണ്ട്.

ഉം. അശുദ്ധികൾ ഒഴുക്കിക്കൊണ്ടുപോകുന്ന പുഴകൾ ക്രമേണ മലിനമാക്കപ്പെടുന്നു. മഞ്ഞളും ചന്ദനവും തേയ്ക്കും. പുതിയ ഡ്രസ്സിട്ട് കൊട്ടുംപാട്ടും സദ്യയുമായി ആഘോഷിക്കും. ഒരുതരം വിളംബരം...

ലൗലി എന്തോ ഓർത്തിരുന്നു.

ഒരു ദീർഘനിശ്വാസം അനുവാദം കാക്കാതെയെന്നോണം പുറത്തുകടന്നു.

ഇരുപത്തിയൊന്നാം നൂറ്റാണ്ടിലും... കഷ്ടം!! സിദ്ധു ആരോടെന്നില്ലാതെ പറഞ്ഞു. ഇതൊക്കെ നിർത്തേണ്ടകാലം എന്നേ കഴിഞ്ഞു. ഓരോ അന്ധവിശ്വാസങ്ങൾ.

അല്ല സിദ്ധൂ വിശ്വാസം. നമുക്കാണ് അതൊക്കെ വിഡ്ഢിത്തവും അന്ധവിശ്വാസവുമായി തോന്നുന്നത്. അവരെ കൂട്ടിച്ചേർക്കുന്ന കണ്ണികളിൽ പ്രധാനമാണ് ഈവിധ വിശ്വാസങ്ങൾ. ആ വിശ്വാസങ്ങൾ നൽകുന്ന പാരസ്പര്യം. സാമൂഹ്യപ്രതിബദ്ധത. വഴിതെറ്റാതെ ജീവിക്കാനവരെ പ്രാപ്തരാക്കുന്നതും ഈ ആചാരങ്ങളാണ്. മലദൈവങ്ങൾ കോപിക്കുമെന്ന ഭയം അനീതിയിൽ നിന്ന്, അക്രമങ്ങളിൽ നിന്ന് അവരെ മാറ്റിനിർത്തുന്നു. അന്യന്റെ വകയിൽ കണ്ണുവക്കാതെ അവരെ നയിക്കുന്നതും ആചാരങ്ങളാണ്. മരിച്ചവർ പ്രേതങ്ങളായി വരുമെന്ന ഭയം. അവരെക്കൊണ്ട് പല ചടങ്ങുകളും അനുവർത്തിപ്പിക്കുന്നു. കൂട്ടം പിരിയാനവർ ഭയക്കുന്നു.

ഇതൊക്കെ നമുക്ക് തികച്ചും അന്ധവിശ്വാസങ്ങളാണ്. അപഹാസ്യപ്രവർത്തികളുമാണ്. പക്ഷേ; അവർ അരനൂറ്റാണ്ട് പിന്നിലാണ് എന്നേയുള്ളൂ. കുറേപ്പേര് എന്നും പിന്നിലുണ്ടാവണം. പൊതുസമൂഹം അവരെ കൂടെ വിളിച്ചില്ല എന്നുമാത്രമല്ല, മാറ്റി നിർത്തുകയും ചെയ്തു. അവരിലേയ്ക്ക് നമ്മൾ ശ്രദ്ധിക്കാൻ തുടങ്ങിയിട്ട് രണ്ടുപതിറ്റാണ്ടേ ആവൂ. അവരെ മനുഷ്യരായിപ്പോലും കാണാൻ ശ്രമിച്ചില്ല എന്ന വലിയ തെറ്റിന് അവരാരും നമ്മളെ കുറ്റപ്പെടുത്താറില്ല. എവിടെയും അലങ്കാരം പോലെ പറയും ആദിവാസികളെന്ന്. സഹജീവികളെന്നല്ല പറയാറ്.

ലൗലി കിതച്ചു തുടങ്ങി.

ചേച്ചിയമ്മേ കൂൾഡൗൺ... ഇങ്ങനെ ഇമോഷണൽ ആവല്ലേ... സ്വന്തം ആരോഗ്യം കൂടി പരിഗണിക്കണം. ചേച്ചിയമ്മ പലതും ചെയ്യുന്നുണ്ടല്ലോ. അങ്ങനെ സമാധാനിക്കാം.

അതല്ല വേണ്ടത്. സിദ്ധൂ. അവർക്ക് വേണ്ടത് എത്തിച്ചുകൊടുക്കണം. അവരുടെ ആരോഗ്യം... അതും സർക്കാരിന്റെ ചുമതലയല്ലേ. നമ്മൾ അസുഖം വന്നാൽ ഏറ്റവും മെച്ചപ്പെട്ട ആശുപത്രികൾ തേടിപ്പോകും. അവരോ... ഇവിടെ, ഈ പ്രൈമറി ഹെൽത്ത് സെന്റർവരെ മാത്രം. പുഴുക്കളെപ്പോലെ മണ്ണിൽപ്പിടഞ്ഞു തീരും. മണിയമ്മയെ മറന്നോ? നല്ല ചികിത്സ കിട്ടിയിരുന്നെങ്കിൽ, സിദ്ധുവിന്റെ പരിമിതി എനിക്കറിയാം. അവർ ഏതെങ്കിലും നല്ല ഹോസ്പിറ്റലിൽ ആയിരുന്നെങ്കിൽ എന്ന് അറിയാതെ ആശിച്ചുപോകും. അമ്പതോ അമ്പത്തഞ്ചോ വയസ്സുകാണും. എന്നാൽ കണ്ടാലോ തൊണ്ണൂറും കഴിഞ്ഞ മട്ടും. ഇവിടെയാണ് പൊതു സമൂഹത്തിന്റെ അനാസ്ഥ എന്നെ അസ്വസ്ഥയാക്കുന്നത്. എന്റെ സ്ഥാനത്ത് അന്ന് അവരിൽ ഒരാളായിരുന്നെങ്കിലോ....?

എവിടെയും വേർതിരുവുണ്ട്. മേനിപറച്ചിലല്ലാതെ ആത്മാർത്ഥ മായി അവരുടെ നന്മയും ക്ഷേമവും ആഗ്രഹിക്കുന്നവർ വിരളമാണ്.

ചന്ദ്രികയുടെ കേസ്സ് എങ്ങനെ പോയി?

അവളുടെ ഒരു നോട്ട്ബുക്കിൽ പലയിടങ്ങളിലായി എഴുതിയിരുന്നു. ചില വാക്കുകൾ പറയാതെ പറയുന്ന ചില സൂചനകൾ...

അവരെ ഇന്നും കണ്ടു... രണ്ടും ചീത്തയാണ്. ഇന്ന് എന്നെ കണ്ടു. അയാൾ വാർഡനും കണ്ടിട്ടുണ്ട്.

രാത്രിയിൽ ഒരാണും പെണ്ണും കാണാൻ പാടില്ലാത്ത അവസ്ഥയിൽ കണ്ടിട്ടല്ലേ അവളങ്ങനെ എഴുതിയത്. പിറ്റേന്ന് അതിരാവിലെ കുളിമുറിയിൽച്ചെന്ന കുട്ടികൾ കണ്ടത് അവർ തൂങ്ങി നില്ക്കുന്നതും.

വരികൾക്കിടയിലൂടെ സഞ്ചരിച്ചാൽ കാണാം അവളെ അവൾ കണ്ട കാഴ്ചകളെ.അവിടെ കണ്ട വ്യക്തികളെ, ആ ബുക്ക് പോലും പിന്നീട് കണ്ടില്ല. വാർഡനാണ് അവളുടെ സാധനങ്ങളെല്ലാം ആദ്യം പരിശോധിച്ചത്.

അതിരാവിലെ ഹോംവർക്കു ചെയ്യാനായി കൂട്ടുകാരി ചന്ദ്രികയുടെ ബുക്കെടുത്തപ്പോഴാണ് തുറന്നിരുന്ന പേജിലെ അക്ഷരങ്ങൾ കണ്ടത്. കൂട്ടത്തിൽ നന്നായി പഠിക്കുന്ന കുട്ടിയായിരന്നു ചന്ദ്രിക. പഠിച്ച് ടീച്ചറാകാൻ ആഗ്രഹിച്ചിരുന്നു. സ്വപ്നങ്ങൾ മാത്രമല്ല ജീവനും പൊലിഞ്ഞു.

പോസ്റ്റ്മോർട്ടം റിപ്പോർട്ടിൽ ശ്വാസം മുട്ടി മരണം. വേറെ പറയത്തക്ക സൂചനകളൊന്നും ഇല്ലായിരുന്നു. സംശയങ്ങൾ ഉണ്ടായിരുന്നെങ്കിലും അതിന്റേതായ സൂചനകളൊന്നും ഇല്ലായിരുന്നു.

ആ ശരീരം നുള്ളിമുടിയിലേയ്ക്ക് കൊണ്ടുപോകുമ്പോൾ കുമരൻ വാവിട്ടുകരഞ്ഞു. കുമരൻ ചീരുവിനെ കല്യാണം കഴിക്കാൻ തീരുമാനിച്ചിരുന്ന സമയത്താണ് അതു സംഭവിച്ചത്.

അവിടത്തെ കല്യാണരീതി കുമരന് തീരെ താല്പര്യമില്ലായിരുന്നു. എനിക്ക് സാധാരണ കല്യാണം മതി. അല്ലാതെ ഒരു പെണ്ണിനെ ഓടിച്ചിട്ടു പിടിക്കണ്ട.

അതെന്താ ഓടിച്ചുപിടിക്കുന്നത്?

അവിടെ സാധാരണയായി ഒരു പെണ്ണ് പ്രായമായാൽ പണ്ടൊക്കെ പതിനാലും പതിനഞ്ചും വയസ്സിലായിരുന്നു കല്യാണം. ഇപ്പോൾ പതിനെട്ടാവണമെന്ന് മൂപ്പൻ പറയും. എന്നാലും നേരത്തേ കല്യാണം കഴിക്കുന്നത് പതിവാണ്. ആചാരവും ചടങ്ങും

വേറിട്ടാണ്

ഒരു പെണ്ണിനെ അവളുടെ വീട്ടുകാർ കാട്ടിലേയ്ക്ക് ഓടിക്കും. അതേസമയം ഒരു ചെറുക്കനെ ഏതെങ്കിലും വീട്ടുമുറ്റത്ത് ഒരു പായ വിരിച്ച് അതിലിരുത്തും. അവന്റെ കൂട്ടുകാർ കാട്ടിൽപ്പോയി ആ പെണ്ണിനെ പിടിക്കും. അവൾ ഓടും. അവർ ഓടിച്ച് പിടിക്കും. എന്നിട്ട് അവളെകൊണ്ടുവന്ന് ചെറുക്കൻ ഇരിക്കുന്ന പായിലിരുത്തും. അപ്പോഴേക്കും സ്ത്രീകൾ വായ്ക്കുരവയിടും. ഉച്ചത്തിൽ പാട്ടു പാടും. മംഗലം പാട്ട്,,, അതോടെ കല്യാണം കഴിഞ്ഞു.

രണ്ടുമൂന്നു ദിവസം ഏതെങ്കിലും കുടിലിൽ കഴിയും. അതുകഴിഞ്ഞ് സ്വന്തമായി ഒരു കുടിൽ കെട്ടി താമസിക്കും. അതാണ് പതിവ്. എന്തോ കുമരന് അതിഷ്ടമായിരുന്നില്ല. മൂപ്പന്റ മുന്നിൽ വച്ച് വെറ്റില പാക്ക് കൈമാറി കോവിലിൽ പോയി തുളസിമാലയിട്ടു. അങ്ങനെയായിരുന്നു...

അതിനിടയിലാണ് തെരഞ്ഞെടുപ്പ് നടന്നത്. പതിവുപോലെ കാശ് കൊടുത്ത് വോട്ടുവാങ്ങാനെത്തിയവരെ തടഞ്ഞു. വോട്ട് അവരവരുടെ ഇഷ്ടംപോലെ ചെയ്യുമെന്ന് കുമരൻ പറഞ്ഞത് ഇഷ്ടപ്പെട്ടില്ല. പാവങ്ങൾ കിട്ടുന്ന കാശും നോക്കിയിരുന്നു.

അവനെ സൂക്ഷിക്കണം. മാവോയിസ്റ്റാണോന്ന് സംശയമുണ്ട്. അവൻ പറയുതൊന്നും അവന്റെ വാക്കല്ല. അതിനുള്ള ബുദ്ധിയൊന്നും അവനില്ല.

ഊരിനുള്ളിൽ പുറംലോകത്തിന്റെ ഇടപെടലുകൾ പലപ്പോഴും പ്രശ്നങ്ങളുണ്ടാക്കിയിട്ടുണ്ട്. രണ്ടു പെൺകുട്ടികൾ ഗർഭിണികളായി. അതിന്റെ പിന്നിൽ ആരാണെന്ന് വ്യക്തമായില്ല. അവരൊന്നും പറഞ്ഞില്ല. വിവരം ആളുകളറിഞ്ഞു.

ആര്?

ആരെന്നു പറ.

ഭയംകൊണ്ട് കരുവാളിച്ച പെൺകുട്ടികൾ ഉരിയാടിയില്ല. പിറ്റേന്ന് കുളിക്കാൻ പോയ ഒരാൾ കയത്തിൽ ചാടി മരിച്ചു. ദിവസങ്ങൾക്കകം മറ്റേകുട്ടി തൂങ്ങിമരിച്ചു. അതും കാട്ടുവള്ളിയിൽ

അതിനുശേഷം ഊരിൽ നിന്ന് പെൺകുട്ടികൾ ഒറ്റയ്ക്ക് എങ്ങും പോകാറില്ല. മുതിർന്നവരോടൊപ്പം മാത്രം. എവിടെയും അവരെ ശ്രദ്ധിക്കാൻ ആൺകുട്ടികൾ തീരുമാനിച്ചു. ആരെങ്കിലും എപ്പോഴും ഊരിലുണ്ടാവും.

റെയ്ഞ്ച് ഓഫീസറെ തല്ലിയ കേസ്സിൽ മന:പ്പൂർവ്വം കുമരന്റെ പേരുൾപ്പെടുത്തിയത് അവനെ ഒഴിവാക്കാനായിരുന്നു.

കൊപ്പര

അവനെതിരെ പല കേസ്സുകൾ. ചന്ദനമോഷണം ഉൾപ്പെടെ...
കൂട്ടത്തിൽ പോക്സോയും അല്ലേ...?
സിദ്ധാർത്ഥിന്റെ മുഖം കോപത്താൽ കടുത്തുകിടന്നു.
ഇവരെയൊക്കെ കത്തിക്കണം... പച്ചയ്ക്ക് കത്തിക്കണം.
അതാണ് ചീരുവും പറഞ്ഞത്. കൊല്ലണം...
അതുതന്നെയല്ലേ. ജി.കെ.യും സഖാവും പറഞ്ഞതും.
അതല്ലാതെ മറ്റെന്താണ് പറയുക?

28

എന്നെ കേൾക്കാൻ ആരെങ്കിലും വേണം. എനിക്കു പറയാനുള്ളത് എന്റെ മനസ്സുകാണാൻ കഴിയുന്ന ആരെങ്കിലും. ഡിവോഴ്സ് പെറ്റീഷനിൽ പറഞ്ഞിരിക്കുന്ന സൈറ ഞാനല്ല. ഒക്കെ ഫാബ്രിക്കേറ്റഡാണ്. എനിക്ക് എന്നെ ബോദ്ധ്യപ്പെടാനെങ്കിലും ആരോടെങ്കിലും തുറന്നു സംസാരിക്കണം സിദ്ധൂ.

ഒരു വ്യക്തിക്ക് നേരിടേണ്ടിവരുന്ന പ്രതിസന്ധികളെക്കുറിച്ച്, അതും വൈവാഹിക ജീവിതത്തിലെ സംഘർഷങ്ങളെക്കുറിച്ച് നമ്മളൊന്നും ചിന്തിക്കുന്നില്ല. അത് പ്രണയവിവാഹമായാലും ശരി അറേഞ്ച്ഡ് മാര്യേജ് ആയാലും. രണ്ടു വ്യക്തിത്വങ്ങൾ പൊരുത്തപ്പെടുന്നിടത്ത് വിജയം. അല്ലെങ്കിലോ...?

എത്ര ഭയാനകമായിരിക്കും ആ ദിവസങ്ങൾ ... ഏതു പെണ്ണിനും കാണും കുറേ സ്വപ്നങ്ങൾ, പ്രതീക്ഷകളും. ഒറ്റ വാചകത്തിൽ ഒരു ജീവിതമാണ് തകർന്നു വീണത്.

വിവാഹദിവസം അവളെത്ര സന്തോഷവതിയായിരുന്നു. അയാൾ അഭിനയിക്കുകയായിരുന്നോ? അന്നവിടെ കാട്ടിയതൊക്കെ നാട്യമായിരുന്നോ? എങ്ങനെ ഒരു പെണ്ണിനോട്, അതും ആദ്യരാത്രിയിൽ അത്ര മോശമായി സംസാരിക്കാൻ കഴിയും? അതു പറയുമ്പോൾ ആ കണ്ണുകളിൽ തീപ്പൊരി ചിതറുകയായിരുന്നു. എന്നാലോ അണപൊട്ടിയൊഴുകിയ കണ്ണീരിനു മുന്നിൽ സ്തബ്ധനായിരിക്കുകയായിരുന്നു താനെന്നതിൽ കുറ്റബോധം അനുഭവപ്പെട്ടു.

ഒരു പെണ്ണിനും സഹിക്കാൻ കഴിയാത്ത രീതികളായിരുന്നു ആദ്യദിവസം തന്നെ.

സിദ്ധൂ, നിന്നോട് എങ്ങനെ അതൊക്കെ പറയുമെന്നതാണ് എന്റെ ഏറ്റവും വലിയ സങ്കടം, പ്രതിസന്ധിയും. എത്ര ലാഘവത്തോടെയാണ് അഫ്സൽ അതു പറഞ്ഞത്. ആ നിമിഷം സ്വയം ഇല്ലാതാകാനഗ്രഹിച്ചു. സിദ്ധാർത്ഥിന്റെ നോട്ടം കണ്ട സൈറയ്ക്കു

മനസ്സിലായി ഒന്നും മനസ്സിലായിട്ടില്ല. അല്ലെങ്കിൽ ഇങ്ങനെ ഇരിക്കുമോ?

റിലാക്സ് സൈറ... ഈ കോഫി കുടിക്ക്... സാവകാശം പറഞ്ഞാൽ മതി. നീ വല്ലാതെ ഡിസ്റ്റർബ്ഡ് ആണ്. നിന്റെ ബി.പി. കൂടും. പ്ലീസ്...അവൾ കോഫി കുടിച്ചു. മൂക്കിൻത്തുമ്പിൽ പൊടിഞ്ഞ വിയർപ്പുമണികളെ ടിഷ്യൂകൊണ്ട് ഒപ്പിയെടുത്തു. കസേരയിൽ ചാരി ഇരുന്നു കണ്ണുകളടച്ചു.

എത്ര പ്രസരിപ്പുള്ളവളായിരുന്നു. എപ്പോഴും ചിരിക്കുന്ന മുഖത്തോടെ മാത്രമേ കണ്ടിട്ടുള്ളൂ. ഒരു പളുങ്കുമണിയെപ്പോലെയാണ് സൈറ. അത്രയ്ക്ക് ചേലുള്ള ഒരു മൊഞ്ചത്തി അന്ന് കൂട്ടത്തിൽ ഇല്ലായിരുന്നു. പല സീനിയേഴ്സും കണ്ണുവച്ചു. ഒന്നിനും പിടികൊടുക്കാതെ പഠിത്തത്തിൽ മാത്രം ശ്രദ്ധിച്ചു. എന്നു പറഞ്ഞുകൂടാ സുഹൃത്തുക്കളോട് അടുപ്പം സൂക്ഷിക്കുന്നതിൽ അവൾ മുൻപന്തിയിലായിരുന്നു. ക്ലാസ്സു കഴിഞ്ഞാൽ ഹോസ്റ്റലിൽ ഫ്രണ്ട്സിനൊപ്പം കമ്പയിൻസ്റ്റഡിയും ചില്ലറ തമാശകളും കഴിഞ്ഞേ വീട്ടിൽ പോകാറുള്ളൂ. ഇക്ബാൽസാറിനും അതിഷ്ടമായിരുന്നു. ഫ്രണ്ട്സ് ആണ് ഒരു വ്യക്തിയുടെ സ്വഭാവം രൂപപ്പെടുത്തുകയെന്ന് അദ്ദേഹം ഓർമ്മിപ്പിക്കാറുള്ളത് ഓർത്തു. അങ്ങനെയുള്ള നല്ല സുഹൃത്താണ് ഹൃദയം വിങ്ങി കൺമുന്നിലിരിക്കുന്നത്. അവളുടെ ആവശ്യം എത്ര നിസ്സാരമാണ്.

എന്നെ കേൾക്കണം...എനിക്ക് പറയാനുള്ളത് ഒരാളെങ്കിലും ശരിയാംവണ്ണം മനസ്സിലാക്കണം. തൊണ്ടയിൽക്കുടുങ്ങിക്കിടക്കുന്ന തീക്കനലുകളെ പുറത്തെടുക്കണം. പൊള്ളലുകളിൽ മരുന്ന് പുരട്ടി മുറിവുണക്കണം. എങ്കിലേ ഇവൾക്കിനി പഴയതുപോലെ മുന്നോട്ടു പോകാൻ കഴിയൂ.

ഏഴു ദിവസം എങ്ങനെ പിടിച്ചുനിന്നുവെന്ന് നിനക്ക് ഊഹിക്കാൻ പോലും കഴിയില്ല. അയാളെ നോക്കാൻ അറപ്പായിരുന്നു. രാത്രികളെ ഭയന്നു. മുഖത്തിനു നേരേ വരുന്ന അയാളുടെ... എന്തോ ഓക്കാനും വന്നു. എങ്ങനെ തോന്നി അയാൾക്ക്...?

എഴുന്നേൽക്കാൻ തുടങ്ങിയ എന്റെ തോളിൽ ബലമായി അമർത്തി... വൃത്തികെട്ട അയാളുടെ ചിരി.... ഒപ്പം നാണംകെട്ട കമന്റും.

ആദ്യരാത്രിയിൽ തന്നെ ഒരു ബാഡ്ഇംപ്രഷൻ വേണ്ടെന്നു കരുതിയത്രെ.

എന്താ അതിന്റെ അർത്ഥം?

കൊപ്പര

ഞാൻ... എന്റെ ആദ്യാനുഭവമല്ലെന്നല്ലേ അയാൾ പറഞ്ഞുറപ്പിച്ചത്? ഹൗ ഹി അസ്സസ്ഡ് മീ...? ഞാൻ വെർജിനല്ലെന്ന് മുഖത്തുനോക്കി പറയാൻ അയാൾക്കെങ്ങനെ കഴിഞ്ഞു. അതാണ് എന്നെ ഞെട്ടിച്ചത്. അതും ഒരു കോമൺ സ്റ്റേറ്റ്മെന്റിൽ....

അന്ന് ഒഴിവാക്കാൻ വളരെ പാടുപെട്ടു. നീ പറ. എനിങ്ങെങ്ങനെ കഴിയും? ഞാനൊരു പെണ്ണല്ലേ? പെണ്ണിനെയല്ലേ അയാൾ അപമാനിച്ചത്. എനിക്ക് ഓർത്താൽ ഭ്രാന്തുപിടിക്കും.

ഐ കാണ്ട് ... ഞാൻ ആവർത്തിച്ചു പറഞ്ഞു.

വൈ? ഐ ലൈക്ക് ഇറ്റ്.

ഭാര്യയായ ഞാൻ ഭർത്താവിന്റെ ഇഷ്ടങ്ങൾ അനുസരിച്ച് പ്രവർത്തിക്കണമെന്ന്. ഭർത്താവിനെ സന്തോഷിപ്പിക്കേണ്ടത് ഭാര്യയുടെ കടമയാണത്രെ. നോൺസെൻസ്. ഭർത്താവ്... കേട്ടു കേട്ടു വെറുക്കുന്ന വാക്കാണത്.

സാധാരണ മനുഷ്യരൊക്കെ ഇങ്ങനെയാണോ?

എന്തുകൊണ്ട് അങ്ങനെ ആയിക്കൂടാ...?

ഗതികേടിന്റെ താഴെയറ്റത്തുനിന്നാണ് ഞാനത് ചോദിച്ചത്?

ഇല്ലാത്ത ആരോപണങ്ങളിൽ എന്നെ തളർത്തി അയാളുടെ ഇഷ്ടങ്ങൾക്ക് അനുസരിച്ച് മുന്നോട്ടു പോകാനുള്ള തന്ത്രം. അവിടെ ഞാൻ തീരുമാനിച്ചു.

എനിക്ക് ഈ അവസ്ഥ തുടരാൻ കഴിയില്ല. സത്യം പറഞ്ഞാൽ ഫുഡ് കഴിക്കാൻ പോലും മടിയായിരുന്നു. അപ്പോഴെല്ലാം അയാളെ, അയാളുടെ സാമീപ്യത്തെ വെറുപ്പോടെ ഓർക്കും. തൊണ്ടയിൽ കൊഴുപ്പ് ജലം കെട്ടിനില്ക്കുന്നതുപോലെ അനുഭവപ്പെടും അതോടെ ദേഹമാകെ പെരുത്തുകയറും. വാക്കുപോലും വഴിയിൽ തങ്ങും. കണ്ണടച്ചാൽ മുഖത്തിനു നേരേ വരുന്ന കാഴ്ചയിൽ ഞെട്ടിയുണരും. എന്തുകൊണ്ടാവും ഒരാൾ ഇങ്ങനെ...? ക്രമേണ മനസ്സിലായി... അതൊരു മാനസികരോഗമാണെന്ന് പ്രകൃതി വിരുദ്ധ ലൈംഗികവാസന.

പപ്പയെ വിളിച്ചുപറഞ്ഞു. എനിക്ക് സുഖമില്ല എന്നെ കൂട്ടീട്ട് പോണമെന്ന്.

പപ്പയ്ക്ക് എന്തെങ്കിലും മനസ്സിലായോ?

അതെങ്ങനെ? പപ്പ എന്തു മനസ്സിലാക്കിയോ... എന്തായാലും ഒരു മണിക്കൂറിനുള്ളിൽ എത്തി. അത്യാവശ്യം സാധനങ്ങൾ എടുത്തു അയാൾ വാങ്ങിയതൊന്നും എടുത്തില്ല. ഒക്കെ ഭദ്രമായി മേശപ്പുറത്തു വച്ചു.

അയാൾ ഇല്ലായിരുന്നോ?

ഇല്ല. റിട്ടേൺ ടിക്കറ്റ് കൺഫേം ചെയ്യാൻ പോകുന്നു എന്നാണ് പറഞ്ഞത്.

എന്തായാലും പപ്പയോട് പറഞ്ഞു.

ഞാനിനി ഇങ്ങോട്ടുവരില്ല.

നീയ് എവിടെ പോണു സൈറാ...?

അയാളുടെ ഉമ്മ തടസ്സം നിന്നു.

എന്റെ വീട്ടിൽ.ഇനി ഇങ്ങോട്ടുവരില്ലാന്ന് മോനോട് പറഞ്ഞേക്കൂ. അയാൾ ഇട്ട ആഭരണമൊക്കെ മേശപ്പുറത്തുണ്ട്. എനിക്ക് അയാളുടെ ഭാര്യയായിരിക്കാൻ കഴിയില്ല.

അല്ലാ, ഇതെന്ന് പുതുമയാണ് റബ്ബേ....?

കെട്ടിയോൻ മൊഴിചൊല്ലിയെന്ന് കേട്ടിട്ടുണ്ട്... ഇതിപ്പോ...

തോന്ന്യാസല്ലേ ഇത്? അതിന് നല്ല പുത്തി പറത്തു കൊടുക്ക്ന്നേന് പകരംകൂട്ട് നിക്കേണൊ വേണ്ടത്? പപ്പയെ കുറ്റപ്പെടുത്തിക്കൊണ്ട് നിന്ന ഉമ്മയോട് പറഞ്ഞു.

പപ്പായ്ക്ക് ഒന്നും അറിയില്ല. എനിക്ക് ഈ ബന്ധം വേണ്ടാ...

അതും പറഞ്ഞ് പെട്ടിയെടുത്ത് കാറിൽ വച്ചു...

അന്തംവിട്ടു നിന്ന പപ്പയോട് പറഞ്ഞു.

പപ്പാ, വന്ന് വണ്ടിയിൽ കേറിയാൽ നമുക്ക് പോകാം.

കാര്യമായ പ്രശ്നം ഇല്ലെങ്കിൽ ഞാനങ്ങനെ ചെയ്യില്ലെന്ന് മാത്രം പപ്പയ്ക്കറിയാം. വീട്ടിലെത്തുന്നതുവരെ പപ്പ ഒന്നും ചോദിച്ചില്ല. ഉള്ളിൽ ഭയമുണ്ടായിരുന്നു. അയാൾ എങ്ങനെ പ്രതികരിക്കുമെന്ന് ഓർത്തുണ്ടായ ആശങ്ക.

ഉമ്മ അലമുറയിടാൻ തുടങ്ങിയതും പപ്പ തടഞ്ഞു. തക്കതായ കാരണമില്ലാതെ സൈറ ഇങ്ങനെ ചെയ്യില്ല. നമുക്ക് അവളെ സമാധാനിപ്പിക്കാം. അവളുടെ സമാധാനം അതാണ് പ്രധാനം. നീയവളെ ഒന്നും പറയരുത്. ഇപ്പോൾ വേണ്ടത് സംയമനമാണ്. സാവകാശം ചോദിച്ച് മനസ്സിലാക്കാം.

മുറിയിൽക്കയറി നേരെ കുളിമുറിയിൽക്കടന്നു ഷവറിനു കീഴിൽ നിന്ന് തണുക്കെ കുളിച്ചു. എന്റെ ശരീരമാകെ നോക്കിനിന്ന ഞാനറിയാതെ ഒരു ദീർഘ നിശ്വാസം എന്നെ വിട്ടിറങ്ങി. അതിനൊപ്പം ഭാര്യയെന്ന ഭാരവും ഒഴിഞ്ഞതുപോലെയായി. എത്ര സമയം ഷവറിനു കീഴിൽ നിന്നെന്നറിയില്ല കതകിനു മുട്ടുന്ന ശബ്ദം കേട്ടുതുടങ്ങി.

പെട്ടെന്ന് മനസ്സു പറഞ്ഞു. അവർ ഭയന്നുകാണും. പപ്പയുടെ

ശബ്ദം കേൾക്കുന്നുണ്ട്. ഒരു കാരണവശാലും പപ്പയും ഉമ്മയും കരയാനിടവരരുത്. അത് മകളായ സൈറയുടെ കടമയല്ലേ.

ധൃതിയിലായിരുന്നു പിന്നെല്ലാം. ഡ്രസ്സ് മാറി തെളിഞ്ഞ ചിരിയോടെ പുറത്തിറങ്ങി. ഉമ്മാ, നല്ല വിശപ്പ്... എന്തെങ്കിലും കഴിക്കണം.

എന്തെങ്കിലും പറയുന്നതിനുമുമ്പായി അടുക്കളയിലെത്തി. പാത്രങ്ങൾ തുറന്ന് ചോറും തൈരും എടുത്ത് വയറുനിറയെ കഴിച്ചു. ഒന്നും സംഭവിക്കാത്തതുപോലെ പാത്രം കഴുകിവച്ച് തിരിഞ്ഞു നോക്കുമ്പോൾ രണ്ടുപേർ നാവിറങ്ങിയതുപോലെ നില്ക്കുന്നു.

ഞാൻ ഓകെയാണ് പപ്പാ. ആം സോ ഹാപ്പി നൗ. എന്താ, ഏതാ, ഒന്നും ചോദിക്കരുത്. എനിക്ക് പറയാൻ കഴിയില്ല. ഒന്നുമാത്രം, എനിക്ക് ഈ ബന്ധം വേണ്ട. അവരെന്തു പറഞ്ഞാലും ശരി. ഞാനൊരു തെറ്റും ചെയ്തിട്ടില്ല, എനിക്കു കഴിയില്ലുമ്മാ.

ഉമ്മയെ കെട്ടിപ്പിടിച്ചു കരഞ്ഞു. അതുവരെ അടക്കിവച്ചിരുന്ന അമർഷം, വെറുപ്പ്, അപമാനം എല്ലാം ഒഴുകിപ്പോയി. ഞാൻ പഴയ സൈറയാവുകയായിരുന്നു എല്ലാ അർത്ഥത്തിലും. ഒരു ദുഃസ്വപ്നം പോലെ ആ ഏഴു ദിവസങ്ങൾ... അതു പൂർണ്ണമായും മറക്കാൻ തീരുമാനിച്ചു. പപ്പ ഒരാഴ്ച ലീവെടുത്തു വീട്ടിൽത്തന്നെ കഴിഞ്ഞു. ഒരുപക്ഷേ അഭിമുഖീകരിക്കേണ്ടിവരാനിടയുള്ള പ്രശ്നങ്ങളെ എങ്ങനെ തരണം ചെയ്യുമെന്ന് ചിന്തിച്ചതാവും. ഒന്നു മനസ്സിലായി എന്റെ പേരന്റ്സ് ആണ് റിയൽ പേരന്റ്സ്.

നിനക്കറിയോ സിദ്ധൂ...

അവൾ ആലോചനയിലാഴ്ന്നു. ആ ദിവസങ്ങളെ ഓർമ്മയിൽ അടുക്കിപ്പെറുക്കുകയായിരുന്നു.

എനിക്കിഷ്ടമുള്ള ഹോട്ടലുകളിൽ ഭക്ഷണം കഴിക്കാൻ പോവുക. ഇഷ്ടമുള്ള ഐസ്ക്രീം, സ്വീറ്റ്സ്... സിനിമ... ബീച്ച് ... ഫുൾടൈം കറക്കമായിരുന്നു. കന്യാകുമാരി എനിക്കേറ്റവും ഇഷ്ടമുള്ള സ്ഥലമാണ്. രണ്ടുദിവസം അവിടെ താമസിച്ചു. ബന്ധുക്കളിൽ നിന്ന് പൂർണ്ണമായും ഒഴിഞ്ഞു നില്ക്കുകയായിരുന്നു അവരെന്ന് പിന്നീടാണ് മനസ്സിലായത്.

അഫ്സൽ വിളിച്ചില്ലേ?

വിളിച്ചു. ഞാൻ തുറന്നുപറഞ്ഞു.

എന്ത്?

ഞാൻ ഡോക്ടറാണ്. എന്നു കരുതി മനുഷ്യഗുണമൊന്നും കളഞ്ഞിട്ടില്ല. സാധാരണ സ്ത്രീയായിരിക്കാനാണ് താല്പര്യം.

നിങ്ങൾക്കു ചേർന്ന ഭാര്യയാവാൻ കഴിയില്ല.

അയാൾ എന്തൊക്കെയോ പറഞ്ഞു. നാണക്കേടു ഭയന്നിട്ടാവും അയാൾ ട്രൈ ചെയ്യാമെന്ന് പറഞ്ഞു.

എന്നിട്ട്?

എന്നിട്ടെന്താ? ഞാൻ തെളിച്ചു പറഞ്ഞു.

ജീവിതം ഒന്നേയുള്ളൂ. അത് വച്ച് പരീക്ഷണം നടത്താൻ താല്പര്യമില്ല. എന്റെ വ്യക്തിത്വം... അതാണെന്റെ സ്വത്വവും സ്വത്തും. അത് തീറെഴുതാൻ പ്രയാസമാണ്.

ഒരു മാസത്തിനകം വക്കീൽ നോട്ടീസ് വന്നു. അയാളുടെ വക്കീൽ എന്തൊക്കെയാണ് എഴുതി പിടിപ്പിച്ചതെന്ന് പറയാൻ തന്നെ ലജ്ജയാണ്. അയാൾ മാനനഷ്ടത്തിന് കേസ്സ്കൊടുത്തു. സ്വഭാവഹത്യ... ഒരു തരം ബ്ലാക്ക്മെയിലിങ്ങ്... മടുത്തു സിദ്ധൂ... എനിക്കു വയ്യ... ഭ്രാന്ത് പിടിക്കുമെന്ന് തോന്നിയിട്ടാണ് ഇങ്ങോട്ട് വന്നത്. ഒരുമാതിരി അജ്ഞാതവാസം...

സിദ്ധൂ സൈറയെ നോക്കി. പിന്നെ സാവകാശം പറഞ്ഞു.

സൈറ ഇതുവരെ ചെയ്തതെല്ലാം ശരിയാണ്. ഇനി ചെയ്യുന്നതും അങ്ങനെ തന്നെയായിരിക്കുമെന്നതിൽ എനിക്ക് സംശയമില്ല. പിന്നെ, ആരുടെയും നാവിനു വേലികെട്ടാൻ നമുക്ക് കഴിയില്ല. നീയും ഞാനുമൊക്കെ മനുഷ്യരുടെ നന്മയ്ക്കുവേണ്ടി ജീവിക്കണം. അതാണ് നമ്മുടെ വഴി... ബാക്കിയൊക്കെ മറന്നേക്കൂ... പറഞ്ഞു കഴിഞ്ഞപ്പോഴാണ് സിദ്ധു ആലോചിച്ചത്. ഇത്രയൊക്കെ പറയാനും മാത്രം സിദ്ധു വളർന്നോ? ഞാൻ തന്നെയാണോ ഇതൊക്കെ പറഞ്ഞത്? പൂർണ്ണമായും വിശ്വസിക്കാൻ കഴിയാതെ സൈറയെ നോക്കി. എന്തെങ്കിലും ഭാവമാറ്റം? ഇല്ല.... സൈറ പ്രതീക്ഷയോടെ നോക്കിയിരിക്കുയാണ്. അതുകണ്ട സിദ്ധാർത്ഥ് തുടർന്നു.

കേസ്... അത് അതിന്റെ വഴിക്ക് പോട്ടെ. വക്കീല് കേസു ജയിക്കാൻ എന്തും പറയും. അതവരുടെ തൊഴിലാണ്. ഒരു രോഗിയുടെ ജീവൻ രക്ഷിക്കാൻ ഏതറ്റംവരെ പോകാനും നമ്മൾ ശ്രമിക്കുന്നതുപോലെയെന്നു കരുതിയാൽ തീർന്നു.

സൈറ ഒരു വെറും പെണ്ണല്ല. സമൂഹത്തിന് സൈറയെ വേണം. ഒരു സൈക്കോ പാത്തിന്റെ വൈകല്യങ്ങൾക്കു മുന്നിൽ അടിയറവയ്ക്കേണ്ടതല്ല നിന്റെ ജീവിതം.

വല്ലാത്ത ആശ്വാസം ... നീയെങ്കിലും എന്നെ മനസ്സിലാക്കിയല്ലോ ... പിന്നെ വിവാഹജീവിതം... അത് മുള്ളുപോലെയാണ് എനിക്ക്. മനസ്സിനേറ്റ മുറവുണങ്ങാൻ അല്പംസാവകാശം വേണ്ടിവരും.

കൊപ്പര

ജീവിതം നദിപോലെയാണ്. ചിലപ്പോൾ ഒഴുക്കിന് ശക്തികൂടും. മറ്റു ചിലപ്പോൾ ഒഴുക്കു തടസ്സപ്പെടും. ശക്തി കുറയും. പുഴ തെളിയും... അപ്പോൾ അതിന്റെ ഉള്ളാഴങ്ങൾ പോലും സുതാര്യമാവും. ഒറ്റ മഴയിൽ കലങ്ങിമറിഞ്ഞ് കരകൾ തകർത്ത് കുതിച്ചു പായും. ഉള്ള് പേറുന്ന ചപ്പും ചവറും മണ്ണും കല്ലും എന്തിന് ചെളിപോലും വ്യക്തമായി കാണാൻ കഴിയില്ല. ആകെ അറിയുന്നത് ഒഴുക്കു മാത്രമായിരിക്കും. എന്നാലോ ക്രമേണ തെളിഞ്ഞ്, കാണാൻ ചന്തവും സന്തോഷവും പകരുന്നതും അതേ നദിയാണ്.

സൈറയെന്ന നദി കലങ്ങിമറിഞ്ഞ് കുത്തിയൊഴുകുകയാണിപ്പോൾ. ചേറും ചവറും ഒഴിഞ്ഞ് തെളിയാൻ അധികകാലം വേണ്ട. പുറത്തേയ്ക്ക് നോക്കിയാൽ മതി... പ്രകൃതി ഇങ്ങനെ ചന്തം വാരിച്ചുറ്റി നില്ക്കുമ്പോൾ സൈറയ്ക്ക് എങ്ങനെ മാറിനില്ക്കാൻ കഴിയും. എവിടെനിന്നോ ഒഴുകിവീണ ഒരു വിഴുപ്പ്... നദിയിലെത്തിയെന്നു മാത്രമല്ല ഒഴുക്കിനെ തടയാൻ ശ്രമിക്കുകയും ചെയ്തു. നദി അതു തിരിച്ചറിഞ്ഞു. കരയ്ക്കുതള്ളി.

ഒഴുക്കു തുടർന്നു. തുടരുന്നു... തുടരും.

നമ്മൾ സാധാരണക്കാരുടെ ജീവിതത്തിലേക്ക് ഇറങ്ങിച്ചെല്ലണം. അർദ്ധപട്ടിണിയും രോഗങ്ങളുമായി നരകജീവിതം നയിക്കുന്നവരുടെ ഭൂമിയിലാണ് നമ്മൾ ജീവിക്കുന്നത്. വെയിലും മഴയും ഏല്ക്കാതെ കിടന്നുറങ്ങാൻ പറ്റുന്ന ഒരു കൂര സ്വപ്നം കാണുന്നവരുടെ ലോകത്താണ് നമ്മളും നമ്മുടെ സ്വകാര്യദുഃഖങ്ങളും നിലകൊള്ളുന്നത്. സ്വന്തം എന്നു പറയാൻ ഒരു പിടി മണ്ണുപോലുമില്ലാത്തവരും ഏതു നിമിഷവും കുടിയിറക്കപ്പെട്ടേക്കുമെന്ന അവസ്ഥയിൽക്കഴിയുന്നവരും നമുക്ക് ചുറ്റുമുണ്ട്. അവരിലേയ്ക്ക്... അവരുടെ ജീവിതത്തിലേയ്ക്ക് കണ്ണോടിച്ചാൽ ഈ പറഞ്ഞതൊന്നും ഒന്നുമല്ലെന്നു മനസ്സിലാവും.

നിനക്കറിയാമോ... അടുപ്പ് പോലെ കുത്തിവച്ച കല്ലിനു മുകളിലിരുന്ന് പ്രസവിക്കുന്ന പെണ്ണുങ്ങളുള്ള നാടാണ്. ആരുടേയും സഹായമില്ലാതെ ഒറ്റയ്ക്ക്. ഒരു കുടിലിനുള്ളിൽ പ്രസവിച്ച്, കുഞ്ഞിന്റെ പൊക്കിൾക്കൊടി മുറിച്ച്, കുഞ്ഞിനെ കുളിപ്പിച്ച്... പ്ലാസന്റയും ബ്ലഡ്ഡും തനിയെ മാറ്റുന്ന സ്ത്രീകളുണ്ടീ നാട്ടിൽ. പ്രകൃതിയോടൊപ്പം അതിന്റെ നിയമങ്ങളിൽ ജീവിക്കുന്നവർ. തണുപ്പിനെ ചെറുക്കാൻ ഒരു കഷണം കമ്പിളിയില്ലാത്തവരുടെ കുടിലുകൾ നീ കാണണം. പേരെഴുതാനറിയാതെ, സ്വന്തം അവകാശങ്ങളെക്കുറിച്ച് അറിയാതെ... ചൂഷണം ചെയ്യപ്പെട്ട് കാടുകളിൽ കഴിയുന്നവരുടെ

നാട്ടിലാണ് നമ്മളും ജീവിക്കുന്നത്. ഇനി പറയൂ ആർക്കുവേണ്ടി ജീവിക്കണം.

സിദ്ധൂ,... നീ ... നീ തന്നെയാണോ ഈ പറയുന്നത്? സൈറ അത്ഭുതപ്പെട്ടുനോക്കിയിരുന്നു. കണ്ണിമവെട്ടാതെ സൈറ സിദ്ധാർത്ഥിനെ നോക്കി...ഇവൻ വളരെ വലുതായിരിക്കുന്നു. ഒരു പെണ്ണിന്റെ മനസ്സറിയാൻ പാകത്തിലെത്തിയെന്നതിൽ സൈറ ആഹ്ലാദിച്ചു. 'ഒരു പാവം' എന്ന ശീർഷകത്തിനപ്പുറത്തേയ്ക്ക് ആഴത്തിൽ ചിന്തിക്കുന്ന സിദ്ധാർത്ഥിനെ സൈറ ബഹുമാനത്തോടെ നോക്കി. അവളുടെയുള്ളിൽ സിദ്ധു വളരുകയായിരുന്നു.

29

ലൗലി വാച്ചിൽ നോക്കി. സമയം പന്ത്രണ്ടുമണി. മൂന്നുമണിക്കൂറായി കാത്തിരിപ്പ് തുടങ്ങിയിട്ട്. പലരും വരാന്തയിലും മുറ്റത്തുമായി കാത്തു നില്ക്കുന്നുണ്ട്. ജനാധിപത്യത്തിന്റെ നെടുംതൂണുകളായി നില്ക്കുന്ന എം.എൽ.എയുടെ ദർശനം കാത്തുനില്ക്കുന്നവരെല്ലാം എന്തെങ്കിലും സഹായം ആവശ്യപ്പെട്ടാവും എത്തുക.

രാവിലെ തുടങ്ങിയ മഴയാണ്. ഇപ്പോഴും തോരാതെ പെയ്യുന്നുണ്ട്. കാലാവസ്ഥാ പ്രവചനങ്ങളെ കാറ്റിൽ പറത്തി പെയ്തിറങ്ങിയ മഴ ജനജീവിതം തടസ്സപ്പെടുത്തി. തൊഴിലാളികൾ ലായങ്ങളിലെ ചോർച്ച എങ്ങനെ ഒഴിവാക്കാമെന്ന് ആലോചിക്കുകയും ഉള്ള പാത്രങ്ങളൊക്കെ ചോർച്ചയുമായി പൊരുത്തപ്പെടാൻ അകത്ത് മാറ്റി മാറ്റി വയ്ക്കുകയും ചെയ്തുകൊണ്ടിരുന്നു.

നേശമണിയുടെ അമ്മ കിടപ്പിലായിട്ട് രണ്ടു കൊല്ലമായി. കൊളുന്ത് നുള്ളുന്നതിനിടയിൽ എങ്ങനെയോ കാൽതെന്നി താഴേയ്ക്കുപോയി ദേഹം തട്ടിയും മുട്ടിയും ചതഞ്ഞു. താഴെ അഗാധമായ കൊക്കയാണെന്ന ഓർമ്മ വന്നതും കണ്ട ചെടിയിൽ എത്തിപ്പിടിച്ചുകിടന്നു. നിലവിളിക്കാൻ ശക്തിയില്ലാതെ ഏറെ സമയം.

നീലക്കാ ... നീലക്കാ...

ഉയരെ നിന്ന് ചെമ്പകം നീട്ടിവിളിച്ചു...

ചെമ്പാ... ചെമ്പാ...

താഴെയെവിടെയോ നിന്ന് കേട്ടശബ്ദം നീലാംബരിയുടേതാണെന്ന് ചെമ്പകം തിരിച്ചറിഞ്ഞു. പിന്നെ നടന്നതൊക്കെ സ്വപ്നം പോലെയായിരുന്നു. പിടിവിട്ടാൽ താഴെ കൊക്കയിൽ വീഴുമെന്നുള്ള ഭയം.

കൊപ്പര

നീലക്കാ.. അക്കാ..

എങ്കിർക്ക്.... എന്നാച്ച് ...

സ്ത്രീ പുരുഷ ശബ്ദങ്ങൾ ഇടകലർന്ന് താഴേക്ക് നീളുന്നത് നീലാംബരി അറിഞ്ഞു. അന്വേഷണസംഘം തേയിലച്ചെടികൾക്കിടയിലൂടെ ശ്രദ്ധിച്ചാണ് താഴേയ്ക്കിറങ്ങിയത്. പണ്ട് ആരോ ചാടിചത്തെന്നും അവരുടെ പ്രേതം നിലവിളിക്കുന്നത് കേൾക്കാറുണ്ടെന്നും തലമുറ കൈമാറി വന്ന കഥ... ഇന്നും പ്രസക്തമാണ്. അതുകൊണ്ടുതന്നെ ആ ചരിവിൽ ഇല നുള്ളാൻ ഭയപ്പെടുന്നു.

അക്കാ... ഭയപ്പെടവേണ്ടാ... ദാ വന്തിട്ടേൻ...

നീലാംബരിയുടെ ആത്മവിശ്വാസം വർദ്ധിപ്പിക്കാനായി അവർ മാറി മാറി വിളിക്കുകയും പിടി വിടാതിരിക്കാൻ ഓർമ്മിപ്പിക്കുകയും ചെയ്തുകൊണ്ടിരുന്നു. അപ്പൊഴും നീലാംബരി തൂങ്ങിക്കിടക്കുന്നത് എവിടെയെന്ന് കൃത്യമായി കണ്ടെത്താൻ കഴിയാതെ സംഘം താഴേയ്ക്ക് ഇറങ്ങിക്കൊണ്ടിരുന്നു.

അതോ അങ്കിർക്ക്... അണ്ണാ... പാർ...

ചെമ്പകം ഉറക്കെ വിളിച്ചുപറഞ്ഞതോടെ സംഘം ആ ഭാഗത്തേയ്ക്ക് ഇറങ്ങാൻതുടങ്ങി. തേയിലച്ചെടികൾ കഴിഞ്ഞ് കാട്ടുപുല്ല് നിറഞ്ഞ ചരിവിനും താഴെ ഒരു ചെറിയ മരത്തിന്റെ ചോട്ടിലാണ് പിടിച്ചത്. പിടിവിട്ടാൽ മരണത്തിന്റെ മടിയിലാവുമെന്നത് സംഘത്തെ ഭയപ്പെടുത്തിയെങ്കിലും ധൈര്യംവിടാതെ പുരുഷന്മാർ കാട്ടുവള്ളികളിൽ പിടിച്ച് താഴേയ്ക്ക് ഇറങ്ങി. ഒടുവിൽ നീലാംബരിയുടെ കയ്യിൽ പിടിച്ച് മുകളിലേയ്ക്ക് കയറാൻ സഹായിച്ചു. ഭയന്നുവിറച്ച് ബോധക്ഷയത്തിന്റെ വക്കോളമെത്തിയിരുന്നു. വളരെ പ്രയാസപ്പെട്ടാണ് നീലാംബരിയെ മുകളിലേയ്ക്ക് ഉയർത്തുന്നതെന്ന് എല്ലാപേർക്കും മനസ്സിലായി.

പെട്ടെന്ന് നീലാംബരിയുടെ മരുമകൾ കനകം ഉടുത്തിരുന്ന പുത്തൻ സാരിയഴിച്ച് അറ്റത്ത് കല്ലുകെട്ടി താഴേക്കിറക്കി. ഒരറ്റം സ്ത്രീകൾ ചേർന്നുപിടിച്ചു. സാരിയുടെ അറ്റത്ത് നീലാംബരിയെ കെട്ടി മുകളിലേയ്ക്ക് ഉയർത്തിയാണ് രക്ഷിച്ചത്. ബഹളം കേട്ട് ബൈക്കിൽ സഞ്ചരിച്ചിരുന്ന മേസ്തിരിയും കൂട്ടാളും സ്ഥലത്തെത്തിയപ്പോൾ കണ്ടകാഴ്ച കനകം സാരിയഴിക്കുന്നതാണ്. പിന്നിലിരുന്ന സുപ്രൻ എന്ന സുബ്രമണി മൊബൈലിൽ ആ രംഗം ശ്രദ്ധയോടെ പകർത്തി. ഇടയ്ക്ക് ഫോക്കസ് കനകത്തിന്റെ മാറിലേയ്ക്ക് ഉറച്ചെങ്കിലും പെട്ടെന്ന് തന്നെ താഴെ നിന്ന് കയറിവരുന്നവരിലും നീലാംബരിയിലുമെത്തി. വീരോചിതമായ ആ പ്രവർത്തിയിലൂടെ

കനകം ശ്രദ്ധിക്കപ്പെട്ടു.

നീലാംബരി അതിനുശേഷം എണീറ്റില്ല. ഒരേ കിടപ്പ്. കാലും കയ്യും വിറയ്ക്കും. കണ്ണുകൾ ഒന്നിലും ഉറയ്ക്കാതെ ഉരുണ്ടുമറിഞ്ഞു. മരണത്തെ മുഖാമുഖം കണ്ടതിന്റെ പരിണിതഫലമെന്ന് കരുതി എല്ലാപേരും സമാധാനിച്ചു.

ആനാ കുടുംബം എപ്പടി പൊഴക്കും... എട്ടുവയറ് വേലയ്ക്ക് മൂന്നുപേര് മട്ടും. കൊളന്തൈകൾ പട്ടിണിയാകക്കൂടാത്. അത്ക്ക് എതാവത് വഴിപാക്കണം.

നീലാംബരിയുടെ ഭർത്താവ് മരിച്ചിട്ട് അഞ്ചുകൊല്ലമായി. അയ്യപ്പൻ പനിപിടിച്ച് എറന്തുപോച്ച്. അയൽക്കാരനും അയ്യപ്പന്റെ അപ്പന്റെ സുഹൃത്തുമായ കുമാരസ്വാമി ഇടവേളകളിൽ ഓർക്കാറുണ്ട്.

അയ്യപ്പാവോട അപ്പാവും എന്നുടെ അപ്പാവും ഒരേ നാളില് ഇങ്ക് വേലയ്ക്ക് ശേർന്തത്. അന്ന്തൊട്ട് ഇതേവീട്ടിലേ തങ്കവച്ച് കല്യാണം പണ്ണി...

തലമുറകളായി കഴിഞ്ഞുവരുന്ന വീടാണ്. 'വീട്' എന്നു പറഞ്ഞുകൂടാ. നിരയായുള്ള ഒറ്റമുറി വീടുകൾ. ഒരു ചെറിയ വരാന്തയും അതിനപ്പുറം ഒരു മുറിയും അതിനുപിന്നിൽ ഒരു അടുക്കളയും ചേർന്നാൽ അതാണ് വീട്. അതിനുള്ളിലാണ് എട്ടുപേർ കഴിയുന്നത്. കൊടും തണുപ്പായാൽ എല്ലാപേരും കൂടി ഒരു മുറിയിൽ ഉറങ്ങും. അല്ലാത്തപ്പോൾ ആണുങ്ങൾ വരാന്തയിലാവും കിടപ്പ്. പത്ത് വീടുകൾ ഒറ്റനിരയിൽ ഒരേ മേൽക്കൂരയ്ക്കു കീഴിൽ. നാല് കക്കൂസുകൾ അഞ്ച് കുളിമുറികൾ... ഒക്കെ പൊതുവാണ്.

ജനിക്കുന്ന നാൾതൊട്ട് അഡ്ജസ്റ്റ് ചെയ്യാൻ പഠിക്കുന്നവരുടെ ചെറിയ ലോകമാണ് തോട്ടത്തിലെ ലായം. കൃത്യമായി ചിട്ടപ്പെടുത്തപ്പെട്ട ജീവിതം പലപ്പോഴും കലഹങ്ങളിൽ ചെന്നെത്താറുണ്ടെങ്കിലും അന്തിക്കുമുന്നേ ശാന്തമാകുന്നവർക്കറിയാം വേറെ ഇടമില്ലെന്ന്.

തമിഴ് സംസാരിക്കുന്നവരാണ് അധികവും. ഒരു കുടുംബത്തിനും സ്വന്തമായി ഒരുപിടി മണ്ണില്ല. ഏതെങ്കിലും സന്ദർഭത്തിൽ തൊഴിലിൽ നിന്ന് പറഞ്ഞുവിട്ടാൽ പോകാനിടമില്ലാത്തവർക്ക് വോട്ടുണ്ട്. അതും കേരളത്തിൽ. തെരഞ്ഞെടുപ്പടുക്കുമ്പോൾ കൈനിറയെ വാഗ്ദാനങ്ങളുമായി ജനനായകർ എത്തും.

നിങ്ങൾക്ക് സ്വന്തമായി ഭൂമിയും വീടും തരും... പലതവണ ആവർത്തിക്കപ്പെട്ട വാഗ്ദാനങ്ങൾ... തെരഞ്ഞെടുപ്പു കഴിഞ്ഞാൽ

ജയിക്കുന്നയാൾ... അത് ആരോ ആകട്ടെ തൊഴിലാളികളുടെ അടുത്തേയ്ക്ക് എത്താറില്ല. നേരേ കമ്പനിയുടെ ഗസ്റ്റ് ഹൗസിലോ ഓഫീസിലോ വന്നാലായി.

കൂട്ടത്തിൽ എട്ടാം ക്ലാസ്സുകാരിയായ കനകം ഒരു ദിവസം സന്ധ്യയ്ക്ക് പത്ത് വീടുകളിലും കയറി ഇറങ്ങി സംസാരിച്ചു.

ഇത്തവണ വോട്ട് ചോദിച്ചുവരുമ്പോ കട്ടായം പറയണം. പറഞ്ഞ വാക്കുകൾ പാലിക്കാതെ വോട്ടില്ല. നമ്മ കുട്ടികൾക്ക് പഠിക്കണം. നമുക്ക് സ്വന്തമായി അഞ്ചുസെന്റ് ഭൂമി വേണം. ചികിത്സവേണം. അപകടം സംഭവിച്ചാൽ ചികിത്സാസഹായം വേണം.

പലരും മനസ്സിലാകാത്തതുപോലെ കനകത്തെ നോക്കി. പലവട്ടം പറഞ്ഞിട്ടാണ് കുറച്ചെങ്കിലും കാര്യത്തിന്റെ ഗൗരവം മനസ്സിലായത്. നമുക്ക് അവകാശമുണ്ട്. ഭരണഘടനയിൽ ഉറപ്പിച്ചു പറഞ്ഞിട്ടുള്ള അവകാശങ്ങൾ ചോദിക്കണം. തലമുറകളായി ഈ ഒറ്റമുറിയിൽ, എപ്പോ വേണമെങ്കിലും ഇറക്കി വിടാമെന്ന നിലയിൽ... എപ്പോ വേണമെങ്കിലും ഇടിഞ്ഞു വീഴാവുന്ന ഈ പൂപ്പൽ പിടിച്ച മുറിയിൽ എത്രകാലം കഴിയും. കുടികിടപ്പവകാശം ചോദിക്കണം. അത് നമ്മുടെ അവകാശമാണ്.

തമ്മിൽത്തമ്മിൽ പറഞ്ഞു പറഞ്ഞ് വിവരം മാനേജരുടെ ചെവിയിലെത്തിയതിനു പിന്നിൽ സുബ്രുവാണെന്നത് എല്ലാപേർക്കും അറിയാമായിരുന്നു. ഒരു കണക്കിന് അതുനന്നായി. അങ്ങോട്ട് പറയാതെ തന്നെ വിവരം അറിയുമല്ലോ.

ദിവസങ്ങൾ കഴിഞ്ഞില്ല. മാനേജരുടെ അറിയിപ്പു കിട്ടി. എല്ലാപേരും ഓഫീസിലെത്തണം. പലവിധ വിചാരങ്ങളുമായി എത്തിയവരെ ഞെട്ടിച്ചുകൊണ്ടുള്ള ഒരറിയിപ്പായിരുന്നു തൊഴിലാളികളെ കാത്തിരുന്നത്. മാനേജർ ഒരു ലിസ്റ്റു വായിച്ചു. ഈ പേരുകാർക്ക് ഇവിടെ താമസിക്കാം. അല്ലാത്തവർ വീടൊഴിയണം.

എല്ലാ നോട്ടവും കനകത്തിന്റെ നേർക്കായി. കനകം കൂസാതെ പറഞ്ഞു.

അതെന്തു ന്യായമാണ് സാറെ. ഈ പേരുകാർ മരിച്ചിട്ട് എത്രയോ കാലമായി. അവരുടെ കുടുംബങ്ങളല്ലേ ഇപ്പോഴുള്ളത്.

അതെ, കുടുംബങ്ങൾക്ക് വീടു തന്നിട്ടുണ്ടോ? അതിനുള്ള എന്തെങ്കിലും രേഖയുണ്ടോ? എങ്കിൽ കൊണ്ടുവാ... ഒരു മാസത്തെ സമയം തരാം...

രാത്രി സമ്മിശ്രവികാരങ്ങളാൽ വീടകങ്ങൾ പുകഞ്ഞു.

എങ്ങോട്ടു പോകും? എങ്ങനെ ജീവിക്കും? നാടും വീടും ഇല്ലാ

ത്തവരാണോ നമ്മൾ?

ചോദ്യങ്ങൾക്കുത്തരം നൽകാൻ കനകം തയാറായി. ഇത്രേം കാലം നമ്മളീതോട്ടത്തിൽ വേല ചെയ്തു. ശമ്പളവും വാങ്ങി. ഈ വീടുകളിൽ താമസിച്ചു. തൊഴിലാളികൾക്കും ആവശ്യങ്ങളുണ്ട്, അവകാശവും. നമ്മൾ ഒറ്റക്കെട്ടായി നിന്നാൽ അതൊക്കെ കിട്ടും.

അതെപ്പടി? വേലയില്ലാതെ എപ്പടി പെഴക്കും?

നമ്മൾ പണിമുടക്കിയാൽ മാനേജർ സമ്മതിക്കും. കമ്പനി എങ്ങനെ നടക്കും?

കനകം ചോദ്യത്തിനൊപ്പം ഓരോ മുഖങ്ങളിലും മാറിമാറി നോക്കി.

അത്ക്ക് നമ്മളെന്താ ചെയ്യണം?

സമരം ചെയ്യണം... ജോലി ചെയ്യാതെ...

കൊളുന്ത് നാശമാവും.

കൊളന്തകൾ മോശമാവുന്നതല്ലേ അതിലും മുഖ്യം. കമ്പനി വെളിയിൽ നിന്ന് വേലയ്ക്കാളെ കൂട്ടിവന്നാൽ അവരെ തടയണം. നമ്മുടെ ആവശ്യങ്ങൾ അനുവദിച്ചുകിട്ടുന്നതുവരെ സമരംചെയ്യണം. പട്ടിണി കിട്ടക്കേണ്ടി വന്നാലും തോറ്റുമാറരുത്. കനകം ചരിത്രത്തിൽ പഠിച്ചിട്ടുള്ള സമര കഥകളെല്ലാം പറഞ്ഞുകേൾപ്പിച്ചു.

പിറ്റേന്നു രാവിലെ ഓഫീസിനു മുന്നിൽ നിരന്നിരിക്കുന്ന തൊഴിലാളികൾ മാനേജരെ ഞെട്ടിച്ചു. മാനേജർ കാര്യം ചോദിച്ചു. പിന്നെ അനുനയസ്വരത്തിൽ സംസാരിച്ചു. വഴങ്ങാൻ കൂട്ടാക്കില്ലെന്ന ഉറച്ച നിലപാടുകൾക്കുമുന്നിൽ വിട്ടുവീഴ്ച പാടില്ല. പുരുഷന്മാരോട് ഒറ്റയ്ക്കും തുടർന്ന് കൂട്ടായും ഭീഷണിപ്പെടുത്തി നോക്കി. ആരും പിൻമാറാൻ തയാറായില്ല. എഴുതി തയാറാക്കിയ മെമ്മോറാണ്ടം മാനേജരെ ഏൽപ്പിച്ചു. അടുത്ത ദിവസം മുതൽ കനകം നിരാഹാര സത്യഗ്രഹം തുടങ്ങി. ബാക്കിയുള്ളവർ താടിക്കു കൈ കൊടുത്തിരുന്നു. ഇടയ്ക്ക് എന്തോ ഓർത്തെടുക്കുന്നതുപോലെ ചില മുദ്രാവാക്യങ്ങളും വിളിച്ചു.

സമ്മിശ്ര പ്രതികരണങ്ങളാണ് ചുറ്റുപാടുകളിൽ രൂപം കൊണ്ടത്. ആരാ കനകം? അവളേതു പാർട്ടിക്കാരിയാണ്? ഇടതുപക്ഷമായിരിക്കും. അല്ലാതെ ഇത്ര തന്റേടം എവിടന്ന്. ചിലർ ഐക്യദാർഢ്യ പ്രഖ്യാപനവുമായി സമരമുഖത്തെത്തി. കനകവുമായി സംസാരിച്ചു. കൂടെയുണ്ടെന്ന് ഉറപ്പും കൊടുത്തു.

നിരാഹാര സത്യഗ്രഹം മൂന്നു ദിവസമായതോടെ തൊഴിലാളികൾ കരച്ചിലും പരാതി പറച്ചിലും മുദ്രാവാക്യം വിളിയുമായി. ആരും

പിൻമാറുന്ന ലക്ഷണമില്ല. ഇല നുള്ളാതെ കമ്പനിയെങ്ങനെ മുന്നോട്ടുപോകും.

മാനേജർ വെടികൊണ്ട പന്നിയെപ്പോലെ പരക്കം പാഞ്ഞു. നിരന്തരം ഫോണിലൂടെ ആരെയോ വിളിച്ചുകൊണ്ടിരുന്നു. പഞ്ചായത്തുമെമ്പർ വന്നു. കനകത്തോട് അനുനയത്തിൽ സംസാരിച്ചു സമരം നിർത്തണം. നമുക്ക് സംസാരിക്കാം. ഒരു ഒത്തുതീർപ്പ് സംഭാഷണമല്ലേ നല്ലത്?

ആവശ്യങ്ങൾ അംഗീകരിക്കാതെ സമരം പിൻവലിക്കില്ല. കനകം നിലപാടിൽ ഉറച്ചുനിന്നു. അഞ്ചാംദിവസം പഞ്ചായത്ത് പ്രസിഡന്റ് വന്നു. സന്ധിസംഭാഷണ ശ്രമങ്ങൾ നടത്തി. ആറാം ദിവസം കനകത്തെ ആശുപത്രിയിലേയ്ക്കു മാറ്റാൻ ശ്രമിച്ചു. കനകം വഴങ്ങിയില്ല. ഡോക്ടർമാർ വന്നു പരിശോധിച്ചു... മാനേജരുമായി സംസാരിച്ചു. പ്രശ്നം വഷളാവുകയാണെന്ന് ബോദ്ധ്യമായി.

ഇന്ന് എം.എൽ.എ. ഒത്തുതീർപ്പിന് പോയിരിക്കുകയാണ്. ഇനിയും തുടർന്നാൽ ആ പെണ്ണിന്റെ നില മോശമാവും.

എങ്ങനെയെങ്കിലും ഒരു തീരുമാനമായാൽ മതിയായിരുന്നു.

ഒരു കഥ കേൾക്കുന്നതുപോലെയാണ് ലൗലി എല്ലാം കേട്ടിരുന്നത്. തോട്ടം തൊഴിലാളികളുടെ ജീവിതം വളരെ പരിതാപകരമാണെന്ന് അച്ഛൻ പറഞ്ഞു. അപ്പോഴും ഇത്ര മോശമാണെന്നറിഞ്ഞില്ല. ഇതൊക്കെ നേരിൽ കണ്ടാൽ ആരാണ് പ്രതികരിക്കാത്തത്? അവരും മനുഷ്യരല്ലേ? തലമുറകളായി അവർ ജനിച്ചു ജീവിക്കുന്നിടത്ത് ഒരു പിടിമണ്ണിന് അവകാശമില്ലെന്ന് എങ്ങനെ പറയും?

എത്ര തലമുറകൾ ഇക്കണ്ട തേയില തോട്ടങ്ങളിൽ ജീവിച്ചു മരിച്ചു? സ്വന്തമെന്നു പറയാൻ ഒരു മേൽക്കൂരപോലുമില്ലാതെ...

നല്ല ചികിത്സ കിട്ടാതെ...

നല്ല വിദ്യാഭ്യാസം ലഭിക്കാതെ...

പൂർവ്വികരുടെ പാത പിന്തുടരുക മാത്രം ചെയ്യുന്നവർ.

ഒരു മുറിക്കുള്ളിൽ രണ്ടും മൂന്നും തലമുറകൾ ...

ജനനവും മരണവും എല്ലാറ്റിനും സാക്ഷിയായി നാലു ചുവരുകൾ മാത്രം. അടിസ്ഥാനാവശ്യങ്ങൾക്കുപോലും കാത്തുനില്ക്കേണ്ടി വരുന്നവരുടെ ജീവിതം. അതെത്ര ദയനീയമാണ്.

എന്നാണ് ഇതിനൊക്കെ മാറ്റമുണ്ടാവുക. ലൗലി ചിന്തയിൽ ആഴ്ന്നിറങ്ങയതുപോലെ കണ്ണുകൾ പാതി ചാരിയിരുന്നു. കൺമുന്നിൽ യൂണിഫോമിട്ടു തേയില നുള്ളാൻ പോകുന്ന തൊഴിലാളികൾ. വൃത്തിയുള്ള വീടുകളിൽ നിന്ന് സ്കൂളിലേക്കു പോകുന്ന

കുട്ടികൾ. ഭാവന വളർന്നുകൊണ്ടിരിക്കെ ലൗലി മയങ്ങിപ്പോയി.

അസ്വസ്ഥത അരങ്ങടക്കി വാഴുന്ന നാളുകളിൽ ആര്? എന്ത്? എങ്ങനെ? ഒന്നുമറിയില്ല. ഒരു വഴി... നേർവഴി കാട്ടാൻ ആരാണുള്ളത്? തലമുറകൾ ജനിച്ചു ജീവിക്കുന്നുണ്ട്. മാറ്റം ആഗ്രഹിച്ചിട്ടും കാര്യമില്ല. അതാവും ഈ ഘനപ്പെട്ട മൗനത്തിനു കാരണം.

ഒരു വാഹനം വന്നുനിന്നതിന്റെ ശബ്ദം കേട്ടാണ് ലൗലി കണ്ണു തുറന്നത്. അപ്പോഴേയ്ക്കും ഒരു ചെറുപ്പക്കാരൻ കാറിന്റെ ഡോർ തുറന്നു കൊടുത്തുകൊണ്ട് ഭയഭക്തി ബഹുമാനങ്ങളോടെ ഒതുങ്ങി നില്ക്കുന്നു. എം.എൽ.എ. ഇറങ്ങി അവിടെ നിന്നവരുടെ നേർക്ക് ഒന്നോടിച്ചു നോക്കി. ചില ആംഗ്യങ്ങളും ചിരിയുമായി അകത്തേയ്ക്ക്. ഡോർ തുറന്നുകൊടുത്ത ചെറുപ്പക്കാരൻ ഡോറടച്ചു പിന്നാലെ അനുഗമിക്കുന്ന കാഴ്ച ലൗലിയെ അത്ഭുതപ്പെടുത്തി.

ജനങ്ങളാൽ തെരഞ്ഞെടുക്കപ്പെട്ട, ജനങ്ങൾക്കു വേണ്ടിയുള്ള ഭരണം. ഇതാണോ ജനാധിപത്യം? അധികാരഗർവ്വോടെ കാത്തുനിന്നവരെ കടന്ന് അകത്ത്പോകുന്നത് ജനങ്ങൾ തെരഞ്ഞെടുത്ത ജനപ്രതിനിധി തന്നെയാണോ?

ഇതാണ് ജനാധിപത്യമെങ്കിൽ ജനങ്ങളെ എന്തു വിളിക്കണം?

ജനം... ജനനായകൻ ... ജനസേവകർ ... സേവിച്ചു നയിക്കലാണോ അതോ നയിച്ചു സേവിക്കലോ?

കാടു കയറുന്ന ആലോചനകളെ അടക്കി നിർത്തി ലൗലി കാത്തിരുന്നു. സമയം കടന്നുപൊയ്ക്കൊണ്ടേയിരുന്നു. പുറത്തു നിന്നവർ അകത്തുപോവുകയും വീണ്ടും പുറത്തേക്കിറങ്ങി പോവുകയും ചെയ്തുകൊണ്ടിരുന്നു. മണി രണ്ടായി. വിശപ്പ് അതിന്റെ കരാളഹസ്തങ്ങളാൽ ലൗലിയെ ഞെരിക്കാൻതുടങ്ങി. ബാഗിൽ നിന്ന് കുപ്പിയിൽ കരുതിയിരുന്ന വെള്ളമെടുത്ത് കുടിച്ചു. തൊണ്ടക്കുഴി കടന്ന് അന്നനാളത്തിലൂടെ തണുത്തവെള്ളം സഞ്ചരിക്കുന്നതറിഞ്ഞു. കുപ്പി ഭദ്രമായി അടച്ചു ബാഗിനുള്ളിൽ വച്ച് എഴുന്നേറ്റ് വാതിലിനടുത്തേയ്ക്കു നീങ്ങിനിന്നു.

ടീച്ചറമ്മ വന്നിട്ട് ഒരുപാട് നേരമായി. വൈകിയാൽ അങ്ങോട്ട് ജീപ്പ് കിട്ടത്തില്ല. ഒരു ചെറുപ്പക്കാരൻ ആരോടോ പറയുന്നുണ്ട്.

അങ്ങനെ പറഞ്ഞാലെങ്ങനെ? അദ്ദേഹം രാവിലെ മുതൽ ഒരു വക കഴിച്ചിട്ടില്ല. മനുഷ്യനല്ലേ.

അതു ശരിയാണ്. അദ്ദേഹവും മനുഷ്യനാണ്.

ടീച്ചറേ... ചെല്ല്. ഇനി നിന്നാൽ ജീപ്പ് കിട്ടൂല്ലാ. ആളെ കണ്ടു പരിചയമുണ്ട്. ഓർത്തെടുക്കാൻ നിന്നാൽ എം.എൽഎ.യെ കാണാൻ

കഴിയില്ല.

അകത്ത് ഒന്നുരണ്ടു പേരുണ്ട്. സീരിയസ് വിഷയമാണെന്ന് മുഖം കണ്ടാലറിയാം. ലൗലിയെ കണ്ടതും സംഭാഷണം നിന്നു.

ഉം. എന്താ പ്രശ്നം?

എം.എൽ.എ. യുടെ ചോദ്യംകേട്ട ലൗലി കരുതിവച്ചിരുന്ന അപേക്ഷ അദ്ദേഹത്തിനു നേരേ നീട്ടി.

കഴിഞ്ഞ കൊല്ലം വെടിയേറ്റു മരിച്ച ചീരു കുമരൻ ദമ്പതികളുടെ മകൻ ആനന്ദ്. എട്ടുവയസ്സ്. അവന് അർഹതപ്പെട്ട ആനുകൂല്യങ്ങൾ ഇതുവരെ കിട്ടിയില്ല. പലതും സാറുൾപ്പടെ അന്ന് വാഗ്ദാനം ചെയ്തതാണ്. പക്ഷേ ഇന്നുവരെ ഒന്നും കിട്ടിയില്ല.

നിങ്ങളാണോ ആ കുട്ടിയുടെ രക്ഷകർത്താവ്?

അതെ. അവനുവേണ്ടി എന്തെങ്കിലും ചെയ്യാൻ വേറെയാരുമില്ല. പൊലീസിന്റെ വെടിയേറ്റു മരിച്ചവരുടെ കുട്ടിയാണ്.

മാവോയിസ്റ്റുകളെ മാലയിട്ടു സ്വീകരിക്കാൻ പറ്റുമോ?

അവരൊന്നും മാവോയിസ്റ്റുകളല്ല. കൂലിവേല ചെയ്തു ജീവിക്കുന്നവരാണ്.

അപേക്ഷ വാങ്ങി. മേശപ്പുറത്തുവച്ച് എം.എൽ.എ. പറഞ്ഞു.

വേണ്ടതു ചെയ്യാം.

ലൗലി മുറിക്കു പുറത്തിറങ്ങുമ്പോൾ പിന്നിൽ അടക്കിയ സംഭാഷണം കേട്ടു... ഒപ്പം 'സൂക്ഷിക്കണം' എന്ന സൂചനയും ആദിവാസികളെ ബോധവൽക്കരിക്കലാണ് ഇവരുടെ ഹോബി. ടീച്ചറായതുകൊണ്ട് സപ്പോർട്ടുണ്ട്. ആ ചെക്കനെ ഇവരാണ് പഠിപ്പിക്കുന്നത്. ഓരോരോ വേഷംകെട്ടലുകൾ. അതു കേട്ടുനിന്ന നേതാവിന്റെ സെക്രട്ടറിയുടെ വാക്കുകൾ മുറിവിട്ട് പുറത്തെത്തിയത് ലൗലിയെ ഞെട്ടിച്ചു...

അവനവന്റെ പണിചെയ്താൽ പോരേ...

മറ്റുള്ളവരുടെ ...

30

കുട്ടണ്ണൻ പശുക്കൾക്ക് തീറ്റകൊടുക്കുകയായിരുന്നു എന്ന് ഒറ്റ നോട്ടത്തിൽ മനസ്സിലായി.

ഇത് പശുവാണോ? കാളയെപ്പോലെ... വലിയ കൊമ്പും മുതുകിലെ ഹമ്പും ശരീരപ്രകൃതിയും എല്ലാം കാളയുടേതുപോലെയുണ്ട്. സിദ്ധു സംശയം പ്രകടിപ്പിച്ചു. ഒരുപ്രത്യേക രീതിയിലാണ്

വീടുകൾ ക്രമീകരിച്ചിരിക്കുന്നത്. റോഡിനോട് അടുത്താണ്. അധികം നടക്കണ്ട. തുടക്കത്തിൽ ഒരു ചെറിയ കടയുണ്ട്. ലൊട്ട്ലൊടുക്ക് മുതൽ മൊബൈൽ സിം വരെയുണ്ട്. ഒരു ഹൈപ്പർ മാർക്കറ്റ് എലിവിഷം മുതൽ പാൽപ്പൊടി വരെയുണ്ടാവും. ചെരുപ്പ്, നൈറ്റി എന്നുവേണ്ട എന്തും കിട്ടും. അതാണ് ഇവിടത്തെ രീതി.

കണ്ടപാടേ കുട്ടണ്ണൻ എഴുന്നേറ്റ് കൈകുടഞ്ഞു. കയ്യിൽ പറ്റിയിരുന്ന പിണ്ണാക്കിന്റെ അംശം തോർത്തിൽ തുടച്ചു. എന്നിട്ട് തോർത്ത് ശക്തിയിൽ കുടഞ്ഞു തോളിലിട്ടു.

ആറുകൊല്ലമായി മൂപ്പനായിട്ട്.

ലൗലി സിദ്ധുവിനോട് പറഞ്ഞു.

ടീച്ചറമ്മാവെ പാക്കണമെന്ന് ഇപ്പോ നെനച്ചതേയുള്ളൂ. മുന്നാടിയാ വന്ത് എവള്വ് അതിശയം. ഡോക്ടർ ഫസ്റ്റാ വര്ത് അല്ലേ...?

നിറയെ ബോഗൻ വില്ലയും പാഷൻഫ്രൂട്ടും ചേർന്ന് പന്തലൊരുക്കിയ മുറ്റത്ത് മൂന്നു കസേരകൾ ഇട്ടിരുന്നു. അതു ചൂണ്ടി കുട്ടണ്ണൻ പറഞ്ഞു. ഉക്കാറ് ഡോക്ടർ സാർ

സിദ്ധാർത്ഥ് ചുറ്റുപാടുകൾ നോക്കിക്കണ്ടു. അടുത്തടുത്ത് വീടുകൾ. മിക്കതും ചുവരുകൾ ഉള്ളവയും പരിസരം വൃത്തിയുള്ളതും. ഒരു വീടിന്റെ തിണ്ണയിൽ രണ്ടു പാട്ടിമാർ. നാത്തൂന്മാരാണെന്ന് കുട്ടണ്ണനാണ് പറഞ്ഞത്. നിറമുള്ളമേക്കെട്ടിയാണ് വേഷം. ചെറുപ്പക്കാരികൾ നൈറ്റിയിലും കുട്ടികൾ ചുരിദാറിലും കാണപ്പെട്ടു. ആണുങ്ങൾ ലുങ്കിയും ചിലരൊക്കെ ഷർട്ടും പലരുടെയും കൈകളിൽ മൊബൈലുണ്ട്. കുട്ടികൾ സ്ക്രീൻ സ്ക്രോൾ ചെയ്ത് രസിക്കുന്നതുകണ്ട മൂപ്പൻ പറഞ്ഞു.

ചെറിയ കുട്ടികൾ സദാ മൊബൈലിൽ വെളയാട്ടം. കാലം മാറി. എല്ലാമേ മാറിപ്പോച്ച്.

തിണ്ണയിലിരുന്ന പാട്ടിമാർ തമ്മിൽ സംസാരിക്കുന്നത് കഴുത്തോളമെത്തിയ കാതുവള്ളികൾ അടയാളപ്പെടുത്തിക്കൊണ്ടിരിക്കെ സിദ്ധാർത്ഥ് അടുത്തുചെന്ന് ആ കാതുകളിൽ തൊട്ടു. തിരിച്ചും മറിച്ചും നോക്കി കൗതുകത്തോടെ ചോദിച്ചു.

ഇതെങ്ങനെ?

ചിറ്റ്പോട്ട് പെരിശായി.... അന്തകാലത്തില് ചിറ്റ് പോടണം. ചിറ്റ്ന്നാ ഒരു മരത്തോടെ തൊലി. അതു സുരുട്ടി വട്ടത്തിലാക്കി ഇതുക്കുള്ളെ വയ്ക്കും.

ഇപ്പോൾ വലിയ കമ്മൽ ഇടാറില്ലേ പെണ്ണുങ്ങൾ. അതുപോലെ ഇവരുടെ സമയത്ത് കാതുകുത്തി ഈർക്കിലിടും. പിന്നെ ചെറിയ

ചുറ്റിടും. ക്രമേണ ചുറ്റ് വലുതാക്കും. അതോടെ കാതിലെ തുളയും വലുതാവും. വയസ്സായിക്കഴിഞ്ഞാൽ ചിറ്റ് ഇടാറില്ല. ഇടണമെങ്കിൽ മരത്തൊലി പോരാ മരം തന്നെ വേണം. അത്രയ്ക്ക് വലുതായി തുള.

കുട്ടണ്ണൻ ചിരിച്ചു... ശബ്ദമില്ലാത്ത ചിരി. എന്നാൽ ഏറെ ആഹ്ലാദത്തോടെയുള്ള പൊട്ടിച്ചിരിയാണെന്ന് കണ്ടാലറിയാം. ശബ്ദനിയന്ത്രണം... അതാണിവരുടെ അടയാളം. അടക്കം പാലിക്കുന്നവർ....

അക്കാലത്ത് സൗന്ദര്യസങ്കല്പമായിരുന്നു വലിയ ചിറ്റ്. എത്രത്തോളം വലുതാക്കാമോ അത്രത്തോളം വലിയ ചിറ്റിടും. ചെറുപ്പത്തിലാണ്. കഴുത്തിൽ കല്ലുമാലകൾ... അന്ന് കാട്ടില് വേലക്കു പോവും. ഇപ്പോ വേലയെടുക്കമുടിയാത്. വയസ്സാച്ച്. സംഭാഷണത്തിനൊപ്പം തലയാടി. കൂടെ കാതു വള്ളികളും...

ചെറിയ തിണ്ണയിൽ ചുവരുംചാരിയിരുന്ന് സമയം പോക്കും. അല്ലാതെ എന്തുചെയ്യും.

സിദ്ധാർത്ഥിന്റെ നോട്ടം പരിസരങ്ങളിലേയ്ക്കു നീണ്ടു. തട്ടുതട്ടുകളായി കൃഷി ചെയ്തിരിക്കുന്നു. കാരറ്റ്, ബീൻസ്, പയർ, ചോളം, അങ്ങനയങ്ങനെ.

മൂപ്പൻ തൊഴുത്തിനപ്പുറത്തേയ്ക്കു പോയി ചില പഴങ്ങൾ ഇറുത്തുകൊണ്ടു വന്നു പറഞ്ഞു.

മണിത്തക്കാളി. തിന്ന് പാർമ്മാ.

ലൗലി അടുത്തിരുന്ന പാത്രത്തിൽ നിന്ന് വെള്ളമെടുത്ത് കഴുകി ഒരെണ്ണം തിന്നു.

സിദ്ധൂ ദാ ഇതു നോക്ക്... മണിത്തക്കാളി...

വലിയ വേപ്പുമരത്തണലിൽ പശുക്കൾ വിശ്രമിച്ചു.

ശരിയാ, നല്ലരസം. മണിത്തക്കാളി കൊള്ളാം. ആദ്യമായിട്ടാണ് കാണുന്നത്.

കുട്ടണ്ണാ ഇന്നലെ എം.എൽ.എ.യെ കണ്ടു. അപേക്ഷ കൊടുത്തിട്ടുണ്ട്. അവരുടെ രീതി കണ്ടിട്ട് എനിക്ക് വലിയ പ്രതീക്ഷയില്ല.

മാവോയിസ്റ്റുകളെ സഹായിക്കുന്നത് കുറ്റകരമാണെന്ന് ഒരു മുന്നറിയിപ്പും. അതാണല്ലോ എളുപ്പം. ഒരാളെ മുദ്രകുത്തി അടയാളപ്പെടുത്തുക. പിന്നെ അതുംപറഞ്ഞ് ഒറ്റപ്പെടുത്തുക. മുഖം രക്ഷിക്കാനല്ലെങ്കിൽ എന്തിനാണ് ചീരുവിനെ കൊന്നത്.?

ഉത്തരമില്ല. ഇന്നും ഉത്തരമായിട്ടില്ല. ആവുമെന്ന പ്രതീക്ഷയും വേണ്ട.

എന്തായാലും നോക്കാം. അല്ലെങ്കിൽ പ്രധാനമന്ത്രിയുടെ പേർക്ക്

കത്ത് അയക്കാം. അതാവുമ്പോ പെട്ടെന്ന് നടപടിയുണ്ടാകും... കുട്ട ണ്ണൻ ലൗലിയോടാണ് പറഞ്ഞത്.

ഞാനും അതു ചിന്തിച്ചു. എം.എൽ.എ. എന്തു ചെയ്യുമെന്ന് നോക്ക ട്ടെ. അതിനുശേഷം ദേശീയ ബാലാവകാശ സംരക്ഷണ സമിതിക്ക് പരാതി കൊടുക്കാം. എന്തുതന്നെയായാലും അവന് താമസിക്കാ നൊരു വീടും വിദ്യാഭ്യാസ സൗകര്യങ്ങളും ഉണ്ടാവണം.

തിണ്ണയിലിരുന്ന പാട്ടിമാരുടെ നോട്ടം സിദ്ധാർത്ഥിലായിരുന്നു. ലൗലിടീച്ചർ അവർക്ക് പരിചിതയാണ്. ടീച്ചറമ്മാവെ എല്ലാര്ക്കും തെരിയും. ആനാ ഇത് യാര്? പാത്തതേയില്ല.

പാട്ടീ ഇത് നമ്മൂര് ഡോക്ടറ്

മറ്റേ ഡോക്കിട്ടറില്ലയാ? നമ്മ പാലൻസാറ്?

ബാലേട്ടനുണ്ട്. ഇത് പുതുസ്സാ വന്ന ഡോക്ടറാണ്.

സിദ്ധൂ ഈ അപ്പിച്ചപ്പാട്ടിക്ക് ഒരുപാട് കഥകളറിയാം. പണ്ടത്തെ അവസ്ഥ. കാട്ടിലെ ജീവിതം. അപ്പിച്ചപ്പാട്ടി ഒന്നിളകിയിരുന്നു. കൈപ്പത്തികൾ കാൽമുട്ടിൽ അമർത്തുകയും അല്പം കുനിഞ്ഞ് കണങ്കാൽവരെ തടവുകയും ചെയ്തുകൊണ്ടേയിരുന്നു.

ആമാ. നമ്മ അപ്പ പെരിയ പുത്തിസാലി... മന്തിരം ശൊല്ലും. കടിച്ച പാമ്പിനെ കിട്ടെ വരവെച്ച് മരുന്ന് കൊടുത്ത് ലച്ചിക്കും. (രക്ഷിക്കും). മന്തിരം ശൊല്ലി ആനയെ ഓടിക്കും... വയത്തിലെ പുള്ള ആണാ പൊണ്ണാന്ന് മന്തിരം ശൊല്ലി പറയും. അന്ന് നെറയെ ആളുകളും തേടി വരും. പേയ്... പിശാശ്... ഒക്കെ മാറ്റും. പെരിയ മന്തിരവാദി. ആനാ നമ്മ ഒന്നും കേട്ടില്ല. പഠിച്ചതുമില്ല.

പഴയ കഥകളൊക്കെ ഓർമ്മയുണ്ടോ പാട്ടീ.

യാപകമിര്ക്കുമ്പോത് കാട്ടുക്കുള്ളെ താമസം... ചിന്നചിന്ന ചെട്ടു (ഷെഡ്ഡ്) കെട്ടി പുല്ലു വിരിച്ച് അതില് കെടക്കും. രാത്തിരി (രാത്രി) ഈറ്റച്ചൂട്ട് കത്തിച്ച് വെക്കും. അതു കണ്ടാ ആന, പുലി, ഒന്നും വരാ ത്. അന്ന് കാട് വെട്ടി ചുട്ട് കൃസി ചെയ്യും. റാഗിയും ചോളവും നെല്ലും പയറും എല്ലാം കൃസി ചെയ്യും. എല്ലോരും ഒന്നാ ചേർന്ന് കൃസി ചെയ്യും. കൂട്ടമാ താമസിക്കും ആരാവത് സത്ത്പോനാ അന്ത എടം വിട്ടുപോവും.

അതെന്താ പാട്ടീ?

ഭയം. റൊമ്പ ഭയമായ്ര്ന്ത്... സത്തവര് പേയ് ആവും. രാത്തിരി വന്ന് പശിക്ക്ത് തണ്ണിവേണം ശൊല്ലുവാറ്. പേര് ചൊല്ലി കൂപ്പിടു വാറ്... അപ്പപ്പാ നെനച്ചാലേ ബയം... കാലെയിലെ അടയാളം കെട ക്കും... പേയ് വന്ത അടയാളം. തണ്ണിക്കൊടം തട്ടിമറിച്ച്... പൊകല

ത്തുണ്ട് ചവച്ച്പോട്ട് ... ശെലനേരം ബീഡി ചോദിക്കും. ചിലപ്പോൾ അടിക്കും. കുഴിയിൽ തള്ളിയിടും. കാട്ടിൽ അന്തമാതിരി നിറയെ കൊഴപ്പം. അതിനാലെ കുടില് തീ വച്ച് എല്ലോരും ഓടിപ്പോവും. വേറെ സ്ഥലത്ത് കുടില് കെട്ടും. വീണ്ടും കാട് കത്തിച്ച് കൃസി ചെയ്യും. അങ്ങനെ ഓടി ഓടി കാടുക്കുള്ളെ താമസിച്ച്.

കാട്ടുകിളങ്ക്, പലമാതിരി പളം, അതൊക്കെ ശാപ്പിട്ടതിനാലെ ഇപ്പൊവും നല്ലായിര്ക്ക്. സോക്കേടില്ലാ ...എനക്ക് തൊണ്ണൂറ് വയസാച്ച്. ഇത് എന്നുടെ മച്ചുനത്തി. മാമാപൊണ്ണ് ഇവള് വന്ത് എമ്പത് വയസ്സ്. എനക്ക് അഞ്ചു മക്കള്. കടശ്ശിപുള്ള കുട്ടൻ. നാലുപേരും പോയിട്ടാര്... ഇവ മട്ടും ഉസിരോടെ...

അന്ന് ഇവിടെ കാടാണ്. അങ്കെ പുഴയിര്ക്ക് അതു പക്കത്തിലിര്ന്ത്, ഒരു വാട്ടി വെള്ളപ്പൊക്കം വന്തത്ക്കപ്പറംതാൻ ഇവിടെ വീടുകെട്ടിയത്. അന്ത വെള്ളപ്പൊക്കം ഇപ്പൊവും യാപകമിര്ക്ക്. കുട്ടി വയത്തില്... നാല് കൊളന്ത, കണവൻ എല്ലാരും കാട്ടില് വേലക്ക് പോയ നേരത്തില് മളവന്തത്. ശറശറാന്ന് പെരിയ മഴ. ഭയങ്കരമാന ഇടിയും. വെറകിന് പോയ കൊളന്തകളെ കാണാതെ തെരഞ്ഞ് തെരഞ്ഞ് കണ്ടപ്പോ ഒരു മരത്തിനൊടെ കീളെ നനഞ്ച് ഇരിക്ക്ത്. അപ്പാ എങ്കെന്ന് കേട്ട്...

തെരിയാത്...അവ അള്തിട്ടേയിര്ന്ത്... ഭയന്തിട്ടാര്...

ഒരു പാറമേലിര്ന്ന് രാത്രി. നനഞ്ഞ്, തണുത്ത്, എറങ്കിനടന്നാ ആനവരും. വലിയ മഴയില് ആന മരങ്ങളില്ലാത്ത എടത്തില് നിക്കും. മരം ഒടിഞ്ഞു വീഴുമെന്ന് ഭയന്ന്. അതാ ധൈരിയമാ അന്ത പാറപ്പൊറത്ത് ഇര്ന്ന്. നേരം പരപരാന്ന് പൊലന്നപ്പോ എറങ്ങി നടന്ന് വീടിനടുത്ത് എത്തി.

കടവുളേ. നെനച്ചാലേ ഭയമായിര്ക്ക്.

എന്നാച്ച് തെരിയുമാ? കുടില് ഇല്ല. അന്ത എടമെല്ലാം വെള്ളം. നനഞ്ഞ തുണി മാറ്റാൻ വേറെയില്ല. എല്ലാം വെള്ളം കൊണ്ടുപോയി. അപ്പോവും ഇവരടെ അപ്പാ വന്നില്ല. കാട്ടില് വഴിതെറ്റി. അത് പേയ് തെറ്റിക്കുന്നതാണ്. ആരോഗ്യമുള്ള ആണുങ്ങളെ കണ്ടാൽ പിശാചുക്കൾ വഴിതെറ്റിക്കും. പേയ് വിളയാട്ടം.

അവര്ക്ക് കാട്ന്നാ വീടുമാതിരി. നല്ലാതെരിയും ആനാലും പേയ് വിശാരിച്ചാൽ ആരെയും കണ്ണുകെട്ടി മാറ്റി വിടും. കണ്ണു കെട്ടും ന്നാ ഒന്നുമേ കാണാതെ കണ്ണുപൊട്ടനാക്കി. അതുക്കപ്പറം വഴി തെരിയാമൽ... കാട്ട്ക്കുള്ളെ അലഞ്ഞ്....

കാലയിലെ അവര് വന്തതേ ജ്വരമായ്ര്ന്ത്... തുള്ളി വെറച്ച് നാലു

നാൾ കെടന്നത്. അഞ്ചാം നാള് ആള് പോയി. നുള്ളിമുടിക്ക് പോയി വന്നപ്പോഴേ അപ്പാവ് ശൊല്ലി.

സരിയാന മരണമല്ല. ചാവ്ക്ക് വച്ച് തൂങ്കാമൽ ഇര്ന്ന് അപ്പാ കട്ടായം ശൊല്ലി... പേയ്. നുള്ളിമുടിയിലെ ലച്ചണം കണ്ട്... അപ്പാ പെരിയ മന്തിരവാദി... എല്ലാമെ തെരിയും.

നുള്ളിമുടി...? ചോദ്യഭാവത്തിൽ സിദ്ധാർത്ഥ് ലൗലിയെ നോക്കി.

നുള്ളിമുടീന്നാ ... ശത്തുപോനവരെ ദഹിപ്പിക്കുന്ന സ്ഥലം. അതങ്ങ് ദൂരെയാണ്...

കുട്ടണ്ണനാണ് ഉത്തരം പറഞ്ഞത്.

ചെല്ലപ്പാട്ടി വ്യക്തമാക്കി. പേയ് തിരുമ്പി വരാതെ അവളവ് ദൂരെ യാണ്. അവിടെ നെറയെ കർമ്മം ചെയ്യും. മന്തരം ചൊല്ലും. വായ്ക്കരി പോടും. അവര് പടുത്ത പായ, അവരോട സാധനങ്ങ ളെല്ലാം കുഴിയില് വയ്ക്കും. സാധനം എടുക്കാൻ പേയ് വീട്ടക്ക് വരക്കൂടാതെന്ന് നെനച്ച് താൻ എല്ലാമെ അങ്കെ വയ്ക്കും. പിന്നാടി നടക്കുന്നയാള് ഒരു വാക്കത്തി പിടിക്കും. പിശാശിനെ ഓടിക്കാൻ

നുള്ളിമൂടീന്ന് വന്ന് അവരെല്ലാം കുളിപ്പാട്ടി രാത്രി ഒരു പ്ലാവില കുമ്പിള് കോട്ടി അതിൽ തണ്ണി ഒഴിച്ച് കുടിലിന്റെ പക്കത്ത് വക്കും. പേയ് വന്തിര്ന്താ വെള്ളത്തില് മണ്ണും പൊടിയും കാണും. അന്നത്തെ സംഭവങ്ങൾ കൺമുന്നിൽ കാണുമ്പോലെ പാട്ടിയുടെ മുഖം ഭയത്താൽ വാടി. വായിൽക്കിടന്ന വെറ്റില നീര് കുടിച്ചിറക്കി. അതിന്റെ ചണ്ടി ഒരു കവിളിലേയ്ക്ക് ഒതുക്കി പാട്ടി തുടർന്നു.

കാലെയിലെ അപ്പാ പാത്താച്ച് ... തണ്ണി ഒലഞ്ച് ... മണ്ണ് വീണ് ... എല്ലാരും ഭയന്ത്... പേയ് എന്ന ശെയ്യപ്പോറേന്ന് തെരിയാത് ... ബന്ധ ക്കാരും സ്വന്തക്കാരുമെല്ലാം കൂട്ടമാ പേശി മുടിവ്ക്ക് വന്തത്. പേയ് തനിയേ പോകാത് ... ഒഴിപ്പിക്കണം.

വെള്ളം പൂരാ മണ്ണും ചവറും.

പേനറുക്കണം. എല്ലാരും ഭയന്ത്..

പേനറുക്കുക എന്നാൽ പേയ് ഒഴിപ്പിക്കലാണ്.

ആരും കുടിവിട്ട് എങ്കയും പോകക്കൂടാത്. അപ്പൻ പിടിവാതം പറഞ്ഞ്. കടയ്ക്ക് പോയി അരിശിയെല്ലാം വാങ്ങണം. അപ്പാ മന്തരം ചൊല്ലിയ ചരട് കഴുത്തില് കെട്ടിയാലേ കുടിവിട്ടു പോകാവൂ... പതി നാറു നാൾ എല്ലോരും അവിടെ താമസിച്ചു. ചടങ്ങും കഴിഞ്ഞ് ചാറ്റ് വച്ചു. അപ്പാ മന്തരം ചൊല്ലി ... മന്തരം ചൊല്ലി കണ്ണടച്ച് പേയി നെ വിളിച്ചു കേട്ടു.

അപ്പോ, ഏൻ മാമ ... ഇവള അപ്പാ തുള്ളി...

പേയ് വന്തത്... പേയ് വന്തത്...
എല്ലോരും തൊഴുത് നിന്ന്...
അപ്പാ കേട്ട്.
ഏത്ക്ക് വന്തര്?
കുടുമ്മത്തെ പാക്കണം. ഇങ്കത്താനിരിക്കണം.
മുടിയാത്... തിരുമ്പിപോ.
ഇല്ലാ. പോകമുടിയാത്
പുള്ളെള പാക്കണം.
അതെപ്പടി മുടിയും... നീങ്ക വന്നുപോച്ച്...

അത്ക്കപ്പുറം അപ്പ ധാരാളം മന്തരം ചൊല്ലി. തുള്ളിയാടി പേയ് പിടിച്ച്

എന്നിട്ട്? സിദ്ധാർത്ഥിന്റെ മുഖത്ത് അത്ഭുതം.

അപ്പൊത്താൻ പേയ് അവരെ വിട്ട്, അപ്പൻ ഏറ്റുപിടിച്ച്. മാമാ കൊഴഞ്ഞ് വീണ്.

പിന്നെന്തുണ്ടായി?

അപ്പാ പുടിച്ച് ഒരു തോർത്തില്കെട്ടി അദോ അന്ത മലയില് കൊണ്ടു വിട്ടു. മലദൈവങ്ങള് അവരെ കൊണ്ടുപോവും.

സിദ്ധാർത്ഥ ലൗലിയെ നോക്കി. ലൗലി അതെല്ലാം വിശ്വസിച്ച മട്ടിലിരുന്നു. സിദ്ധാർത്ഥിനെ സംശയം പിടികൂടി. കഥ പറഞ്ഞ പാട്ടി തലയാട്ടിക്കൊണ്ടിരുന്നു. തോളുരുമ്മിക്കിടന്ന കാതുകൾ തലയ്ക്ക് ഒപ്പം ആടി. ആടുന്ന കാതിലെ വലിയ തുളകൾ ഇടയ്ക്ക് തുറന്നും വീണ്ടും വശങ്ങൾ ചേർന്നടഞ്ഞും കിടന്നു. പ്രത്യേകിച്ച് ഒന്നും ചെയ്യാനില്ലെന്ന ഭാവം. അതോ ഭാരമെല്ലാം ഒഴിഞ്ഞതിന്റെ ആശ്വാസമോ?

മൂപ്പന്റെ ഒച്ചകേട്ടു. അടുത്ത് ഒരു ചെറുപ്പക്കാരൻ നില്ക്കുന്നുണ്ട്. കഥയ്ക്കിടയിൽ കുട്ടണ്ണൻ പശുക്കിടാവിനെ പിടിച്ചു കെട്ടാൻ പോയതാണ്. അപ്പോഴാണ് അയാൾ അടുത്തു ചെന്നതും എന്തോ പറഞ്ഞതും.

വേണ്ടാന്നു പറഞ്ഞില്ലേ. നാളെ മതി. അവൻ പിന്നെയും താറുന്നു. താഴ്മയായി എന്തോ പറയുന്നുണ്ടെന്ന് മനസ്സിലായി.

ഒന്നും പറയണ്ട... നീ പോ... നാളെ മതി.

കുട്ടണ്ണൻ തിരികെ വന്ന് കസേരയിലിരുന്നു

എന്താ പ്രശ്നം?

ലൗലിയുടെ ചോദ്യത്തിന് മറുപടിയായി കുട്ടണ്ണൻ പറഞ്ഞു തുടങ്ങി.

മര്യാദയില്ല. പ്രത്യേകിച്ച് ചെറുപ്പക്കാർ. തണ്ണിയടിച്ച് വഴക്കുണ്ടാക്കുക. വേലക്കു പോവാതെ കറങ്ങി നടക്കും. കിട്ട്ണ കാശ് ... തോന്ന്യാസം. അതുവേണ്ട.

സിദ്ധാർത്ഥ് ശ്രദ്ധിച്ചു കുട്ടണ്ണനെന്ന ഊരുമൂപ്പൻ സാമാന്യം നന്നായി മലയാളം സംസാരിക്കുന്നു. ചെറുപ്പക്കാരൊക്കെ അങ്ങനെ തന്നെ. പ്രായക്കൂടുതലുള്ളവർ മാത്രം ഊരുഭാഷ സംസാരിക്കുന്നു. നാളെ ഒരുപക്ഷേ, ഈ തനതുഭാഷ നഷ്ടപ്പെട്ടേക്കാം.

ടീച്ചറമ്മയ്ക്കറിയോ അവനെന്താ ചെയ്തേന്ന് ...

ഇല്ലെന്ന് ലൗലി തലയാട്ടി. കുട്ടണ്ണന്റെ മുഖം കോപം കൊണ്ട് കടുത്തു.

തെറ്റ് ചെയ്താൽ ശിക്ഷ വേണം. ഇല്ലെങ്കിൽ വീണ്ടും ചെയ്യും. ഇല്ലേ.

അതെ.

ഇവൻ ഇന്നലെ പശുവിനെ ചവിട്ടി. ആരെയും ചവിട്ടാൻ പാടില്ല. കാല് നടക്കാനാണ്. മറ്റുള്ള ജീവികളെ ചവിട്ടാനല്ല. അതോ ഒരു മിണ്ടാപ്രാണി അതിനറിയാമോ എന്തിന് ചവിട്ടീന്ന്.

ഇല്ല.

അതുംപോട്ടെ. അതിന് ചോദിക്കാനറിയോ എന്തിന് ചവിട്ടീന്ന്.

ഇല്ല.

അപ്പോ ചെയ്തത് തെറ്റല്ലേ. ചവിട്ടീന്നു മാത്രമല്ല, ചെരുപ്പിട്ട് ചവിട്ട്. അത് വലിയ തെറ്റാണ്.

ഊരുവിലക്കാണ്.

സിദ്ധാർത്ഥിന്റെ മുഖത്ത് ഒരുപിടി സംശയങ്ങൾ തെളിഞ്ഞു അതു മനസ്സിലാക്കിയ കുട്ടണ്ണൻ വിശദമാക്കി.

ഊരിന് ചില നിയമങ്ങളുണ്ട്. അതിലൊന്നാണ് ഊരുവെലക്ക്. ഇന്ന് ഒരു വീട്ടിലും കയറാൻ പാടില്ല. ആരും കുടിക്കാൻ വെള്ളം പോലും കൊടുക്കില്ല. നാളെ രാവിലെ പുഴയിലെ വെള്ളം ഒരു കുടംനിറയെ കൊണ്ടുവന്ന് ഇവിടെയുള്ള എല്ലാ വീട്ടുപടിക്കലും തളിക്കണം. അതിനുശേഷമേ വീട്ടിൽ കടക്കാവൂ. അവൻ ഇന്ന് സന്ധ്യയ്ക്ക് വെള്ളം തളിക്കാമെന്ന്. അതുവേണ്ടാന്ന് പറഞ്ഞു. ഒരു ദിവസം. അതുവേണം.

ശിക്ഷിക്കപ്പെട്ടവൻ അവിടെത്തന്നെ നില്ക്കുന്നു... ഇളവും പ്രതീക്ഷിച്ച്. കുറ്റം... ശിക്ഷ... ഇളവ്... സിദ്ധാർത്ഥിന്റെ മനസ്സിലൂടെ നിരവധി ചിത്രങ്ങൾ കടന്നുപോയി.

യാത്ര പറഞ്ഞിറങ്ങുമ്പോൾ രണ്ടുപേരും ചിന്തകളുടെ തടവി

ലായിരുന്നു. ഈരുനിയമങ്ങൾ പാലിക്കപ്പെടുന്നത് പൊതുസമൂഹം അറിയുന്നില്ല.

തെറ്റുചെയ്താൽ ശിക്ഷിക്കപ്പെടണം. അല്ലേ ചേച്ചിയമ്മേ.

ഉം.... വേണം.

ഇവിടെ പീഡനങ്ങളില്ല. വെട്ടും കുത്തും കൊലപാതകവുമില്ല. രക്തസാക്ഷികളും. സമാധാനത്തോടെ ജീവിക്കുന്ന ഗോത്രവഴികളിൽ പലപ്പോഴും കടന്നുവരുന്നവർ വഴിതെറ്റിക്കുന്നു. ഗോത്രായനവീഥിയിൽ മതവും വർഗ്ഗീയതയുമില്ല; രാഷ്ട്രീയ ചേരിതിരിവുകളും. ഇനി ആരെങ്കിലും തെറ്റ് ചെയ്താലോ... ശിക്ഷ ഉറപ്പാണ്. ഇളവുകളില്ല...

31

തെറ്റ് ചെയ്താൽ ശിക്ഷിക്കപ്പെടണം. അവിടെ ആര് ആരെ ശിക്ഷിക്കും. ശിക്ഷിക്കപ്പെടാൻ നിറയെ പേരുണ്ട്. ശിക്ഷിക്കാൻ ആരുണ്ട്? തെറ്റു ചെയ്യാത്തവർ വേണ്ടേ ശിക്ഷിക്കാൻ? അങ്ങനെ ഒരാളെ ഈ കാലത്ത് കണ്ടെത്തുക എളുപ്പമല്ല.

പാപം ചെയ്യാത്തവർ കല്ലെറിയട്ടെ.

അതു നിയമമായാൽ ഇവിടെ ശിക്ഷിക്കപ്പെടാനാരും കാണില്ല. വ്യക്തമായി പറഞ്ഞാൽ തെറ്റു ചെയ്യാത്തവരായി ആരാണുള്ളത്. നിയമത്തിന്റെ മുന്നിൽ എത്തുന്നതുവരെ ആരും കുറ്റവാളിയാകുന്നില്ല. പിടിക്കപ്പെടാതെ, ശിക്ഷിക്കപ്പെടാതെയും എത്രയെത്ര കുറ്റവാളികൾ നമ്മുടെയിടയിലുണ്ട്. എന്തിന് നമ്മിൽത്തന്നെയില്ലേ...?

കൂടെ നിന്ന് ഒറ്റുന്നവരുടെ കാലമാണ്. ആരെയും വിശ്വസിക്കാൻ കഴിയാത്തത് അതുകൊണ്ടാണ്. കനകത്തിന്റെ സമരപദ്ധതികൾ ഒറ്റിയത് സുബ്രുവാണ്. അവൻ ചെയ്തതിന്റെ ഭവിഷ്യത്തിനെക്കുറിച്ച് ബോധമുണ്ടായിരുന്നെങ്കിൽ അതു ചെയ്യില്ലായിരുന്നു. അതിന് മറ്റൊരു വശംകൂടിയുണ്ട്. സുബ്രു മാനേജർ സൈമണിന്റെ വിശ്വസ്തനും സഹചാരിയുമാണ്. ആ നിലയ്ക്ക് അവന്റെ കൂറ് സൈമൺ എന്ന ബൂർഷ്വാസിയോടല്ലാതെ മറ്റാരോടാവാനാണ്?

സൈമൺ എങ്ങനെ ബൂർഷ്വയാകും? അയാളും ശമ്പളം വാങ്ങുന്ന ഒരു തൊഴിലാളിയാണ്. അതേസമയം മുതലാളിയെപ്പോലെ പെരുമാറുകയും പരമാവധി ലാഭം ഉണ്ടാക്കാനായി മുതലാളിക്കുവേണ്ടി തൊഴിലാളികളെ പരമാവധി ചൂഷണം ചെയ്യുകയും ചെയ്യുന്നയാൾ...

താൻ ചെയ്യുന്ന പ്രവർത്തിയുടെ ഗൗരവം ഉൾക്കൊള്ളാനും

മാത്രം ചിന്തയോ വിവേകമോ സുബ്രുവിനില്ല. ആകെയുള്ളത് സൈമൺസാറും തേയിലത്തോട്ടവുമാണ്; പിന്നെ സാറിന്റെ ബൈക്കും.

സൈമൺസാറിന്റെ വാലായി എവിടെയും സുബ്രു കാണും. സൈമൺ കനകത്തിനുമേൽ കണ്ണുവയ്ക്കുന്നത് സുബ്രുവിനറിയാം. സാറിനെ സന്തോഷിപ്പിക്കാനാണ് അന്ന് സാരിയഴിക്കുന്ന പടം പിടിച്ചത്. എന്നിട്ടോ...

ഇത് ആരും പാക്കക്കൂടാത് ... പെരിയ തപ്പ്... സൈമൺ കടുപ്പിച്ചു പറഞ്ഞു.

തെരിഞ്ച്താ ആരോടും ഇതേപ്പത്തി ഒരു വാർത്ത കൂടെ പേശക്കൂടാത്. കൊന്നിടുവേൻ.

സുബ്രു തലയാട്ടി സമ്മതിച്ചു. ഉള്ളിൽ ഭയം കട്ടപിടിച്ചു.

സുബ്രുവിന് നെറയെ വേലയിരിക്ക്. കൊളുന്തെല്ലാം തൂക്കി വെയ്റ്റ് ശൊല്ലണം. അതും ഓരോരോ ആളിന്റെ പേര് പറഞ്ഞ് തൂക്കം പറയണം. അതെല്ലാം സൈമൺസാറ് ബുക്കിലെഴുതും. എസ്റ്റേറ്റിലിര്ന്ത് മൊത്തം കൊളുന്തും തൂക്കി വണ്ടിയിലാക്കി ഫാക്ടറിക്ക് കൊണ്ടുപോണം. അവിടെ ചാക്കിൽ നിന്നു കൺവെയർ ബെൽറ്റിലെ ബക്കറ്റുകൾ വഴി ഉള്ളിലേയ്ക്ക് അയക്കണം ഉച്ചവരെ തുടരുന്ന പണികൾ, വൈകിട്ടോടെ അവസാനിക്കുന്ന ദിനചര്യകൾ, അതുകഴിഞ്ഞാൽ സൈമൺ സാറിന്റെ ഒപ്പം ചില കറക്കങ്ങൾ. ചൂടു ചായയും വടയും ദിനോം വാങ്ങിത്തരും. അവര് റൊമ്പ നല്ലവര്. കടവുൾ മാതിരി.

സുബ്രു ഇടയ്ക്കിടെ പറയും. അതിനു കാരണമുണ്ട്.

ഇതൊക്കെയാണെങ്കിലും ചിലരെങ്കിലും പറയും. ആ 'വാലി' നെ ക്കൊണ്ട് സർവ്വത്ര പണിയും ചെയ്യിക്കും എന്നിട്ട് കൊടുക്കുന്നതോ അയ്യായിരം രൂപ. ഒരു മാസത്തേക്കുള്ള ശമ്പളമാണ്. അതു തന്നെ ഔദാര്യം എന്ന തോന്നിപ്പിക്കലിൽ കൊണ്ടെത്തിക്കും ഫാക്ടറിയുടെ പുറത്ത് പോർച്ചൽ കിടക്കും. രാവിലെ ആഹാരം ശരിയാക്കും. സൈമൺ സാറിന് കുളിക്കാൻ ചൂടുവെള്ളമുണ്ടാക്കും. അതുകൊണ്ട് തീരുന്നില്ല. പണികൾ.

കനകത്തിന് നിരവധി സംശയങ്ങളുണ്ട്. സൈമൺ ആരെയെങ്കിലും എന്നെങ്കിലും എന്തെങ്കിലും പഠിപ്പിച്ചിട്ടുണ്ടോ? ഒന്നും പഠിപ്പിക്കാത്തയാൾ എങ്ങനെ 'സാർ' ആകും. എല്ലാർക്കും പേടിയാണ്. കള്ളക്കണക്ക് എഴുതി കാശ് കുറയ്ക്കും. ആരും ഒന്നും ചോദിക്കില്ല. ഉറപ്പില്ലാത്ത ജോലിയല്ലേ.

കൊപ്പര

പത്തു വയസ്സുള്ളപ്പോഴാണ്, ഒരു മഞ്ഞുകാലത്ത് തണുത്തുവിറച്ച് സുബ്രു കമ്പനിയിലെത്തിയത്. ഊരും പേരുമില്ലാത്ത തെണ്ടിച്ചെക്കൻ. ആഹാരം കഴിച്ചിട്ട് രണ്ടു ദിവസമായി എന്ന് പറയാതെ തന്നെ മനസ്സിലാക്കാൻ കഴിഞ്ഞ സൈമൺ ചില കണക്കുകൂട്ടലുകൾ നടത്തിക്കാണും എന്തെങ്കിലും കഴിക്കാൻ കൊടുത്താൽ ഇവൻ കൂടെ നില്ക്കും. കൂലിയില്ലാതെ പണിയെടുക്കും. അവിടെ തുടങ്ങിയതാണ് സുബ്രുവും സൈമണും തമ്മിലുള്ള ബന്ധം.

ഇനി പറയൂ സുബ്രു ചെയ്തത് തെറ്റാണോ?

അവൻ ഉണ്ട ചോറിന് നന്ദി കാണിച്ചു. അത്ര തന്നെ

എന്നാലും അവനും തൊഴിലാളിയല്ലേ. വർഗ്ഗ വഞ്ചന ചെയ്യാമോ?

അവന്റെ അനാഥത്വത്തിൽ ഒരുവർഗ്ഗവും തുണയ്ക്കെത്തിയില്ല. ആ നിലയ്ക്ക് അവനെങ്ങനെ ഒറ്റുകാരനാവും. കേട്ട കാര്യം അന്നദാതാവിനെ അറിയിച്ചു. അല്ലാതെ സമരത്തിന് എതിരായിരുന്നില്ല.

എന്തായാലും അവനെ ഒറ്റുകാരനായി തൊഴിലാളികൾ വകയിരുത്തി. ഒഴിവാക്കി. അവരുടെ വീടുകളിൽ അവനിടമില്ലാതായി. വീട്ടിൽ വരരുത് എന്നാരും പറഞ്ഞില്ല. എല്ലാം പറയണമെന്നില്ല. ചില സൂചനകൾ ചില നോട്ടങ്ങൾ... ഒഴിഞ്ഞുമാറലുകൾ... ഒഴിവാക്കലുകൾ... മതി. അതൊക്കെ ധാരാളം. സുബ്രുവിന് ഏതാണ്ടൊക്കെ മനസ്സിലായി. എന്തെങ്കിലും ചോദിക്കാൻ ശ്രമിച്ചാലോ അതിനു മുന്നേ ആളുകൾ മാറിപ്പോകും... അവന് സങ്കടം തോന്നി.

യേശുദേവനെ ഒറ്റുകൊടുത്തു. പിന്നല്ലേ... ചിലരങ്ങനെ സമാധാനിച്ചു.

ഒറ്റുകാരുടെ പരമ്പരയവസാനിക്കുന്നില്ല.

ഇംഗ്ലീഷുകാർക്കെതിരെ ഇന്ത്യയിലുടനീളം നടന്ന സമരങ്ങൾ എല്ലാം ഒറ്റിയത് ഇന്ത്യക്കാരായിരുന്നു. അതൊക്കെ നക്കാപ്പിച്ച നേട്ടത്തിനുവേണ്ടിയും. പക്ഷേ, സായുധവിപ്ലവത്തിന് തയാറെടുത്തവരെ ഒറ്റിയത് കൂടെനിന്നവരാണ്. അറിയാമോ?

കനകം ഒന്നിളകിയിരുന്നു. ആരും ഒന്നും ഉരിയാടുന്നില്ല.

മൗനം ചിലപ്പോഴൊക്കെ അജ്ഞതയുടെ അടയാളമാണ്. മാർക്സിസം, കർഷകസമരം, സ്വാതന്ത്ര്യസമരം, ജനാധിപത്യം കമ്മ്യൂണിസം ഇതൊക്കെ നമ്മളെന്തിന് അറിയണം എന്ന ഭാവമായിരുന്നു പല മുഖങ്ങളിലും. ചിലർ കോട്ടുവായിൽ സംശയങ്ങളെ ഒതുക്കി.

ഇന്ത്യൻ കമ്മ്യൂണിസ്റ്റ് പാർട്ടിയിലെ വിപ്ലവചിന്തയുള്ളവർക്ക് ജനാധിപത്യഭരണക്രമം തൃപ്തികരമായിരുന്നില്ല. സമത്വസുന്ദരമായ

രാജ്യം എന്ന സ്വപ്നം കരഗതമാകാനുള്ള സാധ്യതകൾ വിരളമെന്നു ചിന്തിച്ചവർ മാർക്സിസ്റ്റ് കമ്മ്യൂണിസ്റ്റ് പാർട്ടിയുണ്ടാക്കി. കൂടിയും പിരിഞ്ഞും. തെരഞ്ഞെടുപ്പുകളിൽ പങ്കാളികളായി. അധികാരം കൈയിലെത്തിയെങ്കിലും സ്വപ്നംകണ്ടിരുന്ന സ്ഥിതിസമത്വം കൈവന്നില്ല. ജന്മിമാർ അങ്ങനെയും, തൊഴിലാളികൾ, പ്രത്യേകിച്ച്, കർഷകത്തൊഴിലാളികൾ അർത്ഥപട്ടിണിയിലും തുടർന്നു. ഭൂപരിഷ്കരണ നിയമം വന്നെങ്കിലും വലിയ മാറ്റം അഥവാ സാരമായ മാറ്റം ഉണ്ടായില്ല. അവിടെയാണ് നക്സൽ പ്രസ്ഥാനം ഉടലെടുത്തത്.

കേട്ടിരുന്നവർ പരസ്പരം നോക്കി.

ഇതൊക്കെ കനകത്തിന് എപ്പടി തെരിയും?

അവള് പുസ്തകം വായിക്കും. അതില് ഇതൊക്കെ കാണും.

അപ്പടിയാ?

കനകം ചരിത്രസംഭവങ്ങൾ മുന്നിലിരിക്കുന്നവർക്ക് മനസ്സിലാകുന്നത്ര ലളിതമാക്കി പറഞ്ഞുകൊടുത്തു.

പണ്ട് കാലത്ത് ജമ്മിമാരുടെ ഭൂമിയില് കുടിലുകെട്ടി താണജാതിക്കാർ താമസിച്ചു. പാടത്തും പറമ്പിലും രാപ്പകൽ പണിയെടുത്തു. കൂലി തീരെ കുറവായിരുന്നു. പട്ടിണി, ദാരിദ്ര്യം, സൂക്കേട്, കടം എല്ലാംകൂടി കൂലിപ്പണിക്കാർ കഷ്ടപ്പെട്ടു. കൊറേ ആള് ജന്മയുടെ പാടത്ത് കൃഷിചെയ്യും. വിത്ത് വാങ്ങാനും കൃഷി ചെയ്യാനും പണം കടം കൊടുക്കും എന്നിട്ട് കൊയ്തു കഴിയുമ്പം പാതിക്കു പാതി ജന്മിയെടുക്കും. കടം ഒരിക്കലും തീരാതെ കിടക്കും. അപ്പൻ കടം വാങ്ങിയാൽ മകനും മകനുടെ മകനും കടക്കാരാവും.

അന്തകാലത്ത് ചിലർ കർഷകരെ കൂട്ടി സമരം ചെയ്തു. വെറും സമരമല്ല. ആയുധം വച്ച് സമരം ചെയ്ത് കുറേ ജന്മിമാരെ കൊന്നു. ഒരുപാട് നാട്ടില് അങ്ങനെ ചെയ്ത്. ഈ കേരളാവിലും കുറേ പേരെ കൊന്നു. തല അറുത്ത് കൊന്നു. ആളുകൾ ഭയന്ന്. എല്ലാരേം തെരഞ്ഞ് കണ്ടുപിടിച്ച് ജയിലില് പോട്ട്.

കഥ മുന്നേറിക്കൊണ്ടിരിക്കെ പലരിലും ഭയം തലനീട്ടി. നിമിഷങ്ങൾ കൊണ്ട് അത് ദേഹവും മനസ്സും വരിഞ്ഞു മുറുക്കി. ദേഹത്ത് രോമങ്ങൾ തല ഉയർത്തി നിന്നു.

ചിലര് കാട്ടില് പോയി ഒളിച്ചു. എത്ര അടിച്ചിട്ടും കൂട്ടത്തിലുള്ളവരെ ചതിക്കാൻ തയാറായില്ല. ആനാ ഒരുത്തര് മതി എല്ലാം നാശമാവാൻ. വിപ്ലവം ജയിക്കും. അന്ന് അധികാരവും സ്ഥാനവും കിട്ടുമെന്ന് കരുതി പ്രസ്ഥാനത്തിൽ ചേർന്നവരും ഉണ്ടായിരുന്നു, സ്ഥാന

മോഹികൾ. യഥാർത്ഥ നക്സ്ലൈറ്റ് പിടികൊടുക്കാതെ ഒളിവിലിരുന്ന് അവർ സാധാരണക്കാരെ പഠിപ്പിച്ചു.

അന്ന് ഒരാള് പോലീസിന് പറഞ്ഞുകൊടുത്തു. ബാക്കിയുള്ളവരെക്കുറിച്ച്. അങ്ങനെ അവരെല്ലാം ജയിലിലായി. ഈ പ്രസ്ഥാനത്തിന് രൂപം കൊടുത്തയാളെ പോലീസ് പിടിച്ചു. കുറച്ചു ദിവസം കഴിഞ്ഞ് ആള് മരിച്ചു. ഹാർട്ട് അറ്റാക്കെന്ന് പോലീസ് പറഞ്ഞ്. ശരീരംപോലും വീട്ടുകാർക്ക് കൊടുത്തില്ല. തൊഴിലാളികളുടെ വിമോചന സമരങ്ങളുടെ നായകനായിരുന്നു അദ്ദേഹം. പോലീസിന്റെ അടിയും ഇടിയും കൊണ്ട് ചികിത്സപോലും കിട്ടാതെ മരിച്ചു. ആസ്തമാ രോഗിയായിരുന്ന അദ്ദേഹത്തിന് മരുന്നൊന്നും കൊടുത്തില്ല. ആ മനുഷ്യൻ നമ്മളെപ്പോലെയുള്ള പാവങ്ങൾക്കു വേണ്ടിയാണ് ജീവിച്ചത്; മരിച്ചതും. അതൊക്കെ നമ്മളറിയണം; അങ്ങനെ കുറേ പേരുണ്ട്. പാവങ്ങൾക്കുവേണ്ടി സമരം ചെയ്തവർ. എന്നിട്ടോ? പോലീസുകാര് ഒതച്ച്... ഓടമ്പിലപ്പടി കരിവാളിച്ച കണ്ടെന്ന് ഒടുവിൽ കണ്ടവർ പറഞ്ഞ്. കഥ പുരോഗമിച്ചുകൊണ്ടിരുന്നു; കേൾവിയും. എല്ലാവരും അയഞ്ഞും മുറുകിയും ഇരുന്നു. ചില ദീർഘ നിശ്വാസങ്ങൾ അവരെ വിട്ടിറങ്ങി. കോടമഞ്ഞ് കനത്തുകൊണ്ടിരിക്കെ പലരും തലയിൽ ക്യാപ്പും കഴുത്തിൽ കട്ടിത്തുണിയോ ചെറിയ കമ്പിളിയോ ചുറ്റിപ്പുതച്ചു തണുപ്പിനെ ചെറുത്തു.

അല്ല കനകം, അവര കുടുമ്മം...?

ഭാര്യയും മൂന്നുമക്കളും, ഒരാണും രണ്ടുപെണ്ണും മകൻ കോളേജില് ജോലി. ഒരു മകൾ ഡാക്ടർ. ആനാ ആളുകൾ നിരന്തരമാ ആക്ഷേപം പറഞ്ഞാലെങ്ങനെ വേലയ്ക്കു പോകും? ഡോക്ടർ വേല വിട്ട് വീട്ടില് തങ്ങി. ഒരു മകൾ കല്യാണം കഴിച്ചു. ഭർത്താവ് മരിച്ച് അവരും അതേ വീട്ടിൽ

പാവപ്പെട്ട തൊഴിലാളികൾക്കുവേണ്ടിയാണ് അവര് ജീവിച്ചത്. എത്രകൊല്ലം വീടും വീട്ടുകാരെയും കാണാതെ ഒളിച്ച് ജീവിച്ചു. ആ അമ്മ വേല ചെയ്ത് മക്കളെ വളർത്തി. ഒരുപാട് നല്ല കാര്യങ്ങള് അവര് ചെയ്ത്. എന്നാൽ നക്സൽബാരി എന്ന പ്രസ്ഥാനവും അതില് പ്രവർത്തിച്ച ആളുകളെയും ശത്രുക്കളായി സർക്കാർ കണ്ടു. ആയുധം വച്ച് പോരാടുന്നത് നിയമത്തിന് എതിരാണ്.

അവര് ഇപ്പോവും...?

വന്ന ചോദ്യം പകുതിയിൽ നിർത്തിയത് കേട്ട് എല്ലാവരും തിരിഞ്ഞുനോക്കി. തണുപ്പ് സഹിക്കാതെ, കൈകൾ മുഖത്ത് അമർത്തിപ്പിടിച്ചു നില്ക്കുന്ന സുബ്രുവിനെക്കണ്ട കനകം അമ്പരന്നു.

ഇവനെങ്ങനെ ഇവിടെയെത്തി. ആരും കണ്ടില്ലല്ലോ ... പെട്ടെന്ന് കനകം അവനെ നോക്കി പറഞ്ഞു. കേട്ടത് കഥ... പൈതൃക്കാരൻ ബുക്കില് വായിച്ച കഥ.

കനകം സന്ദർഭത്തിന് അനുസരിച്ച് പ്രവർത്തിച്ചതിൽ കേട്ടിരുന്നവർ സന്തോഷിച്ചു. എങ്കിലും സംശയം പല മനസ്സുകളെയും അലട്ടാൻ തുടങ്ങി. ആരുമേ പാത്തില്ല... ഒരുവേള.. സൈമൺ സാർ അനുപ്പിവച്ചതാവാം. അപ്പടീന്നാ ജാഗ്രതവേണം. എല്ലാമേ അവരക്ക് തെരിയും. എല്ലാ നോട്ടവും കനകത്തിലെത്തി നിന്നു.

സുബ്രുവിന് ശ്വാസം നേരെയായത് അപ്പോഴാണ്. അവൻ എഴുന്നേറ്റു. ഏതോഭയം അവനെ പിടികൂടിയെന്ന് കനകത്തിന് ഉറപ്പായിരുന്നു.

ഇവിടെ കണ്ടതും കേട്ടതും സൈമൺസാറിനോട് പറഞ്ഞാൽ നിനക്കും കിട്ടും. ഒറ്റിനുള്ള ശിക്ഷ.

ഇല്ലക്കാ ... ഇല്ല.

അവൻ കരച്ചിലിന്റെ വക്കോളമെത്തിയിരുന്നു. തനിച്ച് പോകാനുള്ള ധൈര്യം നഷ്ടപ്പെട്ട അവനോട് ദയവ് തോന്നിയ കനകം ചോദിച്ചു...

തനിയെ പോക ഭയമിര്ക്കാ...?

അവൻ തലയാട്ടി. അതെയെന്ന് അറിയിച്ചു...

ശരി ... നട ... ഞാൻ കൂടെ വരാം.

തിരുമ്പി വരാൻ....

അതുവിടടാ... എനക്കേതും ഭയമില്ല. നീവാ ...

കനകത്തോടൊപ്പം മകൻ വിനായകനും കൂടി.

നടക്കുന്നതിനിടയിൽ പല കഥകളും പറയാൻ തുടങ്ങുമ്പോഴേക്കും സുബ്രുകരഞ്ഞു പറയും. വേണ്ടാക്കാ. റൊമ്പ ഭയമായിര്ക്ക്.

മാനേജരുടെ വീട്ടിനു മുന്നിൽ അവനെ വിട്ടു തിരിച്ചുനടക്കുമ്പോൾ വിനായകൻ ചോദിച്ചു.

അമ്മ പറഞ്ഞതൊക്കെ സത്യമാണോ?

അതേ, നടന്ന കാര്യങ്ങളാണ്. ഇപ്പോഴും എവിടൊക്കെയോ അവരുടെ സംഘങ്ങളുണ്ട്, ഉണ്ടാവണം.

അമ്മയ്ക്ക് പേടിയില്ലേ?

എന്തിന്? അവരൊക്കെ നമ്മളെപ്പോലുള്ളവർക്കു വേണ്ടിയാണ് ആയുധമെടുത്ത് പോരാടിയത്.

അവരെ പേടിക്കരുത്.

ഇതൊക്കെ വായിച്ചാണ് അമ്മക്ക് ധൈര്യം വന്നത് അല്ലേ....? എനിക്കും വായിക്കണം. പഠിക്കണം.

വിനായകൻ അമ്മയെത്തന്നെ നോക്കി നടന്നു. അവന്റെ മനസ്സിൽ പോരാളിയായി. പഴയ കഥയിലെ ഝാൻസിറാണിയായി മാറിയ കനകം കയ്യിൽ വാളും കുതിരക്കടിഞ്ഞാണുമായി അതിവേഗം പാഞ്ഞുപോകുന്ന ധീരവനിത.

വീടിനകത്തേയ്ക്കു കാലു വച്ചതും വിനായകൻ നോക്കി. ചുവരിനോട് ചേർന്ന് ചുരുണ്ടുകൂടിക്കിടക്കുന്ന പാട്ടി. ചോറിനു മുകളിലെ ഇത്തിരി കറിയിൽ നോക്കിയിരിക്കുന്ന അനിയത്തി. കരുവാട് വേണമെന്ന് വാശിപിടിക്കുന്ന അനിയൻ.

തീർന്നുപോയി. നാളെ വാങ്ങിത്തരാം എന്ന് ഒത്തുതീർപ്പിനു ശ്രമിക്കുന്ന ചെമ്പകമ്മ... എല്ലാം കണ്ടും കേട്ടും നിശ്ശബ്ദനായിരിക്കുന്ന അപ്പാ നേശമണി.

സാരി മാറ്റി പഴയ നൈറ്റിയിട്ടുകൊണ്ട് പാട്ടിക്ക് ചോറു വാരിക്കൊടുക്കുന്ന കനകം എന്ന ഝാൻസിറാണി.

ശരിയാണ് എത്രകാലമായി ഈ ഒറ്റമുറിയിൽ ഇത്രയും പേർ... ഇങ്ങനെയാണോ ബാക്കിയുള്ളവരൊക്കെ? മൂന്നുപേർ ജോലി ചെയ്തിട്ടും ഒരു കറിപോലും വേണ്ടത്ര കഴിക്കാനില്ലാത്തവരുടെ ജീവിതത്തിന് ഒരിക്കലും മാറ്റമുണ്ടാവില്ലെന്നോ? അല്ലെങ്കിൽ എത്ര തലമുറയായി ഇതേ മുറിയിൽ ഇതേ അവസ്ഥയിൽ അർദ്ധപട്ടിണിയിൽ അത്യാവശ്യം കിടക്കാനിടംപോലുമില്ലാതെ...

സർവ്വവിധ ആഢംഭരങ്ങളോടും ജീവിക്കുന്ന ധാരാളം പേരുള്ള ഈ നാട്ടിൽ ഇങ്ങനെ ജീവിക്കേണ്ടിവരുന്നത് എന്തുകൊണ്ട്?

തലചായ്ക്കാൻ ഒരു തുണ്ടുഭൂമിപോലും ഇല്ലാതെ...ഇത് ന്യായമാണോ? മുന്നൂറ് ഏക്കർ തോട്ടത്തിനുള്ളിലാണ് സ്വന്തമായി ഒരുപിടി മണ്ണുപോലുമില്ലാതെ...

വിനായകൻ ചോറു കുഴച്ചതല്ലാതെ വായിലേയ്ക്ക് കൈ പോകുന്നില്ലെന്ന് മനസ്സിലാക്കി നേശമണി ചോദിച്ചു.

എന്നാച്ച്? വെശപ്പില്ലേടാ.

അവൻ മറ്റേതോ ലോകത്തിലാണെന്ന് നേശമണിക്കു ബോദ്ധ്യമായി. അയാൾ കനകത്തെ നോക്കി പറഞ്ഞു.

ഓരോ കഥകള് പറഞ്ഞ് പറഞ്ഞ് പയ്യനും പൈത്യം പിടിച്ചു. കണ്ടില്ലേ ശാപ്പാട് നോക്കാതെ ചുമ്മാ എളക്കിക്കൊണ്ടിരിക്കുന്നു. അവസാനം കൈവിട്ടുപോയാൽ കരയരുത്. വേല ചെയ്ത് പട്ടിണിയില്ലാതെ കഴിയാം. അല്ലാതെ പോരാടി ജയിക്ക മുടിയുമാ?

അവസാനഭാഗം കനകത്തിനും മകനുംകൂടിയുള്ളതായിരുന്നു.

കനകം വിനായകനെ തൊട്ടു. അവൻ ഞെട്ടി.

ഉം. എന്നാച്ച്. സാപ്പിട്.

ആറുദിവസം പണിമുടക്കിയതിന്റെ കേട് തീർന്നില്ല. ഇപ്പോഴേ കടമായി ഇനി എത്ര ദിവസം പണിയെടുത്താൽ കടമെല്ലാം തീരും കടവുളേ...?

കടവുൾ എന്ത തപ്പും ചെയ്തില്ല. സമരം ചെയ്തതിനാലെ അമ്മാവോടെ ചികിത്സയ്ക്ക് പണം തരാമെന്ന് പറഞ്ഞത്. കരയുന്ന പിള്ളയ്ക്ക് താൻ പാല് കിട്ടും. ചോദിക്കാതെ അവരൊന്നും തരില്ല. നേരേ ചോദിച്ചാലും ഫലമില്ല. അതാ സമരം ചെയ്യാമെന്ന് പറഞ്ഞത്.

എം.എൽ.എ. പറഞ്ഞതൊക്കെ അതുപോലെ ചെയ്യുമെന്ന് കരുതുന്നതേ തപ്പ്. അവര് പറയും. പിന്നേം പറയും. എത്ര തവണ പറഞ്ഞു സ്ഥലം തരാമെന്ന് ... വീട് കെട്ടിത്തരാമെന്ന്. അതൊന്നും ചെയ്യാനല്ല... പറയുന്നത്. അവര വാക്ക് ... അതിന് ഒരു വെലയുമില്ല. എത്രയോ കേട്ടതാണ്.

തെരഞ്ഞെടുപ്പ് ഇനിയും വരും. വോട്ട് കേട്ട് വരും അപ്പോ കാണാം വരട്ടെ...

കനകം കല്ലിച്ചു നിന്നു.

അധികാരികൾ എന്നും ഒന്നാണ്. അവരാരും തമ്മിൽ ദ്രോഹിക്കില്ല. എസ്റ്റേറ്റ് നിലനിന്നാലേ അവർക്ക് ഗുണമുണ്ടാകൂ. നമ്മളെക്കൊണ്ട് എന്തഗുണവുമില്ല. പിന്നെന്തിനെ നമ്മളെ സഹായിക്കണം.

കനകം എന്തോ പറയാൻ തുടങ്ങിയതാണ്. അതിനു മുന്നേ കേട്ടു.

നമ്മൾ വിചാരിച്ചാലും ദോഷമുണ്ടാക്കാം. വിനായകന്റെ ശബ്ദം കടുത്തിരുന്നു. അടുത്ത നിമിഷം സ്വന്തം പാത്രത്തിലെ കറി കൂടി അനിയത്തിക്കു കൊടുത്തിട്ട് ഒരു കറിയുമില്ലാതെ ചോറു വാരി തിന്നു. ആരോടോ പ്രതികാരം ചെയ്യുന്ന മനസ്സോടെ, യാതൊരു മടുപ്പും കൂടാതെ വേഗം വേഗം ചോറു വാരിതിന്നുന്ന മകനെ ദയനീയമായി നോക്കിയ നേശമണി എഴുന്നേറ്റു പുറത്തിറങ്ങി.

കനകം മകന്റെ മാറ്റം ശ്രദ്ധിച്ചു. എത്ര വേഗമാണ് അവൻ വലുതായത്? എട്ടാം ക്ലാസ്സുകാരന്, അതും പതിമൂന്നു വയസ്സുകാരന് ഇങ്ങനെ ചിന്തിക്കാൻ കഴിയുമോ? ഇവന്റെയുള്ളിൽ തീപ്പൊരിയുണ്ട്. കരുതലാണ് വേണ്ടത്. ഇല്ലെങ്കിൽ.

കനകം വിനായകന്റെ മുടിയിഴകളിൽ വിരലോടിച്ചു. അവൻ

എതിർത്തില്ല. കാരണം വിരലുകൾ ധീരയായ അമ്മയുടേതാണ്. അത് എപ്പോഴും ഉണ്ടാവണം. വിനായകൻ ധൃതിയിൽ ചോറുവാരി വായിലിട്ടു ചവച്ചിറക്കി. എന്നാൽ ഒരു വറ്റുപോലും താഴെ നിലത്ത് വീഴുകയോ പാത്രത്തിൽ പറ്റിയിരിക്കുകയോ ഉണ്ടായില്ല. സൂക്ഷ്മത അവനെ പൊതിഞ്ഞു പിടിച്ചു... ഇവൻ വളരണം. അത് കാലത്തിന്റെ ആവശ്യമാണ്. എങ്ങനെ വളരണം?

കനകം ആലോചിച്ചു. കുട്ടിയാണ് എന്നാൽ കരളുറപ്പുണ്ട്. അതു കൊണ്ട് തന്നെ വഴി തെരഞ്ഞെടുക്കുന്നിടത്ത് പിഴയുണ്ടാവരുത്. ഒരു വിപ്ലവകാരിയേക്കാൾ സമൂഹത്തിന് പ്രയോജനം അധികാര മാണ്. അല്ലെങ്കിൽ നാളെ കുമരനെപ്പോലെ... ചീരുവിനെപ്പോലെ വിനായകനും ശത്രുനിരയിലാവും. അതുപാടില്ല. പൊതുസമൂഹ ത്തിൽ നിന്നുകൊണ്ട് മനുഷ്യ നന്മയ്ക്കുവേണ്ടി പ്രവർത്തിക്കാൻ കഴിയണം. അതെ, അതാണ് വേണ്ടത്.

വിനായകൻ പാത്രവുമെടുത്ത് പിന്നിലെ വരാന്തയിലേയ്ക്കു പോയതിനു പിന്നാലെ കനകവും ചെന്നു. അവന്റെ കുഞ്ഞുമുഖം കോപത്താൽ കടുത്തിരുന്നു. കനകം അവന്റെ തോളിൽ കൈവച്ചു.

വാ... മുറ്റത്തിരിക്കാം.

ഒന്നും പറയാതെ വിനായകൻ അമ്മയെ അനുസരിച്ചു.

നിലാവു പരന്ന മുറ്റത്തരികിലെ തിട്ടമേലിരുന്ന് കനകം സംസാ രിച്ചു തുടങ്ങി...

മോനേ, നല്ലാ പഠിച്ച് നല്ല ജോലികിട്ടുമ്പോ നമ്മ ദാരിദ്ര്യമെല്ലാം മാറും. അന്ന് നല്ല സാപ്പാട്, ഡ്രസ്സ് വീട് എല്ലാം നമുക്ക് ഉണ്ടാക്കാം. അതുകൊണ്ട് മിടുക്കനായി പഠിക്കണം. കളക്ടറാവണം. അതാ അമ്മയുടെ ആശ. അതില് കണ്ണുവയ്ക്കടാ, ഉന്നാലെ മുടിയും ടാ. മുടിയും കട്ടായം. കനകത്തിന്റെ കണ്ണുകളിൽ പ്രതീക്ഷ നാമ്പിടുക യായിരുന്നു.

32

രണ്ടുദിവസമായി കനത്ത മഴയാണ്. ഹൈറേഞ്ചിലെ മഴയ്ക്ക് ലക്കും ലഗാനുമില്ലെന്ന് കേട്ടറിവാണ്. പ്രത്യേകമായ കാലബോധ മില്ലാതെ മഴ പെയ്തിറങ്ങും ഒപ്പം കോടമഞ്ഞും ചേർന്നാൽ തണുപ്പ് കാർന്നു തിന്നുന്ന പ്രതീതിയാണ്. വെള്ളത്തിൽ തൊടാൻ പോലും തോന്നാറില്ല. റൂംഹീറ്റർ കൊണ്ട് കിടപ്പുമുറിയെ ചൂടാക്കിയാലേ ഉറങ്ങാൻ കഴിയൂ. മരംകോച്ചുന്ന മഞ്ഞ് എന്ന് കേട്ടിട്ടേയുള്ളൂ. ഇപ്പോൾ നേരിട്ടനുഭവിക്കുന്നു. ആകെ നനഞ്ഞുകുതിർന്ന മണ്ണും

മരങ്ങളും കണ്ണീർവാർത്തു നിന്നു.

സിദ്ധാർത്ഥ് ജാക്കറ്റ് ധരിച്ച് കമ്പിളിത്തൊപ്പിയും വച്ചാണ് പുറത്തേയ്ക്കിറങ്ങാൻ നോക്കിയത്. അപ്പൊഴും ചേച്ചിയമ്മ എന്തോ വായനയിലാണ്. ആൾ ഗൗരവം ഫിറ്റുചെയ്ത മുഖവുമായി വായന തുടരുകയാണ്. ഇപ്പോൾ സ്കൂളു കഴിഞ്ഞാൽ അധികസമയം അവിടെ തങ്ങാറില്ല.

പണ്ടത്തെപ്പോലെയല്ല അത്യാവശ്യം അദ്ധ്യാപകരുണ്ട്. കുട്ടികളും സ്കൂളിൽ വരും. ആദ്യമൊക്കെ പത്തോ പതിനഞ്ചോ കുട്ടികൾ വന്നാലായി. ബാക്കിയൊക്കെ വീടുകളിലും പാടത്തുമായിരിക്കും. രക്ഷകർത്താക്കളുടെ കൂടെ പണിസ്ഥലത്താവും പലരും. ആദിവാസി ഊരുകളിലെ കുട്ടികളെ പലപ്പോഴും കാണാറേയില്ല. കാട്ടിൽ പോകുന്ന വീട്ടുകാർക്കൊപ്പം അവരും പോകും. രണ്ടു വർഷത്തെ കഠിനാധ്വാനമാണ് കുട്ടികളുടെ ഹാജർ നില മെച്ചപ്പെടുത്തിയത്. അന്നൊക്കെ എത്ര മണിക്കൂറാണ് സ്കൂളിൽ ചെലവഴിക്കുന്നതെന്ന് ഓർത്താലേ ഞെട്ടലാണ്. ഹെഡ്മാസ്റ്റർ അവിടെയുണ്ടാവും. അതാണ് ധൈര്യം.

മഴക്കാലമായാൽ സംഗതികൾ മാറും. തോടും പാടവും കടന്ന് വരാൻ കഴിയാതെയാവും. ആ സമയത്ത് തീരെ കുറച്ച് കുട്ടികളേ കാണൂ. ആ അവസ്ഥയൊക്കെ മാറി. അതിനു പല കാരണങ്ങളുണ്ട്. കുട്ടികൾക്ക് കൃത്യമായി ഭക്ഷണം നൽകാൻ തുടങ്ങിയത് ഒരു പ്രധാന കാരണമാണ്. പിന്നെ പഠനരീതിയിൽ വന്ന മാറ്റം. തികച്ചും ശിശുകേന്ദ്രീകൃത പഠന രീതി കുട്ടികൾക്ക് പഠനഭാരം കുറച്ചു. പലതരം ഇവാലുവേഷനുകളിലൂടെ കുട്ടികളുടെ മികവ് തിട്ടപ്പെടുത്തിയത് പരീക്ഷപേടി കുറയ്ക്കാൻ സഹായിച്ചു. വിദ്യാലയങ്ങൾ സ്റ്റുഡന്റ് ഫ്രണ്ട്ലിയായതോടെ പഴയ ഗൗരവം മാറി. ശിക്ഷാ നടപടികളില്ലാതെ കുട്ടികൾ സ്കൂൾ സമയം ആസ്വദിച്ചു.

ഒരുവശത്ത് വിദ്യാർത്ഥികൾ ലാഘവബുദ്ധിയോടെ ക്ലാസ്സുമുറികളിലിരുന്നു. അദ്ധ്യാപകർ പലതരം പ്രവർത്തനങ്ങളാൽ പിരിമുറുക്കത്തിലായി. നിരന്തര മൂല്യനിർണ്ണയം പലർക്കും പ്രശ്നമായി. അവധിദിവസങ്ങളിലും സ്കൂളുകൾ പ്രവർത്തിക്കേണ്ട സാഹചര്യങ്ങൾ ഇടയ്ക്കൊക്കെയുണ്ടായി. പൊതുസമൂഹം ആവശ്യത്തിലധികം അദ്ധ്യാപകരെ വിമർശിക്കാൻ തുടങ്ങിയിരുന്നു. 'വിവരാവകാശം' പലരും ശീലമാക്കിയതോടെ സ്കൂൾ ജീവിതം ചിലരെയെങ്കിലും വിഷമത്തിലാക്കി.

ഒരുകാര്യത്തിൽ എല്ലാവരും സന്തോഷിച്ചു. അഭിമാനിച്ചു. വിജയം

പത്തുശതമാനത്തിലും താഴെയായിരുന്ന സ്കൂളുകൾപോലും 98, 99, 100 എന്നിങ്ങനെ ശതമാനം വർദ്ധിപ്പിച്ചു എന്നു പറയാം.

പുലരികൾക്ക് തെളിച്ചം നഷ്ടപ്പെട്ടു. കാറൊഴിഞ്ഞ ആകാശം പരിധിക്കു പുറത്തായി. സൂര്യൻ പല പ്രദേശങ്ങളെയും ഒഴിവാക്കിപ്പോയി. മേഘങ്ങൾ കൂട്ടം കൂടുകയും അദൃശ്യമായ ഏതോ നിർദ്ദേശം കൈപ്പറ്റി ചിതറി മാറി പെയ്തിറങ്ങുകയും ചെയ്തുകൊണ്ടിരിക്കെ പല കുടിലുകളിലും അടുപ്പുകൾ വിശ്രമിച്ചു. തീകാഞ്ഞും കൊള്ളിക്കിഴങ്ങുകൾ ചുട്ടുതിന്നും ആളുകൾ ചുരുണ്ടു. റേഷൻ വാങ്ങാൻ കടയിലെത്താനാവാതെ പട്ടിണിയായവർക്ക് മുന്നിൽ സഹനം... അതിനാരും പഠിപ്പിക്കേണ്ടതില്ല. മഴ കനത്തു. കുടിലുകൾ കുതിർന്നു. മേൽക്കൂര പഴുതുകളിലൂടെ നൂണ്ടിറങ്ങിയ മഴനാരുകൾ വീടകം ചിത്രശാലയാക്കി. വെയിലും മഴയും അകത്തു കടക്കാത്ത വീട്. അത് വലിയ ഒരു സ്വപ്നമായി അവശേഷിച്ചു. പട്ടയം വെറും കടലാസ് മാത്രമായി ഊരയിലിരുന്നു മഴ നനഞ്ഞു. ഭൂമിയുള്ളവർ പട്ടയമില്ലാതെയും വലഞ്ഞു. വികസനം വഴിമാറി സഞ്ചരിച്ചു. കാടകം നിസ്സഹായരുടെ നെടുവീർപ്പുകളാൽ വിങ്ങി നിന്നു.

പാത്രങ്ങളിൽ ഇറ്റിറ്റു വീഴുന്ന വെള്ളം താളബദ്ധമായി തുടർന്നു. മഴയ്ക്കു ശമനമില്ലെന്നത് മനുഷ്യരെ മാത്രമല്ല, കാടകജീവിതം ദുസ്സഹമാക്കുക കൂടി ചെയ്തതോടെ പുറത്തിറങ്ങാൻ ഭയം അനുവദിച്ചില്ല. കാട്ടാനകൾ കൂട്ടത്തോടെ റോഡിൽ കവാത്തു നടത്തിയതും ഭയംകൊണ്ടാണ്. മരങ്ങൾ ഒടിഞ്ഞു വീഴുമെന്ന ഭയം അവയെ തുറസ്സിടങ്ങളിലേയ്ക്കു നയിച്ചു. ഗുരുകുലമാകുന്ന പ്രകൃതി എത്ര ശ്രമിച്ചിട്ടും മനുഷ്യകുലം മാത്രം ഒന്നും നേരായ രീതിയിൽ പഠിച്ചില്ലെന്നു മാത്രമല്ല, പ്രകൃതി വിരുദ്ധതയിൽ ഒരു പടി മുന്നേറുകയും ചെയ്തു.

ചിലപ്പോഴെങ്കിലും നിസ്സംഗയായി മൗനം പാലിച്ച പ്രകൃതി പലപ്പോഴും വടിയെടുത്തു ശിക്ഷിച്ചു. ശിക്ഷകളുടെ ഇടവേളകളിൽ എല്ലാം മറന്നവർ ശിക്ഷയിൽ പരസ്പരം അപലപിക്കുകയും അപമാനിക്കുകയും എല്ലാ പഴികളും ഭരണകൂടത്തിന്റെ മേൽ കുടഞ്ഞിടുകയും ചെയ്തുകൊണ്ടിരുന്നു. മലകളെ സംരക്ഷിക്കാനോ പുഴകളെ സൂക്ഷിക്കാനോ ആരും തയാറായില്ല.... അവിടെയെല്ലാം കഴിയുന്നത്ര ചൂഷണം. അതിലൂടെ സമ്പാദ്യം വർദ്ധിപ്പിക്കുക. ഭൂമിയുടെ സമനില തെറ്റിക്കുന്നത്ര ഭയാനകമായ ഖനനവും നിർമ്മാണവും കൊണ്ട് തുളവീണ ഉടൽ കരിഞ്ഞു. മുറിവുകൾ ഉണങ്ങാതെ ചലമൊഴുകിക്കിടന്നു. സംസ്കാരത്തെ നനച്ചു വളർത്തിയ പുഴകൾ

തികച്ചും അഴുക്കുചാലുകളായി മാറിയിട്ടും നമ്മൾ...

നമ്മൾ... മാത്രം ഒരു പാഠവും പഠിച്ചില്ല.

ആർത്തി ക്യാൻസറിനേക്കാൾ മാരകമായി മനുഷ്യമനസ്സുകളിൽ കൊഴുത്ത അർബുദം മനുഷ്യ ശരീരങ്ങളെ കാർന്നു കാർന്ന് എല്ലുകളിലൂടെ സഞ്ചരിച്ചു. ഉപദേശകരുടെ എണ്ണം കൂടിയതല്ലാതെ കേൾവിക്കാരില്ലാതെ, പ്രാവർത്തികതയില്ലാതെ വാക്കുകൾ വായുവിനെ മലിനമാക്കി. കാടുകൾക്കുപോലും ചവിട്ടി നില്ക്കാൻ കഴിയാത്തവിധം മണ്ണുമാന്തിയും പാറപൊട്ടിച്ചും അസ്തിത്വ പ്രതിസന്ധി സൃഷ്ടിച്ച മനുഷ്യൻ ഒന്നുകൊണ്ടും പഠിക്കില്ലെന്ന നിലപാടുതറകൾ പ്രശ്നങ്ങൾ സൃഷ്ടിച്ചു തുടങ്ങി.

കാടിറങ്ങിയ വന്യമൃഗങ്ങളും കാടുകയറിയ മനുഷ്യരും പ്രകൃതിയുടെ സന്തുലനം തകിടം മറിച്ചുകൊണ്ടിരിക്കെ മഴ അലച്ചു പെയ്തു സകല ജീവികളെയും പരിഭ്രാന്തിയിൽ ആഴ്ത്തി. അപസ്മാരം ബാധിച്ച കാറ്റ് മരങ്ങളിലേയ്ക്ക് പാഞ്ഞുകയറി അവയെ ഭ്രാന്തു പിടിപ്പിച്ചുകൊണ്ട് മഴയുടെ ആക്കം കൂട്ടുകയായിരുന്നു. വെള്ളത്തിൽ കുതിർന്ന ഭൂമിവിട്ട് മരങ്ങൾ മറിഞ്ഞുവീണു. ഇളകിയ മണ്ണിനെ മഴ ഏറ്റുവാങ്ങി മലയിറങ്ങി താഴ്വരയിലേയ്ക്ക് പാഞ്ഞു. കുന്നും മലകളും നിയന്ത്രണംവിട്ടു പതിച്ചുകൊണ്ടിരിക്കെ അവഗണനയുടെ അടുക്കുകൾക്കുള്ളിൽ നിന്നും ചില ഫയലുകൾ തല നീട്ടി ചിരിച്ചു. അനുഭവിക്കുക... ഫയലുകൾ വീണ്ടും മുങ്ങി.

അണപൊട്ടിയാൽ?

പൊട്ടിയാൽ

പൊട്ടുമോ?

പൊട്ടും.

ഭീതിപരത്തരുത്.

വിഡ്ഢികൾ എന്തറിയുന്നു? ഡാമുകൾ കുലുങ്ങിച്ചിരിച്ചു

എടിയേ...

കുറവൻ കുറത്തിയെ വിളിച്ചു.

ഓ.... മറുവിളി ചിലമ്പിത്തെറിച്ചു.

നീ തളർന്നോ? പിടിവിടല്ലേ... നിരപരാധികളുണ്ട് ...

ഉയിരുപോയാലും വിടല്ലേ...

നമ്മൾ വീണ്ടും...?

കുറത്തിയുടെ വാക്കുകൾ മേഘങ്ങൾ ഏറ്റെടുത്തു പ്രകമ്പനം സൃഷ്ടിച്ചു. ഭൂമി ഒന്നാകെയുലഞ്ഞു. നിലവിളികൾ... നിസ്സഹായരുടെ നിലവിളികൾക്ക് പ്രതിധ്വനിയില്ലായിരുന്നു. അധികാരം ആന

പ്പുറത്തുതന്നെയിരുന്നു. ഇടയ്ക്ക് ചില എഴുന്നള്ളത്തുകൾ. പടിയും കാണിക്കയുമായി ഉത്സാഹക്കമ്മറ്റികൾ. നേർച്ചയും കാഴ്ചയുമായി വിശ്വാസികളുടെ നിര... ഇവർക്കിടയിലേയ്ക്ക് മുഷ്ടിചുരുട്ടിയ യൗവ്വനം തിളച്ചടങ്ങി. ചിലതെങ്കിലും ഉരുകിയൊലിച്ച് ചിലയിട ങ്ങളിൽ ഉറഞ്ഞുകട്ടിയായി കീറാമുട്ടിയായി വഴിമുടക്കി നിന്നു. 'വിപ്ലവം' എന്ന് സ്വപ്നജീവികൾ ബോധിമരച്ചോടുകളിൽ മിഴിതുറന്നു.

അത് തോക്കിൻ കുഴലിലൂടെയല്ലേ?

ചില ഒറ്റക്കുരലുകൾ ഉയരം വച്ചുകൊണ്ടിരുന്നു.

ശ്... ശ്.... ശ്.... പെരുമാറ്റ സംഹിത പഠിക്കണം.

അകത്തെ കനലു കെടാതെ സൂക്ഷിക്കണം. പുറമേയ്ക്കു ശാന്തത... ശാന്തസമുദ്രം പോലെയാവണം. ആഴങ്ങളിൽ അണയാത്ത ജ്വാലകൾ നിറഞ്ഞുകിടക്കണം. അഗ്നിക്ക് അന്നജം നൽകണം. നമ്മെ കൈവിടാതെ സംരക്ഷിക്കണം. ആഗ്നേയനേത്രങ്ങൾ തുറന്നിരുന്നു.

ലൗലി കണ്ണുകൾ തുറന്നു ചുറ്റിനും നോക്കി. മഴ താണ്ഡവലഹരിയിലാണ്. സംഹാരരുദ്രയായി മുടിയഴിച്ചാടുന്ന പ്രകൃതിക്കു മുന്നിൽ ഒരുനിമിഷം കൈകൾ കൂപ്പി കണ്ണടച്ചിരുന്നു. ലൗലിയുടെ മനസ്സ് മലയിറങ്ങുന്നു. പാറകളിൽ തല്ലിച്ചിതറി കുതിച്ചു പായുന്ന അരുവിയുടെ മുഖത്ത് പകമുഴുത്തു കിടന്നു. കരകളിൽ, കാടുകളിലേയ്ക്ക് കുതിച്ചു പായുന്ന അരുവിയോട് ഹൃദയം നൊന്തു പ്രാർത്ഥിച്ചു.

അരുത്... അവിടെ, ആ വന്യതയ്ക്കുള്ളിൽ എന്റെ അച്ഛനുണ്ട്. അച്ഛനു പ്രിയപ്പെട്ടവരുണ്ട്. അവരെയൊക്കെ കാത്തുവക്കണം. നടക്കാൻ വയ്യാത്ത കുമരനുണ്ട് അവന്റെ തകർക്കപ്പെട്ട സ്വപ്നങ്ങളുടെ ഏകശേഷിപ്പായ ആനന്ദിന് ചൂണ്ടിക്കാട്ടാനെങ്കിലും കുമരനുണ്ടാവണം. പതിനഞ്ചു കൊല്ലമായി കുടുംബത്തെ ഓർമ്മയിൽ സൂക്ഷിക്കുന്ന ചന്ദ്രഹാസനെന്ന സഖാവിന് ഭാര്യയും മൂന്നുമക്കളുമുണ്ട്. അതും രണ്ടുപെൺമക്കൾ. ഏകമകൻ... വിവാഹിതയായ ഒരു മകൾ..

പെട്ടെന്ന് ലൗലിയുടെ മനസ്സ് പറന്നുയർന്നു. അങ്ങു ദൂരെ ഒരു വീട്... ഗൃഹനാഥിനില്ലാത്ത വീട്. അമ്മയും മൂന്നുമക്കളും... അവിടെയും രണ്ടു പെൺമക്കൾ. ഒറ്റമകൻ. അച്ഛനെ കാണാൻ ഇരുളിന്റെ മറപറ്റി പലയിടങ്ങളിൽ പോകുന്ന ഭാര്യയും മക്കളും. എന്തിന്? വീടിന് അദ്ദേഹം ഗൃഹനാഥൻ മാത്രമാണ്. ഭർത്താവും പിതാവുമായ ഗൃഹനാഥൻ. എന്നാൽ നാടിനോ?

തൊഴിലാളികളുടെ രക്ഷകൻ. സായുധവിപ്ലവത്തിന്റെ പിതാവ്.

ഭരണകൂടസ്വാസ്ഥ്യം കെടുത്തിയ വിപ്ലവകാരിയെ ഏറ്റെടുത്ത തൊഴിലാളിവർഗ്ഗം. അച്ഛൻ ഒളിവിലെ ഓർമ്മയാവുക.

ആ മകന് അച്ഛൻ അഭിമാനമാണ്. അച്ഛന്റെ വഴിയിൽ നിന്ന് ആയുധങ്ങൾ മാറ്റിയ മകൻ ഓർമ്മകളിലൂടെ അച്ഛനുമായി സംസാരിക്കുന്നു. അച്ഛന്റെ പുസ്തകങ്ങളും കട്ടിലും മേശയും തുടങ്ങിയ എല്ലാ അചരവസ്തുക്കളെയും അടുക്കിപ്പെറുക്കിവച്ച് ഓർമ്മകളുടെ പൊടി തുടയ്ക്കുന്നുണ്ട്. ഒരു മകൾ വിവാഹം കഴിഞ്ഞ് വിധവയായി തിരികെയെത്തി. മറ്റേ മകൾ പഠിച്ചു മിടുക്കിയായ ഡോക്ടറായി. പഠനകാലം കണ്ടതും നേരിടേണ്ടി വന്നതുമായ വെല്ലുവിളികളിൽ തളർന്ന് സമൂഹത്തിൽ നിന്ന് അകന്ന് ഒളിയിടത്തിൽ അഭയം തേടിയ അഭയാർത്ഥിയെപ്പോലെ വീടിനുള്ളിൽ ഒതുങ്ങിക്കഴിയുന്നു. അച്ഛനെക്കുറിച്ച് പരിഭവങ്ങളില്ല. എന്നാൽ ആരാധന തീരെയില്ലെന്നു പറയേണ്ടി വന്നത് കടന്നു വന്ന അനുഭവങ്ങളുടെ പൊള്ളലുകളായിരിക്കും.

ഒടുവിൽ, പോലീസ് പിടിയിൽ .... ക്രൂര മർദ്ദനങ്ങളിൽ തകർന്ന ശരീരവും തളരാത്ത മനസ്സുമായി കഴിഞ്ഞയാൾക്ക് പക്ഷേ അധികകാലം പിടിച്ചു നില്ക്കാനായില്ല. ജീവൻ നിലനിർത്താനുള്ള മരുന്നുപോലും നൽകാൻ കൂട്ടാക്കാതെ ശ്വാസതടസ്സവും അനാരോഗ്യവും ആ ജീവനെ പറിച്ചെടുത്തു.

ജീവനൊഴിഞ്ഞ കൂടിനുവേണ്ടി പല വാതിലുകൾ കയറിയെങ്കിലും കിട്ടിയില്ല. ഒടുവിൽ ശ്മശാനത്തിൽ അദ്ദേഹത്തെ കാണേണ്ടിവന്നു. അതും കനത്ത പോലീസ് സുരക്ഷയിൽ. മകൻ അച്ഛന്റെ മുഖം മാത്രമല്ല കണ്ടത്. അടികൊണ്ട് കറുത്തുപോയ കാല്പാദങ്ങളിൽ കണ്ണുടക്കിയ മകന്റെയുള്ളിലെ എരിഞ്ഞടങ്ങാത്ത കനലുകളിൽ തെളിയുന്നതും ആ കരുവാളിച്ച കാൽപ്പാദങ്ങളാണ്.

കൺമുന്നിൽ മറ്റൊരു വീട്... നിശ്ശബ്ദ ജീവിതംകൊണ്ട് തന്റെ ഭൗതികവും ആത്മീയവുമായ നഷ്ടത്തെ അടയാളപ്പെടുത്തുന്ന ഒരമ്മ, മൂന്നുമക്കളും. ലിബിന് അച്ഛനെ അംഗീകരിക്കാനാവുമോ? എന്തിന്? ഇത്രയും കാലം ഒന്നു തിരിഞ്ഞുനോക്കാൻപോലും മനസ്സില്ലാത്ത ഒരാളെ അച്ഛനെന്നു വിളിക്കുന്നതെങ്ങിനെ? നാണക്കേടാണ്. ഇവിടെയാരെങ്കിലും അറിഞ്ഞാൽ ഞാൻ ജീവിച്ചിരിക്കില്ല. ഈ വീട്ടുകാരുടെ മുന്നിൽ ഒരു കൊലയാളിയുടെ മകളായി നില്ക്കേണ്ടിവരിക... ഇല്ല. വേണ്ട ചേച്ചീ ... അതുവേണ്ട... അച്ഛൻ ഓർമ്മയായിരിക്കട്ടെ.

ഒരുപക്ഷേ അമ്മ പൊട്ടിത്തെറിച്ചേക്കാം. പറക്കമുറ്റാത്ത മൂന്നുമ

ക്കളെയും ഭാര്യയേയും സമൂഹത്തിന്റെ ക്രുദ്ധനേത്രങ്ങൾക്കു മുന്നിലേയ്ക്കെറിഞ്ഞിട്ടു പോകാൻ എങ്ങനെ കഴിഞ്ഞു? ഈ കുട്ടികളെ എങ്ങനെ വളർത്തുമെന്നു കരുതിയാണ് പുറപ്പെട്ടുപോയത്.

എല്ലാം സഹിക്കാം.

ജീവിച്ചിരിക്കുന്നു എന്ന് ഒരു വാക്ക്... അതുമതിയായിരുന്നു പിടിച്ചു നില്ക്കാൻ. വിവാഹ വാഗ്ദാനം നടത്താൻപോലും സമൂഹം തയാറായി. അവിടെ നിലംപറ്റിക്കിടന്ന് കരയുകയായിരുന്നു. ഒരു വാക്ക് പറഞ്ഞിരുന്നെങ്കിൽ... ഒരിക്കലെങ്കിലും നിങ്ങൾക്കുവേണ്ടി പ്രാർത്ഥിക്കാമായിരുന്നു. അതിനുള്ള അവസരംപോലും നിഷേധിക്കാൻതക്ക എന്തു തെറ്റാണ് ഞാൻ ചെയ്തത്?

ഇനി വയ്യ... ഇനിയും സഹിക്കാൻ വയ്യല്ലോ ന്റെ ദൈവമേ... ചുവരിൽ തലതല്ലിക്കരയുന്ന അമ്മയുടെ മുഖത്തു നോക്കാൻ പോലും കഴിയാതെ മരവിച്ചു നില്ക്കുക. അവിടെ അമ്മയുടെ പരാജയം പൂർണ്ണമാകും.

പുറത്ത് മഴ ഒരുമ്പെട്ടിറങ്ങിയിരിക്കുകയാണ്. മുറ്റവും വീടും പരിസരവും എല്ലാം വെള്ളംകെട്ടി നില്ക്കുന്നുണ്ട്. കാട്ടുപന്നിയും മക്കളും കൂടി വന്നാൽ പിന്നെ പുകിലാണ്. വല്ലതും കൊടുക്കാറുണ്ട്. അവറ്റകൾക്കും ജീവിക്കണ്ടേ?

നനഞ്ഞൊട്ടിയ കാട്ടുകോഴികൾ തറയിലെ വെള്ളത്തിൽ നിന്ന് ഓരോന്നൊക്കെ കൊത്തിപ്പെറുക്കുന്നുണ്ട്. ചിന്തകളിൽ വിള്ളൽ വീഴ്ത്തിക്കൊണ്ട് മുറ്റത്തരികിലെ ഗുൽമോഹറിന്റെ വലിയശാഖ ഒടിഞ്ഞുവീണു.

ഭാഗ്യം, കറണ്ടുകമ്പിയിൽ വീണില്ല...

ലൗലി ആരോടെന്നറിയാതെ പറഞ്ഞു.

പക്ഷേ, ആ മാവിനെ അടിച്ചുതകർത്തല്ലോ....

സിദ്ധാർത്ഥിന്റെ ശബ്ദം ലൗലിയെ പരിസരബോധത്തിലേയ്ക്കു നയിച്ചു.

അതിലൊരു കിളിക്കൂടുണ്ടായിരുന്നു. നാലഞ്ചു മുട്ടകളും അതിനുള്ളിലുണ്ടായിരുന്നു. പാവം ആ അമ്മക്കിളിക്കു വല്ലതും പറ്റിയോ ആവോ?

കുടയുമെടുത്ത് മുറ്റേത്തേയ്ക്കിറങ്ങിയ സിദ്ധാർത്ഥിനെ ലൗലി വിളിച്ചു. വേണ്ട മോനേ പുറത്തിറങ്ങണ്ടാ... നല്ല മഴയാണ്. കാറ്റിൽ ഇനിയും മരങ്ങൾ വീണേക്കും.

കഴിഞ്ഞ പ്രളയം ലൗലിയുടെ ചിന്തകളിൽ ചേക്കേറി. അന്ന് വീടിന്റെ മുറ്റംവരെയെത്തിയ വെള്ളം പല അയൽ വീടുകളിലും

കയറിത്തങ്ങി. പിന്നെ സാവകാശം ഇറങ്ങിയിട്ടും വീടുകൾ ചെളിയിൽ പുതഞ്ഞുകിടന്നു. സ്കൂളിലായിരുന്നു പലരും താമസിച്ചത്. അയൽക്കാർ തമ്മിലറിഞ്ഞു. സ്നേഹിച്ചു. നിന്നെപ്പോലെ നിന്റെ അയൽക്കാരനുമെന്ന് ഇടയ്ക്ക് ഉരുവിട്ടു നടന്നു.

ചേച്ചിയമ്മേ... ആ കിളിയും കൂടുമെല്ലാം ദാ ഇവിടെയുണ്ട്. അമ്മക്കിളിക്ക് എന്തോ അവശതയുണ്ടെന്നു തോന്നുന്നു.

മുട്ടയിൽ തൊടല്ലേ. മനുഷ്യഗന്ധം അറിഞ്ഞാൽ അവ പറന്നു പോകും. പിന്നെ മുട്ടയിൽ അടയിരിക്കില്ല.

അതെന്താ അങ്ങനെ?

അതങ്ങനെയാണ്. മനുഷ്യർ തൊട്ടാൽ അവരുടെ ജീവിതം നശിക്കും. സത്യത്തിൽ മനുഷ്യരെയാണ് എല്ലാ ജീവികൾക്കും ഭയം എന്നാണ് എനിക്കു തോന്നുന്നത്. ഏറ്റവും വലിയ ജീവിയായ ആനയ്ക്കുപോലും പാപ്പാനെ പേടിയാണ്. അവനെ ചങ്ങലയാൽ ബന്ധിക്കുന്ന ഏകജീവി മനുഷ്യനല്ലേ!

അതു ശരിയാണ്. എന്നാലും ഇതിനെ നമുക്ക് രക്ഷിക്കാം. നനഞ്ഞു. അത് തുടച്ചാൽ മതി. അതും പറഞ്ഞ് കിളിയേയും കൂടിനെയും ക്യാമറയിൽ പകർത്തി.

ചില അടിക്കുറിപ്പുകളുമിട്ടാൽ പിന്നെ കമന്റുകളുടെ പ്രവാഹമായിരിക്കും. ലൗലി നീരസം വെളിപ്പെടുത്തി.

മൊബൈൽ നിർത്താതെ ബെല്ലടിച്ചുകൊണ്ടിരുന്നു. ലൗലി പെട്ടെന്ന് ഫോണെടുത്തു നോക്കി.

ബാലേട്ടാ മഴയെങ്ങനെയുണ്ട്?

കുമരന്റെ ഫോണുണ്ടായിരുന്നു. അവന് നല്ല പനിയാണെന്ന്.

കാലു പഴുക്കുന്നതാകുമോ ബാലേട്ടാ?

സാദ്ധ്യതയുണ്ട്. ആരാ ഈ സമയത്ത് കാട്ടിലേയ്ക്ക്?

ഊരിനടുത്ത് മലയിടിഞ്ഞു. ആ വഴിയുള്ള രണ്ടു കുടിലുകളും തകർന്നുവെന്നാണ് കേൾക്കുന്നത്.

ഇനിയെന്തു ചെയ്യും. അവിടെ ആഹാരത്തിന് ഒന്നും കാണില്ലെന്നാണ് തോന്നുന്നത്. ലൗലിയുടെ കണ്ണുകൾ നിറഞ്ഞു കവിഞ്ഞൊഴുകാൻ തുടങ്ങിയിരുന്നു....

33

കുമരന്റെ കാല് പഴുക്കുന്നു. നല്ല പനിയും....

അങ്ങോട്ട് പോകാനും കഴിയില്ല. വഴിയിൽ മലയിടിഞ്ഞു. രണ്ടു വീടുകളും തകർന്നു. ആർക്കും അപകടമില്ല. അത്രയും ആശ്വാസം.

ആ ഊരാകെ പ്രശ്നമാണ്.

സുജനപാലൻ സിദ്ധാർത്ഥിനോടാണ് പറഞ്ഞത്.മെഡിക്കൽ സഹായം എത്തിച്ചേ തീരു. പഞ്ചായത്തും ഫോറസ്റ്റുകാരും പോകാനുള്ള തയാറെടുപ്പിലാണ്. വഴി പ്രശ്നമാണ്. അതിനേക്കാൾ വലിയ പ്രശ്നമാണ് കുമരന്റേത്. അവന് നടക്കാൻ വയ്യെന്നാണ് മൂപ്പൻ പറഞ്ഞത്. ആൾക്കാരെത്തുന്നതിന് മുമ്പ് അവനെ മാറ്റണം.

എങ്ങോട്ട്?

ക്യാമ്പിന്റെ സ്ഥിതിയും മോശമാണ്. ചുറ്റിലും വെള്ളം കയറി പുറത്തിറങ്ങാൻ കഴിയാത്ത അവസ്ഥയിൽ അങ്ങോട്ട് പോകാൻ കഴിയില്ല.

അടിയന്തിരസഹായം എത്തിക്കാനും സ്ഥിതിഗതികൾ വിലയിരുത്താനും എം.എൽ.എയുടെ നേതൃത്വത്തിൽ ഒരു സംഘം പുറപ്പെട്ടതായി ലൗലിക്കു മെസ്സേജ് കിട്ടി.

ക്യാമ്പിൽ ഭക്ഷണത്തിനുള്ളതൊന്നുമില്ലെന്നാണ് അറിഞ്ഞത്. ഒരു തീരുമാനത്തിലെത്തൻ കഴിയാതെ മൂവരും പരസ്പരം നോക്കി. മനസ്സുകൊണ്ട് മൂന്ന് വഴികളിലായിരുന്നു അവരെന്ന് മുഖഭാവം രേഖപ്പെടുത്തി. പുറവയലിൽ പനി പടരുന്നുണ്ടെന്ന് കേട്ടു. അവിടേയ്ക്കു പോണം. പാപ്പക്കും മകൾ രാസാത്തിക്കും പനിയും വയറിളക്കവുമാണ്. മാരനെ ഒന്നു വിളിച്ചാൽ കൃത്യമായ വിവരം അറിയാം.

അതു ശരിയാ...

ഞാനൊന്നു വിളിക്കാം. ലൗലി പറഞ്ഞു.

നമ്പർ കിട്ടുന്നില്ല... ഔട്ട് ഓഫ് റെയ്ഞ്ച്.

മൂന്നുപേരും മാറിമാറി വിളിച്ചിട്ടും കോൾ കിട്ടുന്നില്ല.

റെയ്ഞ്ച് പ്രശ്നമായിരിക്കും. എന്തായാലും അവിടംവരെ പോയി നോക്കാം. ലൗലി അതുപറഞ്ഞതും സുജനപാലൻ നേരേ ഹെൽത്ത് സെന്ററിലേയ്ക്കു പോയി. അത്യാവശ്യം വേണ്ടിവരാവുന്ന മരുന്നുകളും അവശ്യവസ്തുക്കളുമായി പെട്ടെന്ന് തിരിച്ചെത്തി. പോകാൻ തയാറായ ലൗലിയോട് സിദ്ധാർത്ഥ് പറഞ്ഞു.

മഴയും തണുപ്പുമാണ്. ചേച്ചിയമ്മ വരണ്ട...

സുജനപാലൻ ലൗലിയെ നോക്കി. ചിരിക്കാൻ ശ്രമിച്ചു.

അതു പറ്റില്ല. നമുക്ക് ഒരുമിച്ച് പോകാം. പാപ്പയെ കാണണം. മാരൻ എവിടെ പോയെന്നും അറിയണം.

അത് ഉറച്ച തീരുമാനിമയിരുന്നു.

സിദ്ധാർത്ഥ് ദയനീയമായി സുജനപാലനെ നോക്കി. നോട്ടത്തിന്റ അർത്ഥം മനസ്സിലാക്കിയ സുജനപാലൻ ലൗലിയോട് വളരെ

സ്നേഹത്തോടെ പറഞ്ഞു.

ശരിയാണ്. ലൗലി ഈ സമയത്ത് അധികം സ്ട്രെയിൻ എടുക്കാതിരിക്കുന്നതാണ് നല്ലത്. ആവശ്യങ്ങൾ ധാരാളമുണ്ട്. ശ്രദ്ധയോടെ വേണം. അറിയാമല്ലോ...

ബാലേട്ടാ... ഇവിടെയിരുന്നാൽ എനിക്കു ഭ്രാന്തുപിടിക്കും. അതിലും ഭേദം...

സുജനപാലൻ ശരിയെന്ന് തലയാട്ടി.

ഒരു ബാഗിൽ കുറച്ച് വസ്ത്രങ്ങളും കമ്പിളിയും ബിസ്ക്കറ്റും ഡ്രസ്സുമൊക്കെ നിറച്ചു. അത് സിദ്ധാർത്ഥനെടുത്തു. മരുന്നുകളും ഭക്ഷ്യവസ്തുക്കളും മറ്റൊരു ബാഗിൽ സുജനപാലനും എടുത്തു. മൂവരും റെയിൻകോട്ടും ക്യാപ്പും കുടയുമായി പുറത്തേയ്ക്കിറങ്ങിയതും ഒരു ഓട്ടോറിക്ഷയിൽ ഒരാളെയും കൊണ്ട് രണ്ടുമൂന്നുപേർ വന്നിറങ്ങി.

സിദ്ധാർത്ഥ് വേഗം അടുത്തു ചെന്നുനോക്കി.

എന്തുപറ്റി?

വീടിന്റെ ഒരു ഭാഗം ഇടിഞ്ഞുവീണു. ഇവൻ അവിടെ കിടന്നുറങ്ങുമ്പോഴാണ് അബോധാവസ്ഥയിലായിരുന്ന കുട്ടിയെ പരിശോധിച്ച് അടിയന്തിരചികിത്സ നൽകി. കാലിന് പൊട്ടലുണ്ടാവും. എന്തായാലും ഇവിടെ അതിനുള്ള സൗകര്യങ്ങളില്ല. വേഗം ഹോസ്പിറ്റലിലേയ്ക്കു മാറ്റാം.

കൊടുത്ത മരുന്നുകളുടെ വിവരം കുറിച്ചുകൊടുത്തു. അവർ കുട്ടിയെ ജീപ്പിലേക്കു മാറ്റി അതിവേഗം മൂന്നാറിലേയ്ക്കു പുറപ്പെട്ടു.

ബാഗുകളും തൂക്കി അഞ്ചനാട്ടം പാറയുടെ ചുവട്ടിലെത്തിയ ലൗലി കഴിഞ്ഞ യാത്രയുടെ ഓർമ്മകളിൽ തങ്ങിനിന്നു. അന്നത്തെ സംഭവങ്ങളെ അടുക്കിപ്പെറുക്കുന്നതിനിടയിൽ അറിയാതെ നോട്ടം ഫോറസ്റ്റ് ഓഫീസിലേയ്ക്കു നീണ്ടു.

അയാളുടെ വാക്കുകൾ മുള്ളുകളായി ദേഹമാകെ കുത്തിത്തുളയ്ക്കുന്ന വേദനയിൽ ലൗലി ഒന്നുലഞ്ഞു. നടപ്പിന്റെ വേഗത കുറഞ്ഞു. ഓർമ്മകളിൽ തൂങ്ങി മെല്ലെമെല്ലെ പാറയിലേക്കു കയറിക്കൊണ്ടിരിക്കെ കാതുകളിൽ കാറ്റു മൂളുന്ന ശബ്ദം. കൊട്ടിയടച്ച കാതുകൾ തുറക്കാനായി ഇമിനീരിറക്കിയതും അറിയാതെ ചുമച്ചു. നാലു കണ്ണുകൾ ഒരേസമയം ലൗലിയിൽ പതിച്ചു.

എന്താ... എന്തെങ്കിലും പ്രയാസമുണ്ടോ...?

സുജനപാലൻ ആകാംക്ഷപ്പെട്ടു.

കൊപ്പര

എന്താ ചേച്ചിയമ്മേ..? സുഖമില്ലെങ്കിൽ ഇവിടെ ഇരുന്നാൽ മതി. ഞങ്ങൾ വേഗം പോയിട്ടുവരാം.

ഏയ് ... ഒന്നുമില്ല... ഉമിനീരു വിക്കിയതാണ്.

നടപ്പിന്റെ രീതി മാറി. ക്രമവും. മുന്നിൽ സുജനപാലൻ. തൊട്ടു പിന്നിൽ ലൗലി. അതിന്റെ പിന്നിൽ സിദ്ധാർത്ഥ്. ഗ്രാമവാതിൽ കടന്ന് തമിഴ് ഗാനങ്ങളുടെ നിലയ്ക്കാത്ത വീടുകൾ കടന്ന് കുന്നു കയറിയത് തീർത്തും സാവകാശമായിരുന്നു.

ലൗലിയെ കണ്ടപാടെ സ്ത്രീകൾ തിണ്ണകളിൽ ഇറങ്ങി കുശലം ചോദിച്ചു.

ടീച്ചറമ്മ എപ്പിടിയിരിക്ക്? സൗഖ്യമാ?

കൊഞ്ചം കാപ്പി സാപ്പിട്ട് പോമ്മാ.

വരാം. അവിടെ പോയിട്ട് വരാം.

ശരി.. ഒടമ്പ് ഭദ്രമാ പാത്തുക്കോ..

ആമാ...

ആരുടെയൊക്കെയോ ശബ്ദങ്ങൾ തന്നെ പിന്തുടരുന്നതായി ലൗലിക്കു അനുഭവപ്പെട്ടു. ഒന്നിനും വേണ്ടിയല്ലാതെ സ്നേഹിക്കുന്നവർ... അവർക്ക് ലൗലിയെക്കൊണ്ട് എന്തു പ്രയോജനം?

ഒന്നുമില്ല... എന്നിട്ടും അവരന്വേഷിക്കുന്നു.

സുഖമാണോ?

ആരോഗ്യം സൂക്ഷിക്കണമെന്ന് ഓർമ്മിപ്പിക്കുന്നു..

കാപ്പി കുടിക്കാൻ ക്ഷണിക്കുന്നു.

ഒരു വാക്ക്.

മോളേ നിനക്കു സുഖമാണോ?

ചേച്ചീ സുഖമാണോ?

മറന്നുപോയതാവുമോ?

അമ്മയ്ക്ക് കുഞ്ഞിനെ നോക്കണം. വീട്ടിലെ ജോലികൾ... അവൾക്ക് ഭർത്താവ്... കുഞ്ഞ്... വീട്ടുകാർ... ആകെ തിരക്കാണെന്ന് അമ്മ വഴി അറിയുന്നു.

വിവാഹസ്വപ്നങ്ങളിൽ അവനും മറക്കുന്നതാവും. പുതിയ ഫ്ളാറ്റ് വാടകയ്ക്ക് നോക്കുന്നു. വിവാഹം കഴിഞ്ഞാൽ പ്രത്യേകം താമസിക്കണം. അതല്ലേ അന്തസ്സ്? ഭാര്യവീട്ടിൽ താമസിക്കുന്നത് ഒട്ടും ശരിയല്ല.

അവന് അവന്റെ ശരികൾ, തെറ്റുകളും. ഇടയിൽ താൻ മാത്രം അക്ഷരത്തെറ്റുപോലെ; ചിലപ്പോഴൊക്കെ അർത്ഥം പിഴച്ചതുപോലെയും.

കൊപ്പര

ചില ജന്മങ്ങൾ ഇങ്ങനെയാണ്. അർത്ഥമില്ലാതെയും. ജീവിതത്തിന്റെ ആകെത്തുക വലിയൊരു 'പൂജ്യം' മാത്രമാകുന്നതിന്റെ പൊരുൾ തേടി പലപ്പോഴും മനസ്സലയാറുണ്ട്.

ഇതൊക്കെയാണെങ്കിലും വലിയ പൂജ്യത്തിന് ചിലപ്പോഴെങ്കിലും വിലയേറുന്നതായും കാണാം. ഒരുപക്ഷേ ആ പൂജ്യത്തിനോട് ചേരുന്ന അക്കങ്ങൾ, അതിന്റെ സ്ഥാനം, അതൊക്കെയാവാം ജീവിതം അമൂല്യവും അർത്ഥവത്തും ആക്കിത്തീർക്കുന്നത്. 'ഒരക്കം' പൂജ്യത്തിനോട് ചേർത്തു നോക്കൂ... ഉദാഹരണത്തിന് ഒന്ന് പൂജ്യത്തിന്റെ വലതുഭാഗത്തായാൽ കഷ്ടം. ഇടതുവശത്തായാലോ ബലേ ഭേഷ്!!

ലൗലിയ്ക്ക് ചിരിവന്നു. മനസ്സിന്റെ കടിഞ്ഞാൺ ലേശം ഒന്നയച്ചാൽ ഒറ്റ പാച്ചിലാണ്. ബെല്ലും ബ്രേക്കും ഇല്ലാത്ത പാച്ചിൽ. ജീവിതം പലപ്പോഴും തമാശയായി തോന്നാറുണ്ട്. വലിഞ്ഞുമുറുകി നടന്ന് പെട്ടെന്ന് ഒരു നിമിഷം 'ഠിം' തീർന്നു. അവിടെ ഓർത്തുകരയാൻ... എന്തിന് സങ്കടപ്പെടാൻ പോലും ആരുമില്ലാതെ...

ഒരുകണക്കിന് അതാ നന്നായത്. ആരുടേയും മനസ്സുനോവിക്കാതെ, ഒരാളുടെയും കണ്ണു നനയിക്കാതെ കൂളായി അങ്ങു പോവുക. അതിലൊരു പുതുമയുണ്ട്.

ആരാ...

ഓ അത് ആ ടീച്ചർ...

എന്താ സംഭവിച്ചത്?

ഹാർട്ട് അറ്റാക്ക്

എന്നായിരുന്നു?

ഇന്നലെ രാത്രി...

അടക്കം കഴിഞ്ഞോ?

ഇല്ല. ആരോ വരാനുണ്ടെന്ന് കേട്ടു...

ങേ... അതാരാ?

ആ ആരോ ഒരാൾ...

എത്ര രസകരമായ സംഭാഷണങ്ങളും പ്രതികരണങ്ങളുമായിരിക്കും.

അമ്മേ, ഈ കുഞ്ഞിനേയുംകൊണ്ട് അത്രേം ദൂരം...?

അതെ, അവൾ അമ്മയാണ്... ഭാര്യയാണ്...

അമ്മ നാട്ടിലേയ്ക്കു പോയാ മതി. ബോഡി നാട്ടിലേയ്ക്ക് കൊണ്ടുവരാൻ പറയാം. ഞാൻ നാട്ടിലെത്താം. എന്തായാലും വിവരം അറിയിക്കണേ. ലിബിൻ കടമ ഉറപ്പാക്കും.

കൊപ്പര

അമ്മയ്ക്കു ചിലപ്പോൾ സങ്കടം തോന്നിയേക്കാം.

ഓരോരുത്തരായി വിട്ടുപോകുന്നു. എന്ന് സമാധാനിക്കാം കാരണം അച്ഛന്റെ അഭാവം സൃഷ്ടിച്ച മരവിപ്പിനും അപ്പുറമാവില്ല മറ്റൊന്നും. അമ്മ എന്നേ പരുവപ്പെട്ടു. പ്രതിസന്ധികളിൽ തളരാതെ അതിജീവന ധർമ്മം പാലിക്കാൻ അമ്മയ്ക്കു കഴിയും.

നടപ്പ് അവസാനിച്ചെന്ന് സിദ്ധാർത്ഥ് തോളിൽ കൈവച്ചു. അകത്തു കയറണ്ട. പനി വരാൻ പാടില്ല. ഞങ്ങൾ ഒക്കെ ശ്രദ്ധിക്കാം. ചേച്ചിയമ്മ റെസ്റ്റടുക്കൂ.

അയ്യോ ടീച്ചറമ്മ എന്തിന് വന്നു. ഈ മഴയിലും തണുപ്പിലും. സുഖമില്ലാത്ത സമയത്ത്.

സുരേഷിന്റെ സ്നേഹം കുറച്ചുവാക്കുകളിൽ കാടിനൊപ്പം വളർന്നു

അമ്മാവും അക്കാവും ജ്വരമായി. ഗുളിക കൊടുത്തു...

സുരേഷേ, മാരനെവിടെ? വിളിച്ചിട്ട് ഫോണെടുക്കുന്നില്ല.

കുടിയിൽ നോക്കട്ടെ.

സുരേഷ് പോയതിന്റെ പിന്നാലെ രാധ കുഞ്ഞിനേയും കൊണ്ടുവന്നു. മാറോട് ചേർത്തു കെട്ടിയ തുണിക്കുള്ളിൽ അമ്മയുടെ നെഞ്ചിലെ ചൂടുപറ്റി കുഞ്ഞുറങ്ങുന്നു.

രാധേ, മോൾക്ക് പേരിട്ടോ?

ഇല്ല. മൂന്നുമാസം കഴിഞ്ഞു. ഇന്നലെ മാരൻ പറഞ്ഞു... ടീച്ചറമ്മാ പേരു വയ്ക്കണം. നാൻ തിരുമ്പി വന്നിട്ട് അതു ചെയ്യാമെന്ന്.

അവനെവിടെ? ഞാൻ പലവട്ടം വിളിച്ചു. ഫോണെടുക്കുന്നില്ല.

അവൾ നിന്നു പരുങ്ങുന്നു. ചുറ്റിനും നോക്കുന്നു. പിന്നെ അടുത്തേക്കു നീങ്ങിനിന്നു... ശബ്ദം താഴ്ത്തി പറഞ്ഞു. ക്യാമ്പില് അരി തീർന്നു. അമ്മ വിളിച്ചു. രാവിലെ പോയി. അരിയും പയറും കൊണ്ടു പോയി.

ആവൂ... ആശ്വാസമായി. പട്ടിണിയാവാതെ കഴിയട്ടെ. ലൗലി കൊണ്ടുവന്ന ബാഗ് രാധയെ ഏൽപ്പിച്ചു. കുഞ്ഞ് അപ്പൊഴും ഉറക്കമാണ്. ചുരുണ്ട മുടി നെറ്റിയിലും കാതിലും വീണുകിടക്കുന്നു. വലതു കൈയുടെ പെരുവിരൽ വായ്ക്കകത്താണ്. ഇടയ്ക്ക് നുണയുകയും ചിരിക്കുകയും കണ്ണുതുറക്കുകയും വീണ്ടും വിരലുണ്ട് ഉറങ്ങുകയും ചെയ്യുന്ന കാഴ്ചയിൽ മനസ്സുടക്കി നിന്ന ലൗലിയുടെ ഉള്ളിലിരുന്ന് ആരോ ചോദിക്കുന്നു.

നിനക്ക് ഇതൊന്നും ആഗ്രഹമില്ലേ?

ഒരു ദീർഘനിശ്വാസത്തിൽ ലൗലി സ്വയം വീണ്ടെടുത്തു. കുഞ്ഞു

വിരൽ മെല്ലെ വലിച്ചു. അവൾ ഞെട്ടികണ്ണു തുറന്ന് വീണ്ടും വിരല കത്താക്കി ഉറക്കത്തിലേയ്ക്ക്.

ഭൂമിയിൽ ഏറ്റവും സമാധാനമുള്ളത് ഇതുപോലുള്ള കുഞ്ഞു ങ്ങൾക്കാവും. അമ്മയുടെ ഹൃദയതാളം ശ്രവിച്ച്, ആ ചൂടിൽ - സുര ക്ഷിതമായി ഉറങ്ങുക. പലവിധ വിചാരങ്ങളിൽ ലൗലി കുഞ്ഞിനെത്തന്നെ നോക്കി നിന്നു.

അമ്മാ ... അമ്മാ ... അപ്പാ ... ഫോണില്...

അനുവാദത്തിനായി ഒന്നു നോക്കിയിട്ട് രാധ മകന്റെ അടുത്തു ചെന്ന് ഫോൺ വാങ്ങി ചെവിയോട് ചേർത്തു... ലൗലി ഒന്നുമറി യാത്തതുപോലെ മാതളച്ചെടികളുടെ പൂക്കൾ പരിശോധിക്കുകയും രാധയുടെ സംഭാഷണം ശ്രദ്ധിക്കുകയും ചെയ്തത് തികഞ്ഞ ആകാംക്ഷ കൊണ്ടാണ്. അവളുടെ മുഖത്ത് നേരിയ ഭയം ഇടംപി ടിച്ചു തർക്കം പറയാനാവാത്ത അവസ്ഥയിൽ പരുങ്ങലോടെയാണ് രാധ ഫോൺ കട്ട് ചെയ്തത്. തിരിഞ്ഞുനോക്കി ലൗലിയോട് അക ത്തേക്കു ചെല്ലാൻ ആംഗ്യം കാട്ടി.

സജിൻ പുറത്തേയ്ക്ക് ഓടിയത് ഡോക്ടർ എന്തു ചെയ്യുന്നു എന്നു നോക്കാനാണ്. ലൗലി സാവധാനം അകത്തു കടന്നതും രാധ പറഞ്ഞു.

കുമരണ്ണനെ ഇന്ന് രാത്രി ഇവിടെ കൊണ്ടുവരും. കാല് നീരു വച്ച് നടക്കാൻ വയ്യാന്ന്. പാവം കുമരണ്ണൻ.

ലൗലി എഴുന്നേറ്റു. പുറത്തേയ്ക്ക് ഇറങ്ങുന്നതിനിടെ പറഞ്ഞു. ആരും അറിയരുത്... ആരും

ഉം...

പരിശോധനയും മരുന്നുകൊടുക്കലും കഴിഞ്ഞ് പുറത്തിറങ്ങിയ സുജനപാലനോട് ലൗലി വിവരം പറഞ്ഞു. കുമരന്റെ കാലിന്റെ കാര്യം എന്താവുമെന്ന് ചിന്തിക്കാൻ കൂടി വയ്യ. ഇവിടെ വന്ന് ചികി ത്സിക്കലും പ്രയാസം.

എന്തെങ്കിലും വഴി കണ്ടുപിടിക്കാം. തല്ക്കാലം ആരും അറിയ ണ്ട. കൊണ്ടുവരട്ടെ.

സിദ്ധാർത്ഥ് പുറത്തുവന്ന് ഓവിൽ നിന്ന് കയ്യും മുഖവും കഴു കി. കർച്ചീഫ് കൊണ്ട് മുഖം തുടച്ചു.

പനിയെങ്ങനെയുണ്ട്?

വയറിന്റെ പ്രശ്നമാണ്. വേറെ പേടിക്കാനൊന്നുമില്ല. ധാരാളം വെള്ളം കുടിക്കണം. ദാ ഈ പാക്കറ്റിലെ പൊടി വെള്ളത്തിൽ കലക്കി കുടിക്കണം. ക്ഷീണം മാറും ഡീഹൈഡ്രേഷനുണ്ട്. വയറി

ളക്കം വന്നാൽ ധാരാളം വെള്ളം കുടിക്കണം. നിർജ്ജലീകരണം തടയാൻ ഇതു നല്ലതാണ്. സംശയമുള്ളവരെ എല്ലാം പരിശോധിച്ചു. മഴക്കാല രോഗങ്ങളാണ് സൂക്ഷിക്കണം.

എന്തെങ്കിലും അസുഖം തോന്നിയാൽ ഹെൽത്ത് സെന്ററിൽ വരണം. തിളപ്പിച്ച വെള്ളമേ കുടിക്കാവൂ. മഴക്കാല രോഗങ്ങളെക്കുറിച്ചും അതിൽ നിന്ന് സ്വയം സംരക്ഷണത്തെക്കുറിച്ചും സിദ്ധാർത്ഥ് വിശദമായി പറഞ്ഞുകൊണ്ടിരിക്കെ വേലൻ അടുത്തുവന്നു.

കുമരനെ ഇപ്പോ കൊണ്ടുവരും. ഒന്നു പാത്തിട്ട് പോയാൽ റൊമ്പ സന്തോഷം.

എവിടെ താമസിപ്പിക്കും?

അവ അപ്പ തനിയേ താനിര്ക്ക്. ഇപ്പോ അങ്കയിരിക്കട്ടും. അവിടെയാരും പോകാത്. അതുകൊണ്ട് അവിടെയാക്കാം.

കൊണ്ടുവരുന്നത് ആരേലും കണ്ടാൽ...

ഇല്ല ഡോക്ടർ സാർ. ആരിക്കും സംശയം തോന്നാമൽ കൊണ്ടുവരും. അത് മാരന് തെരിയും. സുരേഷും പോയിര്ക്ക്. രണ്ടാളും ശേന്ത് കൂട്ടിവരും.

ഓരോരുത്തരായി വന്ന് രോഗ വിവരങ്ങൾ പറയുകയും മരുന്ന് കൊടുക്കുകയും ചെയ്തുകൊണ്ട് സമയം നീക്കുയായിരുന്നു സുജനപാലനും സിദ്ധാർത്ഥുമെന്ന് ലൗലിക്കു മനസ്സിലായി. കുറച്ചുകഴിഞ്ഞ് വലിയൊരു വിറകു കെട്ടുമായി മാരനും സുരേഷും ഊരിലെത്തി. നല്ല ഭാരമുണ്ടെന്ന് ഒറ്റനോട്ടത്തിൽ മനസ്സിലാവും.

വിറക് കെട്ട് കുമരപ്പന്റെ കുടിയിലേക്കാണെന്നു കണ്ട വേലൻ അങ്ങോട്ടു ചെന്നു. വിറക് ഇറക്കിവയ്ക്കാൻ സഹായിച്ചു. ചായ്പിൽ ഇറക്കിവച്ച വിറകു കെട്ടിന് ജീവനുണ്ടെന്ന് ലൗലിക്കു മനസ്സിലായി. ഹൃദയമിടിപ്പ് ക്രമം തെറ്റുമെന്ന അവസ്ഥയിലായിരുന്നു ലൗലിക്ക്. സുജനപാലൻ കുടിലിനു കാവൽ നില്ക്കും മട്ടിൽ എന്നാൽ ഡോക്ടറുമായി സംസാരിക്കുന്ന ഭാവത്തിൽ നിന്നു.

കുടിലിൽ പോയി വെള്ളം കുടിച്ചതിനുശേഷം മാരൻ വീണ്ടും കെട്ടിനടുത്തെത്തി നിന്നു. ചുറ്റിനുംനോക്കി. അതീവ ശ്രദ്ധയോടെ കെട്ടഴിക്കാൻ തുടങ്ങി. ഒരു ശബ്ദവും പുറത്തു കേൾക്കാതിരിക്കാൻ കുമരൻ പ്രത്യേകം ശ്രദ്ധിച്ചിരുന്നു. വളരെ സൂക്ഷ്മതയോടെ കുമരനെ കിടത്തിയിരുന്ന മുളംതട്ടോടെ അകത്തേയ്ക്ക് മാറ്റി. ചൂടുവെള്ളവുമായി രാധ വന്നു.

കുമരപ്പൻ കണ്ടു... വെടിയേറ്റ് മരിച്ചെന്ന് കരുതിയ മകൻ കുമരൻ ദാ കൺമുന്നിൽ ... തീർത്തും അവശനായി. ഒരുകൊല്ലം നീ

എങ്കഇര്ന്നത്? നിന്നെ പാക്കാമൽ അള്തിട്ട്യേയിരന്ന് അമ്മ പോയി ട്ടാര്...

സുജനപാലൻ ബാഗിൽ നിന്ന് മുറിവ് കഴുകാനുള്ള മരുന്നും ബാൻഡേജിനുള്ള കോട്ടണും എടുത്തു. പിന്നെ എല്ലാം ധൃതിയിലായിരുന്നു. കുമരൻ വല്ലാതെ ക്ഷീണിതനായിരുന്നു. ഭക്ഷണം കഴിക്കാൻ കൊടുത്തു. ആകെ തളർന്നുപോയിരുന്നു കുമരൻ. ഭയം അതിന്റെ പാരമ്യത്തിലായിരുന്നു. ഇനി പിടിക്കപ്പെട്ടാൽ ... ഓർത്താലേ ഭയം.

ലൗലി പുറത്തു കാത്തുനിന്നു. മറ്റുള്ളവരുടെ ശ്രദ്ധ കുമരപ്പന്റെ കുടിയിലെത്തരുത്. അതിനുള്ള വഴി ആലോചിച്ചു നിന്ന ലൗലിക്ക് ഒരു ഐഡിയ കിട്ടി. അതിന്റെ സാദ്ധ്യതയിൽ അഭിമാനം തോന്നി.

അരമണിക്കൂറിലധികമെടുത്തു മുറിവ് വൃത്തിയാക്കി മരുന്നുവച്ചുകെട്ടി. മുറിവുണങ്ങാൻ ഇഞ്ചക്ഷനും കൊടുത്തു. ബിസ്ക്കറ്റും കാപ്പിയും കഴിച്ച കുമരന് ക്ഷീണം കുറഞ്ഞു.

സുജനപാലൻ മാരനോടും രാധയോടും പറഞ്ഞു. കുമരപ്പന് ചിക്കൻപോക്സാണ്. ആരും വീട്ടിൽ കയറരുത്. മനസ്സിലായോ? എന്തുണ്ടായാലും ഞങ്ങളെ അറിയിക്കണം. പുറവയലിൽ കുമരപ്പന് ചിക്കൻപോക്സ്. ആരും അവിടെ പോകരുത്. ആരും...

34

ഈ മഴക്കാലത്ത് ചിക്കൻ പോക്സ്... അതു പതിവില്ല. ചൂടുകാലത്താണ് സാധാരണ ചിക്കൻപോക്സ് വരുന്നത്. തങ്കമ്മ വ്യക്തമാക്കി.

അല്ലെങ്കിലെന്തിനാ ഇപ്പോൾ നേരേം കാലോം ഉള്ളത്. മഴ തന്നെ തോന്ന്യാസം. നാട്ടിലെങ്ങും മഴയും വെള്ളപ്പൊക്കവുംകൊണ്ട് വലയുന്നുണ്ട്. പുഴകളെല്ലാം കരയെ വിഴുങ്ങിപ്പായുകയാണ്. തങ്കമണിയെ കേട്ടിരുന്ന രത്നാകരൻ ടി.വി.യിൽ തന്നെ കണ്ണും നട്ടിരിക്കാൻ തുടങ്ങിയിട്ട് മണിക്കൂറുകളായി.

കണ്ടില്ലേ, വഴിയേത് പുഴയേതെന്ന് അറിയാൻ പറ്റാതെ ആളുകൾ പലവഴിക്കും പോകുന്നുണ്ട്. നോക്കിയിരിക്കെ മലകൾ ഇടിഞ്ഞു വീഴുന്നതും വീടുകൾ തകർന്നു താഴുന്നതും കണ്ട രത്നാകരൻ ആരോടെന്നില്ലാതെ പറഞ്ഞുകൊണ്ടിരുന്നു. നാട് മുഴുവനും പ്ലാസ്റ്റിക്കല്ലേ ... വെള്ളം ഭൂമിയുടെ ഉള്ളിലേയ്ക്കു പോകാനാവാതെ കെട്ടിക്കിടക്കും. പലവഴിയിൽ നിന്നെത്തുന്ന ഒഴുക്കിൽ സമീപത്തുള്ള സകലതിനേയും കൂട്ടിപ്പിടിച്ചുകൊണ്ടാണ് പോക്ക്.

കൊപ്പര

നിങ്ങളെന്താ ഈ പറേണത്... വെള്ളപ്പൊക്കം മനുഷ്യര കുറ്റ മാണോ? മഴ പെയ്തിട്ടല്ലേ...

മഴ, ഇതാദ്യമല്ലല്ലോ... എല്ലാക്കാലത്തും മഴയുണ്ടായിരുന്നു. കാല ക്കണക്കും കാലവർഷവും നല്ലോണം പൊരുത്തപ്പെട്ടിരുന്നു. ഇപ്പോൾ കണക്കു വേറെ കാര്യം വേറെ. അതെങ്ങനെ സംഭവിച്ചു എന്നാണ് നമ്മൾ മനസ്സിലാക്കേണ്ടത്. അറിയേണ്ടതും.

തങ്കമണിയ്ക്ക് അത്രയ്ക്കുള്ള അറിവേയുള്ളൂ. പത്താംക്ലാസ്സ് കഷ്ടിച്ച് പാസ്സായിട്ടേയുള്ളൂ. എന്നാൽ ഇപ്പോൾ ആയിരങ്ങൾ ശമ്പളം വാങ്ങുന്നുണ്ട്. എങ്കിലും പൊതുവിജ്ഞാനം പൂജ്യം.

എങ്ങനെയായാലെന്താ ജോലി കിട്ടി. കൃത്യമായും ശമ്പളവും കിട്ടുന്നുണ്ട്. എന്നുവച്ച് എനിക്കത്ര അഹങ്കാരമൊന്നുമില്ല.

തങ്കം, ഇവിടെ പത്രമുണ്ട്, അവിടെയുമുണ്ട്.

അപ്പോഴാണ് അവൾ അതിനെക്കുറിച്ച് ഓർത്തത്. ഓ... ഡോക്ടർക്ക് രാവിലെ പത്രം വായിക്കണം. പത്രക്കാരന് പനിയും ചുമയുംകൊണ്ട് വയ്യാതെ കിടപ്പാണ്. ഡോക്ടറോട് പറയാൻ മറ ന്നു. രാവിലെ പത്രവാർത്തക്കു തടസ്സം സംഭവിക്കുമല്ലോ.

വിളിച്ചു പറയാം. കാത്തിരുന്ന് മുഷിയണ്ടല്ലോ. ഒരുനേരം പത്രം വായിച്ചില്ലാന്നുവച്ചാൽ ചത്തുപോവുമോ? ഓരോരോ ശീലങ്ങൾ... എന്ത് ശീലം? ശീലം ഇരുമ്പും സിമന്റും ഒന്നുമല്ലല്ലോ.

തീരുമാനം അന്തിമരൂപമെടുക്കാൻ വൈകുന്നതു മനസ്സിലാകെ അലോസരം നിറച്ചുകൊണ്ടിരുന്നു.

ഒരു ഫോൺ കാളല്ലേ... അതങ്ങനെയാവട്ടെ തങ്കമണി മൊബൈ ലെടുത്തു നമ്പർ സൂക്ഷ്മതയോടെ പ്രസ്സ് ചെയ്തു ചെവിയോട് ചേർത്തു പിടിച്ചു.

ഹലോ. ഡോക്ടർ സിദ്ധാർത്ഥ്

സാറേ തങ്കമണിയാ...

എന്താ പറയൂ.

അത്, നമ്മട പത്രക്കാരന് പനിയാന്ന് പറഞ്ഞേ. നാളെ പത്രം വൈകും. ആര്ടേങ്കിലും കയ്യിൽ കൊടുത്ത വിടാമെന്ന് പറഞ്ഞു.

ഓ.കെ. അതു സാരമില്ല

സാറേ കുമരപ്പന് ചിക്കൻ പോക്സാണോ?

അതെ, അതെന്താ സംശയം?

അല്ല, സാധാരണ ഈ സമയത്ത് ചിക്കൻ പോക്സ് വരാറില്ല. വേറെ വല്ലതുമാണോന്ന്...

സംശയിക്കണ്ട. രണ്ടാഴ്ച ആ വഴി പോകാതിരിക്കുന്നതാണ്

നല്ലത്.

ഓ.കെ. സാർ

രത്നാകരന് കൂറ് കോൺഗ്രസ്സിനോടാണ്. അത് തങ്കമണിയ്ക്കറിയാം. അതുകൊണ്ടുതന്നെ ഭരണപക്ഷത്തെ കുറ്റം പറയാൻ കിട്ടുന്ന ഒരവസരവും രത്നാകരൻപാഴാക്കാറില്ല.

തങ്കമണി കടുകിട വിട്ടുകൊടുക്കാറുമില്ല.

അതിനു തക്കതായ കാരണമുണ്ട്. തങ്കമ്മ പത്തിൽ അക്ഷരങ്ങളോട് യാത്ര പറഞ്ഞിറങ്ങി വീടിനുള്ളിൽ ഞെങ്ങിയും ഞെരുങ്ങിയും കഴിയുന്ന സമയത്താണ് അതു സംഭവിച്ചത്. സംഭവിക്കാൻ പാടില്ലാത്തതൊന്നുമല്ല. സംഭവം തങ്കമ്മയുടെ അമ്മയാണ് അതിനുകാരണം. അമ്മ ലീലാവതി വീട്ടിജോലിക്കുപോയി കിട്ടുന്ന കാശുകൊണ്ടാണ് കുടുംബം കഴിഞ്ഞുപോന്നത്. ഭാഗ്യത്തിന് അവിടത്തെ സാറ് എം.എൽ.എ. ആയി. ആ സമയത്ത് ലീലാവതി കരഞ്ഞു പറഞ്ഞു. പെണ്ണ് പഠിക്കാനും പോണില്ല. വീട്ടില് നിർത്തി പോരാനും വയ്യ. എവിടേങ്കിലും വല്ല തൂപ്പുജോലി.

നോക്കാം. എന്ന വാക്കിൽ പ്രതീക്ഷയർപ്പിച്ച് മൂന്നുമാസം തള്ളിനീക്കി. ഭാഗ്യത്തിന് ആരോഗ്യവകുപ്പിൽ അറ്റന്റർ പോസ്റ്റിലേയ്ക്ക് എംപ്ലോയ്മെന്റ് എക്സ്ചേഞ്ചുവഴി ജോലി കിട്ടി. ആറുമാസം കഴിഞ്ഞ് അവരെയെല്ലാം സ്ഥിരപ്പെടുത്തി.

ഒരു കാങ്രസ്സുകാരനും കാശു കൊടുക്കാതെ ജോലി ശരിയാക്കൂല്ല. പിന്നെങ്ങനെ ഞാൻ... അവിടെയെത്തുമ്പോൾ രത്നാകരൻ പത്തിമടക്കും. കാര്യം തങ്കമണിയുടെ ശമ്പളം അല്ലാതെ വേറെ വരുമാനമില്ല. ഇതൊക്കെ പറയുമെങ്കിലും രത്നാകരനോട് തങ്കമണിയ്ക്ക് അതിസ്നേഹമാണ്. ഒരുനാൾ പോലും അയാളെ വിട്ട് അമ്മയുടെ അടുത്തുപോലും പോകാറില്ല. അതുകൊണ്ടുതന്നെ തങ്കമണിയുടെ ഭർത്താവും കൂട്ടുകാരനും ബന്ധുവും എല്ലാം രത്നാകരനാണ്.

കുട്ടികൾ ഇല്ലാത്തതിൽ വലിയ സങ്കടമൊന്നും രണ്ടുപേരും കാണിക്കാറില്ല. എത്ര കുഞ്ഞുങ്ങളാണ് അനാഥ മന്ദിരങ്ങളിൽ... ഒന്നും വേണ്ട. ഇങ്ങനെയങ്ങു പോട്ടെ.

മനസ്സിനു വിഷമം തോന്നിയാൽ രത്നാകരൻ തങ്കമണിയെ ദയനീയമായി നോക്കും. അതോടെ മനസ്സലിയുന്ന തങ്കമണി അലമാരയിൽ നിന്ന് പൈസയെടുത്ത് നീട്ടും. എന്നിട്ടൊരു മൂളലുണ്ട്.

ഉം.

മതി. രത്നാകരൻ ഉടുപ്പു മാറി പുറത്തിറങ്ങും. ഒരു മൂളിപ്പാട്ടിൽ

മനസ്സ് മലർക്കെ തുറന്നിടും. തിരികെ വരുമ്പോഴേക്കും തങ്കമ്മ കുളിച്ച് സുന്ദരിയായി, കണ്ണെഴുതി പൊട്ടുവച്ച്... അങ്ങനയങ്ങനെ.

കാത്തിരിക്കേണ്ടിവരില്ല. അതിനുമുന്നേ അയാൾ എത്തും. സഞ്ചിയിൽ ചൂട് പെറോട്ടയും ബീഫ് കറിയും കൊറിക്കാൻ പലതരം മിക്സചറും അച്ചാറുമൊക്കെയുണ്ടാവും. പിന്നെ ആഘോഷമാണ്. നന്നായി പാട്ടുപാടുന്ന രത്നാകരൻ കാനനഛായയിൽ ആടുമേയ്ക്കാൻ തയാറാകും. പാടില്ലാന്ന് തങ്കമ്മ ഒരിക്കലും പറഞ്ഞിട്ടില്ല. ജീവിതം ഇങ്ങനെയും.

അടുത്ത ദിവസം തങ്കമ്മയെ കണ്ടാലറിയാം. പഴുത്തു പൊട്ടാറായ കുരുപോലെ തുടുത്ത്, കൺമഷിക്കറുപ്പുമായി... പ്രണയ മുന്തിരിച്ചാറുമോന്തിയതിന്റെ ചേലും ചൂടുമായി അവൾ വരും. അത് പലർക്കും അറിയാവുന്നതാണ്.

അതിലെന്താത്ര വലിയ ആക്ഷേപം? ആണുങ്ങൾക്ക് ആവാമെങ്കിൽ പെണ്ണുങ്ങൾക്കും ആവാം. ചില തത്വചിന്തകൾ കടവരാന്തയിലും അടുക്കളമുറ്റങ്ങളിലും മുളച്ചുപൊന്തും. വാസ്തവത്തിൽ ചിലർക്കെങ്കിലും അസൂയയാണ്. അത് കേട്ടാലറിയാം.

അവൾക്ക് എന്തുമാവാം. കുട്ടീം കുടുക്കേം ഒന്നുമില്ലല്ലോ. പോരാത്തേന് മാസാമാസം കൈനീട്ടി വാങ്ങാൻ ശമ്പളോം. അങ്ങേര സമ്മതിക്കണം.

അതു പറയരുത്. അങ്ങേര ഭാഗ്യം. അല്ലെങ്കി ഇങ്ങനത്തെ ഒരു ഭാര്യേ കിട്ടുമോ? ഒരു ജോലീം ചെയ്യാതെ സുഖമായി ജീവിക്കാമല്ലോ.

അതും തങ്കമണിയ്ക്കറിയാം. ചില്ലറ കൈവായ്പക്കാരിൽ നിന്ന് കേട്ടറിയുന്നത് പക്ഷേ, തങ്കമണി കാര്യമാക്കാറില്ല. ജീവിതം കൂട്ടിമുട്ടിക്കാനാണ് ഇതൊക്കെ വന്ന് പറയുന്നത്. ഇടയ്ക്ക് അമ്പതോ നൂറോ. അതുമതി. ഒരു ചിരിയിൽ തങ്കമണി ബാഗ് തുറക്കും. വലതു കൈ ചെയ്യുന്നത് ഇടതുകൈ അറിയില്ല. അതാണ് തങ്കമണി.

തങ്കമണിയല്ല, തനി തങ്കമാണ് നീ... രത്നാകരൻ ഒരു പെഗ്ഗ് കഴിഞ്ഞാലുടനെ പറയും. മനസ്സു തുറക്കലിന്റെ ഒന്നാംകാലം സത്യം പറഞ്ഞാ എന്നെ ആരും ഇതുപോലെ സ്നേഹിച്ചിട്ടില്ല, അമ്മപോലും. അവര് എളേത്ങ്ങളെ സ്നേഹിച്ചതുപോലെ ... ങേഹെ... ഞാൻ കരഞ്ഞിട്ടുണ്ട്. ഒരുപാട്... ഒരുപാട്... രണ്ടാം കാലം കണ്ണുനിറയ്ക്കും.

ഇവിടംവരെ പാട്ടിന്റെ അകമ്പടിയായിരിക്കും. ഇനിയങ്ങോട്ട് സങ്കടമഴയാരംഭിക്കും. പലവട്ടം കേട്ടതാണെങ്കിലും ആദ്യം കേൾക്കുന്ന ഭാവത്തിൽ തങ്കമണി നോക്കിയിരിക്കും. കാണെക്കാണെ

തങ്കമണിയുടെ ഉള്ളിലെ അമ്മ ഉണരും... രത്നാകരൻ കുഞ്ഞായി മാറും... നുള്ളിയും പിച്ചിയും ചിണുങ്ങുന്ന കുഞ്ഞ്. അമ്മ കുഞ്ഞിനെ താരാട്ടുപാടിയുറക്കും. പൊറോട്ട എറച്ചിക്കറിയിൽ മയപ്പെടുത്തി വായിൽ വച്ചുകൊടുക്കും.

ലഹരിയുടെ മൂന്നാം കാലവും കഴിഞ്ഞാൽ പിന്നെ നാലാം കാലം കൊട്ടിക്കയറും പരാതികളില്ലാതെ... പരിഭവങ്ങളില്ലാതെ... പിണക്കത്തെരിപോലുമില്ലാതെ അർദ്ധനാരീശ്വര സങ്കൽപ്പ സല്ലാപം. അവിടെ തങ്കമണിയില്ല, രത്നാകരനും. അവർ ഏകരൂപമാകുന്നു. ഒറ്റനാണയമായി കാലത്തിന്റെ മുന്നിൽ ഉരുണ്ടുരുണ്ട് പോകുന്നു. വേനലും വർഷവും പോലെ മഞ്ഞും മാറിമാറി വർഷങ്ങൾ തങ്കമണിയ്ക്കും രത്നാകരനുമൊപ്പമെത്താൻ മത്സരിക്കും.

രത്നാകരനോടല്ലാതെ ഒരാളോടും അധികം അടുപ്പം കാട്ടാറില്ല. എന്തിന് ലൗലിടീച്ചറിനോട് പോലും. അസുഖമായപ്പോൾ എന്നും ചെല്ലും അടുക്കളയിൽ ചില്ലറ സഹായമൊക്കെ ചെയ്തുകൊടുക്കും. അത് മനുഷ്യത്വം കൊണ്ടാണ്.

ടീച്ചറ് എല്ലാരേം സഹായിക്കും. അപ്പോപ്പിന്നെ തിരിച്ച് ആരെങ്കിലും... അതുവേണ്ടേ... വേണം. അല്ലാതെ ഭൂമിയെങ്ങിനെ കറങ്ങും? ഭാരം എല്ലാടത്തും ഒപ്പമാവണം. അത് സന്തോഷമായാലും സങ്കടമായാലും ... നമ്മളൊക്കെ ഭാരങ്ങളാണ്. ഭൂമിയിലെ ഭാരങ്ങൾ ... തങ്കമണി ചിരിക്കും. തങ്കമണി ഹെൽത്ത് സെന്ററിൽ പോകാനിറങ്ങാൻ സമയം രത്നാകരൻ ഒരു സൈക്കിളിൽ വന്നിറങ്ങി.

നിങ്ങളെവിടെ പോയതാണ്?

പത്രക്കാരന് പനിയെന്ന് നീയല്ലേ പറഞ്ഞത്. അയാളെ സഹായിക്കാമെന്നു കരുതി. ദാ ഡോക്ടറുടെ പത്രം. തങ്കമണിയ്ക്ക് വിശ്വസിക്കാൻ കഴിഞ്ഞില്ല. തങ്കമണിയുടെ നോട്ടം കണ്ട രത്നാകരൻ സ്നേഹത്തോടെ പറഞ്ഞു.

നീ നടന്നോ. മഴ വരുന്നുണ്ട്. അതിനുമുന്നേ ഇത് കൊടുക്കണം.

ഉള്ള് നിറഞ്ഞ സന്തോഷത്തിൽ പത്രം നീട്ടിയ തങ്കമണിയോട് സിദ്ധാർത്ഥ് ചോദിച്ചു?

ചേച്ചിപോയി വാങ്ങിയോ?

ഏയ്, എന്റെ കെട്ടിയോനാണ് കൊണ്ടുവന്നത്.

ആഹാ അതൊരു നല്ല വാർത്തയാണല്ലോ.

തങ്കമണി ചിരിയോടെ ഹെൽത്ത് സെന്ററിലേയ്ക്ക് നടന്നു. ശൂലപാണി മുറ്റം തൂക്കുകയും മഴയിൽ തലനീട്ടിയ പാഴ്ച്ചെടികളെ പിഴു

തുകളയുകയും ചെയ്യുന്നത് നോക്കി നിന്ന സിദ്ധാർത്ഥിന്റെ ചിന്തകൾ പിന്നാക്കം പാഞ്ഞു. വർഷങ്ങൾ അതിവേഗം പിന്നിട്ട് പ്ലസ് ടൂവിന്റെ നടയിലെത്തി നിന്നു.

മണീ, മുറ്റമാകെ പുല്ലുകിളിർത്തു. അതൊക്കെ പറിച്ചുകളയണം. അല്ലെങ്കിൽ മഴക്കാലത്ത് കാട് പിടിക്കും. മണിയെന്ന രമാമണി എന്നും കാലത്ത് വീട്ടിലെത്തും. എത്തിയാലുടൻ ചൂലുമായി ഒരു പാച്ചിലാണ്. ഈ മരങ്ങൾ കാരണം എത്ര തൂത്താലും വൃത്തിയാവൂല്ല. എല്ലാം മുറിച്ചുകളഞ്ഞാലെ മുറ്റം വൃത്തിയാവൂ... അമ്മഭാഷണം മണിയുടെ അടയാളമായിരുന്നു. അവരിപ്പോഴെവിടെയാവും?

അതിനുശേഷം കുറച്ചുദിവസം കൂടിവന്നു. പിന്നെ വരാതെയായി. അന്വേഷിച്ചു പോകാൻ പറ്റിയ അവസ്ഥയിലായിരുന്നില്ലല്ലോ. അമ്മയില്ലാത്ത വീട് അവരെ വേദനിപ്പിച്ചു കാണും. അറിഞ്ഞു സഹായിച്ചിരുന്ന അമ്മയെ മറക്കാനവർക്ക് കഴിഞ്ഞില്ലെന്നുമാവാം. എല്ലാം ഓർമ്മകളായി.

അതെ, ഓർമ്മകൾക്ക് പഞ്ഞമില്ല. അച്ഛമ്മയുടെ മരണം. അവിടെയെത്തുന്നതുവരെ സിദ്ധാർത്ഥിന് ആരോ ഉണ്ടെന്ന തോന്നലുണ്ടായിരുന്നു. അതും അവസാനിച്ചിടത്ത് തീർത്തും അനാഥനായ സിദ്ധാർത്ഥ് പകച്ചുപോയി. എന്തെങ്കിലും പറയാനും ചോദിക്കാനും ആരുമില്ലാതെയാവുക.

തനിച്ചാവുക എന്നത് എത്ര വേദനാജനകമാണ്. കൺമുന്നിൽ കന്തസാമി ഏന്തി നടക്കുന്നു. ജനിച്ചത് ഇങ്ക താൻ. മരിപ്പതും ഇങ്കയാവണം. അപ്പാ, അമ്മ എല്ലോരും ഇന്ത വീട്ടിലെ തങ്കിയിര്ന്തത്. ഗ്രാമം പാത്താലേ ശുടുകാട് മാതിരി... പാര്... എത്തന വീട്... ആട് മാട് എല്ലാമേ നാശമായിരിക്ക്.

സ്റ്റഡി ടൂറിനിടയിലാണ് ബസ്സ് വഴിമാറ്റിയത്. അതിന്റെ പിന്നിൽ ഡോക്ടർ വിനീതായിരുന്നു എന്ന് പിന്നീടാണ് മനസ്സിലായത്. ഡോക്ടർ വിനീത് അസിസ്റ്റന്റ് പ്രൊഫസർ ആയിരുന്നു. വൈദ്യശാസ്ത്രത്തിനൊപ്പം സാമൂഹ്യ ശാസ്ത്രവും അദ്ദേഹത്തെ വല്ലാതെ സ്വാധീനിച്ചിരുന്നു. പഴയ നഗരങ്ങൾ, ഗ്രാമങ്ങൾ, തുടങ്ങി ചരിത്രത്തിന്റെ ഏടുകൾക്ക് പുറത്തായിപ്പോയതും ഭൂപടങ്ങളിലിടം നഷ്ടപ്പെട്ടതുമായ പ്രദേശങ്ങളിൽ പോയി അവിടെയുള്ള ശേഷിപ്പുകൾ കാണുക. അവയുടെ നാശകാരണം കണ്ടെത്തുക തുടങ്ങിയ വേറിട്ട രീതികളുടെ ഉടമ.

ഡോക്ടർ വിനീത് ഡ്രൈവറോട് പറഞ്ഞു വഴി തിരിച്ചുവിട്ടാണ് മീനാക്ഷിപുരത്തെത്തിയത്. അകലെ നിന്നേ കാണാമായിരുന്നു ചരി

ത്രശേഷിപ്പുകൾ പോലെ ആളൊഴിഞ്ഞു പോയൊരു ഗ്രാമത്തിന്റെ മുഖത്തെഴുത്തുകൾ. പൂർണ്ണമായും തകർന്നതും ഭാഗികമായി ശേഷിക്കുന്നതുമായ പാർപ്പിടങ്ങൾ ഓർമ്മത്തെറ്റുപോലെ വരണ്ട മണ്ണിൽ അവശേഷിക്കുന്ന കാഴ്ച.

ഒരിക്കൽ മുന്നൂറോളം കുടുംബങ്ങൾ ഈ ഗ്രാമത്തിലുണ്ടായിരുന്നു. നാലഞ്ച് കടകൾ. ഒരു സ്കൂള് ധാരാളം ആടുമാടുകൾ. അന്നും ഇവിടെ കുടിവെള്ളം പ്രശ്നമായിരുന്നു. കുഴൽക്കിണറുകളിൽപോലും ശുദ്ധജലം കിട്ടാതെ ഗ്രാമവാസികൾ വലഞ്ഞു. കുടിവെള്ളം എത്തിക്കാനായി ഗ്രാമസഭ നൽകിയ അപേക്ഷ ഫലം കണ്ടു. പൈപ്പുവഴി കുടിവെള്ളമെത്തി. ജീവിതം ഒഴുകിത്തുടങ്ങിയതിനിടെ എന്നോ എങ്ങനെയോ കുടിവെള്ളം വരാതെയായി. പൈപ്പുകൾ വെറുതേ ചീറിയതല്ലാതെ തുള്ളിപോലും വന്നില്ല.

പിന്നീട് സംഭവിച്ചത് വളരെ ക്രിട്ടിക്കലായ ചില സംഭവങ്ങളാണ്. ഗ്രാമവാസികൾ ഓരോരുത്തരായി പട്ടണങ്ങളിലേക്ക് കുടിയേറി. സ്കൂളിൽ കുട്ടികളും അദ്ധ്യാപകരും ഇല്ലാതെ മഴയും വെയിലുമേറ്റ് അത് നശിച്ചു. ചില ചുവരെഴുത്തുകൾ... അതുമാത്രം പൂർണ്ണമായും മായാതെ കിടന്നു. കന്തസാമി ഏന്തിയേന്തി വീടിന്റെ തിണ്ണയിലെത്തി. അപരിചതരെക്കണ്ട് അന്തംവിട്ടു നോക്കി. ഒറ്റപ്പെടലിന്റെ കരുവാളിച്ച മുഖത്ത് നേരിയ ചിരി വിരിഞ്ഞു.

മക്കളും പോയി. ഇവിടെ ഞാൻ തനിയെ. വിട്ടുപോകമുടിയാത്. മുറ്റത്ത് നാലുകാലും മുകളിലേയ്ക്ക് ഉയർത്തിക്കിടന്ന നായ ചാടിയെണീറ്റു കന്തസാമിയുടെ അടുത്തു ചെന്നുകിടന്നു. അപരിചിതരെയും യജമാനനേയും മാറി മാറി നോക്കി.

മറ്റൊരു വീട് ഓർമ്മയിലേക്ക് കടന്നുനിന്നു.

ആളൊഴിഞ്ഞ വീട്... ആ വീടിനും പറയാൻ എന്തെങ്കിലും കാണില്ലേ? സ്നേഹം നിറഞ്ഞുനിന്ന മുറികളിൽ ആരുടെയെങ്കിലും കാല്പാടുകൾ.. നേർത്ത നിശ്വാസങ്ങൾ... അന്ത്യയാത്രയിലേക്കുള്ള ഞരക്കങ്ങൾ...

അഞ്ചുകൊല്ലം കഴിഞ്ഞിരിക്കുന്നു. ഓർമ്മയിൽ ഒതുങ്ങിപ്പോയ തന്റേതെന്ന് പറയാനുള്ള ഏക ഇടം. അവിടെ ആരും തിരിഞ്ഞു നോക്കാനില്ലാതെ കിടക്കുന്ന ഒരസ്ഥിത്തറ. ഒരു തിരി തെളിയാനായി അവർ കാത്തിരിക്കുന്നുണ്ടാവുമോ? എങ്കിൽ...

ഇതുവരെ അതേക്കുറിച്ച് ചിന്തിച്ചില്ലെന്നത് കുറ്റബോധമായി സിദ്ധാർത്ഥിനെ വരിഞ്ഞുമുറുക്കി. ശ്വാസത്തിനായി ആഞ്ഞു ശ്രമിക്കുന്നതിനിടയിലാണ് ചേച്ചിയുടെ ശബ്ദം കേട്ടത്.

സിദ്ധൂ, മണി എട്ടായി. എന്തെടുക്കുന്നു.

ഒരു മറുവാക്കിനായി തിരഞ്ഞെങ്കിലും കാര്യമായി ഒന്നും കയ്യിൽ കിട്ടിയില്ലെന്നു മാത്രമല്ല, ഒച്ച പുറത്തേയ്ക്കിറങ്ങാതെ തൊണ്ടയിൽ തങ്ങി.

ലൗലിയുടെ ചോദ്യങ്ങൾ വീടകമാകെ അലഞ്ഞു. പ്രാതലുമായി കടന്നുവന്ന ലൗലി കണ്ടത്. നിറകണ്ണുകളോടെ തല കുമ്പിട്ടിരിക്കുന്ന സിദ്ധാർത്ഥിനെയും

സിദ്ധൂ... എന്താ മോനേ?

അടുത്തുചെന്ന് മുഖം ഉയർത്തിനോക്കി. കണ്ണുകൾ തടാകങ്ങളായിരിക്കുന്നു.

മോനേ, നീയെന്തിനാ കരയുന്നത്? എന്തുണ്ടായി...

പറയൂ പ്ലീസ്

ചേച്ചിയമ്മേ....

എന്താ മോനേ... എന്തെങ്കിലും പ്രശ്നം?

ലൗലി കണ്ടു... സിദ്ധാർത്ഥിന്റെ ചുണ്ടുകൾ വിറയ്ക്കുന്നു.

ശബ്ദം പതറുന്നു. ആകെ തളർന്നതുപോലെ...

മോനേ... എന്താണ് പറയൂ...

ചേച്ചിയമ്മേ, എനിക്ക് എന്റെ വീട്ടിൽ പോണം...

അവർക്കായി ഒരു തിരിയെങ്കിലും ....

35

അഞ്ചനാട്ടം പാറയുടെ മുകളിൽ നിന്ന് പുറവയൽ ഊരിലേയ്ക്കു നീളുന്ന ഒറ്റയടിപ്പാത തീർത്തും വിജനമായിരുന്നു. അഞ്ചുദിവസമായി ഊരിനുള്ളിലേയ്ക്ക് ആരും പോകാറില്ല. കുമരപ്പന്റെ ചിക്കൻപോക്സ് ഗ്രാമവാസികളെ ഭീതിയിലാഴ്ത്തി. റൊമ്പ കഷ്ടം! പുടിച്ചാൽ സരിയാവത്ക്ക് ലേറ്റാവും എപ്പിടിയോ. അന്താള്ക്ക് ഇന്ത വ്യാധി പുടിച്ചത്.

സംഭാഷണങ്ങളിൽ പുറവയലും കുമരപ്പനും ചിക്കൻപോക്സു പോലെ കുമിളിച്ചു കിടന്നു. ഡോക്ടറും ബാലൻസാറും ദിനവും പോയിട്ടേയിര്ക്ക് അവർക്ക് വ്യാധി പിടിക്കാതാ?

അവര് പോകാതെയെപ്പിടി?

കുമരപ്പാ തനിയേ താനിര്ക്ക്. പാക്കക്കൂടയാരുമില്ലാമൽ വരുത്തമായിര്ക്ക്. പൊണ്ടാട്ടിപുള്ളയെല്ലാം പോയിട്ടാരെ... എന്നന്ന കഷ്ടമോ... തെരിയാത്.

ലൗലിടീച്ചർ അവിടേയ്ക്കു പോകാത്തത് മനഃപൂർവ്വമാണ്. ആരെ

ങ്കിലും സംശയിച്ചാൽ...

അതുപാടില്ല. അവന് ആപത്ത് വരരുത്.

ചിക്കൻപോക്സിന്റെ മറവിൽ മാരൻ പലവട്ടം ക്യാമ്പിലേക്ക് വേണ്ടുന്ന സാധനങ്ങൾ എത്തിച്ചുകൊടുത്തു. അധികകാലം അവിടെ തുടരാൻ കഴിയില്ലെന്ന മെസ്സേജിൽ നോക്കിയിരുന്ന ലൗലിയുടെ കണ്ണിൽ അച്ഛന്റെ രൂപം തെളിഞ്ഞു.

ഒരിടത്ത് സ്ഥിരമായി കഴിയാൻ വയ്യല്ലോ. പോണം മോളേ ഏറ്റെടുത്ത ജോലി പൂർത്തിയാക്കണം. അതിനിവിടന്ന് പോയേ തീരൂ. ഒരിക്കലും കാണില്ലെന്നു വിശ്വസിച്ചതായിരുന്നു.

എന്തായാലും മോളെ കണ്ടല്ലോ. അതുമതി. ആരുടേയും മനസ്സിൽ കളങ്കമായി ... അതുവേണ്ട... പോണം.

എന്ത്? എങ്ങോട്ട്? ഒന്നും ചോദിക്കരുത്. അതൊക്കെ അതിന്റേതായ രീതിയിൽ സംഭവിക്കും.

എത്ര വലിയ സ്വകാര്യ അഹങ്കാരമായിരുന്നു അച്ഛൻ. അതും...?

ലൗലി മെസ്സേജ് പലയാവർത്തി വായിച്ചു. പോയിക്കാണും. അല്ലെങ്കിൽ ഇങ്ങനെ ഒരു സന്ദേശം. എന്തായാലും മാരനെ കാണണം. അവനറിയാം.

അവനെങ്ങനെയറിയാൻ?

ക്യാമ്പിനുള്ളിൽ അവന് പ്രവേശനമുണ്ടോ?

ഉണ്ടാവും. അവിടേയ്ക്ക് സാധനങ്ങൾ എത്തിക്കുന്നത് അവനും കൂടിയല്ലേ? ചീരു തുടങ്ങിവച്ചതാണ്. പിന്നെ മാരൻ തുടർന്നു. ഇനി ആരാവും?

ഒരു തുടർക്കഥപോലെ... ഒരിടത്തുനിന്ന് മറ്റൊരിടത്തേയ്ക്ക്... വീണ്ടും വേറൊരിടത്തേയ്ക്ക് അകന്നും അടുത്തും തുടർന്നുകൊണ്ടേയിരിക്കുന്നു. വിട്ടുപോയവരും കൂടിച്ചേർന്നവരും കണ്ണികളായി പതിറ്റാണ്ടുകൾ കടന്ന ദൗത്യം. ഇതിന് അന്ത്യം പാടില്ല. ഒരു സൂചനയായി.... താക്കീതായി... ഇതുണ്ടാവണം. അനീതികൾ പെരുകുന്നിടത്ത് ഇതിന്റെ വേരുകൾ ശക്തിയാർജ്ജിക്കണം. മനുഷ്യരെ സമഭാവത്തിൽ കാണാൻ... അന്യായവീഥികളിൽ ചെറുത്തുനില്ക്കാനും ഇങ്ങനെ ചിലത്കൂടിയേ തീരൂ.... അംഗീകരിക്കപ്പെട്ട കൊലപാതക രാഷ്ട്രീയത്തേക്കാളും എന്തുകൊണ്ടും ഭേദപ്പെട്ടതായിരുന്നിട്ടും ഒളിയിടങ്ങളിൽ...

ഒരു പ്രത്യക്ഷ സായുധവിപ്ലവ സാദ്ധ്യതയേക്കാൾ പരോക്ഷമായുണ്ടാവുന്ന പ്രതിഫലനങ്ങൾ...

കാല്പനികതയിൽ നിന്ന് റിയലിസത്തിലേയ്ക്ക് ജീവൽ സാഹി

ത്യത്തിന്റെ വികാസ പരിണാമങ്ങളിലേക്ക്, പച്ചയായ ജീവിതചിത്ര ങ്ങളിലേയ്ക്ക് ഭാഷയിലും കലയിലുമുണ്ടായ നവോത്ഥാനം കീഴാ ളരുടെ മുന്നേറ്റം.

ആ പദം തന്നെ ഒരുതരം അടയാളപ്പെടുത്തലല്ലേ. കീഴാളൻ. ആരാണ് യഥാർത്ഥ കീഴാളൻ.

മണ്ണിൽ അന്നം വിളയിക്കുന്നവനോ?

അതോ അവനെ ചൂഷണം ചെയ്യുന്ന, അവന്റെ വിയർപ്പിൽ തഴ ച്ചുവളരുന്നവരോ?

കർഷകൻ, അവൻ, എത്ര വലിയ കലാകാരനാണ്...

മണ്ണിൽ പൊന്നുവിളയിക്കുന്ന മാന്ത്രികൻ...

വിയർപ്പിലെ ഉപ്പുകൂട്ടി വളക്കൂറു കൂട്ടുന്ന ശാസ്ത്രജ്ഞൻ.

പ്രകൃതിയിലെ ജീവജാലങ്ങളോട് കരുണയുള്ളവൻ.

മറ്റുള്ളവരുടെ വിശപ്പടക്കാൻ ഉഴുതുമറിക്കുന്നവൻ... ചേറിൽ പുതഞ്ഞ് അപരന്റെ വൃത്തിയും വെടിപ്പും സംരക്ഷിക്കുന്നവനോളം വലിയവനില്ല.

അവന്റെ വിയർപ്പ് അപരന്റെ ഉപ്പാക്കുന്ന അപൂർവ്വ പ്രതിഭാസം... അതെ, അതാണ് കർഷകൻ. ആ കർഷകനുവേണ്ടിയാണ് അവർ സായുധരായത്. അവന്റെ മണ്ണിനും പെണ്ണിനും വേണ്ടിയാണ് അവർ വിശപ്പടക്കിയത്... വികാരങ്ങളടക്കിയത്. സ്വകാര്യതകൾ വെടിഞ്ഞ ത്. ഒന്നും അവനവനുവേണ്ടി അല്ലാതിരുന്നിട്ടും സമൂഹത്തിന്റെ കണ്ണിലെ കരടായി. അധികാരികൾക്ക് അനഭിമതരായി, കയ്പും മധുരമാക്കിയവരോട് ആരെങ്കിലും നീതിപുലർത്താറുണ്ടോ? കൊള്ളയും കൊലയും കള്ളപ്പണവും തുടങ്ങി ഏതു സാമൂഹ്യവി രുദ്ധതയ്ക്കും ചവിട്ടി നില്ക്കാനിടമുണ്ട്. എന്നാൽ സാധാരണക്കാ രനും തൊഴിലാളിക്കും വേണ്ടി ആയുധമെടുത്തവർക്കുമാത്രം ഇട മില്ലാത്ത നാട്ടിൽ എങ്ങനെ സമത്വം പുലരും. ആര് ആരെ സംര ക്ഷിക്കും? കസേരകളിൽ കണ്ണും വച്ചിരിക്കുന്ന കാക്കക്കൂട്ടങ്ങൾ... കുയിലുകൾക്കായി കൂടൊരുക്കുന്ന കാഴ്ചയിൽ സ്വയം ശപിച്ച് കഴി യുന്നു പൊതുജനം. ജനം എന്നാൽ വോട്ട്. എന്ന സമവാക്യത്തി ലൊതുങ്ങുന്ന സിദ്ധാന്തങ്ങളും തത്വസംഹിതകളും പഴയ കാൽപ്പെ ട്ടികളായി 'കറകറ' ശബ്ദത്തോടെ തുറന്നടയുന്നു. അകത്ത് ഒന്നു മില്ലെങ്കിലും താക്കോൽ ഭദ്രമായി സൂക്ഷിക്കുന്ന കാവൽക്കാരായി ജനം ശേഷിക്കുന്നു. തുറന്നടയുന്നിടത്ത് തെറിച്ചു വീഴുന്ന വറ്റിനു വേണ്ടി കടിപിടികൂടുന്ന വണിക്കുകളുടെ നിര നീളുന്നു. ഉലയാത്ത ഉടുപ്പും ഉടയാത്ത ശരീരവും... അതാണല്ലോ മൂലധനം.

കൊപ്പര

ആനന്ദിനു ധനസഹായത്തിനായുള്ള അപേക്ഷ, അത് നീതിനിഷേധത്തിനെതിരെയുള്ള അവകാശം കൂടിയാണെന്നത് എത്ര പറഞ്ഞിട്ടും അവർക്കു മാതം മനസ്സിലാവുന്നില്ല. അവന്റെ ജീവിക്കാനുള്ള അവകാശമാണ് വെടിയുണ്ടകളാൽ തകർക്കപ്പെട്ടത്. അനാഥത്വം അവനെ വേട്ടയാടാനിടവരരുത്. അതിനുവേണ്ടി ഏതറ്റംവരെയും പോകണം. ചീരുവിന്റെ ആത്മാവിന് മോചനം വേണം. അവസാന ശ്വാസംവരെയും ചീരു ഇപ്പൊ വരും ഇപ്പൊ വരും എന്ന് അബോധത്തിലെന്നോണം ആവർത്തിച്ചുകൊണ്ടിരുന്ന മണിയമ്മയുടെ ആത്മാവിന് ശാന്തി ലഭിക്കണം. കാട്ടിൽപോയ കുമരൻ തിരികെയെത്താത്തതിന് സദാ കലമ്പിക്കൊണ്ടിരിക്കുന്ന മണിയമ്മയെ മറക്കുന്നതെങ്ങനെ. ഇനിയും മണിയമ്മമാരിവിടെ സൃഷ്ടിക്കപ്പെടരുത്.

ആചാരങ്ങൾ മാത്രം സംരക്ഷിക്കപ്പെട്ടാൽ പോര. അവകാശങ്ങളും സംരക്ഷിക്കപ്പെടണം. പഴയകാലം ചുറ്റിളക്കിനിരത്തുന്ന വെറ്റിലപ്പാട്ടിമാരുടെ മണ്ണാണ്. അവർ വെട്ടിത്തെളിച്ച മണ്ണിലാണ് ഇന്ന് വൻകിട തോട്ടങ്ങൾ ഞെളിഞ്ഞുനില്ക്കുന്നത്. തൊണ്ണൂറു കഴിഞ്ഞ വെറ്റിലപ്പാട്ടി വൈദ്യശാസ്ത്രത്തിന് അത്ഭുതമാകുന്നത് വരുംകാലം അറിയണം. അമൂല്യമായ അറിവുകളുടെ കലവറകളാണ് ഇത്തരം പാട്ടിമാർ.

ലൗലി പോയ കാലങ്ങളുടെ ആഴത്തിലേയ്ക്കു കൂപ്പുകുത്തി. മുന്നിൽ ചിരിക്കുന്ന വെറ്റിലപ്പാട്ടി. മലയാളവും മുതുവാൻ ഭാഷയും കലർത്തി സംസാരിക്കുന്ന വെറ്റിലപ്പാട്ടിയുടെ കാതുകൾ തോളിൽ തൊട്ടുതൊട്ടില്ലെന്ന മട്ടിൽ ആടിക്കളിച്ചു.

അന്ന് ഒരുകൊല്ലം ഒരു സ്ഥലത്താണെങ്കിൽ അടുത്തകൊല്ലം വേറെ കാട്ടിലാണ്. എല്ലാ എടവും നമക്ക് ഒരുപോലെ. അന്ന് മാപ്പിളാര് വരും. തലയില് വലിയ കുട്ട നെറച്ച് സാമാനങ്ങളാണ്. ഇന്നുപോലെ അല്ല. അന്ന് കടയില്ല. കാട്ടിലല്ലേ. ചേലയും കല്ലുമാലയും വളയും കരിമസിയും അരിശിപാത്രം എല്ലാം കാണും. അന്ന് കാശില്ല. നമ്മള് കാട്ടില്പോയി കൊണ്ടുവരുന്ന സാധനങ്ങൾ തേനും ഏലവും പട്ടയും കൊടുക്കും. തിരിച്ച് നമ്മക്ക് അവര് സാതനം തരും. അവര് വന്താ താൻ അരിശി കിട്ടും. അല്ലാമൽ തിനയും കൂവയും നൂറാൻ കെളങ്ങും തിന്നും. കുവ കല്ലില് ചതച്ച് അരച്ച് തണ്ണിയില് കലക്കി പാറക്കുഴിയിലൊഴിച്ച്... പൊടി കീളെനിക്കും തണ്ണി ഊത്തണം. കട്ട്പോനത്ക്കപ്പറം കുറുക്കി തിന്നും. കൂട്ടാൻ ഞണ്ടുകറിവയ്ക്കും. അതാ സാപ്പാട്.

കാട്ടില് മൃഗങ്ങളില്ലേ? ഉപദ്രവിക്കില്ലേ?

സിദ്ധാർത്ഥിന്റെ കണ്ണിൽ ഭയം ഓളം തല്ലി. അതു കണ്ട പാട്ടി ചിരിച്ചു. പാട്ടിക്കൊപ്പം കാതുകൾ ഇളകിയാടി.... നെറയെ മൃഗങ്ങളാണ്, ആനാ ഭയമില്ല...

ഒരു കാര്യം ഉറപ്പാണ്... അവർക്കൊന്നും ക്യാൻസറില്ലായിരുന്നു. മാറാവ്യാധികളില്ലാതെ പ്രകൃതിയോട് ഇണങ്ങി ജീവിച്ചു. ഇന്നും പാട്ടി ആരോഗ്യവതിയാണ്.

എന്താണ് ചിന്തിച്ചു കൂട്ടുന്നത്?

ആഹാ നിങ്ങളെത്തിയോ. കുമരന്റെ അവസ്ഥയെങ്ങനെയുണ്ട്?

പനി മാറി. ആഹാരം കഴിക്കുന്നുണ്ട്. കാലിലെ നീരുകുറഞ്ഞു. വേദനയും. ഒരാഴ്ചകൂടി കഴിയട്ടെ... മുറിവ് ഉണങ്ങുന്നെങ്കിൽ രക്ഷപ്പെട്ടു. അല്ലെങ്കിൽ എന്തുചെയ്യാമെന്ന് ആലോചിക്കണം. പരമാവധി ഒരാഴ്ചകൂടിയേ അവിടെ തുടരാൻ കഴിയൂ. ആരെങ്കിലും കണ്ടെത്തിയാൽ എല്ലാപേരും കുടുങ്ങും.

കുളികഴിഞ്ഞു വന്ന സിദ്ധാർത്ഥ് മറ്റേതോ ലോകത്തായിരുന്നുവെന്ന് മനസ്സിലാക്കിയ ലൗലി മുറ്റത്തിറങ്ങി ആകാശത്തേയ്ക്കുനോക്കി. മത്സരിച്ചു വളരുന്ന കാട്ടുമരങ്ങളുടെ ശിഖരങ്ങൾ കെട്ടുപിണഞ്ഞു നിന്നു. അടർത്തി മാറ്റാനാവാത്തവിധം ഒന്നായിചേർന്നു നില്ക്കുന്ന വൃക്ഷങ്ങളിൽ ചുറ്റിപ്പിടിച്ചുകയറുന്ന പലതരം വള്ളികൾ. കനത്ത മഴയിലും താഴേക്കു പതിക്കാതിരിക്കാൻ തായ്ത്തടിയെ മുറുക്കിപ്പിടിച്ചിട്ടുണ്ട്.

ആകാശം വീണ്ടും ഇരുണ്ടുതുടങ്ങി. കാറ്റിനു തണുപ്പ് കൂടുന്നത് അനുഭവിക്കാം. കാടിന്റെ ഗന്ധം ജീവിതത്തിന്റെ ഭാഗമായിക്കഴിഞ്ഞിട്ട് വർഷങ്ങൾ കഴിഞ്ഞു. ആലോചനയിലേക്ക് മഴത്തുള്ളികൾ അടർന്നു വീണു. പെട്ടെന്ന് അകത്തുകയറിയ ലൗലി ടവ്വലെടുത്ത് തലയിൽ വീണ വെള്ളം തുടച്ചു. അടുക്കളയിൽ ചപ്പാത്തിക്കുള്ള മാവ് കുഴക്കുന്നതിനിടയിലാണ് പുറത്ത് ആരോ സംസാരിക്കുന്നത് കേട്ടത്.

സിദ്ധൂ... ആരോ വന്നു. ഒന്നുനോക്കാമോ?

ഓ.കെ. ഓ. കെ.

ലൗലി മാവ് കുഴച്ച് അടച്ചുവച്ച് കൈകഴുകി വരാന്തയിലേയ്ക്കു നോക്കി. അപരിചിതനായ ഒരാൾ...

പെട്ടെന്ന് എന്തോ അപകടം തോന്നിയതും ധൃതിയിൽ ചോദിച്ചു.

ആരാ സിദ്ധൂ.

ചേച്ചിയമ്മേ ഒരു പുതിയ ആളാണ്. വന്നാൽ പരിചയപ്പെടാം.

ദാ വരുന്നൂ...

ലൗലിയെ കണ്ടതും അതിഥിയെന്നു പറഞ്ഞുകൂടാ വന്നയാൾ എഴുന്നേറ്റു തൊഴുതു.

ടീച്ചറാണല്ലേ...?

അതെ. പേര് ലൗലി

അറിയാം. ഞാൻ വന്നിട്ട് രണ്ടുദിവസമായി. ആരെയും പരിചയപ്പെട്ടില്ല. ട്രാൻസ്ഫർ... പ്രിയദർശൻ സാറിനു പകരം. നാട് കോട്ടയം. പേര് അനിൽകുമാർ പി.കെ.

എല്ലാം കേട്ടുനിന്ന ലൗലി പരിചയപ്പെടലിന്റെ ഭാഗമായി ചോദിച്ചു.

ഫാമിലി...?

അച്ഛൻ റിട്ടയർ ചെയ്തു. ഹെഡ്മാസ്റ്ററായിരുന്നു.

അമ്മ സർവ്വീസിലാണ്. ടീച്ചർ. അനിയത്തി ഹോമിയോ ഡോക്ടർ. മാരീഡാണ്. അളിയനും ഡോക്ടർ.

വന്നത് വെറുതേ പരിചയപ്പെടാനല്ല. ചെറിയ പനിക്കോള്, കാലാവസ്ഥ പൊരുത്തപ്പെടുന്നതാവും. ഷാഫി സാറാണ് പറഞ്ഞത് ഇവിടെ ഡോക്ടറുണ്ടെന്ന്.

അദ്ദേഹം ലീവുകഴിഞ്ഞെത്തിയോ? മകളുടെ എൻഗേജുമെന്റാണെന്നു പറഞ്ഞു.

ഇന്നലെയെത്തി.

ഇവിടെ വളരെക്കുറച്ചുപേരല്ലേയുള്ളൂ. അതുകൊണ്ട് എല്ലാർക്കും എല്ലാപേരെയും ഒരുവിധം അറിയാം.

ഇരിക്ക്... ചായ എടുക്കാം.

അതു പിന്നൊരിക്കലാവാം ടീച്ചറേ

എന്തായാലും ആദ്യമായി വന്നതല്ലേ...

ഒരു ചായയിൽ നല്ല അയൽക്കാരാകാം അല്ലേ സിദ്ധൂ...

ശരിയാ... ഞാനിവിടെ ആകെ വിഷമിച്ചിരിപ്പാണ്.

ഈ ടീച്ചറമ്മേട ഭരണംകൊണ്ട് പൊറുതിമുട്ടി.

എനിക്കും ഒരു ചായവേണം.

ഇരിക്ക്... ഞാനിപ്പോ വരാം.

ദാ ഈ ഗുളിക കഴിച്ചോളൂ... ക്ലൈമറ്റ് ലേശം കട്ടിയാണ്. ഞാനും ആദ്യം കുറച്ച് വിഷമിച്ചു ഇപ്പോ കുഴപ്പമില്ല. മഞ്ഞും മഴയും പരിചയമായി.

ഡോക്ടറുടെ ഫാമിലി...? നാട്?

കൊപ്പര

തിരുവനന്തപുരത്താണ് ജനിച്ചതും പഠിച്ചതും.

കുടുംബം എന്നുപറയാൻ... അങ്ങനെ ആരുമില്ല.

ആരു പറഞ്ഞു... ഞാനില്ലേ.

ലൗലി ചായകപ്പുകൾ നീട്ടിക്കൊണ്ട് വിശദീകരിച്ചു.

എനിക്ക് അച്ഛനും അമ്മയും അനിയത്തിയും അനിയനും ഉണ്ട്. എന്നാലോ തനിച്ചാണ് താനും. ഇവന് അച്ഛനും അമ്മയും ചേച്ചിയും എല്ലാം ഞാനും. എന്നിട്ടും പറഞ്ഞതു കേട്ടില്ലേ... ആരുമില്ലെന്ന്.

എന്റെ ചേച്ചിയമ്മേ സോറി... ഇന്നത്തേയ്ക്ക് ക്ഷമിക്കണം.

അപ്പോ നാളെയോ?

ലൗലി ഗൗരവക്കാരിയായി സിദ്ധുവിനെ നോക്കി.

ഇനി പറയില്ല. പോരേ?

എന്തായാലും എനിക്ക് ഒരു കമ്പനിയായി. സന്തോഷം. ചേച്ചിയമ്മയുടെ പ്രതികരണത്തിനായി നോക്കിയെങ്കിലും ലൗലി ഒന്നും പറഞ്ഞില്ല.

നാട്ടിൽ പോകാറില്ലേ ടീച്ചർ?

കുറച്ചു നാളായി. സത്യം പറഞ്ഞാൽ വീട്ടിലാരുമില്ല.

അമ്മ അനിയത്തിയുടെ പ്രസവത്തിനുപോയി. അനിയന് ചെന്നൈയിലാണ് ജോലി. വീട് എന്നെപ്പോലെ തനിയെ...

അച്ഛൻ?

ലൗലിയുടെ മുഖം വാടി. പെട്ടെന്ന് ഇങ്ങനെയൊരു ചോദ്യം തീരെ പ്രതീക്ഷിച്ചില്ല. അതാണ് വാസ്തവം. അച്ഛനെ കാണുന്നതിന് മുമ്പും പലരും ചോദിച്ചിട്ടുണ്ട്. പലവട്ടം.

അച്ഛനെന്തു ചെയ്യുന്നു?

അന്നൊക്കെ മറുപടിയുണ്ടായിരുന്നു. ഒരു തീർത്ഥാടനത്തിനു പോയതാ. പിന്നെ വന്നില്ല..

അന്വേഷിച്ചില്ലേ?

തുടരെ വരുന്ന ചോദ്യങ്ങൾക്കും അന്ന് ഉത്തരമുണ്ടായിരുന്നു.

അന്വേഷിക്കണ്ടാന്ന് ഒരു കത്ത് എഴുതിവച്ചിരുന്നു. വല്ല കാശിയിലോ രാമേശ്വരത്തോ അന്വേഷിക്കാമായിരുന്നു....

മൗനം വാരിച്ചുറ്റും. കണ്ണുകൾ ഈറനാവും. അവിടെ ചോദ്യങ്ങൾ അവസാനിക്കാറാണ് പതിവ്. ചിലർ ഒരുപടികൂടി കയറും.

പോലീസിൽ അറിയിച്ചില്ലേ?

ഇല്ല. ഉറച്ച മറുപടി.

അതെന്താ?

അന്വേഷിക്കണ്ടാന്ന് അച്ഛനാ പറഞ്ഞത്.

ഇവിടെ ഞാൻ എന്തു മറുപടിയാണ് പറയേണ്ടത്?

എന്റെ അച്ഛൻ വലിയൊരു വിപ്ലവകാരിയാണെന്നോ?

അതോ പഴയതുപോലെ തിരിച്ചുവരാത്ത തീർത്ഥാടനകഥ പറയണോ?

അച്ഛൻ വലിയൊരു സത്യാന്വേഷിയാണ്. യാത്രയിലാണ്. ഹിമാലയസാനുക്കളിൽ എവിടെയോ ആണിപ്പോൾ. എന്നു തിരിച്ചു വരുമെന്നറിയില്ല. അച്ഛൻ സ്വയം തിരഞ്ഞെടുത്ത വഴിയാണ്. ആരും തടസ്സം നിന്നില്ല.

ചേച്ചിയമ്മയുടെ മനസ്സിൽ അച്ഛൻ വലിയൊരു വിഗ്രഹമാണ്. ആരാധനാ... വിഗ്രഹം ശരിക്കും അതാണ്.

അനിൽകുമാർ യാത്ര പറഞ്ഞിറങ്ങി.

കൂടെ സിദ്ധാർത്ഥും. മുറ്റം കടന്ന് അയാൾ റോഡിലേയ്ക്കിറങ്ങി. അതുവരെ സിദ്ധാർത്ഥ് അവിടെത്തന്നെ നിന്നതിന് പല കാരണങ്ങളുണ്ടായിരുന്നു.

എന്തിന് അങ്ങനെ പറഞ്ഞു?

ആ ചോദ്യത്തിനുള്ള മറുപടി തയാറാക്കുക എളുപ്പമല്ല. എങ്കിലും ചെറിയ തയാറെടുപ്പിന്റെ ബലത്തിൽ തിരിച്ചു വീടിനുള്ളിലേയ്ക്കു കടന്നതും ചേച്ചയമ്മയുടെ നിറകണ്ണുകളാണ് ആദ്യം കണ്ടത്.

താങ്ക്സ് സിദ്ധൂ...എന്നെ പ്രതിസന്ധിയിൽ നിന്ന് രക്ഷിച്ചതിന്.

എനിക്ക് എങ്ങനെ പറയാൻ കഴിയും. അതും അച്ഛനെക്കുറിച്ച് എല്ലാം അറിഞ്ഞുകൊണ്ട്? കള്ളം പറയാനും വയ്യ. ഞാൻ നിന്ന് ഉരുകുകയായിരുന്നു.

സിദ്ധൂ... എനിക്കിപ്പോൾ എന്നെ വിശ്വാസമില്ല. ഞാൻ വിളിച്ചു പറയുമോ... എന്റെ അച്ഛൻ.. എന്റെ അച്ഛൻ ഒരു വിപ്ലവകാരിയാണെന്ന്. കാടുകളിൽ, ഒളിയിടങ്ങളിൽ, എനിക്കറിയില്ല മോനേ... ഞാനെന്റെ അച്ഛന്റെ ശത്രുവാകുമോ? അച്ഛനെ ഞാൻ ഒറ്റുമോ?

അച്ഛൻ എന്റെ സ്വകാര്യ അഹങ്കാരമാണെന്ന് പറയുമോ?

ലൗലി പൊട്ടിപ്പൊട്ടിക്കരഞ്ഞു.

എന്തു ചെയ്യണമെന്നറിയാതെ പരിഭ്രാന്തനായ സിദ്ധൂ ചേച്ചിയമ്മയെ ചേർത്തുപിടിച്ചു.

ചേച്ചിയമ്മ കരയല്ലേ. അങ്ങനെയൊന്നും സംഭവിക്കില്ല. ചേച്ചിയമ്മ അത്രയും വിഡ്ഢിയാണോ?

അച്ഛൻ യാത്രയിലാണ്...

സത്യാന്വേഷണ യാത്ര... അതങ്ങനെതന്നെയിരിക്കട്ടെ.

അങ്ങനെ മാത്രമേ കരുതാവൂ... അല്ലെങ്കിൽ...

36

പനി പരിപൂർണ്ണമായും മാറിക്കഴിഞ്ഞു. ഭക്ഷണം കഴിക്കാനും എഴുന്നേറ്റിരിക്കാനും തുടങ്ങിയതോടെ അപ്പന്റെ നെഞ്ചിൽ നെരിപ്പോടെരിഞ്ഞു തുടങ്ങി.

എത്ര ദിവസം ചിക്കൻപോക്സിന്റെ മറവിൽ ഉള്ളിലെ ആധി വ്യാഥിയിലേക്കു നീങ്ങുകയായിരുന്നു. ഉറക്കമില്ലാത്ത രാത്രികളിൽ നിശ്ശബ്ദനായി കണ്ണീർ വാർത്തു. ആരോടു പറയും? എന്തു പറയും എന്ന കാര്യത്തിൽ കുമരപ്പന് ഒരെത്തും പിടിയും കിട്ടിയില്ല.

തൊട്ടടുത്തുള്ള കുടികളിൽ ഇപ്പോൾ ആരുമില്ല. എല്ലാപേരും, മൂന്ന് പുരുഷന്മാരൊഴികെ, ബന്ധുവീടുകളിൽ അഭയം തേടുകയായിരുന്നു... കാരണം പകരുന്ന വ്യാധിയാണ്. ഏതാണ്ട് ഒറ്റപ്പെട്ട അവസ്ഥയിലായി പുറവയൽ എന്ന ഊര്. മൂപ്പന്റെ മകൻ കിഷോർ, കുമരന്റെ സുഹൃത്തും ബന്ധുവുമായ സോമൻ പിന്നെ മാരനും മാത്രമായിരുന്നു അവിടെ. ദിവസങ്ങൾ വളരെ സാവധാനത്തിലാണ് കഴിയുന്നതെന്നായിരുന്നു കുമരന് ആദ്യം അനുഭവപ്പെട്ടത്. ക്രമേണ സമയം ഒച്ചിഴയും പോലെയാണെന്നായി.

കഴിയുന്നതും പുറത്തിറങ്ങാറില്ല. അഥവാ ഇറങ്ങിയാൽ കറുത്ത ഒരു കരിമ്പടംകൊണ്ട് തലയും ശരീരവും മൂടിയിരിക്കും. പൊതുവേ ഭീരുക്കളായ ആദിവാസികളാകട്ടെ നിഴലനങ്ങിയാൽ മതി ശ്വാസം പിടിച്ച് ഓടി രക്ഷപ്പെടും. കണ്ടത് പേയാണോ? അല്ലെങ്കിൽ ചിക്കൻപോക്സു പിടിച്ചു കിടക്കുന്ന കുമരപ്പനാവും.

കുമരപ്പൻ ജീവനോടെയുണ്ടെന്ന് ഡോക്ടർ ഇന്നലെയും പറഞ്ഞതാണല്ലോ.

ഒരാഴ്ച കഴിഞ്ഞു കുമരൻ സ്വന്തം കുടിയിൽ എത്തിയിട്ട്, അപ്പനെ കണ്ടിട്ടും. അപ്പന്റെ ഉള്ളിലെന്താണെന്ന ആധി കുമരനെ അലട്ടാൻ തുടങ്ങി. ഏതെങ്കിലും കാരണവശാൽ പോലീസ് എത്തിയാൽ എങ്ങനെ രക്ഷിക്കുമെന്ന ആശങ്കയാവാം. ഇതൊന്നും കാണാതെ യാത്രയായ മണിയമ്മയുടെ ഓർമ്മകളാവും. അന്ത്യശ്വാസത്തിലും കുമരൻ വന്നോ? ചീരു എവിടെ എന്നതായിരുന്നു ആ മനസ്സിലെ വ്യാകുലതകൾ.

ഒന്നും പറഞ്ഞിട്ടു കാര്യമില്ല. എങ്ങനെ രക്ഷിക്കും? ആകെ ബാക്കിയുള്ളത് ഇവൻ മാത്രമാണ്. അതുകൊണ്ടുതന്നെ ഉയിര് പോനാലും കാപ്പാക്കണം. കട്ടായം!

കൊഞ്ചം നടക്കമുടിയുമാ?

അപ്പാവോട കൈപിടിച്ച് മെതുവാ എള്ന്തിട് കണ്ണാ.

ഉം. അവൻ മൂളിയതല്ലാതെ എഴുന്നേറ്റില്ല എന്നത് കുമരപ്പന്റെ പ്രതീക്ഷകൾ കെടുത്തിക്കൊണ്ടിരുന്നു.

വൈകിട്ട് സുജനപാലൻ ഒറ്റയ്ക്കാണ് പുറവയലിൽ എത്തിയത്. പതിവുള്ള ഇഞ്ചക്ഷനും ഗുളികയും കൊടുത്തു.

എങ്ങനെയുണ്ട് കുമരാ?

ങാ ... പതുക്കെ എഴുന്നേറ്റ് വീടിനുള്ളിൽ അല്പം നടക്കാം. കാല് ഫ്ളക്സിബിളിലാവും മുറിവ് ഉണങ്ങുന്നുണ്ട്. ചെറിയ വ്യായാമമുറകൾ ഫലം ചെയ്യും. അതുമല്ല എപ്പോഴും കിടന്നാൽ പെട്ടെന്ന് രോഗിയാവും.

ഡോക്ടറെ, (സുജനപാലനും അവർക്ക് ഡോക്ടർ ആണ്). ഇങ്ങനെ കഷ്ടപ്പെട്ട് രക്ഷപ്പെട്ടിട്ട് എന്തുചെയ്യാനാ? വേലയെടുത്ത് മകനെ പോറ്റാമ്പറ്റോ? നഷ്ടപ്പെട്ട എന്റെ ചീരുവിനെ തിരിച്ചുകിട്ടുമോ? ഇല്ലാ, അതും എനിക്കറിയാം. ഈ കാലു വച്ച് ജോലി ചെയ്ത് ജീവിക്കാനും വയ്യ. എത്രകാലം കാട്ടില് ... ഒളിച്ചും പാത്തും?

സുജനപാലന് എന്തു പറയണമെന്ന ആശങ്കയായി. കുമരാ ... അങ്ങനെ ചിന്തിക്കരുത്. ഈ ഭൂമി നിനക്കും കൂടി അവകാശപ്പെട്ടതാണ്. നിന്റെ അപ്പനെ നോക്ക്... ആരുമില്ലാതെ ... ജീവിക്കണം. അങ്ങനെ വേണം ചിന്തിക്കാൻ. എവിടെ, എങ്ങിനെയെന്നത് പിന്നീടുള്ള കാര്യം തല്ക്കാലം കാലിന്റെ മുറിവുണങ്ങണം. അതുമാത്രം ചിന്തിച്ചാൽ മതി.

ഉം ... വളരെ ബലഹീനമായിരുന്നു ആ മൂളൽ.

സുജനപാലൻ കുമരപ്പനോട് പറഞ്ഞു. ഒന്നു ശ്രദ്ധിക്കണം. അവന്റെ മനസ്സ് തീരെ ശരിയല്ല.

കുന്നിറങ്ങാൻ തുടങ്ങുമ്പോഴാണ് തൊട്ടടുത്ത് എന്തോ ഞെരിയുന്ന ശബ്ദം കേട്ടത്. തിരിഞ്ഞു നോക്കേണ്ടി വന്നില്ല. ആനച്ചൂര്... അതും വളരെയടുത്താണ്. ആലോചനയിൽപ്പെട്ടതുകൊണ്ട് പരിസരം ശ്രദ്ധിച്ചില്ല. ഇനി രക്ഷപ്പെടുക... അവർ അടുത്തുള്ള പ്ലാവിൽ നിന്ന് ഇല ഒടിച്ച് തിന്നുകയാണ്. ഒച്ചയില്ലാതെ വേണം കുന്നിറങ്ങാൻ.

സുജനപാലൻ ധൃതിയിൽ കുന്നിറങ്ങി. ഓടുകയായിരുന്നു വഴിയിൽ കണ്ടവരാരും വീട്ടിലേയ്ക്കു ക്ഷണിച്ചില്ല. അതിന് ആരെ കുറ്റം പറയും. രോഗമാണെന്ന് അറിയാം. രോഗിയെ നോക്കിവരുന്നയാളെ ആരെങ്കിലും വീട്ടിൽ കയറ്റുമോ? അതും പകർച്ചവ്യാധി. ഇങ്ങനെ കൂട്ടമായി കഴിയുന്നിടത്ത് ഒരാളിന് എന്തെങ്കിലും പറ്റിയാൽ പിന്നെ. പറയുകയേ വേണ്ട അനിയന്ത്രിതമായി പടരും. രോഗസാധ്യതയുള്ള

സ്ഥിതിക്ക് എല്ലാപേരും ശ്രദ്ധാലുക്കളുമാണ്. അത്തരം ഒരു സാഹചര്യത്തിൽ ആരായാലും ഇത്ര പ്രതീക്ഷിച്ചാൽ മതി.

ഉച്ചയോടെ മഴയ്ക്ക് അല്പം ശമനം കണ്ടു. കുമരപ്പൻ കഞ്ഞിയും ചുട്ട മുളകും മകന്റെ മുന്നിൽ വച്ച് അടുത്തിരുന്നു.

ചൂടോടെ കുടിക്കണം. ക്ഷീണം പമ്പ കടക്കും.

അപ്പാ

ഏൻടാ...

കുമരപ്പന്റെ കണ്ണുനിറഞ്ഞു. ഒന്നര വർഷത്തോളമാകുന്നു ഈ ശബ്ദം കേട്ടിട്ട്... അതും അപ്പാന്ന്...

സൊല്ലെടാ... എന്ന വേണം?

അതല്ലപ്പാ...

പിന്നെ? ശൊല്ല് ... എന്ന പ്രച്നെ?

എത്തന നാളപ്പാ ഇന്തമാതിരി പാത്തിരിപ്പേൻ? പോലീസ് അറിഞ്ഞാൽ എല്ലോർക്കും വലിയ പ്രച്നൈ. ടീച്ചറമ്മാവെ കൂട ജയിലില് പോടുവാര്. അവരെയും തൊന്തരവ് പണ്ണി എത്ക്ക് അപ്പാ...?

ചുമ്മാരീട... അതൊക്കെ അവര്ക്ക് തെരിയും... നീ അതെപ്പത്തി കവലപ്പെടാമൽ ഈ കഞ്ചി കുടി... ഇവിടെ കിടക്കുമ്പോ അമ്മയും എന്റെ ചീരുവും കൺമുന്നാടി വന്ത് നില്പേൻ... എന്നമോ പേശിട്ടേയിര്ക്ക്... ആനാ ഒന്നുമേ യാവകമില്ല.

വിട്ടിട്... അതു വിട്ടിട്...

കുമരൻ അപ്പന്റെ സ്നേഹത്തിനു മുന്നിൽ തലകുനിച്ചു.

കുറച്ച് കഞ്ഞി കുടിച്ചു. മനസ്സിൽ ചില തീരുമാനങ്ങളെടുക്കുകയായിരുന്നു.

തെറ്റ് ചെയ്യാതെ ശിക്ഷിക്കപ്പെട്ടവനാണ് കുമരൻ. അവന്റെ നഷ്ടം ആരാലും നികത്താൻ കഴിയില്ല. ഒരിക്കലും ഉണങ്ങാത്ത മുറിവുമായി മറ്റുള്ളവരുടെ ഔദാര്യത്തിൽ എത്രകാലം... അതിന് ആർക്കും മറുപടിയില്ല. കുമരനെ സംരക്ഷിച്ചതിന് ആരൊക്കെ ശിക്ഷിക്കപ്പെടും. കോടതി പറഞ്ഞ ഒരു തെറ്റും കുമരനല്ല ചെയ്തത്. ആഫീസറെ തല്ലിയതേയില്ല. എന്നിട്ടും എന്തുകൊണ്ട് പ്രതിയാക്കി? വിവാഹം കഴിച്ച് കൂടെ താമസിപ്പിക്കുന്ന പെണ്ണിനെ പീഡിപ്പിച്ചു എന്ന് പറയാമോ? അവൾ ഗർഭിണിയായിരിക്കെ ചെയ്യാത്ത കുറ്റം ചുമത്തി തന്നെ ജയിലിലടച്ചത് എന്തിനായിരുന്നു.

ചീരുവിന്റെ സ്വപ്നങ്ങൾ ചവിട്ടിയരയ്ക്കപ്പെട്ടതിന് എന്തു കാരണം പറയും. വിവാഹം കഴിക്കുകയെന്നാൽ ആണും പെണ്ണും ഒന്നിച്ചു താമസിക്കലല്ലേ. ഇക്കണ്ടകാലം മുഴുവനും, പ്രത്യേകിച്ച്

ആദിവാസികൾ, അങ്ങനെയായിരുന്നിട്ടും പ്രായപൂർത്തിയാകാത്ത പെണ്ണിനെ പിഴപ്പിച്ചു എന്ന് കുറ്റം ആരോപിച്ചതിന്റെ ഉദ്ദേശ്യമെന്തായിരുന്നു.

ഒരുപക്ഷേ ആൾമാറാട്ടത്തിനാവും ഇനിയുള്ള കാലം ജയിലിൽ കഴിയേണ്ടിവരിക. എന്തായാലും സ്വതന്ത്രജീവിതം അവസാനിച്ചു. ഒന്നുകിൽ കാട്ടിലേക്ക് അല്ലെങ്കിൽ ജയിലിലേയ്ക്ക്.

ആനന്ദിനെ കാണാൻ കഴിഞ്ഞില്ല. ഒരുപക്ഷേ ഈ അവശതയിൽ കണ്ടാൽ അവൻ കരഞ്ഞുപോകും. അവന്റെ ചോദ്യങ്ങൾക്ക് ഉത്തരം പറയണ്ടേ....? വയ്യ...

ഉച്ച കഴിഞ്ഞാൽ കുമരപ്പൻ ലേശം ഉറങ്ങും. കഴിഞ്ഞ രാത്രിയിൽ രണ്ടാളും ലവലേശം ഉറങ്ങിയില്ല. ചിന്തകളിൽ തപ്പിത്തടഞ്ഞ് ആകെ വലഞ്ഞു. ഒരു തീരുമാനം കൈവന്നില്ലെന്നു മാത്രമല്ല, പ്രശ്നങ്ങൾ കൂടുതൽ ഗുരുതരാവസ്ഥയിലേക്കാണ് നീങ്ങുന്നത്. ഇനിയും ഒരു ജയിൽവാസം... ഒരിക്കലും വേണ്ടാ...

കുമരൻ പതുക്കെ എഴുന്നേറ്റു. ആ കറുത്ത കമ്പിളികൊണ്ട് ശിരസ്സും ഉടലും മൂടി പുറത്തിറങ്ങി. ലക്ഷ്യം മാർഗ്ഗത്തെ ലഘൂകരിക്കും. ഓവുചാലു കടന്നതും അല്പം മാറി ആ ചെടി നിറയെ കായ്കൾ കണ്ടു. തീരുമാനം മാറുന്നതിന് മുമ്പ് തിന്നണം. പതുക്കെ കായിറുത്തു തല്ലപ്പൊട്ടിച്ച് ചവച്ചു തിന്നു.

ഒന്ന്... രണ്ട്... മൂന്ന്. മതി വയറുനിറഞ്ഞു. തിരികെ കുടിയിലെത്തി ഒന്നും അറിയാത്തതുപോലെ കിടന്നു. തൊട്ടപ്പുറത്ത് അപ്പൻ ഉറങ്ങുന്നു.

കുമരൻ ഓർമ്മകളുടെ പിടിയിലമർന്നു. എവിടെയും ചീരുവിന്റെ ചിരിക്കുന്ന മുഖം മാത്രം. അഞ്ചനാട്ടം കോവിലിലെ ഉത്സവത്തിന് വളക്കച്ചവടക്കാരന്റെ മുന്നിൽ ഇരുന്ന് വളകൾ തെരയുന്നത്, തോവാളപ്പച്ച മുടിയിൽ തിരുകി കോവിലിൽ തൊഴുതു നില്ക്കുന്നത്.

ചീരു വയസ്സറീച്ചത് സോമനാണ് പറഞ്ഞത്. ഇല്ലക്കാർ കല്യാണത്തിനുകൂടി. അന്ന് മച്ചുനത്തിമാരുടെ നടുവിൽ മഞ്ഞളും ചന്ദനവും അണിഞ്ഞ് തലയിൽ വെള്ളക്കുടവും ചുമന്ന് കുന്നുകയറി വരുമ്പോൾ സൂര്യപ്രകാശത്തിൽ മുഖം തിളങ്ങി.

നിന്റെ പെണ്ണ്... മനസ്സ് പലവട്ടം പറഞ്ഞു.

കുമരന് ആഹ്ലാദം അടക്കാനായില്ല. സോമന്റെ ഒപ്പം നിന്നു ചടങ്ങുകളിൽ പങ്കാളിയായി. കൊട്ടും കുരവയും മനസ്സിൽ ഉത്സവപ്രതീതിയുണർത്തി. കൈകളിൽ കരിവളയും മഷിയെഴുതിക്കറുപ്പിച്ച കണ്ണുകളും... മേക്കെട്ടിയിൽ ആകെ തിളങ്ങിയ ചീരുവിനെ എത്രയും

വേഗം സ്വന്തമാക്കണമെന്ന് തീരുമാനിച്ചത് അന്നാണ്. അന്ന് പതിനാലു വയസ്സാണ് പ്രായം. പിന്നീട് രണ്ടു പൊങ്കൽ കഴിഞ്ഞു. മൂന്നാമത്തെ പൊങ്കലിന് രണ്ടു ദിവസം മുമ്പാണ് കല്യാണം കഴിച്ചത്. അന്ന് അവൾക്ക് പതിനേഴ് വയസ്സാണ്. പലരും പതിനാറിൽ കല്യാണം കഴിക്കാറുണ്ട്.

കാട്ടിലും കാവിലും കോവിലുകളിലും അവളും കൂടെ കാണും. കുമരൻ ചീരുവിന്റെ നല്ല കൂട്ടുകാരനായി. മരത്തിൽ കയറാനും മീനിനെ പിടിക്കാനും അവൾ കൂടെ നില്ക്കും. അവൾക്ക് ഒരു പട്ടിക്കുട്ടിയുണ്ടായിരുന്നു. എവിടെപോയാലും അവനും കൂടെ കൂടും. പതിനെട്ടുവയസ്സിലാണ് ഗർഭിണിയായത്. ചീരുവിനെ സംബന്ധിച്ച് കുമരനായിരുന്നു എല്ലാം.

ഏൻഡീ നെനക്ക് തനിയേ ഇരിക്ക് മുടിയാതാ?

ഏത്ക്ക് തനിയെ ഇരിക്കണം. അവര കൂടെ താനിരിക്കണം. ഏൻ കണവൻ ഏൻ കടവുൾ. അവര് താൻ എനക്ക് എല്ലാമേ.

ചീരുവിനെ കളിയാക്കുന്നവരോട് അവൾക്ക് ഒറ്റ മറുപടിയേ ഉണ്ടായിരുന്നുള്ളൂ.

പിറക്കാനിരിക്കുന്ന കുഞ്ഞിനെക്കുറിച്ച് എന്തെന്ത് സ്വപ്നങ്ങളായിരുന്നു.

ആൺകൊളന്തയാനാൽ എന്ന പേരുവയ്ക്കണം.

പെൺകൊളന്തയാനാൽ 'കാവേരി...'

അവൾ പൊട്ടിച്ചിരിക്കും. വളകാപ്പ് വയ്ക്കണം. കൊളന്ത നല്ല പടിയാ വരണം. കോയിലില് ചോറൂണ്. നല്ലാ പഠിക്കവെയ്ക്കണം. നമ്മ മാതിരി വേണ്ട. പഠിച്ച് നല്ല ജോലി സമ്പാദിക്കണം. കൈനെറയെ കാശ് സമ്പാദിക്കണം, നല്ല വീട് കെട്ടണം.

എല്ലാ സ്വപ്നങ്ങളും എത്ര വേഗത്തിലാണ് തകർന്നു വീണത്. അന്ന് പോലീസ് കൂട്ടിക്കൊണ്ടുപോകുമ്പോൾ ജീപ്പിനു പിന്നാലെ ഓടി വന്ന ചീരുവിന്റെ കരച്ചിൽ പല രാത്രികളിലും ഉറക്കം കെടുത്തിയിരുന്നു. അവളെ ഓർക്കാതെ ഒരു രാത്രി പോലും കഴിഞ്ഞിട്ടില്ല. ഊരിലെ വിവരങ്ങൾ ഒന്നും അറിയാനും കഴിഞ്ഞില്ലല്ലോ.

ടീച്ചറമ്മയെ കൂട്ടി പോലീസ് സ്റ്റേഷനിൽ പോയതിനെക്കുറിച്ച് അവൾ ഒന്നും പറഞ്ഞില്ല. ചോദിച്ചാൽ പറയും.

അവനെ കൊല്ലണം... മുട്ടാളൻ...

അന്ന് എന്താണ് സംഭവിച്ചത്? ജീപ്പിലിരിക്കുമ്പോഴെല്ലാം ചീരുവിന്റെ മുഖമായിരുന്നു മനസ്സിൽ. പോലീസുകാരാരും ഒന്നും മിണ്ടുന്നില്ലെന്നത് കൂടുതൽ ഭയപ്പെടുത്തി. സ്റ്റേഷനിൽ ആരൊക്കെയോ

ബഹളം വയ്ക്കുന്നു.

ഇവനാണ്... ഇവനാണ് കള്ളംപറഞ്ഞത്.

ജീപ്പിൽ നിന്നിറങ്ങുമ്പോൾ ആരൊക്കെയോ ഉച്ചത്തിൽ പറയുന്നതു കേട്ടു.

അടിച്ചുകൊല്ലടാ... ആരോ അലറുന്നു. അതിനിടയിൽ മുതുകിൽ ഭാരമുള്ളതെന്തോ വീണതുപോലെയാണ് തോന്നിയത്. എല്ലുകൾ നുറുങ്ങുന്ന വേദനയിൽ തിരിഞ്ഞു നോക്കുമ്പോൾ ഒരു പരിചയവും ഇല്ലാത്ത ഒരാൾ. വീണ്ടും ഇടിക്കാനായി കൈ ഉയർത്തുന്നു.

കേറടാ അകത്ത്. ആളുകൾ അടിച്ചുകൊല്ലും.

കൂടെ വന്ന ഒരു പോലീസുകാരൻ പിടിച്ച് തള്ളി... അതുകൊണ്ട് കൂടുതൽ അടികൊള്ളാതെ അകത്തായി. അപ്പോഴും മുതുകിൽ കൂടം കൊണ്ടിടിച്ചതുപോലെ വേദന കനത്തു.

നാവിറങ്ങിപ്പോയി... ഒന്നും മിണ്ടാനേ കഴിഞ്ഞില്ല..

നീ റെയ്ഞ്ച് ഓഫീസറെ ഫോണിൽ വിളിച്ചോ?

വിളിച്ചു.

എന്നിട്ട് എന്തു പറഞ്ഞു.

ചന്ദനം മോട്ടിക്കാൻ ആളുവരുമെന്ന്.

നീയെങ്ങനെ അതറിഞ്ഞു?

വെറകിനു പോയപ്പോ രണ്ടുപേരു ചന്ദനക്കാട്ടില് പാത്തിരുന്ന് പറയുന്നത് കേട്ട് സാർ...

അവരെന്താ പറഞ്ഞത്?

അത്... അത്... കേട്ട വാക്കുകൾ ഓർത്തെടുക്കാൻ ശ്രമിക്കുന്നതിനിടയിലാണ് വീണ്ടും മുഖത്തടിച്ചത്.

പറയെടാ നായിന്റെമോനേ. കളിച്ച് കളിച്ച് സർക്കാരുദ്യോഗസ്ഥരുടെ മേലായോ കളി...?

പിന്നെ തെറിയുടെ പൂരമായിരുന്നു. ചെവി കൊട്ടിയടച്ചതുപോലെ ... അകത്ത് ഒരു മൂളൽ മാത്രം.

തൊട്ടപ്പുറത്തിരുന്ന ഒരാൾ ധൃതിയിൽ എന്തോ എഴുതുകയായിരുന്നു.

എന്താടാ നാക്കിറങ്ങിപ്പോയോ?

നീ എന്തു കോപ്പാണ് കേട്ടത്. പറയടാ.

തെറിയ്ക്കൊപ്പം മുഖമടച്ച അടിയിൽ കണ്ണിൽ നിന്ന് എന്തോ പറന്നുപോയി. പിന്നെ ഒന്നും കണ്ടില്ല, കേട്ടില്ല ... ടപ്പേന്ന് താഴെ വീണത് ഓർമ്മയുണ്ട്.

പിറ്റേന്ന് എങ്ങോട്ടോ ജീപ്പിലിട്ട് കൊണ്ടുപോയി . ചുരുണ്ടുകിട

ന്നു. ഏതോ പേപ്പറുകളിൽ ഒപ്പിടാൻ പറഞ്ഞു. ഒരു പോലീസുകാരൻ തള്ളവിരൽ മഷിയിൽ മുക്കി പേപ്പറിൽ വച്ച് അമർത്തി. വിരലു പൊടിഞ്ഞുപോകുമെന്ന് തോന്നി. അത്ര ബലമായിരുന്നു. ആദ്യമായിട്ടാണ് വിരലു പതിക്കുന്നത്. കേട്ടറിവേയുള്ളൂ. ഏതോ സംശയം ഉള്ളിൽക്കിടന്നു വട്ടം ചുറ്റി. ചോദിക്കാൻ ധൈര്യമുണ്ടായില്ല.

അവർ പറഞ്ഞതൊക്കെ തലകുലുക്കി സമ്മതിച്ചു. കോടതിയിൽ കറുത്ത ഉടുപ്പിട്ട കൊറേയാളുകൾ. ആദ്യം പേടിച്ചു. ഒരാൾ അടുത്തേക്കു വന്നതും പേടിച്ചു കണ്ണുകളടച്ചു. ഇനിയുംഅടിച്ചാലോ?

അയാൾ ചെറുചിരിയോടെ ചോദിച്ചു

കുമരൻ

ഇനിഷ്യലില്ലേ?

അതെന്താണെന്ന് കുമരന് മനസ്സിലായില്ല.

അച്ഛന്റെ പേര്?

കുമരപ്പൻ.

റെയ്ഞ്ച് ഓഫീസർക്ക് ഫോൺ ചെയ്തത് നിങ്ങളാണോ?

മറ്റൊരു കറുത്ത കോട്ട് എണീറ്റ് എന്തോ പറഞ്ഞു. അവിടെ പൊക്കത്തിലിരുന്നയാളിന്റെ കയ്യിലൊരു കൊട്ടോടി കണ്ടു. കടവുളേ അതു വച്ചാണോ അടിക്കുന്നത്.

കുമരൻ ആ കൊട്ടുവടിയെ ഭയത്തോടെ നോക്കി.

നിങ്ങളാണോ റെയ്ഞ്ച് ഓഫീസറെ വിളിച്ചത്?

നിങ്ങൾ ഫോണിൽ വിളിച്ചോന്നാണ് ചോദ്യം.

വിളിച്ചു.

എന്നിട്ട് എന്തു പറഞ്ഞു...?

ചന്ദനം മോട്ടിക്കാൻ ആളുവരുമെന്ന്.

അത് നിങ്ങളെങ്ങനെ അറിഞ്ഞു.

അവിടെ ഒളിച്ചിരുന്ന രണ്ടാള് പറഞ്ഞതുകേട്ടു.

അവരെന്താണ് പറഞ്ഞത്?

മുറിക്കാനാളു വരുമെന്ന്...

എന്തു മുറിക്കാൻ...?

അങ്ങനെ തെളിച്ചു പറഞ്ഞോ?

കുമരൻ വലഞ്ഞു. ഉത്തരം കിട്ടാതെ നിന്നു. കോട്ടുകാരൻ പിന്നെയും എന്തൊക്കെയോ പറഞ്ഞു.

അങ്ങനെ രണ്ടുമൂന്നു ദിവസം... ഒരു ദിവസം ചീരുവിനെക്കുറിച്ച് ചോദിച്ചു. അവളുടെ വയറ്റിലെ കുഞ്ഞു എന്റെയാണോന്ന്..

അതെ സാർ.

അപ്പൊഴും കോട്ടുകാരൻ കൊട്ടുവടിക്കാരനോട് ഏതാണ്ടൊക്കെ പറഞ്ഞു.

അന്നത്തോടെ എല്ലാം കഴിഞ്ഞു. പിന്നെ ജയിലിൽ അത് ഇപ്പോഴും ഓർക്കാൻ വയ്യ.

കുമരന്റെ കണ്ണുകൾ മെല്ലെ അടയുകയായിരുന്നു.

ഹിതാഹിതങ്ങൾക്കിടയിലെ കളങ്ങളിൽ മാറി മാറി സഞ്ചരിക്കുന്ന മനസ്സ് എന്തോ പുലമ്പുന്നുണ്ട്. ആരെയോ ചൂണ്ടുന്നു. ആനന്ദ് കുറച്ചു വലുതായിക്കാണണം. എന്റെ കുഞ്ഞിനെ കാണാതെങ്ങനെ ഇവിടം വിട്ടുപോകും? ചീരൂ നമ്മ മകൻ ...

37

രാവിലെ കനത്ത മൂടൽമഞ്ഞ് ചുറ്റുവട്ടകാഴ്ചകളെ മറച്ചുപിടിച്ചു. പക്ഷേ അധികസമയം മഞ്ഞിന്റെ ആധിപത്യം നീണ്ടുനിന്നില്ല. മഞ്ഞിനെ തുളച്ച് സൂര്യൻ താഴേക്കിറങ്ങി. അതോടെ തണുപ്പിൽ മൗനം പാലിച്ചിരുന്ന കാട്ടുപക്ഷികൾ അവരുടെ ഉന്മേഷം വീണ്ടെടുത്തു. ചിറകു കുടഞ്ഞും പാറിപ്പറന്നും കൂട്ടുകാരെ കൂവി വിളിച്ച് ആഘോഷിച്ചു. പരിസരമാകെ ഉണർവ്വ് തെളിഞ്ഞു.

ലൗലി സ്കൂളിൽ പോകാനുള്ള തയാറെടുപ്പിലായിരുന്നു. അടുക്കളയിൽ ഭക്ഷണം പാകം ചെയ്തുകൊണ്ടിരിക്കെ ഹെഡ്മാസ്റ്റർ ഷാജഹാൻ സാറിന്റെ ചോദ്യം മുള്ളുപോലെ തറച്ചുകയറി.

ടീച്ചർ താമസം മാറിയോ?

അതെ. മാറി. കുറച്ചു ദിവസമായി.

ഹെൽത്ത് സെന്ററിലെ ഡോക്ടറുടെ കൂടെയാണെന്ന് ആരോ പറഞ്ഞുകേട്ടു. ഡോക്ടറുടെ ഫാമിലിയുണ്ടാവും അല്ലേ?

ബ്രേക്കിട്ടതുപോലെ ലൗലിയുടെ മനസ്സ് സ്തബ്ധമായി. ചോദ്യത്തിലെ ധ്വനി വ്യക്തമാണ്. പാവം എന്തോരം കാടുകയറി ചിന്തിച്ചിട്ടാവും ഇങ്ങനെ പോളിഷ് ചെയ്ത ഒരു ചോദ്യം രൂപപ്പെടുത്തിയത് എന്നത് ലൗലിയെ തെല്ല് വേദനിപ്പിച്ചു...

പെൻഷനാവാൻ ഇനി മാസങ്ങളേ വേണ്ടൂ... ഉള്ളിലിരിപ്പ് അറുപഴഞ്ചനും വഷളുമാണ്. അകത്തേയ്ക്കു കയറിവന്ന സിസിലിടീച്ചർ രണ്ടുപേരെയും മാറി മാറി നോക്കിയതിന് കാരണമുണ്ട്. ഹെഡ്മാസ്റ്ററുടെ ചില രീതികൾ പലവട്ടം സ്റ്റാഫ് റൂമിൽ ചർച്ചാവിഷമായിട്ടുണ്ട്. സ്ത്രീകളോട് പൊതുവേ ആളിന് സ്നേഹമാണ്. അതിപ്പോ ടീച്ചറായാലും രക്ഷാകർത്താക്കളായാലും വേർതിരിവില്ല.

കൊപ്പര

സൽസ്വഭാവം സഹിക്കാനാവാതെ സിറ്റിയിൽ നിന്ന് ഓടിച്ചതാണെന്നും അതല്ല അദ്ദേഹം സ്വയമേവ ദൂരേയ്ക്ക് ചോദിച്ചു വാങ്ങിയതാണെന്നും അസൂയക്കാർ പറഞ്ഞു കേട്ടു. ആള് ചാർജ്ജെടുത്ത് രണ്ട് മാസം കഴിഞ്ഞപ്പോഴാണ് ലൗലിടീച്ചർക്ക് അറ്റാക്ക് വന്നത്. അന്നേ ചില സംശയങ്ങൾ സഹപ്രവർത്തകരിൽ മുളപൊട്ടിയെങ്കിലും ലൗലിടീച്ചറിനെ അറിയുന്നവരാരും അതിനു വെള്ളമൊഴിച്ചില്ല. അതുകൊണ്ടാവും അത് ഇലവരും മുമ്പേ കരിഞ്ഞതും.

സമയത്തും കാലത്തും കല്യാണം കഴിക്കാഞ്ഞിട്ടാ... അല്ലാതെ സ്ത്രീകൾക്ക് ഹാർട്ട് അറ്റാക്ക് വരേണ്ട കാര്യമില്ല. ഇനിയെങ്കിലും നിങ്ങൾ ലൗലിടീച്ചറെ ഉപദേശിക്കണം.

വിവരം അറിഞ്ഞപ്പോൾ അടുത്തുനിന്ന സീനിയർ അസിസ്റ്റന്റിനോട് പറഞ്ഞതാണ്. സുധാമണിയെന്ന സീനിയർ അസിസ്റ്റന്റ് വള്ളിപുള്ളി വിടാതെ സിസിലിടീച്ചറോടു പറഞ്ഞു. കൂട്ടുചേരണോ വിട്ടു നില്ക്കണോയെന്ന ആശങ്കയിൽ സിസിലിടീച്ചർ സംഗീത ടീച്ചറോട് പറഞ്ഞു. ഒരിക്കലും പാടിയിട്ടില്ലാത്ത (സ്കൂളിലെ അനുഭവമാണ്) സംഗീത ടീച്ചർ അന്നാദ്യമായി ഒരു മൂളിപ്പാട്ടു മൂളിയത്രെ, സംഗീതം ഒഴികെ മറ്റെന്തും പഠിപ്പിക്കും. അഞ്ചാംക്ലാസ്സിൽ കണക്കും ആറാം ക്ലാസ്സിൽ സാമൂഹ്യപാഠവും പഠിപ്പിക്കാൻ തുടങ്ങിയിട്ട് വർഷം രണ്ടു കഴിഞ്ഞു. ഇന്നോളം ആരും ഒരു പരാതിയും പറഞ്ഞിട്ടില്ല. ആകെ ചോദ്യം ചെയ്തത് സ്വന്തം മകളും ആറാം ക്ലാസ്സ് വിദ്യാർത്ഥിനിയുമായ നവനീത മാത്രമാണ്. കുറ്റം പറഞ്ഞതല്ല. സംശയം ചോദിച്ചതാണ്.

അമ്മേ, മ്യൂസിക് ടീച്ചറായ അമ്മയെങ്ങനെ കണക്കും സാമൂഹ്യപാഠവും പഠിപ്പിക്കും? മ്യൂസിക് എന്താ പഠിപ്പിക്കാത്തത്?

ചില കുഞ്ഞുങ്ങൾ ഇങ്ങനെയാണ്. അവിചാരിതമായി ചോദിക്കുന്ന ചോദ്യങ്ങൾ അച്ഛനമ്മമാരുടെ സ്വൈരം കെടുത്തും. നാണം കെട്ടു തലകുനിക്കേണ്ടിവരുന്നതും സാധാരണമാണ്. പിള്ള മനസ്സിൽ കള്ളമില്ലെന്ന ചൊല്ല് വെറുതേയല്ലെന്ന് മനസ്സിലായില്ലേ. നവനീത അമ്മയെ അപമാനിച്ചതല്ല; സംശയം ചോദിച്ചതാണ്.

അതിന് വേണ്ട ടീച്ചേഴ്സില്ല. അതുകൊണ്ടല്ലേ. ആ സംഗീതയിൽ നിന്നാണ് തൂപ്പുകാരി സുമയ്യവരെ അറിഞ്ഞത്. സംഗീതടീച്ചർ ഇടയ്ക്ക് സ്വ.ലേ. ആകാറുണ്ട്. കല്യാണം കഴിച്ചില്ലെങ്കിൽ ഹാർട്ട് അറ്റാക്ക് വരുമോ സാറേ? ലൗലിടീച്ചറിന് അറ്റാക്ക് വന്നത് അതുകൊണ്ടാണെന്ന് എല്ലാരും പറേണല്ലോ. ചോദ്യം സ്കൂളിലെ ചെറുപ്പക്കാരനായ സയൻസ് അദ്ധ്യാപകൻ സുമേഷിനോടായിരുന്നു.

സുമേഷ് സുമയ്യയെ നോക്കി...

ആരാ ഈ മഹാകാര്യം പറഞ്ഞത്?

ആ... എല്ലാവരും പറേന്നുണ്ട്. സംഗീതടീച്ചറാണ് എന്നോട് പറഞ്ഞത്.

ഇനി സുമയ്യ ഇതാരോടും പറയണ്ട. വിവരം ഉള്ളവർ കേട്ടാൽ ചിരിക്കും. അതുകൊണ്ടാ.

ആ ടീച്ചറ് എത്രയോ വർഷമായി ഇവിടെ ജോലി ചെയ്യുന്നു.

ഇപ്പോഴാണ് ഇങ്ങനെ ഒരു വർത്തമാനം ഉണ്ടായത്.

കുടുംബത്തിന്റെ ഏക ആശ്രയമാണ് ടീച്ചർ. അനിയത്തിയെ കല്യാണം കഴിപ്പിച്ചു വിട്ടു. അനിയനെ പഠിപ്പിച്ചു. ജോലിക്കാരനാക്കി. വേണമെങ്കിൽ ടീച്ചറിന് ഇനിയും കല്യാണം കഴിക്കാമല്ലോ. സുമയ്യ ശുദ്ധമനസ്സിൽ തോന്നിയത് പറഞ്ഞു.

ആരൊക്കെ പറഞ്ഞു. ഉപദേശിച്ചു. ഇനി അതുവേണ്ടാന്ന് തീർത്തു പറഞ്ഞു. അതിനെടേലാണ് ഇങ്ങനെയൊരു കഥ... അയ്യോ സാറേ ഞാനീ പറഞ്ഞതൊന്നും ലൗലിടീച്ചറിനോട് പറയല്ലേ. ആർക്കും ഒരു ദ്രോഹോം ചെയ്യാത്ത ആ ടീച്ചറിനെ പടച്ചോൻ കാക്കട്ടെ.

എച്ച്.എം. ഇന്നലെ ടീച്ചറോട് ഏതാണ്ട് പറഞ്ഞു. ഡോക്ടർ എന്നൊക്കെ കേട്ടു. ക്ലാസ്സിൽ പോയപ്പോൾ ടീച്ചറുടെ മുഖം ഞാൻ ശ്രദ്ധിച്ചു. ആകെ വാടി...

സുമയ്യക്ക് ജോലിയൊന്നുമില്ലേ. രാവിലെ തന്നെ പരദൂഷണം തുടങ്ങിയല്ലോ... ആ സ്റ്റാഫ് റൂമൊന്നു തൂക്കണം.

അയ്യോ സാറിനറിഞ്ഞൂടേ... എനിക്ക് അലർജിയാണ്. പൊടിതട്ടിയാൽ തുമ്മലും ചീറ്റലും... പിന്നൊന്നും പറയണ്ട. വൈകിട്ട് വൃത്തിയാക്കാം. കഞ്ഞിപ്പാറൂനെക്കൊണ്ടാണ് ഞാൻ ഓഫീസൊക്കെ തൂപ്പിക്കുന്നത്. അതിനു ഞാൻ കാശു കൊടുക്കും. കെടന്നുപോയാ മക്കളുകാര്യം നോക്കാനാളില്ല സാറേ... കെട്ടിയോൻ ഒള്ളതും ഇല്ലാത്തതും കണക്കാ.

സുമേഷ് അറ്റന്റൻസ് രജിസ്റ്ററിൽ ഒപ്പുരേഖപ്പെടുത്തി. പുറത്തിറങ്ങിയതേയുള്ളൂ ലൗലി ഓഫീസിലേക്കു കടന്നു. പതിവുകൾ മുടങ്ങരുതെന്ന വാശിയിൽ

ഗുഡ്മോണിംഗ് സാർ.

ആ വെരിഗുഡ് മോണിങ്ങ്.

ഒപ്പിട്ട് ക്ലാസ് രജിസ്റ്ററെടുക്കുന്നതിനിടയിൽ കേട്ടു.

ഇന്നലെ ഞാൻ ചോദിച്ചത് ടീച്ചറിന് സങ്കടമായോ. അതി

ലൊന്നും ഒരു തെറ്റുമില്ലാ...

നാട്ടുകാര് എന്തെങ്കിലും പറഞ്ഞോട്ടെ. ജീവിതം ഒന്നല്ലേയുള്ളൂ. അത് നമ്മട സന്തോഷത്തിനും കൂടിയാവണം. ഒന്നും നാളത്തേയ്ക്ക് മാറ്റി വയ്ക്കരുത്. ലീവ് ഇൻ പ്രസന്റ്. പാസ്റ്റ് ഈസ് പാസ്റ്റ്. ഫ്യൂച്ചർ ഈസ് അൺനോൺ. ദെൻ വൈ ഷുഡ്..

ശരിയല്ലേ?

എന്തു ശരിയല്ലേന്നാണ് സാറിന് അറിയേണ്ടത്?

ലൗലിയുടെ ശബ്ദം പതിവിൽക്കവിഞ്ഞ് ഉയർന്നു.

എന്നെയോർത്ത് സങ്കടപ്പെടാൻ ഈ ഭൂമിയിലാരുമില്ല. ഇനിയിപ്പോ സാറായിട്ട് വെറുതേ സങ്കടപ്പെടരുത്. ഞാൻ എവിടെ ജീവിക്കണ മെന്ന് ഞാനാണ് തീരുമാനിക്കുന്നത്. അല്ലാതെ സാറിന്റെ നാട്ടുകാ രല്ല.

ഇവിടത്തെ നാട്ടുകാർക്ക് ലൗലി വെറും ടീച്ചറല്ല, ടീച്ചറമ്മയാ ണ്. അങ്ങനെ ഒരാളെ സംബോധന ചെയ്യണമെങ്കിൽ ചില അടി സ്ഥാനഗുണങ്ങൾ വേണ്ടേ? നാട്ടുകാരെ കൂട്ടുപിടിക്കണ്ട... അവ രൊക്കെ മനുഷ്യകുലത്തിൽപ്പെട്ടവരാണ്. നെല്ലും പതിരും കണ്ടാ ലറിയാം.

സോറി സർ... വെറുതേ ഓരോന്ന് മെനയരുത്...

ഏയ് ഞാനങ്ങനെയൊന്നും ഉദ്ദേശിച്ചല്ല പറഞ്ഞത്. എന്റെ ഒരു സ്റ്റാഫ് എന്ന നിലയിൽ പറഞ്ഞതാണ്. ഒരു പിടിവള്ളിക്കായി പര തിയെങ്കിലും കിട്ടിയില്ല.

സാറിവിടെ വന്നിട്ട് നാലുമാസമല്ലേ ആയിട്ടുള്ളൂ. ഇത് ഒരു സ്കൂളിന്റെ രൂപത്തിലും ഭാവത്തിലും എത്തുന്നതിന് മുന്നേ ഞാനി വിടെ വന്നതാണ്.

സ്റ്റാഫ് റൂമിൽ കുശുകുശുക്കലുകൾ മുറപോലെ കേട്ടു. ആകെ അസ്വസ്ഥമായ മനസ്സോടെയാണ് സീറ്റിൽ ഇരുന്നത്. ടെക്സ്റ്റും നോട്ടുബുക്കും അറ്റൻൻസ് ബുക്കുമെടുത്ത് ലൗലി ഇറങ്ങി ക്ലാസ്സ് റൂമിലേയ്ക്കു നടന്നു.

അതുകണ്ടു വന്ന സുധാമണിടീച്ചർ എല്ലാവരോടുമായി പറഞ്ഞു.

ഇതൊരു സ്കൂളാണെന്ന് മറക്കരുത്. രാവിലെ വന്ന് മറ്റുള്ളവ രുടെ കുറ്റവും കുറവും നോക്കാതെ പഠിപ്പിക്കാനുള്ളതൊക്കെ ഒന്നു നോക്കിക്കൂടേ. ഒരു കാര്യം കൂടി ഓർമ്മിപ്പിക്കണമെന്ന് കുറച്ചു ദിവ സമായി വിചാരിക്കുന്നു.

അനിഷ്ടമുഖങ്ങളിൽ നേരിയ പ്രതീക്ഷ തെളിയുന്നു. ലൗലി ടീച്ചർ ഇവിടെ വരുമ്പോൾ ടീച്ചർമാർ രജിസ്റ്ററിലേ ഉണ്ടായിരുന്നു

ള്ളൂ. മൂന്ന് വിഷയങ്ങളിൽ പോസ്റ്റ് ഗ്രാജ്വേഷനുള്ള ടീച്ചർ ശനിയും ഞായറും കൂടി പഠിപ്പിച്ചാണ് ഇവിടെ കുട്ടികൾ വന്നു തുടങ്ങിയത്. ഈ നാട്ടിലെ സകല ആദിവാസി കോളനികളിലും പോയി കുട്ടികളെ പഠിപ്പിക്കും. അന്നത്തെ ഹെഡ്മാസ്റ്റർ ശിവകുമാർ സാർ ലൗലി ടീച്ചറെ തൊഴുതു കാരണം അന്നിവിടെ ടീച്ചേഴ്സ് വരില്ല. വന്നാലും ലീവെടുത്തു പോവും. ഗ്രേഡും ശമ്പളോം നോക്കാതെ ഇത് ഒരു സ്കൂളാക്കിയെടുത്തതിന്റെ പേരിലാണ് ശിവകുമാർ സാർ ടീച്ചറിനെ തൊഴുതത്.

ഇന്നോളം ഒരു ചീത്തപ്പേരും കേൾപ്പിച്ചിട്ടില്ല. ഇപ്പോഴാണ് ഇവിടെ ചിലർക്ക് സംശയക്കുരു പൊട്ടിയത്. പത്തു പന്ത്രണ്ടുകൊല്ലം ഒറ്റയ്ക്ക് ഒരു മുറിയിൽ ജീവിച്ചതാണ്. രണ്ട് അറ്റാക്ക് ഒരു ദിവസം. അത് ആ ഡോക്ടറും സുജനപാലൻ സാറും കൂടി എത്ര കഷ്ടപ്പെട്ടാണ് രക്ഷപ്പെടുത്തിയതെന്ന് ആർക്കും അറിയില്ല. ഇനിയൊരിക്കൽക്കൂടി അങ്ങനെ സംഭവിച്ചാൽ, ടീച്ചറിന് ഇഷ്ടമില്ലാഞ്ഞിട്ടും പലരായിട്ട് നിർബന്ധിച്ചാണ് ഡോക്ടറുടെ വീട്ടിൽ താമസിച്ചത്. അതൊരു കൊച്ചു പയ്യനാണ്. അതിന് ആരുമില്ല. അമ്മയെപ്പോലെയാണ് ടീച്ചറിനെ നോക്കുന്നത്. ഇതൊക്കെ ആ സുജനപാലൻ സാറ് പറഞ്ഞാണ് ഞാനറിഞ്ഞത്. ഞങ്ങൾ വർഷങ്ങളായി ആ വീടുമായി നല്ല അടുപ്പത്തിലാണ്. സുഖമില്ലാതിരുന്ന സമയത്ത് കുസുമം ചേച്ചിയാണ് ആഹാരം കൊണ്ടുകൊടുത്തത്.

നിങ്ങളൊക്കെ വരും പോകും. ലൗലിടീച്ചറിനെ ഈ നാടിന് അത്രയ്ക്ക് ഇഷ്ടമാണ്. ടീച്ചറിന് ഇവിടം വിട്ടുപോകാൻ കഴിയില്ല.

ബെല്ലടിച്ചതും സുധാമണി ടീച്ചർ അറ്റൻൻസ് രജിസ്റ്ററുമായി ഇറങ്ങി. ടീച്ചറില്ലാത്ത ക്ലാസ്സുകളിൽ പോയി ഹാജർ രേഖപ്പെടുത്തുകയാണ് ലക്ഷ്യം. പുതുതായി വന്ന അന്നാകുര്യനും സുധാമണിടീച്ചറിനോട് വളരെ സ്വകാര്യമായാണ് അത് ചോദിച്ചത്. രാവിലെ ഹാജരെടുത്തപ്പോ ഒരു കുട്ടിയാണ് പറഞ്ഞത് ടീച്ചറേ രാവിലെ വലത്തുനിന്ന് ഇടത്തോട്ടാണ് വരയിടേണ്ടതെന്ന്. അതിന്റെ നിജസ്ഥിതി അറിയാനാണ് രജിസ്റ്ററുമായി എത്തിയത്.

ഇത് ഇങ്ങനെയിട്ടാൽ എന്തെങ്കിലും പ്രശ്നമുണ്ടോ? ഹാജർ ബുക്ക് മലർക്കെ തുറന്നു പിടിച്ചുകൊണ്ടാണ് ചോദ്യം.

സുധാമണിടീച്ചർ അന്നാകുര്യനെ നോക്കി.

അറിയാമ്പാടില്ലാത്തത് ചോദിക്കണം. അതിൽ നാണക്കേട് തോന്നാതിരുന്നാൽ മതി. സൺ റൈസസ് ഇൻ ദ ഈസ്റ്റ് എന്നല്ലേ നമ്മൾ പറഞ്ഞും കേട്ടും പഠിച്ചത്. ഭൂമിയിൽ സൂര്യനെ ആദ്യം കാണു

ന്നത് കിഴക്കാണ്. കാരണം ഭൂമി പടിഞ്ഞാറ് നിന്ന് കിഴക്കോട്ട് ഭ്രമണം ചെയ്യുന്നതാണ്. സൂര്യൻ കിഴക്ക് വരുമ്പോഴല്ലേ പ്രഭാതം. അപ്പോൾ രാവിലെ എന്നതിന്റെ സൂചകമാണ് വലത്തുനിന്ന് ഇടത്തോട്ട് അട യാളപ്പെടുത്തുന്നത്. ഉച്ചയ്ക്കുശേഷം തിരിച്ചും. ഇതു ഉച്ചയ്ക്കുശേ ഷമുള്ള ഹാജരാണ്.

ഇതിനെന്താ കുഴപ്പം എന്നല്ലേ ചോദിച്ചത്. ഇതിൽ ഏതെങ്കിലും ഒരു കുട്ടി ഉച്ചയ്ക്കുശേഷം സ്കൂളിൽ ഇല്ലാതിരിക്കുകയും പുറത്തു വച്ച് എന്തെങ്കിലും അപകടം സംഭവിക്കുകയും ചെയ്താൽ ആദ്യം ചോദിക്കുന്നത് കുട്ടി ഉച്ചയ്ക്കുശേഷം ക്ലാസ്സിലുണ്ടായിരുന്നോ എന്നാണ്. ഇതു നോക്കിയാൽ കുട്ടി ആഫ്റ്റർനൂണിൽ പ്രസന്റാ ണെന്നേ കരുതൂ.

താങ്ക്യൂ ടീച്ചർ.

പിന്നൊരു കാര്യം. കുട്ടികൾ നമ്മളേക്കാലും ബുദ്ധിയുള്ളവരാ ണ് മറക്കരുത്. നല്ല നിരീക്ഷണപാടവമുള്ള ചില കുട്ടികളുണ്ട്. ഇതു പോലെ...

ഉം ശരിയാ പുതിയ ജനറേഷന് നല്ല ബുദ്ധിയാ.

ഇന്റർവെല്ലിനും ലൗലി സ്റ്റാഫ് റൂമിലെത്തിയില്ല. ടൈംടേബിൾ നോക്കി സുധാമണി ടീച്ചർ നേരേ ഏഴാം ക്ലാസ്സിലേയ്ക്കു പോയി. അവിടെ ലൗലി കുട്ടികൾക്ക് ഝാൻസിറാണിയുടെ കഥ പറഞ്ഞു കൊടുക്കുകയാണ്. കുട്ടികൾ അതീവ ശ്രദ്ധയോടെ കഥയിൽ മുഴു കിയും ഇടയ്ക്ക് ദീർഘ നിശ്വാസമയച്ചും ഇരിക്കുന്നുണ്ട്.

വാതിലിൽ നിന്ന സുധാമണി ടീച്ചറിനെ കണ്ടതും ലൗലി എഴു ന്നേറ്റു വാതിലിനടുത്തേയ്ക്കു ചെന്നു. എന്താ ടീച്ചർ...?

ഇന്റർവെല്ലിനും കണ്ടില്ല.

സ്റ്റാഫ് റൂം വല്ലാതെ മാറിപ്പോയി. ആകെ ഒരു അസ്വസ്ഥത

എച്ച്.എം. എന്തെങ്കിലും പറഞ്ഞോ?

അദ്ദേഹത്തിന് എന്റെ കാര്യത്തിൽ വലിയ ആശങ്കയുണ്ട്. ആളിന്റെ സദാചാരക്കോലിനു പുറത്താണ് ലൗലിയെന്നൊരു തോന്നൽ. സ്റ്റാഫിന്റെ സദാചാരം സംരക്ഷിക്കേണ്ട ചുമതലയുള്ള പ്പോൾ അങ്ങനെ തോന്നിയില്ലെങ്കിലേ അത്ഭുതപ്പെടേണ്ടൂ.

മൈൽക്കുറ്റിക്കു പ്രായമേറുന്നതുപോലെയാണ് ചിലർക്ക്... ഒരു മാറ്റവും പ്രതീക്ഷിക്കരുത്.

ഏയ്... അങ്ങേര സൂക്കേട് വേറെയാണ്. അധികം സംഭാഷണ ത്തിനു നിക്കാതിരുന്നാൽ മതി. സുധാമണിടീച്ചർ സാന്ത്വന സ്പർശ മായി നിന്നു.

വയ്യ ടീച്ചർ... പഴയതുപോലെ മനക്കരുത്തില്ല.

പെട്ടെന്നു തളരും. ഈ നാട് വിടാൻ സമയമായെന്ന് മനസ്സു പറയുന്നു. പക്ഷേ...

എന്താ... എന്താ പ്രശ്നം?

പോകാനും വയ്യ. ഒരുപാട് കാര്യങ്ങൾ ചെയ്തു തീർക്കാനുണ്ട്. ദേ കണ്ടില്ലേ. വരാന്തയിൽ നില്ക്കുന്ന ആനന്ദിനെ ചൂണ്ടിയാണ് പറഞ്ഞത്.

അവനുവേണ്ടി എനിക്കിവിടെ നിന്നേ തീരു. അവൻ കുറച്ചുകൂടി പ്രാപ്തനാകുന്നതുവരെയെങ്കിലും...

ടീച്ചറമ്മയെത്തന്നെ നോക്കി നില്ക്കുകയാണ് ആനന്ദ്.

അവന്റെ കാര്യം എന്തായി?

എന്താവാൻ ടീച്ചറെ. പലരെയും കണ്ടു. അപേക്ഷകൾ കൊടുത്തു. ഒന്നും സംഭവിച്ചില്ല. ഫലയലുകളുടെ നാടയഴിയാൻ എന്താ ചെയ്യേണ്ടതെന്ന ചിന്തയിലാണ്. അതിനിടയിലാണ് കുറേ സദാചാരവാദികൾ...

വിവാഹമാണോ ഒരു വ്യക്തിയുടെ ജീവിതലക്ഷ്യം? എനിക്ക് ഇതുവരെ അങ്ങനെ തോന്നിയില്ല. വിവാഹം കഴിക്കാത്തതിന്റെ പേരിൽ എനിക്ക് പ്രത്യേകിച്ച് ഒരു പ്രശ്നവും ഇല്ല. ശരീരമല്ല, മനസ്സാണ് എനിക്ക് പ്രധാനം. മനസ്സിനെ താങ്ങി നിർത്താനുള്ള ഒരു കുടൂ മാത്രമാണ് ഈ ശരീരം. അത് മനസ്സിലാകണമെങ്കിൽ നല്ലൊരു ഹൃദയമുണ്ടാവണം. അവിടെ നന്മയും

ഇപ്പോൾ ഫ്രീയല്ലേ. വാ നമുക്ക് എന്തെങ്കിലും സംസാരിച്ചിരിക്കാം.

ലൗലി പുസ്തകങ്ങൾ എടുത്തതും കുട്ടികൾ എഴുന്നേറ്റു.. ടീച്ചർ കഥ...

പിന്നീട് പറയാം. ബഹളം കൂട്ടല്ലേ...

ഇല്ല ടീച്ചർ.

കഞ്ഞിപ്പുരയുടെ പിന്നിലായി നീണ്ടു പരന്നു കിടക്കുന്ന വലിയ പാറ. അതിന്റെ ഒരു വിള്ളലിൽ മുളച്ചു പൊന്തിയ ആലിൻ ചുവട്ടിൽ രണ്ടുപേരും ഇരുന്നു.

ആരോഗ്യപ്രശ്നം എന്തെങ്കിലും ഉണ്ടോ ടീച്ചർ?

ഇല്ലെന്നു പറഞ്ഞാൽ അതു കളവാകും. എന്തോ ധൈര്യമില്ല. ഒന്നും നേരിടാനുള്ള ശക്തിയില്ലാത്തതുപോലെ.

ലീവ് ഇഷ്ടംപോലെയുണ്ടല്ലോ. കുറച്ചുദിവസം നാട്ടിൽ പോയി നിന്നാൽഎല്ലാം നേരെയാവും.

ഇവിടെ സിദ്ധുവുണ്ട്, ബാലേട്ടനുണ്ട്.... പിന്നെയും ആരൊക്കെയോ ഉണ്ടെന്ന വിശ്വാസമെങ്കിലും ഉണ്ട്. നാട്ടിൽ .... അവിടെ ആരുമില്ല ടീച്ചർ. അമ്മയ്ക്കു കുഞ്ഞിനെ വിട്ടുപോരാൻ വയ്യാത്ത അവസ്ഥയാണ്. ലിബിനും ലീവില്ല. അവൻ പുതിയ ജീവിതം ഒരുക്കുന്നതിന്റെ തിരക്കിലാണ്. ആരെയും കുറ്റം പറയാൻ വയ്യല്ലോ. ഓരോരോ സെന്റിമെന്റ്സ്.

മരുന്ന് കഴിക്കുന്നുണ്ടോ?

ഉം. ഇല്ലെങ്കിൽ അവൻ ബഹളമുണ്ടാക്കും. അവനും ആരുമില്ല. ഇപ്പോൾ എന്റെ ആരോഗ്യമാണ് അവന് മുഖ്യം. കാരണം ഞാനവന് അമ്മയാണ്... ചേച്ചിയാണ്. ഒരു കണക്കിന് എന്റെ ഭാഗ്യമാണ് ടീച്ചർ സിദ്ധു.

ഞങ്ങളുടെ ഒരു കൊച്ചുലോകം. അമ്മയും മകനും... രക്ഷകർത്താവായി ബാലേട്ടനും. സന്തുഷ്ടകുടുംബം. സുധാമണി ടീച്ചറിന്റെ കണ്ണുനിറഞ്ഞു.

അതുകണ്ട ലൗലി പറഞ്ഞു. എനിക്കിത് കാണാൻ വയ്യ. ഇഷ്ടമുള്ളവരുടെ കണ്ണുനിറഞ്ഞാൽ ഞാൻ തളരും. ഒരുപിടി ജീവിതങ്ങൾ എന്നെ തൊട്ടുനില്ക്കുന്നുണ്ട്. അവർക്കുവേണ്ടി ഇനിയും... അധികകാലം വേണ്ട. എങ്കിലും കുറച്ചുകാലം കൂടി നീട്ടിക്കിട്ടാൻ ഞാനും പ്രാർത്ഥിച്ചു തുടങ്ങി. ഒരുപക്ഷേ മനസ്സിന്റെ കരുത്ത് കുറയുന്നതാവും അല്ലേ ടീച്ചർ... ലൗലി കണ്ണുകൾ തുടച്ചു. അല്പസമയത്തെ ആലോചനയ്ക്കുശേഷം തുടർന്നു...

കുറച്ചുകാലം കൂടി ജീവിക്കണം ടീച്ചർ. എന്റെ സിദ്ധുവിനുവേണ്ടി, ആനന്ദിനുവേണ്ടി... പിന്നെയും ആരൊക്കെയോ...

ഉച്ചയ്ക്കുള്ള ഇടവേളയായി. കുട്ടികൾ ഭക്ഷണം കഴിക്കാൻ എത്തിയതോടെ ലൗലി എഴുന്നേറ്റു.

അല്പം ആശ്വാസം. താങ്ക്സ് ടീച്ചർ. മനസ്സിലാകുന്ന ഒരാളെങ്കിലും ഉണ്ടല്ലോ.

ഒറ്റയ്ക്ക് ഇരിക്കരുത്. സമയം കിട്ടിയാൽ എന്റെയടുത്ത് വരണം. സ്റ്റാഫ് റൂം ചിലപ്പോഴൊക്കെ നരകമാകുന്നുണ്ട്.

കുട്ടികൾ ഭക്ഷണം കഴിക്കാനെത്തി. ലൗലി വിളമ്പാനായി അകത്തു ചെന്നു. ചോറുപാത്രം എടുത്തതും സുമേഷ് വന്നു അത് വാങ്ങി വിളമ്പാൻ തുടങ്ങി.

ടീച്ചർ അധികം സ്ട്രെയിനെടുക്കണ്ട. ഞങ്ങളിവിടെ തടിമാടന്മാരായി നിക്കുമ്പോഴാണ്... ഞങ്ങൾക്കു ടീച്ചറിനെ വേണം. എന്നും. നല്ലൊരു സഹോദരിയായി. എന്താ പറ്റുമോ?

ലൗലി ചിരിച്ചു. അതുകണ്ട ജയശങ്കർ പറഞ്ഞു...

ആവൂ ഇപ്പോഴെങ്കിലും ഒന്നു തെളിഞ്ഞല്ലോ....

അന്നാകുര്യൻടീച്ചർ സാമ്പാർ ഒഴിക്കുന്നതിനിടയിലാണ് അതു പറഞ്ഞത്...

എന്നും ഇങ്ങനെയായാൽ നന്നായി അല്ലേ ടീച്ചറേ... കഞ്ഞിപ്പാറു എന്ന് ചില അദ്ധ്യാപകരും പാറുചേച്ചിയെന്ന് വിദ്യാർത്ഥികളും വിളിക്കാറുള്ള പാർവ്വതി പറഞ്ഞു.

എത്ര കൊല്ലമായി ടീച്ചറിന്റെ കൈതൊടാത്ത ഒരു പാത്രവുമില്ല ഇവിടെ. ആദ്യമൊക്കെ ഞാനും ടീച്ചറും മാത്രമായിരുന്നു. എല്ലാ കുട്ടികളും കഴിച്ചെന്ന് ഉറപ്പു വന്നാലേ ടീച്ചർ കഴിക്കൂ.

ടീച്ചറിന് ചോറെടുക്കട്ടെ?

വേണ്ട പാറൂ... എനിക്ക് ഡയറ്റീഷ്യൻ പറയുന്നതേ കഴിക്കാവൂ...

എല്ലാ കണ്ണുകളും ലൗലിടീച്ചറിൽ തട്ടിനിന്നു.

അവിശ്വസനീയതയിൽ... പതറിയ നോട്ടങ്ങൾ...

ലൗലി തിരിഞ്ഞുനോക്കി. കുറച്ചപ്പുറത്ത് ചോറുപാത്രം മുന്നിൽവച്ച് ആനന്ദ് അവന്റെ ടീച്ചറമ്മയെ നോക്കിയിരിക്കുകയാണ്. കുഞ്ഞുമനസ്സിൽ നോവ് നിറയുന്നത് കണ്ട ലൗലി അവന്റെയരികിലേയ്ക്കു നടന്നു.

38

ലൗലിയുടെ അകം നീറിത്തുടങ്ങിയിട്ട് നാളേറെയായി. ആനന്ദിന്റെ കാര്യത്തിൽ ഒരു മറുപടിയും ലഭിക്കാത്തതിനെക്കുറിച്ച് ചിന്തിക്കുന്തോറും മനസ്സിൽ അമർഷം പുകഞ്ഞു തുടങ്ങും. അവന്റെ അനാഥത്വത്തിന് ആരാണ് ഉത്തരവാദികൾ? എന്തായാലും അവനല്ലെന്നുറപ്പ്. വെടിവച്ചു കൊല്ലാൻതക്ക എന്തു തെറ്റാണവർ ചെയ്തതെന്ന ചോദ്യം ലൗലിയെ പൊള്ളിക്കുന്നുണ്ട്. ഊഹാപോഹങ്ങളും സംശയങ്ങളുമാണോ തീരുമാനങ്ങൾക്കു നിദാനം?

സ്കൂളിലെ സംഭവങ്ങൾ ലൗലിയെ കൂടുതൽ അസ്വസ്ഥയാക്കി. ഈ സ്കൂളും പരിസരവും ഇവിടത്തെ ഓരോ മൺതരിയും ലൗലിയെപ്പോലെ ആർക്കറിയാം. അന്ന് ഹെഡ്മാസ്റ്റർ രക്ഷകർത്താവിന്റെ കരുതലോടെയാണ് പെരുമാറിയിരുന്നത്. പലപ്പോഴും വീട്ടിലേയ്ക്കു ക്ഷണിക്കും. അതിന്റെ രഹസ്യം അദ്ദേഹം തന്നെയാണ് പറഞ്ഞത്. പറഞ്ഞ് ചിരിക്കുമ്പോഴും പത്മയോട് പറയരുതെന്ന ഓർമ്മപ്പെടുത്തലുണ്ടാവും.

കൊപ്പര

ജോയിൻ ചെയ്ത ദിവസം അവിചാരിതമായി മഴ പെയ്തു. ഷിബുവാണ് ജീപ്പിൽ കൊണ്ടുവിട്ടത്. കൂടെ പത്മചേച്ചിയും എച്ച്.എമ്മും ഉണ്ടായിരുന്നു. എൽസി ടീച്ചറിന്റെ വാടക വീട്ടിൽ ഒരു മുറി തരപ്പെടുത്തിയത് അദ്ദേഹം തന്നെയാണ്. അവിടേയ്ക്ക് പോകാൻ നേരം അദ്ദേഹം പറഞ്ഞു. എന്തെങ്കിലും ആവശ്യം വന്നാൽ ഇങ്ങോട്ടുവരാം. ഇവിടെ ഞങ്ങളുണ്ട്. തനിച്ചാണെന്ന ചിന്തവേണ്ടാ.

അറിയാതെ കണ്ണുനിറഞ്ഞു. അച്ഛന്റെ മുഖം ഓർമ്മയിൽ കടന്നുനിന്നു. ഒരിക്കലും കുറ്റംപറയാൻ തോന്നിയിട്ടില്ല. കാരണം അത്രയ്ക്ക് ഇഷ്ടമായിരുന്നു. അച്ഛൻ ഒരു കണ്ണുനീർക്കണമായി എന്നും കൂടെയുണ്ട്.

അച്ഛൻ മുന്നിലെത്തിയ അനുഭവമായിരുന്നു. പത്മചേച്ചി അത്യാവശ്യം വേണ്ട സാധനങ്ങൾ തന്നു. ചിലതൊക്കെ കടയിൽ നിന്ന് വാങ്ങാനും കൂട്ടുവന്നു.

എന്നും രാവിലെ എച്ച്.എം.ന്റെ കൂടെയാണ് സ്കൂളിൽ പോകാറ്. തനിയേ അല്ലെന്ന് ബോദ്ധ്യപ്പെടുത്താനുള്ള ശ്രമത്തിന്റെ ഭാഗമായിരുന്നു അത്. ഇടയ്ക്ക് തമാശകൾ പറഞ്ഞ് തനിയേ ചിരിക്കും. പലതരം മരുന്നുകൾ കഴിക്കാറുണ്ടായിരുന്നു. ശ്വാസംമുട്ട് അദ്ദേഹത്തെ വല്ലാതെ വിഷമിപ്പിച്ചു. അതിനെ മറികടന്നുള്ള തമാശകൾ...

രണ്ടുപേര് ഒന്നിച്ച് നടന്നാൽ ദൂരം പാതിയാവും. ഞാൻ പാതി ടീച്ചർ പാതി. ഒപ്പമൊപ്പം സമാസമം.

സ്കൂളിലേയ്ക്കുള്ള വഴിയിൽ ചില ചെറിയ കടകളുണ്ട്. ഉണക്കമീൻ മുതൽ സിമന്റ് വരെ കിട്ടുന്ന അസാമാന്യ ഷോപ്പുകൾ. അവിടെയെല്ലാം കയറിയിറങ്ങുകയും സ്കൂളിനടുത്തുള്ള 'അച്ചൂസ് ഹോട്ടൽ' എന്ന ബോർഡ് തൂക്കിയ ഒറ്റമുറിക്കടയിൽ നിന്ന് ഒരു ചായ കുടിക്കുകയും ചെയ്യും. എത്ര നിർബന്ധിച്ചാലും ലൗലി ചായ കുടിക്കാറില്ല.

പുതിയ ശീലങ്ങൾ വേണ്ടെന്നതിനപ്പുറം എന്നും ചായ കുടിച്ചാൽ ശമ്പളം കിട്ടുമ്പോൾ അതിലൊരു പങ്കു പോകുമെന്ന ചിന്തയാണ് മാറിനില്ക്കാൻ പ്രേരിപ്പിച്ചത്. അദ്ദേഹം പോകുന്നതു വരെയും ആ പതിവ് തുടർന്നു. ഒരിക്കൽ പറഞ്ഞു. അധികം ആളൊന്നും ഇവിടെ വരാറില്ല. ഒരു ചായ കുടിച്ചാൽ അത്രയെങ്കിലും ആവൂല്ലേ... ശമ്പളം കിട്ടിയാൽ വൈകുന്നേരം ചായക്കാശെന്നു പറഞ്ഞ് കൊടുക്കുന്നത് എത്രയാണെന്ന് ഒരിക്കലും പറഞ്ഞിട്ടില്ല. എന്നാൽ കൊടുത്തു കഴിയുമ്പോൾ ആ മുഖത്ത് തെളി

യുന്ന ഒരു ചിരിയുണ്ട്. അതിൽ പറയാതെ പറയുന്ന പലതുമുണ്ടായിരുന്നു.

ശനിയാഴ്ച സ്പെഷ്യൽ ക്ലാസ്സുവയ്ക്കും. മിക്കപ്പോഴും അദ്ദേഹവും ക്ലാർക്ക് മഹേഷും ലൗലിടീച്ചറും പിന്നെ കുറച്ചുകുട്ടികളും കാണും. ശനിയാഴ്ച വൈകിട്ട് പറയും.

നാളെ വീട്ടിലേയ്ക്ക് പോന്നോളൂ. ഊണ് അവിടന്ന് കഴിക്കാം. കണ്ടുമടുത്ത മുഖമല്ലേ. പത്മയ്ക്കേ... ടീച്ചറു വന്നാൽ വലിയ സന്തോഷമാവും. എന്തെങ്കിലു മിണ്ടീം പറഞ്ഞും ഇരിക്കാല്ലോ. എന്റെ വലിവ് കാരണം പത്മയും കഷ്ടത്തിലായി. കട്ടിലൊഴിയില്ലാന്ന് വാശിയാണ്. എന്നാലോ വലിവൊട്ടു മാറുകേമില്ല.

ഞായറാഴ്ച അവിടെ ചെല്ലുമ്പോഴുണ്ട് എച്ച്.എം. അടുക്കളയിൽ തലേൽ കെട്ടുമായി പാചകമാണ്. പത്മചേച്ചി ചിക്കൻ കഴിക്കില്ല. സാറിനാണേൽ വലിയ ഇഷ്ടവും. ചിക്കൻ കഴിക്കാനുള്ള കൊതിയാണ് ലൗലിയെ കൂട്ടുപിടിക്കുന്നതെന്ന് പത്മചേച്ചി സ്വകാര്യമായി പറഞ്ഞു. റിട്ടയർമെന്റിനു കാത്തുനിന്നില്ല. ഒരു ശനിയാഴ്ച സ്കൂളിൽ വച്ച് ദേഹം തളരുന്നു എന്നു പറഞ്ഞു. മേശപ്പുറത്തേയ്ക്ക് തല ചരിച്ചുവച്ചത് മഹേഷ് കണ്ടു. ക്ലാസിലായിരുന്ന സമയത്താണ് അതു സംഭവിച്ചത്. മഹേഷ് പ്യൂണിനെ വിട്ടു വിളിപ്പിച്ചു. ഓടിച്ചെന്ന് തട്ടി വിളിച്ചു. തല പതുക്കെ ഉയർത്തി നോക്കുമ്പോൾ കൃഷ്ണമണികൾ മുകളിലേയ്ക്ക് മറിയുന്നു.

ഉറക്കെ നിലവിളിച്ചു. അതുകേട്ട് ചായക്കടക്കാരനും ഭാര്യയും ഓടിവന്നു. കൂട്ടത്തിൽ ആരൊക്കെയോ ചേർന്നു ഹെൽത്ത് സെന്ററിലെത്തിച്ചു. ഭാഗ്യത്തിന് ഡോക്ടറുണ്ടായിരുന്നു. പരിശോധിക്കുന്ന ഡോക്ടറുടെ മുഖത്ത് നിന്ന് വായിക്കാമായിരുന്നു. അപ്പൊഴേയ്ക്കും സമീപവാസികളും കേട്ടറിഞ്ഞവരും അവിടെയെത്തി. തമാശകൾക്ക് അവധി നൽകി അദ്ദേഹം മടങ്ങിപ്പോയി.

ബന്ധുവെന്ന് പറയാൻ ഒരു സഹോദരി മാത്രമാണുണ്ടായിരുന്നത്. പത്മചേച്ചിയെ സ്നേഹിച്ചതിന്റെ പേരിൽ അവരും അകന്നു നിന്നു. നാട്ടുകാരുടെ സ്നേഹം ഏറ്റുവാങ്ങി അദ്ദേഹം വീടിനു പിന്നിലെ ചീരത്തടത്തിൽ നിത്യവിശ്രമം തേടി. അന്നുതൊട്ട് പത്മചേച്ചിക്കു കൂട്ടായി ലൗലിയും അവിടെ താമസമായി. പത്മചേച്ചി തകർന്നുപോയി. പത്മയെ പ്രണയിച്ചതിനു കിട്ടിയ ശിക്ഷയായിരുന്നു പല അസുഖങ്ങളും അനപത്യവും. ഒരു കുഞ്ഞിനെ ദത്തെടുക്കാമെന്ന് പറഞ്ഞെങ്കിലും പത്മചേച്ചി സമ്മതിച്ചില്ല.

ഇല്ലാത്തത് ആഗ്രഹിക്കാതിരുന്നാൽ മതി. അവിടെ സാറിന് കീഴ

ടങ്ങേണ്ടി വന്നു. ജാതിവേലിക്കകത്തു കിടന്ന പത്മയുടെ വീട്ടുകാർ നന്നായി കൈകാര്യം ചെയ്തതിന്റെ ഫലം. ശാന്തമായൊഴുകിയ ദാമ്പത്യം പുഷ്പിച്ചില്ലെന്നതൊഴിച്ചാൽ രണ്ടുപേരും സന്തുഷ്ടരായിരുന്നു. അദ്ദേഹത്തിന്റെ അന്ത്യം... അതുൾക്കൊള്ളാനാവാതെ പത്മചേച്ചി പൊട്ടിക്കരഞ്ഞു.

ആ വെക്കേഷന് വീട്ടിൽ പോയെങ്കിലും വേഗം തിരിച്ചു വന്നത് പത്മചേച്ചിയെ ഓർത്തായിരുന്നു. മൂത്ത സഹോദരിയെപ്പോലെ കരുതി സ്നേഹിച്ചു. എങ്ങനെയോ വിവരമറിഞ്ഞ് അദ്ദേഹത്തിന്റെ സഹോദരിയും ഭർത്താവും വന്നു. നിർബന്ധിച്ചു കൂട്ടിക്കൊണ്ടു പോയി. അധികം താമസിയാതെ വീടും വിറ്റു. കുറച്ചുനാൾ ചേച്ചി വിളിച്ചിരുന്നു. ക്രമേണ വിളിയുടെ ഇടവേള കൂടിക്കൂടി അവസാനിച്ചതു പോലെയായി. ഓർമ്മയുടെ കൂടുപൊട്ടിച്ച് സാറുവരും തമാശകൾ പറയും ഉറക്കെച്ചിരിക്കും. കുരുമുളകു ചേർത്ത് വറട്ടിയെടുക്കുന്ന ചിക്കൻ ആസ്വദിച്ചുകഴിക്കുന്ന ചിത്രം ഹൃദയഭിത്തിയിൽ പതിഞ്ഞിട്ടുണ്ട്. പതിച്ചിട്ടുണ്ടെന്നതാണ് വാസ്തവം.

ചിന്തകളാൽ അനുധാവനം ചെയ്യപ്പെട്ടതിനാലാവും വീട്ടുമുറ്റത്തെത്തിയപ്പോഴാണ് പരിസരബോധം വീണ്ടെടുത്തത്. വീട് അടഞ്ഞു കിടക്കുന്നു. അതു പതിവില്ലാത്തതാണ്. തിണ്ണയിലേയ്ക്കു കാലു വച്ചതും ശൂലപാണി ഓടി വന്നു താക്കോൽ നീട്ടി.

അവരെവിടെ പോയി?

തെരിയാതമ്മാ... യെതോ ഫോൺ വന്നത്ക്കപ്പുറം രണ്ടുപേരും പോയി

ലൗലി കതകുതുറന്ന് അകത്തുകയറി. ക്ഷീണം തോന്നിയതിനാൽ കിടന്നു.

ചേച്ചിയമ്മേ ... ചേച്ചീ ... കതകുതുറക്ക്...

കതകിനു മുട്ടുന്ന ശബ്ദം

എഴുന്നേറ്റ് കതകുതുറന്നപ്പോഴാണ് സന്ധ്യയായി എന്നു മനസ്സിലായത്.

ഞാനുറങ്ങിപ്പോയി. നിങ്ങളെവിടെയായിരുന്നു?

ക്ഷീണമുണ്ടോ. മുഖത്ത് നല്ല വാട്ടം.

ചായയുണ്ടാക്കാനായി അടുക്കളയിലേയ്ക്കു നടന്നു. ഒന്നു കുളിക്കണം.

സിദ്ധു പെട്ടെന്ന് കുളിമുറിയിലേയ്ക്കു നടന്നു. ഉന്മേഷം നഷ്ടപ്പെട്ട ലൗലി വളരെ സാവകാശം ചായ കൂട്ടി മേശപ്പുറത്ത് വച്ചു. ഒരു പ്ലേറ്റിൽ ബിസ്ക്കറ്റുമായി കസേര നീക്കയിട്ടിരുന്നു. പതിവി

ല്ലാതെ ഉറങ്ങിയതിന്റെ ക്ഷീണമാണ്... ലൗലി സമാധാനിച്ചു.

കുളികഴിഞ്ഞ് ചായകുടിക്കാനിരുന്ന സിദ്ധുവിനെ നോക്കിയ ലൗലിക്ക് എന്തോ പന്തികേടു തോന്നി.

എവിടെപ്പോയി?

ങേ... ആഹ് ... അത് കുമരനെ നോക്കാൻ.

ഉം. എന്തുണ്ടായി? എന്തെങ്കിലും പ്രശ്നം?

ഏയ് ... ഒന്നുമില്ല. ഞാൻ പോയിട്ട് രണ്ടു ദിവസമായില്ലേ. ബാലേട്ടൻ പറഞ്ഞു. പോകാമെന്ന്.

സിദ്ധുവിന് കള്ളം പറയാനറിയില്ല.

ലൗലിയുടെ വാക്കുകൾ കേട്ട സിദ്ധാർത്ഥിന്റെ മുഖം വിളറി. അതിനെ മറികടന്നു ചോദിച്ചു.

എന്താ ചേച്ചി അങ്ങനെ പറഞ്ഞത്?

കള്ളം പറയുമ്പോ സിദ്ധുവിന്റെ മുഖം പറയുന്നുണ്ട്.

കണ്ണുകളും പറയും. ഇതു കള്ളമാണെന്ന്.

ചേച്ചിയമ്മേ...

പിടിക്കപ്പെട്ടവന്റെ നിസ്സഹായതയിൽ സിദ്ധു ഇരുന്നു.

പറയാൻ തുടങ്ങിയത് തടസ്സപ്പെട്ടു...

എന്താ സംഭവിച്ചത്? അതു പറഞ്ഞാൽ മതി.

പറയാം. പറയണ്ടാന്നായിരുന്നു തീരുമാനം.

ആരുടെ?

ബാലേട്ടനും, സോമനും

കുമരന് എന്തുപറ്റീ?

ആത്മഹത്യ...

പൂർത്തിയാക്കാനാവാതെ സിദ്ധു ലൗലിയെ നോക്കി.

ലൗലിയുടെ കൈവിറച്ചു. കപ്പിൽ നിന്ന് ചായ തുളുമ്പി ദേഹത്തു വീണു. ചായച്ചൂടറിഞ്ഞില്ല. കേട്ടത് എന്താണെന്ന് മനസ്സിലായില്ല.

എന്ത്? എന്തിന്?

സിദ്ധു സോമൻ പറഞ്ഞതെല്ലാം വള്ളിപുള്ളി തെറ്റാതെ ലൗലിയോട് പറഞ്ഞു.

മൂന്നു മണികഴിഞ്ഞപ്പോഴാണ് സോമന്റെ ഫോൺ വന്നത്. കുമരന് എന്തോ സംഭവിച്ചു. വിളിച്ചിട്ട് അനക്കമില്ലെന്നും വായിൽ നിന്ന്...

മതി...

ലൗലി പെട്ടെന്ന് തടഞ്ഞു... ചായ മേശപ്പുറത്തുവച്ച് കുളിമുറിയിലേക്കു പോയി. അകത്ത് ശക്തിയായ ഓക്കാനം കേട്ട സിദ്ധു ഓടിച്ചെന്നു വാതിലിൽ മുട്ടി.

ചേച്ചിയമ്മേ...

വാതിൽ തുറന്ന ലൗലിയുടെ കണ്ണുകൾ കലങ്ങിയിരുന്നു.

മുഖം കഴുകിയതിന്റെ അടയാളം തുടച്ചുമാറ്റാതെ കിടന്നു. അന്തം വിട്ടു നിൽക്കുന്ന സിദ്ധുവിനെ നോക്കി ലൗലി പറഞ്ഞു. ചിലപ്പോ ഇങ്ങനെയാണ്.

ലൗലി വേച്ചു വേച്ചു നടന്നതു കണ്ട സിദ്ധു പരിഭ്രാന്തനായി ഹൃദയമിടുപ്പ് പരിശോധിച്ചു. താങ്ങാനാവാത്ത സങ്കടം വന്നാൽ, പെട്ടെന്ന് ഇതുപോലെയെന്തെങ്കിലും കേട്ടാലൊക്കെ മനംപുരട്ടും. തലചുറ്റി വീഴും. താങ്ങാൻ കഴിയുന്നില്ല. സിദ്ധൂ... പാവം കുമരൻ, അവനെ ജീവിക്കാൻ അനുവദിച്ചില്ല...

ലൗലിയുടെ ഹൃദയം വിങ്ങുന്നത് സിദ്ധുവിന് മനസ്സിലായി. സങ്കടം വന്നാൽ അത് എങ്ങനെയെങ്കിലും പുറത്ത് പോകണം. അതിന് സാധാരണക്കാർ കരയും. ഉറക്കെ നിലവിളിക്കും. അപൂർവ്വം ചിലർ സ്വയം പീഡിപ്പിക്കും... നെഞ്ചത്തടിച്ചും മുടി വലിച്ചു പറിച്ചുമൊക്കെ അത് അടക്കി വച്ചാൽ അപകടമാണ്.

സങ്കടം അസഹനീയമായാൽ ഓക്കാനിക്കും. ഛർദ്ദിക്കും. എന്തുകൊണ്ടെന്നറിയില്ല. ചെറുപ്പം മുതലേ അതു പതിവാണ് കേട്ടത് മനസ്സിൽ പ്രതിധ്വനിച്ചുകൊണ്ടിരുന്നു.

അസാധാരണമായതെന്തോ കേട്ടതുപോലെ സിദ്ധു നോക്കി... ഇതുവരെ ഇങ്ങനെ ആരും പറഞ്ഞുകേട്ടിട്ടില്ല.

ക്ഷീണം മാറിയോ?

ഉം. മാറും. അതുസാരമില്ല.

നിങ്ങൾ എത്തും മുമ്പേ കഴിഞ്ഞോ?

കഴിഞ്ഞു. ഏതോ വിഷക്കായ തിന്നതാണെന്ന് മാരനാണ് പറഞ്ഞത്.

എന്നിട്ട്?

നാടറിയുന്നേന് മുമ്പേ അടക്കം ചെയ്തു. പാവം.

പട്ടിയെ കുഴിച്ചിടുന്നപോലെ... അല്ലേ?

അല്ല, അവരുടെ രീതിയിൽത്തന്നെ അടക്കം ചെയ്തു.

കുമരപ്പനാണ് പറഞ്ഞത് ആരും അറിയണ്ടാന്ന്.

അങ്ങനെ ആ അദ്ധ്യായം അടഞ്ഞു... അല്ല, അടച്ചു.

ചേച്ചീ ചായ കുടിച്ചില്ല.

കുടിച്ചാൽ ഛർദ്ദിക്കും. വേണ്ട.

ആനന്ദിനെകൊണ്ടുവരാമെന്ന് ഞാൻ പറഞ്ഞതാണ്

അത് അബദ്ധമാണ്. ആളുകൾ ശ്രദ്ധിക്കും.

അല്ലെങ്കിലും അവനെ സംബന്ധിച്ച് അപ്പനും അമ്മയും മരിച്ചു.

അവിടെയാരും ഇല്ലാത്തത് നന്നായി. മാരൻ പറഞ്ഞു. വേറെ ഒരു കുടിൽകെട്ടി കുമരപ്പനെ അങ്ങോട്ട് മാറ്റാമെന്ന്.

എന്തിന്?

ചിക്കൻപോക്സ് വന്നതല്ലേ. ആ കുടിൽ കത്തിക്കാമെന്ന് അടയാളങ്ങളും തെളിവുകളും ശേഷിക്കരുതല്ലോ.

വസ്ത്രങ്ങൾ കത്തിച്ചു.

കുമരപ്പന്റെ അവസ്ഥയെങ്ങനെ?

വളരെ സമാധാനമായി കാണപ്പെട്ടു. രാത്രിയിൽ രണ്ടുപേരും ഉറങ്ങാറില്ലെന്നും രാവിലെ കഞ്ഞികൊടുത്തിട്ട് കുറച്ചുനേരം ഉറങ്ങിപ്പോയെന്നുമൊക്കെ കുമരപ്പനാണ് പറഞ്ഞത്.

കുമരനെക്കുറിച്ചുള്ള ആധിക്ക് അറുതിയായി.

അതിനടുത്ത് ഒരു ചെടിയുണ്ട്. അതിന്റെ കായ് കഴിച്ചാൽ മരിക്കുമെന്ന്. കുമരപ്പൻ ഉറങ്ങിയ നേരത്താവും പോയി കായിറുത്തു തിന്നത്. കുമരപ്പൻ ഉണർന്നപ്പോൾ കരിമ്പടം പുതച്ചുറങ്ങുകയായിരുന്നു കുമരൻ. അതുകൊണ്ട് ശ്രദ്ധിച്ചില്ല. രാത്രി ഉറങ്ങാത്തതല്ലേ ഉറങ്ങിക്കോട്ടെ എന്നു കരുതി. ഉച്ചകഴിഞ്ഞിട്ടും ഉണരുന്നില്ലെന്ന് കണ്ട് വിളിച്ചതാണ് അപ്പോഴേയ്ക്കും.

രാവിലെ ചോദിച്ചൂന്ന് എത്രകാലം ഇങ്ങനെ ഒളിച്ചും പാത്തും കഴിയുമെന്ന്? ആനന്ദിനെ വളർത്താൻ കഴിയുമോ? ചീരുവിനെ തിരിച്ചു കിട്ടുമോ... എന്നൊക്കെ... കുറേ കരഞ്ഞു. ജീവിക്കാൻ സമ്മതിച്ചില്ലെന്ന്. ഒരു തെറ്റും ചെയ്യാതിരുന്നിട്ടും പേപ്പട്ടിയെപ്പോലെ അവളെ കൊന്നില്ലേന്ന്?

ഉം...

പിന്നെ എല്ലാം അവരുടെ ആചാരപ്രകാരം നടത്തി. ചീരുവിനെ അടക്കിയതിന്റെ തൊട്ടടുത്തുതന്നെ.

അവന്റെ ആത്മാവിന് ശാന്തി കിട്ടട്ടെ.

ഒരാഴ്ച കഴിഞ്ഞാൽ കുമരപ്പന് അസുഖം മാറും. അതോടെ പോയവരെല്ലാം തിരിച്ചുവരും. അതിനു മുന്നേ ചടങ്ങുകൾ ചെയ്യാമെന്ന് കുമരപ്പൻ പറഞ്ഞു. എല്ലാം പഴയതുപോലെ മുന്നോട്ട് പോകും. കുമരൻ വന്നതും പോയതും അറിയുന്നത് നമ്മൾ ഏഴുപേർക്കു മാത്രം. പുറത്തറിഞ്ഞാൽ ഏഴുപേരും കുടുങ്ങും.

അതുപാടില്ല. അവിടെ കുമരപ്പൻ സുഖമായി വരുന്നു. ഒരാഴ്ച കഴിഞ്ഞാൽ കുളിക്കാം. അതാണ് അതുമാത്രമാണ് നമുക്കും അറിയാവുന്നത്. ആദ്യമേ ചികിത്സിച്ചതുകൊണ്ട് ശരീരത്തിൽ പാടുക

ളില്ല.

പാടുകൾ ഹൃദയത്തിൽ മാത്രമായിരിക്കണം. ഒരിക്കലും മായാത്ത പാടുകൾ.

39

ഇനി വൈകിക്കൂടാ. എത്രയും പെട്ടെന്ന് എന്തെങ്കിലും ചെയ്തേ തീരൂ. കുമരൻ മരിച്ചത് ഒരു കണക്കിനു നന്നായി. ഒരിക്കലും സ്വത ന്ത്രമായി പുറംലോകത്ത് ജീവിക്കാൻ കഴിയാതിരിക്കുന്നതിലും ഭേദം മരണമാണ്; പ്രത്യേകിച്ച് ദൗത്യങ്ങളൊന്നും ഏറ്റെടുത്ത് ചെയ്യാനി ല്ല. ശേഷിക്കുന്നത് ആനന്ദ് മാത്രം. അവന്റെ കാര്യത്തിൽ വേണ്ടത് ചെയ്യണം. ഒരു വിധിക്കും അവനെ വിട്ടുകൊടുക്കില്ല. എന്തു സംഭ വിച്ചാലും, ഏതു മാർഗ്ഗം സ്വീകരിച്ചിട്ടായാലും വേണ്ടില്ല. അവന്റെ ഭാവി സുരക്ഷിതമാക്കണം.

ലൗലി പുതിയതായി ഒരപേക്ഷകൂടി തയാറാക്കി നേരത്തേ എം.എൽ.ക്കു കൊടുത്തതിന്റെ കോപ്പിയും ചേർത്ത് കവറിലാക്കി. സിദ്ധാർത്ഥ് ഹെൽത്ത് സെന്ററിലാണ്. രോഗികളുടെ എണ്ണം കൂടു തലായിരുന്നുവെന്ന് രാവിലെ മുതൽ തോന്നിയിരുന്നു. കനത്ത മഴ പലതരം അസുഖങ്ങൾക്കു കാരണമായിട്ടുണ്ട്. മഴക്കാലത്ത് ഹൈറേഞ്ചുകളെ അലോസരപ്പെടുത്തുന്ന ചില ജലജന്യരോഗങ്ങ ളുണ്ട്. പനിയും ഛർദ്ദിയും വയറിളക്കവും അങ്ങനെയങ്ങനെ.

കുടികളിൽ അകത്ത് തീ കൂട്ടുക പതിവാണ്. അതിനു ചുറ്റിനും കിടന്നുറങ്ങുന്നവർ പക്ഷേ, പുലർന്നാൽ പലേടങ്ങളിലായി സഞ്ച രിക്കുന്നു, തൊഴിലിനുവേണ്ടി. മഴക്കാലം അർദ്ധപട്ടിണിയുടെ കാലം കൂടിയാകുന്നു. കാരണം കാട്ടിൽപോയി വിറകോ തേനോ ഒന്നുംകൊണ്ടുവരാനാവില്ല. വരുമാനമില്ലാതെ നട്ടംതിരിയുന്ന കാല മാണ് പൊതുവേ മഴക്കാലം. പഴയതുപോലെ കാട്ടുകിഴങ്ങുമില്ല. കൃഷിയും കുറവാണ്. അടിയ്ക്കടിയുണ്ടാകുന്ന വെള്ളപ്പൊക്കം, കൃഷിനാശം ഇതൊക്കെയാണ് സാമൂഹ്യ പ്രശ്നങ്ങൾ.

തീർത്തും അവിചാരിതമായിരുന്നു ആ ഫോൺകോൾ. ഫോണെ ടുത്ത് സ്പീക്കറിലിട്ടുംകൊണ്ട് അടുക്കളയിലേയ്ക്കു നടന്നു. ഉച്ചഭ ക്ഷണം തയാറാക്കണം കുസുമം ചേച്ചിക്കും പനിയാണെന്ന് ബാലേ ട്ടൻ പറഞ്ഞു. ബാലേട്ടനും ഉച്ചയ്ക്ക് കഴിക്കാനുണ്ടാവും.

ചേച്ചീ

ആ, ലിബിൻ നിനക്ക് സുഖമാണോ?

അതെ. ചേച്ചീ അടുത്തമാസം കല്യാണം നടത്തണമെന്ന് അവർ

പറയുന്നു. എന്തായാലും ഒരു ഫ്ളാറ്റ് ശരിയായിട്ടുണ്ട്. അവർക്കി വിടെ വച്ച് നടത്തണമെന്നാണാഗ്രഹം. ഒറ്റ മോളല്ലേ. ഒരുപാട് ബന്ധുക്കളുമുണ്ട് അപ്പോ അതല്ലേ ശരി.

അമ്മയോട് പറഞ്ഞോ?

പറഞ്ഞു.

അളിയൻ സമ്മതിച്ചു. അവർ രണ്ടു ദിവസം മുന്നേ എത്താമെന്ന് പറഞ്ഞു.

ഡേറ്റ് തീരുമാനിച്ചോ?

ഡിസംബർ ഏഴാണ് പറഞ്ഞത്. സമയമുണ്ട്.

ഞാനെവിടെയാണ് വരേണ്ടത്?

ചേച്ചി രണ്ടു ദിവസം മുമ്പ് വരണം. ഒന്നുമില്ലെങ്കിലും എല്ലാ പേരും തമ്മിൽ കണ്ടിട്ട് കുറേയായില്ലേ... ലിപിക്ക് വലിയ പരാതി യാണ്.

എന്തിന്?

ചേച്ചി ഇതുവരെ കുഞ്ഞിനെ കാണാൻ ചെന്നില്ലെന്ന്. അമ്മയ്ക്കു വിഷമമുണ്ടെന്നു തോന്നുന്നു.

ശരിയാണ്. ഇതുവരെ പോകാൻ കഴിഞ്ഞില്ല.

ചേച്ചിക്ക് ടിക്കറ്റ് ബുക്കു ചെയ്യട്ടെ. ട്രെയിനിലോ ഫ്ളൈറ്റിലോ. എങ്ങനെ വേണം?

അതോർത്ത് നീ വിഷമിക്കണ്ട. ഞാനെത്താം.

രണ്ടുദിവസം മുന്നേ തന്നെയെത്താം. നിനക്കു സുഖമല്ലേ. സന്തോഷമായിരിക്കണം.

ബൈ ചേച്ചീ...

ബന്ധങ്ങളിൽ നിറയുന്ന ഔപചാരികത ലൗലിയെ വേദനിപ്പി ച്ചു. അച്ഛനോട് തീരാത്ത പകയും വിദ്വേഷവും കൊണ്ടുനടന്ന ചെറു പ്പകാലം. അവനെ കുറ്റംപറയാമോ? അവന് ലഭിക്കേണ്ട സ്നേഹവും പരിഗണനയും നൽകാതെ തീർത്ഥാടനത്തിനിറങ്ങിയ അച്ഛൻ മന സ്സിൽ കറുപ്പായി കിടന്നു. ഇന്നും ഒരുപക്ഷേ, അങ്ങനെയായിരി ക്കാം.

ചേച്ചി ചമഞ്ഞാൽ അച്ഛനാവുമോ? ഇല്ല. ഒരിക്കലും ആവില്ല...

ചിന്തകൾ സിഗ്നൽ കിട്ടാതെ കിടന്നു വിമ്മിട്ടമുണ്ടാക്കി. പഠി ക്കാൻ മിടുക്കനായിരുന്നതുകൊണ്ട് രക്ഷപ്പെട്ടു. വാശിയായിരുന്നു. പഠിച്ച് ജോലി സമ്പാദിക്കണം. എന്നിട്ട് അച്ഛൻ നിർത്തിയിടത്തു നിന്ന് തുടങ്ങണം. ഉത്തരവാദിത്തമുള്ള സഹോദരനായി ചേച്ചിമാ രുടെ വിവാഹം നടത്തണം. അമ്മയെ നോക്കണം. എന്തെന്തു

വാഗ്ദാനങ്ങൾ.

സ്വന്തം കാലിൽ നില്ക്കാൻ പ്രാപ്തനായതോടെ തൻകാര്യ പ്രാപ്തനാവുകയായിരുന്നു. ജോലികിട്ടിയ ആദ്യമാസങ്ങളിൽ അമ്മയ്ക്കു കുറച്ച് കാശ് അയച്ചുകൊടുത്തു.

ഇവിടെ ജീവിക്കാൻ ധാരാളം പൈസവേണം. ഭയങ്കര വാടകയാണ്... ആദ്യമൊക്കെ വർക്കിങ്ങ്മെൻസ് ഹോസ്റ്റലിൽ ആയിരുന്നു. ക്രമേണ അവിടത്തെ ഭക്ഷണം ശരിയാവുന്നില്ലെന്നായി.

മൂന്നുപേരു ചേർന്ന് ഒരു ഫ്ളാറ്റിൽ താമസമായി. പ്രായമുള്ള ഒരു സ്ത്രീ ഭക്ഷണം തയാറാക്കി. വീടു വൃത്തിയാക്കി. അതങ്ങനെ പോയി. അതിനിടയിലാണ് ലക്ഷ്മിയുമായി ഇഷ്ടത്തിലായത്. പാലക്കാട് നിന്നും ചെന്നൈയിൽ ഒടിച്ചുകുത്തിയ ചെടിയായിരുന്നിട്ടും സ്വഭാവികതയിൽ എത്തിയിരുന്നു. മൂന്ന് ഏട്ടന്മാരും തമിഴ്ബ്രാഹ്മിൻ സമുദായത്തിൽ നിന്നാണ് വിവാഹംകഴിച്ചത്. ഏക അനിയത്തിയാണ്. അച്ഛന് ടീ നഗറിൽ ഹോട്ടൽ ആണ്. ശുദ്ധ വെജിറ്റേറിയൻ ഹോട്ടൽ. വൈകുന്നേരങ്ങളിൽ ഏട്ടന്മാരും ഹോട്ടലിലെത്തും. മേൽനോട്ടക്കാരായി.

മൂന്നുപേർക്കും ജോലിയുണ്ട്. അതുകഴിഞ്ഞാണ് ഹോട്ടൽ സർവ്വീസ്. കാറ്ററിങ്ങ് സർവ്വീസുള്ളതുകൊണ്ട് ധാരാളം കല്യാണവും കാതുകുത്തും എന്നുവേണ്ട അത്യാവശ്യം നോൺ വെജ് ഭക്ഷണവും ഓർഡർ അനുസരിച്ച് ചെയ്തു കൊടുക്കാറുണ്ടെന്ന് ലിബിൻ പറഞ്ഞു. അതിനു പ്രത്യേകം കിച്ചൺ ഉണ്ടെന്ന്.

ജാതി തടസ്സം നിന്നെങ്കിലും ലക്ഷ്മിയുടെ പിടിവാശിക്കു മുന്നിൽ അച്ഛനും ചേട്ടന്മാരും കീഴടങ്ങി. അതിനു മറ്റൊരു കാരണം പറഞ്ഞത് പയ്യന് നല്ല വേലയുണ്ട്. പഠിപ്പും, ചെന്നൈ വിട്ടുപോവുല്ല. ബാക്കിയൊന്നും പ്രശ്നമല്ല. ആരുകേട്ടാലും മലയാള ബ്രാഹ്മിൻ എന്നു പറഞ്ഞാൽ മതിയെന്ന തീരുമാനത്തിൽ എത്തുകയായിരുന്നു.

അതിനിടയിലാണ് ലിപിയുടെ പ്രസവം.

അതുകൊണ്ട് ആറുമാസം കഴിഞ്ഞ് കല്യാണം നടത്താമെന്ന് തീരുമാനത്തിൽ എത്തി നിന്നു.ലക്ഷ്മിയുടെ ജാതകപ്രകാരം ഡിസംബർ ആവണം കല്യാണത്തിന് എന്നതുകൊണ്ടാണ് ഇത്രയും വൈകിയത്.

ഒരു യാത്ര അനിവാര്യമായിരിക്കുന്നു. ബന്ധങ്ങൾ പുതുക്കി വിളക്കിച്ചേർക്കണം. ലിപിയുടെ കുഞ്ഞിന് അഞ്ചുമാസം പ്രായമായി. അമ്മയുടെ ലോകം കുഞ്ഞിൽ ഒതുങ്ങി. ഒരു സ്ത്രീജന്മം പൂർത്തി

യാകുന്നത് മുത്തശ്ശിയാകുമ്പോഴാണെന്ന് പത്മചേച്ചിയാണ് പറഞ്ഞത് ചേച്ചിയുടെ വിശേഷങ്ങൾ അറിയണം. സ്നേഹം വാരിക്കോരിത്തന്നവരാണ് രണ്ടുപേരും. എന്നിട്ടുമെന്തേ ചേച്ചിയെ മറന്നു?

നന്ദികേടല്ലേ.... ഒരിക്കലും സംഭവിക്കാൻ പാടില്ലാത്തതാണ്. സ്നേഹിച്ചവരെ മറക്കുന്നതിലും വലിയ ചതിയെന്താണ്? എന്തു കൊണ്ട് ഇങ്ങനെ അനാസ്ഥ കാണിച്ചു എന്നത് ലൗലിയെ അലോസരപ്പെടുത്തി. എന്തായാലും ഇന്നു വിളിക്കണം. ഇപ്പോൾത്തന്നെ.

പച്ചക്കറികൾ അരിഞ്ഞത് അവിടെ വച്ചു. ഫോണെടുത്തു നമ്പർ ഡയൽ ചെയ്തു. കുറച്ചു സമയം ബെൽ റിംഗ് ചെയ്തെങ്കിലും മറുപടി കിട്ടിയില്ല. വീണ്ടും വിളിച്ചു.

അപരിചിതമായ ശബ്ദമാണ് ഫോണിന്റെ അങ്ങേത്തലയ്ക്കലെന്നു മനസ്സിലായി. ഏറെ ജിജ്ഞാസയോടെ, എന്നാൽ സംയമനത്തോടെ ചോദിച്ചു.

ഹലോ പത്മചേച്ചിയില്ലേ?

ആരാ? എന്താ വേണ്ടത്?

ഞാൻ അഞ്ചുനാട്ടിൽ നിന്നാണ്. ലൗലിടീച്ചർ. ചേച്ചിയെ വിളിക്കാമോ?

ഇപ്പോൾ ആളിവിടെയില്ല. ഏതോ ക്ഷേത്രത്തിൽ പോയതാണെന്നു തോന്നുന്നു. വരുമ്പോൾ പറയാം.

ആരാന്നാണ് പറയേണ്ടത്?

ഇത് ചേച്ചിയുടെ ഫോണല്ലേ. ചേച്ചിക്ക് നമ്പർ കാണുമ്പോൾ മനസ്സിലാവും.

എന്നാലങ്ങനെ...

ഠിം... ഫോൺ കട്ടായി.

ആരായിരിക്കും? എന്തായാലും ആള് ശരിയല്ല.

ചേച്ചിയെന്താ ഫോണെടുക്കാതെ പോയത്?

ഒറ്റയ്ക്കാവുമോ? അങ്ങനെ ഒറ്റയ്ക്കുപോയി ശീലമില്ല. ഒരിടത്തും പോകാറുമില്ല. വീടും പറമ്പും പശുവും. കഴിഞ്ഞു. എത്ര ചെറിയ ജീവിതമായിരുന്നു. സ്നേഹിക്കാൻ മാത്രമറിയുന്ന, ആരോടും ദേഷ്യപ്പെടാത്ത പത്മകുമാരിക്കു പക്ഷേ, സ്നേഹത്തിനുവേണ്ടി വലിയ വില കൊടുക്കേണ്ടി വന്നു.

എവിടെയോ എന്തോ പൊരുത്തക്കേടുകൾ.

ലൗലിയുടെ മനസ്സു പുകയാൻ തുടങ്ങി.

ആപത്ചിന്തകൾ ലൗലിയെ അലട്ടിക്കൊണ്ടേയിരുന്നു. അവരുടെ

കൂടെ ചേച്ചിയെ അയക്കണ്ടായിരുന്നു. എത്ര വലിയ ബന്ധം പറഞ്ഞാലും അവരുടെ ഉള്ളിരുപ്പ് അറിയാതെ പോയതേ അബദ്ധം. അദ്ദേഹത്തിന്റെ പെങ്ങളും മകനുമാണെന്ന് അവർ പറഞ്ഞതല്ലാതെ ആർക്കറിയാം. ആരാ എന്താന്നൊക്കെ. എന്തെങ്കിലും അപകടം...

ലൗലിയുടെ സമനില തെറ്റാൻ തുടങ്ങിയിരുന്നു.

ക്ലോക്കിൽ പന്ത്രണ്ട് മണിയായെന്ന് കിളി ചിലച്ചു. ഉച്ചഭക്ഷണം തയാറാക്കണം. ബാലേട്ടന് ഊണ് ഇവിടന്ന് കൊടുക്കാമെന്ന് കുസുമം ചേച്ചിയോട് പറഞ്ഞതാണ്. വേഗം കറിവച്ചു. പപ്പടം കാച്ചി. അപ്പോഴെല്ലാം പപ്പടം പൊള്ളി കുമളിക്കുന്നതുപോലെ പത്മചേച്ചി മനസ്സിൽ കുമിളകളായി. ചിലത് അപ്പാടെ പൊട്ടി.

അതിനുള്ളിൽ നിന്ന് ആവി പുറത്തേക്കു ചാടിക്കൊണ്ടിരിക്കെ സിദ്ധാർത്ഥിന്റെ സംഭാഷണം കേട്ടു.

നാളെയാണ് ചേച്ചിയമ്മേടെ മന്ത്‌ലിചെക്ക്അപ്പ്. രാവിലെ പോണം. സൈറ രജിസ്റ്റർ ചെയ്യാമെന്ന് അറിയിച്ചിട്ടുണ്ട്. ഷിബുവിന്റെ ജീപ്പ് പറയാം അല്ലേ?

ഉം... പറയാം.

ടീച്ചറമ്മേ... എവിടെ അനക്കമില്ലല്ലോ.

സിദ്ധു നേരേ അടുക്കളയിലെത്തി. അവിടെ പപ്പടത്തിൽ കണ്ണും നട്ട് ആലോചനയുടെ പടുകുഴിയിലെങ്ങോ ആണ് ചേച്ചിയമ്മ എന്നു മനസ്സിലായി. സിദ്ധു അടുത്തു ചെന്ന് മുഖത്തേയ്ക്കു നോക്കിയതും ലൗലി ഞെട്ടി.

ചേച്ചിയെന്താ സ്വപ്നം കാണുകയായിരുന്നോ? ഞങ്ങൾ വന്നിട്ട് കുറേനേരമായിട്ടും ആളെ കാണാഞ്ഞിട്ടല്ലേ അടുക്കളയിൽ വന്നത്.

ങേ... ഇരിക്ക് ഞാൻ ചോറെടുക്കാം.

സിദ്ധു ഒരു പപ്പടം എടുത്തു കടിക്കാൻ തുടങ്ങി.

കൈകഴുകാതെ പപ്പടം കഴിക്കുന്നോ?

ലൗലി ദേഷ്യപ്പെട്ടു.

എടുത്ത പപ്പടം തിരികെവച്ച് കൈകഴുകാനായി ഡൈനിങ്ങ് ഹാളിലേക്കു നടക്കുന്ന സിദ്ധുവിനെ നോക്കി ലൗലി സങ്കടപ്പെട്ടു.

അവന് വിഷമം തോന്നിയോ? ചിലനേരം സ്വയം നിയന്ത്രിക്കാൻ കഴിയാതെ വരുന്നു. അറിയാതെ ദേഷ്യപ്പെടുക... പിന്നെ അതോർത്ത് സങ്കടപ്പെടുക. എന്തൊക്കെയോ സംഭവിക്കുന്നുണ്ട്. കടിഞ്ഞാൺ നഷ്ടപ്പെട്ട അവസ്ഥയാണ് പലപ്പോഴും.

കൈകഴുകി വന്ന സിദ്ധു ലൗലിയുടെ മുഖഭാവം ശ്രദ്ധിച്ചു. അത്ര

പന്തിയല്ല. അതാണ് കാര്യം. ഇഷ്ടമില്ലാത്തത് എന്തോ സംഭവിച്ചു കാണും. അല്ലാതെ ഇങ്ങനെ ബേജാറാവില്ല.

ഏയ്, അല്ല, കുറച്ചുദിവസമായി ഒരു ഭാവമാറ്റം പ്രകടമാണ്. എന്തായാലും നാളെ ഡോക്ടർ സുരേഷ്കുമാറിനെകൂടി ഒന്നു കാണണം. എന്തെങ്കിലും അബ്നോർമലായിട്ടുണ്ടെങ്കിൽ ശ്രദ്ധിക്കണം. ചോറും കറികളും മേശപ്പുറത്ത് വച്ച് പാത്രങ്ങളിൽ വിളമ്പുമ്പോഴും ആളിന്റെ മനസ്സ് മറ്റെവിടെയോ ആണെന്നു മനസ്സിലാക്കിയ സുജനപാലൻ കറികൾ വിളമ്പിയിട്ട് ലൗലിയെ ശ്രദ്ധിച്ചു. ചോറും കറിയും കൂട്ടിക്കുഴക്കുന്നതല്ലാതെ വായിലേയ്ക്ക് പോകുന്നില്ലെന്നത് രണ്ടുപേരെയും അസ്വസ്ഥരാക്കി.

ടീച്ചറമ്മേ, എന്താ കഴിക്കാത്തത്?

ങേ... എന്താ പറഞ്ഞത്?

സുജനപാലൻ സിദ്ധാർത്ഥിനെ നോക്കിയിട്ടു പറഞ്ഞു.

നല്ല രുചി. ഈ കറിയെങ്ങനെയുണ്ടാക്കി?

പെട്ടെന്ന് പരിസരബോധം വീണ്ടെടുത്ത ലൗലി കൃത്രിമമായ ഒരു ചിരിയിൽ ചോറിലേയ്ക്ക് വീണ്ടും കറി ഒഴിക്കുകയും കൂട്ടിക്കുഴക്കുകയും ചെയ്തു. പിന്നെ ധൃതിയിൽ രണ്ടു മൂന്നാവർത്തി വായിലേക്കു കൈനീങ്ങി.

തികച്ചും യാന്ത്രികമായ ചലനങ്ങൾ.

എന്താ ചേച്ചിയമ്മേ... ഈ കറിയെല്ലാം സ്വന്തം പാത്രത്തിൽ മാത്രം ഒഴിച്ചാലോ... ഞങ്ങൾക്കും വേണം.

ആളിവിടെയില്ല... കഷ്ടമാണ് ചേച്ചീ.

എന്താ മോനേ... കറിവേണോ?

ഒന്നും വേണ്ട. ഇവിടെയുണ്ടായാൽ മതി.

സോറി... ഏതാണ്ടൊക്കെ ആലോചിച്ചുകൂട്ടി.

അതിന്റെ മുകളിൽ അടയിരുന്നു അതാ...

ഇത്ര ചിന്തിക്കാനെന്തുണ്ടായി?

സുജനപാലൻ സൗമ്യനായി ചോദിച്ചു.

ബാലേട്ടാ, പത്മചേച്ചി

എന്താ ... എന്തുപറ്റി?

ഇപ്പോൾ വേവലാതിപ്പെട്ടത് സുജനപാലനാണ്.

എന്തോ പ്രശ്നമുണ്ടെന്ന് മനസ്സു പറയുന്നു.

ഫോൺകോളും മറുപടിയും ലൗലി വ്യക്തമാക്കി, എനിക്കാകെ പേടിയാവുന്നു ബാലേട്ടാ... ആ ചേച്ചിയെ അവരുടെ കൂടെ അയക്കേണ്ടിയിരുന്നില്ല.

കൊപ്പര

അവകാശം പറഞ്ഞു ബന്ധുക്കൾ വന്നാൽ നമ്മളെന്തു ചെയ്യും? നമ്മൾ ബന്ധുക്കളല്ല. അവകാശികളും.

അവകാശം പൈസയുടെ മേലായിരുന്നോ?

സിദ്ധുവിന് പരിചയമില്ലാത്ത ഒരാൾ.

അതിലേറെ ബാലേട്ടനും ചേച്ചിയമ്മയും ഇത്രമേൽ വ്യാകുലരാകണമെങ്കിൽ ഏറെ വേണ്ടപ്പെട്ട ആരോ ആണ്.

ചേച്ചിയെ ഫോണിൽ കിട്ടിയാലേ അറിയാൻ കഴിയൂ... അയാൾ ഫോൺ കൊടുക്കാത്തതാണോ?

എന്തോ പന്തികേടുണ്ടെന്ന് ഉറപ്പാണ്.

എങ്ങനെ ചേച്ചിയോട് സംസാരിക്കാം?

അതാണ് ഞാനും ആലോചിക്കുന്നത്.

സിദ്ധു പറഞ്ഞതും സുജനപാലൻ ചിരിച്ചു.

ഒരു നമ്പർ... ശ്രമിച്ചുനോക്കാം. നമ്പർ പറ.

ലൗലി പറഞ്ഞ നമ്പറിൽ സുജനപാലൻ വിളിച്ചു.

കുറച്ചു സമയം ബെല്ലടിച്ചതിനുശേഷം മറുപടി വന്നു.

ആരാ? എന്താ വേണ്ടത്?

എന്താ മിസ്റ്റർ അല്പം മര്യാദക്ക് സംസാരിച്ചാൽ...

ഞാൻ എസ്.ഐ. സാജൻ തോമസ്. ഇത് ശ്രീമതി പത്മകുമാരിയുടെ നമ്പരല്ലേ? അവരെവിടെ?

എന്താ സാർ കാര്യം?

അവരുടെ പേരിലൊരു കേസുണ്ട്. കുറച്ചു ദിവസമായി അന്വേഷിക്കുന്നു.

കേസ്സോ? എന്തു കേസ്സ്?

അവരുടെ ഭർത്താവ് ഒരാളിന് കുറച്ച് പണം കൊടുക്കാനുണ്ട്. സ്ഥലം വില്ക്കുമ്പോൾ കൊടുക്കുമെന്നാണ് പറഞ്ഞത്. എന്നിട്ട് കൊടുക്കാതെ മുങ്ങി. ഫോൺ അവർക്ക് കൊട്. വേഗം.

പെട്ടെന്ന് മറുവശത്ത് ആരുടെയോ അടക്കിപ്പിടിച്ച സംഭാഷണങ്ങൾ... അല്പം കഴിഞ്ഞ് ഒരു സ്ത്രീ ശബ്ദം. അതും ഭയന്നതുപോലെയുള്ള വിറയാർന്ന ശബ്ദം.

ഫോൺ സ്പീക്കർ മോഡിലാക്കിയിരുന്നതിനാൽ മൂന്നുപേരും കേൾക്കുന്നുണ്ടായിരുന്നു.

ഹലോ...

നേർത്ത ശബ്ദം.

പത്മകുമാരിയാണോ?

അതെ.

അടുത്ത് ആരെങ്കിലും ഉണ്ടോ?

ഇല്ല.

പേടിക്കണ്ട... ചേച്ചീ ഞാൻ ലൗലിയാണ്. വിളിച്ചിട്ട് ഫോൺ തരുന്നില്ല. ഇങ്ങോട്ട് ഒന്നും പറയണ്ട. ഞങ്ങൾ പറയുന്നത് 'ശരി' എന്നുമാത്രം പറഞ്ഞാൽ മതി.

ശരി സർ.

അവിടെയെന്തെങ്കിലും പ്രശ്നമുണ്ടോ?

ശരി സർ

ചേച്ചിക്ക് അവിടെ കഴിയാൻ ബുദ്ധിമുട്ടാണോ?

ശരി സർ...

പൈസ അക്കൗണ്ടിലുണ്ടോ?

ഇല്ല സാർ...

ശബ്ദം വല്ലാതെ ഇടറി...

അവരെടുത്തോ?

ശരി സർ...

ഞാൻ വന്നാൽ ചേച്ചി എന്റെകൂടെ വരുമോ?

ശരി സർ... വരാം സർ...

ലൗലിയുടെ ശബ്ദമിടറി.

ചേച്ചി വിഷമിക്കരുത്. ഞങ്ങളുണ്ട്. അവര് ചോദിച്ചാൽ ബാലേട്ടന് അഞ്ചുലക്ഷം രൂപ കൊടുക്കാനുണ്ടെന്ന് പറയണം. ഓ.കെ.

ശരി സർ

ഫോൺ അയാളുടെ കയ്യിൽ കൊടുത്തിട്ട് സങ്കടപ്പെട്ടുനിക്കണം.

ഹലോ... മയപ്പെട്ട പുരുഷസ്വരം.

ഒരാഴ്ചത്തെ സമയം തരും. അഞ്ചുലക്ഷം രൂപ ഇവിടെ എത്തിക്കണം. അക്കൗണ്ടിൽ ഇഷ്ടം പോലെയുണ്ടല്ലോ. കോടതിയും കേസ്സുമായാൽ നിങ്ങൾകഷ്ടപ്പെടും.

ഓ.കെ. മറുപടിക്കു കാക്കാതെ ഫോൺ കട്ടു ചെയ്തു.

സിദ്ധു രണ്ടുപേരെയും മാറി മാറി നോക്കി.

ആര്? എന്തിന്?

ഒരു നാടകം കാണുന്ന പ്രതീതിയിൽ, ഒന്നും മനസ്സിലാകാതെ, എന്നാൽ വേണ്ടപ്പെട്ട ആരോ ആണെന്ന തോന്നലിൽ വിശദീകരണം കാത്തിരുന്ന സിദ്ധുവിനെ നോക്കി ലൗലി പറഞ്ഞു.

പത്മചേച്ചി...

ഞങ്ങളുടെയൊക്കെ ചേച്ചി.

ശിവകുമാർ സാറിന്റെ ഭാര്യ.

40

കുമരൻ മരിച്ചു.

ആ കുട്ടി തീർത്തും അനാഥനായി അതാണ് കഷ്ടം. ഒരു തെറ്റും ചെയ്യാതെ കുറ്റവാളിയായവൻ. കുറ്റവാളികളെ സമൂഹം കാണുന്നതും ഇടപെടുന്നതും സ്വാഭാവികമായ രീതിയിലല്ല. മുനവച്ച വാക്കും നോട്ടവും അവനിലേയ്ക്കു നീളും.

അവനെന്തു ചെയ്തു?

എന്തു ചെയ്തു എന്നതിനേക്കാൾ പ്രസക്തം എന്തു ചെയ്യാൻ തടസ്സമായി എന്നതാണെന്ന് കുമരന്റെ ജീവിതം സാക്ഷി. ജി.കെ., ഇത്രയൊക്കെ സംഭവിച്ചിട്ടും നമ്മളിങ്ങനെ നിഷ്ക്രിയരായിരുന്നാൽ? ഏതെങ്കിലും തരത്തിൽ പ്രതികരിക്കണ്ടേ?

മാളൂ എടുത്തുചാടി ഒന്നും ചെയ്യരുതെന്നല്ലേ സഖാവ് സി.എ ച്ച്. പറഞ്ഞത് അദ്ദേഹം പെട്ടെന്ന് വരുമെന്നല്ലേ പറഞ്ഞത്. അല്പം കൂടി ക്ഷമിക്കാം.

മാളവിക ആകെ നിരാശിതയായി കാണപ്പെട്ടു. കുമരൻ ഒരു കൊല്ലം മാളവികയുടെ സംരക്ഷണയിലായിരുന്നല്ലോ.

നമ്മുടെ ദിശാബോധം നഷ്ടപ്പെടുന്നുണ്ടോ?

ഇല്ല, നമുക്ക് അല്പംകൂടി ക്ഷമ വേണമെന്നു മാത്രം. സി.എച്ച്. ഇവിടെയുണ്ടായിരുന്നെങ്കിൽ... എന്തെങ്കിലും ഒരു തീരുമാനത്തി ലെത്താമായിരുന്നു.

ഇനിയും വൈകിയാൽ കനല് കെട്ടുപോകും. അതൊന്ന് ആളി ക്കത്തിക്കണം. അതിനപ്പുറം ഏതെങ്കിലും സുരക്ഷിത സ്ഥാനം കണ്ടെത്തണം

കുമരനെ രക്ഷിക്കാനാവാത്തതിൽ ജി.കെ.യ്ക്ക് വലിയ കുറ്റ ബോധം അനുഭവപ്പെട്ടു. ആർക്കും ഭാരമാകാതെ അയാൾ സ്വയം ഒഴിവായി. രണ്ടുമരണം. രണ്ടു കുടുംബങ്ങൾ ആശ്രയമില്ലാതെ നിരാ ലംബരായി. അനാഥത്വത്തിന്റെ അഗ്നിമുഖത്തേയ്ക്ക് ഒരു ബാല്യം വലിച്ചെറിയപ്പെട്ടു. എല്ലാം തികച്ചും സ്വഭാവികമെന്ന നിലപാടുതറ യിൽ സുഭദ്രമാകുന്ന ഭരണകൂടം. ജി.കെ. അരുവിയിലിറങ്ങി മുങ്ങി നിവർന്നു. കലിയടങ്ങിയ മഴ പിൻവാങ്ങി. സൂര്യചന്ദ്രന്മാർ പഴയ സ്ഥിതിയിൽ പ്രത്യക്ഷപ്പെട്ടു തുടങ്ങി. പുഴ ശാന്തത കൈവരിച്ചു. യൗവ്വനയുക്തയെപ്പോലെ പ്രസരിപ്പാർന്നു. ഇടയ്ക്കിടെ പൊട്ടിച്ചി രിച്ചും തുള്ളിക്കുതിച്ചും ആഹ്ലാദവതിയായി.

ഓരോ തവണ മുങ്ങുമ്പോഴും തീരുമാനങ്ങൾ ഉറച്ചുകൊണ്ടേ യിരുന്നു. അരുവിയുടെ ആഴമുള്ള ഭാഗത്ത് ഏറെ സമയം മുങ്ങിക്കി

ടക്കുക പതിവാണ്. മിനിട്ടുകൾ അങ്ങനെ കിടക്കും. അത് ഒരുതരം പരിശീലനമാണ്. പ്രാതികൂല്യങ്ങളെ അതിജീവിക്കാനുള്ള പരീക്ഷണങ്ങളുടെ ഭാഗം. മഴകുറഞ്ഞതുകൊണ്ട് ഒഴുക്കിന്റെ ശക്തി കുറയുകയും വെള്ളം തെളിയുകയും ചെയ്തു.

കലുഷമായ മനസ്സിനെ തണുപ്പിച്ച് ശാന്തമാക്കാൻ പലവഴികളും ഗോപകുമാർ സ്വീകരിക്കാറുണ്ട്. അതിൽപ്പെട്ടതാണ് ഈ മുങ്ങാം കുഴിയിടൽ. ചൂടുകാലത്ത് പുഴയോരത്തെ കളിമണ്ണ് ദേഹമാകെ പൂശിയിരിക്കും. അതിനുശേഷം മുങ്ങിക്കുളിക്കും. പ്രകൃതിയോട് ഇണങ്ങിയുള്ള ജീവിതം.

മാരനെ കാണണം. ഉച്ചകഴിഞ്ഞ സമയത്ത് ജി.കെ.യും മാളവികയും ഇറങ്ങി. കയ്യിൽ ചെറിയൊരു തുണി സഞ്ചിയുമായി ജി.കെ. മുമ്പിൽ നടന്നു. വനാതിർത്തിയിൽ നിന്ന് ഒരു പ്രത്യേക ശബ്ദം പുറപ്പെടുവിച്ച ജി.കെ. മാരനെ കാത്തിരുന്നു. കുറച്ച് സമയം കഴിഞ്ഞ് മാരനെത്തി.

ആളൊഴിഞ്ഞ ഊരിലേക്ക് സന്ധ്യയോടെ ജി.കെ.യും മാളവികയും എത്തി. മാരന്റെ കുടിയിൽ അന്ന് രണ്ടുപേരും മാരനുമായി ഏറെ സമയം സംസാരിച്ചു. എല്ലാം ശ്രദ്ധയോടെ കേട്ടിരുന്ന മാരൻ സഞ്ചിയിലെ സാധനങ്ങൾ ഒരു കുട്ടയിൽ വച്ചു. ചെയ്യേണ്ട കാര്യങ്ങളെല്ലാം മാരൻ മനസ്സിൽ ചിട്ടപ്പെടുത്തിക്കൊണ്ടിരിക്കെ ജി.കെ.യും മാളവികയും പുറത്തിറങ്ങി ഇരുളിലേയ്ക്ക് നടന്നു. കുട്ടയിലെ സാധനങ്ങൾ മറ്റൊരു കുട്ടകൊണ്ട് മൂടി മാരൻ ഉറങ്ങാൻ കിടന്നു.

നേരിയ ഭയം മാരനെ പിടികൂടി. തൊണ്ട വരൾച്ചയിൽ അടഞ്ഞു. മൺകുടത്തിലെ തണുത്തവെള്ളം നിറയെ കുടിച്ചിട്ടും തൊണ്ടക്കുഴി വരണ്ടു കിടന്നു. ആദ്യമായി... സ്വന്തം കൂടെപ്പിറപ്പുകളുടെ ആത്മശാന്തിക്കായി ചെയ്യണം. ചെയ്തേ തീരൂ... നോട്ടം കുട്ടയിലേയ്ക്കും സ്വന്തം മനസ്സിലേയ്ക്കുമായി ഉറപ്പിച്ചു. ഭയക്കരുത്... ആരോ ഓർമ്മിപ്പിക്കുന്നതുപോലെ.

രാവിലെ ഷിബു ജീപ്പുമായി വന്നു. ലൗലിയും സിദ്ധാർത്ഥും ചെക്കപ്പിനായി മൂന്നാറിലേയ്ക്ക് പുറപ്പെട്ടു. വഴിയിൽ രണ്ടുമൂന്നിടങ്ങളിൽ കോടമഞ്ഞ് വഴിമുടക്കിയെങ്കിലും ക്രമേണ സൂര്യൻ തെളിഞ്ഞു. മഞ്ഞ് മലമടക്കുകളിലും താഴ്‌വാരങ്ങളിലും ഒളിച്ചുകളിച്ചു. സൈറ റിസപ്ഷനിൽ ഉണ്ടായിരുന്നു. ഒരു പകൽ ലൗലിക്കായി മാറ്റിവച്ചു. പകരം നൈറ്റ് ഡ്യൂട്ടിയെടുത്തു. കാർഡിയോളജി ഡോക്ടർ വിശദമായ പരിശോധനകൾക്കുശേഷം പറഞ്ഞു.

മരുന്ന് മുടക്കരുത്. അധികം സ്ട്രയിൻ പാടില്ല.. ലൗലി ചിരിച്ചു.

എന്തു സ്ട്രെയിൻ? ഞാനീയിടെ ഒരു ജോലിയും ചെയ്യാറില്ല ഡോക്ടർ. സ്കൂളിൽ പോലും പഠിപ്പിക്കുമെന്നല്ലാതെ മറ്റൊന്നും ചെയ്യാറില്ല. ആരും ഒന്നും ചെയ്യാൻ അനുവദിക്കാറില്ല. അസാധാരണമായൊരു കരുതൽ സഹപ്രവർത്തകരിൽ പ്രകടമായി കാണുന്നു. എന്തെങ്കിലും സംഭവിക്കുമെന്ന ഭയമായിരിക്കും. ചിരിക്കാതെന്തു ചെയ്യും?

അത് ടീച്ചറോടുള്ള സ്നേഹം കൊണ്ടാവും.

ആരൊക്കെ സ്നേഹിച്ചാലും ഇല്ലെങ്കിലും മനുഷ്യന്റെ ആയുസ്സ് കൂട്ടാനും കുറക്കാനും കഴിയുമോ ഡോക്ടർ? ഇല്ലെന്ന് എത്രയോ മരണങ്ങൾ സാക്ഷ്യപ്പെടുന്നു. പിന്നെ സ്നേഹം... അതൊരു വിശ്വാസമല്ലേ. ഉണ്ടെന്നു തീരുമാനിച്ചാൽ ഉണ്ട്. ഇല്ലെന്ന് തോന്നിയാൽ ഇല്ല. ഒക്കെ മനസ്സിന്റെ കല്പനകൾ മാത്രം... ഒരു ഞാണിന്മേൽ കളിയാണ് ജീവിതം. ചിലർ നടന്നു ലക്ഷ്യത്തിലെത്തും. പലരും ഇടയ്ക്ക് കൊഴിയും എന്തായാലും ഒരു കാര്യത്തിൽ സമാധാനമുണ്ട്.

അതെന്താ ടീച്ചർ?

മരണം ഉറപ്പാണ്. സമയത്തിലേ സംശയമുണ്ടാവൂ. ഒഴിവാക്കാനോ മാറ്റിവയ്ക്കാനോ കഴിയാത്ത ഒന്നിനെയോർത്ത് ആശങ്കപ്പെടുന്നതല്ലേ വിഡ്ഢിത്തം? വരട്ടെ... വരുന്നിടത്ത് വച്ച് കാണാം. അല്ലാതെ ഭയന്ന് ജീവിക്കാൻ വയ്യ.

അതൊരു പ്രഖ്യാപനം പോലെയാണ് ഡോക്ടർക്ക് അനുഭവപ്പെട്ടത്. യാത്ര പറയാൻ ചെന്ന സിദ്ധാർത്ഥിനോട് പറയുകയും ചെയ്തു.

അധികം ഒറ്റയ്ക്കിരുത്തരുത്. മെന്റലി അത്ര ഹെൽത്തിയല്ല. ഡോക്ടർ സുരേഷ്കുമാറിനെ ഒന്നു കാണുന്നത് നന്നായിരിക്കും.

താങ്ക്യൂ- ഡോക്ടർ കാണണം. എനിക്കും തോന്നി.

പുറത്ത് സൈറയും ലൗലിയും എന്തോ തമാശ പറഞ്ഞ് ചിരിക്കുകയായിരുന്നു. അതുകണ്ട സിദ്ധാർത്ഥ് ചോദിച്ചു.

എന്താണിത്ര തമാശ? എനിക്ക് കേൾക്കാവുന്നതാണോ?

നോ... നോ... ലേഡീസ് ഒൺലി. സൈറ ചിരിച്ചു.

ചേച്ചിയമ്മേ ഒരാളെക്കൂടി കാണാനുണ്ട്. അതുകഴിഞ്ഞ് ബാക്കി തമാശ... ഓ.കെ.

ടീച്ചറമ്മേ, നമുക്ക് ഡോക്ടർ സുരേഷ്കുമാറിനെക്കൂടി കാണാം. അല്പം റിലാക്സേഷൻ വേണ്ടേ?

സൈറയുടെ സംഭാഷണത്തിൽ എന്തെങ്കിലും അപകട സൂചന

യുണ്ടോ?

അതെന്തിനാ സിദ്ധൂ?

ഒന്നുമില്ല. മനസ്സിലെ കുറച്ചു ഭാരം കുറയ്ക്കാം.

കുറയ്ക്കണം. അത്രേയുള്ളൂ.

ലൗലി മനസ്സിൽ പറഞ്ഞു.

മാനസിക ആരോഗ്യം... അതിനു കാരണങ്ങളുണ്ടല്ലോ. അധികം കാത്തിരിക്കേണ്ടി വന്നില്ല. സൈറ നേരത്തേ പറഞ്ഞിരുന്നു. മൂന്നു പേരും ഡോക്ടറുടെ മുന്നിൽ എത്തിയതും അദ്ദേഹം ചിരിച്ചു.

ഓ. യു ആർ ഡോക്ടർ സിദ്ധാർത്ഥ്?

യാ സർ.

സംഭാഷണങ്ങൾ തികച്ചും സൗഹൃദപരമായിരുന്നു. അല്പസമയം മൂന്നു ഡോക്ടർമാരുടെയും സംഭാഷണങ്ങൾ ശ്രദ്ധിച്ചുകൊണ്ടിരുന്ന ലൗലിയോട് ഡോക്ടർ സുരേഷ്കുമാർ വിശേഷങ്ങൾ ചോദിച്ചു തുടങ്ങി. സ്കൂളിലെ കാര്യങ്ങൾ, വീട്ടുവിശേഷങ്ങൾ... അഞ്ചുനാട്ടിലെ വർത്തമാനങ്ങൾ ... അങ്ങനെ നീണ്ടുപോയ സംഭാഷണങ്ങൾക്കിടയിൽ സൈറ പുറത്തിറങ്ങി. അറ്റാക്കിലേക്ക് നയിച്ച സാഹചര്യങ്ങൾ ഓർത്തു പറയാമോ? അന്നത്തെ ദിവസം രാവിലെ മുതൽ...

ലൗലി ഓർമ്മയുടെ താളുകൾ മറിക്കാൻ തുടങ്ങി അപ്പോഴാണ് സിദ്ധാർത്ഥിന്റെ ബെൽ ശബ്ദിച്ചത്.

സോറി... ഇപ്പോ വരാം. ഒരു കോൾ.

ഇപ്പോൾ ലൗലിയും ഡോക്ടർ സുരേഷും മാത്രമായി.

ലൗലി അന്നത്തെ സംഭവങ്ങൾ ഓർത്തെടുത്തു.

മുഖത്തെ ഭാവമാറ്റങ്ങൾ സശ്രദ്ധം വീക്ഷിക്കുകയായിരുന്ന ഡോക്ടർ ഇടയ്ക്ക് ഓർമ്മിപ്പിച്ചു.

റിലാക്സ് ... ഇമോഷനലാകാതെ സമാധാനമായി. ടേക്ക് യുവർ ഓൺ ടൈം.

ലൗലി പലതും പറഞ്ഞു. അച്ഛന്റെ തീർത്ഥാടനം മുതൽ കടന്നു വന്ന ജീവിതാവസ്ഥകളുടെ നേർചിത്രം അനാവരണം ചെയ്യുകയായിരുന്നു. ചീരുവിന്റെ മരണം ആനന്ദിന്റെ അനാഥത്വം കുമരന്റെ മരണം. ഒടുവിൽ പത്മചേച്ചിയുടെ അവസ്ഥവരെയെത്തിയതും ലൗലിക്ക് ഓക്കാനം വന്നു.

വാഷ് റൂമിൽ പോയി കുറേ ഓക്കാനിച്ചു. ഒരു പ്രായമായ നെഴ്സ് പുറം തടവിക്കൊടുത്തു. മുഖം കഴുകി പുറത്തിറങ്ങിയപ്പോഴേക്കും സിദ്ധാർത്ഥ് അടുത്തു ചെന്നു കൈപിടിച്ച് സീറ്റിലിരുത്തി.

കൊപ്പര

എന്താ ചേച്ചിയമ്മേ... ഛർദ്ദിച്ചോ?

ഇല്ല. ഓക്കാനം വന്നു. തലവേദനയും

സിസ്റ്റർ കപ്പിൽ ചായ പകർന്നു നീട്ടി...

വേണ്ട. കുടിച്ചാൽ ഛർദ്ദിക്കും സിസ്റ്റർ

ഇല്ല, ടീച്ചർ കുടിച്ചു നോക്ക്. കുഴപ്പമില്ല. തലവേദനയ്ക്ക് ആശ്വാസമാവും.

മടിച്ചുമടിച്ച് ലൗലി ഒരു കവിൾ ചായ കുടിച്ചു. ചൂടു ചായ അകത്തെത്തിയത് ആശ്വാസമായി തോന്നി. രണ്ടുമൂന്ന് പ്രാവശ്യം ചൂടോടെ കുടിച്ചു കഴിഞ്ഞപ്പോൾ തലവേദനയ്ക്ക് ശമനമായിയെന്നു തോന്നി.

ഡോക്ടർ സുരേഷ്കുമാർ സംസാരിച്ചുതുടങ്ങി. ടീച്ചറെപ്പോലെ ഇത്രയും വൈബ്രന്റായ ഒരാൾക്ക് കൗൺസലിംഗ് ആവശ്യമില്ല. കാര്യങ്ങൾ മനസ്സിലാക്കാനും അപഗ്രഥിക്കാനും ടീച്ചറിന് കഴിയുന്നുണ്ട്. ഇവിടെയിപ്പോ ചെറിയ ഒരു സപ്പോർട്ടാണ് വേണ്ടത്. മെഡിക്കൽ സപ്പോർട്ട്. മനസ്സിനെ സ്റ്റേബിളാക്കി നിർത്താൻ അല്പം മരുന്നിന്റെ സഹായം. ഇമോഷൻസ് സപ്രസ്സ് ചെയ്യുന്നതാണ് പ്രശ്നമാകുന്നത്. ഇമോഷൻസ് മസ്റ്റ് ബീ എക്സ്പോസ്ഡ്. സപ്രസ്സ്ഡ് ഇമോഷൻസ് വിൽ ലീഡ് ടു ഡിപ്രഷൻ....

ദേഷ്യം, സങ്കടം, സന്തോഷം ഒക്കെ തുറന്നുവിടണം.

സാധാരണ ദേഷ്യമില്ലാത്തയാളായിരുന്നു. ഈയിടെ പെട്ടെന്ന് ദേഷ്യം വരുന്നു. അപ്സെറ്റാകും... എങ്ങോട്ടെങ്കിലും പോകാൻ തോന്നും. ചിലപ്പോഴെങ്കിലും എനിക്കുതന്നെ എന്നെ വിശ്വാസമില്ലാതാകുന്നു. പാട്ടുകേട്ടാൽ ദേഷ്യം വരും. ശബ്ദങ്ങൾ ഇഷ്ടമല്ല. ആഹാരം കഴിക്കാൻ മടിയാണ്. എന്തിന് വൃത്തിയായി ഡ്രസ്സ് ചെയ്യാൻ പോലും താല്പര്യമില്ലാതാവുന്നു.

ജീവിതം നിരർത്ഥകമാണെന്ന് മനസ്സ് ആവർത്തിക്കുന്നു. ആശങ്കകൾ... അമർഷം.... നിസ്സഹായത. ഇതൊക്കെ ചുറ്റിവരിഞ്ഞിരിക്കുന്നതുപോലെ. ഒക്കെ പൊട്ടിച്ചെറിയണമെന്ന ചിന്തയാണ്.

മനസ്സ് ഒരു ബാഗാണെന്ന് സങ്കല്പിക്കൂ. അതിൽ നിറയ്ക്കാവുന്നതിന് ഒരു പരിധിയുണ്ട്; പരമാവധിയും. അതുകഴിഞ്ഞാൽ അത് അടയാതെയാവും. സിബ്ബ് പൊട്ടിയെന്നുവരാം. അതിന്റെ ഷേപ്പ് മോശമാവാം. അതുപോലെയാണ് നമ്മുടെ മനസ്സും. അധികം ലോഡ് കുത്തിനിറച്ച് അതിന്റെ സിബ്ബ് പൊട്ടിക്കരുത്.

മരുന്നു വാങ്ങാൻ ക്യൂ കണ്ട സൈറ നേരിട്ട് ഫാർമസിയിലേയ്ക്കു പോയി മരുന്നുകളുമായി പെട്ടെന്നു തിരിച്ചെത്തി. ഓരോന്നും കഴി

ക്കേണ്ടതെങ്ങനെയെന്ന് വ്യക്തമായി പറഞ്ഞു. ഡോസ് ശ്രദ്ധിക്കണം.

ലൗലി തലയാട്ടി.

അടുത്ത പരിപാടിയെന്താണ്?

സൈറ സിദ്ധുവിനെ നോക്കി.

ഭക്ഷണം കഴിക്കണം. അതിനുശേഷം...

സൈറയുടെ നോട്ടം സിദ്ധുവിൽ തങ്ങിനിന്നു.

ശേഷം എന്ത് എന്നറിയാനുള്ള ജിജ്ഞാസ കണ്ണുകളിൽ ഇടം പിടിച്ചു.

ഇവിടുത്തെ ഹോട്ടലുകൾ ഒക്കെ ടൂറിസ്റ്റുകളെ ലക്ഷ്യം വച്ചുള്ളതാണ്. നല്ല ഭക്ഷണം അതൊരു പ്രശ്നമാണിവിടെ. ഇഷ്ടംപോലെ ഹോട്ടലുകളുണ്ട്; എന്നാൽ രുചിയുള്ള ഭക്ഷണം മാത്രം പ്രതീക്ഷിക്കരുത്. അതിലുംഭേദം ഹോസ്പിറ്റൽ ക്യാന്റീനാണ്. വിശ്വസിച്ച് കഴിക്കാം.

എന്നാലവിടെ നിന്ന് കഴിക്കാം.

ക്യാന്റീനിൽ തിരക്കു തുടങ്ങിയിരുന്നില്ല. അതുകൊണ്ട് ഡോക്ടേഴ്സ് ക്യാബിനിൽ സ്വസ്ഥമായിരിക്കാനിടം കിട്ടി.

ഷിബുവിനെ വിളിക്കണ്ടേ?

ലൗലി സിദ്ധുവിനോട് ചോദിച്ചു.

ചേച്ചി വിളിച്ചുനോക്ക്. ഇങ്ങോട്ട് വരാൻ പറയാം.

സൈറയുടെ മുഖത്ത് ലേശം നിരാശ നിഴലിട്ടു.

ലൗലി ഫോണെടുത്ത് നമ്പർ പ്രസ്സ് ചെയ്തു ചെവിയോടു ചേർത്തു.

ഹലോ ഷിബൂ... ഭക്ഷണം കഴിക്കണ്ടേ?

ആണോ? ശരി.

എന്തു പറഞ്ഞു?

കഴിച്ചെന്ന്. രാവിലെ കഴിച്ചിരുന്നില്ല. അതുകൊണ്ട് നേരത്തേ കഴിച്ചു.

അതു നന്നായി.

അഹിതങ്ങൾ ഒഴിവാകുന്നതിലെ സന്തോഷം വാക്കുകളിൽ.

സൈറയുടെ മുഖം പ്രസന്നമായി. അതുകണ്ട സിദ്ധാർത്ഥ് ലൗലിയെ നോക്കിയത് സൈറയെ അതിശയിപ്പിച്ചു.

അന്തരീക്ഷം ലഘൂകരിക്കാതെ ഭക്ഷണം കഴിക്കുക പ്രയാസമാണെന്നു മനസ്സിലാക്കിയ ലൗലി ചോദിച്ചു

എനിക്ക് വട്ടാണോ?

സിദ്ധു ഞെട്ടലൊതുക്കി ചിരിച്ചുതള്ളി...

ആർക്കാ വട്ടില്ലാത്തത്? ഈ ലോകത്ത് വട്ടുള്ളവർ ഭാഗ്യവാന്മാർ... കാരണം അവർക്ക് എന്തും പറയാം.

പക്ഷേ ഒരു പ്രശ്നമുണ്ട്.

എന്തു പ്രശ്നം?

വട്ടാണെന്ന് സമൂഹത്തിന് ബോദ്ധ്യപ്പെടണം. അത് കുറച്ച് ബുദ്ധിമുട്ടുള്ള വിഷയമാണ് ചേച്ചി അത്രയ്ക്ക് അഹങ്കരിക്കണ്ട. ചെറിയ ഡിപ്രഷൻ. അതു മരുന്നു കഴിച്ചാൽ ശരിയാവും.

അതായത് പാളം തെറ്റിയ വണ്ടിയാണെന്നുസാരം.

ഇല്ല, പാളത്തിലാണ് ... തെറ്റിയിട്ടില്ല.

അത്രയ്ക്ക് ആയിട്ടില്ല. ആവുകയുമില്ല.

സംഭാഷണങ്ങൾക്കിടയിൽ ഭക്ഷണം എത്തി.

അയ്യോ ഇത്രയും ഭക്ഷണം കഴിച്ചാൽ...?

ചേച്ചിയമ്മ വിഷമിക്കണ്ട... ഇതെല്ലാം ഇവള് കഴിച്ചോളും... പണ്ടേ തീറ്റക്കാളിയാണ്. ഇക്ബാൽ സാർ പറയും ഭക്ഷണത്തിൽ സൈറ കോംപ്രമൈസ് ചെയ്യില്ലെന്ന് .... തിരുവനന്തപുരത്തെ സകല ഹോട്ടലുകാർക്കും സൈറയെ അറിയാം. പപ്പയും മോളും കൂടി ഒരുമ്പെട്ടിറങ്ങിയാൽ ഒരു രക്ഷയുമില്ല.

മതി കളിയാക്കിയത്... ലൗലി സ്നേഹത്തോടെ ശാസിച്ചു.

ഭക്ഷണം കഴിഞ്ഞ് മൂന്നുപേരും പുറത്തിറങ്ങിയതും സൈറ പറഞ്ഞു.

നല്ലൊരു ഗാർഡനുണ്ട്. നിറയെ പൂക്കളാണ്. സൈറയുടെ മനസ്സ് വായിച്ച ലൗലി പറഞ്ഞു.

എന്നാലൊന്നു കണ്ട് പോവാം അല്ലേ സിദ്ധൂ.

ങാ... നിങ്ങൾക്കല്ലേ ഭൂരിപക്ഷം. നിങ്ങളുടെ ഇഷ്ടംപോലെ.

പുറത്ത് ഷിബു ജീപ്പിനുള്ളിൽ ചാരിക്കിടന്ന് മയങ്ങുകയായിരുന്നു. സിദ്ധു ചെന്ന് തട്ടിവിളിച്ചു.

ആൾ വേഗം സ്റ്റാർട്ട് ചെയ്തു ജീപ്പിൽകയറാവുന്ന തരത്തിൽ നിർത്തിയതും ലൗലി പറഞ്ഞു.

ഞാൻ ഫ്രണ്ടിലിരിക്കാം. നിങ്ങൾ ബാക്കിലിരുന്നോ.

ആരും ഒന്നും പറഞ്ഞില്ല. പൂക്കളുടെ ലോകത്തേയ്ക്കുള്ള യാത്രയുടെ മൂഡിലായിരുന്നു മൂവരും. പട്ടണം കടന്ന് കുന്നുകയറി ജീപ്പ് ഗാർഡന്റെ മുന്നിൽ നിർത്തി. ലൗലി പതുക്കെ ഇറങ്ങി. അപ്പോഴേക്കും സൈറ ഇറങ്ങി സിദ്ധാർത്ഥിനുവേണ്ടി കാത്തുനിന്നു. സിദ്ധാർത്ഥ് ഫോണിൽ ബാലേട്ടനോട് സംസാരിക്കുകയാണെന്ന്

ലൗലിക്കു മനസ്സിലായി. നേരെ ഗാർഡന്റെ അടുത്തേയ്ക്കു നടന്നു. ടിക്കറ്റ് കൗണ്ടറിൽ രണ്ടുപേർ മുന്നിലുണ്ട്. ലൗലി മൂന്നാമതായി നിന്നു. മൂന്നു ടിക്കറ്റുവാങ്ങി തിരിഞ്ഞുനോക്കി വിളിച്ചു.

ഷിബു സിദ്ധുവിനോട് എന്തോ പറഞ്ഞിട്ട് പാർക്കിങ്ങിലേയ്ക്കു പോയി. ഉച്ചസമയമായതിനാലും വർക്കിങ്ങ്ഡേ ആയതുകൊണ്ടുമാവാം തിരക്ക് കുറവായിരുന്നു. അകത്തു കടന്നപ്പോഴാണ് ഗാർഡന്റെ ശരിയായ രൂപഭംഗികൾ വ്യക്തമായത്. വലിയൊരു മലയുടെ ചരിവിലാണ് ഗാർഡൻ സജ്ജമാക്കിയിരിക്കുന്നത്. താഴേയ്ക്ക് ഇറങ്ങിപോയാലേ നേരാംവണ്ണം പൂന്തോട്ട ഭംഗി ആസ്വദിക്കാൻ കഴിയൂ. പടികൾ ഇറങ്ങിപോകാൻ മടിച്ച ലൗലി പറഞ്ഞു. നിങ്ങൾ പോയിട്ടുവാ... ഇതെല്ലാം ഇറങ്ങിക്കയറാൻ വയ്യ. അതും ഭക്ഷണം കഴിച്ചയുടനെ. ഞാനിവിടെയിരുന്ന് കാണാം.

സൈറയുടെ മുഖം തെളിഞ്ഞു. കാത്തിരുന്നതുപോലെ അവൾ സിദ്ധാർത്ഥിനെ തൊട്ടുരുമ്മി നടന്നു. സെൽഫിയെടുക്കുകയും തട്ടുകളിറങ്ങി താഴേക്ക് നടക്കുകയും ചെയ്തുകൊണ്ടിരുന്നു. ലൗലിയുടെ മനസ്സ് ആഹ്ലാദിച്ചു. ഈ പൂക്കളെപ്പോലെ, വികാരങ്ങളും വിചാരങ്ങളുമുള്ള രണ്ടു പൂക്കളായി അവർ ചെടികൾക്കിടയിലൂടെ നടന്നു.

സൈറയുടെ മനസ്സിൽ സിദ്ധാർത്ഥിന് വലിയസ്ഥാനമുണ്ടെന്ന് പലപ്പോഴായി ലൗലിക്കു തോന്നിയിരുന്നു. ഒരുപക്ഷേ അവൾക്ക് സിദ്ധുവിനോട് പ്രണയമാണോ? ആയിരുന്നോ?

അദ്ധ്യാപകനോടുള്ള ആദരവ്കൊണ്ട് അകന്നുനിന്നതാവുമോ? ആറുവർഷത്തെ പരിചയമാണ്. വെറും പരിചയമല്ല, അടുത്ത പരിചയം. സിദ്ധുവിന്റെ മനസ്സിൽ എന്താണെന്ന് ഇപ്പോഴും വ്യക്തമായിട്ടില്ല. ഒരു കാര്യം വ്യക്തമാണ്. അമ്മാവന്റെ മകൾ നയനയെ സിദ്ധുവിന് താല്പര്യമില്ല. എത്ര ശ്രമിച്ചിട്ടും ആ വിവാഹത്തിന് തയാറായില്ലെന്നു മാത്രമല്ല, സുഹൃത്തായ നവീൻ പ്രഭാകരന്റെ പ്രൊപ്പോസലിനെ സപ്പോർട്ടുചെയ്യുകയും ചെയ്തു. അതിനിയും തീരുമാനമായിട്ടില്ല. കൊച്ചുകുട്ടികളെപ്പോലെ വാശിപിടിക്കുന്ന നയനയോട് ഒട്ടും താല്പര്യം തോന്നുന്നില്ലെന്ന് സിദ്ധുവിനോട് നവീൻ പറഞ്ഞു. അതിലുപരി ഒരു അമേരിക്കൻ സ്വപ്നം നവീൻ പ്രഭാകരന്റെ മനസ്സിൽ നേരത്തേ വേരു പിടിച്ചതാണ്. ആ നിലയ്ക്ക് നയനയുടെ പ്രൊപ്പോസൽ... ഇല്ല... അതിനു സാദ്ധ്യത കുറവാണ് എന്ന് തുറന്നുപറഞ്ഞു.

ലൗലി പലവിധചിന്തകളിൽ മുങ്ങിപ്പൊങ്ങി... ഇടയ്ക്ക് താഴേയ്ക്ക്

നോക്കി കണ്ട കാഴ്ച വിശ്വസിക്കാനാവാതെ വീണ്ടും നോക്കി. രണ്ടുപേരും ചേർന്നു നിന്ന് സെൽഫിയെടുക്കുന്നു. സിദ്ധുവിനെ ചേർത്തുപിടിച്ചിട്ടുണ്ട്. രണ്ടുപേരും സന്തോഷത്തിലാണെന്നതിൽ ലൗലി ആശ്വസിച്ചു.

സ്നേഹിക്കുക

സ്നേഹിക്കപ്പെടുക.

അതിനേക്കാൾ വലുതായി എന്താണ് മനുഷ്യജന്മത്തിൽ വേണ്ടത്? ഏത് പ്രാരാബ്ധവും തരണം ചെയ്യാം. സ്നേഹിക്കുന്ന ഒരാൾ കൂടെയുണ്ടെങ്കിൽ. ഏതു വേനലും താണ്ടാം സ്നേഹത്തിന്റെ കുടക്കീഴിൽ.

സ്നേഹം എന്ന ഒറ്റവാക്ക്. അതു പ്രതിനിധാനം ചെയ്യുന്ന വൈവിധ്യങ്ങളുടെ അനന്ത സാദ്ധ്യതകൾ അമ്മയും കുഞ്ഞും തമ്മിലുള്ള സ്നേഹത്തിൽ മുലപ്പാലിന്റെ മധുര്യവും വെണ്മയും ഉണ്ടാവും പകരം വയ്ക്കലിന് സാദ്ധ്യതയില്ലാത്ത സ്നേഹമാണത്.

കൂടെപ്പിറന്നവർ തമ്മിലും സ്നേഹമാണ്. എന്നാലോ പലപ്പോഴും പകരം വയ്ക്കലിനു കഴിയും. രക്തബന്ധത്തേക്കാൾ അമൂല്യമാണ് സ്നേഹബന്ധം എന്നു പറയുന്നത് ഒരുപക്ഷേ ഈ പകരം വയ്ക്കൽ സാദ്ധ്യതയുടെ മറവിലാവും.

പ്രണയം. അവിടെയും സ്നേഹമാണ് പ്രധാനം.

പക്ഷേ, അല്പം സ്വാർത്ഥതയും സമർപ്പണവും കൂടി ഇടം പിടിക്കുന്നതായി കാണാം. അവിടെ രണ്ട് വ്യക്തികളില്ല. ഒന്നുമാത്രം. അത്രമേൽ ഇഴുകിച്ചേരുന്ന മനസ്സുകളെ അടർത്തി മാറ്റാനാർക്കു കഴിയും. കണ്ണടച്ചാൽ കൺമുന്നിലുണ്ടാവുക. എവിടെയും ആ സാമീപ്യം അനുഭവപ്പെടുക, അഥവാ മറ്റു സാമീപ്യങ്ങൾ അപ്രസക്തമാകുന്നു. മനസ്സ് പ്രണയ മധുര മുദ്രിതമാവുകയും ഏതു വസ്തുവിലും ജീവിയിലും സൗന്ദര്യം ദർശിക്കാൻ കഴിയുന്നത്ര ലാവണ്യപൂർണ്ണമാവുകയും ചെയ്യുന്ന അവസ്ഥയിലേയ്ക്ക് ബോധം പരിണാമപ്പെടുന്നു. ഏത് ആൾക്കൂട്ടത്തിലും ദൃഷ്ടികൾ ചെന്നുനില്ക്കുന്നത് ആ ഒരാളിൽ മാത്രമായിരിക്കും. എല്ലാ കാഴ്ചകളും ഒരു ബിന്ദുവിലേയ്ക്ക്...

ടീച്ചറമ്മേ, സൈറയുടെ ശബ്ദം എത്രമാറിയിരിക്കുന്നു.

ശബ്ദത്തിന്റെ ഘടനപോലും വ്യത്യസ്ഥമായിട്ടുണ്ട്.

ശബ്ദം മധുരാർദ്രമായി അനുഭവപ്പെട്ടതും ലൗലി കണ്ണുതുറന്നു. രണ്ടുപേരെയും നോക്കി. സ്നേഹത്തിന്റെ നിറവ്... പ്രണയത്തിന്റെ മാസ്മരികത കണ്ണുകളിൽ തിളക്കമായി. ഒറ്റനോട്ടത്തിൽ

അറിയാൻ കഴിയുന്നത്ര ഭാവാർദ്രമായിരിക്കുന്നു രണ്ടുമുഖവും. അപ്പോൾ മനസ്സുകളോ...? രണ്ട് മനസ്സുകളുടെ സംഗമം. പ്രണയത്തിന്റെ പിറവി ലൗലി ചിരിച്ചു.

ചേച്ചിയമ്മേ, നിറയെ പൂക്കളുണ്ട് താഴെ... ഇലച്ചെടികളുടെ ഭംഗി അതിലും കേമം. റിയലി വണ്ടർഫുൾ... ഇത്രേം പൂക്കൾ ഫ്ളവർ ഷോയിൽ പോലും കണ്ടിട്ടില്ല. അത്രയ്ക്ക് വെറൈറ്റീസ്...

പക്ഷേ, ഒന്നിനും വാസനയില്ല, അല്ലേ സൈറ.

സിദ്ധാർത്ഥ് അല്പം നിരാശയോടെയാണ് പറഞ്ഞത്.

അതുശരിയാ. ഭംഗിയുണ്ട്. വാസനയില്ല. പിന്നെ ഈ ക്ലൈമറ്റിൽ നിറം കൂടും. കാട്ടുപൂവിനുപോലും എന്തു വർണ്ണഭംഗിയാണിവിടെ. റോഡുവക്കിലെ ചില ചെടികൾ കണ്ടാൽ അറിയാതെ നോക്കിപ്പോവും.

പൊതുവേ ഹൈറേഞ്ചിൽ പൂക്കൾക്ക് നിറം കൂടുതലാണ്. സാഹചര്യങ്ങളാണ് അതിന്റെ കാരണം. ഇവിടത്തെ മണ്ണും തണുപ്പും എപ്പോഴുമുള്ള മഴയും മഞ്ഞുമൊക്കെ പൂക്കളുടെ ഭംഗികൂട്ടും. ഭൗതിക സാഹചര്യങ്ങളാണ് ഇത്ര മനോഹരമാക്കുന്നത്.

സൈറയും സിദ്ധാർത്ഥും പരസ്പരം നോക്കി അതു കണ്ട ലൗലി ചിരിച്ചു.

മനുഷ്യരുടെ കാര്യവും അതുപോലെ തന്നെയാണ്. സ്നേഹിക്കുന്നവരുടെ സാമീപ്യം സൗന്ദര്യം വർദ്ധിപ്പിക്കും. ശബ്ദത്തിന് മധുരിമ അനുഭവപ്പെടും. അസാധാരണമായ ധൈര്യവും ആത്മവിശ്വാസവും കൈവരും.

അതുപോട്ടെ... എന്തായാലും ഒരു പൂക്കാലം സമ്മാനിച്ചതിന് സൈറയ്ക്ക് പ്രത്യേകം സ്നേഹം. താങ്ക്സ് സൈറാ.

ചേച്ചിയമ്മേ, പോണ്ടേ? ഷിബുവിനെ വിളിക്കട്ടെ.

സിദ്ധാർത്ഥ് കർത്തവ്യനിരതനായി.

ഉം പോണം.

സൈറയുടെ മുഖം വാടുന്നുണ്ട്. ലൗലി മുന്നിൽ നടന്നു.

41

ഹോസ്പിറ്റൽ ഗേറ്റിൽ സൈറ നിന്നു, മനസ്സു നഷ്ടപ്പെട്ടതുപോലെ കൈവീശി യാത്ര പറയുമ്പോൾ കണ്ണുകൾ സജലങ്ങളായിരുന്നുവെന്ന് ലൗലി മനസ്സിലാക്കി. സിദ്ധാർത്ഥും അതുവരെ കണ്ടിട്ടില്ലാത്ത മുഖവുമായി തിരിഞ്ഞുനോക്കുകയും കൈവീശുകയും ചെയ്യുന്നുണ്ടായിരുന്നു. ഒന്നും സംഭവിക്കാത്ത, അഥവാ സംഭ

വിച്ചിട്ടില്ലെന്ന ഭാവം എടുത്തണിഞ്ഞ് സീറ്റിൽ ചാരിയിരുന്ന ലൗലി ലിബിനെ ഓർത്തു. അവനും ഈ അവസ്ഥയിലായിരിക്കണം.

സംഭാഷണങ്ങൾക്കിടയിൽ ലക്ഷ്മിയും അവളുടെ വീട്ടുകാരും കടന്നുകയറുക പതിവാണ്. അവന്റെ ജീവിതം ലക്ഷ്മിക്കു ചുറ്റും ഭ്രമണം ചെയ്യുകയാവും. ലിപിയും അതുതന്നെയല്ലേ തുടരുന്നത്. നന്ദേട്ടൻ യാത്രയിലാണ്. നന്ദേട്ടന് മീൻകറിയാണ് ഇഷ്ടം. അമ്മ യുണ്ടാക്കുന്ന ചിക്കൻ നന്ദേട്ടന് വലിയ ഇഷ്ടമാണ്. മോള് നന്ദേട്ട നെപ്പോലെയാണെന്നാണ് എല്ലാവരും പറയുന്നത്. നന്ദേട്ടൻ ... നന്ദേ ട്ടൻ ... നന്ദേട്ടൻ ...

ലൗലിയുടെ മനസ്സ് ഇളകാൻ തുടങ്ങിയതും പെട്ടെന്ന് കടിഞ്ഞാ ണിട്ടു. സഖാവ് സി.എച്ച്. എന്ന ചന്ദ്രഹാസന്റെ മകളാണ് ലൗലി. ലൗലിക്ക് അങ്ങനെയൊരു ഭ്രമണപഥത്തിന്റെ ആവശ്യമില്ല. സഹ ജീവികളുടെ ജീവിത പ്രശ്നങ്ങളാണ് ലൗലിക്കു പ്രധാനം. ഒരല്പം സമാധാനം അനുഭവപ്പെടുന്നത് സിദ്ധുവിന്റെ കാര്യത്തിലാണ്. അല്ലെങ്കിലും സിദ്ധുവിന് ജീവിക്കാൻ വേണ്ടുന്നതുണ്ട്. വിഭ്യാഭ്യാ സം, ജോലി, വീട്, അങ്ങനയങ്ങനെ. പിന്നെ സൈറയെന്ന കൂട്ടു കാരിയും.

ശേഷിക്കുന്നത് ആനന്ദാണ്, അവന്റെ കാര്യത്തിൽ തീരുമാനമാ വണം.

പത്മചേച്ചിയോ?

ഉള്ളിലിരുന്ന് ആരോ ഓർമ്മിപ്പിക്കുന്നു.

അതെ, അത്... അതാണ് ഇനി പ്രധാനം.

പന്തളത്താണ് അവരുടെ വീടെന്ന് ചേച്ചി പറഞ്ഞു. ഒറ്റയ്ക്കു പോകാനൊരു ധൈര്യക്കുറവ്. അത് ഈയിടെ തുടങ്ങിയതാണ്. നേരിയ ഭയം. വഴിയിൽ... ഇല്ല. അങ്ങനയൊന്നും സംഭവിക്കില്ല. അങ്ങനെ, ചിന്തിക്കാൻ പാടില്ല. സ്വയം കരുത്തുണ്ടെന്ന് ഉറപ്പിക്ക ണം.

ഒരു യാത്ര. ആനന്ദിന്റെ പ്രശ്നങ്ങൾക്ക് പരിഹാരം വേണം. ഒപ്പം പത്മചേച്ചിയുടെ കാര്യത്തിലും. ആരൊക്കെ എതിർത്താലും ഒരു തീരുമാനമുണ്ടാവണം. ബാലേട്ടന്റെ സഹായം വേണം. അതൊരു ബലമാണ്.

പലവിധ ചിന്തകളിൽ വ്യാപരിച്ചിരുന്നതിനാൽ വഴിക്കാഴ്ചകളെ ഉള്ളേറ്റു വാങ്ങിയില്ല. പൂന്തോട്ടത്തിൽ അനുഭവിക്കാൻ കഴിയാതെ പോയ സുഗന്ധം കാട്ടിനുള്ളിൽ നിന്ന് ഒഴുകിയെത്തുന്നുണ്ട്. അത് പ്രകൃതിയുടെ സംഭാവനയാണ്. പ്രകൃതിദത്തമായ വാസന മനു

ഷ്യന് സൃഷ്ടിക്കാൻ കഴിയുമോ?

മനുഷ്യ നിർമ്മിത പൂക്കാഴ്ചകളിൽ നിന്ന് സുഗന്ധം അകന്നു നില്ക്കുന്നതായി മനസ്സിലാക്കാം. എന്നുവച്ചാൽ മനുഷ്യ സാദ്ധ്യമല്ലാത്തതായി പലതുണ്ട് പ്രകൃതിയിൽ എന്നു സാരം. ഒരു പുഴയെ ജനിപ്പിക്കാൻ. ഒരു മലയെ സൃഷിടിക്കാൻ . പൂവിനു സുഗന്ധം പോലും കൂട്ടിച്ചേർക്കാൻ കഴിയാത്തവരാണ് മലകളെയും പുഴകളെയും നശിപ്പിക്കുന്നത്. എത്ര ക്രൂരമായാണ് പാറകൾ പൊട്ടിച്ചു മാറ്റുന്നത്, മലകൾ തുരന്നു തീർക്കുന്നത്. നൈസർഗ്ഗീക വനങ്ങൾ വെട്ടിനശിപ്പിക്കുന്നത്. സ്വാർത്ഥ താല്പര്യങ്ങളുടെ കുത്തൊഴുക്കിൽ പ്രകൃതിയെ അതിക്രമിച്ച് കീഴടക്കുന്നു. വിലപ്പെട്ടതെല്ലാം കവർന്നെടുക്കുന്നു. അസ്ഥിമാത്രമായ വനമേഖലകൾ പൊട്ടിക്കരയുന്നു. കരച്ചിലിന്റെ ആക്കം കൂടുമ്പോൾ മലകൾ മനുഷ്യന്റെ മേലേയ്ക്ക് എടുത്തു ചാടുന്നു. സർവ്വം സഹയിൽ നിന്ന് 'സർവ്വസംഹാര'യിലേക്കുള്ള പരിവർത്തനത്തിന് ആരാണ് ഉത്തരവാദികൾ?

ചിന്തയെ തടസ്സപ്പെടുത്തിക്കൊണ്ട് സിദ്ധാർത്ഥിന്റെ മൊബൈൽ ശബ്ദിച്ചു. തിടുക്കപ്പെട്ട് ഫോണെടുത്തു ഇയർഫോൺ കാതിലേയ്ക്കു തിരുകി ശബ്ദം സ്വകാര്യമാക്കി

ഇല്ല ... എത്താറായി.

ഓ. കെ.

വളരെ സൂക്ഷ്മതയോടെ സംസാരിക്കുന്നതു കേട്ടാൽ മനസ്സിലാകും. അങ്ങേത്തലയ്ക്കൽ സൈറയാണ്. ഉള്ളിൽ മുളച്ചചിരി അറിയാതെ പുറത്തെത്തിയെങ്കിലും സിദ്ധുവിന് മനസ്സിലാകാത്തവിധം പുറത്തേയ്ക്കു നോക്കിയിരുന്നു.

ലൗലി ആലോചിച്ചു.

ഓരോ യാത്രയും ഒരുപിടി അനുഭവങ്ങളുടെ നിലവറയാകുന്നു. ആദ്യമായി അച്ഛനെ കാണാൻ പോയ ദിവസം. ഓർമ്മത്തെറ്റു പോലെ മനസ്സിൽ സൂക്ഷിച്ചിരുന്ന അച്ഛനെന്ന വ്യക്തി ആകാശത്തോളം വളരുന്ന കാഴ്ചക്കു മുന്നിൽ ആദരവോടെ കേട്ടിരുന്ന കഥകൾ.

'കാടുതേടുന്ന വിപ്ലവം'

എഴുതി പൂർത്തിയാക്കുന്നതിന്റെ തിരക്കിലായിരുന്നു അന്ന്. മറ്റുള്ളവരുടെ സഖാവ് സി.എച്ച്. എന്ന വിപ്ലവകാരി എന്റെ അച്ഛനാണ്. ഉറക്കെ വിളിച്ചുപറയാൻ കൊതിച്ച നാളുകളെ സമ്മാനിച്ചത് ആ യാത്രയാണ്. അച്ഛനെന്ന വിഗ്രഹം മനസ്സിൽ തെളിഞ്ഞുനിന്ന നാളുകളിൽ തികച്ചും സ്വകാര്യ അഹങ്കാരമായിരുന്നു അച്ഛൻ, ആ

പദത്തിന് ജന്മം നൽകിയവൻ എന്നതിനപ്പുറം എത്ര വലിയ ഇമേജാണ് അന്നത്തെ യാത്രയും കൂടിക്കാഴ്ചയും സമ്മാനിച്ചത്.

'കാടുതേടുന്ന വിപ്ലവം' പൂർത്തിയായിട്ടുണ്ടാവും. അതു പ്രസിദ്ധീകരിക്കുകയെന്നത് മകളുടെ ധർമ്മമാണെന്ന് അന്ന് അച്ഛന് വാക്കു കൊടുത്തതാണ്.

ജീപ്പ് നിന്നു. സിദ്ധാർത്ഥ് ഇറങ്ങി. ഷിബുവിന് പൈസ കൊടുക്കുന്നതിനിടയിലാണ് സുജനപാലന്റെ സ്കൂട്ടർ വന്നു നിന്നത്. സ്കൂട്ടർ സ്റ്റാന്റിടുന്നതിനു മുന്നേ ചോദിച്ചു.

എന്തു പറഞ്ഞു? മരുന്ന് കണ്ടിന്യൂ ചെയ്യണോ?

കുറച്ചുദിവസം കൂടി കഴിക്കാൻ പറഞ്ഞു. വേറെ പ്രശ്നമൊന്നുമില്ലെന്ന്.

എന്താ വൈകിയത്? പ്രത്യേകിച്ച് ടെസ്റ്റ് എന്തെങ്കിലും

ഇല്ല, ബാലേട്ടാ, ഞങ്ങൾ അവിടത്തെ ഗാർഡൻ കാണാൻ പോയി. അതാ ലേറ്റായത്. സൈറയുണ്ടായിരുന്നു.

സൈറയെന്നു കേട്ടതും സിദ്ധാർത്ഥ് തിരിഞ്ഞുനോക്കി പിന്നെ വീടിനുള്ളിലേക്ക് കയറിപ്പോയി.

ഞാനൊന്ന് കുളിച്ചിട്ടു വരാം.

ലൗലി ചായ കൂട്ടാൻ തുടങ്ങിയതും മൊബൈൽ ശബ്ദിച്ചു.

ഹലോ...എന്താ മാരാ?

ഡോക്ടർ എന്തു പറഞ്ഞ് ടീച്ചർ?

ചിലപ്പോൾ അവൻ നല്ല വടിവുള്ള ഭാഷയിലാവും സംസാരിക്കുക. അതുകേട്ടാലറിയാം ആൾ ശാന്തനാണ്.

പ്രത്യേകിച്ച് ഒന്നും പറഞ്ഞില്ല. കുറച്ചുദിവസം കൂടി മരുന്നു കഴിക്കണം.

ഒരു കാര്യം.

എന്താ ... പറഞ്ഞോ ...

സഖാവ്. സി.എച്ച്. ഇന്ന് പോയി. ഒരു പൊതി എന്റെ കയ്യിൽ തന്നു. ടീച്ചർക്കു തരാൻ.

എങ്ങോട്ട് പോയി എന്നു ചോദിക്കാൻ തോന്നിയെങ്കിലും ചോദിച്ചില്ല. ഒരിക്കൽ അച്ഛൻ പറഞ്ഞു.

എങ്ങോട്ട്? എന്തിന്? ഈ വക ചോദ്യങ്ങൾക്ക് പ്രസക്തിയില്ല. അതൊക്കെ തികച്ചും വ്യക്തിപരമാണ്. ഇവിടെ വ്യക്തിയല്ല, പ്രസ്ഥാനമാണ്.

മനസ്സിലായെന്ന് തലാട്ടുകയായിരുന്നു.

വായിച്ചു തീരാത്ത പുസ്തകമായി അച്ഛൻ മാറി.

ചായക്കപ്പുകൾ മേശപ്പുറത്തുവച്ച് ലൗലി വിളിച്ചു, സിദ്ധൂ ചായ കുടിക്കാം.

ദാ വന്നൂ.... ധൃതിയിൽ ഇറങ്ങിവന്ന സിദ്ധു ബാലേട്ടനോട് അന്നത്തെ വിശേഷങ്ങൾ ചോദിച്ചു മനസ്സിലാക്കി.

കുമരപ്പൻ കുളിച്ചു. ഇനി ഒരാഴ്ചകൂടി കഴിഞ്ഞാൽ എല്ലാം പഴയപടിയാവും. അതു പറയുമ്പോൾ സുജനപാലന്റെ മുഖത്ത് ദുഃഖം നിഴൽ വീശിയിരുന്നു. ഒരു ദീർഘ നിശ്വാസത്തിൽ ലൗലി സ്വയം വീണ്ടെടുത്തു. അന്തരീക്ഷം ലഘൂകരിക്കാനായി ലൗലി ചോദിച്ചു.

ബാലേട്ടാ, ഒരു സംശയം ഡോക്ടർക്ക് അസുഖം വന്നാൽ എന്തു ചെയ്യും?

സിദ്ധു ഒന്നു ഞെട്ടി. മുഖത്ത് പിടിക്കപ്പെട്ടവന്റെ ജാള്യം ഇടം പിടിച്ചു.

അത് അസുഖത്തിന്റെ സ്വഭാവം അനുസരിച്ച് യോജിച്ച ഡോക്ടറെക്കൊണ്ട് ചികിത്സിപ്പിക്കണം.ഏത് ഡോക്ടർ എന്തസുഖം?

അത്, നമ്മുടെ ഡോക്ടർ സൈറയില്ലേ? ആ കക്ഷിക്ക് ഏതോ അസുഖമുണ്ടെന്ന് തോന്നുന്നു. അതിനു പറ്റിയ ഒരു ഡോക്ടറേയുള്ളൂ.

ഏതാണ്ട് മനസ്സിലായതുപോലെ സുജനപാലൻ സിദ്ധാർത്ഥിനെ നോക്കി.

ശരിയാണോ?

ഏയ്, അങ്ങനെയൊന്നുമില്ല. ചേച്ചിയമ്മയ്ക്കു തോന്നിയതാണ്.

എന്നാലങ്ങനെ... പിന്നീട് മാറ്റിപ്പറയരുത്.

എന്തിനും അതിന്റേതായ സമയമുണ്ട്.

സുജനപാലൻ സന്തോഷം രേഖപ്പെടുത്തി. എന്തായാലും നല്ല വാർത്തയാണ്. ഇവിടത്തെ സർവ്വീസും കഴിയാറായല്ലോ. ഒരുമിച്ച് പി.ജി.ക്കു ശ്രമിക്കാം. വച്ചു താമസിപ്പിക്കാതെ അതങ്ങ് നടത്തണം.

ബാലേട്ടാ, ചില നിയമപ്രശ്നങ്ങളുണ്ട്. അതുകഴിയണം

വിനയക്ക് ഒരു പ്രൊപ്പോസൽ ഉണ്ട്.

ആഹാ, അതൊരു സന്തോഷവാർത്തയാണല്ലോ?

പയ്യൻ എന്തു ചെയ്യുന്നു? എവിടെയാണ് സ്ഥലം?

കോഴ്സ് കഴിഞ്ഞോ? വെളിയിൽ നല്ല ചാൻസാണ്. അതു നഷ്ടപ്പെടുത്തരുത്.

സിദ്ധാർത്ഥിന്റെ ശ്രദ്ധയിൽ ലൗലി അഭിമാനിച്ചു ഒരു ബന്ധവും അവകാശപ്പെടാനില്ലാത്ത മൂന്നുപേർ. എന്നാലോ എല്ലാ കാര്യങ്ങ

ളിലും പരസ്പരം താങ്ങും തണലും മാത്രമല്ല, സ്വന്തം കാര്യം പോലെ ഇടപെടുകയും

മോളുടെ സീനിയർ ആയിരുന്നു. ഇപ്പോൾ ജർമ്മനിയിലാണ്. മോളാണ് കാര്യം പറഞ്ഞത്. കോഴ്സ് കഴിയാൻ ഇനി മൂന്നുമാസം കൂടിയുണ്ട്. ആറുമാസം കഴിഞ്ഞാൽ അയാൾ ലീവിനു വരാമെന്ന്. കല്യാണം നടക്കുമെങ്കിൽ മാത്രം.

അതിനെന്താ തടസ്സം?

നോക്കീം കണ്ടും വേണം. അല്ലെങ്കിൽ..

പൂർത്തിയാക്കാതെ സിദ്ധാർത്ഥ് നിർത്തിയത് സൈറയെ ഓർത്താണെന്ന് മനസ്സിലായ ലൗലി പറഞ്ഞു.

അവൾക്കറിയാവുന്നയാളല്ലേ? സീനിയറായിരുന്നൂന്നല്ലേ പറഞ്ഞത്. പരിചയമുണ്ടാവും. അതല്ലേ വേണ്ടതും.

അതിലൊരു പ്രശ്നമുണ്ട്. ആ പയ്യന് ഇളയ ഒരു പെൺകുട്ടിയുണ്ട്. പഠിക്കാൻ തീരെ മോശം. പന്ത്രണ്ടാം ക്ലാസ്സു തട്ടിമുട്ടി പാസ്സായി. ഏതോ കമ്പ്യൂട്ടർ കോഴ്സിനു പോകുന്നു. ആ കുട്ടിയെ വരുണിനു വേണ്ടി...

ഒരു മാറ്റക്കല്യാണം... അതിൽ ചില അപകടങ്ങളുണ്ട്. കഷ്ടകാലത്തിന് ഒരു ബന്ധത്തിന് പോറലേറ്റാൽ മറ്റേതും സ്വഭാവികമായി അതിന്റെ ഫലം അനുഭവിക്കേണ്ടിവരും. അങ്ങനെയൊരു സാദ്ധ്യതയുണ്ട്.

അവർ ആവശ്യപ്പെട്ടോ?

സൂചിപ്പിച്ചു. വലിയ സ്ത്രീധനം കൊടുത്ത് കെട്ടിച്ചുവിടാനുള്ള സാമ്പത്തിക ശേഷിയില്ല. ജോലിയുണ്ടെങ്കിൽ പ്രശ്നമില്ല.

ബാലേട്ടൻ അവിടെ പോയി അവരുടെ രീതികളൊക്കെ അറിയണം. പ്രത്യേകിച്ചും ആ പെൺകുട്ടിയുടെ... എന്നിട്ട് തീരുമാനിക്കാം. അവരെവിടത്തുകാരാണ്?

പെരുമ്പാവൂരാണ് സ്ഥലം. അച്ഛനും പട്ടാളക്കാരനാണ്, ഇപ്പോൾ കൃഷിയും കാര്യങ്ങളുമായി കഴിയുന്നു.

എന്തായാലും ചില വിട്ടുവീഴ്ചകൾ വേണ്ടിവരും. ആലോചിക്കണമെന്നേ ഞാൻ പറയൂ. ലൗലി അഭിപ്രായം വ്യക്തമാക്കി.

വിനയയ്ക്കും ജർമ്മനിയിൽ ജോലി കിട്ടും. അവരുടെ ജീവിതം സെയ്ഫാവും. വരുണിനെ നമ്മൾ സപ്പോർട്ട് ചെയ്യണം. അത്രേയുള്ളൂ.

എല്ലാം ഭംഗിയായി നടക്കും. ബാലേട്ടൻ വിഷമിക്കണ്ട... ലൗലി ആകെ ഉന്മേഷവതിയായി കാണപ്പെട്ടു.

നീണ്ടുപോയ സംഭാഷണങ്ങൾ. രണ്ടുവിവാഹം ഒരുമിച്ച് നടത്തണം. ആഘോഷമായിതന്നെ വേണം. സിദ്ധാർത്ഥ് കൂട്ടിച്ചേർത്തു.

രാത്രിയിൽ ഭക്ഷണം കഴിക്കുമ്പോഴും ലൗലിയുടെ മനസ്സിൽ വിവാഹമണ്ഡപങ്ങൾ ഒരുങ്ങുകയായിരുന്നു. മുല്ലപ്പൂവിന്റെ സുഗന്ധം നിറഞ്ഞ മണ്ഡപം. ആഹ്ലാദസ്മിതങ്ങൾ അരങ്ങു നിറയുന്ന മുഹൂർത്തം. വായ്ക്കുരവയുടെ അകമ്പടിയിൽ താലികെട്ടുന്ന വരന്റെ മുഖത്ത് വിയർപ്പുമണികൾ ഉണ്ടാവും. വധുവിനേക്കാൾ വരന് ഉത്ക്കണ്ഠയായിരിക്കുമോ? അതോ ഭയമോ?

ലിപിയുടെ കഴുത്തിൽ താലി കെട്ടുമ്പോൾ ദേവനന്ദൻ നന്നേ വിയർത്തിരുന്നു. അവന്റെ അമ്മയാണ് തൂവാലകൊണ്ട് നെറ്റിതുടച്ചുകൊടുത്തത്. അന്ന് കൂട്ടച്ചിരിയായിരുന്നു.

ആ പയ്യന്റെ പേരെന്താണ് ബാലേട്ടാ?

സൂരജ്, മോളുടെ പേര് സരയൂ...

നല്ല പേര്... സരയൂ നദിപോലെ നല്ല കുട്ടിയാവും

ലൗലിയുടെ സന്തോഷം വാക്കുകളിൽ പ്രകടമായി.

സുജനപാലൻ പോയി. ലൗലി അടുക്കളജോലികൾ കഴിഞ്ഞ് മുറിയിൽചെന്ന് വായിക്കാൻ പുസ്തകമെടുത്തു. അപ്പോഴേക്കും സിദ്ധാർത്ഥ് അടുത്ത്ചെന്നിരുന്നു. എന്തോ കാര്യമായി പറയാനുണ്ടെന്ന് അവന്റെ മുഖം വ്യക്തമാക്കിക്കൊണ്ടിരിക്കെ ലൗലി പറഞ്ഞു.

എന്താണെങ്കിലും പറഞ്ഞോളൂ... ഞാനുണ്ട് കൂടെ...

സൈറയ്ക്ക് നേരത്തേ ഇഷ്ടമായിരുന്നു. എന്തോ ഞാനാണ് ഒഴിഞ്ഞു മാറിയത്. എന്റെ കോംപ്ലക്സ് ആയിരുന്നു അച്ഛനും അമ്മയും ആത്മഹത്യ... പശ്ചാത്തലമല്ലേ...? ആരെങ്കിലും അതിനെക്കുറിച്ച് ചോദിക്കുമെന്ന ഭയം... അത് വല്ലാതെ ഹോണ്ട് ചെയ്തു. ഇക്ബാൽ സാറിനെപ്പോലെ ഒരാൾക്ക് എന്നെപ്പോലൊരു സൺ - ഇൻ - ലാ, അതുയർത്താവുന്ന പ്രശ്നങ്ങളെ നേരിടാനുള്ള മനക്കരുത്തില്ലാതെ പോയി. അന്ന് സൈറ പറഞ്ഞതാണ്. ഞാനായിട്ട് വേണ്ടെന്നു വച്ചു.

ഇപ്പോ ആ ഭയം മാറിയോ?

ലൗലി സൗമ്യതയോടെ ചോദിച്ചു.

തീർത്തു പറയാനായിട്ടില്ല.

ഉം. അടുത്ത തീരുമാനം എന്താണ്?

സൈറയ്ക്ക് വിവാഹം കഴിക്കണമെന്നാഗ്രഹം. കേസ്സ് സെറ്റിൽ ചെയ്യാനുള്ള ശ്രമത്തിലാണ് ഇക്ബാൽ സാർ. സാറിന്റെ ഇൻഫ്ളു

വൻസ് വച്ച് അത് കഴിയും.

എന്തായാലും സന്തോഷമായി. സൈറ നല്ലവളാണ് നിന്റെ മേലൊരു ഈച്ചപോലും പറ്റാതെ നോക്കും. അക്കാര്യത്തിൽ നീ ഭാഗ്യവാനാണ് മോനേ. നമ്മൾ സ്നേഹിക്കുന്നവരേക്കാൾ നമ്മളെ സ്നേഹിക്കുന്നവരെയാണ് കൂടുതൽ വിശ്വസിക്കാവുന്നത്.

സ്കൂളിന്റെ മുറ്റത്ത് കാലു വച്ചതോടെ മനസ്സിന്റെ ഗതിവിഗതികൾ ക്രമം തെറ്റിത്തുടങ്ങിയിരുന്നു. ഒരു വിധം സ്റ്റാഫ്റൂമിലെത്തി. ബാഗ് വച്ച്, പേനയുമെടുത്ത് ഓഫീസിലേയ്ക്ക് നടക്കുന്നതിനിടയിലാണ് സുമേഷ് എതിരേ വന്നത്.

ഇന്നലെ എന്താ ടീച്ചർ ലീവായി?

ചെക്കപ്പ് ഉണ്ടായിരുന്നു.

അതിനാണോ?

ഏതിന്? സുമേഷ് പെട്ടെന്ന് വിഷയം മാറ്റി. അങ്ങേർക്ക് വട്ടാണ്. ആളുകളെ മക്കാറാക്കുന്ന പരിപാടി. ഇതിന് അവസാനമില്ലെന്നായിരിക്കുന്നു... നുള്ളണം... ഇല്ലെങ്കിൽ പലരുടെയും ജീവിതം തകരും.

അപ്പോഴാണ് ലൗലിക്ക് ഓർമ്മ വന്നത്. ഫ്ളവർഷോ കാണാൻ പോയപ്പോൾ ഒരാൾ അടുത്തുവന്ന് ചോദിച്ചു.

ലൗലിടീച്ചറല്ലേ?

അതെ.

ഇന്ന് ലീവാണോ?

ആണ്... ലീവാണ്.

ഒറ്റക്കാണോ? അതോ...?

എന്തോ, അതെ, എന്നു പറയാനാണ് തോന്നിയത്. ഞാനൊരു ദിവസം സ്കൂളിൽ വന്നിട്ടുണ്ട്. നിങ്ങളുടെ എച്ച്.എം.എന്റെ ഫ്രണ്ടാണ്. ഞങ്ങളും ഒന്നു കറങ്ങാനിറങ്ങിയതാണ്.

ഓ.കെ.

അയാൾ പോകാൻ ഭാവമില്ലെന്നു മനസ്സിലായി.

എന്താ... താഴെയെല്ലാം പോയോ?

ഇല്ല. കുറച്ചു കഴിഞ്ഞിട്ടാവാം.

ആരെങ്കിലും വരാനുണ്ടോ?

ഏതോ ദുർവ്യാഖ്യാനം അതോ ദുരന്തസൂചനയോ? എന്തായാലും അതെ എന്നുത്തരം പറഞ്ഞത് മനഃപൂർവ്വമായിരുന്നു. കൂടുതൽ ചോദ്യങ്ങളെ ഒഴിവാക്കുകയായിരുന്നു ലക്ഷ്യം.

അത് ഇവിടെയെത്തിയത് ഏതു രീതിയിലാവും?

കൊപ്പര

ലൗലിടീച്ചർ ഫ്ളവർഷോയ്ക്കുപോയി... ഒറ്റയ്ക്ക്. എന്നിട്ട് ആരെയോ കാത്തിരിക്കുന്നു.

അതുകൊള്ളാം. നല്ല ഒരു കഥയ്ക്ക് സ്കോപ്പുണ്ട്.

മനസ്സ് ഉറപ്പോടെ ഓഫീസിലെത്തി. ഒപ്പിടാൻ നേരം ഹെഡ്മാസ്റ്ററുടെ കുശലാന്വേഷണം

ശരിക്കും നല്ല പൂക്കളുണ്ടോ ടീച്ചറേ.

കണ്ടതെല്ലാം നല്ല പൂക്കളായിരുന്നു. കുറേ ബോക്കിയുണ്ട്. അതിനി ഒരിക്കൽ കാണാമെന്ന് കരുതി. ങ്ഹാ... സാറിന്റെ ഒരു ഫ്രണ്ടുണ്ടായിരുന്നു... ചക്കപ്പഴത്തില് ഈച്ച പറ്റുമ്പോലെ കണ്ട സ്ത്രീകളോടെല്ലാം കുശലം ചോദിക്കുന്നുണ്ടായിരുന്നു. നല്ല ചങ്ങാതി. കന്ന് ചെന്നാൽ... കന്നിൻ കൂട്ടത്തിൽ...

ലൗലി അവസാനം പറഞ്ഞത് അദ്ദേഹം വ്യക്തമായി കേട്ടില്ല. അതിനിടയിൽ ഫസ്റ്റ് ബെല്ലടിച്ചു. സാരമില്ല. പോയകാര്യം എല്ലാപേരും അറിഞ്ഞല്ലോ. അതുമതി. ബാക്കി അവര് നോക്കിക്കോളും.

സ്റ്റാഫ്റൂമിൽ കൊണ്ടുപിടിച്ച ചർച്ചയാണ്; ചേരി തിരിഞ്ഞാണെന്നു മാത്രം.

തീയില്ലാതെ പുകയോ?

അന്നകുര്യൻടീച്ചർ പറഞ്ഞു തീർന്നതും ലൗലി അകത്തേയ്ക്കു വന്നതും ഒരേ സമയത്തായിരുന്നു.

ഒന്നും സംഭവിച്ചില്ലെന്ന മട്ടിൽ ഒരു താക്കീതുപോലെ

സുധാമണിടീച്ചർ മേശപ്പുറത്തു തട്ടി... ഒച്ചയടങ്ങി.

ഇന്ന് ഇതിനൊരു തീരുമാനമുണ്ടാവണം. ഇവിടെ മനഃസമാധാനമായി ജോലി ചെയ്യാൻ പറ്റാത്ത അവസ്ഥയായി.

ലൗലിടീച്ചർ ഇന്നലെ എവിടെ പോയതാണ്? ലൗലി ആലോചിച്ചു. തീയും പുകയും വെറുതേയല്ല.

സുധടീച്ചർ ചോദിച്ചതിന്റെ ഉദ്ദേശം മനസ്സിലായി എന്റെ ചാരിത്ര്യം സൂക്ഷിക്കാൻ ഞാനാരേയും ഏല്പിച്ചിട്ടില്ല. അതെന്റെ മാത്രം ഉത്തരവാദിത്തമാണ്.

എനിക്ക് ഒരേദിവസം രണ്ട് അറ്റാക്ക് വന്നതിന്റെ ട്രീറ്റ്മെന്റിലാണ്. ഇന്നലെ ചെക്കപ്പായിരുന്നു. ഡോക്ടർ സിദ്ധാർത്ഥും ഡോക്ടർ സൈറയും എന്നെ കൊണ്ടുപോയി. ചെക്കപ്പിനുശേഷം ഗാർഡൻ കാണാമെന്ന് സൈറ പറഞ്ഞു. അവർ ചെറുപ്പമല്ലേ. ഞാനായി തടസ്സം നിന്നില്ല. അധികം കയറ്റിറക്കം വയ്യാത്തതുകൊണ്ട് ആദ്യം കണ്ട സ്ഥലത്ത് ഞാൻ ഇരുന്നു. അവർ താഴെയൊക്കെ പോയി വന്നിട്ട് തിരിച്ചു വന്നു. ഇതിനിടയിൽ ഒറ്റയ്ക്കിരുന്ന എന്നെ സഹാ

യിക്കാൻ എച്ച്.എം. ന്റെ ഫ്രണ്ട് എന്ന് പറഞ്ഞൊരാൾ വന്നു. എന്തൊക്കെയോ ചോദിച്ചു. കണ്ടവന്മാരുടെ ചോദ്യങ്ങൾക്ക് ശരിയുത്തരം കൊടുക്കുന്ന ശീലം ഇല്ലാത്തതുകൊണ്ട് എനിക്ക് അപ്പോൾ തോന്നിയ ഉത്തരങ്ങൾ പറഞ്ഞു. ഇവിടെ എന്താണ് സംഭവിച്ചതെന്ന് എനിക്ക് അറിയില്ല. അറിയാൻ താല്പര്യവുമില്ല. പന്ത്രണ്ടു കൊല്ലമായി ഈ സ്കൂളിൽ വന്നിട്ട്. എന്റെ വീടിനേക്കാൾ ഞാൻ സ്നേഹിക്കുന്നത് ഈ സ്ഥാപനത്തെയാണ്.

ലൗലി കിതച്ചു. ബാഗിൽ നിന്ന് ഒരു ഗുളികയെടുത്ത് കഴിച്ചു. വെള്ളം കുടിച്ചപ്പോഴേക്കും നന്നേ വിയർത്തുകഴിഞ്ഞു. എന്തോ പന്തികേട് തോന്നിയ സുമേഷ് അടുത്തുചെന്ന് ന്യൂസ്പേപ്പർകൊണ്ട് വീശി...

ടീച്ചർ... റിലാക്സ്... പ്ലീസ്...

സുധടീച്ചർ ക്ഷമിക്കണം. ഈ പരിപാടി ഇന്നത്തോടെ നിർത്തണം. ഇങ്ങനെ പോയാൽ ഇവിടെ പലതും സംഭവിക്കും. നിങ്ങൾക്ക് ധൈര്യമുണ്ടെങ്കിൽ എന്റെ കൂടെ വരണം. എച്ച്.എം.ന്റെ ഈ കളി നിർത്തണം ഇന്നത്തോടെ.

ശരിയാ... ഇങ്ങനെ വിട്ടാൽ നാളെ നമുക്കും ഇതു പോലെ പലതും കേൾക്കേണ്ടിവരും.

സുമേഷ് മുന്നിൽ നടന്നു. ജയശങ്കർ ഓടിപ്പിടിച്ച് എത്തിയപ്പോഴേയ്ക്കും അന്നകുര്യനും സംഗീതയും ഒഴികെയുള്ളവർ ഓഫീസിലെത്തിയിരുന്നു.

സുധാമണിടീച്ചറെ, എന്താണ് എല്ലാരും കൂടെ.

എന്തുചെയ്യാം. അത്തരത്തിലല്ലേ ഇവിടെ ഓരോന്ന് സംഭവിക്കുന്നത്. നാണംകെട്ട പരിപാടിയാണ്.

ടീച്ചറിങ്ങനെ വളച്ചുകെട്ടാതെ കാര്യം പറയണം.

ഞാൻ പറയാം. സുമേഷ് മുന്നിലെത്തി. ഇനിമേലിൽ ലൗലിടീച്ചറെയോ മറ്റാരെയെങ്കിലും കുറിച്ചോ എന്തെങ്കിലും വൃത്തികേട് പറഞ്ഞാൽ നിങ്ങൾ പെൻഷൻ വാങ്ങി നാട്ടിലെത്തില്ല. സ്ത്രീകളെ കാണുമ്പോഴുള്ള ഈ സൂക്കേട് ഇവിടെ വേണ്ടാ. ഞങ്ങൾക്കും സഹോദരിമാരുണ്ട്. ഈ അദ്ധ്യാപികമാരെ ഞങ്ങൾ സഹോദരങ്ങളായിട്ടേ കാണാറുള്ളൂ. രണ്ട് അറ്റാക്ക് കഴിഞ്ഞ ഒരു സ്ത്രീയാണ്. സാറായിട്ട് അവരെ കൊല്ലരുത്.

ലീവെടുത്ത് പോയാൽ സന്തോഷം. ഈ സ്ഥാപനത്തെയും ഞങ്ങളെയും ഇങ്ങനെ ഉപദ്രവിക്കരുത്. പ്ലീസ്.

സുമേഷ് കോപംകൊണ്ട് ജ്വലിക്കുകയായിരുന്നു.

അതിന് ഞാനെന്തു ചെയ്തു...?

ഫ്ളവർ ഷോയ്ക്കു പോയ ടീച്ചറോട് നല്ല പൂക്കൾ ഉണ്ടായിരുന്നോ എന്നല്ലേ ചോദിച്ചത്. കുറച്ചു ദിവസമായി ഞങ്ങൾ പലതും കേൾക്കുന്നു. എല്ലാം സാറിന്റെ മനോസൃഷ്ടികൾ മാത്രമാണെന്നറിയാവുന്നതുകൊണ്ടാണ് പറയുന്നത്. മതി. ആ പാവത്തിനെ അപമാനിച്ചത് മതി. അവരെ വെറുതേ വിട്ടേക്ക്

ക്ലാസ്സുകളിൽ ബഹളം കേട്ടുതുടങ്ങി.

ആരും ക്ലാസ്സിൽ പോയില്ല.

വിഷയത്തിന്റെ ഗൗരവം മനസ്സിലായതോടെ അന്നകുര്യൻ എങ്ങും തൊടാതെ കളം മാറിനിന്നു.

നിങ്ങൾ ക്ലാസ്സിൽ പോണം. ഹെഡ്മാസ്റ്റർ സമരസക്കാരനായി.

ആദ്യം സാറിന്റെ തീരുമാനം പറയണം. അതുകഴിഞ്ഞു മതി ക്ലാസ്സും പഠിപ്പിക്കലും

മാപ്പു പറയണോ? ശരി പറയാം. ടീച്ചറിനെ വിളിക്ക്...

സ്റ്റാഫ്റൂമിൽ ടീച്ചറെ കാണാതെ സുമയ്യ കഞ്ഞിപ്പുരയുടെ പിന്നിലെ മരച്ചോട്ടിലേയ്ക്കു പോയി.

അവിടെ ലൗലിടീച്ചർ പാറുവിനോട് സംസാരിക്കുന്നു.

സുമയ്യ ഓടിക്കിതച്ച് ഓഫീസിലെത്തി പറഞ്ഞു.

ടീച്ചർ കഞ്ഞിപ്പുരയുടെ അപ്പുറത്ത്...

കേട്ടു തീരുംമുന്നേ എല്ലാവരും ഓടിയത് കഞ്ഞിപ്പുരയുടെ അടുത്തേയ്ക്കായിരുന്നു. അവിടെ ടീച്ചർ പാറപ്പുറത്തിരിക്കുന്നു. ചുറ്റിനും കുട്ടികളും.

സുമേഷ് എച്ച്. എമ്മിനെ നോക്കി

കണ്ടോ... അതാണ് ലൗലി ടീച്ചർ. അവരുടെ ലോകം സ്കൂളും കുട്ടികളുമാണ് ...

അല്ലാതെ.... എച്ച്.എം. ആയിപ്പോയി. അല്ലെങ്കിൽ നല്ല ഭാഷയിൽ ഞങ്ങൾ സംസാരിക്കുമായിരുന്നു. ആണുങ്ങളുടെ വിലകളയാൻ ഇതുപോലെ ചില കാളകൾ മതി. പെണ്ണെന്നു കേട്ടാൽ വാലുപൊക്കുന്ന ഈ സൂക്കേട് ഇവിടെ വേണ്ടാ... ഞങ്ങൾക്ക് ഇത് വീടുപോലെ പവിത്രമാണ്. മറക്കണ്ട.

കുറഞ്ഞ സമയംകൊണ്ട് എന്തെല്ലാമാണ് മനസ്സിൽ സ്വരൂക്കൂട്ടിയത്... ആംബുലൻസ്... പോസ്റ്റുമോർട്ടം, പോലീസ്... അന്വേഷണം... ഒരുകണക്കിന് രക്ഷപ്പെട്ടു...

അപഹാസ്യനായി തിരിഞ്ഞു നടക്കുമ്പോൾ കണ്ടു അദ്ധ്യാപകർ ഗൗരവമായ ചർച്ചയിലാണ്.

42

രാവിലെ പതിവു തിരക്കുകൾ ഒന്നുമില്ലാതെ സ്വസ്ഥമായിരുന്ന് പത്രം വായിക്കുന്ന ലൗലിയെ അല്പസമയം ശ്രദ്ധിച്ചുനിന്ന സിദ്ധാർത്ഥ് അടുത്തുചെന്നു.

ഇന്ന് സ്കൂളിൽ പോണില്ലേ?

ഇല്ല. കുറച്ചുദിവസം ലീവാണ്.

എന്താ? എന്തെങ്കിലും പ്രശ്നമുണ്ടായോ?

അതോ ക്ഷീണം?

ഇല്ല സിദ്ധൂ... നീ പറയാറില്ലേ മനസ്സിന്റെ ഭാരത്തെക്കുറിച്ച്. എനിക്കും തോന്നിത്തുടങ്ങി വല്ലാത്ത ഭാരം. ഇറക്കിവച്ച് കുറച്ച് ദിവസം വിശ്രമിക്കണം.

അതു നല്ല കാര്യം. ഒരുപാട് ഭാരം താങ്ങാൻ ഈ മനസ്സിനു കഴിയില്ല. അതൊരു പാവം. അധികം പീഡിപ്പിക്കണ്ട

പതിവിൽക്കവിഞ്ഞ എന്തോ വിഷയം അലട്ടുന്നുണ്ടെന്ന് ഇരിപ്പ് കണ്ടാലറിയാം.

സുജനപാലൻ പതിവിലും നേരത്തേയെത്തി. നേരേ ലൗലിയുടെ അടുത്ത് ചെന്നുനിന്നു. കുളി കഴിഞ്ഞിറങ്ങിയ സിദ്ധു അതിശയത്തോടെ നോക്കി.

ഇന്ന് ബാലേട്ടൻ നേരത്തേയാണല്ലോ.

മനസ്സമാധാനം നഷ്ടപ്പെട്ടാൽ വീട്ടിലിരിക്കാൻ പറ്റുമോ?

ആ ജയശങ്കർ സാർ പറഞ്ഞപ്പോഴാണ് ഞാനറിഞ്ഞത്. നേരേ ചെന്ന് പിടിച്ചിറക്കി രണ്ടെണ്ണം പൊട്ടിച്ചു. അയാൾ കളിച്ച് കളിച്ച് നാട്ടുകാരുടെ നെഞ്ചത്തോട്ട് കേറികളിക്കുന്നോ? മര്യാദയ്ക്ക് ജീവിക്കാൻ സമ്മതിക്കില്ല. ഈ നാട്ടിൽ കണ്ടുപോകരുതെന്ന് പറഞ്ഞിട്ടുണ്ട്.

എന്താ ചെയ്യേണ്ടതെന്ന് എനിക്കറിയാം. ഇന്ന്. എല്ലാത്തിനും തീരുമാനമാവും.

ഇന്ന് ഒരു ദിവസം... അതിനപ്പുറം...

ബാലേട്ടനെന്താ ഈ പറയുന്നത്? ചേച്ചിയമ്മേ എന്താ പ്രശ്നം?

ബാലൻ ഇരുന്നു. ലൗലിയെ നോക്കി...

എന്തുകൊണ്ട് ഇതുവരെ പറഞ്ഞില്ല. ആ സാറിന്റെ കണ്ണുനിറഞ്ഞു. കാര്യം പറഞ്ഞപ്പോ

എല്ലാരും നമ്മൾ സങ്കല്പിക്കുന്നതുപോലെ പെരുമാറണമെന്ന് ശാഠ്യം പിടിക്കാമോ? അയാൾക്ക് അയാളുടെ രീതി. അത് എനിക്ക് ഇഷ്ടപ്പെട്ടില്ല. ഞാൻ ലീവെടുത്തു. അങ്ങനെയുള്ളവരെ ഒഴിവാ

ക്കുന്നതാണ് നല്ലതെന്ന് തോന്നി.

അടികിട്ടിയ വിവരം സ്കൂളിൽ പാട്ടായി. ആരുടേയും സപ്പോർട്ടോ സഹതാപമോ കിട്ടില്ലാന്നുറപ്പായി. ആളുകൂടി. തല്ലിക്കൊല്ലനാ തോന്നിയത്. നാട്ടുകാര് വളഞ്ഞിട്ടു തല്ലുമെന്നായപ്പോ മാപ്പുപറഞ്ഞു. ഇന്നുതന്നെ പോകുമെന്നുറപ്പു പറഞ്ഞു. നാളെയായാൽ ചിലപ്പോ ആംബുലൻസിൽ കൊണ്ടുപോകേണ്ടിവരും.

വേണ്ടായിരുന്നു. അയാളെ തൊട്ടകൈകൊണ്ട് എങ്ങനെ ആഹാരം കഴിക്കും? ഓർത്താലേ ഛർദ്ദിക്കാൻ തോന്നും. വഷളൻ. എങ്ങനെ കഴിയും ഇത്ര ചീപ്പായി. അതും സ്ത്രീകളോട് സംസാരിക്കാൻ?

അദ്ധ്യാപകരുടെ ഫോൺവിളികൾ ലൗലിയെ അലോസരപ്പെടുത്തിക്കൊണ്ടിരിക്കെ പുറത്ത് ആരുടെയോ സംഭാഷണം കേട്ടു. ലൗലി കിടക്കയിൽ നിന്ന് എണീറ്റ് പുറത്തേയ്ക്കു എത്തിനോക്കി. ശൂലപാണിയുടെ പിന്നിൽ നില്ക്കുന്നത് സ്ത്രീയാണെന്ന് മനസ്സിലായ ലൗലി മുറ്റത്തേയ്ക്കിറങ്ങിയതും ശൂലപാണിയുടെ പിന്നിൽ നിന്ന സ്ത്രീ മുന്നിലെത്തിയതും ഒരു നിമിഷത്തിലായിരുന്നു.

ചേച്ചീ... എങ്ങനെ വന്നു? എന്തുകോലമാണിത്? എന്തുപറ്റി?

ഒറ്റയ്ക്കാണോ വന്നത്?

വാ... അകത്ത് വാ ചേച്ചീ... ഞങ്ങൾ അന്വേഷിച്ചു വരാനിരുന്നതാണ്.

പരിഭ്രാന്തയായിരുന്നു പത്മകുമാരി. ആകെ മെലിഞ്ഞ് കോലം കെട്ടിരിക്കുന്നു. എന്തു ചെയ്യണമെന്നറിയാതെ ലൗലി, പത്മചേച്ചിയെ കെട്ടിപ്പിടിച്ചു കരഞ്ഞു. അതോടെ സകല നിയന്ത്രണവും വിട്ട പത്മകുമാരി ഏങ്ങിയേങ്ങിക്കരഞ്ഞു.

ശൂലപാണി വിവരം പറഞ്ഞതും സുജനപാലൻ ഓടി വന്നു. പത്മചേച്ചീ... കണ്ടപാടേ വിളിച്ചു.

എങ്ങനെ വന്നു? ആരുകൊണ്ടുവന്നു?

മോളേ ചേച്ചിക്ക് കുടിക്കാനെന്തെങ്കിലും... ധൃതിയിൽ ഒരു ഗ്ലാസ്സ് ചൂടുവെള്ളമെടുത്തു കുടിക്കാൻ കൊടുത്തു. പിന്നെ ചായയുണ്ടാക്കി. ബിസ്ക്കറ്റും ചായയും മേശപ്പുറത്തുവച്ചപ്പോഴേക്കും സിദ്ധാർത്ഥും എത്തി. പരിചയമില്ലാത്ത ഒരു സ്ത്രീ. ചേച്ചിയമ്മയെന്തിന് കരയുന്നു. സിദ്ധാർത്ഥിനെ കണ്ടതും ലൗലി പറഞ്ഞു. സിദ്ധൂ... ഇതാണ് പത്മചേച്ചി.

എന്തു പറയണമെന്നറിയാതെ നോക്കി നിന്നു.

ചേച്ചീ ഇതാണ് പുതിയ ഡോക്ടർ സിദ്ധാർത്ഥ്

കൊപ്പര

ലൗലി സിദ്ധാർത്ഥിനെ പരിചയപ്പെടുത്തി.

മുറ്റത്ത് ശൂലപാണി പ്രത്യക്ഷപ്പെട്ടു...

സാർ ആള് വന്ത്ര്ക്ക്...

സിദ്ധാർത്ഥ് പറഞ്ഞു. നിങ്ങൾ സംസാരിക്ക്. ഞാൻ പോയി നോക്കട്ടെ.

ചായകുടിച്ച പത്മകുമാരിക്ക് ശബ്ദം വീണ്ടുകിട്ടി. ഭയവും ആശങ്കയും കൊണ്ട് ആകെ മരവിച്ചിരുന്ന പത്മചേച്ചി ലൗലിയെനോക്കി ... ഓർമ്മകളിൽ പരതി.

ചേച്ചി എങ്ങനെ ഇവിടെയെത്തി?

പത്മകുമാരി കയ്പു നിറഞ്ഞ ഓർമ്മകൾ കുടഞ്ഞിട്ടു.

മൂന്നാറിൽ വരെ അവര്കൂടെ വന്നു. അവിടന്ന് ഒരു ജീപ്പിൽ കയറ്റി ഇവിടെ ഇറക്കാൻ പറഞ്ഞു. ഫോറസ്റ്റ് ഓഫീസ് കണ്ടപ്പ മനസ്സിലായി. ഇവിടെയിറങ്ങി. ഈ ഹോസ്പിറ്റലിൽ വന്നിട്ടുണ്ട്. ഇവിടെ വന്നാൽ നിങ്ങളെ ആരെയെങ്കിലും കാണാമെന്ന് കരുതി. അപ്പോഴാണ് ആ തമിഴൻ എവിടെ പോണമെന്ന് ചോദിച്ചത്. ആര്? എവിടന്ന് വരുന്നൂ അങ്ങനെ കുറേ ചോദ്യങ്ങൾ... അതിനിടയിലാണ് മോളിറങ്ങി വന്നത്... ദൈവം കാത്തു...

പത്മകുമാരി പറഞ്ഞു തുടങ്ങി.

ആദ്യമൊക്കെ വലിയ സ്നേഹമായിരുന്നു. നാത്തൂനും മക്കളും. ഒരു ജോലിയും ചെയ്യാൻ സമ്മതിക്കാതെ ഒരുമാസം കഴിഞ്ഞ് നാത്തൂൻ മോളവീട്ടിലേയ്ക്കുപോയി. അവിടെ ഞാനും അവിടത്തെ മോനും മരുമോളും രണ്ടുകുഞ്ഞുങ്ങളും. പത്തു പതിനഞ്ചു ദിവസം കഴിഞ്ഞാണ് തിരിച്ചുവന്നത്.

അവരുടെ ഭർത്താവ്? സുജനപാലൻ ഇടയ്ക്കു ചോദിച്ചു. നേരത്തേ മരിച്ചു. ഞങ്ങളറിഞ്ഞില്ല... സാറിനെ അറിയിച്ചില്ല. അറിഞ്ഞാൽ എന്നോട് പറയാതിരിക്കില്ല. പത്മകുമാരിയുടെ മുഖം വല്ലാതെ മുറുകിയിരുന്നു. ഭയവും നിസ്സഹായതയും പിടിമുറുക്കിയ മനസ്സിന്റെ താളം തെറ്റുന്നതുപോലെ...

മോളെവിടെയാണ് താമസം? ലൗലി ശ്രദ്ധ തിരിച്ചു. കൊല്ലത്താണെന്നാണ് പറഞ്ഞത്. അവിടെ എന്തോ കുടുംബപ്രശ്നമാണെന്നു മനസ്സിലായി. നാത്തൂൻ തിരിച്ചുവന്നെങ്കിലും സദാ ഫോൺ വിളിയായിരുന്നു. ഇടയ്ക്ക് കരയും.

അതെന്തിന്?

ആദ്യം ഒന്നും പറഞ്ഞില്ല. നിർബന്ധിച്ച് ചോദിച്ചപ്പോ പറഞ്ഞു മോൾക്ക് കൊടുക്കാമെന്നു പറഞ്ഞ പൈസ മുഴുവനും കൊടുത്തി

ല്ല. അതിന്റെ പേരിൽ അവളെ ആ വീട്ടുകാര് എന്നും വഴക്കാണെന്ന്. ഒരുദിവസം പറഞ്ഞു മോള് ആത്മഹത്യ ചെയ്യുമെന്ന് പറഞ്ഞെന്ന്.അവര് കരഞ്ഞു പറഞ്ഞു. പാവം ഒരു പെൺകുട്ടിയുടെ ജീവിതമല്ലേന്ന് കരുതി അക്കൗണ്ടിൽ നിന്ന് അഞ്ചുലക്ഷം രൂപ എടുത്തു കൊടുത്തു.

കുറച്ചു ദിവസം വീണ്ടും സന്തോഷമായിക്കഴിഞ്ഞു. അപ്പോഴേക്കും വീട്ടുജോലികളെല്ലാം എന്റെ തലയിലായി. കുഞ്ഞുങ്ങളെ നോക്കണം. അടുക്കള ജോലികൾ ചെയ്യണം. നാത്തൂൻ എന്തെങ്കിലും അസുഖം പറഞ്ഞ് കിടക്കും.

മോളും മരുമോനും വന്നു. അവരുടെ രീതികൾ കണ്ടിട്ട് നാത്തൂൻ പറഞ്ഞതൊന്നും ശരിയാണെന്ന് തോന്നിയില്ല. എന്നെ അറപ്പോടെയാണ് നോക്കിയതും സംസാരിച്ചതും. ഫാമിലി പെൻഷൻ എത്രയാണെന്ന് ചോദിച്ചു. രണ്ടുദിവസം നിന്നിട്ട് അവര് പോയി. അവര് പോയതോടെ നാത്തൂൻ വീണ്ടും കിടപ്പിലായി. ആഹാരം കഴിക്കാൻ മാത്രം എണീറ്റുവരും. കഴിച്ചപാത്രം പോലും എടുക്കില്ല.

മോൻ ഒരുദിവസം പറഞ്ഞു. കാറ് വാങ്ങണം. ലോണെടുത്തു പക്ഷേ തികയുന്നില്ല. ആറുമാസം കഴിഞ്ഞാൽ അവന്റെ ഭാര്യ മീരയ്ക്ക് ലോൺ കിട്ടും. അത്ര നാളത്തേക്ക് നാല് ലക്ഷം രൂപ കടമായി വേണമെന്ന്. അന്നേരം നാത്തൂൻ ഇടപെട്ടു. അവര് തന്നില്ലെങ്കി ഈ വീട് വിറ്റെങ്കിലും ഞാൻ തരും. തല്ക്കാലത്തേയ്ക്ക് കടമായിട്ട് മതി.

എന്നിട്ട്?

സുജനപാലൻ ഇടയ്ക്ക് ചോദിച്ചു.

എങ്ങനെ ഇല്ലെന്നുപറയും?

ആകെയുള്ള ബന്ധുക്കളല്ലേ ... കൊടുത്തു.

കാറ് വാങ്ങി. അമ്മയും മക്കളും കാറിൽ അമ്പലങ്ങളിൽ പോകും സിനിമയ്ക്ക് പോകും. മകളുടെ വീട്ടിലും ബന്ധുവീടുകളിലൊക്കെ പോകും. ഞാൻ മാത്രം തനിയെ ആ വീട്ടിൽ.

പിന്നീട് പൈസ ചോദിച്ചെങ്കിലും കൊടുത്തില്ല. എനിക്കു സംശയമായി. പൈസയെല്ലാം കയ്യിലായാൽ എന്നെ വെളിയിലാക്കിയാൽ എങ്ങോട്ടുപോകും?

അതോടെ ദേഷ്യമായി. എന്തെങ്കിലും പറഞ്ഞ് വഴക്കിടും. പൈസയും കെട്ടിപ്പിടിച്ചിരിക്കുന്നു. നിധി കാക്കുന്ന ഭൂതമെന്നൊക്കെ ആരോടോ പറയുന്നത് കേട്ടു.

സഹികെട്ട് ഒരു ദിവസം ഞാൻ പറഞ്ഞു. ഏതെങ്കിലും വൃദ്ധസ

ദനത്തിൽ പോണമെന്ന്. ഒരിക്കൽ സാറ് പറഞ്ഞിരുന്നു. അദ്ധ്യാപകർക്കും അവരുടെ ആശ്രിതർക്കും താമസിക്കാനൊരിടമുണ്ടെന്ന്. അതിനെ കുറിച്ച് ഞാൻ ഫോണിൽ വിളിച്ച് അന്വേഷിച്ചു. അതോടെ ഫോൺ അവരെടുത്തു മാറ്റിവച്ചു.

പൈസ മൊത്തം തട്ടിയെടുത്തോ? കള്ളക്കൂട്ടങ്ങൾ? സുജനപാലൻ അമർഷം കാട്ടി.

ഇവിടന്ന് ഫോൺവിളി വന്നില്ലെങ്കിൽ... ഒരുപക്ഷേ... അവർക്ക് പൈസയിലായിരുന്നു നോട്ടം. അല്ലെങ്കിൽ അത്രയും കാലം ഇല്ലാതിരുന്ന സ്നേഹവും പറഞ്ഞ് ഓടി വരുമോ? എനിക്കാരുമില്ലെന്നറിയാം. അറിഞ്ഞുകൊണ്ട് ചതിച്ചതാണ്. അവരെയെന്തിനു കുറ്റം പറയണം. അതിമോഹം കാണിച്ചത് ഞാനല്ലേ.

ബന്ധം പറഞ്ഞുവന്നവരെ കണ്ണടച്ചു വിശ്വസിച്ചു. പോകരുതെന്ന് പറയാൻ ആരുമില്ലായിരുന്നല്ലോ.

ഇനി എങ്ങോട്ടുമില്ല. ഒരു ചെറിയ വീട് വേണം. എനിക്കു ജീവിക്കാൻ പെൻഷനുണ്ട്. അതു ധാരാളം തനിച്ചായാലും സാരമില്ല.

ചേച്ചിയെ ഇനി ആർക്കും വിട്ടുകൊടുക്കില്ല. അന്ന് ഞങ്ങൾ കരുതി... ബന്ധുക്കളല്ലേ, അവകാശികളും. നമ്മൾ അന്യരല്ലേ. ഇനി യാരും വരില്ല.. വന്നാൽ

സിദ്ധു വന്നു. എല്ലാപേരും ഭക്ഷണം കഴിച്ചു.

ചേച്ചി അല്പം വിശ്രമിക്ക് - ഞാനൊന്നു കടയിൽ പോയി വരാം. ചേച്ചിക്ക് എന്തെങ്കിലും വാങ്ങണോ?

വേണ്ട മോളേ...

ബാലേട്ടാ നമുക്ക് ആ വീട് തിരിച്ചു കിട്ടുമോന്ന് അന്വേഷിക്കാം. അതാവുമ്പോ ചേച്ചിക്കും സന്തോഷമാവും, എനിക്കും. അവിടെ താമസിക്കുന്നതിനെക്കുറിച്ച് ബാലേട്ടന്റെ അഭിപ്രായമെന്താണ്?

അതാണ് ഏറ്റവും നല്ല കാര്യം. ആരുമാർക്കും ഭാരമാവില്ല. കൂട്ടും ആവും. ആരും തനിച്ചല്ലെന്ന ബോധം, അതാണ് ഏറ്റവും പ്രധാനം. ഞാനാപാർട്ടിയെ കണ്ടു സംസാരിക്കാം. കാര്യം പറഞ്ഞാൽ മനസ്സിലാകാതിരിക്കുമോ? മനുഷ്യരല്ലേ.

ലൗലി നോക്കുമ്പോൾ പത്മചേച്ചി ഉറക്കമായിരുന്നു. ഒരുപക്ഷേ, ഇത്ര സമാധാനത്തോടെ ഉറങ്ങിക്കാണില്ല കഴിഞ്ഞ കുറച്ചുമാസങ്ങളിൽ- പണത്തിനുവേണ്ടി എന്തെല്ലാം വേഷം കെട്ടുന്നു. അവനവൻ അദ്ധ്വാനിച്ചതിന്റെ രുചിയുണ്ടാവുമോ അന്യന്റെ വിയർപ്പിന്?

വൈകുന്നേരം സിദ്ധുവും ലൗലിയും കൂടി പുറത്തിറങ്ങി അത്യാവശ്യം വേണ്ടുന്ന സാധനങ്ങളൊക്കെ വാങ്ങി. അടുത്തവളവിലെ

ഫർണ്ണിച്ചർ കടയിൽ നിന്ന് ഒരു കട്ടിലുവാങ്ങി. അതു ശൂലപാണി തലയിൽ ചുമന്ന് വീട്ടിലെത്തിച്ചു.

സാധനങ്ങളുമായി വീട്ടിലെത്തിയ ഉടനെ ലൗലി മുറിയിൽ പോയി നോക്കി.

ഇല്ല, എണീറ്റില്ല. ഉറങ്ങട്ടെ. മനസ്സമാധാനത്തോടെ ഉറങ്ങട്ടെ. എത്രയും പെട്ടെന്ന് മറ്റൊരു വീട് കണ്ടെത്തണം. സിദ്ധുവിന് തിരിച്ചുപോകേണ്ട സമയമാകുന്നു. ആലോചനകൾക്കിടയിൽ പത്മചേച്ചി എഴുന്നേറ്റു. അപ്പോഴേക്കും ലൗലി ചായ റെഡിയാക്കി. സിദ്ധുവും പത്മചേച്ചിയും ലൗലിയും ചായ കുടിച്ചുകഴിഞ്ഞാണ് ശൂലപാണി എത്തിയത്.

ശൂലപാണി പുതിയ കട്ടിൽ മുറിക്കുള്ളിലിട്ടു. മുറിയുടെ രണ്ടു വശങ്ങളിലായി രണ്ടു കട്ടിലുകൾ അതിൽ ലൗലിയും പത്മചേച്ചിയും സ്വസ്ഥമായി. കുളിച്ച് ഫ്രഷായതോടെ പത്മചേച്ചി ഉന്മേഷവതിയായി. വേഷം മാറി അടുക്കളയിലേയ്ക്കു പ്രവേശിച്ചു.

എന്താ രാത്രി കഴിക്കാൻ?

പത്മചേച്ചി ലൗലിയോടാണ് ചോദിച്ചത്.

ചപ്പാത്തിയും വെജിറ്റബിൾ കുറുമയുമാക്കാം.

അതാ നല്ലത്. ചൂടോടെ കഴിക്കാം.

പിറ്റേന്ന് രാവിലെ ജയശങ്കറിന്റെ ഫോൺ വന്നു.

ഹലോ ടീച്ചറേ. ജയശങ്കറാണ്. ആള് മുങ്ങി കേട്ടോ സുജനപാലൻ സാറും വേറെ കുറച്ചുപേരുമായി വന്ന് വീട്ടീന്ന് പടിച്ചിറക്കി നല്ലോണം കൊടുത്തു. ടീച്ചറിനുവേണ്ടി രക്തസാക്ഷിത്വം വരിക്കാൻവരെ എത്ര പേരാന്നറിയോ? അടുത്ത തെരഞ്ഞെടുപ്പിൽ ഒന്നു ശ്രമിച്ചാലോ?

അയ്യോ വേണ്ടായേ. ഈ പാവത്തിനെ വിട്ടേക്കൂ... ഹെഡ്മാസ്റ്ററെ ആളെവച്ച് തല്ലിക്കൂട്ടിയ ക്രൂരയായ ലൗലി ടീച്ചർ

ഏയ് അങ്ങനെയൊന്നുമല്ല. ഒരു പഞ്ചായത്ത് ഒപ്പമുണ്ട്.

ലീവ് ക്യാൻസൽ ചെയ്തുവായോ ടീച്ചറേ.

എന്തായാലും കുറച്ചു ദിവസം കൂടി റെസ്റ്റ് എടുക്കണം.

ഞാൻ പറയുന്നതൊന്നും എന്റെ ഹൃദയം കേൾക്കുന്നില്ല. ആദ്യം അതിനെ വരുതിയിൽ വരുത്തട്ടെ. എന്നാലും വേഗം വരാം.

രാവിലെ ബാലേട്ടൻ വന്നപ്പോൾ ലൗലിയും പത്മചേച്ചിയും അടുക്കളയിൽ പാചകത്തിലായിരുന്നു.

എന്തായി ബാലേട്ടാ? ആ പാർട്ടിയെ കണ്ടോ?

കണ്ടു സംസാരിച്ചു. അവർക്ക് ആലോചിക്കണം

കൊപ്പര

എന്തായാലും വേഗം വേണം. അതല്ലെങ്കിൽ മറ്റൊരു വീട് കണ്ടു പിടിക്കണം.

ഓരോ ദിവസവും എന്തെന്ത് പ്രശ്നങ്ങൾ ആണ് ഉണ്ടാകുന്നത്. ഒന്ന് ചുരുളഴിച്ച് അതിലെ കല്ലും നെല്ലും തിരിച്ചടുക്കുന്ന ദിവസം പത്മചേച്ചിയുടെ മുഖം തെളിയും വരാനിരിക്കുന്ന വസന്തകാലത്തിന്റെ തണൽ എന്നു സമാധാനിച്ചു നില്ക്കുമ്പോഴും ഒരു ദുരന്തം തൊട്ടടുത്തുതന്നെയുണ്ടെന്നത് ലൗലി ഓർത്തില്ല.

43

അതിരാവിലെ ശൂലപാണി കതകിനുതട്ടി. ഉറക്കം വിട്ടുമാറാത്തതിന്റെ ആലസ്യത്തിലാണ് ലൗലി കതകു തുറന്നത്.

എന്താ ശൂലപാണീ..

ടീച്ചറമ്മാ ബോംബ് വെടിച്ചാച്ച് പോലീസ്കാര്...

ങേ.. ലൗലി കേട്ടത് വിശ്വസിക്കാനാവാതെ കതകിൽ ചാരി നിന്നു. കേട്ടതിന്റെ നിജസ്ഥിതി അറിയാനായി ന്യൂസ് ചാനൽ ഓൺ ചെയ്തു. റിപ്പോർട്ടർമാർ മരണവെപ്രാളം കാട്ടുന്നതുപോലെയാണ് ആദ്യം തോന്നിയത്. പിന്നീടാണ് ഒരുഭാഗം തകർന്നുകിടന്ന പോലീസ് സ്റ്റേഷൻ കണ്ടത്. ആംബുലൻസുകളും ഫയർഫോഴ്സും എന്നുവേണ്ട, പരിസരമാകെ തിക്കും തിരക്കും.

പരിസരവാസികൾ ഇടയ്ക്കിടയ്ക്ക് തലയും മുഖവും ക്യാമറയിലെത്താൻ പാകത്തിൽ ചാഞ്ഞും ചരിഞ്ഞും നോക്കുകയും ഒരു ചെറുപ്പക്കാരൻ കൈവിരലുകളുയർത്തി 'വിക്ടറി' മുദ്രകാട്ടുകയും ചെയ്തു. ആകെ ഭയാനകമായ അന്തരീക്ഷമാണ്.

ആരായിരിക്കും ഈ കൊടുംക്രൂരത ചെയ്തത്

അന്വേഷണങ്ങൾ ആരംഭിച്ചു കഴിഞ്ഞു. എന്താവും?

അഭ്യൂഹങ്ങളും ആശങ്കകളും ആൾക്കൂട്ടചർച്ചയിലിടം പിടിച്ചുകഴിഞ്ഞ സ്ഥിതിക്ക് നമുക്കും ചേരാം.

മുഖത്തിനു മുന്നിൽ പിടിച്ചിരുന്ന ക്യാമറ ആളുകൾക്കിടയിലേയ്ക്കു നീണ്ടു.

ആരായിരിക്കുമെന്ന് എന്തെങ്കിലു സൂചന...?

ഒരുകൊല്ലം മുമ്പ് മാവോയിസ്റ്റാക്രമണം എന്ന പേരിൽ പോലീസ് രണ്ടു ആദിവാസികളെ വെടിവച്ചുകൊന്നു. അതല്ലാതെ ഈ നാട്ടിൽ ഇമ്മാതിരി സംഭവങ്ങൾ പതിവില്ല. മനസ്സമാധാനം പോയി. ഇനിയെന്തൊക്കെ ഗുലുമാലുകളാണോ വരാനിരിക്കുന്നത്.

അതെ വരാനിരിക്കുന്ന ഗുലുമാലുകൾ. അങ്ങനെയാണ് ഈ

നാട്ടുകാരനും കൂലിപ്പണിക്കാരനുമായ
അയാൾ ക്യാമറ തിരിച്ചു ചോദിച്ചു.

ചേട്ടാ പേരെന്താണ്?

സുധീർ

അതെ, സുധീർ എന്ന ചെറുപ്പക്കാരന്റെ ആശങ്കകളാണ് നമ്മൾ കണ്ടത്. ഇതുപോലെ നിരവധിപേരുടെ മുഖം ഭയത്തിന്റെ പിടിയിലാണ്.

ഇന്നലെ വൈകുന്നേരം ഒപ്പമുണ്ടായിരുന്നവരുടെ മരണം ഉൾക്കൊള്ളാനാവാതെ വിറങ്ങലിച്ചു നില്ക്കുകയാണ് സഹജീവനക്കാർ. അതാ, അവിടെ

സ്റ്റേഷനിൽ പകൽ ഡ്യൂട്ടിയിലുണ്ടായിരുന്ന എ.എസ്.ഐ. സാബുസാറിനോട് ചോദിക്കാം.

ഹായ് സർ, ഇന്നലെ താങ്കൾ ഡ്യൂട്ടിയിലുണ്ടായിരുന്നില്ലേ? എന്തെങ്കിലും അസാധാരണമായി സംഭവിച്ചതോർക്കുന്നുണ്ടോ?

പകച്ച കണ്ണുകൾ നിലയുറയ്ക്കാതെ ഉഴലുകയാണ്. ചോദ്യം കേട്ട സാബു സമനില വീണ്ടെടുക്കാനുള്ള ശ്രമത്തിൽ ചുറ്റിലും നോക്കി.

അല്പസമയം ആലോചിച്ചുനിന്ന സാബു പറഞ്ഞു, ങാ ഇന്നലെ വൈകിട്ട് ആ ക്വാർട്ടേഴ്സിന്റെ അപ്പുറത്തുനിന്ന് രണ്ടു ബോംബുകൾ കിട്ടി. കുട്ടികൾ കളിക്കാനായി ഉണ്ടാക്കിയതാവുമെന്ന് എസ്.ഐ. സാറു പറഞ്ഞു. കണ്ടിട്ട് ഒട്ടും അപകടകാരിയല്ലെന്നാണ് തോന്നിയത്. പന്നിപ്പടക്കമാണോന്ന് സംശയിച്ചിരുന്നു.

റിപ്പോർട്ട് ചെയ്യണ്ടേ സാർ?

ഞാൻ ചോദിച്ചതാണ്. അദ്ദേഹം ഒരു തെറിവിളിച്ചുകൊണ്ടാണ് പറഞ്ഞത്. വല്ല കുട്ടികളും കളിക്കാൻ പന്തുണ്ടാക്കിയതാവും.

എന്നിട്ട്?

ഞാൻ ഡ്യൂട്ടി കഴിഞ്ഞ് വീട്ടിലേയ്ക്കുപോയി സാബുസാറും കിഷോർകുമാർ സാറുമായിരുന്നു നൈറ്റ് ഡ്യൂട്ടിയിൽ. രാത്രി ഒമ്പതുമണിക്ക് ഞാൻ കിഷോർകുമാറിനെ വിളിച്ചു.

എന്തിനാ രാത്രി വിളിച്ചത്?

അതു പതിവാണ്. നൈറ്റിലുള്ളവരെ വിളിച്ച് സംസാരിക്കാറുണ്ട്.

ആ സമയത്ത് സാബുസർ എവിടെയായിരുന്നു?

അകത്ത് എന്തോ ഫയൽ നോക്കുന്നുവെന്നാണ് കിഷോർ പറഞ്ഞത്.

വേറെ ആരെങ്കിലും അകത്തുണ്ടായിരുന്നോ?

രണ്ടുപേരുണ്ടായിരുന്നു. കഞ്ചാവ് കൃഷി നടത്തിയവർ അവരെ റിമാണ്ടിൽ വിട്ടുകിട്ടിയതാണ്.

അവരെക്കുറിച്ച് വ്യക്തമായി ഒന്നും അറിയില്ല.

ചോദ്യം ചെയ്യാൻ തുടങ്ങിയിട്ടേ ഉള്ളൂ. പരസ്പരവിരുദ്ധമായി എന്തൊക്കെയോ പറയുന്നതല്ലാതെ ഒരു തുമ്പും കിട്ടിയില്ല.

നിഗൂഢതകൾ നിറഞ്ഞ ഒരു സംഭവമായി വേണം ഇതിനെ കണക്കാക്കാൻ. കാത്തിരുന്നു കാണുക. ക്യാമറ ആൾക്കൂട്ടത്തിലേയ്ക്കു തിരിഞ്ഞു.

പോലീസ് അന്വേഷണം കാര്യമായിത്തന്നെ നടന്നു. ഊരുകളിൽ പോലീസ് കയറി ഇറങ്ങി. മാരനും സോമനും കുമരപ്പനെ നോക്കാനെന്നോണം ഊരിൽ തങ്ങി കുമരപ്പനെ പുറമേ നിന്ന് നോക്കിയതല്ലാതെ അകത്തു കടക്കാൻ പലരും മടിച്ചു. കരിമ്പടം പുതച്ച് അവശനായിക്കിടന്ന കുമരപ്പന്റെ പീളകെട്ടിയ കണ്ണുകൾക്ക് തീരെ തെളിച്ചമില്ലായിരുന്നു.

കുടിലിനകം പരിശോധിച്ചവർക്ക് ഒന്നും കണ്ടെത്താനായില്ല.

ബാക്കിയുള്ളോരൊക്കെ എവിടെ?

സ്വന്തക്കാര് വീട്ടല് തങ്കവച്ച്. ഇന്ത വ്യാധി റൊമ്പ ഭയമാനത്. ഇന്നും ഒരുവാരത്തക്കപ്പുറം അവര് ഇങ്കവരുവാറ്. ഇങ്കെന്ന് പോയിട്ട് പത്തുനാളാച്ച് സർ. അവരെ നാളെകുളിപ്പിക്കും. അപ്പോ താൻ ഛടേന്ന് പകർന്ത് പുടിക്ക്ത്. ജാഗ്രതയാ നാമിങ്ക ഇരിക്ക്. ഇന്ത ഊരുവിട്ട് വെളിയിൽ പോകക്കൂടാത്. മാരിയമ്മൻ കോപം. പൂജ പണ്ണണം; കുരുസിയും. കോപം അടങ്കിയാലെ ഇന്ത എടത്തില് തങ്ക മുടിയും സാർ. പരിസരമാകെ സൂക്ഷ്മ നിരീക്ഷണം നടത്തിയെങ്കിലും അസാധാരണമായി ഒന്നും കണ്ടില്ലെന്ന റിപ്പോർട്ടിൽ അന്വേഷണം കഞ്ചാവ് ലോബിയിലേക്കു തിരിഞ്ഞു.

ജനം ചേരിതിരിഞ്ഞ് ചർച്ച ചെയ്തു.

ആ പാവങ്ങളെ കൊന്നതിന്റെ ദൈവശിക്ഷയായിരിക്കും. അതുങ്ങള് എന്തു ദ്രോഹം ചെയ്തിട്ടാണ്. എന്തെല്ലാം കേസ്സുകൾ തല്ലും ചവിട്ടുംകൊണ്ട് ചണ്ടിയായയല്ലേ ആ കുമരൻ വന്നത്. നെഞ്ചുപൊട്ടുന്ന ചുമയായിരുന്നു. മൂപ്പന്റെ മരുന്നിലാണ് കുറച്ചെങ്കിലും ആശ്വാസമുണ്ടായത്. ആ പോലീസുകാരനാണ് വെടിവച്ചത്.

ഏയ് ഇത് കഞ്ചാവ് ലോബിയാണ്. രണ്ടുപേരെ പിടിച്ചില്ലേ? അവര് സത്യം പറഞ്ഞാൽ വമ്പന്മാർ കുടുങ്ങും. അതിലും ഭേദം ഇവന്മാരെ ഒഴിവാക്കലാണെന്ന് കരുതിക്കാണും. സമയമടുത്തവർ കൂട്ടത്തിൽപ്പെട്ടു. നിരപരാധികളെ കൂമ്പിടിച്ചു കലക്കുമ്പോൾ ഓർക്ക

ണമായിരുന്നു. ഏതെങ്കിലും ഒരു തിരിച്ചടി ഉണ്ടാകുമെന്ന്. ടൗണിൽ പോലീസ് നിരീക്ഷണം ശക്തമാക്കിയിരുന്നു. അപരിചിതരെ പിൻപറ്റി വിവരങ്ങൾ മനസ്സിലാക്കാൻ പ്രത്യേക വിഭാഗത്തിനെ ചുമ തലപ്പെടുത്തിയിരുന്നു.

ആരവങ്ങൾ കെട്ടടങ്ങി. വ്യക്തമായ അറിവ് ലഭിക്കാതെ എന്തു ചെയ്യും. ഊഹാപോഹങ്ങളാവരുത്. എവിഡൻസ് വേണം. സോളിഡ് എവിഡൻസ്. ഭയത്തിന്റെ നേരിയതെങ്കിലും ബലമുള്ള വേരുകൾ സമൂഹത്തെയാകെ പിടിച്ചുവച്ചു. അസമയത്തിൽ ചില ശബ്ദങ്ങൾ കേൾക്കുന്നതായുള്ള വാർത്ത പടർന്നുകൊണ്ടിരിക്കെ അന്വേഷണം ഊർജ്ജിതപ്പെടുത്താൻ പല തലങ്ങളിൽ നിന്നും സമ്മർദ്ദം വന്നു കൊണ്ടിരുന്നു. എങ്കിലും സാധാരണ ഗതിയിൽ ജീവിതം മുന്നി ലേയ്ക്കു തന്നെ നീങ്ങിക്കൊണ്ടിരുന്നു.

സുജനപാലനും ലൗലിയും പത്മചേച്ചിയും കൂടി വീടു നോക്കാ നിറങ്ങിയതാണ്. പത്മകുമാരിയെ കണ്ട നാട്ടുകാർ ചുറ്റിനും കൂടി വാതോരാതെ സംസാരിച്ചു. വിവരമറിഞ്ഞവർ കണ്ണുമിഴിച്ചു നിന്നു. ചിലർ മാത്രം വ്യത്യസ്തമായ ശബ്ദങ്ങൾ കൊണ്ട് അമർഷം രേഖ പ്പെടുത്തുകയും വെറുതെ വിടരുത് എന്ന് അനുകൂലിക്കുകയും ചെയ്തു.

പത്മകുമാരിയുടെ ആവശ്യം അറിഞ്ഞവർ ഉറപ്പിച്ചു. ആ വീട് സാറിനുള്ളതാണ്. അത് തിരിച്ചു വാങ്ങണം. അത് നമ്മുടെയും ആവശ്യമാണ്. ഞങ്ങളുടെ മക്കളെ അക്ഷരലോകം കാണിച്ചുകൊ ടുത്ത നല്ല മനുഷ്യൻ ജീവിച്ച വീടാണ്.

വിവരം അറിഞ്ഞ വീട്ടുടമ പറഞ്ഞു. അന്ന് വേണ്ടെന്ന് പറഞ്ഞ താണ്. പലരായി നിർബന്ധിച്ചു, വാങ്ങി. ആറുമാസം കഴിഞ്ഞു. തന്ന വില കിട്ടിയാൽ നാളെവേണേലും രജിസ്റ്റർ ചെയ്യാം.

വീടുവിറ്റ പൈസ ബാങ്കിലുണ്ട്. അതുകൊണ്ട് ഫ്ളാറ്റ് വാങ്ങാ മെന്ന് നാത്തൂൻ പറഞ്ഞു. എന്തുവന്നാലും അതു കൊടുക്കില്ലെന്ന് തീരുമാനിച്ചതിന് കാരണമുണ്ടായിരുന്നു. ഫ്ളാറ്റ് മകന്റെ പേരിൽ വാങ്ങണം. അവന് ലോൺ കിട്ടും. പേരിലെന്തിരിയ്ക്കുന്നു. വാങ്ങി വാടകയ്ക്ക് കൊടുക്കാം. ആ പൈസ പത്മയുടെ അക്കൗണ്ടിലി ട്ടാൽ പോരേ?

നല്ല ബന്ധുക്കൾ.. സുജനപാലൻ പല്ലുഞെറുമ്മി സംഭാഷണങ്ങൾ ഒരു ധാരണയിലെത്തിയതിൽ എല്ലാപേരും സന്തോഷിച്ചു. ഇന്ന് വെള്ളിയാഴ്ച തിങ്കളാഴ്ച രജിസ്ട്രേഷൻ നടത്താം.

പോലീസ് സ്റ്റേഷൻ ആക്രമണത്തിൽ കൊല്ലപ്പെട്ടവരുടെ ആശ്രി

തർക്ക് അഞ്ചുലക്ഷം വീതം സർക്കാർ ധനസഹായം പ്രഖ്യാപിച്ചു. വാർത്ത വായിച്ച ലൗലി മാരനെ വിളിച്ചുവിവരം പറഞ്ഞു. അടുത്തയാഴ്ച തിരുവനന്തപുരത്ത് പോണം. നേരിട്ട് മുഖ്യമന്ത്രിയെ കാണണം. അല്ലാതെ ഒന്നും നടക്കില്ല.

ഞാനും വരാം. ഇവിടെ വന്നിട്ട് ഇതുവരെ നാട്ടിൽ പോയില്ല.

സിദ്ധാർത്ഥ് പറഞ്ഞതുകേട്ട ലൗലി ചോദിച്ചു

അസ്ഥിത്തറയിൽ വിളക്കു വയ്ക്കണ്ടേ?

വേണം. അതിനിയും നീട്ടണ്ട. അല്ലാ ആരൊക്കെയാണ് യാത്രയ്ക്ക്?

മാരനും ആനന്ദും നമ്മൾ രണ്ടും...

സൈറയും കൂടിവരട്ടെ അല്ലേ ചേച്ചീ?

വരട്ടെ. എന്നാൽപ്പിന്നെ ചേച്ചിയേം കൂടി കൂട്ടാം. പുറം ലോകം കാണാൻ ആഗ്രഹം കാണും. എങ്കിൽ രജിസ്ട്രേഷൻ കഴിഞ്ഞ് പിറ്റേന്ന് പോകാം. തിരിച്ചു വന്ന് അങ്ങോട്ട് താമസം മാറാം.

ഒരു പ്ലഷർ ട്രിപ്പ് ആയിക്കോട്ടെ. ബസ്സിനു പോകാം. അവിടെ ചെന്നിട്ട് സൗകര്യം പോലെ ചെയ്യാം.

അതു മതി.

വിവരമറിഞ്ഞ സൈറയ്ക്ക് സന്തോഷമായി. വീട്ടിലേയ്ക്ക് പോവുക, ഒപ്പം സിദ്ധാർത്ഥുണ്ടാവുക..

ചൊവ്വാഴ്ച രാവിലെയുള്ള ബസ്സിനു പുറപ്പെടാം. ഷിബുവിന്റെ ജീപ്പിൽ മൂന്നാറിലെത്തി സൈറയേയും കൂട്ടി ബസ് ഡിപ്പോയിലെത്തി. മിന്നൽ എന്ന് ഓമനപ്പേരുള്ള ബസ്സിൽ ഡബിൾ സീറ്റുകൾ പിടിച്ചു. മുന്നിൽ ലൗലിയും പത്മചേച്ചിയും. അതിനു പിന്നിൽ സിദ്ധാർത്ഥും സൈറയും അതിനു പിന്നിൽ ആനന്ദും മാരനും. ആനന്ദിന്റെ കന്നിയാത്രയാണ്. അതും ഇതയും ദൂരത്തേയ്ക്ക്.

അവൻ നാടുകാണുകയായിരുന്നു. കൃഷികൾ... പാടങ്ങൾ തെങ്ങിൻതോപ്പുകൾ. റബ്ബർ തോട്ടങ്ങൾ, തേയിലത്തോട്ടങ്ങൾ വലിയ വീടുകൾ. വീതിയേറിയ റോഡും ഹോട്ടലുകളും പലതരം വാഹനങ്ങളും ഷോപ്പിങ് മാളുകളും. ബോട്ടും കൂറ്റൻ പള്ളികളും കായലും കടലും അവനെ അത്ഭുതപ്പെടുത്തി. ട്രെയിനുകൾ ചീറിപ്പായുന്നത് കണ്ടുഭയന്നതുപോലെയിരുന്നു. ഭക്ഷണം കഴിക്കാൻ ഹോട്ടലിൽ കയറിയതും അവൻ പറഞ്ഞു.

ടീച്ചറമ്മാ ... നാറ്റം

അതുകേട്ട സൈറ ചിരിച്ചു. നാറ്റമല്ല കൂട്ടാ മണം

അവനിൽ വല്ലാത്ത അസ്വസ്ഥത കണ്ടു. മോന് ഇഷ്ടമുള്ളത്

കഴിച്ചാൽ മതി.

ചോറും സാമ്പാറും തോരനും കൂട്ടി അവൻ വയറുനിറച്ചു കഴിച്ചു. കാഴ്ചകളിൽ ലയിച്ചിരുന്ന അവനെ നോക്കി പത്മചേച്ചി പറഞ്ഞു.

ഇവനെ ഞാൻ വളർത്താം. എനിക്കൊരു കൂട്ടാവും.

അവന് വീടും. എന്താ മോളേ അഭിപ്രായം?

ഇതിലും വലിയ സന്തോഷം എന്താണ് ചേച്ചീ?

ദേശീയപാതയിലൂടെ അതിവേഗം പായുന്ന ബസ്സിൽ വ്യത്യസ്ത മനോവ്യാപാരങ്ങളുമായി ആറുപേർ. മറ്റു യാത്രക്കാരെപ്പോലെ, എങ്കിലും ലൗലിയെ മയക്കം കീഴടക്കിത്തുടങ്ങി. അർദ്ധബോധത്തിൽ ചില കാഴ്ചകൾ ലൗലി കണ്ടു. പത്മചേച്ചിയുടെ വീടകം. ആനന്ദിനെ ഊട്ടുന്ന പത്മചേച്ചി അവന് കിടക്കയൊരുക്കുന്ന... അവനെ കുളിപ്പിക്കുന്ന നിലവിളക്കിനു മുന്നിൽ നാമം ജപിക്കുന്ന പാഠങ്ങൾ പറഞ്ഞു കൊടുക്കുന്ന പത്മചേച്ചിയുടെ മുടിയിഴകളിൽ വെണ്മ തെളിയുന്നു. അമ്മയെ പിന്നിലിരുത്തി ബൈക്കിൽ പോകുന്ന ആനന്ദ് എന്ന ചെറുപ്പക്കാരൻ. അവൻ പഠിക്കുന്ന കോളേജിനടുത്ത് വാടക വീട്ടിൽ താമസിക്കുന്ന പത്മചേച്ചി. അവന്റെ വിവാഹം. ബസ്സ് പെട്ടെന്ന് നിന്നു. ലൗലി നോക്കി. കൊല്ലം സ്വന്തം നാടാണ്. പറഞ്ഞിട്ടെന്താ.

തിരിഞ്ഞുനോക്കി. സിദ്ധാർത്ഥിന്റെ തോളിൽ തല ചാരിയിരുന്ന് മയങ്ങുകയാണ് സൈറ. ആനന്ദ് ഒന്നും വിടില്ലെന്ന മട്ടിൽ കാഴ്ചകളെ വിഴുങ്ങിക്കൊണ്ടിരിക്കുന്നു. മാരൻ ബസ്സിന്റെ കമ്പിയിൽ തല ചായ്ച്ച് ഉറക്കം. ചില സന്ദർഭങ്ങളിൽ ഉറക്കം എന്തൊരു അനുഗ്രഹമാണ്. കൂട്ടുവരാതെ അകലം പിടിക്കുന്ന ഉറക്കത്തോട് സന്ധി ചെയ്ത് പരാജയപ്പെടുന്നതിന്റെ ദുഃഖം ലൗലിക്കറിയാം.

അച്ഛന്റെ ഉറക്കമില്ലാത്ത രാത്രികളാണ് ബാഗിനുള്ളിൽ അക്ഷര പുണ്യം പൂണ്ടിരിക്കുന്നത്. ഒരു പ്രസാധകനെ കണ്ടെത്തണം. പുസ്തകമായി പുറത്തുവരണം.

ചിന്തകൾക്ക് അർത്ഥവിരാമമിട്ടുകൊണ്ട് ബസ്സ് തമ്പാനൂരിലെത്തി. ആനന്ദിന്റെ കണ്ണുകളിൽ കൗതുകം നിറഞ്ഞു. ആകാശത്തെ തൊടാൻ വെമ്പുന്ന കെട്ടിട സമുച്ചയങ്ങൾ.

ലൗലി എഴുന്നേറ്റു. പത്മചേച്ചിയും മയക്കത്തിലായിരുന്നു. ആനന്ദ് ഉത്സാഹത്തോടെ ഇറങ്ങാൻ തയാറായി ആറുപേരും യാത്രയുടെ ക്ഷീണം പങ്കുവച്ചു.

ടീച്ചറമ്മേ, പപ്പ വരും. എന്നാണ് തിരിച്ചു പോകുന്നത്?

ഇവിടെ ചില കാര്യങ്ങളുണ്ട് മുഖ്യമന്ത്രിയെ കാണണം. പിന്നെ

പറയാൻ വന്നത് വിഴുങ്ങിക്കൊണ്ട് ലൗലി ചിന്തിച്ചു. ഇവരെ സ്ഥലമൊക്കെ കാണിക്കണം. നിങ്ങൾ എത്ര ദിവസത്തേക്കാണ് പ്ലാൻ?

എന്തായാലും വിളിക്കാം. ആലോചിച്ച് തീരുമാനിക്കാം. വീട്ടിലേയ്ക്കു വരണം സിദ്ധുവിന് അറിയാം.

തീർച്ചയായും വരും.

സിദ്ധാർത്ഥ് ടാക്സി വിളിച്ചു. വട്ടിയൂർക്കാവ്... എന്നു പറഞ്ഞു.

നഗരമദ്ധ്യത്തിലൂടെ കാർ സഞ്ചരിച്ചുകൊണ്ടിരിക്കെ സിദ്ധാർത്ഥിന്റെയുള്ളിൽ സൈറയുടെ സുഗന്ധം നിറയുകയായിരുന്നു.

നിശ്ശബ്ദനായിരിക്കുന്ന സിദ്ധാർത്ഥിനെ ശ്രദ്ധിക്കുകയായിരുന്നു ലൗലി. ഓർമ്മകൾ വേട്ടയാടുന്നുണ്ടാവും. അച്ഛന്റെയും അമ്മയുടെയും ഓർമ്മകൾ.

ഇടത്തേയ്ക്ക്. ഇവിടെ മതി.

ആകെ പറഞ്ഞ രണ്ടുവാക്കുകൾ

കാർ നിർത്തിയപ്പോഴേക്കും അല്പം പ്രായം ചെന്ന ഒരാൾ വന്ന് ഗേറ്റ് തുറന്നു. മലർക്കെ ചിരിച്ചുനിന്ന അദ്ദേഹത്തിന്റെ മുൻവരിയിലെ ഒരു പല്ലു നഷ്ടമായിരുന്നു. ചിരിയിൽ വിടവുമായി അദ്ദേഹം എല്ലാപേരെയും വീട്ടിലേയ്ക്കു ക്ഷണിച്ചു. അധികം പഴക്കം തോന്നാത്ത രണ്ടുനില വീട്. വൃത്തിയായി സംരക്ഷിക്കുന്നതിന്റെ ലക്ഷണങ്ങൾ പ്രകടമാണ്. ടൈൽസ് പാകിയ മുറ്റത്ത് ചട്ടികളിൽ പലതരം ചെടികൾ. വീടിനു ചുറ്റും ലൗലി കണ്ണോടിച്ചു.

എവിടെയാവും?

മനസ്സിൽ ചോദ്യങ്ങൾ തലപൊക്കും മുമ്പേ കണ്ടു. ചുറ്റിനും ചെടികളാൽ അലങ്കരിക്കപ്പെട്ട് മാർബിളിൽ തീർത്ത ഒരു ചെറിയ സ്മൃതി കുടീരം.

സിദ്ധാർത്ഥ് നേരേ അങ്ങോട്ടുപോയി. ലൗലി പിന്നാലെയും. അവിടെ കണ്ണുകളടച്ച് തൊഴുകൈകളോടെ നില്ക്കുന്ന സിദ്ധാർത്ഥ്. ലൗലിയും അടുത്തതന്നെ നിന്നു. അവന്റെ ഹൃദയത്തിലൂടെ ഒരു സഞ്ചാരം നടത്താൻ ശ്രമിക്കുകയായിരുന്നു ലൗലി.

ഒരു ദീർഘനിശ്വാസത്തിൽ സിദ്ധാർത്ഥ് കണ്ണുകൾ തുറന്നു. തൊട്ടടുത്ത തന്നെത്തന്നെ നോക്കിനില്ക്കുന്ന ചേച്ചിയമ്മ. സിദ്ധാർത്ഥിന്റെ കണ്ണുകൾ നിറഞ്ഞു. ചുണ്ടുകൾ വിതുമ്പി. ഉള്ളിൽ നിറഞ്ഞ സങ്കടം വാക്കുകളായി.

എന്റെ ലോകമാണ് ഈ കാണുന്നത്.

സമാധാനിപ്പിക്കാൻ വാക്കുകൾ കിട്ടാതെ ലൗലി പതറി. ഒരു ചെറിയ കുട്ടിയല്ല. എന്തെങ്കിലും പറഞ്ഞു സമാധാനിപ്പിക്കാൻ.

ബുദ്ധിയും വിവേകവും ഉറച്ച ഒരു പുരുഷനാണ് കൺമുന്നിൽ. ഇവനെ ആശ്വസിപ്പിക്കാൻ തക്ക വാക്കുകളൊന്നും കൈവശമില്ലെന്ന ബോധത്തിൽ സിദ്ധാർത്ഥിനെ ചേർത്തുപിടിച്ചു.

അവൻ ഒരു കുഞ്ഞിനപ്പോലെ നിസ്സഹായനായി ചേച്ചിയമ്മയെ നോക്കി.

വാ....

അത്രമാത്രം പറയാനേ ലൗലിക്കു കഴിഞ്ഞുള്ളൂ. അനുസരണയുള്ള കുട്ടിയായി ചേച്ചിയമ്മയുടെ തോളിൽ കൈവച്ച് നടന്നു. എല്ലാം നോക്കിക്കണ്ടു നിന്നതല്ലാതെ ആരും ഒന്നും പറഞ്ഞില്ല. ഒരുപക്ഷേ പറയാതെ തന്നെ ചിലത് മനസ്സിലാകാറുണ്ടല്ലോ. ഒരു വാക്കു പോലും പറയാതെയല്ലേ സൈറയുടെ പ്രണയം മനസ്സിലായത്. ചില അടയാളങ്ങൾ മതി പലതും അറിയാനും അറിയിക്കാനും.

സാമിയണ്ണാ ചായ ഉണ്ടാക്കാമോ?

ദാ ഇപ്പോ തരാം. എല്ലാം റെഡിയാണ് മോനേ.

ആ വാക്കുകളിൽ സ്നേഹം നിറഞ്ഞിരുന്നു. താഴെയുള്ള ഒരു മുറിയിൽ മാരനും ആനന്ദും മറ്റൊരു മുറിയിൽ പത്മചേച്ചിയും ലൗലിയും ബാഗുകൾ വച്ചു.

ചായകുടിച്ചിട്ട് കുളിക്കാം.

പത്മചേച്ചി ആത്മഗതം നടത്തി. ഒപ്പം ചോദിച്ചു ആ സാമിയണ്ണൻ ആരാ?

എനിക്കുമറിയില്ല ചേച്ചീ... ഒന്നും പറഞ്ഞിട്ടില്ല.

അവനങ്ങനെയാണ്. ഒന്നും തെളിച്ചു പറയാറില്ല.

ചായ കുടിക്കാം. മോനേ വാ.

സാമിയണ്ണൻ സ്റ്റെയർകെയ്സിനടുത്തു നിന്ന് വിളിച്ചു.

നിമിഷങ്ങൾ... അതാ വരുന്നു. നേരത്തേ കണ്ട ആളേ അല്ല. ആകെ സന്തോഷവാനായി ചിരിച്ചു.

സാമിയണ്ണാ എനിക്കും ബന്ധുക്കളുണ്ട് കണ്ടില്ലേ. ഒന്നിനുപകരം രണ്ടമ്മമാരാണ്. ആഘോഷിക്കണം വേണ്ടേ?

അതിനെന്താ. ഇവിടെയെല്ലാം ഒരുക്കീട്ടുണ്ട്. എന്താ വേണ്ടതെന്ന് പറഞ്ഞാമതി. ടപ്പ് ടപ്പെന്ന് റെഡിയല്ലേ. എല്ലാവരും കുളിച്ചു വരുമ്പോഴേക്കും അത്താഴം റെഡി. പോരേ?

സാമിയണ്ണന്റെ നിറചിരിക്ക് ഭംഗികൂടുന്നുണ്ട്. ആ വിടവ് അലങ്കാരമാകുന്നതുപോലെയായി

പത്മചേച്ചി ഉടനെ പറഞ്ഞു.

ആണുങ്ങൾ വച്ചുണ്ടാക്കുന്നത് ഞങ്ങൾ കഴിക്കാറില്ല. വയ്ക്കലും വിളമ്പലും ഞങ്ങളുടെ അവകാശമാണ്.അല്ലെങ്കിൽ നോക്കൂകൂലി തരേണ്ടിവരും.

ശരിയാ. ചേച്ചി പറഞ്ഞതാണ് എന്റെയും അഭിപ്രായം. നോക്കു കൂലി അല്പം കൂടും. അതുവേണോ?

ചേച്ചിയമ്മേട ചോറും കറീം കഴിച്ചു മടുത്തു. സാമിയണ്ണന്റെ കൈപുണ്യം അറിയണം.

ഓഹോ. അപ്പോ ഇത്രയുംദിവസം മടുത്തിട്ടാണ് ഓരോന്ന് കഴിച്ചത് അല്ലേ?

പിണങ്ങല്ലേ. ഞാനൊരു നമ്പരിട്ടതല്ലേ. പത്മചേച്ചീ ഈ പ്രസ്ഥാനത്തെ ഒന്നു കൂളാക്കൂ എന്റെ കഞ്ഞികുടി മുട്ടും.

ഒരു കാര്യം ചെയ്യാം. ഇന്ന് എന്റെ വക. നിങ്ങൾ യാത്ര ചെയ്തു ക്ഷീണിച്ചുവന്നതല്ലേ. നാളെമുതൽ ഞാൻ മാറിയേക്കാം. പ്രശ്നം തീർന്നില്ലേ?

സാമിയണ്ണൻ പ്രശ്നപരിഹാര നിർദ്ദേശം നടത്തി പൊതു അഭിപ്രായത്തിനു സമർപ്പിച്ചു.

ഉം. ശരി. ഇന്ന് അങ്ങനെയാവട്ടെ.

ചായ കുടിക്കുന്നതിനിടയിൽ ലൗലി ചോദിച്ചു.

സാമിയണ്ണനെക്കുറിച്ച് മോനിതുവരെ പറഞ്ഞില്ല.

ശരിയായ പേര് സുഭാഷ്. എല്ലാക്കൊല്ലവും ശബരിമലയ്ക്കു പോകും. കൂടെ ഒരു സംഘമുണ്ടാകും. അങ്ങനെയാണ് സാമിയണ്ണനായത്. സുഭാഷ് എന്ന പേര് ആർക്കും അറിയില്ല.

ഇവിടെയെങ്ങനെ?

എന്റെ ഹൗസ്സർജൻസി സമയത്താണ്. എനിക്ക് നൈറ്റ് ഡ്യൂട്ടിയായിരുന്നു. സാമിയണ്ണനെ ആരോ ആശുപത്രിയിലെത്തിച്ചു. ആത്മഹത്യാശ്രമം. വളരെ പാടുപെട്ടാണ് രക്ഷപ്പെടുത്തിയത്. ആര്? എവിടെനിന്ന്? എന്തിന്? ഒന്നിനും ഉത്തരമില്ലായിരുന്നു.

ബോധം വീണപ്പോൾ ചോദിച്ചു. എന്തിന്?

സാമിയണ്ണൻ പെട്ടെന്ന് എണീറ്റ് അടുക്കളയിലേക്കു പോയി.

ഭാര്യ ചതിച്ചതാണ്. ആ സ്ത്രീക്ക് വേറെ ഒരാളുമായി അടുപ്പം. താമസിച്ചിരുന്ന വീട് അവരുടെ പേരിലായിരുന്നു. സാമിയണ്ണന്റെ അദ്ധ്വാനമായിരുന്നിട്ടും ഒരു ചില്ലിക്കാശുപോലും അണ്ണനു കൊടുക്കാതെ വീട്ടീന്ന് ഇറക്കിവിട്ടു. ഒന്നുമില്ലാത്ത അച്ഛന്റെ കൂടെ മോളും വന്നില്ല. അങ്ങനെയാണ് പണി പറ്റിച്ചത്.

ഡിസ്ചാർജ്ജ് ചെയ്ത ദിവസം കരയുന്നതുകണ്ടു ചോദിച്ചു.

പോകാനിടമില്ലെന്ന സത്യം തുറന്നു പറഞ്ഞു. നിസ്വനും നിസ്സഹായനുമായ ഒരു മനുഷ്യൻ.

എന്റെ കൂടെ വരുന്നോ എന്നു ചോദിച്ചപ്പോൾ തൊഴുതു. കണ്ണുകൾ നിറഞ്ഞു കവിഞ്ഞു.

അന്നുമുതൽ ഇവിടെയാണ് സാമിയണ്ണനാണ് എല്ലാം നോക്കുന്നത്. എന്നെയും ഈ വീടിനെയും മാത്രമല്ല, എന്റെ

ശബ്ദമടഞ്ഞ സിദ്ധാർത്ഥ് എഴുന്നേറ്റ് മുറ്റത്തേയ്ക്കിറങ്ങി.

44

എന്തായി ചേച്ചിയമ്മേ?

ഓട്ടോറിക്ഷയിൽ നിന്ന് ഇറങ്ങുമ്പോൾ സിദ്ധാർത്ഥ് മുന്നിൽ. പ്രതീക്ഷയ്ക്കു വകയുണ്ട്.

കാണാൻ ബുദ്ധിമുട്ടിയോ?

കുറച്ച് കാത്തിരിക്കേണ്ടി വന്നു. എന്നാലും കണ്ടതുകൊണ്ട് കാര്യങ്ങൾ ഏതാണ്ട് ശരിയാവുന്ന മട്ടിലാണ്. എന്റെ കൂടെ പഠിച്ച ഒരാൾ അദ്ദേഹത്തിന്റെ പേഴ്സണൽ സ്റ്റാഫിലുണ്ടായിരുന്നു. അവിടെ ചെന്നപ്പോഴാണ് അറിഞ്ഞത്. അതുകൊണ്ട് കാണാൻ കഴിഞ്ഞു. എന്തുമാത്രം ആളുകളാണ് മുഖ്യമന്ത്രിയെ കാണാനായി കാത്തു നിൽക്കുന്നത്?

അധികവും രാഷ്ട്രീയക്കാരാണ് അവരുടെ ധാർഷ്ഠ്യം കണ്ടു നില്ക്കാൻ വയ്യ. സാധാരണക്കാരുടെ സങ്കടങ്ങൾ കേൾക്കാൻ ആർക്കും സമയമില്ല. വെളുത്ത മുണ്ടിന് തടുക്ക് എന്ന് കേട്ടിരുന്നു. ഇപ്പോൾ കണ്ടറിഞ്ഞു.

ആദ്യം തിടുക്കം കാട്ടി.

എന്നിട്ട്?

അന്നേരം ഇവനെ മുന്നിലേയ്ക്കു നീക്കി നിർത്തി ഇവന് നീതി കിട്ടണം. ഇവന്റെ അച്ഛനും അമ്മയും പോലീസിന്റെ വെടിയേറ്റാണ് മരിച്ചത്.

അത് മാവോയിസ്റ്റ് പ്രസ്ഥാനക്കാരല്ലേ?

കാട്ടിൽ അർദ്ധപട്ടിണിയിൽ കഴിയുന്നവർക്ക് എന്ത് മാവോയിസം? എന്ത് മാർക്സിസം? ഇവന്റെ ആവശ്യങ്ങൾ പഞ്ചായത്തു മുതൽ ഇപ്പോഴിവിടെവരെ എത്തിയിട്ടും ഒരു നടപടിയും ഉണ്ടായിട്ടില്ല.

ഈ കുട്ടിക്ക് ബന്ധുക്കളില്ലേ?

കൊപ്പര

ഒരു ബന്ധുവുണ്ട്. ദാ ഈ മാരൻ. ഇയാൾക്ക് ഭാര്യയും രണ്ടു കുട്ടികളുമുണ്ട്. അവരെ നോക്കാൻ കഷ്ടി വരുമാനം. വല്ലപ്പോഴും കൂലിപ്പണികിട്ടും. മൂന്നൂറോ നാന്നൂറോ കൂലി കിട്ടിയാൽ എത്രപേരെ പോറ്റാൻ കഴിയും സാർ?

ഇവന് പഠിക്കണം. താമസിക്കാനിടം വേണം. സ്വന്തമായി ഒരു സെന്റ് ഭൂമി പോലുമില്ല.

നിങ്ങൾ...?

അപ്പോ ഞാനതു പറഞ്ഞു.

സഖാവ് ചന്ദ്രഹാസന്റെ മകളാണ് ഞാൻ

അടുത്ത നിമിഷം അദ്ദേഹത്തിന്റെ മുഖത്തുകണ്ട ഭാവം എന്താ യിരുന്നൂന്ന് എനിക്കിപ്പോഴും മനസ്സിലാവുന്നില്ല.

അദ്ദേഹം?

അറിയില്ല. വീടുവിട്ടുപോയിട്ട് പതിനഞ്ച് വർഷമായി. എനിക്ക് ചെറിയ ജോലിയുള്ളതുകൊണ്ട് കുടുംബം പട്ടിണിയാകാതെ..

ഈ കുട്ടിക്കുവേണ്ടി എന്തെങ്കിലും ചെയ്യണം സർ. ഇവനെ ഉപേ ക്ഷിക്കരുത്.

അദ്ദേഹം സെക്രട്ടറിയോട് എന്തൊക്കെയോ പറയുന്നതും അദ്ദേഹം തലയാട്ടുന്നതും കണ്ടു. കൊടുത്ത ഫയലിലൂടെ നോട്ടമ യച്ച് അദ്ദേഹത്തിന്റെ ശ്രദ്ധ അതിനുള്ളിലെ രേഖകളിൽ തറഞ്ഞു.

ഏതു രേഖകൾ?

മരിച്ച പോലീസുകാരുടെ കുടുംബങ്ങൾക്ക് ഉടൻ പ്രഖ്യാപിച്ച ധനസഹായത്തിന്റെ വാർത്ത

ഇക്കാര്യത്തിൽ സർക്കാർ ഉചിതമായ തീരുമാനം എടുക്കും. ഈ കുട്ടിയുടെ പേരിൽ അക്കൗണ്ടിൽ നിക്ഷേപിക്കാം. ഈ കുട്ടിയുടെ വിദ്യാഭ്യാസം സർക്കാർ ഏറ്റെടുക്കും. എല്ലാം ശരിയാവും. അദ്ദേ ഹത്തിന് നന്ദിപറഞ്ഞ് പുറത്തിറങ്ങി. അതുവരെ ഒന്നുംമിണ്ടാതെ നിന്ന ഒരാൾ ഒപ്പം വന്നു. അച്ഛന് സുഖമാണോ? എവിടെയാണ്?

എനിക്കറിയില്ല സാർ. ചെറുപ്പത്തിൽ അച്ഛൻ പറഞ്ഞു കേട്ടിട്ടു ണ്ട്. മുഖ്യമന്ത്രിയെ, അന്ന് മുഖ്യമന്ത്രിയല്ല, പലവട്ടം കണ്ടിട്ടുണ്ടെ ന്ന്. ചെറുപ്പത്തിൽ സംഘടനാ പ്രവർത്തനങ്ങളിൽ ഒപ്പമുണ്ടായിരു ന്നുവെന്ന്. അതു ശരി. അച്ഛനെ കാണുമ്പോൾ പറയണം. ഞങ്ങളെ കണ്ട കാര്യം. നമ്പ്യാരെന്നു പറഞ്ഞാലറിയും.

കണ്ടിട്ട് പതിനഞ്ചുകൊല്ലം കഴിഞ്ഞു. ഒരു വിവരവും ഇല്ല. ഒരി ക്കൽക്കൂടി കാണാനാഗ്രഹമുണ്ട്. നടക്കുമോന്ന് അറിയില്ല. ഒരു തികഞ്ഞ സഞ്ചാരിയായിക്കാണും.

എന്നാലങ്ങനെയാവട്ടെ. ഇക്കാര്യം ഞാനേറ്റു...

ആ ഉറപ്പുണ്ട്. അതിന്റെ ബലത്തിലാണ്. ഇനിയും എന്തൊക്കെയാണ് അനുഭവിക്കേണ്ടി വരികയെന്നറിയില്ല.

നാളെയെന്താ പരിപാടി ചേച്ചിയമ്മേ?

എന്തുവേണം? ഇവരെ ഒന്നു പുറത്തുകൊണ്ടുപോണം. ചേച്ചിയും ഇവിടെയെങ്ങും വന്നിട്ടില്ല. ഇനി വരുമോയെന്നും അറിയാത്ത സ്ഥിതിക്ക് നാളെ ചെറിയ തോതിൽ ഒരു ഔട്ടിങ്. ഉച്ചഭക്ഷണം സാമിയണ്ണനുണ്ടാക്കും. നമുക്ക് രാവിലെ മ്യൂസിയവും സൂവും കാണാം. സൈറ വരാമെന്നു പറഞ്ഞു. വണ്ടിയുംകൊണ്ട്, ആപ്പോപ്പിന്നെ യാത്ര എളുപ്പമായി.

രാത്രി ഭക്ഷണം കഴിഞ്ഞ് സിറ്റ് ഔട്ടിലിരിക്കുമ്പോഴാണ് ലൗലി ചോദിച്ചത്.

നയനയെ കാണണ്ടേ?

സിദ്ധാർത്ഥിന്റെ മുഖം വാടിയിരുന്നു. കണ്ടാൽ...

ഏതുവിധത്തിലാവും അവളുടെ പ്രതികരണം എന്ന ആശങ്കയായിരുന്നു പ്രധാന തടസ്സം.

ഒന്നു കണ്ടിട്ടുപോകാം. ഇവിടെ വന്ന വിവരം എത്രയായാലും അവൾ അറിയും. ന്നാപ്പിന്നെ ഒന്നുപോയേക്കാം

ഉം. സിദ്ധാർത്ഥ് സമ്മതംമൂളി.

പത്മചേച്ചിക്ക് ശ്രീപത്മനാഭസ്വാമിയെ ഒന്നുകണ്ടാൽ കൊള്ളാമെന്ന് യാത്രയുടെ തുടക്കത്തിലേ പറഞ്ഞത് ലൗലി ഓർത്തു. അത് സാധിക്കണം. ചെറിയ കാര്യങ്ങളിൽ വലിയ സന്തോഷം കണ്ടെത്തുന്നവർ. അവർക്ക് അതിമോഹങ്ങളില്ല. അത്യാഗ്രഹങ്ങളും.

സാറിന്റെ ശ്വാസംമുട്ട് കാരണം ഒരിടത്തും പോയിട്ടില്ല. പലതവണ ഒരുങ്ങി. പക്ഷേ ഒന്നും നടന്നില്ല. അതുപറയുമ്പോൾ പത്മചേച്ചിയുടെ കണ്ണുകളിൽ നനവു പടരുക പതിവായിരിക്കുന്നു.

രാവിലെ സൈറയെത്തി എല്ലാപേരും കൂടി പ്രാതൽ കഴിച്ചു. സാമിയണ്ണനോട് ഭക്ഷണമുണ്ടാക്കാൻ പറഞ്ഞു. സൈറ സ്വന്തം കാറിലാണ് വന്നത്. വന്നപാടെ താക്കോൽ സിദ്ധാർത്ഥനെ ഏല്പിച്ചു. ഫുൾ ടാങ്ക് അടിച്ചിട്ടുണ്ട്. എങ്ങോട്ട് വേണമെങ്കിലും പോകാം.

സന്തോഷത്തിന്റ ഒരു പകൽ കൂടി കഴിഞ്ഞു. കണ്ടതൊക്കെ വിസ്മയങ്ങളായിരുന്നു ആനന്ദിനും മാരനും. പത്മചേച്ചി ശ്രീപത്മനാഭവർണ്ണനയിൽ മുഴുകി. കുതിരമാളികയും മ്യൂസിയവും ആർട്ട് ഗ്യാലറിയും കണ്ടു. ഇടയ്ക്ക് വീട്ടിലെത്തി പായസം കൂട്ടിയുള്ള സദ്യയുണ്ടു. അരമണിക്കൂർ വിശ്രമിച്ചു. സൈറ സിദ്ധുവിന്റെയൊപ്പം

മുകളിലേയ്ക്കുപോയി. പകലന്തിയിൽ തിരികെ വീട്ടിലെത്തുമ്പോൾ വിസ്മയത്തുമ്പിലെ തുമ്പികളായിരുന്നു എല്ലാപേരും.

സന്ധ്യയ്ക്ക് സിദ്ധു പറഞ്ഞു.

ചേച്ചിയമ്മേ, ഞാനിവളെ വീട്ടിൽ കൊണ്ടുവിട്ടു വരാം. നിങ്ങൾ ഭക്ഷണം കഴിക്കണം. ഇക്ബാൽ സാർ കാണണമെന്ന് പറഞ്ഞിരുന്നു. സംസാരിച്ചിരുന്ന് ലേറ്റായാലോ?

സൈറ ആകെ ത്രില്ലില്ലായിരുന്നു.

രാത്രി പത്തുമണി കഴിഞ്ഞു. ഗേറ്റിൽ കാർ വന്നതുകണ്ട സാമിയണ്ണൻ ഓടിച്ചെന്ന് ഗേറ്റ് തുറന്നു. സിദ്ധുമാത്രം കാറിൽ നിന്നിറങ്ങി. കൈവീശി നോക്കിനിന്ന സിദ്ധു കാറു തിരിച്ചുപോയിക്കഴിഞ്ഞാണ് അകത്തേയ്ക്കുവന്നത്. എല്ലാവരും കാത്തിരിക്കുകയാണ് എന്ന് മനസ്സിലായതും സിദ്ധാർത്ഥ് ചിരിച്ചു.

അയ്യോ ആരും ഉറങ്ങിയില്ലേ?

വീട്ടുകാരൻ വരാതെ ഞങ്ങളെങ്ങനെ ഉറങ്ങും? അല്ലേ ചേച്ചീ?

ലൗലി കളിയാക്കി.

ഇനി ഉറങ്ങാമല്ലോ... എല്ലാരും കഴിച്ചോ?

ഡോക്ടറ് കഴിച്ചോ?

ആനന്ദിന്റെ ചോദ്യം കേട്ട സിദ്ധാർത്ഥ് പറഞ്ഞു.

കണ്ടോ ഇവനുമാത്രേ സ്നേഹമുള്ളൂ. ബാക്കിയെല്ലാം കണക്കാ.

മിടുക്കൻ. അതുപറഞ്ഞ് ആനന്ദിന്റെ തോളിൽ തട്ടി അഭിനന്ദിച്ചുകൊണ്ട് സിദ്ധാർത്ഥ് മുകളിലേയ്ക്കു പോയി. ആദ്യമായി അവന്റെ മുറിയിൽ നിന്ന് പാട്ടുകേട്ട ലൗലി പത്മചേച്ചിയെ നോക്കി...

അവൻ വലിയ സന്തോഷത്തിലാണ്.

അടുത്ത ദിവസം നയനയെ കാണാൻ എല്ലാപേരും ചേർന്നാണ് പോയത്. നയനയും അമ്മയും കൂടി ഷോപ്പിങ്ങിന് പോകാനുള്ള തയാറെടുപ്പിനിടയിലാണ് അതിഥികളെത്തിയത്.

അരുതാത്തത് എന്തോ സംഭവിച്ചതുപോലെ പരിഭ്രമത്തിലായിരുന്നു അമ്മയും മകളും. അല്പസമയം കുശലാന്വേഷണങ്ങൾ കഴിഞ്ഞ് പോകാനിറങ്ങിയ സിദ്ധാർത്ഥിനെ നോക്കി നയനയുടെ അമ്മ ചോദിച്ചു

ഇവരൊക്കെ ആരാ?

തീരെ പ്രതീക്ഷിക്കാത്തതായിരുന്നു ചോദ്യം.

സിദ്ധാർത്ഥ് അമ്മായിയോട് പറഞ്ഞു. പരിചയപ്പെടുത്താനും കൂടിയാ വന്നത്. ഇത് ചേച്ചിയമ്മ. ഇത് പത്മചേച്ചി. ഇവൻ ആനന്ദ്. ഇത് മാരൻ. ഇവന്റെ മാമൻ.

അതാരാ?

ചോദ്യം സൈറയെ നോക്കിയായിരുന്നു. അതു മനസ്സിലാക്കിയ സിദ്ധാർത്ഥ് പറഞ്ഞു.

എന്റെ ക്ലാസ്സ്മേറ്റാണ്. അതുമല്ല, ഞങ്ങൾ വിവാഹം കഴിക്കാൻ തീരുമാനിച്ചു. ഡോക്ടർ സൈറ ഇക്ബാൽ.

ഓ, അതുശരി.

അതിൽ ഒരുപാട് ധ്വനികളുണ്ടായിരുന്നു.

യാത്ര പറഞ്ഞിറങ്ങുമ്പോൾ നയനയുടെ മുഖം നിർവ്വികാരമായി കാണപ്പെട്ടു.

നിനക്കു ക്ലാസ്സു തുടങ്ങിയില്ലേ? നന്നായി പഠിക്കണം. നല്ല ജോലിയൊക്കെ കിട്ടിയിട്ടേ വിവാഹം കഴിക്കാവൂ.

ഓ...കെ... ബൈ....

ബൈ പറഞ്ഞുവെങ്കിലും അതിൽ കനം വച്ച നിരാശയും സങ്കടവും കണ്ടില്ലെന്നു നടിക്കാൻ കഴിയില്ലെന്ന് ലൗലി പറഞ്ഞു. രംഗം അശാന്തിയുടെ കരമ്പടം പുതച്ചു തുടങ്ങിയിരുന്നു.

വീട്ടിൽ നിന്നിറങ്ങി കാറിനടുത്തേക്കു നടക്കുമ്പോൾ സൈറ സിദ്ധുവിനോട് ചോദിച്ചു.

ആ കുട്ടി എന്തെങ്കിലും ബുദ്ധിമോശം കാണിക്കുമോ?

ഇല്ലെന്ന് വിശ്വസിക്കാം.

സിദ്ധൂന് മനസ്സിലാകുന്നുണ്ട്. നയനയുടെ വികാരങ്ങളും വിഷാദങ്ങളും സ്വപ്നവും അതിനു സംഭവിച്ച അപഭ്രംശവും. പിടിവള്ളി മുറിഞ്ഞുപോയതുപോലെ തരിച്ചു നില്ക്കുന്ന നയനയോട് സ്വാഭാവികമായ സഹതാപം തോന്നി.

എന്തിനാ കുട്ടീ ഇങ്ങനെ വാശിപിടിക്കുന്നത്. ഒരു ജീവിതമല്ലേയുള്ളൂ. അത് സന്തോഷത്തോടെ ഏറ്റുവാങ്ങുക.

സിദ്ധേട്ടാ...

നയന തൊട്ടുപിന്നിൽ എത്തി.

സിദ്ധാർത്ഥ് മാത്രമല്ല എല്ലാപേരും ഞെട്ടി. എങ്കിലും തികഞ്ഞ സ്വാഭാവികതയോടെ സിദ്ധാർത്ഥ് തിരിഞ്ഞു നിന്നു.

എന്താ മോളേ?

സിദ്ധേട്ടൻ എന്നെയോർത്ത് വിഷമിക്കണ്ട. ഞാൻ ആത്മഹത്യ ചെയ്യുമെന്ന് പേടിയും വേണ്ട.

അവൾ കരയുമെന്ന് തോന്നിയതും ലൗലി ചേർത്തുപിടിച്ചു. മോളേ... ഒരാൾ ജനിക്കുമ്പോഴേ അയാളുടെ ജീവിതപങ്കാളി നിശ്ചയിക്കപ്പെടും. ഇന്നാർക്ക് ഇന്നാര്... അതങ്ങനെയേ സംഭവിക്കൂ.

മോൾക്ക് നല്ലൊരു ഭാവിയുണ്ട്. സിദ്ധു എപ്പോഴും പറയും നയന എന്റെ കുഞ്ഞു പെങ്ങളാണെന്ന്. അങ്ങനെ കാണാൻ മോൾക്കും കഴിയും. നല്ലൊരേട്ടനായി. എന്നും.

ഉപദേശിക്കാൻ എളുപ്പമാണ്. എന്റെ ജീവിതം അത് ഞാൻ തീരുമാനിക്കാം. സിദ്ധേട്ടൻ സന്തോഷമായി കഴിഞ്ഞാൽ മതി.

മോളേ, എന്തിനാ ഇഷ്ടമില്ലാത്തവരുടെ പിന്നാലെ. ഇങ്ങനെ കെഞ്ചുന്നത്. മോള് വാ. അവര് പോട്ടെ.

മുറ്റത്തേയ്ക്കിറങ്ങിയ അമ്മയ്ക്ക് മകളുടെ നില്പിൽ പന്തികേടു തോന്നിയത് സ്വാഭാവികം.

നിങ്ങൾക്ക് പോകാം. എന്തിനാ വീണ്ടും എന്റെ കുഞ്ഞിനെ? സിദ്ധാർത്ഥ് കാറിൽക്കയറി. സൈറ പറഞ്ഞു. സിദ്ധൂ ആകെ അപ്സെറ്റായി. ഞാൻ ഡ്രൈവ് ചെയ്യാം.

ഉം. ഒറ്റമൂളൽ. സിദ്ധാർത്ഥ് ഡ്രൈവിങ് സീറ്റിൽ നിന്ന് ഇറങ്ങി അപ്പുറത്തെ സീറ്റിൽ കടന്നിരുന്നു. മറ്റുള്ളവർ എന്തു വേണ്ടൂ എന്ന മട്ടിൽ നയനയെയും സിദ്ധാർത്ഥിനെയു മാറി മാറി നോക്കി.

നയന വലതു കൈ ഉയർത്തി വീശി ബൈ.... ബാഗിനുള്ളിൽ മൊബൈൽ ഫോൺ റിങ്ങ് ചെയ്തുകൊണ്ടിരുന്നു. ലൗലി സ്ഥല കാലബോധമില്ലാത്ത മട്ടിലിരുന്നു. ഫോണിന്റെ ശബ്ദം കേട്ടില്ല. ആനന്ദാണ് ഓർമ്മിപ്പിച്ചത്. ടീച്ചർ ഫോൺ.

എടുത്തു നോക്കി ബാലേട്ടനാണ്. നാല് മിസ്ഡ് കോൾ... ഹലോ ബാലേട്ടാ... സോറി ബെല്ല് കേട്ടില്ല. ബാഗിലായിരുന്നു. ഞങ്ങൾ കോവളത്തേയ്ക്കു പോകുന്നു. നാളെ വരും. ഓ.കെ.

ഫോൺ തിരികെ വച്ച് എല്ലാവരോടുമായി പറഞ്ഞു...

ബാലേട്ടനായിരുന്നു പലവട്ടം വിളിച്ചു.

സിദ്ധാർത്ഥ് ഒന്നും മിണ്ടുന്നില്ലെന്ന് മനസ്സിലാക്കിയ സൈറ പുറത്തേക്കു ചൂണ്ടി.

അവിടെയാണ് എയർപോർട്ട്

വിമാനം കാണാമോ? ബസ്സിനേക്കാളും വലുതാണോ?

ആനന്ദ് സംശയം ചോദിച്ചു.

കാണണോ?

ഉം. ഉള്ളിലെ ആഗ്രഹം മറച്ചുവച്ചില്ല

സൈറ കാർ വലത്തോട്ട് തിരിച്ചു എയർപോർട്ടിലേയ്ക്കുള്ള വഴിയിലൂടെ മുന്നോട്ടുപോയി. സൈഡിൽ നിർത്തി പാസ്സ് എടുത്തു. വീണ്ടും മുന്നിലേയ്ക്ക്. അങ്ങോട്ട് നോക്ക്. പാർക്കിങ്ങിൽ ധാരാളം കാറുകൾ കണ്ട കൗതുകത്തിൽ അവൻ തല പുറത്തേയ്ക്കു

നീട്ടി കാഴ്ചകൾ കാണാൻ ശ്രമിച്ചു. സൈറ സൈഡ് ഗ്ലാസ്സ് താഴ്ത്തിക്കൊടുത്തു.

അവന്റെ സന്തോഷത്തിന് അതിരുകളില്ലായിരുന്നു. മുന്നിൽ ലാന്റ് ചെയ്യുന്ന വിമാനത്തിന്റെ ദൃശ്യം അവനെ ഉത്സാഹത്തിലാക്കി.

മോളിക്കൂടപോവുമ്പം കുഞ്ഞുകിളീടത്രേം. ഇപ്പോ എന്തു വലുതാണ്. ഇതില് കൊറേ ആളിന് കേറാമ്പറ്റോ

പിന്നെ... 200... 250 പേര് കേറും

മതിയോ?

ഉം. മതി. ഇനി കടലുകാണണം. അല്ലേ ഡോക്ടർ

കാണാം. വെറും കടലല്ല കോവളം ബീച്ച്. ലോകത്തിന്റെ എല്ലാ ഭാഗത്തു നിന്നും അവധിക്കാലത്ത് ഇവിടെയാളുകൾ വരും. പിന്നെ ബീച്ചിൽ നിറയെ വിദേശികളായിരിക്കും.

നല്ല വെള്ത്ത് ചൊമന്ന്. ഞാൻ കണ്ടിട്ടൊണ്ട്. അഞ്ചുനാട്ടില് വന്ന്ട്ടൊണ്ട്...

ഓഹോ അപ്പോ എല്ലാം അറിയാം അല്ലേ?

കണ്ടിട്ടൊണ്ട്. അല്ലാതെ... ഒന്നും അറിയൂല്ല.

കോവളം ബീച്ച് എന്ന് എഴുതിയ ബോർഡ് കണ്ട പത്മചേച്ചിക്കു കൗതുകമായിരുന്നു. കാരണം ഒരിക്കൽ സാറ് പറഞ്ഞതാണ്. കോവളത്ത് വിദേശികൾ വന്നാൽ നേരേ ചൊവ്വേ തുണിയുടുക്കാതെ വെയിലത്തു കിടക്കുമെന്ന്. സാറ് എന്നോ കുട്ടികളുമായി പോയപ്പോൾ കണ്ടതാണ്.

സത്യമായിരിക്കരുതേയെന്ന് മനസ്സ് ആഗ്രഹിച്ചു. കാരണം എല്ലാപേരും ഒരുമിച്ചല്ലേ. അതുകണ്ടാൽ നാണമാവൂല്ലേ? ആലോചിച്ചപ്പോഴേ ദേഹമാകെ രോമങ്ങൾ എഴുന്നു.

കടൽത്തിരകളിൽ ഓടിക്കളിക്കുന്ന കുട്ടികൾ... കുളിക്കുന്നവർ... മീൻവല വലിക്കുന്നവർ... കച്ചവടക്കാരും കാണികളും ചേർന്ന അതിമനോഹര ദൃശ്യം. ഓരോരുത്തരും അവരവരുടെ മനോരാജ്യങ്ങളിൽക്കൂടി കടലുകാണുകയായിരുന്നു. ഇടയ്ക്ക് വലിയ തിരമാലകൾ കരയെ കവർന്നെടുക്കാനെന്നോണം പാഞ്ഞുവരുകയും കിട്ടിയതുംകൊണ്ട് തിരിച്ചുപോവുകയും ചെയ്യുന്ന കാഴ്ചയിൽ മതിമറന്ന രണ്ടുപേർ മാത്രം പരസ്പരം കൈകൾകോർത്ത് മറ്റേതോ ലോകത്തായിരുന്നു.

രാത്രിയിൽ അത്താഴം കഴിക്കുന്നതിനിടയിൽ മാരൻ പറഞ്ഞു.

നാളെ തിരിച്ചുപോണം. കൊളന്തയ്ക്ക് ഒടമ്പ് സരിയല്ല. രാവിലെ

പോകാം. ഞാനും പറയണമെന്നു വിചാരിച്ചതാണ്. പത്മചേച്ചി മാരനെ സപ്പോർട്ടു ചെയ്തു. എന്നാൽ ആനന്ദിന്റെ മുഖം വാടിയിരുന്നു. കവറിനുള്ളിൽ നിന്ന് പുതിയ ഡ്രസ്സ് എടുത്ത് അതിന്റെ ഭംഗി നോക്കുകയും ചുളിവു പറ്റാതെ തിരിച്ചുവയ്ക്കുകയും ചെയ്തു. മാരന്റെ കുഞ്ഞുങ്ങൾക്കും ഉടുപ്പുകൾ വാങ്ങി. ഇക്ബാൽ സാറിന്റെ സമ്മാനം എല്ലാവർക്കും ഉണ്ടായിരുന്നു. മകൾ സന്തോഷവതിയായതിലുള്ള കൃതജ്ഞതയായി എല്ലാവരെയും സന്തോഷിപ്പിക്കാനുള്ള വ്യഗ്രത പ്രകടമായിരുന്നു.

മാരന്റെ അവസ്ഥ അറിയാനിടയായ അദ്ദേഹം അവന് കുറച്ച് പൈസയും കൊടുത്തു. വേണ്ടെന്നു മാരൻ പറഞ്ഞെങ്കിലും ഇല്ലായ്മയുടെ നെല്ലപ്പടിയിൽ നിന്ന അവന് അത് തീർത്തും നിരസിക്കാൻ കഴിഞ്ഞില്ല.

ചേച്ചിയമ്മേ, എനിക്ക് രണ്ടുദിവസംകൂടി ഇവിടെ നില്ക്കണം. എൻട്രൻസിന് രജിസ്റ്റർ ചെയ്യണം. കുറച്ച് ബുക്സ് വാങ്ങണം.

അതു സാരമില്ല. ഞങ്ങള് നാലുപേരില്ലേ. രാവിലെയുള്ള ബസ്സിന് പോയാൽ ഇരുട്ടുന്നതിന് മുമ്പ് അഞ്ചുനാട്ടിലെത്താം. അവിടെ വീട് പെയിന്റിംഗ് നാളെക്കൊണ്ട് കഴിയുമെന്ന് ബാലേട്ടൻ പറഞ്ഞു.

സിദ്ധു വരുമ്പോഴേയ്ക്കും എല്ലാ ജോലിയും കഴിയും. അപ്പോൾ ഞങ്ങൾക്ക് അങ്ങോട്ട് മാറാം.

ഞങ്ങളോ? അതാരാ?

പത്മചേച്ചി, ആനന്ദ്, ഞാൻ... ഇടയ്ക്ക് സിദ്ധുവിനും വരാം. ആനന്ദിന്റെ മുഖത്ത് നക്ഷത്രങ്ങൾ പൂത്തിറങ്ങി.

45

ബസ്സിറങ്ങുമ്പോഴേ കണ്ടു ഫോറസ്റ്റ് ഓഫീസിനു മുന്നിൽ ആൾക്കൂട്ടം. കൂട്ടത്തിൽ ചില ക്യാമറകളും കണ്ടതാണ്, ആശങ്കയുണർത്തിയത്. ബാലേട്ടൻ ആരോടോ ഗൗരവത്തിൽ സംസാരിക്കുന്നുണ്ട്. കട്ടവനെ കിട്ടീല്ലേ കണ്ടവനെ പിടിക്കുന്ന പോലീസിന്റെ അഹമ്മതിയല്ലേ രണ്ടു ജീവനെടുത്തത്. പോലീസ് മരിച്ചാൽ ഉടനെത്തും ധനസഹായം. പാവപ്പെട്ട ആദിവാസികളെ കൊന്നിട്ട് കൊല്ലം രണ്ടാവാൻ പോകുന്നു. ആ കുട്ടിയോട് സർക്കാര് എന്തു നീതികാട്ടി?

ഉച്ചത്തിലായിരുന്നു സംഭാഷണം. അതുകൊണ്ട് തന്നെ ചുറ്റിലും നിന്നവർ കേൾക്കുകയും പ്രതികരിക്കുകയും ചെയ്തുകൊണ്ടിരിക്കെ ലൗലി അടുത്തേയ്ക്ക് ചെന്നു വിളിച്ചു.

ബാലേട്ടാ... എന്താ പ്രശ്നം?

രണ്ടു ചന്ദനക്കള്ളന്മാരെ പുതിയ റെയ്ഞ്ച് ഓഫീസർ പിടിച്ചു. അന്ന് മനുസാറിനെ കെട്ടിയിട്ടു തല്ലിയത് ഇവന്മാരാണ്. കുമരനെ ചതിച്ചതും ഇവരുടെ സംഘമാണ്. രണ്ടു തമിഴ് നാടോടി സ്ത്രീകളെയാണ് ചന്ദനം കടത്താൻ ഉപയോഗിച്ചത്. ഇവനെയൊന്നും ഒരു നിയമവും തൊടില്ല, തലപ്പത്ത് അതിനുള്ള പിടിപാടുണ്ട്. കോടതിയല്ല, നമ്മളാണ് ഇവനെയൊക്കെ ശിക്ഷിക്കേണ്ടത്.

ചോദിക്കേണ്ട രീതിയിൽ ചോദിച്ചപ്പോൾ തത്ത പറയുമ്പോലെ സകലതും പറഞ്ഞു. പലേടത്തുനിന്നും വിളികൾവരുന്നുണ്ട്. അവരെയാണ് യഥാർത്ഥത്തിൽ നിയമത്തിനുമുന്നിൽ കൊണ്ടുവരേണ്ടത്. സാധാരണക്കാരന് കിട്ടാത്ത നീതി ഇവരും അനുഭവിക്കണ്ട.

ബാലേട്ടാ, ലൗലി വിളിച്ചു.

കലിബാധിച്ചതുപോലെ ഗേറ്റിനുമുന്നിൽ ആളുകൾ തടിച്ചുകൂടി ബഹളം വച്ചു. അന്തരീക്ഷം പന്തിയല്ലെന്നുകണ്ട ഡി.എഫ്.ഒ. ഗേറ്റിലേയ്ക്കു വന്ന് സംസാരിക്കാൻ ശ്രമിച്ചു.

ഞങ്ങൾ ചോദിക്കട്ടെ. അറിയേണ്ട വിവരങ്ങൾ കിട്ടിയാലല്ലേ കേസ്സിന്റെ വഴി പോകാൻ കഴിയൂ.

എന്ത് കേസ് സാറെ. അന്ന് മനുസാറിനെ തല്ലിച്ചതച്ചിട്ട് എന്തായി? ആറുമാസം മുമ്പ് ഇവനൊക്കെയല്ലേ ആ പട്ടിണിപ്പാവത്തിനെ തല്ലിക്കൊന്നത് എന്നിട്ടോ? ഒരു കേസും എങ്ങും എത്താറില്ല. പകരം നിരപരാധികളെ കേസിൽ കുടുക്കി തല്ലിക്കൊല്ലും. അതാണ് ജനാധിപത്യം. ഈ നാട്ടിൽ നമുക്ക് സമാധാനമായി ജിവിക്കണമെങ്കിൽ അപൂർവ്വമായെങ്കിലും നിയമം നമ്മൾ നടപ്പിലാക്കണം. ഇന്ന് ഇവരെ നിയമത്തിനു വിട്ടുകൊടുത്താൽ നാളെ ഇത് ആവർത്തിക്കും. മറിച്ചായാൽ?

ആൾക്കൂട്ടം പരസ്പരം നോക്കി.

ശരിയാണ്... അതെയതെ.

കൊല്ലണം... ഇവനെയൊക്കെ പച്ചയ്ക്കു കത്തിക്കണം.

ആൾക്കൂട്ടം അക്രമാസക്തരാവുന്നു എന്നു മനസ്സിലാക്കിയ ഡി.എഫ്.ഒ. നടത്തിയ അനുനയശ്രമങ്ങൾ അമ്പേ പരാജയപ്പെട്ടു. അനിൽകുമാർ സുജനപാലനെ ഫോണിൽ വിളിച്ചു എന്തോ സംസാരിച്ചു. ബഹളത്തിനിടയിൽ ഒന്നും വ്യക്തമായി കേൾക്കാനായില്ല. കൂട്ടത്തിൽ നിന്നകന്ന് അവർ സംസാരിച്ചു

അല്പം കഴിഞ്ഞ് സുജനപാലൻ ഷിബുവിനെ മാറ്റിനിർത്തി സംസാരിക്കുകയും ഷിബു ജീപ്പുമായി വടക്കോട്ടു പോകുകയും

ചെയ്തു. അതിനുശേഷം സുജനപാലൻ എല്ലാവരോടുമായി പറഞ്ഞു. അവരെ ചോദ്യം ചെയ്യട്ടെ. സത്യങ്ങൾ പുറത്തു വരണ്ടേ?

ആൾക്കൂട്ടത്തിന്റെ മുഖത്ത് നിരാശ ചേക്കേറുകയായി. അതു കണ്ട സുജനപാലൻ ശബ്ദം അല്പം താഴ്ത്തി പറഞ്ഞു. എന്നെ വിശ്വസിക്കണം. അവർ രക്ഷപ്പെടില്ല. ഉറപ്പാണ്.

അസ്വസ്ഥതയുടെ അപസ്വരങ്ങൾ, അമർഷത്തിന്റെ കലമ്പലുകൾ, നിരാശയുടെ നീറ്റലുകൾ. പൊരുത്തപ്പെടലിന്റെ ദീർഘനിശ്വാസങ്ങൾ. തല്ക്കാലം നമുക്ക് പിരിയാം. പക്ഷേ... അതൊരു അർദ്ധവിരാമമായിരുന്നില്ല.

ജനക്കൂട്ടം താന്താങ്ങളുടെ വഴിക്കു നടന്നകലുന്നു. ആരും തൃപ്തരല്ല. മനസ്സുകൾ പുകഞ്ഞുകൊണ്ടിരുന്നു. സുജനപാലൻ ഉറച്ച മനസ്സോടെ ഡോക്ടറുടെ വീട്ടിലേയ്ക്കു നടന്നു. മാരൻ ബസ്സിറങ്ങിയ പാടേ നേരേ വീട്ടിലേയ്ക്കു പോയി. ചെറിയ കുഞ്ഞിന് സുഖമില്ലെന്ന് രാധ അറിയിച്ചിരുന്നു. ഭാര്യയുടെ ആരോഗ്യം തീരെ മോശമായിരുന്നു. ഗർഭകാലത്ത് അവളെ ശ്രദ്ധിക്കാൻ കഴിഞ്ഞില്ല. മാരൻ പലവിധ ചിന്തകളാൽ ആധിപൂണ്ട് അതിവേഗം നടന്നു. കഴിഞ്ഞ ദിവസങ്ങളിൽ കണ്ടതും കേട്ടതും അനുഭവിച്ചതും ഒന്നും അവന്റെ ആധി കുറച്ചില്ല. കയ്യിലെ കവറുകളിൽ രാധയ്ക്കും കുട്ടികൾക്കുമുള്ള വസ്ത്രങ്ങളാണ് എന്നതുപോലും അവൻ മറന്നതുപോലെയായിരുന്നു. തോടിനു മുകളിലെ തടിപ്പാലം കടന്നില്ല. അതിനു മുമ്പേ കേട്ടു രാധയുടെ ഉച്ചത്തിലുള്ള നിലവിളി. മാരൻ ഓടുകയായിരുന്നു. കാലിനു വേഗതയില്ലാതെ ലക്ഷ്യത്തിലെത്താനാവാതെ തളർന്ന് വഴിയിൽ കുത്തിയിരുന്ന മാരനെ മൂപ്പനും മകനുംകൂടി പിടിച്ച് കുടിയിലേയ്ക്കു കൊണ്ടുപോവുകയായിരുന്നു. അപ്പോഴും കുഞ്ഞിനുള്ള പുതിയ ഉടുപ്പുകൾ കവറിനുള്ളിൽ ഭദ്രമായി പിടിച്ചിരുന്ന മാരന്റെ കണ്ണിൽ ഇരുട്ടുകയറി. കാഴ്ച മറഞ്ഞു. അയാൾ കുഞ്ഞിന്റെ ശരീരത്തിനടുത്തുവീണു.

അതുകണ്ടവർ വാവിട്ടു കരഞ്ഞു.

സിദ്ധാർത്ഥിന്റെ അഭാവം ലൗലിയെ അസ്വസ്ഥയാക്കി. അവനില്ലാത്ത വീട് വീടല്ലെന്നു തോന്നി. പത്മചേച്ചീ നമുക്ക് നാളത്തന്നെ അങ്ങോട്ടുമാറാം.

എന്താ മോളെ?

പത്മകുമാരി സംശയത്തോടെ ലൗലിയെ നോക്കി. അവനില്ലാത്ത ഈ വീടിന് ജീവനില്ലെന്നു തോന്നി. അവൻ എപ്പൊഴായാലും പോകേണ്ടതല്ലേ? യാത്രയിൽ കണ്ടുമുട്ടിയ ഒരാൾ എന്നല്ലാതെ

അവൻ നമുക്ക് ആരുമല്ലല്ലോ. ഇന്നല്ലെങ്കിൽ നാളെ അവൻ പോകും. അങ്ങനെ മനസ്സിനെ ബോദ്ധ്യപ്പെടുത്തണം. കുറച്ചു നാളേ ഒരുമിച്ചുണ്ടായിരുന്നുള്ളൂ. എങ്കിലും പറിച്ചുകളയാൻ പറ്റുന്നില്ല. വല്ലാത്ത സങ്കടം.

നോക്ക് മോളേ... നിനക്കു ചെയ്തു തീർക്കാൻ പലതുണ്ട്. അതിൽ മാത്രം ശ്രദ്ധിക്കുന്നതാണ് നല്ലത്. നാളെത്തന്നെ അങ്ങോട്ട് മാറാം. ആനന്ദിനും അതാവും നല്ലത്.

ആർക്കു നല്ലത്? എന്താണ് ചർച്ചാവിഷയം? സുജനപാലൻ അകത്തു കടന്നതിനുശേഷമാണ് അവർ കണ്ടത്.

ഒന്നുമില്ല. നാളെ അങ്ങോട്ടു മാറിയാലോ എന്ന് ഒരാലോചന.

ഡോക്ടർ വന്നിട്ട് പോകുന്നതല്ലേ നല്ലത്? നാളെ വരുമെന്ന് ഇപ്പോൾ ഫോണുണ്ടായിരുന്നു.

ആണോ? എന്നാൽ നാളെക്കഴിഞ്ഞാവാം.

ഡിപ്പാർട്ടുമെന്റീന്ന് ആളുകൾ വരുന്നുണ്ട്.

നവജാത ശിശുക്കളുടെ മരണം വാർത്തയായിട്ടുണ്ട്.

മാരന്റെ കുഞ്ഞ് മാത്രമല്ല, പൊങ്ങമ്പള്ളിയിലും രണ്ടു കുഞ്ഞുങ്ങൾ മരിച്ചു. ഒന്ന് പ്രസവിച്ചപ്പോഴേ ജീവനില്ലായിരുന്നു. മറ്റൊരു കുഞ്ഞ് മൂന്നാഴ്ച കഴിഞ്ഞ് മരിച്ചു. നേരത്തേ തന്നെ വിഷയം നിയമസഭയിലെത്തിയിരുന്നു. പോഷകാഹാരക്കുറവാണ് കുഞ്ഞുങ്ങളുടെ മരണകാരണമെന്ന് മനസ്സിലായി. അമ്മമാർക്ക് നല്ല ഭക്ഷണം കിട്ടിയാലെ കുഞ്ഞുങ്ങൾക്ക് ആരോഗ്യമുണ്ടാകൂ.

ഓ... അങ്ങനെയൊരു പ്രശ്നമുണ്ട്... നാളെ നമുക്ക് മാരന്റെ വീട്ടിൽ പോണം. അതുപോലെ ഏതെങ്കിലും ഊരുകളിൽ ഗർഭിണികൾ ഉണ്ടെങ്കിൽ അവരെയെല്ലാം കാണണം. അത്യാവശ്യ പോഷകാഹാരമെങ്കിലും എത്തിച്ചുകൊടുക്കണം. ഇങ്ങനെ കുഞ്ഞുങ്ങൾ മരിക്കാതിരിക്കാൻ എന്താവേണ്ടതെന്ന് ആലോചിക്കാം. അതു നമ്മളെക്കൊണ്ട് ആവും മട്ടിൽ ചെയ്യണം.

ആനന്ദ് പോയില്ല. അവൻ ആ വീടിന്റെ ഭാഗമെന്നോണം കൊണ്ടു വന്ന ബാഗുകൾ ഓരോയിടത്തായി കൊണ്ടുവച്ചുകൊണ്ടിരിക്കെ അവന്റെ ഡ്രസ്സുകൾ അടങ്ങിയ വലിയ കവർ കയ്യിലെടുത്തുകൊണ്ട് ടീച്ചറമ്മേ ഇതെവിടെ വയ്ക്കണം? എന്നു ചോദിച്ചു.

മോന്റെ ഡ്രസ്സല്ലേ. ഇങ്ങുകൊണ്ടുവാ.

പത്മചേച്ചി കവർ വാങ്ങി സ്വന്തം ബാഗിനു പുറത്ത് വച്ചു. അതിൽ നിന്ന് ഒരു സെറ്റ് എടുത്തുകൊടുത്തു. കുളിച്ച് ഡ്രസ്സ് മാറി വാ. കഴിക്കാനെന്തെങ്കിലും ഉണ്ടാക്കാം.

കഞ്ഞി മതി. അല്ലേ മോളേ? പത്മചേച്ചി അമ്മയായി സ്വയം അവരോധിക്കപ്പെടുകയായിരുന്നു.

രാത്രിയിൽ ലൗലി ആകെ അസ്വസ്ഥയായിരുന്നു. ഒന്നു മാറിയാൽ മറ്റൊന്ന്... മൂന്നു കുഞ്ഞുങ്ങളാണ് അടുത്തടുത്ത് മരിച്ചത്. ചാപിള്ളകൾ പിറക്കുന്നത് അതീവ വേദനാകരമാണ്. അതിലും വലുതല്ലേ കുറച്ചുദിവസം ഭൂമിയിൽ തങ്ങിമടങ്ങിപ്പോകുന്നത്.

ഒരു സ്ത്രീ എത്രമാത്രം കഷ്ടതകളാണ് ഗർഭകാലത്ത് അനുഭവിക്കുന്നത്. ഒന്നും രണ്ടും ദിവസമല്ല, ആഴ്ചകളും മാസങ്ങളുമല്ല. ദീർഘമായൊരു കാലയളവാണ് മറ്റൊരു ജീവനെയും പേറി നല്ല ഭക്ഷണംപോലും കഴിക്കാനില്ലാതെ... ആരോഗ്യവതികളായ അമ്മമാർ...ആരോഗ്യമുള്ള തലമുറ നാളെയുടെ അനിവാര്യതയാണെന്നെങ്കിലും തിരിച്ചറിയണം.

പട്ടിണിയും പരാധീനതയുമായി കഴിയുന്ന ലക്ഷക്കണക്കിന് ഗർഭിണികളുണ്ട്. അത്യാവശ്യപോഷകാഹാരമെങ്കിലും അവരും അർഹിക്കുന്നില്ലേ? ഗർഭവും പ്രസവവും ആഘോഷമാക്കുന്ന സമ്പന്നതയുടെ മറുവശത്താണ് ആവശ്യത്തിന് ഭക്ഷണമില്ലാതെ നവജാതശിശുക്കൾ മരിക്കുന്നത്. ഇല്ലായ്മകളുടെ നേരെ കൊട്ടിയടക്കപ്പെട്ട വാതിലുകൾ തകരണം. ഇവരും മനുഷ്യരാണെന്ന് പൊതുസമൂഹം തിരിച്ചറിയണം.

എങ്ങനെ? ചിന്തകൾ തലങ്ങും വിലങ്ങും സഞ്ചരിച്ച് ഒടുവിൽ ഒരു ബിന്ദുവിലെത്തി. ആശയാവിഷ്കാരം... ദൃശ്യമാധ്യമ സാധ്യതകളുടെ അടിസ്ഥാനത്തിൽ ഒരു പരീക്ഷണം... അതെ, അതുതന്നെയാണ് ശരിയായ വഴി.

ലൗലി എഴുന്നേറ്റു. ബുക്കും പേനയുമെടുത്ത് ഡൈനിങ്ങ് ഹാളിലേയ്ക്കു നടന്നു. പത്മചേച്ചിയുടെ അരികുപറ്റി കിടന്ന ആനന്ദ് ടീച്ചറമ്മയെ ശ്രദ്ധിക്കുകയായിരുന്നു. ഉറങ്ങാതെ ടീച്ചറമ്മ എങ്ങോട്ട് പോകുന്നു?

കുറച്ചു സമയം ആനന്ദ് ശ്രദ്ധിച്ചു. ഇല്ല. ശബ്ദമൊന്നും കേൾക്കുന്നില്ല. മെല്ലെ എഴുന്നേറ്റു. പത്മചേച്ചി നല്ല ഉറക്കമാണ്. പാവം ടീച്ചറമ്മയ്ക്ക് മാത്രം ഉറക്കം വരുന്നില്ല. അതെന്താ?

ആനന്ദ് ശബ്ദമുണ്ടാക്കാതെ വാതിലിനടുത്തെത്തി ഓ... ഇവിടെയുണ്ട്. സമാധാനമായി. വിളിക്കണോ? വേണ്ട. എന്തോ എഴുതുകയാണെന്ന് മനസ്സിലായി. ഒന്നു ചോദിച്ചാലോ? എന്താന്നറിയാം.

രണ്ടും കല്പിച്ചു അവൻ പതുക്കെ ടീച്ചറമ്മയുടെ സമീപമെത്തി. പക്ഷേ ടീച്ചറമ്മ ഒന്നും അറിയുന്നില്ല. അത്രയ്ക്ക് ശ്രദ്ധയാണ് എഴു

ത്തിൽ. വിളിച്ചാൽ അതിനു തടസ്സം വന്നാലോ? വേണ്ട... എഴുതട്ടെ... ആനന്ദ് തിരികെ നടന്നു കട്ടിലിൽ കിടന്നു. ഒരുനിമിഷം ആനന്ദ് അമ്മയെ ഓർത്തു നോക്കി. എപ്പോഴും ദേഷ്യമായിരുന്നു. സ്നേഹമുണ്ടെങ്കിലും ഒന്നും പുറത്തുകാണിക്കില്ല. എപ്പോഴും ഗൗരവവും. അപ്പൻ വെറുമൊരു വാക്കായിരുന്നു. അപ്പൻ ജയിലിലാണെന്ന് കുട്ടികൾ പറഞ്ഞാണറിഞ്ഞത്. അമ്മ അതൊന്നും ഒരിക്കലും പറഞ്ഞിരുന്നില്ല. ഒരിക്കൽ ആനന്ദ് അമ്മയോട് ചോദിച്ചു. ഒരിക്കൽ മാത്രം.

അപ്പ എത്ക്ക് ജയിലില്...?

എനക്ക് തെരിയാത്. നീ വലിയ ആളായി, പഠിച്ച് പെരിയ ആളായി ചോദിക്കണം.

എന്ന് പെരിയാളാവും?

കൊഞ്ചം വരിഷത്ത്ക്കപ്പുറം. അതിന് നല്ലാ പഠിക്കണം.

പഠിച്ച് പോലീസായി അവരോട് ചോദിക്കാം.

പോലീസാവണ്ട...

അതൊരു നിർദ്ദേശമായിരുന്നു. ഉറച്ച തീരുമാനവും. അന്നു തുടങ്ങി എന്തു കിട്ടിയാലും വായിക്കുക. കഷ്ടപ്പെട്ട്, ബുദ്ധിമുട്ടി പുസ്തകങ്ങൾ വായിച്ചു. ക്രമേണ അക്ഷരലോകത്ത് കണ്ണും മനസ്സും തറച്ചു തുടങ്ങിയപ്പോഴാണ് അമ്മ മരിച്ചത്. അവിടെ തകർന്നു വീണത് ചീരു എന്ന അമ്മ പകർന്നു കൊടുത്ത ആത്മധൈര്യവും ശുഭചിന്തകളുമാണ്. അപ്പനെ കണ്ട് കൊതിതീരുംമുമ്പേ, അപ്പനും പോയി. ഇനി എന്തു ചെയ്യണം എന്ന ആശങ്കയാണ്.

എന്തായാലും പഠിക്കണം. നല്ല ജോലി സമ്പാദിക്കണം.

രണ്ട് അമ്മമാരാണിപ്പോൾ... അവരെ നോക്കണം. എന്നും... ഒപ്പം, എന്റെ സമൂഹത്തിനുവേണ്ടി പ്രയത്നിക്കണം. ആലോചനകൾക്കിടയിൽ ആനന്ദ് ഉറങ്ങിപ്പോയി. അപ്പോഴും ടീച്ചറമ്മ എഴുതുകയായിരുന്നു.

രാവിലെ പത്മചേച്ചി എഴുന്നേറ്റു. ആനന്ദിനെ വിളിച്ചുണർത്തി. നോക്കുമ്പോൾ അടുത്ത കട്ടിലിൽ ലൗലിയില്ല. പുറത്തേയ്ക്കിറങ്ങിയോ എന്നു നോക്കാനായി കതകു പതുക്കെ തുറന്നു. ലൗലി മേശപ്പുറത്ത് തലവച്ചുറങ്ങുന്നു. ഇടതുകൈ മടക്കി തലയ്ക്കു താങ്ങാക്കി. വലതുകയ്യിലെ പേന അപ്പോഴും വിരലുകൾക്കിടയിൽത്തന്നെയുണ്ടായിരുന്നു. പിന്നാലെയെത്തിയ ആനന്ദാണ് പറഞ്ഞത് രാത്രി ടീച്ചറമ്മ ഉറങ്ങാതെയിരുന്ന് എഴുതുകയായിരുന്നുവെന്ന്. അത്ഭുതത്തോടെ പത്മകുമാരി ആനന്ദിനെ നോക്കി.

മോനെങ്ങനെയറിഞ്ഞു?

കൊപ്പര

എനിക്ക് ഉറക്കം വന്നില്ല. ടീച്ചറമ്മ കതകു തുറന്ന് ഇറങ്ങുന്നതു കണ്ടു. കുറച്ചുസമയം കഴിഞ്ഞിട്ടും കണ്ടില്ല. അപ്പോഴാണ് ഞാൻ വാതിലിൽ ചെന്ന് നോക്കിയത്. എഴുതുന്നതുകണ്ട് കുറേനേരം നിന്നു. പിന്നെ എനിക്ക് ഉറക്കം വന്നു.

ആനന്ദ് തീരെ ചെറിയ കുട്ടിയല്ലെന്ന് പത്മകുമാരിയുടെ മനസ്സു പറഞ്ഞു. കാര്യങ്ങൾ ശ്രദ്ധിച്ചു മനസ്സിലാക്കും, കുസൃതിയില്ല. ഗൗരവക്കാരനാണ്. ഉത്തരവാദിത്വബോധമുള്ള വലിയ ബോധവും ചെറിയ ശരീരവമുള്ള കുട്ടി.

നാളെ സ്കൂളില് പോണം. എന്റെ ബുക്കും യൂണിഫോമും എടുക്കണം. ഞാൻ പോയി എടുത്തിട്ടു വരാം.

അത് നമുക്ക് പിന്നീട് എടുക്കാം. വീട് വൃത്തിയാക്കണം. സാധനങ്ങൾ വാങ്ങണം, ടീച്ചറമ്മ എണീക്കട്ടെ. അതുകഴിഞ്ഞ് എല്ലാം ചെയ്യാം.

ഞാനും സഹായിക്കാം. പാത്രം കഴുകാനൊക്കെ എനിക്കറിയാം. വീട്ടില് അമ്മൂമ്മയെ സഹായിക്കും.

ഇവിടെ അത്രയ്ക്ക് ജോലിയൊന്നുമില്ലടോ...

മോൻപോയി പത്രമൊക്കെ വായിക്ക്...

മടിച്ചുമടിച്ചാണ് ആനന്ദ് പത്രമെടുക്കാനിറങ്ങിയത്. മുന്നിൽ പത്രവുമായി ശൂലപാണി ചിരിച്ചു നില്ക്കുന്നു.

പോനഎടം എപ്പിടി?

സൂപ്പർ... ഞാൻ വലുതാവട്ടെ. മാമനെ കൊണ്ടുപോകാം.

ഒരു വാട്ടി അങ്കപ്പോയി എല്ലാം പാക്കണം. ശൂലപാണി ആഗ്രഹം അറിയിച്ചതു കേട്ടതും ആനന്ദ് പറഞ്ഞു.

ഇങ്ക്ര്ന്ത് ബസിരിക്ക്. ടിക്കറ്റ് എടുക്കണം. ഉക്കാര്ന്താ സായം കാലം അങ്കയെത്തും. കവലയേ വേണ്ടാ.

സുജനപാലൻ എത്തുന്നതിന് മുമ്പേ തങ്കമ്മ എത്തി ഡിസ്പൻസറി തുറന്നു എല്ലാം വൃത്തിയാക്കി വച്ചു.

ഡോക്ടർ ഇന്നു വരുമോ സർ.

വരുമെന്നാണ് പറഞ്ഞത്. എല്ലാം നീറ്റായിരിക്കണം

ഹെൽത്തീന്ന് ആളുവരും.

ഇവിടെയെല്ലാം നീറ്റാണ് സർ.

തങ്കമ്മ തിടുക്കത്തിൽ ഓരോന്ന് ചെയ്തുകൊണ്ടിരുന്നു. ഒൻപതുമണി കഴിഞ്ഞപ്പോഴാണ് ഒരു കാർ മുറ്റത്ത് വന്നു നിന്നത്. ആനന്ദ് ധൃതിയിൽ പോയി നോക്കിയിട്ട് അടുക്കളയിലേയ്ക്ക് ഓടി.

ഡോക്ടർ വന്നു. കാറിലാണ് വന്നത്.

ലൗലി ഹാളിലെത്തിയപ്പോഴേക്കും സിദ്ധാർത്ഥ് അകത്തേയ്ക്ക് കയറുകയായിരുന്നു.

മോനേ എപ്പോ തിരിച്ചു? ഇത്ര ദൂരം ഒറ്റയ്ക്ക് ഡ്രൈവ് ചെയ്തോ... അതും രാത്രി.

ഇല്ല ചേച്ചിയമ്മേ. ഇന്നലെ രാത്രി മൂന്നാറിലെത്തി. ഇന്ന് രാവിലെ ഇങ്ങോട്ടും. ഒറ്റയ്ക്കല്ല. സൈറയുണ്ടായിരുന്നു.

ഹോ... ഇപ്പൊഴാ ശ്വാസം നേരെയായത്.

എന്റെ പൊന്നേ ഇന്നലെ ഒരാള് ഉറങ്ങീട്ടില്ല... സിദ്ധുവില്ലാതെ ഒരു സമാധാനോമില്ലെന്നും പറഞ്ഞ് രാവെളുക്കുവോളം ദാ ഇവിടെയിരുന്നു അല്ലേ മോനേ.

കേട്ടപാടേ ആനന്ദ് ശരിവച്ചു. ശരീയാ. ഞാൻ കണ്ടതാ.. എഴുതുന്നത്

വിശേഷങ്ങൾ പറയാം ചേച്ചിയമ്മേ. ഇന്ന് ഹെൽത്തീന്ന് ആള് വരുന്നുണ്ട്. ഞാനൊന്ന് റെഡിയാവട്ടെ.

ങാ ബാലേട്ടൻ പറഞ്ഞു. വേഗം റെഡിയായിക്കോളൂ... പ്രാതൽ കഴിച്ചിട്ട് പോവാം.

പത്മചേച്ചി വേഗം ദോശയുണ്ടാക്കി. സാമ്പാറും ചമ്മന്തിയും റെഡിയായിരുന്നു. പാത്രങ്ങൾ മേശപ്പുറത്ത് നിരത്തി മൂന്നുപേരും കാത്തിരുന്നു. ബാലേട്ടൻ കഴിച്ചോന്ന് ചോദിക്കാൻ ആനന്ദാണ് പോയത്. അതേ വേഗത്തിൽ തിരിച്ചു വന്നു.

സാർ കഴിച്ചു.

സാറല്ല... മാമൻ. ഡോക്ടറങ്കിൾ, ബാലൻമാമൻ

ഓകെ.

ഓകെ. അവന്റെ മുഖത്ത് പുതിയ ചിരി തെളിഞ്ഞു.

സിദ്ധാർത്ഥ് പെട്ടെന്ന് ദോശ കഴിക്കുകയും കഴിഞ്ഞ ദിവസത്തെ യാത്രയെക്കുറിച്ച് ചുരുക്കി പറയുകയും ചെയ്തു. ബാലേട്ടൻ ഉച്ചയ്ക്ക് വിളിച്ചു വിവരം പറഞ്ഞു.

പിന്നെ വൈകിയില്ല. ഇക്ബാൽ സാറാണ് പറഞ്ഞത് ബസ്സിനു പോയാൽ ഒരുപാട് വൈകുമെന്ന്. അതാണ് കാറിൽ വന്നത്. രാത്രി പത്തുമണിയോടെ മൂന്നാറിലെത്തി. സൈറ റൂമിൽ പോയി. ഞാനവിടെ ഒരു റൂമെടുത്തു. വഴിയിൽ പ്രശ്നങ്ങളൊന്നുമുണ്ടായില്ല. അതു തന്നെ ഭാഗ്യം. എല്ലാം കേട്ടിരുന്ന ലൗലിയുടെ ഉള്ളിൽ നിന്ന് ഒരു ദീർഘനിശ്വാസം പുറത്തു ചാടി.

ദാവരുന്നൂ.

അതും പറഞ്ഞ് ധൃതിയിൽ ഹെൽത്ത് സെന്ററിലേയ്ക്കു നട

ന്നു. അപ്പോഴേക്കും പലരായി ഡോക്ടറെയും കാത്തിരിക്കുന്നുണ്ടായിരുന്നു. ഉച്ചയോടെ ഹെൽത്ത് ഡിപ്പാർട്ട്മെന്റിന്റെ വാഹനമെത്തി. സുജനപാലനും സിദ്ധാർത്ഥും അവരോടൊപ്പം ഊരിലേയ്ക്കു പുറപ്പെട്ടു. മരണപ്പെട്ട കുഞ്ഞുങ്ങളുടെ ഡീറ്റെയിൽസ് സുജനപാലൻ നൽകി.

വീട്ടുകാരോട് പലതും ചോദിച്ചു. അമ്മമാരെ പരിശോധിച്ചു.

പാലും മുട്ടയും പച്ചക്കറികളും കഴിക്കണം.

വേലയില്ലാമൽ എപ്പടി സാർ? അരിശിക്കു വകയില്ല. മളവന്താ വേലയില്ല, കൂലിയില്ല, ശാപ്പാട്ട്ക്ക് വകയില്ല. കാട്ടില് പോനാൽ കെളങ്കിര്ക്ക് ആനാ പോകമുടിയാത്... മള ജാസ്തി.

പേരിന് അന്വേഷണം. ചില ലോക്കൽ ചാനലുകൾ ശ്വാസം വിടാതെ സംസാരിച്ചുകൊണ്ടിരുന്നു.

പോഷകാഹാരക്കുറവാണ്.

പത്രക്കാരോട് പറയുമ്പോഴും അകത്ത് ശാപ്പാടിന് വകയില്ലാത്തവരുടെ പരാതികൾ കേൾക്കാമായിരുന്നു.

ഉച്ചഭക്ഷണസമയത്ത് സിദ്ധാർത്ഥ് അമർഷം രേഖപ്പെടുത്തി.

ഒക്കെ പ്രഹസനങ്ങൾ. ഇതിനുമുമ്പും എത്രയോ കുഞ്ഞുങ്ങൾ മരിച്ചു. എന്തെങ്കിലും ചെയ്യാൻ ആരെങ്കിലും ശ്രമിച്ചോ?

ഇവരെയൊന്നും ശ്രദ്ധിക്കാനിവിടെയാരുമില്ല. എല്ലാവർക്കും അവരവരുടേതായ താല്പര്യങ്ങൾ...

ലൗലിയുടെ വാക്കുകൾ സുജനപാലനിലും സിദ്ധാർത്ഥിലും പ്രതീക്ഷയുണർത്തി.

പ്രത്യക്ഷമായും പരോക്ഷമായും അവരെസഹായിക്കുക. സ്ത്രീകളെയും കുഞ്ഞുങ്ങളെയും. പ്രത്യക്ഷസഹായം അവരെ കണ്ടെത്തി ആവശ്യമുള്ള പോഷകാഹാരം നൽകുക.

അപ്പോൾ പരോക്ഷം?

സിദ്ധാർത്ഥ് ആകാംക്ഷയോടെ ചോദിച്ചു.

ഷോർട്ട്ഫിലിം. ബോധവൽക്കരണത്തിനായി...

അതുകൊള്ളാം. ആളുകൾക്ക് പെട്ടെന്ന് മനസ്സിലാകുന്ന രീതിയിൽ വേണം. അതിന് കൂടുതൽ സാധ്യതയുണ്ട്.

സ്ക്രിപ്റ്റ് റെഡി. ഇനി ഒരു ക്യാമറ സംഘടിപ്പിക്കണം. ചിത്രീകരിക്കണം. അത് യൂട്യൂബ് വഴി ലോകമറിയണം. ആരോഗ്യസംഘടനകൾ പലതും ഉണ്ടല്ലോ. ആവഴി എന്തെങ്കിലും സഹായം...

നാളെ അങ്ങോട്ടുമാറിയാലോ?

സിദ്ധാർത്ഥ് അവിശ്വസനീയമായതെന്തോ കേട്ടതുപോലെ എല്ലാ

വരെയും നോക്കി.

ഇത്ര പെട്ടെന്ന്?

അതിലും കാര്യമുണ്ട്. അവിടെ ചില കാര്യങ്ങൾ ചെയ്യാൻ കഴിയും. പത്മചേച്ചിക്കും ചില ഐഡിയാസുണ്ട്. ഇനിയുള്ളകാലം എന്തെങ്കിലുമൊക്കെ ചെയ്യണം. ഇവനെ ഞാൻ വളർത്തും. പഠിപ്പിച്ച് നല്ലനിലയിലെത്തിക്കണം. ഇവനിലൂടെ അവരെ രക്ഷിക്കാം.

കേട്ടതിനെക്കുറിച്ച് ചിന്തിക്കുകയും അഭിപ്രായങ്ങൾ രേഖപ്പെടുത്തുകയും ചെയ്യുന്നതിനിടയിൽ സിദ്ധാർത്ഥിന്റെ മൊബൈൽ ശബ്ദിച്ചു. സിദ്ധാർത്ഥ് ഫോണെടുത്ത് ഇയർഫോൺ വച്ച് സംസാരിച്ചു.

ഒക്കെ കാട്ടിക്കൂട്ടലല്ലേ? നാട്ടുകാരുടെ കണ്ണിൽ പൊടിയിടാനുള്ള പ്രഹസനങ്ങൾ. അല്ലാതെന്താ? ഭക്ഷണത്തിനു വകയില്ലാത്തവരോട് പാലും മുട്ടയും കഴിക്കണമെന്നു പറയുന്നതിലെ വിഡ്ഢിത്തം...

വീട്ടിലേയ്ക്കു വേണ്ടുന്ന സാധനങ്ങൾ വാങ്ങാൻ ലൗലിയും പത്മകുമാരിയും ആനന്ദും പോയി. അത്യാവശ്യം വേണ്ടതെല്ലാം വാങ്ങി ഓട്ടോയിൽ വീട്ടിലെത്തിച്ചു. അടുക്കി ചിട്ടപ്പെടുത്താൻ ആനന്ദ് സഹായിച്ചു. കുളിമുറിയിലെ ചെമ്പ്കലം കഴുകി വൃത്തിയാക്കുകയും ചെയ്തു. കത്തിക്കാനുള്ള വിറക് കടയിൽ നിന്ന് വാങ്ങിയിട്ടു.

വൈകുന്നേരം, ഒരു സഞ്ചിനിറയെ അരിയും പച്ചക്കറികളും ഒക്കെയായി ഊരിലെത്തി. പല കുടികളിലും അർദ്ധ പട്ടിണിയാണെന്ന് അറിയാം. എന്നാലും ആരോടും ഇരക്കാനവർ തയ്യാറല്ലെന്ന് മുഖഭാവം. പ്രസവിച്ച സ്ത്രീക്ക് സാധനങ്ങൾ കൊടുത്തു. ഗർഭിണികളുടെ പേരുവിവരം ശേഖരിച്ചുവച്ചു. അവർക്കായി വാങ്ങേണ്ട സാധനങ്ങൽ കുറിച്ചുവച്ചു. ടോണിക്കുകളും അയൺ ടാബ്ലറ്റുകളും വാങ്ങുവാൻ തീരുമാനിച്ചു.

രാത്രിഭക്ഷണം കഴിഞ്ഞ് ആനന്ദ് പത്രത്തിലെ ചില പേജുകൾ വായിക്കുകയായിരുന്നു. അപ്പോഴാണ് സെക്രട്ടേറിയറ്റിൽ നിന്ന് ഫോൺ വന്നത്. ആനന്ദിന്റെ വിദ്യാഭ്യാസാവശ്യങ്ങൾക്കുള്ള തുക പാസ്സായിട്ടുണ്ടെന്ന്. അന്ന്, അച്ഛനെ കണ്ടാൽ പറയണം നമ്പീശനെ കണ്ടെന്ന്, അതെ, ആ ശബ്ദമായിരുന്നു. നമ്പീശൻ സാറാണ്, ലൗലി എല്ലാപേരോടുമായി പറഞ്ഞു... അന്ന് അവിടെയുണ്ടായിരുന്ന നമ്പീശൻ സാറാണ് വിളിച്ചത്. സഹായധനം തുക പാസ്സായിയെന്ന്. ആദ്യ ഗഡുവായി രണ്ടു ലക്ഷം രൂപയും വീടുവയ്ക്കാൻ മൂന്നു ലക്ഷം രൂപയും ഉടനെ കിട്ടും.

എന്തായാലും യാത്രഫലംകണ്ടു. അച്ഛന്റെ പേരും... പാവം... എവിടെയാണോ... ലൗലിയുടെ കണ്ണുകൾ നിറഞ്ഞു.

പ്രത്യേകിച്ച് ചടങ്ങുകളൊന്നും ഇല്ലാതെ വീടുമാറി. സുജനപാലനും കുസുമവും രാവിലെ എത്തി. ശൂലപാണി കാര്യക്കാരനായി നിന്നു. കൂട്ടത്തിൽ പഴയ തൊഴുത്ത് വൃത്തിയാക്കുകയും ചെയ്തു. ചടങ്ങിനുവേണ്ടി പാലുകാച്ചി ചായകൂട്ടി എല്ലാവരും കുടിച്ചു. പത്മചേച്ചിയുടെ കിടപ്പുമുറിയിൽ സാറിന്റെ വലിയൊരു ചിത്രം മേശപ്പുറത്ത് വച്ചു. അതിനുമുന്നിൽ നിലവിളക്ക് തെളിയിച്ചു. സാരിത്തുമ്പ് കൊണ്ട് കണ്ണുതുടച്ചത് സാറിന്റെ ഓർമ്മകളുടെ പ്രതിഫലനമാണെന്ന് ലൗലിക്കറിയാം. ആനന്ദിനെ ചേർത്തുനിർത്തി പറഞ്ഞു ഇവനെ അനുഗ്രഹിക്കണം.

ആനന്ദ് ചിത്രത്തിലും പത്മകുമാരിയുടെ മുഖത്തും മാറിമാറി നോക്കി. എന്നിട്ട്, വലതു കൈപ്പത്തികൊണ്ട് കണ്ണുകൾ തുടച്ചു. അരുതെന്ന് തലയാട്ടി. പത്മകുമാരി അവനെ ചേർത്തുപിടിച്ചു. ഉള്ളിൽ ഉറങ്ങിക്കിടന്നിരുന്ന മാതൃത്വം ഉണരുകയായിരുന്നു.

ഉച്ചഭക്ഷണത്തിന് എത്താമെന്ന് പറഞ്ഞ് സിദ്ധാർത്ഥും സുജനപാലനും ഹെൽത്ത് സെന്ററിലേയ്ക്ക് പോയി. ഉച്ചയായപ്പോൾ രണ്ട് അതിഥികൾ കൂടി വന്നു. വരുണും വിനയയും.

എത്രനാളായി നിങ്ങളെ കണ്ടിട്ട്... ലൗലി ചിരിച്ചു. ഇന്നലെ വന്നു. ഒരു സർപ്രൈസായിക്കോട്ടേന്നു കരുതിയാണ് പറയാതിരുന്നത്. വിശേഷങ്ങൾ പങ്കുവച്ചും സുഖാന്വേഷണങ്ങൾ കൈമാറിയും സമയം പോയതറിഞ്ഞില്ല. ആനന്ദിനെ കാണാൻ അമ്മൂമ്മ വന്നു. അവൻ ഓടിച്ചെന്ന് കെട്ടിപ്പിടിച്ചു. സ്നേഹം പങ്കുവെച്ചു. അകത്തേക്കു നോക്കി വിളിച്ചു.

അമ്മേ... അമ്മൂമ്മ വന്നു.

വൈകുന്നേരം രണ്ടു വീടുകളിൽ അരിയും പച്ചക്കറികളുമായി പത്മകുമാരിയും ലൗലിയും ആനന്ദും പോയി. പല കുടികളിലും പട്ടിണിയുടെ വക്കോളമെത്തിയവർ പറഞ്ഞു.

കൊളന്ത എങ്ക വിട്ടു വേലക്കു പോകും? ചിന്നക്കൊളന്ത തനിയെ ഇരിക്കമാട്ടേൻ. എന്നാ പണ്ണമുടിയും?

എന്തെങ്കിലും വഴി കണ്ടെത്തണം. ലൗലി പറഞ്ഞു. പത്മയാണ് പറഞ്ഞത്. നമുക്ക് വരാന്ത ശരിയാക്കിയാൽ ഈ കുഞ്ഞുങ്ങളെ നോക്കാം. ഡേ കെയർ പോലെ സഹായത്തിന് ആരെയെങ്കിലും കൂടി വിളിക്കാം.

അത് നല്ല കാര്യമാണ്. പാവങ്ങൾക്ക് എന്തെങ്കിലും ഉപകാരപ്പെ

ടട്ടെ. ആ വരാന്തയിൽ രണ്ടുമൂന്നു തൊട്ടിലും കുറച്ച് പായും വേണം. കുഞ്ഞുങ്ങൾക്ക് ആഹാരം കൊടുക്കാനും അവരെ കുളിപ്പിക്കാനും ഒരാളെ നോക്കാം.

അമ്മൂമ്മ വരും. ജോലിയില്ലാതെ തനിച്ചാണ്. കാര്യങ്ങൾക്ക് അന്തിമരൂപമായി. തൊഴുത്തിൽ ഒരു പശുവിനെ വാങ്ങാം. കാളി കേട്ടപാടേ സമ്മതിച്ചതിനു പ്രധാന കാരണം ആനന്ദിനെ എന്നും കാണാം.

മൂന്നുപേരും കൂടി ഓട്ടോയിലാണ് രുക്കുവിനെ കാണാൻ പോയത്. വലിയ അടുപ്പിനടുത്ത് ചാക്കിൽ ഉറങ്ങുന്ന കുഞ്ഞിനെ ഞെട്ടലോടെയാണ് നോക്കിയത്. ശരവണൻ കൊപ്പരയിൽ തിളച്ചുമറിയുന്ന കരിമ്പിൻനീര് വലിയ ചട്ടുകം കൊണ്ട് ഇളക്കുകയാണ്. രുക്കു ഒരു കെട്ട് കരിമ്പിൻചണ്ടി അടുപ്പിലേയ്ക്ക് വയ്ക്കുകയായിരുന്നു. വിവരം അറിഞ്ഞപ്പോൾ ആ മുഖം തെളിഞ്ഞു. സാധനങ്ങൾ നൽകി യാത്ര പറയുമ്പോൾ ലൗലി കൊപ്പരയിലേയ്ക്കു നോക്കി. വലിതും ചെറുതുമായ കുമിളകൾ മത്സരിച്ച് പൊട്ടുന്നു. മനസ്സ് സംഘർഷഭരിതമെങ്കിലും ശുഭപ്രതീക്ഷയുടെ ചെറുമുകുളങ്ങൾ തലനീട്ടുന്നതിൽ ലൗലി സമാധാനിച്ചു.

എന്തായാലും ഒരു മാസം ലീവാണ്. അതിനിടയിൽ എന്തെങ്കിലുമൊക്കെ ചെയ്യണം. ഷോർട്ട് ഫിലിം പൂർത്തിയാക്കണം. അതിന് സിദ്ധു സഹായിക്കും. വാതിലുകൾ അടഞ്ഞും തുറന്നും ദിവസങ്ങൾ പോയി. സുജനപാലൻ അസ്വസ്ഥനായി കാണപ്പെട്ടു. അതങ്ങനെയാണ് സഹജീവികളുടെ പ്രശ്നങ്ങൾ അതുപകരുന്ന ആശങ്കകൾ... മക്കളുടെ വിവാഹം. വരുൺ സമ്മതിച്ചാൽ രണ്ടു വിവാഹങ്ങൾ ഒരുമിച്ച് നടക്കും.

പലവിധ ചിന്തകളിൽ അലഞ്ഞുതിരിഞ്ഞു വീടെത്തിയത് ലൗലി അറിഞ്ഞില്ല. പത്മചേച്ചി കാര്യബോധമുള്ള ഗൃഹനാഥയായിക്കഴിഞ്ഞു. ലൗലിയുടെ ആരോഗ്യകാര്യത്തിൽ പ്രത്യേക ശദ്ധ പുലർത്തി. ഒപ്പം ആനന്ദിനെ സ്നേഹിക്കാനും. അവനും സനാഥനായിരിക്കുന്നു.

സിദ്ധുവിന് തിരിച്ചുപോകാൻ സമയമായി. പകരം വയ്ക്കാനാവാത്ത സ്നേഹമാണ് സിദ്ധു. സൈറഅവന് ചേർന്ന കൂട്ടുകാരിയും തുണയുമാണ്. നയന ഒരു സങ്കടമായി മനസ്സിൽ കിടക്കുന്നു. കാലം ആ കുട്ടിയെ മാറ്റിയെടുക്കട്ടെ.

ടീച്ചറമ്മേ വീടെത്തി. ആനന്ദ് തട്ടി വിളിച്ചപ്പോഴാണ് ലൗലി ചിന്തകളിൽ നിന്ന് ഇറങ്ങി നടന്നത്. തൊട്ടുമുന്നിൽ കറുപ്പിൽ വെളുത്ത

അക്ഷരങ്ങൾ... 'ശിവാനന്ദ ഡേ കെയർ.' ഒരു വലിയ നിശ്വാസം ലൗലിയെ വിട്ടിറങ്ങി. ഡേ കെയറിന്റെ പ്രവർത്തനങ്ങൾ എങ്ങനെ യാവണമെന്ന ചർച്ചകൾക്കിടയിലാണ് ആ വാർത്ത കേട്ടത്. അന്ന് പകൽ മുഴുവനും ഇലക്ട്രിസിറ്റിയില്ലാതിരുന്നതിനാൽ ടി.വി.യും റേഡിയോയും ഒന്നും പ്രവർത്തിച്ചിരുന്നില്ല. അതൊന്നും ആരും ശ്രദ്ധിച്ചതുമില്ല.

ആറുമണി വാർത്തയ്ക്കു തൊട്ടുമുമ്പാണ് കറന്റ് വന്നത്. വാർത്ത കൾ ആരംഭിച്ചത് ഞെട്ടിക്കുന്ന വാർത്തയോടെയും.

അഞ്ചുനാട്ടിൽ വീണ്ടും മാവോയിസ്റ്റാക്രമണം. ചന്ദനക്കടത്തു കാരായ രണ്ടുപേരെ ഫോറസ്റ്റ് ഓഫീസർ അനിൽകുമാർ പിടികൂ ടിയിരുന്നു. അവരെയും കൊണ്ട് മജിസ്ട്രേറ്റിനെ കാണാൻ പുറ പ്പെട്ട ജീപ്പ് പൊട്ടിത്തെറിക്കുകയായിരുന്നു. ഓഫീസർമാർ കഷ്ടിച്ച് രക്ഷപ്പെട്ടു. പല കേസുകളിലും പ്രതികളായിരുന്ന രണ്ടുപേരും. നേരത്തേ റെയ്ഞ്ച് ഓഫീസറെ കെട്ടിയിട്ടു തല്ലിയത് ഇവരും കൂട്ടാ ളികളുമാണെന്നും ഉന്നതങ്ങളിൽ നിന്ന് സമ്മർദ്ദമുണ്ടായെന്നും ഓഫീസർ പറഞ്ഞു. വഴിയിൽ വീണുകിടന്ന മരം നീക്കാനായി ഓഫീസറും ഡ്രൈവറും ഇറങ്ങിപ്പോയപ്പോഴാണ് ബോംബ് പൊട്ടി യതെന്നാണ് ദൃക്സാക്ഷികൾ പറഞ്ഞത്. അവിശ്വസനീയത മുറ്റിയ കണ്ണുകൾ ടി.വി.യിൽ തറഞ്ഞു നിന്നു. തൊണ്ട വരളുകയും കുടി നീരിനായി അടുക്കളയിലേയ്ക്കു നടക്കുകയും ചെയ്യുമ്പോൾ ലൗലി യുടെ ഹൃദയം തളരുകയായിരുന്നു.

അച്ഛൻ...

അറിയാതെ പുറത്തുവന്ന വാക്കിൽ ലൗലി വിതുമ്പി.

അവരുടെ ആളുകളാവും തെളിവു നശിപ്പിക്കാൻ...

അല്ലാതെ ഇവിടെയെവിടെ മാവോയിസ്റ്റുകൾ? സുജനപാലൻ ഉറക്കെ പറഞ്ഞു.

സുജനപാലന്റെ ഫോണിലേയ്ക്ക് ഒരു കോൾ വന്നതും ഫോണു മായി ആൾ പുറത്തേക്കിറങ്ങി, അസാധരണമായ ഒരു പുഞ്ചിരി ആ മുഖത്ത് തെളിയുകയായിരുന്നു.

* * *

www.ingramcontent.com/pod-product-compliance
Lightning Source LLC
LaVergne TN
LVHW040605051026
849519LV00004B/1470
9789391085261